‘நாட்டியப் பேரொளி’

# பத்மினி

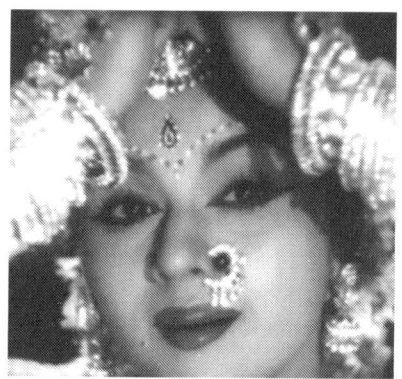

திருநின்றவூர் தி. சந்தானகிருஷ்ணன்

வாலி பதிப்பகம்

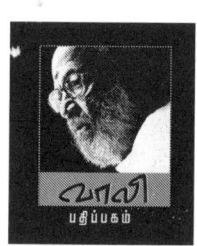

‘நாட்டியப் பேரொளி’
**பத்மினி**

திருநின்றவூர்
தி. சந்தானகிருஷ்ணன்

●

உரிமை
© ஆசிரியருக்கு

●

பக்கங்கள்: 548
விலை: 800
முதற் பதிப்பு: டிசம்பர் 2022

●

பதிப்பகம்
வாலி பதிப்பகம்
தாமிரபரணி
M-8, இரண்டாம் தெரு
அழகாபுரி நகர், இராமாபுரம்
சென்னை - 600 089
அலை பேசி: 90405 08595
80560 81351

●

நூலாக்கம்
பிரகாஷ் ராஜகோபாலன்

●

அச்சாக்கம்
அபிசன் என்டர்பிரைசஸ்
சென்னை - 600 087

‘Naattiya Peroli’
**Padmini**

Thirunindravur
T. Santhanakrishnan

●

Copyright
Author ©

●

Pages: 548
Price: 800
First Edition: Dec. 2022

●

Published by
Vaali Pathippagam
Thamirabharani
M-8, Second Street,
Azhagapuri Nagar, Ramapuram
Chennai - 600 089
Ph: 90405 08595
80560 81351

●

Book Design
Prakash Rajagopalan

●

Printed at
Abisan Enterprises
Chennai - 600 087

நிழற்படங்கள் : கே.என். பிரதீப், திருநின்றவூர்
முகப்புப்படம் வடிவமைப்பு : கதிர் ஆறுமுகம், குக்கூ இமேஜஸ், சென்னை 89.

வாலி பதிப்பகம்

வெளியீட்டு எண் : 52

## சமர்ப்பணம்

எனது தந்தை
அமரர் T.N. திருவேங்கடம் அவர்கட்கு...

கவிஞர் நெல்லை ஜெயந்தா

## பதிப்புரை

**நா**ட்டியப் பேரொளி பத்மினியின் கலை உலக வாழ்க்கையின் முழுத்தொகுப்பு மட்டுமல்ல, முதல் தொகுப்பும் இதுதான்.

திரை உலக ஆய்வாளர் திருநின்றவூர் திசந்தானகிருஷ்ணன் என்ற தனி ஒரு மனிதனின் கலை ஆர்வமும், கடின உழைப்பும், கவனமான சேகரிப்பும் ஒரு கலைப் பொக்கிஷமாக இந்த நூலை நம் கைகளில் சேர்த்திருக்கிறது.

ஆய்வு நாட்களை அறைகளில் செலவழிக்கிற ஆட்களுக்கு மத்தியில் திரைகளில் செலவழிக்கிறவர் திருநின்றவூரார் என்பதற்கு எழுத்து சாட்சியாக அவர் எடுத்து வைத்திருக்கிற இன்னொரு ஆதாரம் இது.

சினிமாவைக் கண்டுபிடித்தது லூமியர் சகோதரர்களாக இருக்கலாம். ஆனால், சினிமாவிற்குள் கண்டுபிடிப்பதில் சந்தானகிருஷ்ணனுக்கு நிகர் இல்லை என்பது சத்தியம்.

பத்மினி காலில் கட்டிய சலங்கையை, தாளில் கட்டி ஆடியிருக்கிறார் இவர். பத்மினி காலத்துப் பத்திரிகைகளையெல்லாம் சேகரித்ததும் இதில் இவர் ஜெயித்ததற்குக் காரணம். அறுபது படங்களில் நடனம் மட்டுமே ஆடிவிட்டு, அதன் பின்தான் பத்மினி கதாநாயகியானார் என்ற செய்தி ஆச்சரியமாக மட்டுமல்ல, அதிர்ச்சியாகவும் இருக்கிறது.

லலிதாவின் மணவிழாவிற்கு வந்திருந்த பிரபலங்களை வைத்தே, கலை உலகில் காலடி எடுத்து வைத்த பத்து ஆண்டுகளில் பத்மினி பெற்ற வளர்ச்சியைச் சொல்லும் பாங்கு அலாதியானது.

இன்று கலை உலகைப்பற்றி கணக்கற்ற நூல்கள் வந்து கொண்டிருக்கின்றன. ஆனால் அவற்றுள் பெரும்பாலானவை இணையதளத்தின் செய்திகளையே எடுத்தாளுகின்றன. அதனால், நிறைய செய்திகள் உண்மையான செய்திகளா? என்று உணரமுடியவில்லை. ஆனால், ஆதாரம் இல்லாமல் எதையும் அரங்கத்திற்குத் தர மாட்டேன் என்று அடம்பிடிக்கிற திருநின்றவூராரின் கலை உலகப் புத்தகம் ஒவ்வொன்றும் கல்வெட்டு. அதனால், உண்மைகளை மட்டும்தான் மேடைகளில் உரக்கப் பேசவேண்டும் என்று நினைக்கிற என் போன்றவர்களுக்கு இவர்தம் புத்தகங்கள் எழுத்துச் சுரங்கங்கள்.

சந்தானகிருஷ்ணனின் இந்த நூல் கலை உலக ரசிகப் பெருமக்களின் கண்களுக்கும் கவனத்திற்கும் மட்டுமல்ல, வாசிக்கும் ஒவ்வொருவருக்கும் சூட்டப்பெறும் வைரக் கிரீடம்; வாலி பதிப்பகத்திற்கு திருநின்றவூரார் வழங்கியிருக்கும் வரம்.

கவனமாகப் படியுங்கள்!

கைகளில் இந்தப் புத்தகம் வந்தவுடன்

உங்கள் கால்கள் நடனமாடக்கூடும்!

நெகிழ்வுடன்

**நெல்லை ஜெயந்தா**

**ஸ்டாலின்**
ஊட்டி, கோயம்புத்தூர்,
சென்னை விவித் பாரதியின் வர்த்தக
ஒலிபரப்பு ஆகிய அனைத்திந்திய
வானொலிகளின் நிலைய இயக்குநர் (ஓய்வு)

## அணிந்துரை

**தி**ரைப்பட நடிப்புக் கலைக்கு "திருவாங்கூர் சகோதரிகள்" என்று அறியப்பட்ட லலிதா, பத்மினி, ராகினி ஆகிய இம்மூவரின் பங்களிப்பும் மகத்தானது. அதிலும் குறிப்பாக நடிகை பத்மினியின் நடிப்பும் அதில் இழையோடும் அழகுணர்ச்சியும் (Aesthetic sense) சினிமா ரசிகர்களை பேரானந்தப் பரவச நிலைக்குக் கொண்டு சென்றன. இன்றும்கூட நடிகை பத்மினி இடம் பெற்ற திரைப்படங் களையும் அவற்றின் பாடல் காட்சிகளையும் நினைவு கொள்ளும் மக்களின் உள்ளத்தில் மகிழ்ச்சி வெள்ளம் கரைபுரண்டோடுகின்றது.

பத்மினி எம்.ஜி.ஆருடன் நடித்த முதல் படம் "மதுரை வீரன்". இத்திரைப்படத்தில் ஒரு காட்சி: ஆறலைக் கள்வர்களை அடக்க மதுரை மன்னர் தஞ்சை மன்னரிடம் படையுதவி வேண்டுவார். தஞ்சை மன்னர் எம்.ஜி.ஆரின் தலைமையில் ஒரு படையை மதுரைக்கு அனுப்புவார். மதுரையின் அருகில் ஆறலைக் கள்வர்களுடன் போராடி, அவர்களை அடக்கி, அவர்கள் கவர்ந்து சென்ற பொருட்களை

மீட்டுக் கொண்டு வருவார் எம்.ஜி.ஆர். அப்படி மீட்டுக் கொண்டு வந்த பொருட்களை அரசாங்கத்தில் ஒப்படைக்க எம்.ஜி.ஆருக்குச் சில நாட்களுக்கு மட்டுமே அவகாசம் கொடுத்திருப்பார் மதுரை மன்னர். ஆறலைக் கள்வர்களுடன் போராடியதால் எம்.ஜி.ஆர். உடல் சோர்ந்திருப்பார். அப்பொழுது தன் இல்லத்தில் ஓய்வெடுத்துக் கொண்டிருக்கும் எம்.ஜி.ஆருக்கு ஒத்தடம் கொடுத்துக் கொண்டே பத்மினி, "கள்வர்களிடமிருந்து மீட்டுக் கொண்டு வந்த பொருட்களை அரசாங்கத்தில் ஒப்படைக்கத் தங்களுக்குக் கொடுக்கப்பட்டிருக்கும் அவகாசம் போதாது, இன்னும் கொஞ்ச நாட்கள் அவகாசம் வேண்டும் என்று தாங்கள் கேட்டிருக்க வேண்டும்" என்று கூறிக்கொண்டே எண்ணக் கனவு காண்பார்.

அந்த எண்ணக் கனவுப் பாடல்தான் **"நாடகமெல்லாம் கண்டேன் — உந்தன் ஆடும் விழியிலே.. ஆடும் விழியிலே — கீதம் பாடும் மொழியிலே"** என்ற இனிமையான திரைப்பாடல்.

தில்லானா மோகனாம்பாள் திரைப்படத்தில் — இசையரங்கு ஒன்றில் M.P.N.சேதுராமன், M.P.N.பொன்னுசாமி ஆகியோரின் நாதஸ்வரங்களிலிருந்து "நகுமோமு கனலேனி" என்ற தியாகராஜ கீர்த்தனையை ஆபேரி ராகத்தில் பிரவாகமாய்ப் பாயவிட்டுக் கொண்டிருப்பர் சிவாஜி கணேசனும் அவருடைய இசைக் குழுவினரும். அரங்கம் முழுதும் அமர்ந்திருக்கும் ரசிகப் பெருமக்கள் மெய் மறந்து ரசித்துக் கொண்டிருப்பர். இந்த நேரத்தில் பரத நாட்டிய ஒப்பனையுடன் வண்டியில் வந்து இறங்குவார் பத்மினி. இறங்கிய உடனே காற்றில் மிதந்துவரும் சேதுராமன்—பொன்னுசாமியின் நாதஸ்வர இனிமையில் லயித்துப்போய் அப்படியே நிற்பார் பத்மினி. பத்மினி இப்படி லயித்துப்போய், தன்னையும் மறந்து நிற்பதை C.K.சரஸ்வதி, K.A.தங்கவேலு, T.R.ராமச்சந்திரன் ஆகியோர் பத்மினியையும் இசையரங்க மேடையில் அமர்ந்து நாதஸ்வரம் வாசிக்கும் சிவாஜிகணேசன் இசைக் குழுவையும் மாறி மாறிப் பார்ப்பார்கள். பத்மினி லயித்துப்போய் நின்றது நின்றதுதான். அந்த நேரத்தில் பத்மினியின் முக பாவத்தை அத்திரைப்படக் காமிராமேன் K.S.பிரசாத் அவர்கள் சிறப்பாகப் படம் பிடித்திருப்பார். ஆடியே ரசிகர்களைப் பரவசப்படுத்தும் பத்மினி இந்தக் காட்சியில் ஆடாமல் அசையாமல் நின்று தன் முக பாவத்தால் மட்டுமே ரசிகர்களைப் பரவசப்படுத்தியிருப்பார்.

பத்மினி சினிமாவில் நடிக்கத் தொடங்கியிருந்த காலத்தில் வெறும் நாட்டியம் மட்டுமே ஆடும் காட்சிகளில் நடித்தார் என்பதையும் பின்னாளிலேயே கதாநாயகியாக நடிக்கத் தொடங்கினார் என்பதையும் இந்நூலாசிரியர் திருநின்றவூர் தி.சந்தானகிருஷ்ணன் அவர்கள் மிக விரிவாகவே எழுதியுள்ளார். மேலும் தமிழ், ஹிந்தி, மலையாளம்,

தெலுங்கு, கன்னடத் திரைப்படங்களில் பத்மினி நடித்தவற்றை ஆண்டுக் கணக்கின்படி நிரல்பட மிக விரிவாகக் கூறுகின்றார். இதற்காக இவர் எடுத்துக் கொண்ட விடாமுயற்சியையும் கடின உழைப்பையும் இந்நூலில் காணமுடிகின்றது. மிகைக்கூற்றுகள் (Exaggerations) எதுவும் இல்லாதிருப்பது இந்நூலின் சிறப்புகளில் ஒன்று.

400க்கும் மேற்பட்ட மிகவும் அரிதான புகைப்படங்களை தேவையான இடங்களில் சேர்த்திருப்பது இந்த நூலின் தனிச்சிறப்பு. மூல ஆதாரங்களைத் திரட்டுவது (collection of original sources), திரட்டப்பட்ட ஆதாரங்களைச் சரிபார்ப்பது (verification of the sources), முடிவுக்கு வருவது (arriving at the conclusion) என்ற முறையிலேயே இந்த நூல் எழுதப்பட்டிருக்கின்றது. ஆகவே, நிரூபிக்கப்பட்ட உண்மைகளையே (proven facts) இந்த நூல் உரைக்கின்றது.

திரைப்பட நடிகை பத்மினியின் கலை வாழ்க்கையை முழுமையாக மதிப்பீடு செய்யும் ஒரு நூலே (An assessment) இந்த "நாட்டியப் பேரொளி பத்மினி". இந்நூலாசிரியர் திருநின்றவூர் தி.சந்தானகிருஷ்ணன் அவர்கள் தமிழக ஆட்சித்துறையில் பல உயர் பதவிகள் வகித்தவர்.

### சமன்செய்து சீர்தூக்கும் கோல்போல் அமைந்தொருபால்
### கோடாமை சான்றோர்க்கு அணி

என்ற திருக்குறள் கூறும் நடுநிலைமையிலிருந்து சற்றும் வழுவாமல் இந்நூலை எழுதியுள்ளார். பத்மினி நடித்து தோல்வியடைந்த சில திரைப்படங்கள் பற்றியும் எழுதியிருப்பதிலிருந்து இவருடைய நடுநிலைமையைப் புரிந்து கொள்ளலாம்.

பத்மினியின் பல நேர்காணல்களை நான் படித்திருக்கின்றேன். ஆனால் தனி நூல் எதையும் நான் படித்ததில்லை. நானறிந்தவரை பத்மினி பற்றித் தனியாகத் தமிழில் வெளிவரும் முதல் நூல் இதுதான் என்பது என் கருத்து. நடிகை பத்மினியைப் பற்றிய முதல் நூலையும் மிகச்சிறந்த முறையில் எழுதியிருக்கும் திருநின்றவூர் தி.சந்தான கிருஷ்ணன் அவர்கள் பாராட்டிற்குரியவர்.

இந்த நூலின் ஓர் இடத்தில் பத்மினியையும் நடிகை B.சரோஜா தேவியையும் பற்றிக் கூறும்போது, சரோஜாதேவி தான் ஒரு நடிகையாகவும் இருந்துகொண்டு தன் கணவருக்கு மனைவியாகவும் இருந்து வாழ்க்கை நடத்துவது எப்படி என்று பத்மினிக்குக் கடிதம் எழுதி ஆலோசனை கேட்டதாகவும், பத்மினி சரோஜாதேவிக்கு ஆலோசனை வழங்கியதாகவும் எழுதப்பட்டுள்ளது. இந்த நூலின் பிற்பகுதியில் பத்மினியின் தன்மைகளைப் பற்றி எழுதும்போது, பத்மினி யாருக்கும் Advice பண்ண மாட்டார் என்றும் எழுதப்

பட்டுள்ளது. இது முரண்பாடில்லையா? என்று இந்நூலைப் படிக்கும் சிலர் கேள்வி எழுப்பலாம்.

என்னைப் பொறுத்தவரை இது முரண்பாடில்லையென்றே நினைக்கின்றேன். பத்மினி தானாகவே முன்சென்று சரோஜா தேவிக்கு "அட்வைஸ்" பண்ணவில்லை. சரோஜாதேவி வேண்டிக் கேட்டுக் கொண்டதனாலேயே பத்மினி ஆலோசனை வழங்கியுள்ளார்.

திருநின்றவூர் திசந்தானகிருஷ்ணன் அவர்களின் கடின உழைப்பிற்கு மற்றுமோர் எடுத்துக்காட்டு — இந்த நூலின் பிற்பகுதியில் பத்மினி நடித்த திரைப்படங்களின் பட்டியல். ஹிந்தி திரைப்பட கதாநாயகர்களுடன் பத்மினி நடித்துள்ள எண்ணிக்கையைப் படித்தபோது நான் ஆச்சர்யத்தில் ஆழ்ந்து போனேன்.

தென்னிந்திய சினிமா நடிகர்களுக்கும், வட இந்திய சினிமா நடிகர்களுக்கும் நடந்த கிரிக்கெட் விளையாட்டுப் போட்டியில் நிலவிய அரசியல், பத்மினிக்குப் பிடித்த விளையாட்டு தாயம் ஆடுதல், கொஞ்ச காலம் பத்மினி அரசியல் கட்சி ஒன்றில் கூட இருந்தார் என்பனபோன்ற தகவல்கள் இந்நூலுக்கு மேலும் மெருகேற்றுகின்றன.

திருநின்றவூர் திசந்தானகிருஷ்ணன் அவர்கள் "நிழல்" காலாண்டிதழில் திரைப்பட நகைச்சுவை நடிகர்களைப் பற்றி எழுதிய தொடரைப் படித்து அவருடைய எழுத்தில் மயங்கியவன் நான். தினத்தந்தி நாளிதழில் சுமார் ஒரு வருடத்திற்கு, வாராவாரம் அவர் எழுதிய "திரையுலக அதிசயங்களும் அற்புதங்களும்" தொடரைப் படித்து வியந்தவன் நான். திரைப்பட பாடலாசிரியர் வாலி அவர்களைப் பற்றிப் பல நூல்களையும், நடிகர் T.S.பாலையா, நடிகர் S.V.ரங்காராவ் ஆகியோரைப் பற்றி இவர் எழுதிய நூல்களையும் படித்து பிரமித்தவன் நான்.

இப்பொழுது "நாட்டியப் பேரொளி பத்மினி" என்ற இந்த நூலை எளிய சொற்களினால், சின்னச் சின்ன வாக்கியங்களில், சலிப்பில்லாமல் படித்துப் புரிந்து கொள்ளும் விதமாக எழுதியுள்ளார். ஆதாரங்களின் அடிப்படையில் எழுதப்பட்டுள்ள இந்த நூல் திரைப்பட நடிகர்களைப் பற்றி இதுவரை வெளிவந்துள்ள நூல்களிலேயே வரலாறு படைத்ததாகும் என்று உறுதியாகக் கூறுகின்றேன். திருநின்றவூர் தி.சந்தானகிருஷ்ணன் அவர்கள் இது போன்ற மேலும் பல சிறந்த நூல்களைப் படைக்க வேண்டும் என்ற வேண்டுகோளையும் அவர் முன் வைக்கின்றேன்.

ஸ்டாலின்

எஸ்.பி.முத்துராமன் - பத்மினி

திரைப்பட இயக்குநர்

# அணிந்துரை

## "ஆய்வுக்காகத் தன் ஆயுளைக் கொடுப்பவர்"

**தி**ரைப்படத்துறையில் படத்தயாரிப்பாளர் யார், நடிகர் நடிகையர், தொழில் நுணுக்க கலைஞர்கள் யார், படத் துவக்கவிழா, இசை, பாட்டு பதிவான நிகழ்ச்சிகள், படப்பிடிப்பு பற்றிய விபரங்கள், படத்தின் வெளியீடு, அது பெற்ற மக்கள் வரவேற்பு, பத்திரிகை விமர்சனங்கள், எத்தனை நாள் ஓடிற்று, அப்படத்தின் புகைப்படங்கள் என இத்தனையையும் சேர்த்து ஆவணமாக்கியவர்கள் மிகக் குறைவு.

அதில் குறிப்பிடத்தக்கவர் ப்லிம் நியூஸ் ஆனந்தன். ஏவிஎம் புரொடக்ஷன்ஸ்—இல் திரு.அர்ச்சுனன் அவர்கள், அதன் பிறகு குறிப்பிட்டுச் சொல்லக்கூடியவர் திருநின்றவூர் தி.சந்தானகிருஷ்ணன் அவர்கள்.

கடந்த எழுபது ஆண்டுகளாக மூர்மார்க்கெட்டில் 2 அணா விலையில் இசைத்தட்டுகளை வாங்கி, கையால் சுற்றி ஓடும் கிராமபோனில் ஓட்டி இசை கேட்பார்; ஆவணமாகச் சேர்த்து வைப்பார். படிப்படியாக வளர்த்து — வளர்த்து தமிழ், தெலுங்கு, கன்னடம், மலையாளம், இந்தி என *40,000*த்திற்கும் மேற்பட்ட இசைத் தட்டுகள் அதன் பட விபரங்களையும் சேர்த்துப் பாதுகாத்து வருகிறார்.

திரைப்படப் பாட்டுப் புத்தகங்கள் — செய்திகள் — புகைப்படங்கள் மற்றும் பல்வேறு ஆவணங்கள் அனைத்தையும் சேர்த்து ஓர் ‘ஆவணக் களஞ்சியமாக’ச் சேர்த்து வைத்திருக்கிறார்.

தற்போது சந்தான கிருஷ்ணன் அவர்கள் நடிகர் நடிகைகளின் வாழ்க்கை வரலாற்றை எழுதி, நூலாக வெளியிட்டு அவைகளையும் ஆவணமாக்குகிறார். அந்த வரிசையில் ‘நாட்டியப் பேரொளி பத்மினி’ அவர்களின் வரலாறை எழுதியிருக்கிறார்.

தான் உள்ளார்ந்து ரசிக்கும், வியக்கும் மனிதர்களைப் பற்றியோ, நிகழ்வுகளைப் பற்றியோ, தனக்குப் பிடித்ததுபோல் எழுதி, தன்னளவில் உற்சாகப்பட்டுக் கொள்வது ஒரு வகை எழுத்து. தனக்குள் எழுந்த உற்சாகத்தை அப்படியே படிப்பவர்களுக்கும் கடத்துவது மற்றொரு வகை எழுத்து. இந்த இரு வகை எழுத்துகளும் கைவரப் பெற்று இருக்கிறார், திருநின்றவூர் சந்தானகிருஷ்ணன் அவர்கள். நடிகை பத்மினியைப் பற்றி எழுதிச் செல்கையில், அவர் எவ்வளவு லயித்து, உணர்வோடு எழுதியிருப்பார் என்பதைப் படிக்கும் ஒவ்வொருவரும் உணர்ந்து கொள்கிறோம். பத்மினி என்னும் அந்த மாபெரும் கலைச் சிற்பத்தை அவரோடு சேர்ந்து நாமும் வியந்து பார்க்கிறோம்.

பத்மினியின் முதல் திரைப்படப் படப்பிடிப்பில் அவர் செய்த குழந்தைக் குறும்புகளை அவர் விவரிக்கையில், அந்தக் குழந்தைகளில் ஒருவராக நாமும் மாறிப் போகிறோம். அவருடைய இல்லத்தில், ஏழைகளுக்குத் துணிமணிகளும், தின்பண்டங்களும் வழங்கியதைப் படிக்கும்போது அவர்களுக்காக நாமும் கண்ணீர் வடிக்கிறோம். பத்மினியின் திருமணத்திற்குக் கூடிய மாபெரும் மக்கள் கூட்டத்தின் நடுவே நாமும் ஒருவராக மூச்சுமுட்ட நின்றுகொண்டிருக்கிறோம். இப்படி, நூல் முழுக்க, ஒவ்வொரு பக்கத்திலும் நம்மைக் கரம் பிடித்து அழைத்துச் சென்று பத்மினியை அருகில் பார்க்க வைத்து நம்மை மலைத்துப்போக வைக்கிறார், சந்தானகிருஷ்ணன்.

நூலைப் படித்துச் செல்கையில் ஒரு செய்தி நம்மை வியப்பில் ஆழ்த்துகிறது. ஆண் நடிகர்கள் கோலோச்சிய அந்தக் காலகட்டத்தில், பத்மினி அவர்கள் அடைந்த புகழின் உயரம் பிரம்மிக்கத்தக்கதாக இருக்கிறது. அறுபது படங்களில் நடன மங்கையாக மட்டுமே தோன்றிய பத்மினி, அதன் பிறகு கலைவாணர் என்.எஸ்.கே. அவர்களால் கதாநாயகி ஆனது, ரஷ்ய படத்தில் நடித்தது, கெய்ரோவில் நடந்த படவிழாவில் கலந்து கொண்டது, எலிசபெத் ராணி சென்னை வந்தபோது, அவர் முன் நடனமாடியது, திருமணத்திற்குப் பின் அமெரிக்கா சென்ற பின்பும் தன் கலைப்பணியைத் தொடர்ந்தது என இப்படி மிக உயரமான ஒரு மனிதராக — வெற்றியின் சிகரம் தொட்ட ஒரு மனிதராக — பத்மினி இருந்திருக்கிறார் என்றால்,

அதற்கு காரணம் அவருடைய அழகும், நடனத் திறமையும் மட்டுமல்ல, புகழ் வரும்போது அதனோடு உடன் வந்த பணிவும், அடக்கமுமே காரணம். அந்தப் பணிவையும் அடக்கத்தையும், தன் எழுத்தில் அப்படியே கொண்டு வந்திருக்கிறார் சந்தானகிருஷ்ணன். நூலில் எந்த இடத்திலும் பத்மினி அவர்களை அளவுக்கு மீறிப் புகழ்வதையோ, உயர்வு நவிற்சி செய்வதையோ தவிர்த்து, இயல்பான ஒரு மனிதராக, எளிமையான குணம் கொண்ட ஒரு பெண்ணாக நமக்கு அறிமுகம் செய்கிறார். பத்மினியைப் போலவே சந்தான கிருஷ்ணனின் எழுத்து நடையும் மிக எளிமையாக அதே வேளையில் அழகாக இருக்கிறது.

அண்ணன் நடிகர் திலகம் சிவாஜி அவர்களோடு 61 படங்களில் நடித்திருக்கிறார் என்றால், சிவாஜி அவர்களின் நடிப்புக்கு ஈடு கொடுத்து நடித்திருக்கிறார் என்றுதானே கூறவேண்டும். ஆகவே, பத்மினி அவர்கள் நாட்டியப் பேரொளி மட்டுமல்ல நடிப்புப் பேரொளியும்கூட என்பதை நூலை வாசிக்கையில் உணர்ந்து கொள்கிறோம்.

திரு. சந்தானகிருஷ்ணன் அவர்களின் ஆகப்பெரும் உழைப்பின் ஆழத்தை, நூலில் அவர் பயன்படுத்தியிருக்கும் நிழற்படங்களைப் பார்க்கையில் இன்னும் பெரிதாக விளங்கிக் கொள்கிறோம். எந்த ஒரு நிகழ்வையும் போகிற போக்கில் சொல்லாமல், ஒவ்வொன்றையும் உரிய நிழற்படத்தோடு இணைத்திருக்கிறார்.

இத்தகைய அரிய நிழற்படங்களைச் சேகரிக்க அவர் எவ்வளவு மெனக்கெட்டு இருக்க வேண்டும், உழைத்திருக்க வேண்டும் என்பதைத் தமிழ்த் திரையுலகம் நன்றியோடு மனத்தில் இருத்திக் கொள்ள வேண்டும்.

பத்மினி அவர்கள் வாழ்ந்த காலத்தில் அவரைத் தலை உயர்த்திப் பார்த்த தலைமுறையினர் மட்டுமல்ல, இன்றைய தலைமுறையினரும் இந்த நூலை வாசிக்கையில், அவர்களும் பத்மினியைத் தங்களுக்கு நெருக்கமானவராகவே உணர்வார்கள். நூலைப் படித்து முடிக்கையில் நம் உணர்வுகள் முழுக்க பத்மினி நிறைந்து நிற்கிறார். வாசித்து முடித்த சில நாட்களுக்கு, ஏதோ காரணத்திற்காக ஏதேனும் ஒரு தூணின் பின்னால் வாசித்தவர் நிற்க நேர்ந்தால், தூணின் மறு பக்கத்திலிருந்து பத்மினி அவர்களைப் பார்த்து கேட்பது போலவே தோன்றப் போகிறது.. **'மறைந்திருந்து பார்க்கும் மர்மம் என்ன..?'**

தங்களன்புள்ள

**எஸ்.பி. முத்துராமன்**

# பணிந்துரை

திருநின்றவூர்
**தி. சந்தானகிருஷ்ணன்**

**பெருமதிப்பிற்குரிய வாசகர்களுக்கு,**

மறைந்த பத்மினியின் கலை வாழ்க்கையையும் தனி வாழ்க்கையையும் ஒரு சேரப் பிணைத்து பேசுகிறது 'நாட்டியப் பேரொளி' பத்மினி என்ற தலைப்பிலே அமைந்த இந்தப் புத்தகம்.

பொற்குவியலாகக் கொட்டிக் கிடக்கும் அவரது வாழ்வின் சாதனைகளை இப்புத்தகம் ஓரளவுதான் தொட்டுச் சொல்கிறது; செல்கிறது. ஒவ்வொரு திரை உலக ரஸிகனது உள்ளத்தையும் தனது நடிப்பால், நடனத்தால், வனப்பால் ஏன் குணத்தாலும்கூட கவர்ந்த பிரம்மாண்டமான பத்மினியின் பரிமாணத்தை, பொன் வைத்த இடத்திலே பூ வைத்தது போலே. ஆனால் காலப்பதிவாக, உருவாக்க மேற்கொண்ட ஒரு எளிய முயற்சியே இப்புத்தகம். இந்தப் பொன்னான எண்ணத்தை ரஸிகர்கள் கண்ணாக மனத்தில் கொண்டால் அது பத்மினியின் சாதனைகளுக்கு ஆணி வேராகும்.

ஐ. ஷண்முக நாதன்
திருநின்றவூர் தி. சந்தானகிருஷ்ணன்

இந்தப் புத்தகம் உருவாவதற்கு முன்பாகவே 'நாட்டியப் பேரொளி' பத்மினி என்ற இதே தலைப்பிலே ஓர் ஆவணப்படம் தயாரிக்கப்பட்டுச் சென்னையில் விமரிசையாக விழா எடுத்து திரையிடப்பட்டது. அந்த ஆவணப்படத்தை உருவாக்கியவர்கள் பண்பே உருவான பெருந்தகை ஐ.ஷண்முகநாதன் (ஆலோசகர், தினத்தந்தி) மற்றும் இப்புத்தகத்தின் ஆசிரியராகிய நானும் ஆகும். இதனை உருவாக்க முனைந்தவர் மறைந்த டாக்டர்

வின்ஸென்ட் பஞ்சாட்சரம் (தலைவர், பன்னாட்டு தமிழ்நாடும், நியூயார்க், அமெரிக்கா) ஆவர். தமிழுக்காகவே தன்னை அர்ப்பணித்துக் கொண்ட இப்பெருமகனார் தமிழ் வளர்ச்சிக்காகப் பல்வேறு ஆவணப் படங்களை உருவாக்கிய கர்த்தா. இதில் 'திரை வளர்த்த தமிழ்' என்ற ஆவணப்படமும் அடங்கும். சென்னையில் இவர் நடத்திய தமிழ் வளர்ச்சிக்கான மாநாட்டில் முத்தமிழ் அறிஞர் கலைஞர் அவர்களும் பங்கேற்று விழாவினையும் டாக்டர் பஞ்சாட்சரத்தையும் சிறப்பித்ததை இங்குப் பதிவு செய்யலாம். இதுதவிர, இந்த ஆவணப் படங்களை உலகெங்கும் விரவியுள்ள தமிழ் அமைப்புக்களுக்கும் தமிழர்களுக்கும் கொண்டு சேர்த்த தொண்டினைப் புரிந்து பெருமை பெற்றவர். அவரை இந்த நேரத்திலே பணிந்து, நெஞ்சார்ந்த நன்றியை என் சார்பிலும் ஐயா ஐ.ஷண்முகநாதன் சார்பிலும் தெரிவிக்கின்றோம்.

இப்புத்தகத்திற்கு நேரடியாகவோ அல்லது மறைமுகமாகவோ துணை புரிந்தோர்க்கு நன்றி நவிலும் கட்டம் இது. இப்புத்தகத்திற்கு அணிந்துரை வழங்கிய திரு.ஸ்டாலின் அவர்கள் அகில இந்திய வானொலி நிலையத்தின் (சென்னை) இயக்குநராகப் பணியாற்றி ஓய்வு பெற்றவர். தமிழில் கிரேக்க நாடகங்களை மொழிபெயர்த்து ஆவணப்படுத்தி வெளியிடும் ஒரு சரித்திர ஆய்வாளராகத் தொண்டாற்றி வருகிறார். அவரது அணிந்துரை சரித்திரப் பொருண்மை மீது அவர் கொண்ட அடங்கா நாட்டத்திற்கு அத்தாட்சியாகத் திகழ்கிறது. அவருக்கு எனது உளமார்ந்த நன்றி.

மற்றவர், ஒரு மாபெரும் கலைத்தூண்; அமைதிப்புறா அடக்க சொரூபம். அவர்தான் மதிப்பிற்குரிய இயக்குநர் எஸ்.பி.முத்துராமன் அவர்களாவர். ஏவி.எம். நிறுவனமே அவரது தாய்வீடு; வெற்றித் திரைப்படங்களே அவரது சாதனை. இதனை நெஞ்சில் நினைத்து ஏவி.எம். நிறுவனம் தனது திரைப்படங்களில் இன்றளவும் அவரைத் தனது தயாரிப்புகளில் இணைத் தயாரிப்பாளராகக் கொண்டுள்ளது அவர் கௌரவத்துக்குக் கிடைத்த அங்கீகாரம். இதனை அவர்க்கு அளித்து அரவணைத்தவர் ஏவி.எம். நிறுவனத்தின் அதிபர்களில் ஒருவரான திரு. எம்.சரவணன் அவர்களாவர். ஏவி.எம். ஸ்டூடியோ தொடர்ந்து இயங்கவும் அதன் தொழிலாளர்களின் நலன் காக்கவும் பாடுபட்டுவரும்

**டாக்டர் வின்செண்ட் பஞ்சாட்சரம்**

ஏவி.எம்.சரவணன்

திரு.சரவணனாரின் செயலை 'அவரது தர்மம்' என்று தமது பேட்டியொன்றில் பத்மினி குறிப்பிட்டுள்ளார். அப்படிப்பட்ட இந்த நிறுவனத்தின் ஓர் அங்கமான திரைச் செம்மல் எஸ்.பி.முத்துராமனுக்கு நான் என்ன கைம்மாறு செய்வேன்? வயதிலே இளையவர், ரசனையில் மூத்தவருமான டாக்டர் தாயப்பன் அவர்கள் இந்த அணிந்துரைக்குப் பாலமாக நின்றதை நன்றியுடன் நினைவுகூர்கிறேன்.

எனது நண்பர் டாக்டர் கருணாநிதி பகிர்ந்துகொண்ட திரை இசை, வசன ஆய்வுகளின் சாராம்சங்கள் இப்புத்தக உருவாக்கத்தில் எனக்கு பெரிதும் பயன்பட்டது. அவருக்கு எனது நெஞ்சார்ந்த நன்றி உரித்தாகுக. மறைந்த எனது நண்பர் கொச்சி பி.விஜயகுமாரின் உதவிகளை நன்றியோடு நினைவு கூறுகிறேன்.

இதுதவிர, என்னை கலை உலகிற்கு அறிமுகம் செய்து வைத்த 'வானொலி அண்ணா' என்.சி. ஞானப்பிரகாசம் அவர்களுக்கும், திரைப்படங்களை ஆவணப்படுத்திய எனது நண்பர் காலஞ்சென்ற 'பிலிம் நியூஸ்' ஆனந்தன் அவர்கட்கும், சில மூலாதாரங்களை அளித்த பாண்டி அபுபக்கருக்கும், எனது துணையாக நிற்கும் டைரக்டர் விஜயராஜ் மற்றும் ஆவணப்பட தயாரிப்பாளர் இயக்குநர் முனைவர் பு.சரோன் அவர்களுக்கும் எனது நன்றி. எனது புத்தகங்களைத் தவறாது படித்து ஊக்கப்படுத்தும் அன்புள்ளம் கொண்ட எனது சகோதரர் சூளைமேடு ஆ.சுவாமிநாதன் அவர்களுக்கும் நன்றி.

இப்புத்தக உருவாக்கத்தில் பங்கேற்ற திருவாளர்கள் ப. ஆனந்தன், ஆர். பிரகாஷ் மற்றும் எஸ். ரமேஷ்பாபு (பாபு ஜெராக்ஸ்) ஆகியோர்க்கு நன்றி. இவர்கள் தவிர இந்தப் புத்தகத்தில் காணப்படும் புகைப்படங்கள் அனைத்தையும் நல்கிய 'சாய் கண்ணா' என்று அழைக்கப்படும் கே.என்.பிரதீப் அவர்களுக்குத் தனித்துவமாக எனது நன்றியறிதலைத் தெரிவித்துக் கொள்கிறேன்.

நிறைவாக, இப்புத்தகத்தை வெளியிடும் வாலி பதிப்பகத்தாருக்கும் 'கவிஞராக' இருந்து தன் பட்டறிவால் 'கவிச் சித்தராக' உயர்ந்த எனது நண்பர் நெல்லை ஜெயந்தாவுக்கும் அளப்பரிய நன்றியை நவில்கின்றேன். இனி, இப்புத்தகத்தைப் படித்து எடை போட்டு பத்மினியை கௌரவப்படுத்தும் பொறுப்பு வாசகர்களுடையது என்பதால், பாபாவை வணங்கி பணிவன்போடு விடை பெறுகிறேன்.

அன்பன்
**திருநின்றவூர் திருவேங்கடம் சந்தானகிருஷ்ணன்**

## பொருளடக்கம்

1. சேர நாட்டுத் தோகை மயில் — 01
2. நறுமணம் வீசும் நந்தவனம் — 03
3. மஹாராஜா தரிசனம் — 08
4. நாட்டிய மணிகளின் நங்கூரம் — 13
5. வீசும் திரை வாசம் — 17
6. முனி நூக்கில் வென்ற "கன்னிகா" — 21
7. பத்மினியின் முதல் இந்திப்படத் தோற்றம் — 24
8. கண்கள் களித்தது, நெஞ்சில் நிலைத்தது — 28
9. "கபடரட்சகயா" — 36
10. இரு கதாநாயகிகளாக முதல் மலையாளப் படம் — 38
11. இரு கதாநாயகிகளாக முதல் தமிழ்ப்படம் — 41
12. புதுமனை புகுவிழா — 44
13. கலைவாணர் என்ற தீர்க்கதரிசி — 47
14. திரைப்படமான இரு நாவல்கள் — 57
15. குருவுடன் மறுபயணம் — 63
16. மலேசியாவுக்குக் கலைப் பயணம் — 70
17. நான்கும் இரண்டும் — 74
18. நட்சத்திரக் கிரிக்கெட் — 85
19. வைரமடித்த களம் — 89
20. வெற்றி அணிவகுப்பு — 109

| # | | பக்கம் |
|---|---|---|
| 21. | துணிகர முயற்சிகள் | 125 |
| 22. | லலிதாம்பிகை திருமணம் | 146 |
| 23. | திரிலோக சஞ்சாரி | 152 |
| 24. | ரஷிய விஜயம் - பயணத் துவக்கம் | 178 |
| 25. | ரஷிய விஜயம் - உலக வாலிபர் திருவிழா | 185 |
| 26. | ரஷிய விஜயம் - படப்பிடிப்பு | 189 |
| 27. | ரஷிய விஜயம் - நாடு திரும்பிய நடனமணிகள் | 192 |
| 28. | கோஜே தேனியே – ஐ – ட்ரீ – மோர்யா | 194 |
| 29. | முத்தான மூன்று படங்கள் | 201 |
| 30. | சிங்கப்பூர் பயணம் | 222 |
| 31. | கட்டழகுப் பெட்டகம் | 226 |
| 32. | பவித்திரமான பாத்திரங்கள் | 233 |
| 33. | ஆசிய – ஆப்ரிக்க படவிழா | 257 |
| 34. | உச்சம் தொட்ட பத்மினி | 263 |
| 35. | திருமணப் பேச்சு | 290 |
| 36. | பிரிட்டிஷ் அரசி முன் நடனம் | 293 |
| 37. | திரைப்படங்களும் திருமணமும் | 296 |
| 38. | திருமணம் குறித்த சில சிந்தனைகள் | 312 |
| 39. | வாழ்வில் ஒரு திருநாள் | 316 |
| 40. | திரும்பவும் தாயகம் | 320 |
| 41. | கட்டிப்போட்ட கலை உணர்வு | 331 |
| 42. | மூன்றாம் மணவிழா | 338 |
| 43. | இந்தியில் மீண்டும் பத்மினி | 341 |
| 44. | 'கலைமாமணி" பத்மினி | 347 |
| 45. | பாரதமாதாவாக பத்மினி | 364 |

| | | |
|---|---|---|
| 46. | சிறந்த நடிகை பத்மினி – தமிழக அரசின் விருது | 382 |
| 47. | மணாளன் வருகை | 397 |
| 48. | பத்மினியின் நினைவலைகள் | 410 |
| 49. | தூவானம் | 412 |
| 50. | பத்மினியும் சரோஜாதேவியும் | 432 |
| 51. | அமெரிக்காவில் கலைப்பணி | 456 |
| 52. | திரும்ப அழைத்த தாய்நாடு | 465 |
| 53. | முடிவுக்கு வரும் தமிழ்த்திரையுலக வாழ்க்கை | 471 |
| 54. | கலைப்பயணத்தின் கடைசி கட்டம் | 478 |
| 55. | பத்மினி – சில தனித்துவங்கள் | 485 |
| 56. | முடிவாக முடிந்தது | 490 |
| 57. | பத்மினி – அழியா அருங்கலை அழகுப் பெட்டகம் | 496 |
| | இணைப்பு – I – பத்மினி நடித்த திரைப்பட வரிசை | 505 |
| | இணைப்பு – II – நூலுக்கு உதவிய நூல்கள் | 526 |

பத்மினி
(1933 - 2006)

01

# சேர நாட்டுத் தோகை மயில்

'சிற்பிச் செதுக்காத பொற்சிலையே'
'அழகே பெண் வடிவமான பிம்பமே'
'கூவாமல் கூவும் கோகிலம் பொன்
கொண்டாடும் காதல் கோமளம்'
'ஆசை பொங்கும் அழகு ரூபம்'
'விண்ணோடும் முகிலோடும் விளையாடும் வெண்ணிலவே'
'பார்க்கப் பார்க்கத் திகட்டாத
உன்னழகைப் பருக பசி தீருமே'
'ஓ வெண்ணிலா, ஓ வெண்ணிலா,
வண்ணப் பூச்சூடவா வெண்ணிலா'
'அழகு தெய்வம் மெல்ல மெல்ல அடி எடுத்து வைத்ததோ'

இப்படிப் பல பாடல்கள். தமிழ்த் திரைப்பட பாடலாசிரியர்கள், கவிஞர்கள், 'நாட்டியப் பேரொளி' பத்மினியைத் தங்கள் கவித்துவத்தில் பாடல்களாக வடித்து திரை இசை மேதைகளிடம் கொடுத்து, ரசித்த அம்மேதைகள், இசை கூட்டி இனிக்கவிட்டு, திரைப்பட ரசிகர்கள் ருசிக்கக் கொடுத்தார்கள். இந்த 'கைங்கரியத்தில்' யார் பங்கு மேலானது என்று கணிப்பது கடினம். ஆனால் இதற்கெல்லாம் அடிப்படை நடிகை பத்மினியின் பேரழகே என்று முடிப்பது சுலபம்.

மலரெடுத்து, தேனூறும் இதழ் அமைத்து, பேசாத சிலைகள் அசையாது நின்றிருந்த தமிழகத்தில், பேசும் பொற்சித்திரமாக வலம் வந்தவர் பத்மினி. தென்நாட்டு மக்களின் உள்ளங்களிலே, குறிப்பாகத் தமிழ் நாட்டு மக்களின் நெஞ்சத்திலே நிலையான இடத்தைப் பிடித்தவர். பத்மினியின்

பண்பட்ட நடிப்பு பார்க்கப் பார்க்க பரவசமூட்டுமேயன்றி 'பார்த்தது போதுமே' என்ற சலிப்பை மட்டும் என்றுமே ஊட்டியதில்லை. 'Familiarity breeds contempt' என்ற ஆங்கிலப் பொன்மொழியை, தனது நடிப்பால், நடனத்தால், அழகால், பொய்மொழியாக்கிக் காட்டியவர் பத்மினி. திரைப் படங்களில் எப்படிப்பட்ட வேடமானாலும், அதில் எவ்வளவு மாறுபட்ட உணர்ச்சிகளைக் காட்ட வேண்டியிருந்தாலும் அவற்றையெல்லாம் பார்ப்போர் மனத்தில் தன் நடிப்புத்திறனால் பசுமரத்தாணி போல் பதியவைக்கக் கூடிய திறம்  கொண்டவர். எனவே பத்மினியை ஒரு பிறவி நடிகையாகச் சொல்லலாம்; கொள்ளலாம். தொடரும் பக்கங்கள் கொண்ட செய்திகள் இக்கருத்துக்குத் துணை நிற்குமென்பது உறுதி. பத்மினி சமகாலத்தில் வாழ்ந்தவர், இன்றைய சினிமா தலை முறையையும் அறிந்தவர். துரதிஷ்டவசமாக பத்மினி இன்று நம்மிடையே இல்லை.

எனவே, குறைந்தபட்சம் அவரது வாழ்க்கையை உயிரோட்டம் உள்ள ஒரு புத்தகமாக உருவாக்க வேண்டும், அதனால் பத்மினியின் நினைவுகள் ரசிகர்கள் நெஞ்சில் என்றென்றும் நிழலாடிக் கொண்டிருக்க வேண்டும் என்ற எண்ணமே இப்புத்தகத்தின் உயிர் மூச்சு. சேர நாட்டுத் தோகை மயில் தன் தோகைவிரித்து, வர்ணஜாலங்கள் தூவி, கலை எழிலாய், கலைச்சுடராய், செந்தமிழ் நாடெங்கும் தென்றலாய் பறந்து வாரி வழங்கிய சுகானுபவத்தைச் சுட்டிக்காட்டும் ரீதியில் இப்புத்தகம் ஒரு காலப்பதிவாக அமைய முயலுகிறது.

02

## 2. நறுமணம் வீசும் நந்தவனம்

### (a) பிறப்பு

திருவனந்தபுரத்தைச் சேர்ந்த தங்கப்பன் பிள்ளை — சரஸ்வதி அம்மாள் தம்பதியருக்கு மூன்று பெண்கள், ஒரு பிள்ளை. மூத்த பெண் லலிதா, அடுத்த பெண் பத்மினி, மூன்றாவது ராகினி, நான்காவது கடைக்குட்டிப் பையன் சந்திரன். குறுகிய இடைவெளியில் பிறந்த சகோதர சகோதரிகள் இவர்களில் மேலோச்சி நின்ற பத்மினியின் பிறந்த தேதி குறித்து முரணான செய்திகளுண்டு. இதற்கான ஆதாரங்களை அலசினால் முடிவில்லா ஆராய்ச்சியில்தான் முடியும். குறிப்பாக, தமிழ் சினிமாவின் ஆக்கபூர்வமான, அசாதாரணமான 'பேசும் படம்', 'குண்டூசி', 'சினிமா கதிர்' போன்ற சமகாலப் பத்திரிகைக் குறிப்புகளிலேயே பத்மினி, ராகினி ஆகியோர் பிறந்தநாள் குறித்து மாறுபட்ட விவரங்கள் காணப்படுகின்றன. இந்த நிலையில் 'கலை' சினிமா புத்தகத்தின் ஜூன் 1958ஆம் இதழில் 'கலைச் செல்வம்' என்ற அதன் நிருபர் பத்மினியுடன் ஒரு நேர்காணல் மேற்கொண்டார் அதன் தொடர்பாக பத்மினி 1933ஆம் வருடம் டிசம்பர் மாதம் 14ஆம் தேதி வெள்ளிக்கிழமை பத்மினி பிறந்ததாகக் குறிப்பிட்டுள்ளார். இதுவே சிறந்த ஆதாரமாகத் தெரிவதால் 14.12.1933ஆம் ஆண்டில் பிறந்தார் என்று கொள்ளலாம் . அக்கால சில முன்னணி சினிமாப் பத்திரிகைகளில் இது குறித்த செய்தியும் ஒத்துப்போகிறது. என்பதனையும் குறிப்பிடலாம். பத்மினி திருவனந்தபுரத்தில் பிறந்தவர்.

### (b) வளர்ப்பு

கலை உலகில் வெற்றிக்கொடி நாட்டி நிலைத்த லலிதா, பத்மினி, ராகினி ஆகியோர் 'திருவாங்கூர் சகோதரிகள்'

ஸ்ரீ சித்திரோதயா நிர்த்தய கலாசாலை மாணவர்களுடன் லலிதா - பத்மினி

என்றே புகழ் பெற்றனர். உயர்குடி பிறப்பினர். சகோதரிகள் திருவாங்கூர் ராஜ்ஜியத்தில் ஒரு அந்தஸ்த்துள்ள குடும்பத்தைச் சார்ந்தவர்கள். தந்தை திருவனந்தபுரத்திலுள்ள நெய்யாட்டின்கரை என்ற ஊரில் பிறந்தவர். அவரது முழுப்பெயர் நெய்யாட்டின்கரை தேரிகுன்னத் தங்கப்பன் நாயர் என்பதாகும். குடும்பம் பெரிய பாரம்பரியத்தைக் கொண்டாலும் நடுத்தர வருமானம் கொண்டதுதான். திருவனந்தபுரத்திலே ஒரு சிறிய வீட்டிலேதான் அவர்கள் குடியிருந்தார்கள். பள்ளிக் கல்வியில் நாட்டமில்லாத சிறுமிகளாக வளர்ந்திருந்த லலிதா, பத்மினி சகோதரிகளுக்கு வீட்டிலேயே கல்வி கற்க வைத்தனர். பத்மினியைப் பொறுத்தமட்டில் சதைப்பற்றற்ற கன்னங்களும், கொஞ்சம் ஒளிந்தும் ஒளியாமலும் தெரிந்த முன்வரிசை பற்களும் ஒடிசலான உடல்வாகும் கொண்ட சிறுமியாகக் காட்சியளித்தார். 'சோலக்கொள்ளை பொம்மை' என்ற இதர சகோதரிகள் பத்மினியைக் கிண்டலடிப்பது வாடிக்கை. இந்த வாடிக்கையான வேடிக்கையால் பத்மினிக்கு அழுகைதான் மிச்சம். 'ஆண்டவனே நானும் சதைப்பிடித்து, அழகாக மாற வழியில்லையா? என்று மனதிற்குள் குமுறிக்கொண்டு குருவாயூரப்பனை வேண்டிக்கொள்வாராம். அதனால்தான் என்னவோ பத்மினியின் பெரியதாயார் குஞ்சம்மாள் அவர்மீது தனிப் பற்றுகொண்டிருந்தார். பின்னாளில் 'பொம்மை' பத்திரிகைக்குப் பேட்டி தந்த பத்மினி சிறிய வயதிலேயே எனது பெரிய தாயார்தான் என்னைத் தத்து எடுத்துக் கொண்டு விட்டார்' என்று கூறியுள்ளார். அதிர்ஷ்டவசமாக

பத்மினியின் பெரிய தாயார் கலை அம்சங்களில் அபார நாட்டம் கொண்டவராயிருந்தார். இதுவே பத்மினியின் குடும்பம் கலைத் துறையில் பயணிக்க தலைவாசலாக அமைந்தது.

## (c) குருகுலம்

குஞ்சம்மாள் செல்வாக்கு மிகுந்தவர். அவருக்கு மலாயாவில் ரப்பர் தோட்டங்கள் உண்டு. திருவாங்கூர் தொழில் ஸ்தாபனங்கள் பலவற்றில் டைரக்டராகவும் இருந்திருக்கிறார். மற்றொரு பெரிய தாயார் திருவாங்கூர் மஹாராணியின் சகோதரரின் மனைவியாவார். இவர்களது தாய்வழி மாமன் இந்திய கப்பற்படையில் லெப்டினன்ட் கமாண்டர் பதவியிலிருந்தார். இது தவிர, அவரது உறவினர்களில் பலர் அரசாங்கத்தில் பல உயர் பதவிகள் வகித்து வந்தனர். சிறுமி பத்மினியின் மெலிந்த தோற்றம் குஞ்சம்மாளையும் வருத்தியது. இதற்கு என்ன நிவாரணம் மேற்கொள்ளலாமென்று அவர் சிந்தித்துக் கொண்டிருந்தபோது 'அதற்கு வழி இருக்கிறது' என்று அவருக்கு தெரிந்த ஒருவர் சொன்னார். பெரியம்மாவின் அகமும் முகமும் மலர்ந்தது. 'முதலில் பப்பிக்கு நடனம் சொல்லித்தா! உடம்பில் சதையும் பிடிக்கும் ஒரு கலையையும் கற்றுக்கொண்ட மாதிரியும் இருக்கும்' என்பதே அந்தவழி. (பத்மினியை பெரும்பாலும் குழந்தை பருவத்திலிருந்து 'பப்பி' என்று சுருக்கி செல்லமாக அழைப்பர்). கிளர்ந்தெழுந்த பெரியம்மா 'பப்பி! உனக்கு டான்ஸ் சொல்லித்தர ஏற்பாடு செய்யப் போகிறேன். டான்ஸ் ஆட ஆட நீயும் குண்டாகி ராஜாத்தி மாதிரி ஆகிவிடலாம்' என்று சொல்லி பூரித்தார்.

'நல்லதில் கெட்டது விளையுமா?', விளைந்ததே இங்கு! ஏற்கனவே குறிப்பிட்டபடி பத்மினி அரச குடும்பத்தைச் சேர்ந்தவர், இது அவருக்குப் பெருமைதான். ஆனால் அரச குடும்பத்தைச் சேர்ந்தவர்கள் வழிமுறைப்படி கலை நாட்டியம் போன்றவற்றில் பங்கு பெறக்கூடாது. ஏனெனில் இது அரச குடும்பத்திற்கு இழுக்கானது என்பது நிலைப்பாடு. இது பத்மினியின் நாட்டியப் பயிற்சிக்கும் கலை ஆர்வத்திற்கும் தடைக்கல்லானது. குஞ்சம்மாளின் செல்வாக்கு தடைக் கல்லைத் தகர்த்தெறிந்தது. அரண்மனை நாட்டியக்காரரான குரு கோபிநாத் துவங்கிய 'ஸ்ரீ சித்ரோதயா நிர்த்தய கலாசாலை' என்ற நாட்டியப்பள்ளியில் லலிதா, பத்மினி சகோதரிகளை எதிர்ப்புக்களிடையே சேர்க்க முற்பட்டார் பெரியம்மா. ஒரு வழியாக பி.கே.பிள்ளை என்பவர் சிபாரிசின் பேரில் லலிதாவும் பத்மினியும் குரு கோபிநாத்தின் நாட்டிய குருகுலத்தில் மாணவிகளாக

**சிறு வயதில் பத்மினி**

குரு கோபிநாத் - தங்கமணி

சேர்த்துக் கொள்ளப்பட்டனர். அப்போது லலிதாவுக்கு வயது எட்டு, பத்மினிக்கு வயது ஆறு. இவர்கள் சேர்ந்த பிறகு அந்த கலாசாலையில் பல பெரிய மனிதர் வீட்டு பிள்ளைகள் பயிற்சிக்குச் சேர்ந்தனர். அவர்களில் டாக்டர் சி.பி. அவர்களின் பேத்தி, திரு.சிதம்பரம் அவர்களின் பெண் லட்சுமி ஆகியோரைக் குறிப்பிட்டுச் சொல்லலாம். நாட்டியப்பள்ளியில் பத்மினியும் லட்சுமியும் நெருங்கிய தோழிகளானார்கள். இவர்கள் நட்பு வாழ்நாள் முழுவதும் நீடித்தது. பின்னாளில் பத்மினிக்கு மூத்தவரான லட்சுமி அனந்தபூர் கலெக்டரான திரு. ராமமூர்த்தி, ஐ.ஏ.எஸ். அவர்களை மணந்து தனது இல்லற வாழ்க்கையைத் துவங்கினார். 'நிர்த்திய கலாசாலையில்' தனது நாட்டியப் பயிற்சியும் தனது தோழி பத்மினியுடன் கூடிக் குலவி மகிழ்ந்த நாட்களையும் அனுபவங்களையும் பதிவு செய்துள்ளார் லட்சுமி ராமமூர்த்தி.

## (d) குரு கோபிநாத்

'ஸ்ரீ சித்ரோதயா நிர்த்திய கலாசாலை நடனப்பள்ளி'யை நடத்தி வந்த குரு கோபிநாத்—தங்கமணி நடனக் கலையில், குறிப்பாக கதக்களியில் நல்ல தேர்ச்சி பெற்றவராவார். தன் குருகுலத்தில் பயிற்சி பெறும் மாணவர்களிடம் கண்டிப்பாகவும் கண்ணியமாகவும் நடந்து கொள்வார். தனிப்பட்ட முறையில் மாணவர்களின் நலன்களில் அக்கறையும் எடுத்துக்கொள்வார். அவரது இந்தப் பணியில் திறமைமிக்க அவரது துணைவியாரும் உறுதுணையாக நின்றார். குரு கோபிநாத் மற்றும் அவரது மனைவி தங்கமணியும் 1941ஆம் ஆண்டில் வந்த 'பக்தபிரஹலாதா' என்ற மலையாள திரைப்படத்தில் நடித்து புகழ் பெற்றவர்கள். அந்தப் படத்தை 'மதராஸ் யுனைடெட் கார்ப்பரேஷன்' சார்பில் டைரக்டர் கே.சுப்ரமணியம் இயக்கியிருந்தார்.

1940இல் இக்கலாசாலையில் லலிதா—பத்மினி சேர்ந்தார்கள். ஓழிந்த நேரங்களில் சகோதரிகள் தங்கள் தோழி லட்சுமியுடன் இணைந்து 'பிக்னிக்' சென்று பொழுதைக் கழிப்பது வழக்கம். பொழுதுபோக்கிற்கு கடற்கரைக்குச் சென்று குளிக்க, பத்மினி கடலில் அடித்துக் கொண்டு போன அசம்பாவிதமும் உண்டு. லலிதா — பத்மினி ஆகியோருடன் லட்சுமியும் நட்பால் இணைந்து வாழ்ந்தவளாக அவர்களை 'திருவனந்தபுர மூவர்' என்றே அழைத்தனர். ராகினி அப்போது சிறு பெண் என்பதை இங்கு தெளிவுபடுத்தவேண்டும்.

## (e) முதல் நாட்டிய நாடகம்

இந்த நிலையிலே நாட்டிய கலாசாலை வடிவமைத்த 'பாரிஜாதம்'

என்ற நாட்டிய நாடகம் நடைபெற்றது. நாடகத்திற்கான பாடல்களைக் காலஞ்சென்ற பிரபல முத்தய்யா பாகவதர் எழுதியிருந்தார். நாட்டியத்தில் லலிதா ருக்மணியாகவும், லட்சுமி கிருஷ்ணனாகவும், பத்மினி நாரதராகவும், மற்றுமொரு மாணவி பாமாவாகவும் தோன்றி ஆடினர். இந்த நாட்டிய நிகழ்ச்சிக்கு நாகர்கோயிலிலிருந்து கலைவாணர் என்.எஸ்.கிருஷ்ணனும் டி.ஏ.மதுரமும் வந்திருந்தார்கள். நாடகத்தையும் நடனமாடியவர்களையும் தனக்கே உரிய பாணியில் கலைவாணர்

**இயக்குநர் கே.சுப்ரமணியன்**

புகழ்ந்து மக்களை ரசிக்க வைத்தார். தனது பேச்சின் முடிவில் நாடகத்தில் முக்கியப் பங்கேற்ற மாணவ மணிகளைத் தனிப்பட்ட முறையில் வாழ்த்தி இவர்கள் திரைப்படத் துறையில் நுழைந்தால் எதிர்காலம் இவர்களுக்கு ஒளிமயமாகவும் வெற்றிகரமானதாகவும் இருக்குமென்று தனது கருத்தைத் தெரிவித்தார். கிருஷ்ணன் வேடம் ஏற்ற பெண்மணிக்கும், நடன ஆசிரியர் கோபிநாத் அவர்களுக்கும் பரிசாக அளிக்கும்படி இரண்டு பெரிய வெள்ளிக் கோப்பைகளை விழா நிர்வாகிகள் கலைவாணரிடம் கொடுத்தார்கள். ஆனால் அவரோ ஒரு கோப்பையை கோபிநாத் அவர்களுக்கு வழங்கினார். இன்னொன்றைத் தன் கையிலேயே வைத்துக்கொண்டு தன்பேச்சைத் தொடர்ந்தார். 'இந்தக் கோப்பையை உண்மையில் நாரதருக்குத்தான் கொடுக்க வேண்டும்'. ஆனால் கிருஷ்ணராக வேடமிட்டவருக்கு கொடுக்கவேண்டுமென்று நிர்வாகிகள் கேட்டுக்கொண்டதால் அந்தப் பெண்ணுக்குக் கொடுக்கிறேன் என்று பகிரங்கமாகவே மேடையில் கூறிவிட்டார். அவரது நெஞ்சத்துணிவையும் நேர்மைப் பண்பையும் எண்ணி அனைவரும் திகைப்புற்றனர். "நாரதராக நடித்த இந்த சிறுமி எதிர்காலத்திலே பேரும் புகழும் பெற்று விளங்குவாள் என்பதில் ஐயமே இல்லை" என்று சிறுமி பத்மினியைப் பாராட்டினார். அத்துடன் நில்லாமல் 'மேக்கப்' அறைக்கு வந்து பத்மினியைத் தன் தோளில் தூக்கிவைத்துக் கொண்டு வாயாரப் புகழ்ந்தார். கலைவாணரின் கலைவாக்கு பொய்க்குமா? அவர் எண்ணத்தில் ஜனித்த விதை அவர் கலைத்தோட்டத்திலேயே விழுந்து, புதைந்து, வேர்விட்டுக் கிளம்பி, செடியாக வளர்ந்து கிளைகளாகவும், இலைகளாகவும் பரந்து, மொட்டுவிட்டு மலர்களாக மலர்ந்து, நந்தவனமாகி திரையுலகில் நறுமணமாக வீசியதைக் காலம் கதை கதையாய் சொல்கிறது.

# 03

## மஹாராஜா தரிசனம்

**கு**ரு கோபிநாத் திருவாங்கூர் சமஸ்தானத்தின் ஆஸ்தான நடனக் கலைஞராக இருந்ததால் அடிக்கடி அவரும் அவரது சிஷ்யகோடிகளும் திருவாங்கூர் மகாராஜா—ராணியின் முன்பும் மற்றும் முக்கிய சமஸ்தான விருந்தாளிகள் முன்பும் நாட்டியம் ஆடும் வாய்ப்பு கிடைத்து வந்தது. இது நடன மணிகளுக்குக் கிடைக்கும் பாக்கியமாகவே கருதப்பட்டது.

### (a) திருவாங்கூர் சகோதரிகளின் நடன அரங்கேற்றம்

கடினமான பயிற்சி பெற்ற லலிதா, பத்மினி சகோதரிகளின் விருவிருப்பான, முறையான, எடுப்பான நாட்டிய நளினங்களில் குரு கோபிநாத்துக்கு முழு நம்பிக்கை ஏற்பட்டது. சகோதரிகளின் நடனம் மஹாராஜா முன்னிலையில் அரங்கேற்றப்பட வேண்டுமென்பது பெற்றதாயின் உள்ளத்திலும், உற்றதாயின் எண்ணத்திலும் உலாவிய பேராசை. அதுவும் ஒருவாறு நிறைவேறும் காலம் கிட்டியது. மஹாராஜாவின் பிறந்தநாள் விழா கொண்டாடப்பட்டது. இது ஒரு அதிகமான வாய்ப்பாக அமைந்தது. விழாவில் திருவனந்தபுரத்திலுள்ள புகழ்பெற்ற வி.ஜே.பி. ஹாலில் மஹாராஜா சித்திரைத் திருநாள் பலராம வர்மா அவர்களின் தலைமையின் கீழ் லலிதா, பத்மினியின் நடன அரங்கேற்றம் நிகழ்ந்தது. அவர் முன் சகோதரிகள் ராதா — கிருஷ்ணன் நடனம் ஆடிக் காட்டினர். மஹாராஜா மகிழ்ச்சியுற்று சிறுமிகளை மனதாரப் பாராட்டினார். "இந்தக் குட்டிகள் என்ன மின்மினிப் பூச்சிகளா? பிரமாதமாக ஆடி என்னை பிரமிக்க வைத்து விட்டார்களே" என்று புகழாரம் சூட்டினார். வெள்ளிகோப்பையை பரிசாக அளித்தார்.

வி.ஜே.பி.ஹால்

'குட்டுப்பட்டாலும் மோதிரக்கையால் குட்டுப்பட வேண்டும்' என்ற வாய்மொழிக்கிணங்க எடுத்த எடுப்பிலேயே ராஜாங்க ஆதரவு சகோதரிகளுக்கு அமோகமாகக் கிடைத்தது.

## (b) நாட்டியத்தில் முன்னேற்றம்

கோபிநாத், கதக்களி நாட்டியத்தில் மிகுந்த நாட்டமும் சிறப்புப் பயிற்சியும் பெற்றவர். எனவே, தனது நாட்டியப்பள்ளி மாணவர்களுக்கு 'கதக்களிக்கு' முதலிடமும் முக்கியத்துவமும் கொடுத்து பயிற்சி அளித்தார். தற்போது சகோதரிகளின் புகழ் பட்டொளி வீசி பறக்க, மக்கள் அவர்களிடம் பல்வேறு நடனங்களை எதிர்பார்த்தார்கள். லலிதா—பத்மினிக்குப் பரதநாட்டியம் கற்றுக்கொள்ளவேண்டுமென்ற ஆசை கொழுந்து விட்டு எரியத் துவங்கியது. அதனால் திருவிடை மருதூரிலிருந்து மதிப்பிற்குரிய நட்டுவனர் மகாலிங்கம் பிள்ளை அவர்களைத் திருவனந்தபுரத்துக்கு வரவழைத்து அவரிடம் முறையாகப் பரதநாட்டியமும் சகோதரிகள் பயின்றனர். இவர்களுக்குத் தலைமையாசிரியராகத் திகழ்ந்தவர் மகாலிங்கம் பிள்ளையின் தந்தை, பிறவிக் கலைஞர், பரதவித்வான் குப்பய்யா பிள்ளை ஆவார்.

மஹாராஜா சித்திரைத் திருநாள் பலராம வர்மா

திருவனந்தபுரம் ஸ்ரீவாஞ்சி ஏழை சகாயநிதிக்காக முதல் முதலாக பத்மினி—லலிதாவுடன் மேடையேறி நடனமாடினார்.

சகோதரிகளின் புகழ் பரவ ஆரம்பித்தது. இவர்களின் நடன நிகழ்ச்சிகள் திருவாங்கூரிலும் அதனருகிலுள்ள ஊர்களிலும் நடந்தன. தவிர, ஆண்டு விடுமுறைகளில் கோபிநாத் சென்னையில் கோகலே ஹால், ரஸிகரஞ்சனி சபா போன்றவற்றில் நடன நிகழ்ச்சிகள் நடத்துவார். குருவின் நடன கோஷ்டியில் லலிதாவும் பத்மினியும் கலந்துகொள்வார்கள் என்பதைச் சொல்லவும் வேண்டுமா. சென்னை நிகழ்ச்சிகளில் பங்கேற்றபோதெல்லாம் சகோதரிகள் இருவரும் தங்களது உயிர்த்தோழி லட்சுமியின் கோபாலபுரத்தில் இருந்த வீட்டில் தங்குவது வழக்கம். பின்நாளில் சென்னையில் லலிதா—பத்மினி பங்கேற்ற முக்கிய நடன நிகழ்ச்சி ஒன்றை இங்குப் பதிவு செய்யலாம். சென்னையில் அகில இந்திய பத்திரிகையாசிரியர் மாநாடு நடந்தது. அப்போது பாங்க் வெட்டிங் ஹாலில் லலிதா, பத்மினி, ராகினி சகோதரிகளின் நடனம் ஏற்பாடு செய்யப்பட்டிருந்தது. பிரமுகர்களையும், பத்திரிகையாசிரியர்களையும் நடனம் வெகுவாக கவர்ந்தது. தேவதாஸ் காந்தி, எஸ்.ஏ.பி., ரெல்வி போன்ற பிரமுகர்கள் நடனத்தைப் பார்த்து பிரமித்துப்போய் கண்கொட்டாமல் பார்த்துக்கொண்டிருந்தார்கள். 'கலையின் சிகரம்', 'என்ன நளினம்', 'பிறவிக் கலைஞர்கள்' என்றெல்லாம் பாராட்டினார்கள். பத்திரிகையாசிரியர்கள் தங்கள் பத்திரிகைகளில் திருவாங்கூர் சகோதரிகளின் நாட்டிய மகிமையை பத்தி பத்தியாக எழுதித் தள்ளினர். இந்தச் செய்தியை சென்னைப் பத்திரிகைகள் மட்டுமல்லாது பம்பாய், கல்கத்தா, டெல்லி பத்திரிகைகளும் தங்கள் பங்குக்கு எழுதிக் குவித்தன. இவற்றிற்கெல்லாம் மகுடம்

**குரு மஹாலிங்கம் பிள்ளையுடன் சகோதரிகள்**

வைத்தாற்போல் 'பம்பாய் 'ஃபோரம்' என்ற பிரபல வாரப் பத்திரிகை எழுதிய குறிப்பு பின்வருமாறு:

"திருவாங்கூர் சகோதரிகள் பார்ப்பதற்கு ரம்மியமாக உள்ளனர். பழங்கால நடனத்திற்குத் தேவையான கலை உணர்ச்சி அவர்களிடம் அபரீதமாக இருக்கிறது. கலை உலகில் அவர்கள் தங்களுக்கு ஓர் நிரந்தர ஸ்தானம் தேடிக்கொண்டுவிட்டார்கள். சென்னை பாங்க் வெட்டிங் ஹாலில் அகில இந்திய பத்திரிகை ஆசிரியர் மகாநாட்டுப் பிரதிநிதிகளுக்காக இவர்களது நாட்டியம் நிகழ்ந்தது. வந்திருந்த பத்திரிகை பிரதிநிதிகள் இதை வெகுவாகப் புகழ்ந்தனர். காட்சி முடிவில் தலைவர் தேவதாஸ் காந்தி பத்திரிகைக்காரர்களின் சார்பில் அவர்களுக்குச் சன்மானம் வழங்கினார். ஐரோப்பிய, அமெரிக்க பிரதிநிதிகளில் சிலர் அவர்களை 'அழகிகள்' என வர்ணித்தார்கள். பத்திரிகை ஆசிரியர் மகாநாட்டிலேயே சிறந்த பகுதி இதுதான் என்று நாங்கள் கருதினோம்".

லலிதா—பத்மினியின் நடன வெற்றி நாடெங்கும் பரவலாயிற்று. கோவையில் மேட்டுப்பாளையம் ரோடில் பூ மார்க்கெட்டுக்கு அருகில் ஷண்முகா அரங்கில் இவர்களது நாட்டியம் நடைபெற்றது. இந்த அரங்கம் இன்றுவரையிலும் செயல்பட்டு வருகிறது. கோவை பிரமுகர்களும், ரஸிகர்களும் திரளாக வந்திருந்து நாட்டியத்தைக் கண்டு மகிழந்தனர்.

ஒன்றன்பின ஒன்றாக, மேடை நாட்டியங்களில் ச்கோதரிகளின் நடனங்கள் தவிர்க்க முடியாததாயிற்று. 4.4.1947இல் சென்னை பூந்தமல்லி நெடுஞ்சாலையில் அமைந்திருந்த ராமாராவ் X Ray Institute-ல் லலிதா, பத்மினியின் நடன நிகழ்ச்சிகள் சிறப்பாக நடந்தேறியது. தவிர, ஏற்கனவே குரு கோபிநாத் தலைமை ஏற்றுச் சென்னை கோகலே ஹாலில் நடந்த நிகழ்ச்சியைப் போல் 25.01.1950 அன்று அதே கோகலே ஹாலில் லலிதா — பத்மினி சகோதரிகள் ரஸிகர்களுக்கு, பிரமுகர்களுக்கு நடன விருந்து படைத்தனர். இப்படி லலிதா — பத்மினியின் நாட்டிய நிகழ்ச்சிகள் பரவலாக நடத்தப்பெற்று மக்களது வரவேற்பினைப் பெற்றது.

04

# நாட்டிய மணிகளின் நங்கூரம்

**அ**க்காலத்திலே நாட்டியமென்றால் வெறும் நாட்டியம் மட்டும்தான். மேடையில் நடனமாடும் நர்த்தகி நடனம் முடியும் வரை ஒரே ஆடையில் கால்வலிக்க ஆட, அதைப் பார்ப்போர் கண்வலித்தது, மண்டை கனத்தது. அலாரிப்பு, ஜதீஸ்வரம், தில்லானா போன்ற ஐடங்கள் நிறைந்து நாட்டியப் பொழுதைக் கழித்தனர். இதனால் பரதநாட்டியத்தை குற்றஞ்சாற்ற முடியாது, அதன்அமைப்பு அப்படி. தவிர, மேலானதுவும் கூட. ஆனால், ரஸிகர்களின் ரசனை ஜனரஞ்சகமான நாட்டிய உற்சாகத்தை அளிக்கவல்லது என்று பெரும்பாலானோர் கருதினர். அவர்கள் விரும்பிய வண்ணமே பரத நாட்டியத்துடன் 'சகோதரிகள்' புதுவிதமான நாட்டிய பாணிகளைக் கையாண்டனர். இவைகளே 'ஓரியண்டல் நடனங்கள்' என்ற பெயரில் மேடையில் அரங்கேற்றப்பட்டுத் தொய்வடைந்திருந்த கலாபிமானிகளின் ரஸனையைத் தட்டி எழுப்பி உற்சாகப்படுத்தின. இந்த நாட்டிய வகையில் 'சகோதரிகள்' புதுமையைப் புகுத்தி புதுமெருகூட்டி ரஸிகர்களை மகிழ்வித்தனர். இந்த ஓரியண்டல் நடனங்களில் மணிபுரி, கதக்களி, ஜுப்ஸி, மார்வாரி என்று எத்தனையோ புதுப்புது நடனங்கள் அடங்கும்.

லலிதாவுக்கு முகபாவம் விசேஷம். நாட்டியத்தில் தனது முக அசைவுகளால் உணர்ச்சிகளை வெளிப்படுத்தி ரஸிகர்களைக் கவர்ந்துவிடுவார். பத்மினிக்கோ மேடைத் தோற்றம் அபாரம். மேடையில் ஆண் வேடம் தரித்து லலிதாவுக்குப் போட்டிப்போட்டு ஆடி ரஸிகர்களை அமைதியாக வீழ்த்துவது அவரது அலாதிபாணி. நடனத்தில் வல்ல சகோதரிகள் நன்றாக வீணையும் வாசிப்பார்கள்,

சுமாராக பாடவும் தெரியும். தவிர, மலையாளம் தாய்மொழியாகவும், தமிழ் வழிமொழியாகவும் தெரிந்திருந்தனர். தமிழ் எழுத, படிக்க முழுமையாகக் கற்றுத் தெளிந்தனர். பின் ஆங்கிலமும் நன்கறிந்தனர். சூட்டிகையான சகோதரிகளுக்கு இவையெல்லாம் சுலபமாக கைவந்தது.

தங்களது நாட்டியங்களை மேம்படுத்த லலிதா — பத்மினி புதுப்புது உத்திகளைக் கையாளத் துவங்கினர். நாட்டியத்தையும் நாடகத்தையும் இணைத்து இசைநாட்டிய நாடகமாக மேடையேற்றி வெற்றிகண்டனர். சிற்றம்பலக் குறவஞ்சியைப்போல் முழுவதும் கவிதை நாட்டிய நாடகமும் அதில் அடங்கும். ஆனால், தொடர் கவிதை நாட்டியங்கள் மட்டுமல்லாது புராண, இதிகாச, சமுதாயம் அடங்கிய சிறு சிறு கதைகளை நாட்டிய நாடகங்களாக அமைத்து தங்களது நடன நிகழ்ச்சிகளில் ஆடிக்காட்டி பெருத்த வரவேற்பைப் பெற்றனர்.

பின்னாளில் சினிமாத்துறையில் இவர்களது வளர்ச்சிக்கு ஆணிவேராயிருந்தது, இத்தகைய நாட்டியங்களேயாகும். சாதாரணமாக

**இளம் வயதில் லலிதா, பத்மினி, ராகினி**

**பத்மினியின் நடனக்குழு "டான்ஸ் ஆஃப் இந்தியா"**

கதகளி பாணியிலுள்ள நாட்டிய நாடகங்கள் ரஸிகர்கள் மனத்திலே விருவிருப்பைக் கூட்டும். ஏனெனில், அவ்வளவு வேகமான ஜதிகளும், அபிநயங்களும், நாட்டிய முத்திரைகளும் அதில் அடங்கியுள்ளது. இத்துடன் லலிதா — பத்மினியின் சம்பவ நாட்டிய நாடகங்கள் எளிமையாய், இனிமையாய் இருந்ததால் ரஸிக்கவும் ஏதுவாகவிருந்தது.

பின்னாளில் இதுவே லலிதா — பத்மினியின் சினிமா வெற்றியினைச் சுலபமாக்கியது; உந்து சக்தியாயிருந்து உயர்த்தியது. லலிதா — பத்மினி வகுத்த இந்த நாடக நாட்டிய பாணியே இவர்களின் வெற்றியின் நிலைப்பாட்டிற்கு நங்கூரமாயிற்று. இவற்றிற்கெல்லாம் மகுடம் வைத்தாற்போல் இவர்கள் தங்களது நடனத்தை பரப்பும் எண்ணத்துடன் 'டான்ஸ் ஆப் இந்தியா' என்ற நடனக் குழுவை உருவாக்கி, இந்நடன கோஷ்டி நடனங்களை ஊரெல்லாம் நடத்தி புகழ் பெற்றனர்.

## 05

# வீசும் திரை வாசம்

சரஸ்வதி அம்மாளின் சகோதரர் கண்டப்பன் நாயர் பம்பாயில் கடற்படையில் பணியாற்றி வந்தார். விடுமுறைக்கு லலிதா, பத்மினி, ராகினி சகோதரிகள் தங்கள் தாயாருடன் பம்பாயில் அவரது வீட்டிற்கு விருந்தாளிகளாகச் சென்றனர். மாமா வீட்டில் ஆட்டம், பாட்டம், கொண்டாட்டமாகச் சில தினங்கள் கழிந்தன. மாமாவின் ஏற்பாட்டின் பேரில் பம்பாய் கேரள சமாஜத்தில் லலிதா — பத்மினி நாட்டியமாடிப் பாராட்டு பெற்றார்கள். அப்போதுதான் எதிர்பாராததொரு நிகழ்வு ஏற்பட்டது. நாயரின் நெருங்கின நண்பர் கலாமேதை உதயசங்கர் தன் துணைவியாரோடு பம்பாய் வந்திருந்தார். வழக்கமான உபசரணைகளுடன் பால்ய பருவத்திலிருந்த லலிதா — பத்மினி சகோதரிகளைப் பெருமையுடன் மாமா உதயசங்கருக்கு அறிமுகப்படுத்தியதுடன் அவர்களது நாட்டிய ஈடுபாடு, திறன் ஆகியவற்றையும் எடுத்துரைத்தார். உதயசங்கர் விரும்பியபடி சகோதரிகள் பம்பாய் அந்தேரியிலுள்ள மாமா வீட்டில் அவர்முன் நாட்டியமாடி தங்கள் திறமையை வெளிப்படுத்தினர். உதயசங்கர் உண்மையிலேயே மனதாரப் பாராட்டி, 'இந்தக் குழந்தைகளை தகுந்த நபர்களிடம் ஒப்படைக்க வேண்டும்'; இவர்கள் திறமைமிக்கவர்கள், சிறந்த வருங்காலமிருக்கிறது இவர்களுக்கு' என்றார். இப்படி சொல்லியதுடன் நில்லாமல் உதயசங்கர் தானே முன்னின்று லலிதா — பத்மினியின் திரைவாழ்வுக்கு வழிவகுத்தார். இது நடந்தது 1943ஆம் ஆண்டு.

## (a) முதல் ஒப்பந்தம்

சரஸ்வதி அம்மாள் பெண்களுடன் திருவனந்தபுரம் திரும்பினார். நாட்டியமும் நாட்டியப் பயிற்சியும்

எஸ்.எஸ்.வாசன்

தொடர்ந்தன. இப்போது சொன்னபடி உதயசங்கர் செயல்பட்டார். 1944ஆம் ஆண்டில் ஜெமினி அதிபர் எஸ்.எஸ். வாசன் உதயசங்கருக்கு அருளும் பொருளும் அளித்து 'கல்பனா' என்ற இந்திப்படத்தை எடுக்க ஆதரவளித்தார். இப்படம் முற்றிலும் நாட்டியத்திற்கு முக்கியமளித்து எடுக்க முற்பட்ட படம். உதயசங்கர் லலிதா, பத்மினி சகோதரிகளை துணைநடிகைகளாக நடிக்க ஒப்பந்தம் செய்தார். 1944ஆம் ஆண்டில் ஏற்பட்ட உடன்படிக்கையால் சரஸ்வதி அம்மாளும் பிள்ளைகளும் நடன பயிற்சிக்காகச் சென்னைக்குக் குடியேனர். சில தினங்கள் இயக்குநர் கே.சுப்ரமணியத்தின் வீட்டில் குடும்பம் தங்கியிருந்து. படத்திற்கான 'ரிகர்ஸல்' நீண்டதால் மயிலாப்பூர் 'லஸ்' முனையில் ஒரு வீட்டில் வாடகைக்குக் குடியிருந்தனர். இந்த வீட்டின் சொந்தக்காரர் சிங்கப்பூர் ஜானகி அம்மாள் என்பவராவர். சரஸ்வதி அம்மாளிடம் அன்பு பாராட்டியவர்.

(b) 'கல்பனா' கலை ஒத்திகை

'கல்பனா' பத்மினியின் திரைப்படத்துறைப் பிரவேசத்தின் தலைவாயில்தான். ஆனால் அனுபவங்கள் அவருக்குப் போதித்த பாடங்கள் எத்தனையோ. ஏற்கனவே குறித்தபடி 'கல்பனா' முழுதும் நடனங்கள் நிறைந்த படம். அதில் நடிக்க தேர்ந்தெடுக்கப்பட்ட பல பெண்களில் பத்மினியும் ஒருவர். படப்பிடிப்பு ஜெமினி ஸ்டுடியோவில் நடக்கவிருந்தது. அதற்கு முன் ஒத்திகை. அதில் பத்மினியின் அனுபவங்களை அவர் பதிவு செய்திருக்கிறார்.

'விசாலமான ஒத்திகை முற்றம், அதன் ஒருபுறம் வாத்யகோஷ்டி. மறுபுறம் உதயசங்கர் அவரது மனைவி மற்றும் என்னைப் போன்ற மாணவிகள் அங்கே இருந்தார்கள். இசைக்கருவிகள் மெல்ல ஒலித்தன. அடுத்து கொஞ்சம் வேகமாக ஒலித்தன, நடந்தேன். அடுத்து மிக மிக வேகமாக முழங்கின ஓடமுடியாமல் தவித்து நின்றேன். மற்ற மாணவிகள் என்னைப் பார்த்து கொல்லென்று சிரித்து விட்டார்கள். நான் தலையை குனிந்து கொண்டுவிட்டேன். ஆனாலும் நான் படத்தில் நடிக்க தேர்ந்தெடுக்கப்பட்டுவிட்டேன்'.

ஒத்திகைக்காக தொடர்ந்து உதயசங்கரின் நடனப்பள்ளிக்குப் பத்மினியும் லலிதாவும் வருவார்கள். நடிக்க தேர்ந்தெடுக்கப்பட்டவர்களில் ஜீ.சகுந்தலா, பி.கே. சரஸ்வதி மற்றும் லட்சுமிகாந்தா ஆகியோர்

இவர்களது தோழிகள். இவர்கள் முன்னாளில் பல தமிழ்ப் படங்களில் நடித்தவர்கள். (மாதிரிக்கு ஜீ.சகுந்தலா. மந்திரிகுமாரியில் எம்.ஜி.ஆருக்கு இவர்தான் ஜோடி!) அனைவரும் ஒருசேர ஒத்திகைக்குச் செல்வார்கள். ஒத்திகை இடைவெளியில் தோழிகள் கூடி மரத்தடி மாநாடு, கலவை சாத பரிமாற்றம், அரட்டை அரங்கம், அழைப்பு வந்தவுடன் 'கப்சிப்' இந்த வேடிக்கைகளே வாழக்கையாக நிலைத்தன. ஒத்திகை முடித்து மாலை 6 மணிக்கு தோழிகள் வீடு திரும்புவர்.

## (c) சைக்கிள் சவாரி

நடன ஒத்திகைக்குப் போக சைக்கிள் வெகுவாக உதவும் என்ற எண்ணம் பொதுவாக எல்லோர் மனதிலும் எழுந்தது. உதயசங்கர் வழக்கமாக காலை 10 மணிக்கு வருவார். தோழிகள் 8 மணிக்கே கூடி சைக்கிள் வைத்திருப்பவர்களிடமிருந்து இரவல் வாங்கி பழகி வந்தனர். ஓரளவு அரைகுறைப் பயிற்சி ஏற்பட்டது. ஆழ்வார்பேட்டையில் அப்போதெல்லாம் ஜன நடமாட்டம் குறைவு. ஒரு முறை பத்மினி ஒரு சைக்கிளிலும், லலிதா இன்னொறு சைக்கிளிலும் ஜீ.சகுந்தலாவை 'டபுள்ஸ்' ஏற்றிக்கொண்டு ஆழ்வார்பேட்டைக்குச் சைக்கிளில் வர, திருப்பத்தில் மூன்றாம் நெம்பர் பஸ் மோத சைக்கிள்களுடன் குடை சாய்ந்தார்கள். நல்ல வேளையாக அப்போது பெரிய பஸ்கள் கிடையாததால் சிறிய விபத்தாக முடிந்தது. 'தலைதப்பியது தம்பிரான் புண்ணிய'மென்று சொல்லாமல் கொள்ளாமல் அங்கிருந்து மூவரும் நடையைக் கட்டினார்கள். எப்படியோ இந்த செய்தி உதயசங்கருக்குத் தெரிய வந்ததும் பெண்களுக்குச் சைக்கிள் ஓட்ட கற்றுக் கொடுக்கக் கூடாது என்று கடுமையாக உத்தரவு பிறப்பித்து விட்டார்.

## (d) முதல் திரைத்தோற்றம்

படப்பிடிப்பு தொடங்கியது. காலை முதல் மாலை வரை ஜெமினியில் படப்பிடிப்புத் தொடரும். பகலில் குளியல், சாப்பாடு எல்லாம் அங்கேதான். குளியலறையில் பத்மினியும் அவர் தோழிகளும் அடித்த அரட்டை ஜெமினியின் நிர்வாகியின் கவனத்துக்குக் கொண்டு செல்லப்பட்டு 'உதயசங்கர் குரூப்' இங்கே குளிக்கக்கூடாது என்று தடைவிதிக்கப்பட்டது. சேட்டைகள் அத்துடன் முடிந்ததா? அதுதான் இல்லை. ஜெமினி தோட்டத்தில் பூத்த மலரை பறிக்க, பூ பறிமுதல்

செய்யப்பட்டதுடன் ஐந்து ரூபாய் அபராதமும் விதிக்கப்பட்டது.

'மேக்கப்' ஏதும் போடாமல் ஒரு டான்ஸ் உடையில் படப்பிடிப்பின் ஒரு பகுதியை எடுத்தார்கள். பத்மினி தன் தோழிகள் சகிதம் ஜெமினியிலிருந்த தியேட்டரின் தரையில் அமர்ந்து தங்கள் உருவத்தைத் திரையில் பார்க்கத் துடித்துக் கொண்டிருந்தனர். புரொஜக்டர் ஓட படம் திரையில் விழுந்தது. அவ்வளவுதான் பத்மினியின் மகிழ்ச்சி கரைபுரண்டோடியது. 'அதோபார் லலிதா! இதோ இங்கே இருக்கிறாய் நீ! பத்மினி அதோ நான், இப்படி ஒருவரை ஒருவர் சுட்டிக்காட்டி குதூகலத்தில் கூக்குரலிட்டனர். எடுத்த வரையிலான படக் காட்சி முடிந்தது. அவர்களை இரவு வண்டியிலேயே கொண்டு வந்து பத்திரமாக வீட்டில் சேர்த்தார்கள்.

## (e) படப்பிடிப்பில் நடந்தது

'கல்பனா' படப்பிடிப்பு நடந்து கொண்டிருந்தபோது ஜெமினியில் 'சந்திரலேகா', 'மிஸ் மாலினி' ஆகிய படங்களையும் தயாரித்துக் கொண்டிருந்தனர். 'சந்திரலேகா' படத்தயாரிப்பின் பிரம்மாண்டம் பத்மினியை வியக்க வைத்தது. ஒரு சமயம் 'மிஸ் மாலினி'யில் கதாநாயகியாக நடித்துவந்த நடிகை புஷ்பவல்லி 'கல்பனா' படப்படிப்புத் தளத்திற்கு வந்திருந்தார். அவர் பெரிய நடிகையானதால் பத்மினியும், ஜீ.சகுந்தலாவும் புஷ்பவல்லியைச் சூழ்ந்து கொண்டு கல கல வென்று சிரித்துப் பேசினார்கள். ஜீ.சகுந்தலா ஒரு படி மேல் போய் புஷ்பவல்லியை அதிசயமாகத் தொட்டுக்கூட பார்த்தார். ஒரு சமயம் அன்றைய படப்பிடிப்பு முடிந்து வீடு திரும்பும்போது கையிலிருந்த. சில்லறைக் காசை செலவழித்துவிட்டுப் பஸ்ஸுக்குக் காசில்லாமல் நடந்து வீட்டை அடைந்த பத்மினி, சரஸ்வதி அம்மாளிடம் சரியாக வாங்கிக்கட்டிக் கொண்டார். ஒருவழியாகப் படப்பிடிப்பு முடிந்தது. பத்மினி சோகத்தோடு தோழிகளைப் பிரிந்தார். 'கல்பனா' திரை அரங்கைத் தொடுவதற்கான வேலைகள் நடந்தன. 1944ஆம் ஆண்டில் 'கல்பனா'வுக்காகப் போடப்பட்ட பிள்ளையார் சுழி 1947ஆம் ஆண்டுவரை நீடித்தது.

●

# 06

## முனி நூக்கில் வென்ற 'கன்னிகா'

"கல்பனா" வெளியீடு தள்ளிக்கொண்டே போனதென்றாலும் பத்மினி தனது நாட்டிய நிகழ்ச்சிகளைத் தொடர்ந்து வந்தார். இந்நிலையில் கோவை பக்ஷிராஜா ஸ்டுடியோவின் அதிபர் எஸ்.எம்.ஸ்ரீராமுலு நாயுடு "கன்னிகா" என்னும் படத் தயாரிப்பில் ஈடுபட்டு வந்தார்.

### (a) சிவ - மோஹினி நடனம்

"கன்னிகா" திரைப்படத்திலே டி.இ.வரதன் கதாநாயகன் குமரனாகவும், எம்.எஸ்.சரோஜினி கதாநாயகி மாலினியாகவும் நடித்தனர். மாலினியின் கொடுங்கோல் தந்தை பளிஞ்ஞனாக டி.பாலசுப்ரமணியம் நடித்தார். பூ உலகில் சிரஞ்சீவியாக வாழ கன்னிகா (எம்.ஆர். சந்தானலட்சுமி) என்ற ஏழைப்பெண்ணை காளிக்குப் பலிகொடுக்க யத்தனிக்கிறான் பளிஞன். கன்னிகா தன்னைக் காப்பாற்ற வேண்டி சிவபெருமானைக் குறித்து தவம்செய்கிறாள். பளிஞனை ஒழிக்க நாரதர் இந்திரனைத் தூண்டி விடுகிறார். ஆனால் பிரம்மாவோ தனது பக்தனான பளிஞனைக் காப்பாற்ற சிவபெருமானிடம் செல்கிறார். பார்வதி கவனியாமல் நாரதரை சிவன்தான் என நினைத்து பேசுகிறாள்; பின் தவறை உணர்ந்து திருத்திக் கொள்கிறாள். தனக்கும் பிரம்மாவுக்கும் ஐந்து தலைகள் இருப்பதால்தான் இந்த அசம்பாவிதம் நிகழ்ந்தது என்று கொதித்த சிவன் பிரம்மாவின் ஒருதலையை கொய்கிறான். சகல லோகங்களும் நடுங்குகின்றன. பிரம்மனின் அறுபட்ட சிரம் சிவனின் கையில் அகலாது ஒட்டிக்கொண்டு பிரம்மஹஸ்த்தி தோஷம் ஏற்பட்டு பித்தனாகவும் பேயனாகவும் அலைந்து திரிந்து பூலோகம் அடைகிறார். அவரைக் காக்கும்பொருட்டு மஹாவிஷ்ணு

மோஹினி ரூபமெடுத்துச் சிவனுடன் நடனமாடுகிறார். ஆட்டவேகத்தில் சிவனின் குண்டலம் கீழே விழுந்து விடுகிறது. மோஹினி சிவனுக்குத் தெரியாமல் காதில் அதை அணிந்து கொள்கிறார். அதைக்கண்ட பிரம்மனின் ஒட்டியதலை சிவனது கரத்திலிருந்து பிரிந்து கீழே வீழ்கிறது. சிவனைப் பிடித்திருந்த பிரம்மதோஷமும் நீங்குகிறது. இது திரைப் படக்கதையின் ஒரு பகுதி. படத்தில் சிவனாக பி.ராஜகோபாலய்யரும் (இவர் பாநாசம் சிவனின் சகோதரர்) விஷ்ணுவாக கே.ராமு என்பவரும் நடித்திருந்தனர். ஆனால் இவர்கள் இருவரும் சிவ—மோஹினி நடனமாடும்பொழுது நாட்டியக் காட்சியில் சிவனாக லலிதாவும் மோஹினியாக பத்மினியும் பங்கேற்று ஆடினார்கள். இதுவே லலிதா—பத்மினி சகோதரிகள் திரைப்படத்தில் தோன்றிய முதல் படம் மற்றும் முதல் காட்சி.

## (b) நாட்டிய முக்கியத்துவம்

மேலே சுட்டிக்காட்டிய சிவ—மோஹினி நாட்டியம் படக்கதையுடன் இணைந்த முக்கியமானதொரு காட்சியென்பதும் தனி நாட்டியமல்ல என்பதும் விளங்கும். எனவே, சகோதரிகள் பங்கேற்ற நாட்டியமும் படத்தில் முக்கியப் பங்களிக்கிறது. எடுத்த எடுப்பிலேயே திரையில் லலிதா—பத்மினியின் சிவ—மோஹினி நாட்டியம் வெற்றிகரமாக அமைந்து ரஸிகர்களின் வரவேற்பினைப் பெற்றது. “கன்னிகா” திரைப்படம் 11.11.1947இல் சென்னையில் “பிரபாத்” தியேட்டரில் திரையிடப்பட்டது. மக்கள் ஆதரவினால் “கன்னிகா” பெரிய வெற்றி பெற்றது. தமிழ்நாட்டின் பிற இடங்களிலும் வசூலை வாரிக் குவித்தது. நடன அரங்குகளிலும் நாட்டிய நிகழ்ச்சிகளைக் கண்டுகளித்த மக்கள் லலிதா—பத்மினி நாட்டியத்தைத் திரையில் கண்டபோது மகிழ்ச்சி இரட்டிப்பானது. லலிதா—பத்மினி இருவரும் பங்கேற்ற சிவ—மேஹினி நாட்டியத்தில் பத்மினியின் வதனத்திலே அழகு துளிர்விட்டிருந்தது. V போன்ற முகத்தோற்ற அமைப்பிலே கருவண்டுகள் பறப்பதுபோன்ற சுழலும் காந்தவிழிகள் ரஸிகர்களைத் தனித்துக் கவர்ந்தது. மொத்தத்தில் ‘கன்னிகா’ குடத்திலிருந்த விளக்கை குன்றின்மேல் ஏற்றிவிட்டது. தீபாவளிக்கு வெளியான இப்படம், லலிதா—பத்மினி சகோதரிகளுக்குத் ‘தலையான’ தீபாவளியாக அமைந்துவிட்டது.

பத்மினி திரையில் முதன்முதலாகத் தோன்றி நடனமாடிய “கன்னிகா” திரைப்படம் 1947ஆம் ஆண்டு வெளிவந்தது ஏற்கனவே குறிப்பிடப்பட்டுள்ளது. அந்த வகையில் பத்மினிக்கு இவ்வாண்டு முக்கியத்துவம் வாய்ந்த ஆண்டாகிறது. ஆனால் இதினினும் முக்கியமான ஆண்டாக இது நாட்டுக்கே அமைந்து விட்டது. ஏனெனில் 1947ஆம் ஆண்டுதான் நம்நாடு சுதந்திரம் பெற்றது. இதே சுதந்திர ஆண்டில்

தானே பத்மினி தன் சகோதரி லலிதாவுடன் தமிழ்த்திரைப்பட உலகில் “கன்னிகா” மூலம் காலடி எடுத்து வைத்தார். இதையொட்டி பிரபல சினிமா பத்திரிக்கை “பொம்மை” தனது 1966ஆம் ஆண்டு ஆகஸ்டு இதழில் பத்மினியை பாரத மாதாவாக (படத்தில்) சித்திரித்து ரஸிகர்களுக்கு அறிமுகப்படுத்தியது. இதை பத்மினிக்குக் கிடைத்த பெரிய அங்கீகாரமாகவும் கௌரவமுமாகவும் கொள்ளலாம்.

திருநின்றவூர் தி.சந்தானகிருஷ்ணன் ● 23

07

# பத்மினியின் முதல் இந்திப்படத் தோற்றம்

## (a) ‘கல்பனா’ திரைப்பட அறிமுகம்

முன் பகுதியில் இந்தித் திரைப்படமான ‘கல்பனா’வில் பங்கேற்ற பத்மினியின் சில வேடிக்கையான அனுபவங்கள் கூறப்பட்டது. பெரிய குழுக்களுடன் கடுமையான பயிற்சிக்கும் நீண்ட கால தாமதத்திற்குப் பிறகும் இப்படம் 1948ஆம் ஆண்டு திரையிடப்பட்டது.

படத்தில் பத்மினியின் பாகம் குறைவானதென்றாலும் படத்தின் உயர்ந்த தரத்தினால் அவரை உலக நாடுகளுக்கு அறிமுகப்படுத்தியதென்றால் வியப்பாக இருக்கிறது. இதற்காக ‘கல்பனா’ திரைப்படத்தின் முக்கியத்துவத்தை அறிந்து கொள்ளலாம். கல்பனா உதயசங்கரின் ‘ஸ்டேஜ் அண்ட் ஸ்கிரீன்’ புரடெக்ஷன்ஸ் தயாரித்தது. படக்கதை ஒருவரிதான். சாஸ்திரிய நாட்டியத்தில் பெருந்திறன் கொண்ட நடுத்தரவர்கத்தைச் சேர்ந்த ஒரு நாட்டியக் கலைஞன் நாட்டிய வளர்ச்சிக்காக ஒரு ‘அகாடமி’ நிறுவி நடனக் கலைக்குச் சேவை செய்து புகழும் பொருளும் அடைகிறார். படத்தில் இடையே பாலபருவ நிகழ்சிகளும் ஒரு சிறிய காதல் போராட்டமும் உண்டு.

படத்தைத் துவக்குமுன்னேயே உதயசங்கர் ரஸிகர்களுக்குப் படத்தின் தனித்துவத்தை விளக்குகிறார். “ரஸிகர்களே இந்தப் படத்தை வெகு கவனமாகக் காணவேண்டுகிறேன். இப்படத்தின் சில காட்சிகள் வெகுவேகமாக நகர்வதால் அதில் அடங்கியுள்ள நுண்ணிய செய்திகள் தங்களது கவனத்தில் கொள்ளாமல் போக நேரிடலாம். ஏனெனில் இப்படக்காட்சிகள் ஒவ்வொன்றிலும் நமது நாட்டின்

**உதய சங்கர், அமலா சங்கர் - கல்பனா (1948)**

மதம், அரசியல், கல்வி, சமுதாயம், கலை, பண்பாடு, விவசாயம், தொழிற்சாலை போன்ற அத்தனை அங்கங்களையும் உள்ளடக்கியுள்ளது. நானொரு கலைஞன் என்பதை உணர்ந்தவன். ஒரு உண்மையான கலைஞன் தன் தாய்நாட்டை, வாழ்க்கையை, கலாச்சாரத்தை முற்றிலும் உணர்ந்தவனாக இருக்கவேண்டும். இதை மனதில் தீர்க்கமாகக்கொண்டு என்னால் இயன்றவரையில் குறை, நிறைகளைச் சமன் செய்து நானறிந்த கலை மூலம் மக்கள்முன் சமர்ப்பிப்பதை எனது கடனாக நினைக்கிறேன். நீங்கள் என்னுடனிருப்பீர்கள் என்ற நம்பிக்கை எனக்குண்டு".

## (b) பட நிர்மாணஸ்த்தர்கள்

இப்படத்தில் உதயசங்கர், அவரது மனைவி அமலா சங்கர், உஷா கிரன், லட்சுமிகாந்தம், பி.கே.சரஸ்வதி, ஜீ.சகுந்தலா, டாக்டர் சுப்பாராவ், லலிதா மற்றும் பத்மினி ஆகியோர் நடித்திருந்தனர். படத்தின் கதை உதயசங்கர், உடை அலங்காரம் அமலா உயதசங்சர், எடிட்டிங்

கல்பனா (1948)

என்.கே.தோபா. படத்தின் உயிர் மூச்சான நடன அமைப்பு நாட்டிய மேதையான உதய சங்சர். படத்தின் பலங்களில் ஒன்று கே.ராம்நாத் மற்றும் ஏ.கே.சேகர். திரையுலகின் சிகரங்களான கே.ராம்நாத் திரைக்கதையை உருவாக்க, ஏ.கே.சேகர் திரைப்படத்தின் 'கலை' பொறுப்பேற்க, கருத்துக்கும் கண்ணுக்கும் விருந்தாகத் திரைப்படம் அமைந்தது. படத்திற்குக் கூடுதல் பலமாக இசை அமைப்பு இருந்தது. இசை அமைப்பாளர் விஷ்ணுதாஸ் ஷீராலி. இந்தியப் பண் அனைத்தையும் இப்படத்தில் கையாண்டார். வியப்பூட்டும் தாள ஒலிகள், சண்ட மேளங்கள், மந்தமாருதம் தவழும் கர்நாடக இசை என்று சொல்லிக்கொண்டே போகலாம். சரி இதில் லலிதா, பத்மினியின் பங்கு என்ன என்பதைவிட பாங்கு என்ன என்று குறிப்பதே சரியானதாக இருக்கும்.

## (C) 'கல்பனா'வில் பத்மினி

'கல்பனா' படத்தில் பெரும்பாலான காட்சிகளில் கூட்டம் கூட்டமாக பெண்கள், ஆண்கள் என்று நடன மணிகள் இந்த கோஷ்டியில் கலந்திருந்தாலும் லலிதா — பத்மினிக்குச் சில காட்சிகளில் தோன்றவைத்து முக்கியம் கொடுத்திருந்தார் உதய சங்கர்.

(i) நாட்டிய கலா மன்றம் துவங்குவதற்கான கலந்துரையாடலின் போது லலிதா, பத்மினி அமர்ந்திருப்பது.

(ii) உதயாவின் நாட்டியக் கனவின்போது அவர் கையை பாம்பைப் போல நெளியவைக்க, மிருதங்கம் மென்மையாக முழங்க அங்கே லலிதா—பத்மினியின் 'குளோஸப் ஷாட்டில்' லலிதா—பத்மினி சர்வாங்காரிகலாகக் கண்களை லாவகமாகச் சுழற்றும் காட்சி

(iii) ஒரு காட்சியில் வீணை வாசிப்பிற்கேற்ப அபிநயம்

(iv) நாட்டியப் பயிற்சி முடிந்து உதயாவிடம் 'நமஸ்கார்' என்று சொல்லி விடைபெறும் லலிதா—பத்மினியும் 'நமஸ்கார் அம்மா நமஸ்கார்' என்று உதயா அதை ஏற்பதும்.

(v) நடனக் குழுவின் பல்வேறு பங்கேற்பில் மின்மனிப் பூச்சிப்போல் சில சில நொடிகள் காட்சிகளில் தோன்றி மறையும் லலிதா— பத்மினி.

இப்படத்தில் பத்மினியின் தோற்றம் சில நிமிடங்களேயென்றாலும் நன்கு சோபித்தது.

*கல்பனா (1948)*

**படவிமரிசனம்**

பத்திரிக்கைகள் படத்தை புகழ்ந்து தள்ளின. ஜெமினி அதற்கே உரிய பாணியில் படத்தை இப்படி விளம்பரப் படுத்தியிருந்தது.

கல்பனா திரைப்படம்: அறிவிப்பு:

'நேத்திரானந்தமான நடனங்களும்

இனிமையான கானங்களும் நிறைந்தது'

பேசும் படம் தனது அக்டோபர் 1948 இதழில் படத்தைப்பற்றிய செய்திக் குறிப்பு வெளியிட்டிருந்தது.

"உதய சங்கரின் முழுநீள நாட்டியப்படமான 'கல்பனாவுக்கு' நல்ல கிராக்கி வெளி நாட்டில் ஏற்பட்டுள்ளது. இந்தியாவின் கலாச்சாரத்தை அடிப்படையாகக்கொண்டது என்ற காரணத்தினால் ரஷ்யா, பிரான்சு, செக்கோஸ்லோவேகியா, அமெரிக்கா முதலிய நாடுகளில் அந்தச் சர்க்கார்களே வாங்கி, தத்தம் நாடுகளில் வெளியிட முயல்கின்றனர். இந்திய சர்க்காரும் இது விஷயமாகச் சிரத்தை எடுத்துள்ளது. உதய சங்கர் இதற்காக வெளிநாடுள் செல்லவிருக்கிறார்.

தமிழ்நாட்டில் ஜெமினி இப்படத்தை ரிலீஸ் செய்ய திட்டமிட்டுள்ளது."

இப்படத்தைக் குறித்து சுவையான சிறு தகவல் இது:

படத்தில் 'கல்பனா' என்ற பெயரில் எந்தப் பாத்திரமும் கிடையாது! 'கல்பனா' என்றால் 'கற்பனை' என்பதே பொருள் அதுவே படத்தின் கருவும்கூட.

'கல்பனா'வின் பாதிப்பு நீண்டநாள் கழித்து பத்மினியின் திரைவாழ்வில் பிரதிபலித்தது. ரஷியா—இந்தியா கூட்டுறவோடு பத்மினியை ஒரு கதாநாயகியாகக் கொண்டு படம் தயாரிக்க வித்திட்டது.

## 08

## கண்கள் களித்தது, நெஞ்சில் நிலைத்தது

**1940,** 1950களில் காமெடிக்கு என்.எஸ்.கிருஷ்ணன், டி.ஏ.மதுரம் இருந்தால்தான் விநியோகஸ்தர்கள் படத்தை வாங்கி வெளியிட முன்வருவார்கள். அதே நிலை இப்போது லலிதா—பத்மினிக்கு ஏற்பட்டது. இவர்களது நாட்டியமிருந்தால் படம் சுலபமாக விற்பனையானது. படத்தை பற்றிய விளம்பரச் சுவரொட்டிகளில் கதாநாயகன், கதாநாயகியைத் தவிர லலிதா—பத்மினியின் படத்தில் நாட்டியமாடியிருக்கிறார்கள் என்று கொட்டை எழுத்துக்களில் அச்சடித்திருந்தார்கள். படங்களில் சகோதரிகளுக்கென தனி டைட்டில் கார்டு போட்டனர். ஏன் கம்பெனி பாட்டுப் புத்தகங்களில்கூட லலிதா—பத்மினி பெயர்கள் உத்தியாக பயன்படுத்தப்பட்டதிலிருந்து இவர்களது கூடிவரும் செல்வாக்குப் புலப்பட்டது. கீழே தரப்பட்டுள்ள பட்டியல் லலிதா—பத்மினி நாட்டியங்களில் மட்டும் பங்கேற்ற விவரங்கள் தகவலுக்காக தரப்பட்டுள்ளது.

பத்மினி தனியாகவோ, துணையாகவோ, குழுவினரோடோ நடனமாடிய திரைப்படங்கள் மற்றும் நடன வகைகள்

| வ. எண் | வருடம் | திரைப்படம் | நடன வகைப்பாடு |
|---|---|---|---|
| 1 | 1947 | கன்னிகா | சிவமோஹினி நடனம் |
| 2 | 1948 | கல்பனா (இந்தி) | பல்வகை இந்திய நடனங்கள் |
| 3 | 1948 | மோஹினி | அரண்மனை சபை நாட்டியம் |
| 4 | 1948 | போஜன் | வள்ளித் திருமணம் |
| 5 | 1948 | கோகுலதாஸி | கிருஷ்ணன் நாட்டியம் மற்றும் குறத்தி நாட்டியம் |
| 6 | 1948 | ஞான சௌந்தரி (சிட்டாடல் தயாரிப்பு) | அரண்மனையில் பல்சுவை நாட்டியங்கள் |

28 ● 'நாட்டியப் பேரொளி' பத்மினி

### திரைப்படங்களில் லலிதா - பத்மினி நாட்டியம் மட்டும் ஆடிய காட்சிகள் சில

மங்கையர்க்கரசி (1949)

| 7 | 1948 | மகாபலி | |
| 8 | 1948 | பக்தஜன | கும்ஜவா மற்றும் கிருஷ்ணன் நடனம் |
| 9 | 1948 | ஆதித்தன் கனவு | பஸ்மாசுர மோஹினி |
| 10 | 1948 | ராஜமுக்தி | அரசவை நாட்டியம் |
| 11 | 1948 | வேதாள உலகம் | பாம்பாட்டி நடனம் |

அம்மா (1952)

ஞான சௌந்தரி (1948)

| | | | |
|---|---|---|---|
| 12 | 1949 | கன்னியின் காதலி | நடனப்பாட்டு |
| 13 | 1949 | பவளக்கொடி | ஆண் பெண் தர்க்கப்பாட்டு நடனம் |
| 14 | 1949 | வேலைக்காரி | கோட்டும் சூட்டும் அணிந்து மேனாட்டு நடனம் |
| 15 | 1949 | தேவமனோஹரி | குலேபகாவலி நாட்டிய நாடகம் |
| 16 | 1949 | மங்கையர்க்கரசி | நாட்டியம் (பொது) |
| 17 | 1949 | கீதகாந்தி | ஸ்ட்ரைக்கை கேலிசெய்து நாட்டிய நாடகம் |
| 18 | 1949 | நாட்டிய ராணி | தில்லானா |
| 19 | 1949 | வினோதினி | காமிக் டான்ஸ் பாட்டு |
| 20 | 1949 | மாயாவதி | நடனம் (பொது) |
| 21 | 1949 | வாழ்க்கை | உழவன் நாட்டிய நாடகம் |
| 22 | 1949 | லைலா மஜ்னு (பரணி) | முஸ்லிம் ஜோடி நாட்டியம் |
| 23 | 1949 | லைலா மஜ்னு (பரணி) | முஸ்லீம் ஜோடி நாட்டியம் (தெலுங்கு) |
| 24 | 1949 | பாரதி (கன்னடம்) | பொது |
| 25 | 1950 | பொன்முடி | மதுரைவீரன் இசைநாட்டியம் |
| 26 | 1950 | சந்திரிகா | சாகுந்தலா நாட்டியம் |
| 27 | 1950 | சந்திரிகா (மலையாளம்) | சாகுந்தலா நாட்டியம் |
| 28 | 1950 | திகம்பரசாமியார் | நலங்கு கேலிப்பாடல் மற்றும் செம்படவ நடனம் |
| 29 | 1950 | இதயகீதம் | காதல் ஊடல் நாட்டியம் |
| 30 | 1950 | மருதநாட்டு இளவரசி | வீரத்தாய் வழிப்பாட்டு நடனம் |
| 31 | 1950 | பாரிஜாதம் | கிருஷ்ணன் முன் காதலர்கள் இசை நடனம் |
| 32 | 1950 | விஜயகுமாரி | ஆங்கில மெட்டுக்கு நடனம் |
| 33 | 1950 | வீட்டுக்காரி | மேனாட்டு பாணி நடனம் |

| | | | |
|---|---|---|---|
| 34 | 1950 | கிருஷ்ணவிஜயம் | ராதாகிருஷ்ணகோபிகாஸ்திரிகள் நடனம் மற்றும் குறத்தி நடனம் |
| 35 | 1950 | லைலா மஜ்னு (பாலாஜி தயாரிப்பு) | காதல் ஊடல் நடனம் |
| 36 | 1950 | மந்திரிகுமாரி | ஜிப்ஸி நடனம் |
| 37 | 1950 | ஜீவிதம் (தெலுங்கு) | உழவன் நாட்டிய நாடகம் |
| 38 | 1950 | திருகுபாட்டு (தெலுங்கு) | மேனாட்டுபாணி நடனம் |
| 39 | 1950 | அதிர்ஷ்டதீபுடு (தெலுங்கு) | பொது |
| 40 | 1951 | தேவகி | டீ, காபி, ஐஸ்க்ரீம் வியாபாரம் நாட்டிய பாணியில் |
| 41 | 1951 | ஓர் இரவு | ஜிப்சி நடனம் |
| 42 | 1951 | வனசுந்தரி | அரண்மனை நாட்டியம் |
| 43 | 1951 | லாவண்யா | |
| 44 | 1951 | நவ்விதே நவரத்னலு (தெலுங்கு) | |
| 45 | 1951 | சந்திரவங்கா (தெலுங்கு) | |
| 46 | 1951 | ரக்தபந்தன் (மலையாளம்) | |
| 47 | 1951 | ஜீவன்தாரா (இந்தி) | காதலர் ஊடல் நாட்டிய நாடகம் |
| 48 | 1952 | அம்மா | வாசவதந்தா நாட்டியம் |
| 49 | 1952 | அம்மா (மலையாளம்) | வாசவதந்தா நாட்டியம் |
| 50 | 1952 | தர்மதேவதா | நர்த்தகி நடனம் |
| 51 | 1952 | தர்மவதா (தெலுங்கு) | நர்த்தகி நடனம் |
| 52 | 1952 | அந்தமான் கைதி | கல்லூரி விடுமுறை ஆட்டம் பாட்டம் கொண்டாட்டம் |
| 53 | 1952 | அமரகவி | அரசவை பல்சுவை நாட்டியம் |
| 54 | 1952 | கிருஷ்ணவிஜயம் (இந்தி) | ராதாகிருஷ்ணகோபியர் நடனம் |
| 55 | 1952 | உலகம் | பரத நாட்டியம் |
| 56 | 1954 | அமரசந்தேசம் (தெலுங்கு) | கோயில் நர்த்தகியாக நடனம் |

வனசுந்தரி *(1951)*

தேவ மனோஹரி *(1949)*

மோஹினி (1948)

கிருஷ்ண விஜயம் (1950)

| | | | |
|---|---|---|---|
| *57* | *1954* | காளஹஸ்தி மஹாத்மியம் (தெலுங்கு) | |
| *58* | *1955* | மேனகா | |
| *59* | *1955* | ராஜ்குமாரி (இந்தி) | வனசுந்தரி அரண்மனை நாட்டியம் |

இப்படி இடைவிடாது தொடர்ந்து திரைப்படங்களில் பத்மினி நடனமாடி வந்தார். பத்திரிகைகள் பத்தி பத்தியாக இவர் நாட்டியங்களை விமர்சித்தன. மாதிரிக்கு ஒன்று.

'போஜன் (1948) திரைப்படத்திற்குப் பிறகு லலிதா—பத்மினியின் நடனத்தை வேலைக்காரியில் (1949) தான் படப்பிடிப்பாளர்கள் நன்றாக உபயோகித்துக் கொண்டிருக்கிறார்கள் என்று சொல்லலாம். மேல்நாட்டு ஆங்கில இசைப்படங்களின் மோஸ்த்தரில் லலிதா பத்மினி கோட்டும் சூட்டும் அணிந்து ஆடும் இங்கிலீஷ் நடனமும், படத்தின் கருத்தை ஒட்டிச்செல்லும். பாட்டிற்கு அபிநயம் பிடித்து அவர்கள் ஆடும் நடனத்தின் போது லலிதா பத்மினியை பல கோணங்களிலிருந்தும் அடிக்கடி குளோஸப்பில் காட்டுவது அந்த நடனத்திற்கே ஒரு தனிப்பட்ட கவர்ச்சியைத் தருகிறது.

('வேலைக்காரி' திரைப்படத்தைப்பற்றி 'கலைமணி' என்ற பத்திரிகையில் 4.4.1949ல் வெளிவந்த விமரிசனத்தின் ஒரு பகுதி இது)

இப்படி, திரை வெளிச்சம் லலிதா பத்மினி சகோதரிகளின் மீது படிய, ஓய்வு ஒழிச்சலில்லாது நடனமாட வேண்டிய நிலை சகோதரிகளுக்கு ஏற்பட்டது. அனால் கூடவே பொருளும், புகழும் கைசேர்ந்தன.

'லலிதா—பத்மினி ஒரு நாளைக்கு 24 மணி நேரமென்று ஏற்பாடு செய்திருந்த தரித்திரம் பிடித்த பேர்வழியாரென்று மோட்டார் வேனை போட்டுக்கொண்டு தேடிக் கொண்டிருக்கிறார்கள்'.

திரைவானில் திருவாங்கூர் சகோதரிகள் அக்காலத்தில் பிஸியாக இருந்ததை இப்படி கிண்டலடித்து எழுதியிருந்தது 'கலை' பத்திரிகை தனது ஜூலை 1950 இதழில்.

எது எப்படியாயினும் லலிதா பத்மினி சகோதரிகள் எட்டு வருடங்களில் அறுபது திரைப்படங்களுக்கு நடனம் மட்டும் ஆடியிருப்பது ஒரு அசுர சாதனை மட்டுமல்ல; அசாதாரணமான சாதனையும் கூட.

09

# கபடரட்சகயா

தமிழ், தெலுங்கு, மலையாளம், கன்னடம், இந்திமொழித் திரைப்படங்களில் நடனமாடி புகழ்பெற்ற லலிதா— பத்மினி ஒரு சிங்களப் படத்திலும் நடனமாடியுள்ளார்கள். சிங்களம் ஒரு அந்நியநாடு என்றவகையில் சகோதரிகளின் முக்கியத்துவம் பெருகுகிறது. படத்தின் பெயர் 'கபடரட்சகயா'.

## (a) பங்கேற்றவர்கள்

இந்தப்படம் *23.02.1948*இல் திரையிடப்பட்டது. இப்படம் பி.ஏ.டபிள்யு (**B.A.W**) ஜெயமணி புரொடக்ஷன்ஸ் தயாரித்தது. படத்தை ஜோதி ஷின்ஸிஹா மற்றும் கே.சுப்ரமணியம் கூட்டாக இயக்கினார்கள். படத்தில் கிரிஷ்ட்டி டேமல், ருக்மணிதேவி நடித்தனர். பாடல்களை பி.எல்.ஜே.நந்தே தீர்த்தி எழுத, இசை அமைப்பாளர் சி.என்.பாண்டுரங்கன் இசை அமைத்திருந்தார்.

## (b) தயாரிப்பு அதிசயங்கள்

முருகன் முக்கியஸ்தலங்களில் ஒன்று, மதுரையைச் சார்ந்த திருப்பரங்குன்றம். திருப்பரங்குன்றத்தை அடுத்த பெரிய புஞ்சை நிலமொன்றில் பிரம்மாண்டமான ஸ்டுடியோ ஒன்று உருவாக்கப்பட்டது. பொட்டற்காடாய்க் கிடந்த இந்த இடம் பிரம்மலோகமாக மாறியது. இந்த விந்தையைச் செய்தவர் எஸ்.எம்.நாயகம் என்ற சிங்கள செல்வந்தர். 'சித்திரகலா மூவிடோன்" என்ற அழகான பெயர் சூட்டப்பட்ட ஸ்டுடியோ அது. சித்திரகலா நிறுவனரும், நிர்வாக இயக்குனருமான நாயகம், கொழும்பில் பல சுதேசி கைத்தொழில் நிறுவனங்களைத் திறமையுடன் நிர்வகித்தவர். அவரது நிர்வாகத் திறனால் சித்ரகலா ஒரு

சி.என்.பாண்டுரங்கன்

சிறந்த ஸ்டுடியோவாக உருவானது. துவக்கத்தில் தமிழ்ப் படங்களிலே கவனம் செலுத்திவந்தார் நாயகம். குமரகுரு (1946), தாய் நாடு (1947) போன்ற தமிழ்ப்படங்கள் இங்குதான் தயாராயின. பிறகு தனது தாயகமான சிங்கள திரைப்படத்தின் முன்னேற்றத்தையும் கவனத்தில் கொண்டார். எனவே, முதன் முதலாகச் சிங்கள மொழியில் படம் தயாரிக்க முற்பட்டார். சிங்கள நடிகர்களைக் கொண்டு சிங்கள பாஷையில் 'புரோக்கன் பிராமிஸ்' என்ற படம் தயாரித்தார். இப்படம்தான் சிங்கள சினிமா சரித்திரத்தில் முதலாக வந்த சிங்களப் படமாகும். ஏ.டி. ஜெயமனே, ருக்மணிதேவி போன்ற பிரபல சிங்கள சினிமா நட்சத்திரங்கள் நடித்த இந்தப் படத்தை ஜோதி சின்ஹா டைரக்ட் செய்திருந்தார் 1947இல் வெளிவந்த மகத்தான சிங்கள வெற்றிப்படம் இது. இதனைக் கண்ட பலரும் சிங்களப் படம் தயாரிக்க முன்வந்தனர்.

இப்போது இலங்கையில் ஸ்டுடியோக்கள் இல்லாததால் அவர்கள் நடிகர்கள் கோஷ்டியுடன் இந்தியா வந்து இந்திய ஸ்டுடியோக்களில் படம் பிடித்துச் சென்று இலங்கையில் திரையிட்டு வந்தனர். அப்படி இங்கு எடுக்கப்பட்ட படம் தான் லலிதா—பத்மினி நடனம் பங்கேற்ற 'கபடி ரட்சகயா'. இதுவே பத்மினி முதலும் முடிவுமாகப் பங்கேற்ற சிங்களப்படமாகும். அந்த வகையில் இந்தப்படம் முக்கியத்துவம் பெறுகிறது.

10

# இரு கதாநாயகிகளாக முதல் மலையாளப் படம்

**தொ**டர்ந்து திரைப்படங்களில் நாட்டியம் மட்டுமே ஆடி வந்த லலிதா—பத்மினி சகோதரிகளின் பன்முகத்திறனை பயன்படுத்திக் கொள்ள நினைத்தார் பக்ஷிராஜா ஸ்டுடியோ அதிபர் எஸ்.எம். ஸ்ரீராமுலு நாயுடு. 1950இல் 'ப்ரஸன்னா' என்ற பெயரில் ஒரு மலையாளத் திரைப்படமெடுப்பதில் தீவிரம் காட்டினார் நாயுடு. ஏற்கனவே தான் அறிந்திருந்த திருவாங்கூர் சகோதரிகள் இப்படத்திற்குப் பொருத்தமாக இருப்பார்கள் என நினைத்தார். இந்த எண்ணத்திற்கு மேலும் வலுவூட்டியது சகோதரிகளின் தாய்மொழி மலையாளமாக இருந்ததும் ஆகும். மலையாள இயல் துறையில் பிரசித்திபெற்ற முன்ஷி பரமு பிள்ளையின் கதையைப் படமாக்க முடிவாயிற்று, வசனமும் அவரிடமே ஒப்படைக்கப்பட்டது.

### (a) 'ப்ரஸன்னா' கதைக் குறிப்பு

*மிராசுதார் சங்கரன்தம்பிக்கு ப்ரஸன்னா (லலிதா) ஹாஸினி (ராகினி) என்று இரண்டு பெண்கள், தவிர பங்கன் தம்பி (கொட்டாரக்கார ஸ்ரீதரன் நாயர்) என்ற ஒரு பையனும் இருந்தான். பங்கன் தம்பி சென்னையில் டாக்டர் படிப்பு முடித்து வீடு திரும்புகிறான். இதற்கிடையில் சங்கரன்தம்பி வீட்டு வேலைக்காரனின் மகன் ஐயப்பன் (டி.எஸ்.பாலையா — மலையாளம் நன்கறிந்தவர்) வீட்டிலேயே ப்ரஸன்னாவுடன் சேர்ந்து படித்து பி.ஏ. பட்டதாரியாகிறான். ப்ரஸன்னாவும் ஐயப்பனும் காதலர்களாகவும் ஆகின்றனர். தன் வீட்டு வேலைக்காரன் மகன் தன் தங்கை ப்ரஸன்னாவை மணக்க விரும்புவதை எதிர்க்கிறான் பங்கன் தம்பி. அவளை*

*ப்ரஸன்னா (1950)*

அந்தஸ்த்துள்ள தனது என்ஜினீயர் நண்பன் ராதாகிருஷ்ணமேனனுக்கு (பி.ஏ.தாமஸ்) திருமணம் செய்யவும் மேனனின் சகோதரி மதனிகாவை (பத்மினி) தான் மணக்கவும் எண்ணுகிறான்.

ஐயப்பனின் களங்கமற்ற காதலின் உறுதிப்பாட்டை ஏற்று ப்ரஸன்னா அவனுடன் வெளியேறி ஊரை அடுத்து அமைந்த ஒரு குடிசையில் வசிக்கிறார். இதனால் வெகுண்ட பங்கன் தம்பி குடிசையைக் காலி செய்ய வேண்டும் இல்லையேல் அது கொளுத்தப்படுமென்று எச்சரிக்கின்றான். பின் ஒருகட்டத்தில் பங்கன்தம்பியே குடிசை அருகே வர நேருக்கு நேர் தனது சகோதரி ப்ரஸன்னாவைப் பார்க்கிறான். அவளது வறிய நிலை அவனது கோபத்தை மெழுகாய் கரைய வைக்கிறது. ஒரு பக்கம் சகோதர வாஞ்சை, மறுபக்கம் அந்தஸ்த்து என்ற அகங்காரம். இந்தப் போராட்டத்தில் அந்தஸ்து அழிந்தது. அன்பு நிலைத்தது. முடிவில் அனைவரும் மகிழ்வுடன் வாழ்கின்றனர்.

## (b) லலிதாவின் ஆதிக்கம்

முக்கிய கதாநாயகி என்ற வகையில் படத்தின் பெரும்பகுதியை லலிதா ப்ரஸன்னாவாக ஆக்ரமித்துக்கொள்கிறார் பக்திப் பாட்டும், காதல் பாட்டும் லலிதாவுக்கு ஒதுக்கப்பட்டிருந்தது. சூட்டிகையாக

எம்.எல்.வசந்தகுமாரி - பத்மினி

இருந்த பத்மினி மதனிகாவாகக் கோலாகல கொண்டாட்டத்துடன் படத்தில் வலம் வந்தார். படத்தில் பத்மினி ஆடிய ராதா நாட்டியத்திற்குப் பின்னணி பாடியது எம்.எல்.வசந்தகுமாரி "கானமோஹனா ஹரேகோபாலா" என்று காமஸ் ராகத்தில் எம்.எல். வசந்தகுமாரி. பத்மினிக்காக பாடினார். படத்திற்கு வி.ஆர்.மணி இசை அமைத்திருந்தார். இதுவே அவருக்காகப் பாடிய முதல் பாடலுமாகும். இதனைத் தொடர்ந்து பலப் படங்களில் பத்மினிக்காகப் பின்னணி பாடியிருக்கிறார் எம்.எல்.வி. பத்மினி முன்னணிக்கு வருவதற்கு இந்தக் குரல் ஜோடிப் பொருத்தமும் முக்கியமானதொரு காரணமாயிருந்தது.

## (C) நூதன அறிவிப்பு

தயாரிப்பாளர் ஸ்ரீராமுலு நாயுடு திரையுலகில் இச்சகோதரிகளின் உயர்த்தப்பட்ட அந்தஸ்த்தை பளிச்சென்று விளம்பரம் செய்து மக்கள் மனதில் பதியச்செய்தார். ப்ரஸன்னாவிற்கான விளம்பரத்தில் லலிதா, பத்மினியை நாயுடு இப்படிக் கோடிட்டுக் காட்டினார்:

"லலிதா, பத்மினி இப்படத்தில் நடனம் மட்டுமல்ல நடிப்பும்"

இந்த விளம்பரம் லலிதா—பத்மினிக்கு நல்ல பலனை தந்தது. ப்ரசன்னா 'கேரளாவில் 24.08.1950இல் திரையிடப்பட்டது பக்ஷிராஜா பிலிம்ஸ் இப்படத்தைத் தமிழிலும் 'ப்ரஸன்னா' என்ற அதே பெயரில் மொழி மாற்றம் செய்து வெளியிட்டது. சென்னையில் சித்ரா, கிரௌன் டாக்கீஸ்களில் வெளியிடப்பட்டது. கேரளாவிலும் தமிழ்நாட்டிலும் இப்படம் மகத்தான வெற்றி பெற்றது.

# 11

# இரு கதாநாயகிகளாக முதல் தமிழ்ப் படம்

**பி**ரஞ்சு மொழியில் விக்டர் யூகோ என்னும் நாவலாசிரியர் எழுதிய 'லே மிஸரபல்' (Les miserabile) என்னும் நாவலை கவியோகி சுத்தானந்த பாரதியார் தமிழில் 'ஏழை படும்பாடு' என்ற பெயரில் மொழிபெயர்த்திருந்தார். 'துன்பங்கள் தனித்து வருவதில்லை, இன்பங்கள் துணையோடு வருவதில்லை' என்ற பழமொழிக்கேற்ப கதாநாயகனான ஜீன்வால் ஜீன் அடுத்தடுத்து அனுபவிக்கும் துன்பங்களே கதை. இந்தக் கதை ஸ்ரீராமுலு நாயுடுவைப் பெரிதும் கவர்ந்தது. தனது பக்ஷிராஜாவின் சார்பில் 'ஏழை படும்பாடு' கதையைத் திரைப்படமாக்கத் திட்டமிட்டார்.

## (a) படக்கதை

திரைப்படத்திற்கெனக் கதாநாயகன் பெயரை கந்தன் என்று மாற்றி வைத்தனர். குற்றவாளியாக மறைந்து வாழ்ந்த கந்தன் பின்னால் உயர்ந்து தயாளன், அம்பலவாணன் என்ற பெயர்களில் பெரும் கொடையாளியாக உருமாறினான். தனது சகோதரியின் மகள் லட்சுமியைத் தன் மகளாகவே பாவித்து அன்பும் பண்பும் கொண்டவளாக வளர்த்தான். சுதந்திரப்போராட்டத்தில் காங்கிரஸ் சார்பில் போராடி வந்த உமாகாந்த் என்பவரைக் காதலித்தாள் லட்சுமி. இவர்கள் காதல் வளர்கிறது. உமாகாந்த் தங்கியுள்ள வீட்டில் அஞ்சலை என்றொரு பெண்ணிருந்தாள். அவளும் உமாகாந்த்தை விரும்பினாள். அது ஒருதலைக்காதலாக முடிந்தது. கந்தனைப் பழிவாங்கத் துடித்த போலீஸ் அதிகாரி ஜாவர் தன் தவற்றை உணர்ந்து தற்கொலை செய்து கொள்கிறான். வயது முதிர்வடைந்து நோய்வாய்ப்பட்டு

**எஸ்.எம். ஸ்ரீராமுலு நாயுடு**

இறக்கும் தருவாயில் கந்தன், லட்சுமி—உமாகாந்த் காதலுக்கு வாழ்த்துக் கூறுகிறான். இறக்கும் முன் தன்னைத் திருத்திய கிருத்துவ பாதிரியார், கொடுத்த இரண்டு வெள்ளி மெழுகுவர்த்திகளைக் காதலர்களிடம் ஒப்படைத்து அவைகள் ஞானவிளக்குகளென்றும் கடமை, கருணை ஆகியவற்றை மனதில் கொண்டு தொண்டு மனப்பான்மையோடு வாழுங்கள் எனவும் வாழ்த்தி இறைவனடி சேர்கிறான்.

## (b) பட உருவாக்கத்தில் பங்கேற்ற மேதைகள்

படத்திற்கான வசனத்தை இளங்கோவன் எழுதினார். கதாநாயகன் கந்தன் மூலமாக மனித நேயத்தையும், கருணையையும் கடமையையும் குறுகிய வசனத்திலேயே செம்மையாக்கினார். பாத்திரமேற்ற கந்தனாகவே வாழ்ந்தார் சித்தூர் வி.நாகய்யா. படத்திற்காக கர்நாடக சங்கீதத்திலும் கிராமிய மெட்டிலும் ஆங்கில பாணியிலும் இசை அமைத்து அசத்தினார் எஸ்.எம்.சுப்பய்யா நாயுடு. 'கண்ணன் மன நிலையை தங்கமே தங்கம்', 'ஓ ஆசைக்கிளியே உன் ஜோடி எங்கே சொல் ஆசை கிளியே', 'என்னாசை பாப்பா சிங்காரப் பாப்பா சின்னஞ்சிறு தெள்ளமுதே வா' போன்ற பாடல்கள் இதற்கு கட்டியங்கூறுகின்றன. தவிர, நாகய்யா சங்கீத மேற்பார்வைப் பொறுப்பை ஏற்றுச் செவ்வனே செய்திருந்தார். இவ்வனைத்தையும் ஒருங்கிணைத்துப் படத்தை ஆங்கில பாணியில் நகர்த்தி தமிழ்த் திரையுலகிற்கு முற்றிலும் புதிய முயற்சியாய் புதிய கோணத்தில் படத்தை ரஸிகர்களுக்கு அறிமுகப்படுத்தி மிகப்பெரிய சாதனை படைத்தார் இயக்குனர் கே.ராம்நாத்.

கே.ராம்நாத்

## (c) பத்மினியின் ஞானத் தந்தை

எஸ்எம். ஸ்ரீராமுலு நாயுடு தொடர்ந்து தனது மூன்று தயாரிப்புக்களிலும் லலிதா, பத்மினி, ராகினி சகோதரிகளுக்கு வாய்ப்பளித்து மக்களிடையே அவர்களை அறிமுகப்படுத்தியதோடு அடையாளப்படுத்தி எல்லோரின் உள்ளங்களிலும் நிலைப்படுத்தினார். 1947இல் அவரது 'கன்னிகா' திரைப்படத்தில் லலிதா, பத்மினி சிவமோஹினி நாட்டியமாட வாய்ப்பளித்தார். (படத்தில் அப்போது மெலிந்திருந்தாலும், வசீகரமாயிருந்தார்). அவரது இரண்டாவது தயாரிப்பான 'ப்ரஸன்னாவில் லலிதா—பத்மினியை இரு கதாநாயகிகளாக்கினார். இதில் பிரதான கதாநாயகியாக லலிதாவையும் இரண்டாவது கதாநாயகியாக பத்மினியையும் நடிக்க வைத்தார். பின்னர் அவரது மூன்றாவது படத்தில் முதலும் முக்கியமுமான கதாநாயகியாக பத்மினியையும், துணை கதாநாயகியாக லலிதாவையும் நடிக்க வைத்தார். இருவருக்கும் பொதுவாக ஒரு காதலன். (நடிகர் வி.கோபாலகிருஷ்ணன்). கதைப்படி பத்மினிக்கே காதலன் கிட்டுகிறான். இதனால் பத்மினியுடன் நடித்த முதல் கதாநாயகன் என்ற பெருமை கோபாலகிஷ்ணனுக்குக் கிடைத்தது. படிப்படியாக உந்த விட்டு பத்மினியைக் கதாநாயகியாக உருவாக்கிய ஸ்ரீராமுலு நாயுடுவே அவரின் ஞானத்தந்தை ஆவார்.

# 12

# புதுமனை புகு விழா

***1944***இல் மயிலாப்பூர் லஸ் முனையில் வாடகைக்குக் குடிபுகுந்த சரஸ்வதி அம்மாள் குடும்பம் தொடர்ந்து வந்த ஆண்டுகளில் மின்னல் வேகத்தில் முன்னேறியது. 'கல்பனாவுக்காக' ஸ்டுடியோ சென்று மாதக்கணக்கில் நடனப் பயிற்சி பெற்ற லலிதா—பத்மினி சகோதரிகளின் பழுத்த அனுபவங்கள் மேடையேறி நடனங்கள் ஆடியும், திரைப்படங்களில் தவிர்க்க முடியாத ஒரு அங்கமாகவும் விஸ்வரூபமெடுத்தது. சபாக்களின்றும், திரையுலகிலிருந்தும் அநேகர் லஸ்ஸுக்கு படையெடுத்தார்கள். லலிதா—பத்மினி குடும்பம் வாடகைக்கு வசித்த இடம் அவர்களைத் தேடிவரும் பெரும் கும்பலுக்கு போதுமானதாக இல்லை. அதிர்ஷடவசமாக நாட்டியம் பொன்மாரி பொழிந்தது. எனவே சகோதரிகள் மயிலாப்பூர் எட்வர்ட் எலியட்ஸ் ரோட்டில் (இன்றைய இராதாகிருஷ்ணன் சாலை) ஒரு மனை வாங்கி பங்களா கட்டத் துவங்கினர். கட்டிட வேலை பரிபூரணமாக முடிந்தவுடன் புதுமனை புகுவிழாவினை விமரிசையாகக் கொண்டாட சகோதரிகள் ஏற்பாடு செய்தனர்.

## (a) 'பார்வதி'

லலிதா—பத்மினி சகோதரிகள் 04.02.1950 அன்று தங்கள் புதிய வீட்டிற்குக் குடிபுகுந்தார்கள். உலகின் அழகிய மெரீனா கடற்கரையை நோக்கிச் செல்லும் பாதையிலே எழில்மிகு தோற்றத்துடன் அந்த இல்லம் அமைந்திருந்தது. வீட்டிற்குத் தனது தாய்வழி பாட்டியான (சரஸ்வதி அம்மாளின் தாயார்) பார்வதியின் பெயரே சகோதரிகளால் சூட்டப்பட்டது. பச்சைப்பசேலென்று திருத்திவிடப்பட்ட

பார்வதி இல்லம்

புற்களும், மலர்கள் பூத்துக் குலுங்கும் செடிகளும், கொடிகளும், மரங்களும் சூழ்ந்த இடத்தின் மத்தியில் அழகுற, வானுயற நிமிர்ந்து நின்று ராஜபவனமாக 'பார்வதி' காட்சியளித்தது, தோட்ட வேலை சகோதரிகளுக்கு நாட்ட வேலையாக இருந்ததால் அதன் இயற்கை எழில் வண்ணம் குன்றாது நிலைத்தது.

## (b) விழாக்கோலம்

தங்களது வீட்டின் கிரஹப்பிரவேசத்தை வெகு விமரிசையாக திருவாங்கூர் சகோதரிகள் கொண்டாடினார்கள். சினிமா உலகின் பல டைரக்டர்கள், பத்திரிகையாளர்கள், நாட்டிய மணிகள், பாடகிகள் என்று ஒரே கூட்டமும் அமர்க்களமுமாக 'பார்வதி' இல்லம் இருந்தது. பிரபல கர்நாடக, திரை இசைப்பாடகி எம்.எல். வசந்தகுமாரி இன்னிசையால் மகிழ்வித்தார். லலிதா—பத்மினி தங்களது விருந்தோம்பலில் விருந்தினர்களை உபசரித்து உவகை கொண்டனர்.

'பார்வதி' இல்லம் பாங்கானதொரு வீடாக அமைந்தது. லலிதா—பத்மினி சகோதரிகளுக்குப் புகழையும், பொருளையும் மேலும் மேலும் கூட்டி வளர்த்தது. பல நல்ல நிகழ்வுகள் நடந்த களமாக இவ்வில்லம் பெருமை பெற்றது.

## (c) ருசிகர சம்பங்கள்

பின்னாளில் மலையாளத் திரைப்படங்களில் அம்பிகா என்ற நடிகை பெயர் பெற்றிருந்தார். ஏன் தமிழிலும் சில படங்களில் நடித்திருக்கிறார். 'தில்லான மோகனாம்பாள்' மீது மோகமுற்று பின் திருந்திய மகாராஜாவின் (எம்.என்.நம்பியார்) மனைவி இவர்தான் என்று சுலபமாக அம்பிகாவை அடையாளப்படுத்திவிட முடியும், இவர் லலிதா—பத்மினி ஆகியோரின் பெரியதாயாரின் மகள். அம்பிகாவும் கோபிநாத் நடனப்பள்ளியில் நடனம் கற்றவர்தான். இந்த அம்பிகாவின் நடன அரங்கேற்றம் 27.08.1951 அன்று சிறப்புற நடந்தது. நடன அரங்கேற்றம் நிகழ்ந்த இப்படம் 'பார்வதி' சென்னை எட்வர்ட் எலியட்ஸ் ரோடுதான்.

இந்த வீட்டில் வழக்கமாக நடக்கும் ஒரு சுவையான சேதி. ஒரு சமயம் 'பேசும்பட' நிருபர் 'பார்வதி' இல்லத்திற்குச் சென்று ராகினியுடன் அமர்ந்து பேசிக்கொண்டிருந்தார். அது ஒரு செவ்வாய்க் கிழமை.

வீட்டுத் தோட்டத்தில் பத்மினி		சுகுமாரி, அம்பிகா, ராகினி, பத்மினி

அப்போது வீட்டுத் தோட்டக்காரன் வந்து 'பிச்சைக்காரர்களுக்கு ஆறே முக்கால் ரூபாயாகிறது என்று ராகினியிடம் கணக்குச்சொல்லி மிகுதியை அவரிடம் கொடுத்துப் போனான். நிருபர் ஏதும் புரியாமல் விழிக்க, நிலைமையை ராகினி விளக்கினார். 'பிச்சைக்காரர்கள் விடுதியில் வாழும் பிச்சைக்காரர்களுக்கு வாரந்தோறும் செவ்வாய்க் கிழமை அன்றுதான் விடுமுறை. அன்றுதான் பிச்சைக்காரர்கள் வெளியில் போய்வர அனுமதிக்கப்படுவார்கள். ஆகவேதான் பிரதி செவ்வாயன்று வீடுதேடிவரும் அவர்களுக்கு எளிய பண உதவி செய்கிறோம் என்ற புதுமையான செய்தியைச் சொன்னார். இது தவிர வருடத்திற்கு நான்குமுறை எண்ணெய், சீயக்காய்த்தூள், சோப்புக்கட்டி, புடவை, வேஷ்டி ஆகியனவும் 'பார்வதி'யில் தரப்பட்டு வந்தது. இந்த விநியோகம் சகோதரன் சந்திரன் மற்றும் சகோதரிகள் லலிதா, பத்மினி, ராகினி ஆகியோரது பிறந்தநாளில் ஒவ்வொரு ஆண்டும் நான்கு முறை அளிக்கப்பட்டு வருகிறது என்ற இந்த சுபசெய்தியை ராகினி, நிருபருக்கு தெரிவித்தார். இப்படி 'பார்வதி' என்ற கலைக்கோயிலில் எப்போதும் சுடர்தீபங்கள் ஒளிர்ந்து கொண்டுதான் இருந்தன.

13

# கலைவாணர் என்ற தீர்க்கதரிசி

'நல்லதம்பியை' அடுத்து நல்லதொரு படத்தை உருவாக்கத் தரமான கதை ஒன்றை கலைவாணர் என்.எஸ்.கிருஷ்ணன் தேடிவந்தார். அவர் பிறந்த ஊரான நாகர்கோயில் ஒழிகின சேரியில் இருந்த 'சரஸ்வதி விலாஸ்' நாடக கொட்டகையில் நடைபெற்ற மலையாள நாடகமான 'சுப்ரபா' அவரது கவனத்தை ஈர்த்தது. மலையாளத்தில் முன்ஷி பரமுபிள்ளை எழுதிய கதை இது. 'சுப்ரபா' கதைக் கரு புரட்சிகரமானதாக இருந்தது. தவிர நாடகமாகவும் வெற்றிகரமாக அரங்கேறியிருந்தது. அம்மலையாள நாடகத்தை சோமையாஜுலு மொழிபெயர்த்தார். திரைக்கதை வசனம் கலைஞர் கருனாநிதி, பாடல்கள் உடுமலை நாராயணகவி. இசையமைப்பை சி.ஆர்.சுப்பாராமன் கையாள, என்.எஸ். கிருஷ்ணன் படத்தை இயக்கினார்.

## (a) முதல் முழு கதாநாயகி

லலிதா, பத்மினி சிறுமிகளாக ஏற்கெனவே ஆடிய 'பாரிஜாதம்' நாட்டியத்திற்குத் தலைமை தாங்கியிருந்த என்.எஸ்.கிருஷ்ணன் அப்போது வருங்காலத்தில் இவர்களுக்கு சினிமாவில் பிரகாசமான எதிர்காலம் காத்திருக்கிறது என்று கூறியதை நினைவுகூர்ந்தார். பத்மினியின் எடுப்பான நாசி, சுழலும் விழிகள், பொன்னிறமேனி, இயற்கையான பாவனைகள் ஆகியன கிருஷ்ணனின் கவனத்தைக் கவர்ந்தது. எனவே, பத்மினியைத் தன் படத்தில் கதாநாயகியாக்கினார். பத்மினியை முதன்முதலாகக் கதாநாயகியாக ஆக்கிய பெருமை கலைவானரையே சாரும். கதாநாயகன், என்.எஸ்.கே. நாடக சபாவைச் சேர்ந்த எஸ்.வி.சகஸ்ஹரநாமம், வில்லன் பாகவதனாக டி.எஸ் பாலையா. இவர்களுடன் டி.ஏ.மதுரமும், லலிதாவும் நடித்திருந்தனர்.

கலைவாணர்
என்.எஸ்.கிருஷ்ணன்

### (b) 'மணமகள்' சொல்வதென்ன?

சமுதாயத்தில் மலிந்துள்ள ஊழல்களை அடிப்படையாகக் கொண்டு சீர்திருத்த நோக்கத்துடன் தயாரிக்கப்பட்ட படம் 'மணமகள்'. பாபநாசம் சீமான் பரந்தாமன் (டி.பாலசுப்ரமணியம்) அவரது ஒரே மகள் குமாரி (பத்மினி). குமாரியின் காதலன் சந்திரன் (எஸ்.வி.சகஸ்ஹர நாமம்) அவன் அவளது முறை மாப்பிள்ளையும்கூட. நிர்மலமான நீர் தடாகத்திலே கல்லாய் விழுந்தான் பாட்டு வாத்தியார் பாலு. பலரது வாழ்வை அழித்த அவனது காமப் பார்வை அவனிடம் இசை பயிலும் குமாரி மீது விழுகிறது. குமாரி அவனை வசைபாடி, பின் விவேக மொழிகள் பேசி திருத்த முற்படுகிறாள். சுந்திரன் அங்குவர, பாலுவின் அணுகுமுறையை அலசப்போய், குமாரியும் அவனும் ஒருவர்மேல் ஒருவர் கோபம் கொண்டு வசைபாட, வார்த்தை முற்ற 'யாகாவராயினும் நாகாக்க' என்ற வாசகம் மறந்து போகிறது. முடிவு, கோபத்தில் குமாரி பாலுவையே மணந்துகொள்வதாய் வீராப்புடன் கூறிவிடுகிறாள். காதலர்கள் பிரிகிறார்கள். கயவன் பாலு குமாரியை மணக்கிறான். விரக்தியால் வீழ்ந்த குமாரி, தாம்பத்ய வாழ்க்கைக்கு மறுக்கிறாள். சூழ்நிலைகள் சாதகமாக வளர பாலுவின் தில்லு முல்லுகள் அம்பலமாகின்றன. தப்பிச் செல்ல முயன்ற அவன், வீட்டுக் கூரை மீதிருந்து விழுந்து மடிகிறான். 'நாவடக்கம்' அவசியம் என்பதை 'மணமகளும்' (குமாரி) உணர்கிறாள். பின் குமாரியும் சந்திரனும் மணவறையில் ஒன்று சேர்கிறார்கள்.

### (c) கானமிர்தம்

படத்தில் பல சிறப்புகளிருந்தாலும் இசை உயிர் நாடியாக, கானமிர்தமாக இருந்தன. அற்புதமான ஒலிப்பதிவு அரங்கத்தில் பாடல்கள் ரீங்காரமிட்டன. ஒவ்வொரு பாட்டையும் தக்க ராகங்களால் அலங்கரித்தது எம்.எல்.வசந்தகுமாரி, லீலா மற்றும் வி.என்.சுந்தரம் குரல்களில் இசைக் காவியமாகப் படைத்தார் இசை அமைப்பாளர் சி.ஆர்.சுப்பாராமன். இவரது இசையே படத்திற்கு மகுடமாக விளங்கி, நிலைபெற்றது.

**1. கல்யாணியில்**

"நாவலர் போற்றும் ஞானோதயமே
நானே உன் அடிமையே

**மணமகள் (1951)**

பாவியினும் படுபாவி இவனென்றே
பார்மேல் நாமம் பெறமலருளின்றே"

பாமாலையாம் பக்தி பாடல் பாடி பாசாங்கு பண்ணாமலும் பரமபாகவதன என்றே பாமரர் புகழ்ந்திட பகல் வேஷம் போடாமலும்."

(இந்தவரிகளைப் பாடும்போது பாகவதனின் பகல் வேஷத்தை அற்புதமாக பத்மினி தன் முகபாவத்தால் சுட்டிக் காட்டுகிறார்.)

**2. சுபபந்து வராளியில்**

"திறந்த கூட்டைத் துறந்தும் கிள்ளை
பறந்திட வசமில்லை"

**3. சிம்மேந்திர மத்யமத்தில்**

"எல்லாம் இன்பமயம் - புவிமேல்
இயற்கையினாலே இயங்கும் எழில்வளம்"

மேற்படிக்காண காட்சிகள் அனைத்திலும் பத்மினி பங்கேற்றிருந்தார்.

மணமகள் (1951)

(d) கருத்துக் குவியல்

படத்திற்கான வசனங்களைச் சிறுகாட்சிகளாகப் பகுத்து உரிய இடங்களில் 'பொடி' வைத்து எழுதியிருந்தார் கலைஞர் மு.கருணாநிதி அவர்கள். பத்மினியின் பாத்திரத்திற்கென நெஞ்சில் முள் தைக்கும் வகையில் வசனம் தீட்டப்பட்டிருந்தது. 'குமாரி' பாத்திரத்தில் பத்மினி அவைகளை பேசியவிதம் மக்கள் மனதில் அவர் இடம் பிடிக்க அச்சாரமாக அமைந்தன. மாதிரிக்கு ஒன்று.

"உலகம் ஒரு (விநோதமான) கண்ணாடி
நாம் அழுதால் சிரிக்கும் நாம் சிரித்தால் அழும்"

இப்படி பல கதாபாத்திரங்கள் மூலம் குறுகிய வசனங்கள். கையாலாகாத கிழக் கணவனை பூனையாகக் கொண்டு இப்படி சாட்டையடியை ரஸமாகக் கொடுக்கிறார்.

"பூனைக்கு வீணையா வாசிக்கத் தெரியும்
பானையை உருட்டத்தானே தெரியும்"

ஏமாந்த கணவன் நிலையை, "கரும்புக்கு எறும்பைக் காவல் வைத்தவன் கதையாயிற்று" இப்படிப் பற்பல.

(e) பத்மினியின் திரை உலக ஆசான்

"சினிமா நட்சத்திரங்களின் வாழ்க்கை ஓட்டமே இவரது நாட்டம்" எனப் பத்திரிகை உலகின் ஆசிரியர் 'நவீனன்' எடுத்த பெயர், பத்மினியின்

துவக்கத்தில் மேற்கொண்ட நடிப்புப் பயிற்சியையும் பின் அடைந்த இமாலய வளர்ச்சியைப் பற்றி இவர் 1953இல் பதிவு செய்தவைகளின் பகுதி இது:

முன்னேற்றங்களிலே பல விதங்கள் உண்டு. ஆனால் எந்த முன்னேற்ற வேகமும் பத்மினி வேகத்திற்கு இணையாகாது! ஈடாகாது!

உடுமலை நாராயணகவி

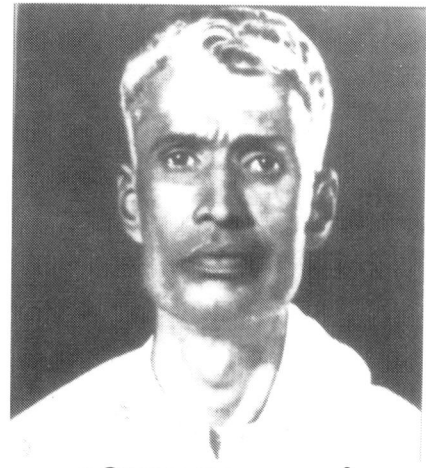

திருவாங்கூர் சகோதரிகளில் ஒருவராகச் சென்னைக்கு வந்து, அக்கா லலிதாவுடன் ஆனந்த நடனமாடி, இப்போது நடிப்பிலும் நட்சத்திரமாக விளங்குகிறார் பத்மினி. சௌந்தர்ய சுந்தரிகளான லலிதா, பத்மினி நடன வைபவமொன்றிற்கு 'ஏழிசை மன்னர்' எம.கே.தியாகராஜ பாகவதர் தலைமை வகித்துப் பேசியபோது, "இவர்களில் யார் லலிதா, யார் பத்மினி என்றே என்னால் அடையாளம் கண்டுபிடிக்க முடியவில்லை என்று சொன்னது என் நினைவுக்கு வருகிறது. ஆனால் இன்று லலிதா பருத்து விட்டதால் பத்மினி பிரத்யேக வனப்புடன் ஒதுங்கிவிட்டார் அடையாளம் கண்டுகொள்ளும்படி."

## பத்மினி என்.எஸ்.கே.வைப் பற்றி கூறிய கருத்து

"சில வருடங்களுக்கு முன்னால் வரையில் எனக்கு (பத்மினிக்கு) சந்தேகமாகவே இருந்தது, நம்மால் நடிக்க முடியுமாவென்று? என்.எஸ்.கிருஷ்ணன் துணிந்து தம்முடைய 'மணமகள்' என்ற படத்தில் அப்படி ஒரு சந்தர்ப்பத்தை அளித்தார்". பத்மினிக்கு அதற்கு முன்பு பக்ஷிராஜாவின் 'ப்ரசன்னா' மலையாளப் படத்தில் 'நடித்திருந்தாலும்' அது இரண்டாம் பட்சமாக இருந்தது. தவிர அது சில சம்பாஷணைகளுடன் முடிந்துவிட்டது.

கிருஷ்ணன், பத்மினியைத் தமது படத்திற்கு ஏற்பாடு செய்து விட்டு ஸெட்டில் திணறிப்போனார். உயிரான காதல் கட்டங்களில் மரக்கட்டைபோல் பத்மினி நின்ற நிலை கிருஷ்ணனுக்கு வேதனையைக் குவித்தது. பத்மினியை வில்லன் (பாலையா) பலாத்காரம் செய்யும் ஒரு இடம். பத்மினிக்கு அந்த சமயம் நடிப்பே வரவில்லை. கிருஷ்ணன் சொன்னார்:

'என்ன பத்மினி இப்படி நிற்கிறாய்? உண்மையாகவே உன்னை ஒருவன் பலாத்காரம் செய்ய வந்தால் எப்படி நடந்து கொள்வாய்?

சி.ஆர்.சுப்பராமன்

அதை இப்போது நினைத்துக்கொள். 'சிறிது கூட உணர்ச்சியே இல்லாமல் நின்றால்' அதுவும் ஒரு பெண் நீ...' கலைவாணனின் இந்தச்சுடுச் சுரங்கள் தான் பத்மினியின் இதயத்திலே நன்கு தாக்கியிருக்க வேண்டும் 'கிரீச்' என்று குரல் கொடுத்துவிட்டு பத்மினி உடம்பு பதற ஸெட்டில் இங்குமங்கு ஓட, மேற்படி பலாத்கார ஸீன் 'மார்வலஸாகிவிட்டது'.

அந்தப் பத்மினிதான் இன்று நிகரற்ற நட்சத்திரமாகி பல படங்களுக்கு கதாநாயகியாக விளங்குகிறார் வடநாடும் கண்டு வியப்படையும் வண்ணம் மிஸ் மாலினியாக (படம்: மிஸ்டர் சம்பத்) நடித்து எந்த விதமுமான குறையுமின்றி, சுளிவுமின்றி அழகுக்கு அழகு செய்து வரும் பத்மினி எப்போது நினைத்தாலும் மனதுக்கு நிம்மதி தரும் நடிப்பு ராணி".

இதோ பத்மினியே தன் 'மணமகள்' அனுபவத்தையும் அதில் கலைவாணரிடம் பெற்ற நடிப்புப் பயிற்சியையும் 'எப்படி நான் மறப்பேன்' என்ற தலைப்பின் கீழ் 'நடிகன் குரல்' கலைவாணர் நினைவு மலர் நாள் *30.09.1957*ல் நினைவு கூர்கிறார்.

'திருவனந்தபுரத்திலே சிறுமிகளாக நாங்கள் ஆடிய நாட்டியத்தை என்.எஸ்.கே. பாராட்டிய சம்பவம் நிகழ்ந்து. பல ஆண்டுகளுக்குப் பின் தாம் தயாரித்த 'மணமகள்' என்ற அருமையான படத்திலே என்னைக் கதாநாயகியாக நடிக்கச் செய்தாரென்றால் அவருக்கு எனது நடிப்புத் திறமையில் எவ்வளவு நம்பிக்கை இருந்திருக்க வேண்டும். எனக்குத் தரப்பட்டப் பாத்திரத்தில் குணச்சித்திர நடிப்பு எப்படி இருக்க வேண்டுமென்று அவர் சொல்லிக்கொடுத்தச் சிறப்பை நான் என்றைக்கும் மறக்கமுடியாது. மற்ற டைரக்டர்களிடம் எனக்குள்ள மரியாதை குறையாமல் கூறுகிறேன்: என்.எஸ்.கே அவர்களைப்போல நடிப்புச் சொல்லிக் கொடுக்க எந்த டைரக்டராலும் முடியாது. நான் வேறு படங்களில் நடித்துக் கொண்டிருக்கும்போதுகூட இன்னொரு தளத்திலே என்.எஸ்.கே. இருந்தால் அவரை அழைத்து வரச்சொல்லி எனக்குரிய காட்சியை 'டைரக்ட்' செய்யும்படி கேட்டுக்கொண்ட கட்டங்கள் அநேகம். நடிப்புத் துறையில் என்னை முன்னுக்குக் கொண்டு வந்த புண்ணியவான் என்.எஸ்.கே. அவர்களை எப்படி

நான் மறப்பேன்? அவரோடு பழகிய ஒவ்வொரு சம்பவமும் இன்னும் என் உள்ளத்தில் பசுமையாகவே இயங்குகிறதே!”

## (f) வெற்றிமாலை சூடிய ‘மணமகள்’

*15.08.1951*இல் ‘மணமகள்’ சென்னை கெயிட்டி மற்றும் கிரௌன் தியேட்டர்களில் திரையிடப்பப்பட்டது. இப்படம் என்.எஸ்.கே. மற்றும் பத்மினியைப் பொறுத்தமட்டில் அவர்களது திறமைக்கு ஒரு உரைகல்லாகவே இருந்தது. படத்தின் சீர்திருத்த, புரட்சிக் கருத்துக்களை மக்கள் ஏற்பார்களா? படத்தை வாழவைப்பார்களா அல்லது வதைப்பார்களா? என்று முரணான எதிர்பார்ப்புக்கள் ஏராளமாக இருந்தன. எனினும் ‘மணமகள்’, கோலாகலமாகச் சென்னையில் திரையிடப்பட்டது. திரையிடப்பட்ட முதல் சில

தினங்கள் கூட்டம் குறைந்தே காணப்பட்டது. பின்னர் ரஸிகர்களின் புகழ்ச்சி பரவி கூட்டம் பெருகலாயிற்று, வசூலும் குவிந்தது. வாரக்கணக்கில் பின் மாதக் கணக்கில் படம் ஓட, வெற்றி முரசு கொட்டியது. படத்தின் பைனான்சியர் ஃடிஸ்ட்ரிபூட்டர் செவழித்த 3 லட்சம் ரூபாய்க்குமேல் பலமடங்கு படம் லாபம் ஈட்டித் தந்தது. படத்திற்கு இசையும் வசனமும் இரு தூண்களாக நின்றதனால் அது உயர்த்திப்பிடித்த வெற்றிக்கொடியாகத் தமிழ்த் திரைவானிலே பட்டொளி வீசி பறந்தது பத்மினியின் நடிப்புத்திறன். ‘மணமகள்’ என்ற விதை முளைத்து வளர்ந்து ‘பத்மினி’ என்ற மகாவிருட்சமாகத் திரையுலகில் விஸ்வரூபமெடுத்து விந்தை புரிந்தது.

## (g) சுவாரஸ்யமான ஹாஸ்யம்

பத்மினி நடித்து 1951இல் ‘சிங்காரி’ என்ற பெயரில் மற்றொரு படம் வெளிவந்தது. பத்மினி—சிவா (பத்மினி—சகஸ்ஹரநாமம்) சிங்காரி—நித்யானந்தம் (லலிதா—டி.ஆர்.ராமச்சந்திரன்) என்னும் இரு ஜோடிகளுக்கு இடையில் மல்லுக்கட்டி நிற்கும் பத்தாம்பசலித்தனம் இப்படத்தைப் பொறுத்தமட்டில் ‘பேசும்படம்’ (மலர் 1952) சுருக்கமாக அளித்த கீழே கண்ட விமரிசனத்தையே பொருத்தமானதாகக் கொள்ளலாம்.

‘விசித்திரமான சிக்கல்களையுடைய வினோதமான கதை சிங்காரி! கதாபாத்திரங்களின் உறவுமுறை ஒரு புதிராகப் பின்னப்பட்டு, கதையின் முடிவில் எல்லோரும் ஒருவருக்கொருவர் உறவினர்களாகி விடுகிறார்கள். உயர்ந்த கருத்துக்கள் எதையும் உள்ளடக்கிக் கொண்டிராவிட்டாலும், சம்பவங்கள் சுவாரஸ்யமாகப் போகின்றன. லலிதா—பத்மினி—ராகினி சகோதரிகளின் நடனங்கள் அவசியத்திற்கும் அதிகமாக வருகின்றன. இப்படத்தின் சம்பவங்களிலும் சிலேடை வசனங்களிலும் ஹாஸ்யம் கலந்திருந்தாலும் ‘சிங்காரி’ ஒரு பாமர ரஞ்சக சித்திரமாக அமைந்தது.

பழமையைச் சாடும் நாட்டம் கொண்ட படமாதலால் படத்தில் இதற்கென கேலி செய்யும் வகையில் ஒரு பாடல் இடம்பெற்றது. பாடலாசிரியர் கண்ணதாசன், பாடல் காட்சியில் இடம் பெறுவோர் பத்மினி (பத்மினி), நகைச்சுவை நடிகர்கள் சி.எஸ்.பாண்டியன் (சம்பந்தம்) எம்.எஸ்எஸ்.பாக்கியம் (காந்தா) — பத்மினி வீட்டை வேலைக்காரர் உதவியுடன் சுத்தம் செய்யும்போது, அவர்களது அறியாமையை கிண்டலடிக்கிற வகையில் அமைந்த பாட்டு ரஸிக்கத் தகுந்தது.

**பாட்டு**

பத்மினி: சுத்தம் செய்யணும் - துடைத்து
சுத்தம் செய்யணும்
அகமும் புறமும் அழுக்கில்லாமல்

***சிங்காரி (1951)***

ஆணும் பெண்ணும் ஒன்றாய்
உலகை (சுத்தம் செய்யனும்)
பூனை குறுக்கே போவது சகுனம்
பானை வண்டியைப் பார்த்தால் சகுனம்
பல்லி கத்தினால் பலத்த சகுனம்
பருந்து கத்தினால் பலே சகுனம்
சகுனம் சகுனம் என்றே வாழ்வை
தகனம் செய்வோரின்
மனத்தை (சுத்தம் செய்யனும்)

| | | |
|---|---|---|
| பத்மினி (கேள்வி) | - | தந்திக் கம்பியை கண்டவர் யாரு? |
| வேலைக்காரர்கள்)<br>(சம்பந்தம்-சாந்தா) | | |
| ஏககுரலில் | - | தெரியாது |
| பத்மினி | - | சப்மரினைக் கண்டுபிடித்தவர் |
| வேலைக்காரர்கள் | - | தெரியாது |
| பத்மினி | - | இந்த ரேடியோ பாடுவதெப்படி |

| | | |
|---|---|---|
| வேலைக்காரர்கள் | - | தெரியாது |
| பத்மினி | - | எலக்ட்ரிக் லைட் எரிவதெப்படி |
| வேலைக்காரர்கள் | - | தெரியாது |
| பத்மினி | - | டெலிபோன் பேச்சு |
| வேலைக்காரர்கள் | - | ஊஹூம் |
| பத்மினி | - | டெலிவிஷன் காட்சி |
| வேலைக்காரர்கள் | - | பேசும் சினிமா... பார்த்திருக்கேன். |
| பத்மினி | - | வான விமானம் |
| வேலைக்காரர்கள் | - | ஐயோ, தெரியாதே. |
| பத்மினி | - | எதுவும் தெரியாதா<br>. சரி எமதர்மனுக்கு வாகனமென்ன? |
| வேலைக்காரர்கள்<br>(உடனே) | - | எருமைக்கடா |

பத்மினி — ஆகா... என்ன ஞானம் ... என்ன அறிவு ... என்ன முதிர்ச்சி... இப்படிப் பாசிபடிந்த மனத்தைத் திருத்தும் பகுத்தறிவாளர் போல தூசி படிந்த இடங்களையெல்லாம் சுத்தம் செய்யனும்.

பாட்டிற்கு இசை அமைத்தவர் டி.ஏ.கல்யாணம். நேஷனல் புரொடக்ஸென்ஸ் தயாரிப்பான "சிங்காரி" திரைப்படத்தை டி.ஆர். ரகுநாத் இயக்கியிருந்தார். ஆடல், பாடல், நகைச்சுவை கலந்த இந்தப் படம் சராசரியாகப் போனது பத்மினியின் நகைச் சுவைத் திறனும் இவ்விடத்தில் பளிச்சிட்டது. இப்படம் சென்னை மயிலாபூர் கபாலி தியேட்டரில் வெளிவந்தது.

14

# திரைப்படமான இரு நாவல்கள்

**நா**ட்டியத்தில் நாட்டம் கொண்ட ஜெமினி எஸ்.எஸ். வாசன் ஏற்கனவே நாட்டியப் படமாகவே ஹிந்தியில் 'கல்பனா' படத்தை எடுத்திருந்தார். இது கலை அம்சம் மிகுதியாகக் கொண்டு முதல் தர ரஸிகர்களையும், உலகநாடுகளையும் கவர்ந்திருந்தது. இம்முறை ஜனரஞ் சகமான நாட்டியத்திற்கு முக்கியத்துவம் கொடுத்தும் கொஞ்சம் கதைக்கும் இடம் கொடுத்தும் ஹிந்தியில் 1952ஆம் ஆண்டின் இறுதிவாக்கில் 'மிஸ்டர் சம்பத்' என்ற பெயரில் ஒரு திரைப்படம் தயாரித்தார். இப்படம் வட இந்தியா முழுவதும் திரையிடப்பட்டது.

## (a) 'மிஸ்டர் சம்பத்' (இந்தி)

இப்படத்தின் கதை பிரபல நாவலாசிரியர் ஆர்.கே. நாராயனண். திரைக்கதை: கொத்தமங்கலம் சுப்பு மற்றும் கி.ரா. இசை: பிரபல வீணை வித்துவான் ஏமனி சங்கரசாஸ்த்திரி மற்றும் பி.எஸ்.கல்லா, மேக்கப்: சஹாதேராவ், கலை: சையத் அகமத், ஒளிப்பதிவு: பி.எல்லப்பா, எடிட்டிங்: சந்துரு. இது தவிர படத்தின் ஆணிவேரான நடனங்கள் அமைப்பு ஏ.கே.சோப்ராவும் தண்டாயுதபாணி பிள்ளையுமாவார்கள்.

படம், தில்லு முல்லுகளுக்குப் பெயர்பெற்ற ஒரு அகடவிகடனின் செயல்களை வேடிக்கையாகச் சொல்கிறது. அவனது பெயர் மிஸ்டர் சம்பத் (மோதிலால்). காசில்லாமலேயே ஊரை ஏய்த்து உண்டு களித்து வாழும் ஒரு ஓசிப் பேர்வழி. 'கலாமந்திர்' என்ற நடன அரங்கத்தில் நடனத்தில் புகழ் பெற்றிருந்த பேரழகிதான் மாலினி தேவி (பத்மினி). கலாமந்திர் டைரக்டர் 'சுராஜ்', மாலினியின்

*மிஸ்டர் சம்பர் (1952)*

அன்புக்கு பாத்திரமானவன். மாலினியின் அழகையும் புகழையையும் பயன்படுத்திக்கொண்டு சம்பத் ஏமாற்று வேலைகளில் ஈடுபடுகின்றான். மாலினியின் மஹாரஸிகன், அப்பாவி, அனுமான் விலாஸ் ஓட்டல் முதலாளி (ஆகா) அவன்மூலம் சம்பத்துக்கு வாய்க்கு ருசியான விருந்துடன் உணவு இலவசமாக கிடைக்கிறது, பணத்துக்கு, சேட் மக்கன்லால் (கன்னைலால்) என்ற நெய் வியாபாரி கிடைக்கிறான். ஏமாளியான அவன் தலையில் மிளகாய் அறைத்து, பயன்படுத்திக் கொள்கிறான் சம்பத். மாலினியைத் திசை திருப்பி சேட் மக்கன்லால் பணத்தில் கலா மந்திருக்கு போட்டியாக 'மாலினி தேவி தியேட்டர்கள் கம்பெனி' என்ற நாடகக் கம்பெனி நடத்தப்படுகிறது. ஆனால் சம்பத்தின் ஆடம்பரச் செலவுகளால் கம்பெனி திவாலாகிறது. வீடும் ஏலத்துக்குப் போகிறது. தக்க சமயத்தில் 'ஸ்வராஜ்' வந்து உதவி புரிந்து மாலினியை மீட்கிறான். காதலர்கள் இணைகிறார்கள். சம்பத், சாமியார் என்ற போர்வையிலே ஊரை ஏமாற்றிப் பிழைக்க மறுபடியும் கிளம்பிவிடுகிறான்.

## (b) பரபரப்பான நடனங்கள்

படத்திற்கு நாட்டியங்களும் இசையுமே பிரதானம். லலிதா — பத்மினி இணைந்து பல படங்களில் ஆடிய சிறிய ஓரியண்டல் நடனங்களால் வயப்பட்ட வாசன், அந்த ஜோடியில் பத்மினியை

பிரித்தெடுத்துப் பல்வகை நாட்டியங்களை மிஸ்டர் சம்பத்தில் காட்சிப்படுத்தினார்.

1. 'சன் சனன சனன சம்' என்று குழுவில் விருவிருப்பாக 'பத்மினி' பாடி ஆடினார். இந்த நாடகத்தில் தண்ணீர்க் குடத்துடன் தோழிகளுடன் ஆடிய நடனமும் உண்டு.

2. இடையில் தொங்கிய சிறு முரசுடன் துடிதுடிப்புடன் 'ஹோஜா, ஹோஜா, ஓஹோஜா' என்று பத்மினி பாடி ஆடும் நடனம். இது தவிர 'பிச்சைக்காரர்களின் பசியை' கண்ணுற்று அலட்சியப்படுத்தும் போக்கும் நையாண்டி நாடகமாக இணைக்கப்பட்டது. (பின்னாளில் இந்த நாடகத்தின் சாயலில் 'ரிக்ஷாக்கரான்' என்ற நாடகம் 1958ஆம் ஆண்டில் வெளிவந்த 'சபாஷ் மீனா' திரைப்படத்தில் இடம்பெற்றிருந்தது குறிப்பிடத்தக்கது.

3. 'நவ பாரத் பந்தர்' (பூலோகத்தில் புதிய பாரதம்) என்ற பெயரிலே புதிய பாரத்தின் எழுச்சியை, வளர்ச்சியை பத்மினியும், சுந்தரியாக நடித்த வனஜாவும் ஆடிக் காட்டினர். பாட்டிற்குப் பின்னணி இசை மிகப்பொறுத்தமாக அமைக்கப்பட்டிருந்தது.

**காஞ்சனா (1952)**

**இயக்குநர் விஜயராஜ், ஆசிரியர் தி. சந்தானகிருஷ்ணன் பட்சிராஜா சிலை முன்**

4. 'மேரேமே பனுவாஸி' என்று பாடியவாறு நிஷ்டையில் அமர்ந்திருந்த விஸ்வாமித்திரரை மேனகாவாக பத்மினி மயக்கும் நாட்டிய நாடகம்.
5. 'ஒ லைலா, ஒ லைலா' என்று பாலைவனத்தில் 'கயஸ்' பாட லைலாவாக பத்மினி ஆட, லைலா—மஜ்னு காதல் குறு நாடகம்.
6. பத்மினி நடனமாடிக்கொண்டே பாடும் 'கஜல்'.
7. சிம்மாசனத்தில் கம்பீரமாக வீற்றிருந்த நடன மணிகள் 'ஆயிரே, ஆயிரே, ஆயிரே மஹாராணி ஹமாரி ஆயிரே' என்று பாடி வரவேற்கும் நடனக் காட்சி.

சுந்தரிபாய் 'நிர்மலா' என்ற பாத்திரத்தில் 'ஆயிலோ பக்கிரியமா' என்று ஆடிப்பாடி மகிழ வைக்கிறார். இந்த ரகப் பாடல் 1948ஆம் ஆண்டில் வெளிவந்த ஜெமினியின் 'சந்திரலேகா' படத்தில் வெளிவந்தது என்பது குறிப்பிடத்தக்கது. பத்மினியின் முழு நடனத் திறனையும் பயன்படுத்திய முதல் திரைப்படம் 'மிஸ்டர் சம்பத்'.

## (c) 'மிஸ்டர் சம்பத்துக்கு' முன்னும் பின்னும்

'மிஸ்டர் சம்பத்' திரைக்கதை மும்முறை திரைப்படமாக்கப்பட்டது. 1947இல் நடிகை புஷ்பவல்லி கொத்தமங்கலம் சுப்பு மற்றும் என்.சீதாராமனைக் கொண்டு 'மிஸ் மாலினி' என்ற பெயரில் ராம்நாத் தயாரித்து கொத்தமங்கலம் சுப்பு இயக்கி ஜெமினி தயாரிப்பில் வெளிவந்தது. இப்படம் தமிழ்நாட்டில் வெற்றிவலம் வந்தது. இதனை

வட இந்திய ரஸிகர்களுக்கும் கொண்டு செல்லும் விதமாகத்தான் ஜெமினி தயாரிப்பில் எஸ்.எஸ்.வாசன் இயக்கி, “மிஸ்டர் சம்பத்” என்ற பெயரில் வெளியிட்டார். அகில இந்திய மார்க்கெட்டுக்கு ஏற்ற வகையில், பூர்வகதையில் தேவையான மாற்றங்கள் செய்து தகுந்த நடிகர்களைக்கொண்டு அற்புதமான முறையில் தயாரிக்கப்பட்ட “மிஸ்டர் சம்பத்” ஒரு சிறந்த படமென பெயரெடுத்தது. அடுத்து 1972ஆம் ஆண்டு விவேக் சித்ரா பிலிம்ஸ், ‘மிஸ்டர் சம்பத்’ என்ற பெயரில் ஜெயா, முத்துராமன், சுந்தரராஜன்ஆகியோரைக் கொண்டு திரைப்படமெடுத்து வெளியிட்டது. படத்தில் ‘மிஸ்டர் சம்பத்’தாக ‘சோ’ நடித்ததுடன் திரைக்கதை வசனம், டைரக்ஷன் பொறுப்புக்களையும் ஏற்றிருந்தார். தனக்கே உரிப ‘பஞ்ச்’ வசனங்கள் பேசி ரஸிகர்களை ரஸிக்க வைத்தார். இப்படி ‘மிஸ்டர் சம்பத்துக்கு’ முன்னும் பினனுமாக அதே கதை இரு படங்களாக வெளிவந்தது, திரை உலகை மும்முறை வலம்வந்தது ஒரு அதிசயம்தான்.

## (d) லட்சுமியின் ‘காஞ்சனையின் கனவு’

ஆனந்த விகடனில் தொடர்கதையாக பிரபல நாவலாசிரியை லட்சுமி எழுதிய ‘காஞ்சனையின் கனவு’ பக்ஷிராஜா ஸ்டுடியோஸ் எஸ்.எம்.ஸ்ரீராமுலு நாயுடு அவர்களால் ‘காஞ்சனா’ என்ற பெயரில் திரைப்படமாக்கப்பட்டது. தகப்பனாரை இழந்த மாத்தூர் இளைய ஜமீன்தார் புஷ்பநாதன் (கே.ஆர்.ராமசாமி). அவனது தீய நண்பன் மனோஹரன் (எம்.என்.நம்பியார்) அவனை தவறான வழியில் திருப்பிவிடுகிறான். தாசிக் குலத்தில் பிறந்தாலும் உத்தமியாக வாழும் பானுமதியை (பத்மினி) காதலிக்கிறான் புஷ்பநாதன். அவளும் அப்படியே. ஜமீனுக்கு சொந்தமான எளிய வீட்டில் தன் தாத்தாவுடன் வசிக்கும் எழில் மிகு ஏழைப் பெண் காஞ்சனா (லலிதா). புஷ்பநாதன் கண்களில் காஞ்சனா பட, அது கல்யாணத்தில் முடிகிறது. புதுப்புது இன்பக் கனவுகளுடன் இல்லறத்தைத் துவங்குகிறாள் காஞ்சனா. ஆனால் தன் கணவன் பானுமதி என்ற பெயருடைய பெண்ணிடம் வயப்பட்டிருக்கிறான் என்றறிந்து துடிக்கிறாள். அவளது கனவுகள் கலைகிறது. முடிவிலே பானுமதியின் உயிர்த்தியாகத்தால் காஞ் சனாவுக்கு இழந்த வாழ்வு திரும்புகிறது, கனவுகளும் மலர்ந்து நனவாகின்றது.

## (e) படம் எப்படி?

ஏற்கனவே ‘ஆனந்தவிகடன்’ மூலமாக ‘காஞ்சனா’ ரஸிகர்களுக்கு நன்கு அறிமுகமாகியிருந்தது, இயக்குனரின் வேலையை இலகுவாக்கியது. சம்பவங்கள் படத்தில் கொட்டிக் கிடந்தது. வறுமையிலும் சுயமரியாதையுடன் வாழும் காஞ்சனா, பணத்தால் எதையும்

சாதிக்கலாமென நினைத்துத் தோற்ற புஷ்பநாதன் என்று கதாபாத்திரங்கள். பானுமதியாக நடித்த பத்மினி, பிறப்பால் ஏற்படுவதன்று பெருமையும் சிறுமையும் என்று நிரூபிக்கும் பாத்திரத்தை ஏற்று, தனது குணச்சித்திர நடிப்பால் தன் கதாபாத்திரத்துக்கு உயிர் கொடுத்தார். இயக்குனர் ஸ்ரீராமுலு நாயுடு படத்தை ரஸிக்கும்படி வளர்த்து மக்களுக்கு வழங்கினார்.

### (f) படத்தின் தனித்துவங்கள்

அழகான திரைக்கதையோடு இனிமையான கர்நாடக பாணி சங்கீதத்தில் பாடல்கள் அமைந்திருந்தன. "இனிமேல் ஒருபோதும் அவருக்கும் எனக்கும் இணங்காதடி போடி, கணமிகும் தண்தலை "சூழும் ஸ்ரீகண்டிமலை கந்தசாமி வலிய வந்து நலம் சொன்னாலும், இனிமேல் ஒருபோதும் அவருக்கும் எனக்கும் இணங்காதடி போடி" — பைரவி ராகத்தில் அமைந்த பாட்டு ரேடியோ பாட்டாக படத்தில் வந்தாலும் காட்சிக்கு சுவைபட இனிமையாக பொருந்தி இருந்தது. "அழகு நிலா வா" என்றொரு இனிய பாட்டு பி.ஏ.பெரியநாயகி குரலில் சிறப்பாக ஒலித்தது. இந்தப் படம் தமிழ், தெலுங்கு மற்றும் மலையாளம் ஆகிய மும்மொழிகளிலும் தயாரித்து வெளியிடப்பட்டது. சென்னையைப் பொறுத்தமட்டில் 'காஞ்சனா' 01.05.1952 அன்று பிரபாத் மற்றும் வெலிங்டன் தியேட்டர்களில் வெளியிடப்பட்டது.

கதை அமைப்பு, சிறந்த நடிப்பு, இனிய பாடல்கள், ஒளி, ஒலிப்பதிவுகள் மற்றும் எடிட்டிங் என்று எல்லா அம்சங்களிலும் மேலோங்கி நின்று 1952ஆம் ஆண்டில் வெளிவந்த படங்களில் பாராட்டும் படியாக 'காஞ்சனா' அமைந்தது. தவிர திரையுலகில் லலிதா—பத்மினி சகோதரிகளின் முக்கியத்தை மேலும் ஒரு படி உயர்த்திக்காட்டியது.

# 15

# குருவுடன் மறுபயணம்

மதராஸ் பிக்சர்ஸ் சார்பில் ‘பணம்’ என்ற பெயரில் ஒரு திரைப்படம் உருவாக்கப்பட்டது. இந்தப் படத்தின் மூலக்கதையை வி.என்.சம்பந்தம் மற்றும் வி.என்.பாபு ஆகியோர் எழுதியிருந்தனர். திரைக்கதை வசனம் கலைஞர் கருணாநிதி. படத்தின் இயக்குனர் என்.எஸ்.கிருஷ்ணன்.

## (a) புதிய அறிமுகங்கள்

என்.எஸ்.கிருஷ்ணன் சமுதாய நோக்குடன் சீர்திருத்தக் கருத்துக்களைத் தனது திரைப்படங்கள் மூலமாகப் பரப்புவதைக் கொள்கையாகக் கொண்டிருந்தார். ‘பணம்’ கதை அக்காலத்தில் பரந்து கிடந்த வரதட்சணைக் கொடுமையைச் சாடுவதாக இருந்ததால் என்.எஸ்.கே. மகிழ்வுடன் இத்திரைப்படத்தை இயக்கும் பொறுப்பை ஏற்றுக் கொண்டார். ஏற்கனவே தான் பயிற்றுவித்து நடிப்பில் வெற்றியைப் பதித்த பத்மினியைத் திரையுலகில் நிலைப்படுத்த வேண்டுமென்ற எண்ணம் என்.எஸ்.கே.வுக்கு உண்டு. படத்தின் கதாநாயகி ஜீவா பாத்திரத்திற்குப் பத்மினிதான் பொருத்தமானவர் என்று தேர்ந்தெடுத்தார். ஜீவாவின் கணவன் உமாபதி பாத்திரத்திற்கு சிவாஜி கணேசன்தான் ஏற்றவர் என்றும் முடிவெடுத்தார். இந்தத் தீர்க்கதரிசன முடிவால் ரஸிகர்கள்தான் இந்த ஜோடிகளை எத்தனை படத்தில்தான் பின்னாளில் பார்த்து ரஸித்திருப்பார்கள். பத்மினி—சிவாஜி கணேசன், என்.எஸ்.கிருஷ்ணனின் சிந்தனையில் உதித்து அவரால் முதன் முதலாக ஜோடி சேர்ந்த படம்தான் “பணம்”. இதுமட்டுமல்ல, இளஞ்சிஷ்யனாக தன்னையே சுற்றிவந்த நடிகர் கே.ஏ.தங்கவேலுவை சிவாஜியின்

தந்தை ஆதவம்பட்டி ஆடியபாத முதலியாராக நடிக்கவைத்தார். அந்தப் பாத்திரத்திற்கான வயதான தோற்றம், வட்ட மூக்கு கண்ணாடி நரைத்தமுடி, பணத்தாசை, கஞ்சத்தனம் என சகல குணக்கேடுகளைக் கொண்டு பிறர் வயிற்றெரிச்சலைக் கொட்டிக்கொள்ளும் பாத்திரம். இப்பாத்திரத் தோற்றம் முழுக்க முழுக்க என்.எஸ்.கிருஷ்ணனால் வடிவமைக்கப் பட்டது. இதனைக் கேள்வி—பதில் பகுதியில் பதிவு செய்யப் பட்டுள்ளது. படம் 1952ஆம் ஆண்டு திரையிடப்பட்டது.

**கேள்வி:** டைரக்டர்கள் என்றால் என்ன வேலைகள் செய்ய வேண்டும்?

**பதில்:** “கட்”, “ஓகே”, “ஸ்டார்ட்” என்று சொல்லுவது மட்டுமல்ல என்.எஸ்.கே. ‘பணம்” படத்தை டைரக்ட் செய்து வந்தபோது அதில் நடிக்க வந்த தங்கவேலுக்கு முடியைக்கூட சவரம் செய்திருக்கிறார். டைரக்டர்களின் மனோபாவத்தையும் சூழ்நிலையையும் பொறுத்திருக்கிறது வேலைகள்.

(vide “பேசும் படம்”, ஜூலை 1959)

இசையைப் பொறுத்தமட்டில் தனது ஆருயிர் நண்பரும் இசைமேதையுமான சி.ஆர்.சுப்பாராமன் காலமானதால் அவரது உதவியாளராகப் பணியாற்றிய எம்.எஸ்.விஸ்வநாதனையும் வயலின் மேதை இராம மூர்த்தியையும் கூட்டாக்கி திரை உலகில் மற்றொரு ஒரு புதிய இசை சகாப்பத்தை உருவாக்கினார். ராமமூர்த்தி மூத்தவரானதால் விஸ்வநாதனைத் தாங்கிப்பிடிக்க வேண்டுமென யோசித்து இந்த ரெட்டை இசை அமைப்பாளர்கள் ‘விஸ்வநாதன் — ராமமூர்த்தி’ என்று முதன் முதலாக அடையாளப்படுத்தி கலைவாணர் மக்களுக்கு அறிமுகப்படுத்தினர். இந்தக் கூட்டணி புகழ்பெற்று “மெல்லிசை மன்னர்கள்” ‘விஸ்வநாதன் — ராமமூர்த்தி’ என்ற அடைமொழியுடன் 1952ஆம் ஆண்டு முதல் 1965 வரை தங்களது இசைப்பயணத்தை வெற்றிகரமாக அனைவரும் மெச்சும்படியாக தொடர்ந்தனர் என்பது நாடறியும். இந்த இசை ஜோடி மறுபடியும் இணைந்து 1995ஆம் ஆண்டு “எங்கிருந்தோ வந்தான்” என்ற ஒரு படத்திற்கு இசை அமைத்திருந்தனர். இப்படி, பல பரீட்சார்த்மான காரியங்களை என்.எஸ்.கிருஷ்ணன் என்ற அறிவு ஜீவி புகுத்தி, அவற்றில் வெற்றியும் கண்டார்.

## (b) காமுகனை கலங்கவைத்த நடிப்பு

வரதட்சணை தரவில்லை என்ற காரணத்தால் கஞ்சன் ஆடியபாதம் பிள்ளை (கே.ஏ.தங்கவேலு) தன் மகன் உமாபதியையும் (சிவாஜி கணேசன்) மருமகள் ஜீவாவை (பத்மினி)யும் பிரித்து விடுகிறார். தந்தையிடம் வாழ்விழந்து சேர்ந்த ஜீவாவை விரும்பித்தேற்ற ஈஸ்வரன் (டி.கே.ராமச்சந்திரன்) மலை பங்களாவுக்குக் கொண்டு வந்து தன் இச்சைக்கு இணங்குமாறு கோருகிறான். ஜீவா மறுக்கிறாள். காமத்தால் வெறிபிடித்த கயவன் ஈஸ்வரனை தனது உணர்ச்சி மிக்க பேச்சால் தர்மத்தை உணரவைக்கிறாள் ஜீவா. இந்தக் காட்சி பத்மினியைப் பொறுத்தமட்டில் ஒரு உச்சக்காட்சியாக கொள்ளலாம். ஜீவாவுக்குத் தீட்டிய வசனத்தை தணலாக கொதித்து, கண்ணீராக கரைந்து ஈஸ்வரன் மனதை பாகாய் உருக்கும் பத்மினியின் நடிப்பும் பேச்சும் அதன் கருத்தும் அவர் நடிப்பின் சிகரத்தை விரைவில் தொட்டுவிடுவார் என்பதற்கு அறிகுறிகளாக இருந்தன. அதன் ஒரு பகுதி கீழே.

“***ஈஸ்வரன்:*** இந்த துரதிஷ்டசாலியினுடைய ஒரே ஒரு வேண்டுகோளைப் பூர்த்தி செய்ய முடியுமா?

***ஜீவா:*** என்ன வேண்டுகோள்

***ஈஸ்வரன்:*** யாராலும் தரமுடியாத வரம், உன்னால் அளிக்கமுடிந்த அற்புதவரம், என்னை சொர்கத்திற்கு அனுப்பும் வரம் ஜீவா — நான் இங்கேயே இப்போதே சாகப்போகிறேன் யார் யாரோ — எவ்வளவோ

***பணம் (1952)***

விஸ்வநாதன் - ராமமூர்த்தி

பெரிய கொள்கைகளுக்காக இறந்திருக்கிறார்கள். நான் அற்ப ஆசைக்காக, அதிலே ஏற்பட்ட தோல்விக்காக — நான் சாகிறேன்.

**ஜீவா:** சாவதா? என்ன சொல்கிறீர்கள்?

**ஈஸ்வசன்:** நெஞ்சு திடுக்கிடும் செயல்களில் ஈடுபட்ட நான் சாகப்போகிறேன். ஜீவா என் கடைசி ஆசை இந்த ஆத்மா சாந்தி அடைய என்னை ஒரு முறை முத்தமிடு. கடைசி பிச்சை.

**ஜீவா:** (ஈஸ்வர் அருகில் சென்று பரிவுடன் அவன் கன்னத்தை வருடியவாறு) அண்ணா நன்றாகச் சிந்தித்துப்பாருங்கள். அற்ப மகிழ்ச்சிக்காக என்னை — அடிமையாக்கிவிட்டால் பிறகு களங்கப்பட்ட என் உள்ளத்தில் யாராலும் ஒளி பிறப்பிக்க முடியாது. 'நான் நேர்மையாக வாழ இடங்கொடுங்கள்'.

(இன்ஸ்பெக்டர் ஈஸ்வர் தன்னை துப்பாக்கியால் சுட்டுக்கொண்டு மடிகிறான்)

**ஜீவா:** (பதறிப்போய்) ஐயையோ அண்ணா! அண்ணா!! என் பேரழகும் உங்கள் பேராசையும், உங்கள் வாழ்விற்கே எமனாக வாய்த்ததே அண்ணா (கதறுகிறாள்)."

சிறிய வசனமென்றாலும் அதற்கு உயிர்கொடுத்து தன் முகபாவங்களில் நெகிழ்ச்சியைக் கூட்டி பத்மினி பேசிய இவ்வசனங்கள் அவரது வருங்கால திரை வாழ்வுக்குத் திறவுகோலக அமைந்தது.

படத்திலே ஜீவாவும் உமாபதியும் சேர்ந்து பாடுவதாக ஒரு கனவுக் காட்சி (எம்.எல்.வசந்தகுமாரி — ஜீ.கே.வெங்கடேஷ் குரல்களில்).

'ஏழையின் கோயிலை நாடினேன் எழில் மின்னும் சிலை வண்ணத் தேவியே' என்று 'சங்கரா பரணத்தில்' அமைந்த இப்பாடல் தித்தித்தது. யார் கண்பட்டதோ இன்று படத்தில் வெட்டுண்டது. இவ்விடத்திலே சிவாஜி பற்றி பத்மினி கூறிய செய்தியொன்று குறிப்பிடத்தக்கது.

"பணம்" தயாரிப்பின்போது நானும் (பத்மினி) சிவாஜியும் ஒரே காரில்தான் போவோம். அப்போது சிவாஜி கணேசன் கோடம்பாக்கம் யுனைடெட் இந்தியா காலனியிலிருந்தார். 'பணம்' படத்திலே நாங்கள் நடித்த முதல்காட்சி. நகைச்சுவை நடிகர் கே.ஏ.தங்கவேலு அவர்கள்தான் எனக்கு மாமனார். கல்யாணமாகி முதன் முதலாக அந்த வீட்டிற்குள் நாங்கள் அடி எடுத்து வைக்கிற காட்சிதான் அன்று எடுக்கப்பட்டது. இதில் குறிப்பிடத்தக்க விஷயம் என்னவென்றால் அன்று இரவுதான், அடுத்தநாள் கும்பக்கோணம் சுவாமி மலையில் நடைபெறவிருக்கும் தனது திருமணத்திற்கு சிவாஜி புறப்பட்டுச் சென்றார். சுவாமி மலையில்தான் கமலாவை சிவாஜி திருமணம் செய்து கொண்டார். (ஆதாரம்: சினிமா எக்ஸ்பிரஸ் 01.01.1997. திரைஜோடியாக சிவாஜியும் பத்மினியும், நிஜ ஜோடியாக சிவாஜியும் கமலாவும் மாறியது அப்போதுதான்.)

## (C) முரண்பாடான முடிவுகள்

படத்தின் வெற்றி, தோல்வியைப் பற்றி பத்திரிகைகள் முரண்பாடான விமர்சனங்கள் எழுதியிருந்தன. மாதிரிக்கு அவற்றில் இரண்டைப் பார்ப்போம்.

'வரதட்சணையை அடிப்படையாகக் கொண்ட சாதாரண கதையானாலும் சிறந்த கட்டுக்கோப்புடன் விளங்கியது. என்.எஸ். கிருஷ்ணனின் வழக்கமான பிரச்சாரத்தை இப்படத்தில் மக்கள் ரஸித்ததாகச் சொல்ல முடியாது. குறிப்பாக தி.மு.க. என்ற எழுத்துக்களை அவர் திருக்குறள் முன்னணிக் கழகம் என்று வியாக்கியானம் செய்திருந்தது வேடிக்கையாக இருந்தது. 'பராசக்தி'யின் வெற்றியின் முன்னோட்டமாகக் கொண்டு 'பணம்' பண்ண தயாரிப்பாளர்கள் முயற்சித்தது ஒன்றுதான் படத்தின் தோல்விக்குக் காரணம்'. (பேசும் படம் மலர் 1953.)

'பணம்' தமிழ்த்திருநாட்டிற்கே பண்புள்ளம் ஊட்ட வந்த மகோன்னதச் சித்திரம், கண்ணுக்கினிய, கருத்துக்கினிய வாழ்விற்கு அரிய, ஒளி தரும் வசனங்கள், பாடல்கள் கொண்டு 'கொள்ளை இன்பம்' தருவது.

'நாட்டியப் பேரொளி' பத்மினி

'பணம்' பணம் என்ற தலைப்பிற்கேற்ப சம்பவங்கள் அதில் வரும் வாசகங்கள், நீதியின் கட்டுக்கோப்புகள் அத்தனையும் 'தேன் அருவி—பாலாறு—தித்திக்கும் கற்கண்டு' என்றெல்லாம் நினைக்குந்தோறும் நெஞ்சம் களிப்புறும் வகையாக ஆக்கித்தந்த அருந்திறமை கலைவாணர் என்.எஸ்.கிருஷ்ணன் மற்றும் உருவாக்கம் தந்த நடிக நடிகையர் குறிப்பாக 'பணம்' படத்தை வெற்றிகரமான முறையிலே நல்கிய மதராஸ் பிக்சர்ஸ் அனைவரும் நாட்டிலே 'கன்னித்தமிழ்' காவிரி நீரும்போலே அணையா புகழ் பெற்றுவிட்டார் என்பதே என் இதயத்துடிப்பின் — களிப்பின் நிச்சயமான முடிவு.

ஏன்? 'பணம்' படம் பார்த்த அத்தனை பேருடைய முடிவும் அது தானே?'

ராம.பழனியப்ப செட்டியார்.

ஆசிரியர், 'இந்திரா'

## (d) நிவாரண நிதி நிகழ்ச்சி

திரையுலகில் வளர்ந்து வந்த லலிதா—பத்மினி சகோதரிகள் பொதுவாழ்வில் பங்கெடுத்துக் கொண்டதன் மூலம் கூடுதல் புகழ் பெற்றார்கள். 26.04.1952 அன்று ராயலசீமா பஞ்சநிவாரண நிதிக்காக சென்னை கார்ப்பரேஷன்ஸ் ஸ்டேடியத்தில் நடனம், நாடகம், சங்கீதம் என்று கலந்த கலவையாக ஒரு சங்கீத நிகழ்ச்சி நடத்தப்பட்டது. இந்த நிகழ்ச்சிகளில் எம்.கே.தியாகராய பாகவதர், பானுமதி, கண்டசாலா, டி.எஸ்.பாலையா, என்.எஸ்.கிருஷ்ணன், டி.ஏ.மதுரம் ஆகியோர்களுடன் லலிதா—பத்மினி சகோதரிகள் பங்கேற்றனர்.

# 16

## மலேசியாவுக்குக் கலைப் பயணம்

கரைகடந்த நாடுகளில் எல்லாம் நாட்டியமணிகளான திருவிதாங்கூர் சகோதரிகளின் நாட்டியப் புகழ் பரவியிருந்தது. ரஸிகர்களின் விருப்பத்தை நிறவேற்றும் வண்ணமாகச் சகோதரிகள் அந்நிய நாட்டு மண்ணில் தங்கள் நடன நிகழ்ச்சிகளை நடத்தித்தர ஒப்புக்கொண்டனர்.

### (a) கடற்பயண அனுபவம்

சகோதரிகள் 1952ஆம் ஆண்டில் தங்களது மலேசிய கலைப் பயணத்தை மேற்கொண்டனர். கடல் மார்க்கமாக நெடுந்தூரம் கப்பலில் பயணம் செய்வது முதல் அனுபவமாக இருந்தது. இலங்கை கொழும்புத் தீவிலிருந்து கிளம்பிய அவர்கள் பயணம் செய்த கப்பல், கோலாலம்பூர் செல்ல 7 நாள்கள் ஆகும் என்று அறிவித்தார்கள். கோலாலம்பூர், பினாங்கு, ஈப்பொ, சிங்கப்பூர் ஆகிய இடங்களில் நாட்டிய நிகழ்ச்சிகள் நடத்த ஏற்பாடு செய்யப்பட்டிருந்தன. முதல் மூன்று நாட்கள் கப்பல் பயணம் கலகலப்பாக சென்றது. நான்காவது நாளிலிருந்து கடலைத்தவிரக் காணமுடியாத கரைசேர்வுக்கு மனம் நாடியது. பொழுது புழுவாய் நகர்ந்தது. ஒழிவற்று கலைப்பணியில் ஈடுபட்டிருந்த சகோதரிகளுக்கு இது ஒரு புது அனுபவாமகவும் பொழுதை புண்ணாக்கிய அனுபவமாகவுமிருந்தது. கப்பலின் மேல் தளத்திற்கும் கீழ்த்தளத்திற்குமாக லிப்டில் சென்று வந்து விளையாட்டாகப் பொழுது போக்கப்போய் வினையாக முடிந்தது. ஒரு சமயம் ‘லிப்ட்’ தடைபட்டு நின்று விட,

சகோதரிகளின் அலறல் குரல் கேட்டு, கப்பல் சிப்பந்திகள் வந்து மீட்ட அபாயகரமான அனுபவமும் சகோதரிகளுக்கு ஏற்பட்டது.

## (b) அதிர்ஷ்டக்கார ராகினி!

சகோதரிகள் மலேயா மண்ணை மிதித்தவுடன் முதல் நிகழ்ச்சிக்குத் தங்களை ஆயத்தம் செய்துகொள்ளத் துவங்கினர். நேரம் பறக்க ஆரம்பித்தது. மலேசிய நிகழ்ச்சிக்கு ஏற்பாடு செய்திருந்த நபர் மணியோசையைக் கேட்டு துரிதப்படுத்தினார். அவை நிரம்பி வழிந்தது. மேடையேறத் தயாரான சகோதரிகளிடம் ஒருவர் ஓடி வந்து 'உங்கள் தங்கை ராகினிக்கு இப்போது வயது என்ன?' என்று கேட்டார். துடுக்குத்தனம் மிகுந்த ராகினி உடனே 'மணியைக் கேட்டீர்கள், இப்போது வயதைக் கேட்கிறீர்கள். வயதை மணிக்கணக்கில் அளக்கப் போகிறீர்களா?' என்று கேட்டுவிட்டார். அதற்குள் லலிதா வந்து ராகினிக்கு சுமார் ஒன்பது வயது ஆகிறது என்றார். 'அப்படியானால் அவர் இரவு ஒன்பது மணிக்கு மேல் நாட்டியமாடக் கூடாது' என்றார். 'நான் தூங்கிவிடுவேனென்று பயப்படுகிறீர்களா? விடியவிடிய வேண்டுமானாலும் விழித்திருப்பேன்' என்றாள் ராகினி. 'அதற்காக சொல்லவில்லை, பத்து வயதுகுட்பட்டவர்கள் இரவு ஒன்பது மணிக்குமேல் இங்கு ஆடக்கூடாது என்ற சட்டம் இருக்கிறது!' என்று எடுத்துச் சொன்னார். லலிதா, பத்மினி, ராகினி ஆகிய

மூவரும் மொத்தத்தில் அங்கு இருபத்தி ஐந்து நாட்கள் தங்கியிருந்து நடனக் கச்சேரிகளை வெற்றிகரமாக நடத்தினார்கள். இந்தச் சட்டத்தை துணையாக்கிக் கொண்டு ராகினி மட்டும் நல்ல 'ரெஸ்ட்' எடுத்தார்.

## (c) சிக்கலில் சிக்கிய சகோதரிகள்

'பொம்மை' செப்டம்பர் 1970,இல் எழுதிய கட்டுரை ஒன்றில் தங்களது மலேசிய மறுபயணத்தில் ஏற்பட்ட சிக்கலையும், அதிலிருந்து விடுவித்துக் கொண்ட செய்தியையும் சுருக்கமாகச் சுவைபட கூறியுள்ளர் பத்மினி இப்படி:

'இரண்டு வருஷங்களுக்கு முன் (1968) மீண்டும் மலேசியாவுக்குச் சென்றபோது, தாயகம் திரும்ப நாங்கள் பட்ட பாடிருக்கிறதே அது ஒரு பெரிய வேடிக்கை. பிரயாண அனுமதிச்சீட்டுச் சிக்கலில் மாட்டிக்கொண்டு, ஊர் திரும்பமுடியாமல் பதினைந்து நாட்கள் ஒரு வீட்டை எடுத்துக்கொண்டு நாங்களே சமையல் செய்துகொண்டு வசித்த நாட்கள் மறக்க முடியாதவை. நடனம் ஆடிக்கொண்டே சமைப்பேன். ராகினி பாடிக்கொண்டே பரிமாறுவாள். நாங்களே சமைத்து, நாங்களே சாப்பிடும்போது உள்ள கஷ்டத்தை மறக்க, இதைவிட்டால் வேறு வழி?'

## (d) கலைக்கு வேற்றுமையா?

மலேசியா சென்று தங்கள் நாட்டியத் திறமையால் தாய்மண்ணுக்குப் பெருமை சேர்த்த சகோதரிகள் உள்நாட்டில் பாராட்டப்பட்டனர். இப்போது சகோதரிகளுக்குத் திரை உலகம் கூடுதல் முக்கியத்துவம் கொடுத்தது. நடனங்கள் தவிர, நடிப்பதற்கான கதாபாத்திரங்கள் தேடிவந்தன. மேலே குறிப்பிட்டுள்ள தலைப்பில் சகோதரிகள் இது குறித்து 1953இல் சொன்ன கருத்துக்களின் நறுக்குத்துளிகள் இங்கே தரப்பட்டுள்ளது.

'நாங்கள் முதலில் சினிமாவில் நடனமாடிக்கொண்டிருந்தோம்' இப்பொழுது நடித்து வருகிறோம். இதனால் இனி படங்களில் நடனமே ஆடப்போவதில்லை என்று நாங்கள் சொல்லவரவில்லை. சினிமாவில் சேரும் ஒவ்வொரு நடிகைக்கும் நன்றாக நடனமாடத் தெரிந்திருக்கவேண்டும். ஏனெனில், பாவங்களைப் பிரதிபலிப்பதில் சாதாரண நாடக நடிகர்களைவிட, நடனம் பயின்றவர்கள் தெளிவாக வெளிக்காட்டமுடியும். 'ஓரியண்டல் நடனங்கள்' என்ற பலவகைப்பட்ட நடனங்களை நாம் பார்க்கிறோம். இந்தவகை நடனங்கள் தற்போது

சலிப்படைந்துவிட்ட அம்சங்களாக மாறிவிட்டன. பரதநாட்டியத்தை விட ஓரியண்டல் கவர்ச்சிகரமாக உள்ளதென்றாலும் பாவ நுட்பங்களுக்கும் சிறப்புக்கும் பிரசித்தி பெற்றது பரதம்தான். சொந்தத்தில் நடிகர்கள் படக் கம்பெனி ஆரம்பிப்பதை நாங்கள் வெறுக்கிறோம். கலைக்கு வேற்றுமை கிடையாது. ஒரு நாட்டின் பல கலைகளை ஆகர்ஷித்துக்கொண்டு ஒரே கலையாக சினிமா விளங்குகிறது. தவிர, கலைஞர்களும் குறிப்பிட்ட இந்தச் சுவைதான் சிறந்தது என்று வேற்றுமை கொள்ளக் கூடாது நடனமாடுபவரும் கலைஞர்தான், நடிகரும் கலைஞர்தான், உயர்ந்தோர் தாழ்ந்தோர் என்ற வேற்றுமை கலைஞர்களுக்குக் கிடையாது. கலைஞர் வார்த்தையில் சொல்வதானால் 'கலைஞர்களுக்குக் களங்கம் கிடையாது'.

திருநின்றவூர் தி.சந்தானகிருஷ்ணன்

17

# நான்கும் இரண்டும்

**1953**ஆம் ஆண்டு பத்மினி நடித்து வெவ்வேறு தயாரிப்பு நிறுவனங்களால் நான்கு படங்கள் வெளிவந்தன. இதில் குறிப்பிடத்தகுந்த அம்சம் எனனவென்றால், இந்த நான்கு படங்களும் இரு மொழிப்படங்களாகத் தயாரிக்கப்பட்டு மொத்தம் எட்டுப் படங்களாகத் திரையிடப்பட்டன். இதற்கு அடிப்படைக் காரணம் பத்மினியின் சிறந்த நடிப்பும் நடனமுமேயாகும். தயாரிப்பாளர்கள் பார்வையில் இது ஒரு கல்லில் இரு மாங்காய் அடிக்கும் முயற்சியாகவே பார்க்கப்படுகிறது. இப்படங்களைத் தனித்து ஆய்வதில் இதன் காரணம் புலனாகிறது.

## (a) ஆசைமகன்

அஸோஸியேட் ப்ரொட்யூஸர்ஸ் தங்கள் கதை இலாகவின் கதையை 'ஆசை மகன்' என்ற பெயரிலே படமாக எடுத்தனர். இது ஒரு சென்டிமென்ட் கதை. படத்தின் வசனம் நாகர்கோயில் பத்மநாபன், பாடல்கள் குயிலன் மற்றும் இசை வி.தக்ஷிணாமூர்த்தி. படத்தை ஜீ.ஆர்.ராவ் இயக்கியிருந்தார். படத்தில் கதாநாயகியாக பி.எஸ்.சரோஜாவும், வில்லியாக பத்மினியும், ஜெமினி கணேசன் நல்லவராகத் திருந்திய கெட்டவராகவும், டி.எஸ். பாலையா முற்றிலும் வில்லனாகவும் நடித்திருந்தனர்.

ஏழ்மையில் போராடும் குணவதி சாந்தா (பி.எஸ்.சரோஜா) பெண்பித்தன் சேகரின் (ஜெமினி கணேசன்) மனைவி ஆகிறாள். சேகருக்கும் நாட்டியமங்கை ஜெயந்திக்கும் (பத்மினி) தொடர்பிருக்கிறது. கயவன் விக்ரமன் (டி.எஸ். பாலையா) ஜெயந்தியுடன் இணைந்து சேகரது சொத்துக்களை

அபகரித்துக் கொள்கிறான். முடிவில் சூழ்ச்சி தெரிந்த சேகர் ஜெயந்தியையும் விக்ரமனையும் சுட்டுக்கொன்று சிறை செல்கிறான். உத்தம மனைவியான சாந்தா தன் சகோதரன் சந்திரன் (திக்குரிசி) ஆதரவில் வாழ்ந்து வருகிறாள்; திருந்திய சேகர் சிறைத்தண்டனையை முடித்து திரும்பி வருவதற்காகக் காத்திருக்கிறாள்.

பத்மினி குளிர்ச்சியான தோற்றத்தில் வந்து காதலன் சேகரின் காது குளிர 'ராஜாவே, நல்ல ரோஜாவைப் பார்' என்று பாடி ஆடி மகிழ்விக்கிறார் — வில்லத்தனமான கதாபாத்திரத்திலும் அவரது நல்லத்தனமே தலைதூக்கி நிற்கிறது. தயாரிப்பாளர்கள் இந்தப் படத்தை 'ஆசாதீபம்' என்ற பெயரில் மலையாளத்தில் வெளியிட்டனர். தமிழ்ப் படத்தில் நடித்த திக்குரிசி, பாலையா, பத்மினி, 'ப்ரண்ட்' ராமசாமி, பங்கஜவல்லி முதலிய மலையாளம் தெரிந்த நடிகர்களே நடித்திருந்ததால் அசல் மலையாளப் படமாகவே கேரளாவில் வெற்றி உலாவந்தது. தமிழகத்தில் பார்க்கத்தக்க ஒரு படமாக விமரிசிக்கப்பட்டது.

## (b) மற்றுமொரு 'வில்லி'

ஏழை சொர்ணத்திற்கு (சாந்த குமாரி) பொன்னி, கண்மணி என்று இரு பெண்கள். சந்தர்ப்ப வசத்தால் சகோதரிகள் பிரிந்து விடுகின்றனர். ஒரு பணக்கார வீட்டில் கண்மணி (பத்மினி) வளர்ந்து செல்வமாக வாழ்கிறாள். அதே வீட்டில், தாய் சொல் தட்டாத பொன்னி (லலிதா) கண்மணியின் வேலைக்காரி ஆகிறாள். சமரஸம் (ஸ்ரீராம்) என்ற அயோக்கியன் கண்மணிக்குக் காதல் வலை வீசுகிறான். சமரஸத்தைத் தேடி கண்மணி போவதை அறிந்த பொன்னி அவளைத் தடுத்து அந்தப் பழியை தான் ஏற்றுக்கொள்கிறாள். அதனால் வீட்டைவிட்டு துரத்தப்படுகிறாள். இதனை அறிந்த அந்த வீட்டு வளர்ப்புப்பிள்ளை சுந்தரம் (கௌசிக்) சமரஸத்தின் சதிகளை அம்பலமாக்கி முறியடிக்கிறான். பொன்னி தன் சகோதரிதான் என்றறிந்த கண்மணி, தன் தவற்றிற்கு வருந்தி தற்கொலை முயற்சியில் ஈடுபடுகிறாள். ஆனால் சுந்தரத்தின் முயற்சியால் எல்லாம் சுபமாக முடிகிறது. சுந்தரம் பொன்னியை மணந்து இல்வாழ்வில் ஈடுபடுகின்றான்.

ஆசைமகன் *(1953)*

ஆசைமகனைத் தொடர்ந்து பத்மினிக்கு மற்றுமொரு வில்லி பாத்திரம். ஆனால் இந்த வில்லியும் கபடசூது தெரியாது செல்வச் செழிப்பில் வளர்ந்தவள். ஒருவனால் ஏமாற்றபட இருக்கும்போது உண்மையை உணர்ந்து பாசமுள்ள தனது சகோதரியுடன் தன்னைப் பிணைத்துக்கொண்டவள். அந்தவகையில் பத்மினி ஒருவகையான வில்லி, இல்லை இல்லை ஒரு ஏமாளி. படத்தில் பத்மினியின் நடனமும் உண்டு, பருப்பில்லாத கல்யாணமா?

'மதிமுகரதியென நானாடுவேன்'

'ஆண்களைப் போலவே பெண் ஆடவேண்டும்'

என்ற இரு நடனப் பாடல்கள். பத்மினிக்கே உரியவகையில் ஆடியிருந்தார். படத்தில் அகிலஉலக மல்யுத்தப் போட்டியொன்றைப் படத்தில் சேர்த்திருக்கிறார்கள். மல்யுத்தப் போட்டியில் பங்கு பெறுவோர்:

கிங்காங் — ஹங்கேரி
தாராசிங் — இந்தியா
அலிரேஸாபே — துருக்கி

தமிழ்த் திரையுலகிற்குப் புது உலகமாக மாமல்லர்களின் போட்டி, காண ஒரு வரப்பிரசாதமாக அமைந்தது.

இந்தப் படத்தை பக்ஷிராஜா பிலிம்ஸ் தயாரித்தது. படத்திற்கு இசை எஸ்.எம்.சுப்பய்யா நாயுடு. படத்தை ஏ.எஸ்.ஏ. சாமி மற்றும் சி.ஸ்ரீனிவாசராவ் கூட்டாக இயக்கியிருந்தனர். படம் ஒரு பாடமாக அமைந்திருந்ததால் வெற்றிபெற்றது. பக்ஷிராஜா பிலிம்ஸ் இப்படத்தை 'ஒக தல்லி பில்லலு' என்ற பெயரில் தெலுங்கிலும் தயாரித்து வெளியிட்டது.

## (c) மனைக்கேற்ற மருமகள்

பெற்றோர்கள் விருப்பத்துக்கு எதிராக காதலர்கள் உஷாவும் (பத்மினி) குமாரும் (என்.டி.ராமராவ்) திருமணம் செய்து கொள்கிறார்கள். உஷாவின் மாமனார் ராமசாமி (பி.ஆர்.பந்துலு) வீடு உஷாவுக்குக் குழப்பமும் கொடுமையும் நிறைந்ததாக இருந்தது. போதாதற்குக் குமார் மேல்படிப்புக்காக உஷாவை விட்டுச் செல்ல வேண்டியிருந்தது. இத்தகைய குடும்பச் சூழ்நிலையில் மனைவியை விட்டுச் செல்ல, குமார் தயங்கினான். ஆனால் உஷாவோ 'நான் படித்ததின் பயன்தான் என்ன? அவர்கள் எல்லோரையும் திருப்தி செய்யவும் திருத்தவும் எனக்குத் தெரியும்' என்று கணவனுக்குத் தைரியம் சொல்லி அயல் நாட்டுக்கு அனுப்பி வைக்கிறாள். சொன்னபடி குடும்பத்தில் கட்டுபாடின்றி வாழ்ந்த கணவனது அண்ணன், அவனது மனைவி, சகோதரி மற்றும் மாமியாரை எப்படி கையாண்டு குடும்ப ஒற்றுமையை நிலைநாட்டி சிறந்த 'மருமகள்' என்ற பெயரை உஷா எடுக்கிறாள் என்பதே எஞ்சிய திரைப்படம். படம் முழுவதும் மருமகளான பத்மினியைச் சுற்றியே வலம்வருகிறது. பணிவும், பொறுமையும், சாதுர்யமும், துணிவும், சவால்களைச் சமாளிக்கும் பெண்மணியாகப் பத்மினி நடித்திருந்தார். கணவரின் அண்ணன் (சகஸ்ஹரநாமம்), மனைவி (லலிதா) முரண்டு பிடிக்கும்போது அவளிடம் 'கணவரது கருத்தைக் கவரவேண்டுமானால் முதலில் அவரது கண்ணைக் கவர வேண்டும்' என்று வழிவகை சொல்வதும் வழிதவறிய கணவனின் சகோதரி (சுரபி பாலசரஸ்வதி) யிடம் 'கன்னியர் வாழ்வு கண்ணாடி போன்றது, உடைந்து போனால் மறுபடியும் ஒட்டாது' என்று கண்டிப்பதிலும், நடத்தை கெட்டவளென்று குடும்பத்தினர் வீண்பழி சுமத்தும்போது பொறுமையோடு அதனை எதிர்கொண்டு தன்னை

**மருமகள் (1953)**

ஒரு ஆதர்ஷன பத்தினியாக நிரூபிப்பதிலும் தன் நடிப்புத்திறனில் மெருகேறியிருப்பதை நிரூபிக்கிறார் பத்மினி.

இந்தப் படத்தை கிருஷ்ணா பிக்சர்ஸ் தயாரித்தனர். படத்திற்கு முப்பெரும் ஜாம்பவான்களான சி.ஆர்.சுப்பாராமன், ஜி.ராமநாதன் மற்றும் விஸ்வநாதன்—ராம மூர்த்தி ஆகியோர் இசைஅமைத்திருந்தனர். 'சின்னச் சின்ன வீடு கட்டி' 'பேசாத மௌனம்' போன்ற இனிய பாடல்களை மக்கள் இன்றுவரை பேசிக் கொண்டிருக்கிறார்கள். எ.எஸ்.ஏ.சாமி படத்திற்கு வசனம் எழுதியிருந்தார். பிரசாத் மேற்பார்வையில் டைரக்டர் யோகானந்த் படத்தை இயக்கியிருந்தார். முற்றிலும் குணாதிசிய பாத்திரம் பத்மினிக்குப் படத்தில் அளிக்கப்பட்டிருந்தாலும் அவரது நாட்டியத் திறனைப் பயன்படுத்திக்கொள்ள தயாரிப்பாளர்கள் தவறவில்லை. பத்மினி, ராகினி மற்றும் குசலகுமாரியைக் கொண்டு 'ஆணுக்கொரு பெண்பிள்ளே, பெண்ணுக்கொரு ஆண்பிள்ளே வேண்டும் இல்லாவிடில் சுகமில்லே' என்று கணவன்மார்களுக்குப் புத்திபுகட்டும் வகையில் ஒரு குறு நாட்டிய நாடகத்தைப் படத்தில் சேர்த்திருந்தனர்.

'மருமகள்' திரைப்படம் ஏற்கனவே இந்தியில் 1950இல் வெளிவந்த 'சோடிபாபி' என்ற கதையின் கருத்தை அடிப்படையாகக் கொண்டிருந்தது. 'மருமகள்' படக்கதையிலே நல்ல கட்டுக்கோப்பும் விறுவிறுப்பான சம்பவங்களும் இருந்தன. நடிப்பு, வசனம், பாட்டு ஆகியவற்றைக் கொண்டு யோகானந்த் இப்படத்தைத் திறமையாக

டைரக்ட் செய்திருந்தாரென்றும் கொடுமைக்கார மருமகளாக லலிதாவும் சாந்தமே உருவான மருமகளாக பத்மினியும் அருமையாக நடித்திருந்தனர் என்றும் பத்திரிகைகள் விமரிசனம் எழுதியிருந்தன.

இதே ஆண்டிலேயே கிருஷ்ணா பிக்சர்ஸார் இப்படத்தை 'அம்மலக்கலு' என்ற பெயரிலே தெலுங்கிலே வெளியிட்டனர்.

## (d) அன்பே தெய்வம், அன்பே சாந்தி

நடேஷ் ஆர்ட்ஸ் பிக்சர்ஸ் தயாரிப்பாக வெளியிடப்பட்ட படம் 'அன்பு'. வயதான ராஜமாணிக்கத்தின் (துரைசாமி) இளைய மனைவி தங்கம் (டி.ஆர்.ராஜகுமாரி). அவரது ஒரே பிள்ளை செல்வம் (சிவாஜி கணேசன்). அவனது கல்லூரிக் காதலி மாலதி (பத்மினி). இவர்கள் காதலுக்குக் குறுக்கே நிற்கும் போலி மாமன் திருமலை (டி.எஸ். பாலையா). ராஜமாணிக்கம் இறக்க, சூழ்நிலை பாதகமாக அமைய, தங்கத்திற்கும் செல்வத்திற்கும் தொடர்பிருப்பதாகச் சமுதாயம் சாடுகிறது. மாலதியும் செல்வத்தை வெறுக்கிறாள். அன்பே உருமான தங்கம் உண்மையை நிரூபித்து குண்டுக்குப் பலியாகி இறக்கிறாள். எல்லோரும் அன்பாகிய தெய்வத்தை பணிந்து இன்புற்று வாழ்கிறார்கள். இது கதையின் வெகு சுருக்கம். படத்தயாரிப்பாளர் எம்.நடேசன் மூலக்கதை எழுதியிருந்தார். இனிய பாடல்களுக்கு டி.ஆர்.பாப்பா இசை அமைத்திருந்தார். மாலதியாக நடித்த பத்மினிக்குப் படத்தில் கணிசமாக வாய்ப்பளிக்கப்பட்டிருந்தது. அதை முற்றிலுமாக அவர் பயன்படுத்திக்கொண்டார்.

படத்தில் அவர் ஜோடியாக பாடுவதாக வரும் 'எண்ண எண்ண இன்பமே வாழ்வினில் எந்நாளும் கண்ணிரண்டும் பேசியே காதல் கொண்டாலே' என்ற பாட்டுக்கு அவர் பாடிக்கொண்டே பியானோ வாசிக்கும் லாவகம் குளிர்ச்சியைத் தருகிறது. அதே நேரத்தில் செல்வமும் தங்கமும் சேர்ந்து வாழ்கிறார்கள் என்பதாகத் தவறாகப் புரிந்துகொண்டு அவர் கக்கும் கனல் வார்த்தைகள் எரிமலைக் குழம்பாய் பாய்கிறது. இதோ சீறுகிறார் பத்மினி, பாவம் சிவாஜி மீது:

"திகட்டுமா பட்டப்பகலில் பரிந்து கொடுக்கும் முத்தம், உண்மை. நான்

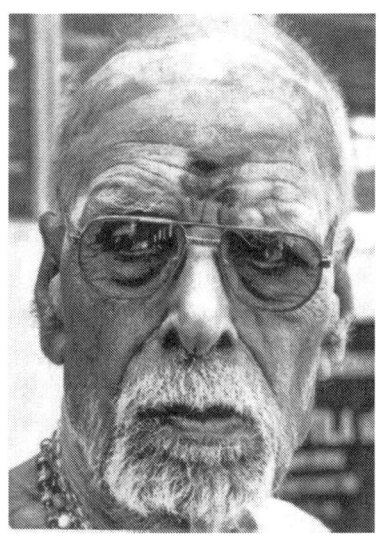

**வி.தக்ஷிணாமூர்த்தி**

திருநின்றவூர் தி.சந்தானகிருஷ்ணன் ● 79

**அன்பு (1953)**

கேட்டது உண்மை, கண்ணால் கண்டதும் உண்மை, சித்தியுடன் சிங்கார லீலை நடக்கிறது இங்கே. அதை சொல்ல வந்த அத்தானிடம் நான் சீறிவிழுந்தது அங்கே. அடுக்குமா இந்த அநீதி, உலகம் பொறுக்குமா இந்த அக்ரமத்தை. இந்தப் பத்திரமாத்து தங்கம் உங்களுக்கென்று ஒரு புத்திரியைப் பெற்றெடுத்துக் கொடுத்திருக்கும் போது, அட கடவுளே! அப்பனுக்கும் மனைவி பிள்ளைக்கும் மனைவியா, தந்தைக்கும் தாரம், தனயனுக்கும் தாரமா? பழிக்குத்தான் அஞ் சவில்லை, பாவத்துக்குக்கூடாவா அஞ்சவில்லை; கற்புக்குத்தான் அஞ் சவில்லை, கடவுளுக்குக் கூடவா அஞ்சவில்லை. என்னை அடியுங்கள் செல்வம் உண்மையில்லாத உங்களிடம் என் உள்ளத்தோடு உயிரையும் ஒப்படைத்ததற்கு அடித்தால் மட்டும் போதாது, ஏன் தெரியுமா? நான் பெண்; உங்களைப்போல் ஒருத்தியை மறந்து இன்னொருத்தியைக் கைப்பிடிக்க என்னால் முடியாது. என் காதலைக் கொன்ற பிறகு என்னை மட்டும் ஏன் இன்னும் உயிரோடு வைத்திருக்கிறீர்கள்? அடித்துக் கொன்றுவிடுங்கள்."

## (e) வசனச் சிறப்பு

படத்தில் பத்மினியின் நடிப்பைப்பற்றிக் குறிப்பிட்டுச் சொல்ல வேண்டிய மற்றுமொரு காட்சி கல்லூரியில் நடக்கும் ஷேக்ஸ்பியரின்

நாடகம். கொடூரமான ஒத்தல்லோவாக சிவாஜியும் அவன் மனைவி அழகுசுந்தரி டெஸ்ட்டிமோனாவாக பத்மினியும் நடித்தனர். சந்தேகத்தின் பெயரால் டெஸ்ட்டிமோனாவைக் கொல்ல முயலுகிறான் ஒத்தல்லோ. அப்போது தனது உயிரைப் காக்கும் முயற்சியில் உயிரைக்கொடுத்து கெஞ்சி நடித்திருந்தார் பத்மினி.

**ஒத்தல்லோ:** வழக்கம்போல் நீ செய்யும் பிரார்த்தனையைச் செய்துவிட்டாயா?

**டெஸ்ட்டிமோனா:** செய்துவிட்டேன்.

**ஒத்தல்லோ:** சரி, பரமபிதாவிடம் மன்னிப்புக் கேட்டுக்கொள்.

**டெஸ்ட்டிமோனா:** நீங்கள் என்ன சொல்லுகிறீர்கள் பிரபு, எனக்கொன்றும் புரியவில்லையே!

**ஒத்தல்லோ:** புரியும் உன்னைக் கொன்ற பிறகு!

**டெஸ்ட்டிமோனா:** உங்களைக் காதலித்ததைத் தவிர நான் வேறொரு பாதகமும் செய்யவில்லையே.

**ஒத்தல்லோ:** அதற்காகத்தான் நீ சாகப்போகிறாய்.

**டெஸ்ட்டிமோனா:** காதலுக்கு நீங்கள் கொடுக்கும் பரிசு சாதலா பிரபு?

**ஒத்தல்லோ:** சீ சும்மாயிரு. சத்தியத்திற்காக உன்னை கொலை செய்யப் போகிறேன். நான் நீதிமான். தருமதேவன்! ஜாக்கிரதை! அந்த கேஸ்ஸியோ இயாகோவிடம் ஒப்புக்கொண்டு விட்டான்.

**டெஸ்ட்டிமோனா:** எதை?

**ஒத்தல்லோ:** உன்னை அனுபவித்ததை தான்.

**டெஸ்ட்டிமோனா:** ஐயோ! இது அபாண்டம்!

**ஒத்தல்லோ:** (டெஸ்ட்டிமோனா கழுத்தை நெறித்தவாரே) விபசாரி, தொலைந்து போ.

**டெஸ்ட்டிமோனா:** (கெஞ்சியபடியே) என்னை வேண்டுமானால் நாடு கடத்திவிடுங்கள். தயவு செய்து கொல்லாதீர்கள்.

**அன்பு (1953)**

**ஒத்தல்லோ:** முடியாது.

**டெஸ்ட்டிமோனா:** நாளைக்கு நான் சாகிறேன்... இன்று மட்டும்...

**ஒத்தல்லோ:** முடியாது.

**டெஸ்ட்டிமோனா:** இன்னும் அரைமணிநேரமாவது...

**ஒத்தல்லோ:** ஊஹூம். முடியவே முடியாது.

(ஒத்தல்லோ, டெஸ்ட்டிமோனாவை கழுத்தை நெறித்துக் கொன்று விட்டுப் பின் தானும் பிச்சுவாவால் குத்திக்கொண்டு அவள்மேல் விழுந்து சாகிறான்.)

மேற்குறிபிட்ட காட்சியில் சிவாஜிகணேசனும் பத்மினியும் போட்டிபோட்டு நடித்து ரஸிகர்கள் உள்ளத்தைத் தொட்டனர்.

தூள் பறக்கும் வசனங்களை வார்த்தெடுத்தவர் வசனகர்த்தா 'விந்தன்'. படத்தின் பல்வேறு காட்சிகளில் வசன அத்தர் தெளித்திருந்தார் விந்தன். மாதிரிக்குச் சில:

1. 'வேப்பங்காய் இனிச்சா வெல்லத்த ஏன்டி ஈ மொய்க்கிறது'
2. 'வாழ்க்கை வேம்பாக இருக்கக்கூடாது, கரும்பாக இனிக்க வேண்டும்'
3. 'கடவுளின் பெருமை கரையற்ற கடலைப் பார்க்கும் போது தெரிவதில்லையா? நிழலின் பெருமை வேர்க்க

**பொன்னி (1953)**

விறுவிறுக்க வைக்கும் வெய்யிலைப் பார்க்கும்போது தெரிவதில்லையா, அது போல் அன்பின் பெருமை தாங்கொணாத் துயரத்திலிருந்து தான் தெரிந்தது'.

4. 'கனவிலே கை கூடாத காரியம் இந்த உலகத்திலே என்ன இருக்கிறது'

5. 'மாமியாருக்குக் கீழே இருக்கும் மருமகள் கறவைமாடு மாதிரி, கறக்கும் வரைக்கும்தான் அவளுக்கு மதிப்பு. மறத்தால் அடிமாட்டிற்கு என்ன மதிப்பிருக்குமோ அந்த மதிப்புத்தான் அவளுக்கும் இருக்கும்'.

6. 'நாய்க்காவது சமயத்தில் எதிரியை கடிக்கத் தைரியமிருக்கிறது. மனிதனுக்கு அதுகூட இல்லையே.

7. "அன்பி'னால், தான் ஒரு நல்ல வசனகர்த்தா என்பதை நிரூபித்திருக்கிறார் 'விந்தன்' என்று பேசும்படம் அவரை புகழ்ந்திருந்தது, ஏன் உண்மையும் அதுதான்."

## (f) அன்பு வென்றதா?

படம் புதுமையான கதைப்போக்குடன் அமைந்திருந்தது. அன்பிலே வந்த சின்னம்மா 'தலைவிதியே!' என்று அவள் தன் கணவனிடமும் பிறரிடமும் அன்பு செலுத்தவில்லை. தியாகமே அவள் பிறவி, அன்பே அவள் ஜீவன். இந்த அற்புதத் தன்மையை அடிப்படையாகக் கொண்டதால்தான் 'அன்பு' வென்றது.

'அன்பு' தந்த வெற்றி உற்சாகத்தில் நடேஷ் ஆர்ட்ஸ் பிக்சர்ஸ் இந்தப் படத்தை 'அபேக்ஷா' என்ற பெயரில் தெலுங்கில் வெளியிட்டார்கள்.

தயாரிப்பாளர் நடேசன் ஒரு சாமர்த்தியசாலி. சம்பந்தமே இல்லாவிட்டாலும் லலிதா, பத்மினி நாட்டியமொன்றைப் படத்தில் புகுத்தியிருந்தார். ஏனென்றால் சகோதரிகளின் நாட்டியத்திற்கு அவ்வளவு மவுசு இருந்தது. தலைவன்மேல் காதல் கொண்ட தலைவி ஏக்கங்கொள்ள, அதைத் தணிக்க குறிசொல்லும் குறத்தி என்று ஒரு சிறு குறு நாடக நாட்டியம். தலைவியாக பத்மினியும் குறி சொல்பவளாக லலிதாவும் நாட்டியத்தில் பங்கேற்றிருந்தனர்.

இவ்வகையில் நடிக்க நிறைய வாய்ப்புகள் வந்தது போலவே திரையிலேயும், அரங்கங்களிலேயும் நாட்டியமாட சகோதரிகளுக்கு தொடர்ந்து வாய்ப்புக்கள் குவிந்தன. சினிமாத் துறைக்கு முக்கியம் அளித்ததுபோலவே தொடர்ந்து நாடக அரங்குகளின் நாட்டியத்திற்கும் சகோதரிகள் முக்கியத்தை கொடுத்துவந்தனர். தவிர, ஒரே நிகழ்ச்சியில் மேடையில் பல நாட்டியங்களை நிகழ்த்தி அதிசயத்தை சகோதரிகள் நடத்திக் காட்டினார்கள். 01.02.1953 நாளிட்ட "ரூபவாணி" என்ற தமிழ்ச் சினிமா பத்திரிகையில் வெளியிட்ட சகோதரிகளின் ஒரு நாள் நாட்டிய நிகழ்ச்சி நிரல் ஆச்சர்யத்தை விளைவிக்கிறது. இதோ அந்த நிகழ்ச்சிநிரல் பார்வைக்கு:

**பரத நாட்டியம் மற்றும் ஒரியண்டல் நடனம்**

**நிகழ்ச்சி நிரல் — நிகழ்ச்சி — பங்கேற்பவர்கள்**

1. ரெங்க பூஜை — ஸ்ரீமதி அம்பிகா, சகுந்தலா, சித்ரா
2. தில்லான — பத்மினி, ராகினி, தங்கம்
3. மயில் நடனம் — சுகுமாரி, சரோஜா
4. வசந்தோற்சவம் — அம்பிகா
5. பாரிஜாதம் — பத்மினி, ராகினி, தங்கம், சுகுமாரி
6. பதம் — அம்பிகா
7. ஜதிசுரம் — சுகுமாரி மற்றும் சரோஜா
8. 'நடனம் ஆடினார்' — பத்மினி, ராகினி, தங்கம், அம்பிகா, சுகுமாரி, சரோஜா
9. இடைவேளை
10. செம்படவன் (3 காட்சிகள்) — பத்மினி, ராகினி
11. மலபார் நடனம் — சுகுமாரி, அம்பிகா, சகுந்தலா
12. மீனாவின் கனவு — பத்மினி

இப்படியாக, பத்மினியின் வாழ்க்கை, சகலவளர் கலையாக வளர்ந்தது. அவரிடம் வளராததோ தலைக்கனம் மட்டும்தான். தன்னோடு தன் சகோதரிகளையும் தன் நாட்டியக் குழுவினரையும் ஒருசேர அணைத்து வளர்த்து புகழ்பெற்றதோடு, மற்றவர்களையும் புகழ்பெற வைத்தார் பத்மினி.

●

# 18

# நட்சத்திரக் கிரிக்கெட்

**1953**இல் அடித்த புயலால் உயிருக்கும் பொருளுக்கும் பெருத்த சேதமேற்பட்டது. அரசும் தன்னார்வலர்கள் பலரும் முன்வந்து உதவி செய்தார்கள். மக்களும் புயல் நிவாரண நிதிக்குப் பண உதவி அளித்தார்கள். இப்படிப் பல்வேறு துறையினரும் இந்தப் 'புயல்' பணியில் பங்கேற்றபோது சினிமா நட்சத்திரங்களுக்குத் தாங்களும் உதவி செய்யவேண்டுமென்று தீர்மானித்தனர். நிதி திரட்ட சென்னை சினி டெக்னீஷியன்கள் ஒரு திட்டத்தை முன்வைத்தனர். அதன்படி நட்சத்திரங்கள் கிரிக்கெட் ஆடுவதென்றும், அந்த நிகழ்ச்சிக்கு நுழைவு கட்டணம் விதித்து வசூலை புயல் நிவாரண நிதிக்குக் கொடுப்பதென்றும் முடிவாயிற்று. இந்தக் கிரிக்கெட் விளையாட்டில் தென்னிந்திய நடிகர்களுடன் வட இந்திய நடிகர்களையும் அழைத்து விளையாட்டில் போட்டியிட வைக்கலாமென்று முடிவாகியது. அதன்படி நடவடிக்கையும் தொடரப்பட்டது.

## (a) கிரிக்கெட் பயிற்சி

இந்தக் கிரிக்கெட் போட்டி கண்துடைப்பு வேலையாயிருக்கக் கூடாதென்று உறுதிகொள்ளப்பட்டது. நடிகர் டி.ஆர். ராமச்சந்திரனின் ஜெயந்தி புரொடக்ஷன்ஸ் ஆபீசுக்கு அருகிலிருந்த டென்னீஸ் மைதானத்தில் நடிக, நடிகையர்கள் கிரிக்கெட் பயிற்சி எடுத்துக் கொண்டார்கள். குறிப்பாக லலிதா, பத்மினி, சகஸ்ஹரநாமம், கிருஷ்ணகுமாரி போன்றோர் கடுமையாகப் பயிற்சி மேற்கொண்டார்கள். வீணை எஸ்.பாலச்சந்தர் கேப்டனாக அணிக்குத் தலைமை தாங்கி மற்ற நட்சத்திரங்களை உற்சாகப்படுத்திக்கொண்டிருந்தார. ஆரம்பத்தில் இந்த விழாவில் யார் யார் முன்நின்று நடத்த

கிரிக்கெட் போட்டியில் பத்மினி

ஆர்வம் காட்டினார்களோ அவர்கள் சற்று ஒதுங்கி நிற்க ஆரம்பித்தார்கள். அவர்களில் முக்கியமானோர் டைரக்டர். கே.சுப்ரமணியம், என்.எஸ். கிருஷ்ணன், டி.ஏ.மதுரம், ஜி.வரலட்சுமி முதலானோர் ஆவர். இவர்கள் இந்த நட்சத்திரக் கிரிக்கெட் நம்மிடையே மட்டும்தான் என்றெண்ணி காய்களை நகர்த்திக்கொண்டிருந்த நிலையில் கிரிக்கெட் பம்பாய் — மதராஸ்க் கிடையே என்றதும் பின்வாங்க ஆரம்பித்தார்கள். இதில் கிணறு வெட்ட பூதம் கிளம்பிய கதையாக வேறொரு புயலும் அடிக்க ஆரம்பித்தது. புயலுக்கென்று வசூலாகும் பணத்தில் பாதிக்குமேல் பம்பாய் நட்சத்திரங்கள் எடுத்துக் கொள்வார்களென்ற நிலையறிந்த என்.எஸ்.கிருஷ்ணனுக்கும் அவரது கோஷ்டியாருக்கும் கடுங்கோபம் வந்து விட்டது. விழாவிலிருந்து விலகிக்கொண்டார்கள்.

## (b) கிரிக்கெட் விழாவில் போராட்டம்

இந்த அநியாயத்தை என்.எஸ்.கே. எதிர்ப்போடு நிறுத்தவில்லை. விழா அன்று மறியல் செய்யப்போவதாக அவரும் அவரது கோஷ்டியினரும் அறிக்கை வெளியிட்டார்கள். 11ஆம் தேதி அன்று துவங்கிய விழாவில் நட்சத்திர அணி வகுப்பு, பம்பாயிலிருந்து பிரபல நட்சத்திரங்களின் வருகை இவையெல்லாம் பெரிய பரபரப்பை உண்டாக்கியது. மைதானத்துக்கு வெளியே நின்ற என்.எஸ்.கே. கோஷ்டியார் ஒரு

காரில் ஏறிக்கொண்டு 'உள்ளே போகவேண்டாம். இதில் வசூலாகும் பணத்தின் பெரும்பகுதி வட நாட்டிற்குப் போகிறது' என்று ஒலிபரப்பிக் கொண்டே சுற்றிவந்தது. இதனால் விழா ஆரம்பிப்பதற்கு முன்பாகவே சுருசுருப்பும் பரபரப்பும் ஏற்பட்டது.

## (c) கிரிக்கெட் விழா ஆரம்பம்

கிரிக்கெட் துவங்குமுன் நட்சத்திர அணிவகுப்பு நடைபெற்றது. கேப்டன் எஸ்.பாலச்சந்தரும் சில சென்னை நட்சத்திரங்களும் முதலில் புறப்பட்டு வந்தனர். இன்னொரு திறந்த மோட்டார் வாகனத்தில் காமெடியன் கே.சாரங்கபாணி, டி.ஆர்.ராமச்சந்திரன், சிவராவ் ஆகியோர் அமர்ந்து பவனி வந்தனர். சூரியகுமாரி கொஞ்சம் கெத்தான நடிகை. முதலில் ஆடுவதாகப் பெயர் கொடுத்துவிட்டுப் பின் விலகிக் கொண்டார். அனைவரும் ஆவலுடன் எதிர்பார்த்த கிரிக்கெட் விழா காலை 10 மணிக்குத் தொடங்கியது. பூவா, தலையா என்று 'டாஸ்' போட்டதில் சென்னை அணிக்கு வெற்றி; பேட்டிங்கை துவக்கினர். முதலில் பத்மினி, ராகினி, ஜெமினி கணேசன், சிவாஜி கணேசன், நாகேஸ்வரராவ், டி.ஆர்.ராமச்சந்திரன், ஸ்ரீரஞ்சனி, குமாரி கமலா, எஸ்.வி.ரங்காராவ், சாரங்கபாணி, எம்.எஸ்.விஸ்வநாதன் ஆகியோர் ஆட்டத்தில் பங்கெடுத்துக் கொண்டனர். பம்பாய் அணியின் கேப்டனாக திலீப்குமார் பங்கேற்றார். அவருடன் பேகம்பாரா, ஜெய்ராஜ், ராஜ்கபூர், நர்கீஸ், நிம்மி, பிரேமானந், ஓம்பிரகாஷ், கோப், குல்தீப்கார் இருந்தார்கள். ஆட்டம் துவங்கியது.

## (d) சூடுபிடித்த ஆட்டம்

ஓப்பனிங் பேட்ஸ்மேனாக சகஸ்ஹரநாமமும் லலிதாவும் ஆடினார்கள். லலிதா நடன நடிப்பில் மட்டுமல்ல ஆட்டத்திலும் கெட்டிக்காரி என்று நிரூபித்தார். சென்னை கோஷ்ட்டியில் அபாரமாக ஆடி அபிமானிகளின் கரகோஷத்தைப் பெற்றவர் ஜெமினி கணேசன்தான். 'பவுண்டரி'களாக அடித்து நொறுக்கி 19 ரன்கள் எடுத்தார் கேப்டன். பாலச்சந்தரோ பாவம் ஒரே ஒரு பவுண்டரி போட்டு 4 ஓட்டங்கள் நின்ற இடத்திலிருந்தே எடுத்து விட்டு, மிஸ்டர் கோப் போட்ட பந்து ஒன்றினால் அவுட் ஆனார்.

பத்மினியின் ஆட்டம் பிரமாதமாக இருந்தது. ஏழு ரன்கள் எடுத்து அவுட் ஆகாமலிருந்தார். சென்னை நடிகைகளில் இவரே அதிகபட்சம் ரன்கள் எடுத்தவராவார். அவரைத் தொடர்ந்து நர்கீஸ், குமாரி கமலா போன்றோர் ஆடினார்கள். மொத்தத்தில் பம்பாய் கோஷ்டியினருக்கே வெற்றி கிடைத்தது.

## (e) தோலிருக்க சுளை முழுங்கி

பம்பாய் — சென்னை கிரிக்கெட் பந்தயம் வைத்ததில் ரூ.33,000 வசூலென்று கணக்கெடுத்தார்கள். ஆனால் இதில் புயல் நிவாரண நிதிக்கென கொடுத்தது ரூ.1001 மட்டும்தான். இந்த வகையில் என்.எஸ்.கே. நடத்திய சத்தியாகிரகம் முற்றிலும் நியாயமாகிறது. பம்பாயிலிருந்து வந்தவர்கள் ஏழைகளல்ல. அவர்களுக்குப் புயல் நிதி உதவி என்று தெரிவித்து அழைத்து வந்திருக்கவேண்டும். மறுத்தால் வந்திருக்க வேண்டியதேயில்லை, சென்னையை இரண்டு அணிகளாகப் பிரித்தே கிரிக்கெட் பந்தயத்தை அழகாக நிறைவேற்றியிருக்கலாம். ஆக, ஏற்பாடு செய்தவர்கள் பம்பாய் சுரண்டலுக்கு இடங்கொடுத்து, புயல் நிதியைப் பிசுபிசுக்கச் செய்து விட்டார்கள். இது போன்ற ஒரு கண்கட்டிப் பந்தயம் வைத்து பெரும்பாலோரது அதிருப்தியைச் சென்னை ஸினி டெக்னீஷியன்கள் சம்பாதித்துக் கொண்டதுதான் மிச்சம்.

●

## 19

# வைரமடித்த களம்

**1954**ஆம் ஆண்டில் பத்மினி நடித்து தமிழ், தெலுங்கு மற்றும் மலையாளம் ஆக மும்மொழிகளிலும் திரைப்படங்கள் வெளிவந்தன. இப்படி மூன்று மொழிகளிலும் வெளிவந்த திரைப்படங்களில் பத்மினி பல்வேறு கதாபாத்திரங்கள் ஏற்றிருந்தார். அவைகள் ஒன்றுக்கொன்று குறைந்ததில்லை. இப்படங்களில் பத்மினி சிறப்புற நடித்த சில காட்சிகளை நினைவுகூரலாம்.

### (a) இல்லறஜோதி

தாய் அனந்தாவின் (சி.கே.சரஸ்வதி) எண்ணப்படி கலைமன்னன் மனோகரன் (சிவாஜி கணேசன்) சற்றும் கலையறிவில்லாத, ஆனால் கட்டுக்கோப்பான குடும்பப்பெண் காவேரியை (ஸ்ரீரஞ்சனி) மணக்கிறான். கவிதைக்கன்னி சித்ரா (பத்மினி) மனோகரனைச் சந்திக்கிறாள். கவிதைக் கலப்பு, களிப்பாக மாறி, பின்பு காதலாகவே மலர்ந்தது. காவேரிக்குக் கலக்கம், சித்ராவுக்கு மனோகரன் மீதும் அவன் கவிதைகள் மீதும் நாட்டம். இது காவேரி — சித்ராவின் காதல் போராட்டமாக உருவானது. ஆம். கவிதைக்கும் உரிமைக்கும் உண்மைக்குமான போராட்டம். முடிவில் மனோகரன் தன்னை உணர்ந்து மனைவியை ஏற்றுக்கொள்கிறான். சித்ராவும் எல்லோரது விருப்பம்போல் அவளை இளவயது முதல் விரும்பும் மோகனை (எஸ்.ஏ.அசோகன்) திருமணம் செய்துகொள்கிறாள்.

மாடர்ன் தியேட்டர்ஸ் தயாரிப்பான ‘இல்லற ஜோதி’ துரதிஷ்டவசமாக வெற்றி பெறாமற்போயிற்று. அடிப்படையில் பத்மினி — சிவாஜி ஜோடியின் இறுதிப் பிரிவு, ரஸிகர்களுக்குக் கசப்பாக இருந்தது ஒரு முக்கியக் காரணம். படத்தின்

**டி.ஆர்.சுந்தரம் சிலை முன் ஆசிரியர்**

சுவையான பகுதி பத்மினியின் நாட்டியமும், ஜி.ராமநாதனின் இசையும், கவிஞர் கண்ணதாசனின் வசனமும் பாடல்களுமே! 'இல்லற ஜோதி'தான் கவிஞர் கண்ணதாசன் முதன் முதலாக கதை—வசனம் எழுதி, மாடர்ன் தியேட்டர்ஸ் தயாரித்த படம். படத்திற்கு உயிர்கொடுத்தது பாட்டும் நடனமுமே. படத்தில் கலைச்செல்வியாகப் பத்மினிக்கேற்ற பாத்திரம் அளிக்கப்பட்டிருந்தது. சிவாஜி இசைக்கருவிகளை இசைக்க பத்மினியின் பாட்டும் நடனமும் கண்ணுக்கும் கருத்துக்கும் விருந்து அளித்தது. ஜி.ராமநாதன் இசைஅமைப்பில் ஆபேரி ராகத்தில் அமைந்த 'கேட்பதேல்லாம் காதல் கீதங்களே, காண்பதெல்லாம் வாழ்க்கை பேதங்களே' பாடலும் அதற்குப் பத்மினியின் ஆடலும் பாடலாசிரியரான கவிஞர் கண்ணதாசனையே பிரம்மிப்புக்கு ஆளாக்கியது. பத்மினியின் நடனத்திறன் 'பார் பார் பார் இந்தப் பறவையைப் பார்' பாட்டில் துடிப்பாகத் தெரிந்தது. திரைப்படத்தில் 'உனக்கும் எனக்கும் உறவுகாட்டி உலகம் சொன்னது சுதையா' என்ற தேஷ் ராகத்தில் அமைந்த பாடல் உள்ளத்தை வருடியது. படத்தின் முக்கியமானதொரு அங்கம் அனார்க்கலி நாடகம். இந்நாடகத்தின் வழியாகத்தான் கவிஞருக்கும் கலைஞருக்கும் மனக்கசப்பு ஏற்பட்டிருந்தது. இந்நாடகத்தை கவிஞர் கண்ணதாசன் எழுத, டி.ஆர்.சுந்தரம் அதனைத் திருத்திக் கொடுக்கும்படி கலைஞர் கருணாநிதியிடம் சொன்னார். அப்போது கவிஞர் ஒரு வழக்கின்

தீர்ப்புக்காகத் திருச்சிக்குப் போக, தண்டனைப் பெற்றார். 'இல்லற ஜோதி' அனார்க்கலிக்காக கலைஞர் எழுதிய நாடகத்தைத் தனது 'முரசொலி' வார இதழில் அப்படியே பிரசுரித்திருந்தார். அதனால் கவிஞர் மனம் புண்பட்டது. சிறையிலிருந்து வெளிவந்து சென்னை திரும்பிய கவிஞர் தனது 'தென்றல்' வார இதழில் தான் எழுதிய அனார்க்கலி நாடகத்தை அப்படியே பிரசுரித்து தனது கோபத்தைத் தணித்துக்கொண்டார். இவ்வாறு மாற்றப்பட்ட 'இல்லற ஜோதியின்' அனார்க்கலி நாடகம் கண்ணதாசன், கருணாநிதி என்ற இரு கலைஞர்களின் பேனா முனையில் தீட்டப்பட்டது. படத்தில் திருத்தப்பட்ட நாடகம் பயன்படுத்தப்பட்டது. கண்ணதாசன் பதிப்பகம் வெளியிட்ட இல்லற ஜோதி திரைப்பட வசனத்தில் அனார்க்கலி கண்ணதாசன் தீட்டிய வகையான நாடகமே பதிப்பிக்கப்பட்டிருந்தது. மற்றப்படி ஆடல், பாடல், ஊடல், கூடல், கலை, கற்பனை, கண்ணீர் என்று எதற்கும் குறைவைக்கவில்லை. டி.ஆர்.சுந்தரம் மேற்பார்வையில் ஜி.ஆர்.ராவ் படத்தை இயக்கியிருந்தார்.

## (b) பத்மினி 'பத்மினியாகவே நடித்த படம்'

'கல்யாணம் பண்ணியும் பிரமச்சாரி' — இது பத்மினி பிக்சர்ஸ் தயாரிப்பு. கதை டி.கே.கோவிந்தன், பாடல்கள் கே.டி. சந்தானம். பி.ஆர்.பந்துலு தயாரித்த இப்படத்தை பநீலகண்டன் இயக்கியிருந்தார். மேல்நாட்டு மோகம் கொண்ட பிரம்மச்சாரி கணபதி (டி.ஆர். ராமசந்திரன். அம்பலவாணன் (சிவாஜி கணேசன்) அவனை ஒருவழியாக மாற்றி திருமணத்துக்குச் சம்மதிக்க வைக்கிறான். கணபதியின் முறைப்பெண் சாவித்திரி (ராகினி). கிராமத்துப் பெண்ணானதால் அவளை மணக்க மறுக்கிறான் கணபதி. அம்பலமும் அவனது காதலி பத்மினியும் (பத்மினி) சாவித்திரியை மிஸ் ராகினி தேவி என்ற பெயரில் நாகரீகமாக மாற்றுகிறார்கள். இதனால் ராகினி தேவியை விரும்பி அலைந்து திருமணம் செய்து கொள்கிறான் கணபதி. பின்பு உண்மையை உணர்த்துகிறாள் சாவித்திரி. வெறும் வேஷத்தையும் ஆடம்பரத்தையும்தான் இத்தனை காலம் நாகரிகம் என்று நினைத்திருந்த தன் அறியாமையை உணர்கிறான் கணபதி. உள்ளத்திலே அழகு நிறைந்தவளே உண்மையான நாகரிகப்பெண் என்ற கருத்தோடு படம் நிறைவடைகிறது.

கவிஞர் கண்ணதாசன்

கணபதி கனவில் பத்மினி வந்து நடனமாடுவது போன்ற கற்பனைக்குக் காட்சியில் படத்தில் இசைப் பின்னணியில் பல்வேறு நடனங்களை ஆடிக்காட்டுகிறார் பத்மினி. பத்மினியை இதிலும் ஓரங்க நாடகத்திற்கேற்பப் பயன்படுத்திக் கொண்டிருக்கிறார்கள். "பரமனருளைப் பெரும் மார்க்கமா? அவன் படைத்த பெண்ணை வெறுத்தல் நியாயமா?" என்ற மேனகா விஸ்வாமித்ரா பாடி ஆடிய நாட்டியத்தில் பத்மினிதான் மேனகா என்று சொல்லவும் வேண்டுமா? படத்தில் சிவாஜியைக் கேலி பேசும் பத்மினியின் லயம் எல்லோராலும் ரசிக்கப்பட்டது. தன் காதலை அம்பலம் மறைமுகமாக எடுத்துக்காட்ட முயலும் முயற்சியைப் பத்மினி சீண்டும் வண்ணம் எப்படி சுவையாக முறியடிக்கிறார் என்பதனைக் கீழ்க்கண்ட சம்பாஷணை உணர்த்தும்.

(நந்தவனத்திலுள்ள மரத்தில் உட்கார்ந்திருக்கும் ஜோடிப் புறாக்களைக் காண்பிக்கிறான் அம்பலம்)

**அம்பலம்:** அந்த புறாக்கள் என்ன பேசுகிறது தெரியுமா?

**பத்மினி:** ஓ தெரியுமே!

**அம்பலம்:** (ஆர்வத்தோடு) என்ன?

***கல்யாணம் பண்ணியும் பிரம்மச்சாரி (1954)***

**பத்மினி:** அதுவா? இந்த ஜனங்களுக்கு எப்பத்தான் புத்திவரப் போகுதோன்னு பேசிக்கிறதுங்க!

க.ப.பிரம்மச்சாரி (1954)

**அம்பலம்:** என்னது?

**பத்மினி:** ஆமாம், புறாக்களுடைய வாழ்க்கையிலே ஏழை இல்லை, பணக்காரன் இல்லை, போட்டியில்லை, பொறாமையில்லை. வெறும் சுயநலம், உயர்ந்தவன் தாழ்ந்தவன் எதுவுமேயில்லை. நம்மைப் பார்த்தாவது ஜனங்கள் திருந்தி வாழக்கூடாதான்னு ஏங்குதுங்க.

**அம்பலம்:** உம். ஏங்கும், ஏங்கும். பப்பீ இந்தக்கொடி எவ்வளவு அழகாக இந்த மரத்தைத் தழுவிக்கொண்டிருக்குது பார்த்தாயா?

**பத்மினி:** ஆமாம் ஆதரவில்லாதவரை யெல்லாம் காப்பாற்றும் கருணை உள்ளம் படைத்த கடவுள் மாதிரி இல்ல?

**அம்பலம்:** (சலிப்புடன்) உம். ஆமா வள்ளல் மாதிரி. பப்பி சூரியனைக் கண்டதும் இந்தத் தாமரை ஏன் மலருது தெரியுமா?

**பத்மினி:** தெரியுமே! அதாவது சூரியனுடைய ஒளிக் கிரகணங்கள் படும்போது.

**அம்பலம்:** உக்குங்.

**பத்மினி:** பனித்துளிகள் மறைகின்றன. ஒளிக்கிரகணங்கள் அதிகமாகும்போது மலரின் இதழ்கள் உலர்கின்றன. உலர்ந்த இதழ்கள் விரிவடைகின்றன.

**அம்பலம்:** உம்...

**பத்மினி:** இதைத்தான் மலர்ச்சி என்கிறோம். ஆகவே, சூரியனுடைய...

**அம்பலம்:** அம்மா அம்மா வாத்தியாரம்மா போதும் நிறுத்து.

தன்னிடம் ஏமாந்ததற்கு கமாஸ் ராகத்தில் துவங்கும் ‘ஏதுக்கித்தனை மோடிதான் உமக்கெந்தன் மீதிய்யா’ என்று பத்மினி பாடி ஆடும் காட்சி ருசிகரமாய் இருந்தது. படத்திற்கு டி.ஜி.லிங்கப்பா இசை அமைத்திருந்தார். பின்னணிக் குரல் பொருத்தத்தில் விநோத மாற்றங்கள் செய்திருந்தார். அம்பலமாக சிவாஜி கணேசன் பாடும் ‘ஜாலிலைப் ஜாலிலைப் தாலிகட்டினா ஜாலிலைப்’ பாட்டிற்கு

டி.ஜி.லிங்கப்பா

ஜே.பி.சந்திரபாபு' பின்னணிக் குரல் கொடுத்திருந்தார். சிவாஜி கணேசன் பாடுவதாக அமைக்கப்பட்ட 'அழகே பெண் வடிவமான பிம்பமே' மற்றும் 'இளம்கவியின் கனவில் வாழும் காவியமே' ஆகிய பாடல்களை வி.என்.சுந்தரம் பாடியிருந்தார். இதைத் தவிர, கவிஞர் பாரதிதாசனின் பாடல் சூலமங்கலம் ராஜலக்ஷ்மி குரலில் 'வெண்ணிலாவும் வானும் போலே' இனித்தது. பாட்டை, ராகினி பாட பத்மினி அபிநயம் பிடிக்க காட்சி ரம்மியமாக அமைந்திருந்தது. நகைச்சுவைப் படமான 'கல்யாணம் பண்ணியும் பிரம்மச்சாரி' பத்மினிக்கு ஒரு வெற்றிப்படமாயிற்று.

## (c) கல்லறையில் சங்கமம்

டேவிட், ஜான், மேரி ஆகியோர் பால்ய நண்பர்கள். டேவிட் பணக்கார குடும்பத்தைச் சேர்ந்தவன், படித்து டாக்டராகிறான். ஏழை ஜான் அவன் வசதிக்குத் தக்கவாறு ஓரளவு படித்து பள்ளிக்கூட ஆசிரியர் ஆகிறான். பெற்றோர்களை இழந்த மேரி பாதிரியாரால் வளர்க்கப்படுகிறாள். மேரி—ஜானை விரும்பி மணக்கிறாள். அதனால் வறுமையில் தவிக்கிறாள். இதனால் கோபமுற்று இருந்த குடும்பத்தார், மேரி—ஜான் தம்பதிகளுக்குப் பலவாறு தீங்குகள் இழைக்கின்றனர். ஜானுக்கு வேலையும் போய் விடுகிறது. இதற்கிடையில் இந்த அன்பு தம்பதிகளுக்குப் பெண் குழந்தை பிறக்கிறது. எல்லோரது புறக்கணிப்பினால் மனம் நொந்த ஜான் பட்டாளத்தில் சேருகிறான். உழைத்து கேப்டன் பதவியும் பெறுகிறான். நேரில் பார்ப்பதற்காக ஊருக்கு விரைவில் வருவதாகச் செய்தி அனுப்புகிறான். நாம் ஒன்று நினைத்தால் தெய்வம் ஒன்று நினைக்கும் என்ற பழமொழி ஜானின் குடும்பத்தைப் பொறுத்தமட்டில் உண்மையாகி விடுகிறது.

போரில் விமான விபத்தில் சிக்கி ஜான் இறந்து விட்டான் என்ற செய்தி மேரிக்கு கிடைக்கிறது. குழந்தையுடன் கதறி அழுகிறாள். கணவனையும் வாழ்வாதாரத்தையும் இழந்து 3 ஆண்டுகள் தவிக்கிறாள். இனி செய்வதற்கு ஒன்றுமில்லை என்று எண்ணினாள். சர்ச் பாதர் மேரிக்கு மறுமணம் செய்ய மிகுந்த சிரமங்களுக்கிடையில் ஒப்புதல் பெறுகிறார். ஒருவழியாக டாக்டர் டேவிட்டுக்கும் மேரிக்கும் திருமணம் நடக்கிறது. குழந்தை உள்பட குடும்பம் அமைதியாகச் செல்லுகிறது.

ஆனால், “விட்டேனா பார்” என்று விதி மேரியைத் துரத்துகிறது. போரில் இறந்ததாக கருதப்பட்ட ஜான் பலத்த காயங்களும் தழும்புகளும் கொண்டு உருத்தெரியாமல் போயிருந்தான். அவனைப் பார்த்த மேரி, டேவிட், பாதர், குழந்தை என்று அனைவரும் அதிர்ச்சியடைந்தனர். மேரி தன்னை ஏமாற்றிவிட்டதாகக் கருதி, ஜான் அவளையும் அவளது புதுக் கணவன் டேவிட்டையும் சாடுகிறான். அப்போது மேரி ஜானை இழந்து தான் பட்ட வேதனைகளையும், சோதனைகளையும் உணர்ச்சிபூர்வமாக விளக்கி மூன்றாண்டு காலம் எதிர்பாராதது நிகழலாம் என்று காத்திருந்து கரைந்த தனது கண்ணீர் கதையை, சொன்னாள். இக்காட்சியில் பத்மினியின் உன்னத நடிப்பைப் பார்க்க முடிந்தது. ஜான், டேவிட் ஆகிய இருவரில் யாரை கணவனாகக் கொள்வது என்ற கேள்வியைத் திரைப்படம் எழுப்பியது. முடிவில் டேவிட் இறக்க, அந்த துக்கம் தாளாது மேரி அவன்மேல் விழுந்து உயிரை விட ஒரு வழியாக இருவரது உடலும் கல்லறையில் ஒரு குழியில் சங்கமித்தது என்று முடிக்கப்பட்டது. இது மலையாளப் படமான ‘சிநேகசீமா’வின் கதைச்சுருக்கம்.

படம் ஒரு கிறிஸ்தவ குடும்பத்தைச் சுற்றி சுழல்கிறது. பத்மினி மேரி ஆகவும், சத்தியம் ஜான் ஆகவும், ஸ்ரீதரன் நாயர் டேவிட் ஆகவும் நடித்திருந்தனர். எஸ்.எஸ்.ராஜன் இயக்கிய இப்படத்தின் கதையை அசோஸியேட்ஸ் ப்ரொடியூசர் எழுதியிருந்தார்கள். படத்திற்கு வி.தட்சிணாமூர்த்தி இசை அமைத்திருந்தார். இயேசுவை வணங்கும்

***சிநேக சீமா (1954)***

புண்ணியவதி (1956)

விதமாக பத்மினி (மேரி) படத்தில் அறிமுகப்படுத்தப்பட்டு இருந்தார். இயேசு உயிர்களிடத்தில் காட்டிய கருணையைப் பற்றிய பாட்டுதான் இது:

"கனிவாழும் கமனீய ஹிருதயம்
ஏசு மிசைநாதன் திருவுள்ளம்
அதுபோல் வேறுண்டோ"

சிந்தையிலே காதலை நிறுத்தி மனோகரமான மன நிலையிலே மேரி பாடும் ஒரு பாட்டு

"வானம் தெளிஞ்சி மழை காற்று
மாறும்
மாமதி பிம்ப மணஞ்சு"

பின்னணியே இல்லாத ஒரு முன்னணிப் பாட்டு இது.

இவைத் தவிர மலையாள சகோதரிகளுக்கே உரிய வழக்கமான ஒரு தாலாட்டுப் பாட்டும் சங்கராபரணம் ராகத்தில் சுவை கூட்டியது:

"கண்ணும் பூட்டி உறங்குக நீ என்
கண்ணே பொன்னான பொண்ணுமவளே"

காட்சியில் மேரியும் ஜானும் பாடுகிறார்கள்.

மொத்தத்தில் சிநேகசீமாவில் பத்மினி, மேரி என்ற சிக்கலான பாத்திரமேற்றுச் செம்மையாக நடித்துப் பாராட்டுப் பெற்றார். தகுதிச்சான்று பெற்ற மலையாளப் படமிது.

## (d) ரஸமானதொரு படம்

"தூக்குத்தூக்கி" ஆம், எல்லா ரசிகர்களுக்கும் தெரிந்ததுதான். ரசித்ததுதான். சுவர்ணபுரி அரசன் (பி.பி.ரங்காச்சாரி) மைந்தன் சுந்தராங்கதன் (சிவாஜிகணேசன்) கீழ்கண்ட 5 வாக்கியங்களின் உண்மை விளக்கத்தைத் தெரிந்து கொள்ளப் புறப்படுகிறான்.

1. கொண்டு வந்தால் தந்தை!
2. கொண்டு வந்தாலும் கொண்டு வராவிட்டாலும் தாய்!
3. சீர் கொண்டு வந்தால் சகோதரி!
4. கொலையும் செய்வாள் பத்தினி!
5. உயிர் காப்பான் தோழன்!

இந்த ஐந்து வாக்கியங்களின் பொருண்மையை, தன் அனுபவத்திலேயே உண்மை என்று தெரிந்து கொள்கிறான். தனது மனைவி பிரேமாவின் (லலிதா) சூழ்ச்சியில் சிக்கித் தவித்து, ஒருவழியாக மங்களபுரிக்கு சுந்தராங்கதன் பைத்தியக்காரன் போல வேடமிட்டு வந்து சேருகிறான். அங்கு அவ்வூர் அரசகுமாரி மாதவிக்கும் (பத்மினி) மந்திரிகுமாரி மல்லிகாவுக்கும் (ராகினி) ஒரு தூக்குத் தூக்கி ஆகிறான். அவ்விருவரையும் மணக்க — சட்டாம்பிள்ளை (வெங்கட்ராமன்) எண்ணுகிறான். சட்டாம்பிள்ளை மீதுள்ள மரியாதையால் அவர் சொல்லும் வார்த்தைக்குக் கட்டுப்பட்டுக் காளி கோவிலுக்கு மாதவியும் மல்லிகாவும் வருகிறார்கள். தூக்குத் தூக்கி உண்மைகளை வெளிப்படுத்த அரசன் கோவிலுக்கு வந்து சுந்தராங்கனை அடையாளம் கண்டு கொள்கிறான். கல்யாணம் தடை படுகிறது. சுந்தராங்கதன் உண்மைகளை உடைத்து ராஜகுமாரி மாதவியை மணக்க, கதை சுபமாக முடிகிறது.

படத்தில் 2/3 பகுதி முடிந்த பின்னரே பத்மினி வருகிறார். மந்திரி குமாரியாக வரும் ராகினியுடன் அவர்கள் பாடும் பாட்டுக்கு ஒத்திசை பாடலாக தூக்குத் தூக்கி (சிவாஜி கணேசன்) பாடுகிறார்.

"சுந்தரி சௌந்தரி நிரந்தரியே
சூலியனும் உமையே குமரியே
சுந்தரி சௌந்தரி நிரந்தரியே"

என்று மூவரும் பாடுவதாகக் காட்சி. 'குறிஞ்சி'யில் பூத்தது இந்த மலர். இதைத்தவிர படத்தின் இசை அமைப்பாளர் பல இனிய பாடல்களை இப்படத்திற்குக் கொடுத்துள்ளார். மேலும், இவர்களுடன் காட்சியில் (சட்டாம்பிள்ளை) வெங்கட்ராமனும் சேர்ந்து,

"குரங்கிலிருந்து பிறந்தவன் மனிதன்
கொம்பேறி தாவும் குரங்கிலிருந்து
பிறந்தவன் மனிதன்" என்ற

சண்முகப்பிரியா ராகத்தில் அமைந்த பாடல் காட்சியும் உண்டு. பிரபல பாடகர் திலகம் டி.எம்.சௌந்தரராஜனுக்குத் திரையுலகில் நிலையான புகழைத் தேடித் தந்தது. தூக்குத்தூக்கி படத்தின் வசனத்தை ஏ.டி.கே. மற்றும் வி.என்.சம்பந்தம் எழுத ஆர்.எம். கிருஷ்ணசாமி இயக்கியிருந்தார். படத்தில் அமைந்த நாட்டியக் காட்சிகளில் பத்மினியும் ராகினியும் தங்களது

திருநின்றவூர் தி.சந்தானகிருஷ்ணன்

தூக்குத் தூக்கி (1954)

திறமையைப் பதிக்கத் தவறவில்லை. சாதாரண வெங்கட்ராமனாக இருந்தவரை 'சட்டாம்பிள்ளை' வெங்கட்ராமன் ஆகத் தூக்கிவிட்டது. இப்படம் அருணா பிலிம்ஸ் தயாரிப்பான "தூக்குத்தூக்கி" எல்லாவகையிலும் ரசிக்கும் வண்ணம் அமைந்த ரசமானதொரு வெற்றிப் படமாகும். இப்படம் "அந்தா இந்தே" என்ற பெயரில் தெலுங்கில் மொழிமாற்றம் செய்து 1954 இல் வெளிவந்தது

## (e) அன்று 'ஒத்தல்லோ' இன்று 'கொத்தல்லோ'

பத்மினி நடித்துத் திரைப்படமாக வெளிவந்த 'வைரமாலை' ஒரு நாடகத்தின் தழுவல். இந்த நாடகம் 19.12.1953இல் ஒய்.எம்.சி.ஏ.வில் நாடகமாக நடத்தப்பட்டது. இதையே வைத்தி பிலிம்ஸ் திரைப்படமாக எடுத்து வெளியிட்டார்கள். கதை வசனத்தைத் தோட்டக்கார விஸ்வநாதன் எழுதியிருந்தார். ஏ.சி. பிள்ளை மற்றும் ஸ்ரீபாத சங்கர் தயாரித்த இப்படத்தை என்.ஜெகன்நாத் இயக்கியிருந்தார். இப்படத்தில் பத்மினிக்கு ஜோடியாக நாடகக் காவலர் ஆர்.எஸ். மனோகர் நடித்தார்!

பரமசிவன் தன் மகள் சாந்தாவை சம்பந்தத்தின் அண்ணன் மகன் ரங்கசாமிக்கு மணம் முடிக்க வேண்டிய ஏற்பாடுகளைச் செய்கின்றான். ஆனால் சாந்தாவும் ரங்கசாமியும் ஏற்கனவே காதலர்கள். நிச்சயத்துள்ள திருமணம் தங்களுக்கு இடையேதான் என்பதை அறிய மாட்டார்கள். எனவே இந்தக் கல்யாணத்தில் இருந்து தப்பிக்க இருவரும் மங்களூர் தப்பிச் சென்று திருமணம்

செய்ய முடிவெடுக்கின்றனர். திருமண இதழை பார்த்த பரமசிவமும், சம்பந்தமும் (ரங்கசாமி தந்தை) ஒருவருக்கொருவர் தெரியாமல் புறப்பட்டு மங்களூர் செல்கின்றனர். மங்களூர் கர்நாடக மாநிலத்தைச் சேர்ந்ததால் மக்கள் கன்னட மொழியிலேயே பேசினர். கார் எடுத்துக் கொண்டு சம்பந்தம் கல்யாணம் நடக்கவிருக்கும் காந்தி ரோட்டில், தேட கஞ்சன் பரமசிவம், மங்களூர் வீதிகளிலே தன் குடையைப் பிடித்துக்கொண்டு தேடினான். வழியில் வருபவர்களை எல்லாம் காந்தி ரோடு எங்கே இருக்கிறது என்று கேட்க அதற்கு அவர்கள் கன்னடத்தில் "கொத்தில்லா" (தெரியாது) என விழிக்கிறார்கள். சம்பந்தம் அருகிலுள்ள போஸ்ட் ஆபீஸ்க்குப் போய் விலாசம் விசாரிக்கிறார். அப்போது அங்குப் பரமசிவமும் வந்து ஒரு போஸ்ட்மேனைக் கேட்க அவன் வழக்கமான கொத்தில்லா பதிலைச் சொல்ல, பரமசிவம் சலிப்புடன் சரி 'நீயும் கொத்தில்லா தானா' என்று கேட்டு ரசிகர்களைச் சிரிக்க வைக்கிறார். இந்தப் படத்தில் கொஞ்சம் வித்தியாசமான காலி பெருங்காய டப்பா பணக்காரனாக சம்பந்தம் பாத்திரத்தில் ரசிக்கும்படி நடித்திருக்கிறார் பி.எஸ்.ராகவன். தங்கவேலு பரவசமாக வந்து வழக்கம்போல் சிரிப்பு வெடிகளை உதிர்க்கிறார். ஒருவரை ஒருவர் ஏமாற்ற முயன்று ஏமாந்தார்கள். பரமசிவமும் சம்பந்தமும் அதைப் பரவசமாக நடித்த தங்கவேலு தனக்கே உரித்தான பாணியில் சம்பந்தரிடம் "அதிலே பாருங்க நம்ம ரெண்டு பேருடைய குடும்பத்திலும் பொருத்தம் இருக்கு. எண்ணம் எல்லாம் ஒன்னு, நினைப்பெல்லாம் ஒன்னு, இல்லேன்னா என்ற தெற்கு வடக்காக தென்காசி கர்னூல் போறவங்க மேற்கே மங்களூருக்கு வருவோமா?" என்று குத்திக் காட்டுகிறார் ஒருவழியாகத் தம்பதிகள் தங்களைப் பார்த்துக்கொள்கிறார்கள். திருமணமும் இனிதே நடைபெறுகிறது. இந்த நகைச்சுவைப் பகுதியில் மற்றொரு நடிகரையும் குறிப்பிட வேண்டும். அதுதான் சன்னமான பெண்ணை குரலுடன் சுமார் நான்கரை அடி உயரமுள்ள வாதிராஜ். இவர் பரமசிவத்தின் மகன் மணியாக வந்து வெளுத்து கட்டுகிறார், படத்தில் நகைச்சுவைக்கு.

பத்மினியின் அழகையும் நடனத்தையும் தயாரிப்பாளர்கள் இப்படத்தில் நன்கு பயன்படுத்திக் கொண்டிருக்கிறார்கள். துவக்கக் காட்சியிலேயே கண்ணன் சிலை

அருகே சௌந்தர்ய ரூபாவதியாகப் பத்மினி அமர்ந்து "செந்தாமரைக் கண்ணனே" என்று பாடி பரவசப்படுத்துகிறார். காதலனை நினைத்து ஆடியவாறு 'உன்னை எண்ணும்போதே உள்ளம் உந்தன் மீது தணியாத ஆசை கொண்டேன் இசைப் பாடுதே' என்று பாடுகிறார். பெங்களூரில் நடன நாடகம் நடக்கிறது; 'நடன கலாராணி இவள் சகல கலாவாணி' என்று பாடி பல்வகை நாட்டியங்கள் ஆடி தன் திறமையைக் காட்டியிருந்தார் பத்மினி. தம்பி மணியை பெண் வேடம் போட வைத்து பெண்ணை போல அவன் எப்படி நடிக்க வேண்டும் என்று சொல்லிக் கொடுப்பதில் பத்மினியிடம் டைரக்டருக்கான திறனை, தகுதியை காணமுடிகிறது. தயாரிப்பாளர்கள், கமலாவாக நடித்த ராகினியையும் விட்டார் இல்லை. அவருக்கு 'ஆணும் பெண்ணும் சேர்ந்து படித்தா ஆபத்தென்பாங்க' என்ற ஒரு பலசுவை நாட்டியமும் அளிக்கப்பட்டு இருந்தது.

அன்று 'அன்பு' திரைப்படம் பார்த்து

'ஒத்தல்லோ ஒத்தல்லோ' என்று 'அலறிய'

ரசிகர்களுக்கு, 'வைரமாலை' திரைப்படம்

'கொத்தில்லா கொத்தில்லா' என்று நகைச்சுவையூட்டி சமன் செய்தது.

## (f) 'அண்ணா'வின் சமுதாய முற்போக்குப் படைப்பு

ஆத்திகம்—நாத்திகம் கருத்தை மையமாக வைத்து அண்ணா புரட்சிகரமாக உருவாக்கிய கதைதான் 'சொர்க்கவாசல்'. இதனைப் பரிமளம் பிக்சர்ஸ் தயாரித்திருந்தனர். அகமும் புறமும் பாடிய அருந்தமிழ் கவிவாணன் மதிவாணன். அவன் தங்கை திலகா

வைரமாலை (1954)

**சொர்க்க வாசல் (1954)**

அண்ணனிடம் அளவற்ற அன்பு கொண்டவர். அவள் காதலன் முத்துமாணிக்கம். இந்தக் காதலை வெறுப்பவர் முத்து மாணிக்கத்தின் தந்தை சீமான் சோமநாதர். பெண்ணின் எடைக்கு எடை பொன் கொடுத்தால்தான் திருமணம் நடக்கும் என்று நிபந்தனையையும் விதித்தார். தங்கைக்காகப் பொன் தேடி மதிவாணன் வேழ நாடு செல்கிறான். அங்கு வேஷதாரியான மடாதிபதி அருமறையானந்தரைச் சந்திக்கிறான். அங்கு அவன் நிகழ்த்திய இசைக் கச்சேரிகளால் காணிக்கைக் கூடுகிறது. மடாதிபதி அருமறையானந்தர் "சொர்க்கவாசல்" என்னும் மாளிகையை உண்டாக்கும் முயற்சியில் ஈடுபடுகிறார். அதற்காக 'அருள் சீட்டு' விற்றுப் பணம் சேர்க்கிறார். இப்போது மதிவாணனின் இசைத் திறமையையும் பயன்படுத்தி பெரும்பொருள் திரட்டத் திட்டம் தீட்டுகிறார். சொர்க்கவாசல் திறப்பன்று மதிவாணன் இசை நிகழ்ச்சி நடத்தி அதைச் செயலாக்க நினைக்கிறார்கள்.

இதற்கிடையில் சோலைநாட்டு இளவரசி குமாரதேவியை மதிவாணன் சந்திக்கிறான். குமாரதேவியின் அழகும் மதிவாணனின் கவித்துவமும் இணைந்து காதலாகிறது. காதலுக்கு அரசவை எதிர்ப்பு தெரிவிக்கிறது. காதலுக்காக முடியைத் துறக்க முன்வருகிறாள் குமாரதேவி. மதிவாணனோ 'சொர்க்கவாசல்' விழாவில் இசை விருந்தளிக்க மறுத்து மடாதிபதியின் விரோதத்தை அடைகிறான். படம் பார்க்க கிடைக்காத நிலையில் ஜோடியாக படத்தில் எப்படி சேருகின்றன என்பதை அந்நாளில் வெளியிடப்பட்ட 'சொர்கவாசல்'

திரைக்கதை முழுவசனம் கொண்ட புத்தகம் தெளிவாக விளக்குகிறது. அதிலிருந்து ஒரு பகுதி:

“படத்தில் குமாரதேவியாக பத்மினியும் மதிவாணனாக கே.ஆர்.ராமசாமியும் நடித்திருந்தனர். இவ்விருவரும் இணைந்து ‘மாபெரும் தழுவும் மலர் கொடிபோல மாது நான் மருவ முடியாதோ’ என்ற காதல் காட்சியில் பாடுகின்றனர். படத்தில் பத்மினியின் நடிப்பின் உச்சம் என்று பார்க்கும்போது அவர் முடிதுறக்கும் முன் ஆற்றும் உரை அரசியல் பேச்சேயாகும். முக்கியத்துவம் வாய்ந்த இந்த வசனத்தை அண்ணாவின் பேனாமுனை கூராகித் தீட்டியது:

**பத்மினியின் குரலில் ஆவேசமாக ஒலித்தது**

**குமார தேவி:** “பொது சபையினரே! நம் நாட்டு சம்பிரதாயமும் அதைக் காத்திட உறுதி கொண்டவர்களுக்கு நான் ஒரு குடிமகனைத் திருமணம் செய்து கொள்ளக் கூடாது என்று தெரிவிப்பதால் நான் என் காதலை தடைசெய்யும் இந்த அரச சபையிலிருந்து விலகிக் கொள்வதென முடிவு செய்துவிட்டேன்.

இது ஒரு முடிதுறப்புப் பிரகடனம். கடமைக்காக காதலை கைவிடவேண்டுமென்று வாதாடினர் பெரியவர்கள். காதலும் ஒரு கடமைதான்! அந்தக் கடமையை நான் மதிக்கிறேன்! அரசியாக இருப்பதனால் காதல் உரிமையை இழக்க வேண்டும் என்று கூறினார். பெரியவர்கள்... அவர்களின் அறிவாற்றல் இந்த நாட்டுக்கு தேவை! அவர்களை இழக்க நான் இசையவில்லை. எனவே நாட்டை பொது சபையில் ஒப்படைத்துவிட்டு நான் முடிதுறந்துவிடத் தீர்மானித்து விட்டேன்! நான் விடைபெற்றுக் கொள்கிறேன். வணக்கம்.”

இங்கிலாந்து அரசர் எட்வர்ட்—VIII நாட்டினர் விருப்பத்திற்கு மாறாக வாலீஸ் சிம்ஸன் என்ற பெண்ணைத் திருமணம் செய்ய முடிவெடுத்து முடிதுறந்தார். அப்போது பொதுமக்களுக்குத் தான் ஏன் முடிதுறக்கிறேன் என்ற காரணத்தைச் சொல்லி விடை பெற்றுக் கொள்கிறார். இது சரித்திரம்.

அதே போல் இங்கு ஒரு இளவரசி தான் ஏன் முடிதுறக்க முன்வந்தேன் என்ற காரணத்தைச் சொல்லி முடிதுறக்க முயலுகிறாள். இது கதையில்

ஒரு சம்பவம். எட்வர்ட் VIIIன் பதவித் துறப்பின் போது பேசும் சாயல் 'சொர்க்க வாசலில்' பத்மினி பேசும் வசனத்திலும் ஆத்மார்த்தமான ஒற்றுமையைக் காணமுடிகிறது. இப்படம் 'பிரஜாராஜ்யம்' என்ற பெயரில் தெலுங்கில் வெளிவந்தது. வருடம் 1954.

## (g) வெல்க தூய்மை, வாழ்க பெண் குலம்

1954ஆம் ஆண்டில் சரவணபவா மற்றும் யூனிட்டி பிக்சர்ஸ் தயாரிப்பில் வெளிவந்தது 'எதிர்பாராதது'. நெஞ்சை சுடும் வழக்கத்துக்கு மாறான திருப்பங்கள் கொண்ட தீவிரத்தன்மை கொண்ட இப்படம் ஒரு துணிகர முயற்சியென்று உறுதியாகக் கூறலாம். குறிப்பாகத் தமிழ்நாட்டுக்கு இப்படம் முற்றிலும் வித்தியாசமான முடிவைச் கொடுத்தது. மக்களை அதை ஏற்கவைத்த திறன் பாராட்டிற்குரியது. இதற்கு அடிப்படைக்காரணம் கதை வசனகர்த்தா ஸ்ரீதரும், பத்மினி—சிவாஜிகணேசனின் அபார நடிப்பும்தான். சுமதிக்கும் (பத்மினி) சுந்தருக்கும் (சிவாஜி) படிக்கும்போது சென்னையில் காதல். ஊருக்குச் சென்று தந்தை தயாபரரிடம் (வி. நாகையா) ஒப்புதல் பெற்று வரச்

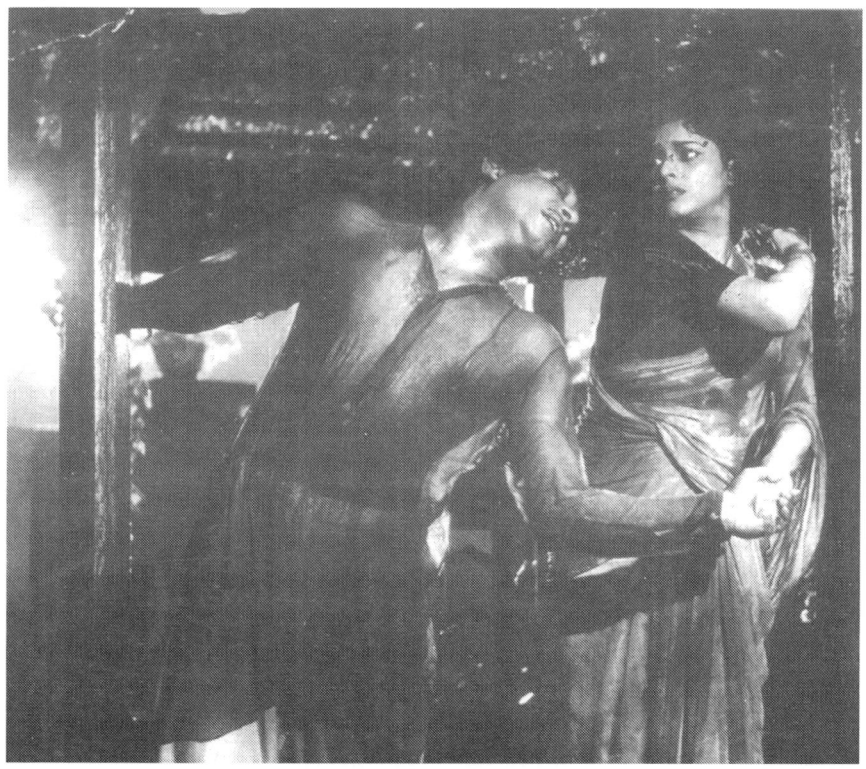

**எதிர்பாராதது (1954)**

சுந்தர் செல்கிறான். காதலர்களிடையே மலர்ந்த ஒரு சுவாரஸ்யமான சம்பாஷணையின் பகுதி இது:

**சுந்தர்:** ஊருக்குப் போயி எங்கப்பாகிட்ட விஷயத்தைச் சொல்லி உடனே திரும்பி வருவேன், உன்னை என் வாழ்க்கைத் துணைவியாக அழைத்துப்போக!

**சுமதி:** நான் உங்ககிட்ட ஒன்ன திருடியிருக்கிறேன் தெரியுமா?

**சுந்தர்:** தெரியுமே! என் இதயத்தை. ஏன் சுமதி நான் சொல்வது பொய்யா?

**சுமதி:** அந்தத் திருட்டு நடந்து ரொம்ப நாளாச்சி.

**சுந்தர்:** அதற்குத் தண்டனை கொடுக்கப் போகிறேன்.

**சுமதி:** என்ன தண்டனை?

**சுந்தர்:** ஆயுள் தண்டனை, என் இதயச்சிறையிலே.

**சுமதி:** நீங்கள் அப்படி தண்டிக்கனும்னு ஆசைப்பட்டா நான் ஏத்துக்கத் தயாராக இருக்கிறேன், வேறென்ன செய்வது?

"கரும்பு தின்ன கூலியா?" 'வேறென்ன செய்வது' என்ற வரியில் ஸ்ரீதர் எதிர்மறையாக காதல் ஒப்புதலை புதிய அணுகுமுறையில் சுருங்கச் சொல்கிறார். இவ்வசனத்தைப் பேசும் பத்மினி, தன் போலி இயலாமைத் தன்மையை எவ்வளவு அழகாக வெளிக் கொணர்கிறார்!

அயல்நாடு சென்ற சுந்தர் இறந்து விட்டான் என்ற தவறான செய்தியால் துடிதுடித்துப் போகிறாள் சுமதி. அண்ணன் பட்ட கடனை அடைக்க தயாபரர் என்ற வயதானவரை மணக்கிறாள் சுமதி. (தயாபரர்தான் சுந்தரின் தந்தை என்பதை சுமதி அறிய மாட்டாள், தயாபரர் தன் மகன் சுந்தரின் காதலிதான் சுமதி என்பதை அறியாதவர்) இப்படி விதி இவர்கள் வாழ்வில், எதிர்பாராதத் திருப்பங்களை உண்டாக்கியிருந்தது.

முதலிரவு காட்சி, சயன அறைக்குச் செல்லவிருக்கும் கிழவரை மணந்த சுமதியை தேற்றுகிறாள் அண்ணி. இதோ அண்டம் பிளந்து தீப்பிழம்பாய்க் கொதித்து வெளிவருகிறது சுமதியின் உணர்வு.

**சுமதி:** (குலுங்கி அழுது கொண்டே) அண்ணி, எத்தனைதான் மனதை திடப்படுத்திக் கொண்டாலும் என்னால் தாங்க முடியவில்லையே. என் இதயம் சுக்குநூறாகச் சிதைந்து கொண்டிருக்கிறதே. உணர்வை கவ்வியிழுக்கும் ஜீவநாதமில்லாத உடைந்த வீணையாகி விட்டேனே. அய்யோ! அண்ணி, பெண்கள் ஆவலோடு எதிர்பார்க்கும் அமர இரவாக இல்லையே. கணவன் ஆசையோடு அணைக்கும் அந்தக் கரங்களிலே ஒரு தந்தையின் பாசத்தைத்தான் உணர முடியுமே

தவிர, பிரேமையின் பூரிப்பைக் காணமுடியாது அண்ணி.

(பள்ளி அறைக்குச் சுமதி அனுப்பப்படுகிறாள். அங்குப் பெரியவர் தயாபரர் நின்று கொண்டிருக்கிறார் செய்வதறியாது தூண்டிற் புழுவாய் துடித்துக் கொண்டிருக்கிறாள் சுமதி. தயாபரர் அருகில் வந்து சுமதியின் தோள்பட்டையின் மீது கை வைக்கிறார் அவ்வளவுதான் ஒரு கணம் உடலில் மின்சாரம் பாய்ந்ததொரு துடிப்பு; கொந்தளித்து, கொதித்து, கதறி கண்ணீர் பெருக்கெடுத்து காரணம் ஏதும் கூட சொல்ல முடியாத நிலையில் தயாபரர் காலில் விழுந்து பற்றிக்கொண்டு குமுறும் காட்சியைப் பத்மினி உண்மையிலேயே சுமதி ஆகவே மாறிவிட்டார். தயாபரர் சுமதியை தொடும்போது ஒருகணம் ஒலித்து அடங்கும் வயலின், சோக இசை காட்சிக்குச் சூடம் காட்டுகிறது. இசைமேதை சி.என். பாண்டுரங்கம் தன் பின்னணி இசை சேர்க்கைப் பங்களிப்பைப் பாங்காகச் செய்திருந்தார்.

இந்தக் காட்சியில் பத்மினியின் நடிப்பு யாவரையும் திடுக்கிடச் செய்தது.

படத்தில் உச்சகட்டம், தனது சித்தி என்று அறியாது சுமதியை மறுமணம் செய்ய நினைக்கிறான் விபத்தில் கண்களை இழந்த சுந்தர். கொட்டும் மழையில் அவளைத் தேடி வருகிறான். அதை உணராத சுமதி, மழையில் நனைந்து தடுமாறி வரும்

கண்ணிழந்த சுந்தர் மீது பரிதாபப்படுகிறாள். இதோ படத்தின் உச்சக்கட்ட காட்சி. அதில் நடிப்பில் சிகரம் தொட்ட பத்மினி:

**சுந்தர்:** உன் கட்டளையையும் மீறி இங்கு வந்துவிட்டேன் என்னை மன்னிப்பாயா?

**சுமதி:** மாசற்ற உங்கள் அன்பிற்கு மன்னிப்பா? மழையில் நனைகின்றீர்களே.

**சுந்தர்:** வேதனையில் வெந்திருக்கும் என் உள்ளத்திற்கு இந்த மழையை உணரும் சக்தி ஏது சுமதி?

**சுமதி:** என்னைப் பார்க்கவா இந்த இரவில் வந்தீர்கள்?

**சுந்தர்:** உன்னைப் பார்ப்பதற்கு இங்கு ஏன் நான் வரவேண்டும்? மானசீகமாக உன் உருவத்தைத் தவிர வேறெதையும் பார்ப்பதில்லையே. சுமதி உன்னுடன் பேச வந்திருக்கிறேன் எனக்கு அனுமதி உண்டா?

**பத்மினி:** ஆத்திரத்தில் பேசிவிட்டேன்.

**சுந்தர்:** பின் அதை மாற்றி கொள்கிறாயா? கதவுகள் திறந்து இருக்கின்றதா?

**பத்மினி:** திறந்திருக்கிறது.

**சுந்தர்:** நான் உள்ளே இருக்க வேண்டுமென்று நீ விரும்புகிறாயா?

**பத்மினி:** ஒன்றும் புரியவில்லையே நீங்கள் என்ன சொல்கிறீர்கள்?

**சுந்தர்:** உன் இதயக் கதவுகளைப் பற்றி சொல்கிறேன். உன் மனக் கோயிலில் எனக்கு இடம் கிடைக்குமா என்று கேட்கிறேன். அன்பு மலர்களால் நீ செய்யும் பூஜைக்கு நான் அருகதை உடையவன் தானா என்று அறிய விரும்புகிறேன். சுமதி இப்படி உட்கார். அழகான மலர் புழுதியில் புரண்டு நாசமாகி விடக்கூடாது. புயலில் அகப்பட்டு தவித்துக் கொண்டிருந்த உள்ளங்கள் இரண்டும் ஒன்று சேரட்டும். இந்த மேடையிலே சாஸ்வதமாக்கிக் கொண்டு நாம் இருவரும் ஒன்றாக வாழ்வோம். நீ என்றும் என் உடையவள் சுமதி.

சுந்தர் பேசி முடித்ததும் பெண்குலத்தின் தூய்மை சுமதியிடம் எரிமலையாய் வெடிக்கின்றது ஆவேசம், ஆத்திரத்துடன் சுந்தரின் கன்னங்களில் வெறிபிடித்தவள் போல் அறைகிறாள், (தடுமாறி வெளியே செல்கிறான் சுந்தர்.)

ஒரு அறுவை சிகிச்சைக்குப் பின் சுந்தருக்குப் பார்வை திரும்புகிறது. தயாபரர் படத்தை சுமதி வீட்டில் பார்த்த பிறகுதான் சுமதி தனது சித்தி என்று அறிந்து துடித்துப்போய் விடுகிறான். மேல்படிப்புக்கு அயல்நாட்டில் ஸ்காலர்ஷிப் கிடைக்க, சுமதி உட்பட அனைவரிடமும்

அமர சந்தேசம் (1954)

விடைப்பெற்று விமானத்தில் பறந்து போகிறான் சுந்தர். அப்போதுகூட பத்மினியின் துயரம் தெரிகிறதேயன்றி, தன் கையசைத்து சிவாஜிக்கு விடை கொடுக்கவில்லை. டைரக்டர் தனது கதாபாத்திரமான சுமதியை படத்தில் அவ்வளவு கவனமாகக் கையாண்டிருக்கிறார். கனமான கடினமான சுமதி பாத்திரத்தை பத்மினி ஏற்று, தூய்மையின் பெருமையையும் பெண்குலத்தின் புகழையும் நிலைநிறுத்தினார். பத்மினியின் நடிப்பாற்றலை உரைக்கும் உரைகல் "எதிர்பாராது". சி.எச். நாராயணமூர்த்தி இயக்கிய மகத்தான வெற்றி படம் இது. "எனக்குப் பிடித்த பாத்திரம்", ஏன்? என்ற தலைப்பிலேயே 'பேசும் படம்' பிப்ரவரி 1957 இதழில் பத்மினி தான் நடித்து தனக்குப் பிடித்தமான பாத்திரம் சுமதிதான் என்கிறார். காரணம் சுந்தரை சுமதி மணப்பாள். அதுதான் நியாயம் என்று நினைக்கும் போது, நியாயத்திற்கும் மேலான நியாயமாய் ஒரு முடிவு செய்கிறார் சுமதி. கண்ணகியின் பரம்பரை களங்கம் உண்டாகாமல் வாழ, தமிழ்நாட்டுப் பெண்களின் பெருமையைக் குறைக்காமல் இருக்க அவள் சுந்தரை தன் மகனாக ஏற்று விதவைக் கோலம் பூண்டுவிடுகிறாள். எவ்வளவு

அற்புதமான பாத்திரம். இதனால் இதையே எனக்குப் பிடித்த பாத்திரம் என்று சொல்வேன். "எதிர்பாராதது" திரைப்படத்திற்கு எதிர்பார்த்த நேஷனல் அவார்டு கிடைத்தது. இப்படிப் பத்மினி கதாநாயகி நடித்த படங்களில் ஒவ்வொன்றிலும் அவரது நடிப்பு மேலும் மேலும் உயர்ந்து கண்களை கூச வைக்கும் வைரமடித்த களம்போல பிரகாசித்தது.

இந்த ஆண்டில் பத்மினி பங்கேற்ற 'அமரசந்தேசம்' என்ற திரைப்படம் ராகினி புரொடக்சன்ஸ் தயாரிப்பில் தெலுங்கில் வெளிவந்தது.

# 20

# வெற்றி அணிவகுப்பு

**ந**டிப்பை ஒரு கண்ணாகவும் நடனத்தை மற்றொரு கண்ணாகவும் கருதிய பத்மினி தனது திறமையை பிரயோகித்து மளமளவென்று சினிமா என்ற ஏணிப்படியில் ஏற ஆரம்பித்தார். அவரது அழகிய தோற்றம் பிறரைத் தோற்கடித்தது. ராம்நாத்தின் 'பேசும் படம்' மாத இதழ் பத்மினியை எப்போதும் 'தமிழ்த் திரையின் பேரழகி' என்றே குறிப்பிடுவது வழக்கம். 1950களில் பிரசித்தி பெற்ற பத்திரிகைகளில் ஒன்றான 'தமிழ் சினிமா' பத்மினியை 'சினிமா ராணி' என்றே கௌரவித்தது. ரசிகர்கள் கூட்டம் பெருகியது. இதனால் பட தயாரிப்பாளர்கள் 'பார்வதி இல்ல'த்தைப் படையெடுக்க ஆரம்பித்தனர். விளைவு, ஒன்றன்பின் ஒன்றாக பத்மினிக்கு பட வாய்ப்புகள் குவிந்தன படத்தை முடித்து விட்டுச் சென்ற அவரது தடத்தின் தனித்துவங்கள்தான் என்னென்ன? எவ்வளவு? என்பதை அவரது படங்களிலேயே புதைந்து இருக்கிறது. இதனை அடையாளம் காட்ட முயலுகிறது கீழ்க்கண்ட படங்கள், காட்சிகள், 1955 ஆம் ஆண்டுக்கான படச்செய்திகள் இவை:

## (a) காவேரி நல்ல காவேரி

'லேனா செட்டியார்' என்றழைக்கப்பட்ட தயாரிப்பாளர் லக்ஷ்மண செட்டியாரின் கிருஷ்ணா பிக்சர்ஸ் தயாரித்த படம் 'காவேரி'. படத்தின் கதை, திரைக்கதை மற்றும் வசனத்தை ஏ.எஸ்.ஏ.சாமி எழுதியிருந்தார். படத்திற்கு ஜி.ராமநாதன் மற்றும் விஸ்வநாதன் — ராமமூர்த்தி ஆகியோர் இசை கூட்டியிருந்தனர். படத்தை யோகானந்த் இயக்கினார். மங்களபுரி இளவரசன் விஜயன், விடுதி ஒன்று நடத்தும் நடுத்தர குடும்பத்தைச் சேர்ந்த காவேரி

என்ற பெண்ணைக் காதலிக்கிறான். அரசனோ மணிநாட்டு மாமன்னன் மகள் அமுதாவை விஜயனுக்கு மணமுடித்துத் தனது நிதி சிக்கல்களில் இருந்து மீள முயலுகிறான். போதாதற்கு மணிநாட்டு மன்னன் வெற்றிவேலன் மகள் அமுதாவும் விஜயன் காதலுக்காகக் காத்துக் கிடக்கிறாள். அரச நிர்வாகத்தில் நிலைத்து நிற்க மங்களபுரி ராஜகுரு ஞானானந்திரரும் காவேரியை சொந்தமாக்கிக் கொள்ள முயல, மணி நாட்டு தளபதி செங்கண்ணனும் இடையில் புகுந்து குழப்பம் விளைவிக்கிறான். ஆனால் விஜயன் தன் தோழனின் உதவியோடு சூழ்ச்சிகளை முறியடிக்கிறான். பொறாமையால் அடிப்பட்ட நாகமாக மாறிய அமுதா, காவேரிக்குப் பாலில் விஷம் கலந்து கொடுக்க அது மாறி அவளே குடித்து இறந்து போகிறாள். தவறுகளை உணர்ந்து துரோகிகள் திருந்துகின்றனர். காவிரிக்கும் விஜயனுக்கும் திருமணம் இனிதே நடந்து முடிகின்றது.

படத்தில் சிவாஜி கணேசன் விஜயனாகவும் பத்மினி காவேரியாகவும் லலிதா அமுதாவாகவும் நடித்தனர். தவிர மங்களபுரி மன்னன் அருள்நிறை மன்னனாக டிஇ.கிருஷ்ணமாச்சாரியும் மணிநாட்டு அரசனாக ஆர்.பாலசுப்பிரமணியனும், பத்மினியின் தந்தை நெல்லையப்பராக டி.பாலசுப்பிரமணியமும் செங்கனல் ஆக பி.எஸ்.வீரப்பாவும் நடித்திருந்தனர். ராஜகுரு ஞானானந்தர்தான் எம்.என்.நம்பியார். படக்கதை தெளிவாக இருந்தது. பத்மினிதான் காவிரியாகப் படம் முற்றிலுமாக முக்கியத்துவம் பெறுகிறார். பத்மினியின் தோற்றத்திலே இளமை எழில் பூத்திருந்தது. பாவாடை தாவணியில் சிட்டாகப் பறந்து படத்தில் துள்ளாட்டம் போடுகிறார். வஞ்சகன் செங்கனல் பத்மினியை மயக்கும் வார்த்தைகள் பேசித் தன்னை ஏற்றுக் கொண்டால் பொன்னையும் பொருளையும் வாரி வழங்குவதாகக் கூறுகிறான். ஆனால், ஏ.எஸ்.ஏ.சாமியின் துடுக்கான வசனத்தைச் செங்கனலைப் பார்த்து ‘ஓநாய்களின் விருதுகளை ஆட்டுக்குட்டி ஏற்றுக் கொள்ளாது’ என்று பத்மினி மிடுக்காகப் பதில் சொல்கிறார். படத்திற்கு இடையே தப்பிக்க ஒரு ஜிப்ஸி கூட்டத்தில் கலந்து பத்மினி ஜிப்ஸி நடனமும் ஆடுகிறார். அதுமட்டுமல்ல ராகினிக்கும் படத்தில் ஒரு நாட்டிய காட்சி உண்டு,

இளவரசி அமுதாவின் கை பார்த்து 'சிங்கார ரேகையில் காணுது' என்று குறிசொல்லும் குறத்திப் பெண்ணாகப் பாடி ஆடியிருக்கிறார் காவேரி துயரமாகப் பாடும் 'என் சிந்தை நோயும் தீருமோ' என்ற பாடல் எல்லோரது சிந்தனையையும் கிளறிவிட்டது. இப்பாடலின் மெட்டு இந்தித் திரைப்படமான 'அனார்கலி'யின் கதாநாயகியாக நடித்த பினராய் பாடுவதாக அமைந்த 'ஏ ஜுந்தகி உஹீகிஹை' என்ற மெட்டைத் தழுவியது. இதற்கு இசை அமைத்தவர் சி.ராமச்சந்திரா ஆவார். காவேரி திரை அரங்குகளில் வெற்றிக் கொடி நாட்டியது.

இதே ஆண்டில் கிருஷ்ணா பிக்சர்ஸ் பத்மினி — என்.டி.ராமராவை ஜோடி சேர்த்து யோகானந்த் இயக்கத்திலேயே "விஜய கௌரி" என்ற பெயரில் காவேரியைத் தெலுங்கில் எடுத்தனர். இதில் லலிதா, ராகினி, ரேலங்கி முதலியோர் நடித்தனர். இசையை ஜி.ராமநாதன், விஸ்வநாதன் ராமமூர்த்தி அவர்களே அமைத்திருந்தனர். காவேரி மற்றும் 'விஜய கௌரி' முறையே தமிழ் தெலுங்கில் வெளிவந்த இருமொழி படமாகும்.

### (b) மல்கோவா மாம்பழம்

"ஹாச் முல்லாச்சாபாய்" என்ற மராத்தி நாடகம் பி.வி.வரேக்கர் என்பவரால் எழுதப்பட்டது. இதனைத் தழுவி மதராஸ் ஸ்ரீகணேஷ் மூவிடோன் "கோடீஸ்வரன்" என்ற பெயரில் திரைப்படமாக எடுத்து வெளியிட்டனர். இந்தத் திரைப்படம் இந்நிறுவனத்துக்கு முதல் படமும் கூட, சிறந்த பொழுது போக்குப்படமான இப்படத்தில் சிவாஜி, பத்மினி, ஸ்ரீராம், ராகினி, எஸ்.பாலச்சந்தர், கே.ஏ.தங்கவேலு, 'சட்டாம்பிள்ளை' வெங்கட்ராமன் நடித்திருந்தனர். கதை சுருக்கம் கீழே:

காவேரி (1955)

*காவேரி (1955)*

பிரபல நூல் வியாபாரி ராவ்பகதூர் ராமசாமி (கே.ஏ.தங்கவேலு) வசதி படைத்தவர். அவரது ஒரே மகன் கண்ணன் (ஸ்ரீராம்) எம்.ஏ. படித்து ஊர் திரும்புகிறான். அவனுக்குத் திருமணம் முடித்து 25,000 ரூபாய் வரதட்சணை கறந்துவிடலாம் என்பது தந்தையின் ஆசை, இல்லை இல்லை பேராசை. இதற்கு ஒத்து ஊதி தூபம் போடுகிறான் கணக்கன் ரெங்கு பிள்ளை. கண்ணனுடைய நண்பன் டாக்டர் சந்தர் (சிவாஜி கணேசன்) பகுத்தறிவும் எதையும் சமாளிக்க வழிவகையும் அறிந்தவன். ராவ்பகதூரின் ஒரே மகள் லீலா (பத்மினி) அழகும் ஆற்றலும் மிக்கவள். சந்தரன் ஏழை சித்தப்பா திகம்பர் (செருகளத்தூர் சாமா) திருமணத்தை எதிர்நோக்கியிருக்கும் அவரது மகள் கமலாவும் (ராகினி) டாக்டரும் கண்ணனும் உற்ற நண்பர்கள். தவிர கண்ணன் கமலாவைக் காதலிக்கிறான், சந்தர் லீலாவைக் காதலிக்கிறான். இதற்குத் தடைக்கல்லாகக் குறுக்கே நிற்பது ராவ்பகதூரின் தகுதியும் வரதட்சணை பேராசையும். இதுதவிர பைத்தியத்திற்கான மருத்துவர் பசுபதி (எஸ்.பாலச்சந்தர்) வேறு குழப்படி செய்கிறார்.

சந்தரும் லீலாவும் திட்டம் போட்டுக்கொண்டனர். அதன்படி கண்ணன் அவனது அப்பாவின் இரும்பு பெட்டியில் இருந்தே வரதட்சணை பணத்தைத் திருடி, திருடிய பணத்தை வைத்து திருமணத்தை முடிக்கிறான். சந்தர் தான் ஒரு கோடீஸ்வரன்

என்று ராவ்பகதூரை நம்ப வைக்க, அவர் தன் மகள் லீலாவை வரதட்சனை ஏதுமில்லாமல் மணமுடிக்க சந்தரைக் கெஞ்சுகிறார். டாக்டர் பசுபதியின் சூழ்ச்சியால் குட்டு வெளிப்படுகிறது. தான் ஏமாற்றப்பட்டதை நினைத்து கொக்கரிக்கிறார் ராவ்பகதூர். ஆனால் சந்திரன், லீலாவும் அவருக்குத் தக்க பாடம் புகட்டி அவரது பேராசை என்ற நெருப்பை அணைக்கிறார்கள். முடிவில் எல்லோரும் ஏக குடும்பமாகச் சேர்ந்து வாழ, ராவ்பகதூர் கேட்டுக் கொள்ளவும் லீலாவும் அதனை ஏற்றுக் கொள்ளவும் எல்லாம் சுபமாக முடிகிறது.

படத்தில் பங்கேற்ற அனைவரும் தங்களது பாத்திரங்களின் தன்மையை நன்கு உணர்ந்து இயற்கையாக நடித்திருந்தனர். சிவாஜிகணேசன் கிண்டல் கேலி பாணியில் ரசிக்க வைத்தார். ராகினிக்கு ஒரு நடன பாடல் உண்டு.

"என்னுடலும் உள்ளக் காதலும்
உனக்கே சொந்தம் உறுதி கண்ணா"

ராகினி சிறப்பான அபிநயம் பிடித்து ஆடி இருந்தார். பாடல் ராக மாலிகையில் அமைந்திருந்தது. பத்மினி சிவாஜிக்கு ஈடுகொடுத்து நடித்திருந்தார். பாபநாசம் சிவன் எழுதிய கல்யாண ராகத்திலே லீலா குரலில் ஒலித்த 'இசை அமுதம் போல் உண்டு, வேறு எது இனிய உயர்கலை உலகிலேயே இசை அமுதம் போல் உண்டோ' என்ற பாடலுக்கு ஆடிய நடனம் அவரது அற்புத நடனங்களில் ஒன்று. அனார்கலி உடையில் "கானத்தாலே காதலன் ஆகினேனே" என்ற பாடலும் "ஆசை கனவுதான் பலிக்குமா" என்று பூந்தோட்டத்தில் பாடி ஆடும் காட்சிகள் கணஜோராக அமைந்தன. "ஆசை கனவு தான் பலிக்குமா?" பாடலுக்கு பத்மினி வளைந்து, நெளிந்து சுழன்று ஆடும் போது கூட அவரது தோள்பட்டையில் தொங்கியிருக்கும் கைப்பை கீழே விழாதது ஆச்சரியப்பட வைக்கிறது இடைவேளையின்போது சிவாஜியுடன் டீ அருந்திக் கொண்டிருக்கும் பத்மினி படத்தை ரசித்துக் கொண்டிருக்கும் ரசிகர்களையும் பார்த்து இப்ப நீங்களும் கொஞ்சம் டீ சாப்பிட்டுவிட்டு வரலாமுன்னு நினைக்கிறேன் என்று கொடுக்கும் பிரேக் புதுமையானது. எஸ்.பாலச்சந்தர் நகைச்சுவை வில்லனாக அறிமுகமாகிச் சிரிக்க வைக்கிறார். எஸ்.வி. வெங்கட்ராமன் குரலில் 'கட்டிக்கோ தாலி கட்டிக்கோ' என்ற பன்மொழி பாடலைப்

பாடிப் பலவகை நடனங்கள் ஆடி பாலச்சந்தர் வாயைப் பிளக்க வைக்கிறார். 'எதுக்கும் இது வேணுமென்று தன் மண்டையைத் தொட்டு காட்சிக்குக் காட்சிச் சொல்ல' தங்கவேலு ராவ்பகதூர் பாத்திரத்திற்கு மெருகேற்றினார். இவ்வளவும் கலந்த இப்படம் மல்கோவா மாம்பழம் போல இனித்தது.

இந்த இனிப்பை வழங்கியதில் வசனகர்த்தா தஞ்சை ராமையாதாஸ், இசையமைப்பாளர் எஸ்.வி.வெங்கட்ராமன் மற்றும் இயக்குனர் சுந்தர்லால் நட்கர்ணிக்கும் பெரும்பங்குண்டு.

## (c) இது சாத்தியமா?

*1954* ஆம் ஆண்டில் 'வைரமாலை' கொடுத்து மக்களை மகிழ்வித்த வைத்தியா பிலிம்ஸ் ஏ.சி.பிள்ளை மற்றும் ஸ்ரீபாத சங்கரருக்கு என்ன ஆயிற்றோ தெரியவில்லை. இம்முறை ரசிகர்களை நெகிழ வைக்க வேண்டும் என்ற வைராக்கியத்தோடோ என்னமோ *1955* ஆம் ஆண்டு 'மங்கையர் திலகம்' என்ற பெயரில் ஓர் உணர்ச்சிக் காவிய திரைப்படத்தைத் தயாரித்து வெளியிட்டனர். ஆதரவற்ற குடும்பத்திற்கு அன்பு தெய்வமாக வந்து தனது புனிதமான சேவையினாலும் தியாகத்தினாலும் மங்காத புகழ் பெற்ற ஒரு மாதரசியின் இனிய வாழ்க்கை வரலாறுதான் "மங்கையர் திலகம்" திரைக்கதை — இது "வஹினிஞ்சியா பங்கடியா" என்ற மராத்தி

***கோடீஸ்வரன் (1955)***

திரைப்படத்தின் கதையைத் தழுவியது. இதன் மூலக்கதையைத் தக்க மாறுதல்கள் செய்து, புதுவடிவம் கொடுத்தவர் சதாசிவ பிரம்மம். படத்திற்கான வசனத்தை வலம்புரி சோமநாதன் ஜி.ராமகிருஷ்ணன் மற்றும் டி.நாகலிங்கம் ஆகியோர் எழுதியிருந்தனர். இசை சசுராால் தக்ஷிணாமூர்த்தி, திரைக்கதை, இயக்கம் எல்.வி.பிரசாத்.

ஆசிரியராகப் பணிபுரிபவர் கருணாகரன் (எஸ்.வி. சுப்பையா) அவனது ஒரே தம்பி வாசு (சிவாஜி கணேசன்) இந்த எளிய குடும்பத்தை வழி நடத்தவும் சிறுவனாக இருந்த வாசுவை (மாஸ்டர் பாஜி) மகனாக பேணி வளர்த்து குடும்பத்தின் குத்துவிளக்காக இலங்கியவள் கருணாகரனின் மனைவி சுலோச்சனா (பத்மினி) சுலோச்சனாவுக்கு குழந்தை பிறந்து இறந்துவிடுகிறது. சுலோச்சனா அதனால் வாசுவின் மீது கூடுதல் அன்பு செலுத்தி வளர்க்கிறாள். வாசு வளர்ந்து வாலிபனான பின்பு அண்ணி சுலோச்னாவைத் தன் தாயாகவே மதித்து வாழ்கிறான். வாசுவுக்கும் பிரபாவுக்கும் (எம்.என்.ராஜம்) விவாகம் நடக்கிறது. பிறரை அடக்கி ஆண்டு பழக்கப்பட்ட பணக்கார வீட்டுப்பெண் பிரபாவுக்குப் புகுந்த வீட்டின் நிலை பிடிக்கவில்லை. தனிக்குடித்தனம் போகத் தயாராகிறாள். அண்ணியை விட்டு பிரிய மறுக்கிறான் வாசு. அண்ணியோ தம்பதியரின் குழந்தை ரவி மீது அளவற்ற அன்பு கொள்கிறாள். குழந்தையுடன் தாய் வீடு செல்கிறாள் பிரபா. குழந்தையின் பிரிவைத் தாளாத சுலோச்சனா துடிக்கிறாள். குழந்தை ரவியும் துடிக்கிறான். இந்தப் பரிவினால் குழந்தையும் சுலோச்சனாவும் உடல், மன ரீதியில் பாதிக்கப்படுகிறார்கள். குழந்தையின் உயிருக்கு ஈடாக தான் ஆத்ம தியாகம் செய்வதாகக் கோயிலில் இறைவன் முன் சுலோச்சனா பிரார்த்திக்க அவளது வேண்டுகோள் ஏற்றுக் கொள்ளப்படுகிறது. குழந்தை பிழைத்துக் கொள்கிறது. ஆனால், அக்கணமே நோயுற்று சுலோச்சனா படுக்கையில் சாய்கிறாள். பின் உயிர் பிரிகின்றது. அனைவரும் சுலோச்சனாவை தெய்வமாகவே வழிபடுகின்றனர். படத்தின் கதாபாத்திரங்கள் புதிய கோணத்தில் நூதனமான முறையில்

**எல்.வி.பிரசாத்**

**மங்கையர் திலகம் (1955)**

அமைக்கப்பட்டது. படத்திற்குப் படம் சிவாஜி கணேசன் பத்மினி ஜோடி காதலர்களாக வந்து ரசிகர்களைக் களிப்பூட்டிய இந்த காதல் ஜோடி முத்திரை தமிழ்நாட்டு ரசிகர்கள் மனதில் ஆழமாகப் பதிக்கப்பட்டிருந்தது. இந்தச் சூழ்நிலையில் "மங்கையர் திலகம்" படத்தில் சிவாஜி கணேசனின் அண்ணன் மனைவியாக அதாவது சிவாஜிகணேசனின் அண்ணியாக அவரை விட சற்று வயது முதிர்ந்த பெண்மணியாக, பத்மினி நடித்தது ஆச்சரியப்பட வைத்தது. தவிர மைத்துனன் சிவாஜியை உரிமையோடு ஒருமையில் 'அவன்' 'இவன்' என்று அண்ணியாக பத்மினி குறிப்பது அதிர்ச்சி அடையவும் வைக்கிறது. பத்மினி தன் நடிப்பின் மேன்மையால் சுலோச்சனா கதாபாத்திரத்தை உயர்த்திய காட்சிகள் ஒருசில வரிகளில் இதோ:

(a) சிறுவன் வாசு அண்ணன் சார்பில் தன்னைப் பெண் பார்க்க வரும்போது பத்மினி புரியும் குறுநகை.

(b) பத்மினி திருமணத்தில் முதலிரவு காட்சியைக் கொச்சைப்படுத்தாதது.

(c) குணவதிகளுக்கே உரிய பாடல்கள், மாதிரி:

"எங்கள் குலதேவி நீயே"

"பாக்கியவதி நான் பாக்கியவதி"

"தேவா சதா சோக திரு நாளா"

(d) பத்மினிக்கு படத்தில் நடனம் ஏதுமில்லை

(e) சம்பந்தியின் அரட்டைப் பேச்சுகளால் புழுங்கிப் படுக்கையில் புரண்டு அலறும் நேர்த்தி.

(f) ஆவலோடு எதிர்பார்த்து காத்துக் கிடந்த குழந்தை வீடு வந்தபோது ஆனந்தத்தின் எல்லையில் நிற்கும் பத்மினி. உலகத்துக் கருணையை எல்லாம் தன் கண்களில் ஒன்று திரட்டி மார்போடு அணைத்துக் கொண்டு பாடும் 'நீலவண்ண கண்ணா வாடா' என்று நினைவை விட்டு நீங்காத பாடல் காட்சி

(g) மரணப் படுக்கையில் இருக்கும்போது வாசு தலைமாட்டில் அருகே நின்றுகொண்டு தர்பாரி கனடா ராகத்தில், மாதவபெத்தி சத்தியத்தின் மதுரமான நெக்குருகும் குரலில் "நீ வரவில்லை எனில் ஆதரவேது" என்று பாடும்போது பத்மினி கலங்கும் கண்ணீர் முத்துக்கள்.

(h) மரணப்படுக்கையில் மக்களைப் பதற வைக்கும் மகத்தான பத்மினியின் வசனம் சிறியதுதான். ஆனால் சீறியது இக்காட்சியில் பத்மினியின் நடிப்பு இதயத்தை பிளந்தது. பத்மினியின் நடிப்பாற்றலைப் பதிவுசெய்யும் முக்கியமான காட்சிகளில் இது ஒன்று:

"பாரம் குறைகிறது. வானத்திலே தேய்பிறை, நாளை இங்குத் தென்படாது. கடைசி வரையில் குங்குமம் என் நெற்றியில் இருக்க, நான் கொடுத்து வைத்தவள். ஏன் வருத்தப்படுகிறீர்கள்? நான் இங்கேதானே இருக்கிறேன். நான் எங்குப் போனாலும் திரும்பி வருவேன் உங்களை எல்லாம் பிரிந்து என்னால் எப்படி இருக்க முடியும்? நான் இங்கேயே மீண்டும் பிறப்பேன். உங்களுடனேயே இருப்பேன். கடவுள் என் ஆசையை நிராகரிக்க மாட்டார். ஒன்று மட்டும் உங்களைக் கேட்கிறேன். இந்த வளையல்கள் என் உடலிலேயே இருக்கட்டும். இவைகள் என் தாய்மைக்காக வாசு எனக்குப் பரிசாகக் கொடுத்தான். என்னைப்போன்ற பாக்கியவதி இந்த உலகத்தில் யாரும் இருக்கமாட்டார்கள். உங்களைப்போல கணவரும், உன்னை போல ஒரு குழந்தையையும் வேறு யாருக்குக் கிடைக்கும்." இப்படி எல்லா விதத்திலும் பத்மினியின் நடிப்பு உயர்ந்தது, பயிலத்தக்கது.

படத்தின் பொழுதுபோக்கு அம்சத்தைப் பொறுத்தமட்டில் தங்கவேலு, ராகினி, கே.சாரங்கபாணி, நாராயணன்பிள்ளை பொறுப்பேற்று,

அவ்வப்போது தோன்றி சிரிக்க வைக்கிறார்கள். உடுமலை நாராயண கவி இயற்றிய "அடங்காப்பிடாரி" என்ற நாடகம் உண்டு. அதில் ராகினிக்கு நாட்டியம் ஆட வாய்ப்பு அளிக்கப்பட்டு இருந்தது. படத்தின் மிக முக்கியமான அம்சம் ஒப்பனை ஹரிபாபு, கே.எஸ். நடராஜன் மற்றும் ராம்தாஸ் ஆகியோர் பத்மினியை நடுத்தர வயதுள்ள ஒரு மாதாவாகவே தோற்றத்தை உருவாக்கிய பங்கு இவர்களையே சாரும். பத்மினி அண்ணியாகவும் சிவாஜி கணேசன் மகன்போலவும் நடித்தது இருக்கட்டும், திறனால் தோற்றத்தை அப்படி உருவாக்க சாத்தியப்படுமா என்பது முதல் கேள்வி. பெரிய கேள்வியும் கூட. ஒப்பனையாளர் அதனை சாத்தியப்பட வைத்தார்கள். அவர்களின் திறன் பதிவு செய்யத்தக்கது. இறுதியாகப் படத்தின் இத்தனை அங்கங்களையும் காட்சிகளையும் எண்ணத்தில் உருவாக்கி தக்க நடிகர்களை, நிர்வாகிகளை தெரிவுசெய்து, ஒருங்கிணைத்து, படத்தை உருவாக்கியவர் இயக்குனர் பிரசாத். இவர் திரையுலக மேதை என்ற பாராட்டைப் பெற்றவர் அதற்குத் தகுதியானவர் என்பதை அடையாளம் காட்டும் மற்றுமொரு படம் "மங்கையர் திலகம்".

இந்தப் படம் தெலுங்கினில் சலம், அஞ்சலி தேவி மற்றும் ஜமுனா நடிக்க ரஜினிகாந்த் என்ற தெலுங்கு பட இயக்குனரின் இயக்கத்தில் "வதினகாரு காஜுலு" என்ற பெயரில் தயாரிக்கப்பட்டு வெளியிடப்பட்டது. கன்னட படவுலகமும் இக்கதையை விட்டு வைக்கவில்லை அஸ்வத்தாமா, சந்தியா, வித்தியா, கௌசிர் நடிக்க "ஸ்ரீ ரத்னா" என்று வெளிவந்தது. இந்தப்படத்தில் என்.எஸ். கிருஷ்ணன், டி.ஏ.மதுரம் நடித்துள்ளனர் என்பது கூடுதல் செய்தி. இவர்கள் நடித்த ஒரே கன்னடப் படமும் இதுதான். படத்தை கே.சுப்ரமணியம் இயக்கியிருந்தார். இந்தப் படங்களும் 1955 ஆம் ஆண்டே திரையிடப்பட்டிருந்தது.

## (d) வெற்றிக்கொடி நாட்டிய "கதாநாயகி"

திருக்கழுக்குன்றத்து அருணாசலத்தின் (எம். ஆர் சந்தானம்) ஒரே மகள் மஞ்சுளா (பத்மினி). நாடகப்பித்து கொண்ட மஞ்சுளா தான் எப்படியாவது நாடகத்தில் சேர்ந்து நடிக்கவேண்டும். கதாநாயகி தரத்துக்கு உயர வேண்டும் என்று திட்டம் கொண்டிருந்தாள். பெற்றோருக்குத் தெரியாமல் மஞ்சுளா தனது தோழி குழுமத்துடன் (எம்.என்.ராஜம்) தப்பி, கணபதி நாடக சபாவில் சேர்ந்துவிட்டாள். அதன் முதலாளி பஞ்சநாதமோ (கே.ஏ.தங்கவேலு) கடன் தொல்லையால் தவித்துக் கொண்டிருக்கிறான். அந்த ஊரின் பெரும் பணக்காரன் 'வதனம்' எனும் சுந்திரவதனம் (டி.ஆர்.ராமச்சந்திரன்), பி.எஸ். வதனம் என்னும் பெரிய கம்பெனியின் முதலாளி. உலகத்தில் உள்ள எல்லா விஷயங்களும் தான் அறியவேண்டும் என்று ஆராய்ச்சியில்

கதாநாயகி (1955)

காலம் கழிக்கும் ஓர் அப்பாவி. சந்தர்ப்பம் மஞ்சுளாவையும் வதனத்தையும் முடிச்சுப் போடுகிறது. வதனத்தைத் தெரியாமலேயே 'என் காதலன்தான் வதனம்' என்று பொய் கூறும் நிர்ப்பந்தம் பஞ்சநாதத்தால் மஞ்சுளாவுக்கு ஏற்படுகிறது. இதனால் மஞ்சுளா மதிப்பு கூடுகிறது. பஞ்சநாதன் மகிழ்ச்சி பெருகுகிறது. மஞ்சுளாவை கம்பெனியின் கதாநாயகியாகவே உயர்த்துகிறான். மஞ்சுளாவின் கனவு பலிக்கின்றது. வதனம் தன்னை அறியாமலேயே மஞ்சுளா மீது காதல் வயப்படுகிறான். இடையில் நாதனின் அத்தைமார்கள் செய்யும் சூழ்ச்சிகளால் சங்கடங்கள் ஏற்படுகின்றன. பின்னர் சங்கடங்கள் சரிப்பட, மஞ்சுளாவுக்கு தான் ஏமாற்றியவர்தான் உண்மையான வதனம் என்று உணர, காதலர்கள் இணைகிறார்கள்.

படத்தில் பத்மினிக்கு இலகுவாக கையாளக்கூடிய பாத்திரம். மஞ்சுளாவாக வந்து படம் முழுவதும் விரவிக்கிடந்த நாடகக் காட்சிகளில் பாட்டும் ஆட்டமும் சேட்டைகள் செய்தும் ஜமாய்த்து தள்ளுகிறார். படமே பத்மினியின் நடனத்தில் தொடங்குகிறது. தவிர அந்த நடன பாட்டு அவரது உள்ளக்கிடக்கை வெளிப்படுத்துவதாக இருந்தது இப்படி!

"கொடி நாட்டுவேன் - வெற்றி கொடி நாட்டுவேன்
காதல் சோகம் வீரம்-நடிப்பேன்
அழகாய் நான் மேடையிலே

திருநின்றவூர் தி.சந்தானகிருஷ்ணன்

*கதாநாயகி (1955)*

ஸ்டாரை போல நானும் வந்தால்
ஊரில் யாரும் மலைக்கணும்
டான்ஸிங் போஸில் என்னை கண்டு
தன்னால் வந்து மயங்கணும்
சந்தோஷமாய் ஜனங்களெல்லாம்
ஜாலியாக ரசிக்கணும்
காதல் வேணுமா?
சோகம் வேணுமா?
வீரம் வேணுமா?
தில்லானா வேணுமா?

ஊரை சுற்றி 'கம்மிங்' நோட்டீஸ்
பேரு போட்டு பறக்கணும்
ஒய்யாரமாய் ஸ்டேஜில் வந்தா
உடனே க்ளாப்ஸ் கொடுக்கணும்
உள்ளே போகும்போது எல்லாம்
ஒன்ஸ்மோர் என்னைக் கேட்கணும்"

பாட்டில் போதுமா பத்மினி என்ற கதாநாயகியின் ஆசை.

மஞ்சுளாவாகப் படத்தில் பத்மினி பேசும் ஒரு வசனம்:

"எனக்கு ரொம்ப நல்ல நடிக்கணும்னு ஆசை"

குமுதம் பேசும் ஒரு குட்டி வசனம்: 'அழகான பொண்ணு பக்கத்திலே இருந்தா கட்டுவிரியன் கடிச்சா கூடக் கட்டெறும்பென்று நினைப்பாங்க.'

படத்தின் கதை வசனம் — டி.கே.கோவிந்தன், இசை — ஜிராமநாதன், தயாரிப்பு — மாடர்ன் தியேட்டர்ஸ், இயக்கம் — கே.ராம்நாத். பாடல் நல்ல வரவேற்பு பெற்றது. புதுமைக்குப் பெயர் பெற்ற கே.ராம்நாத் இயக்கிய படம் என்றால் அதில் வெற்றி உறுதி; அந்த வரிசையில் கதாநாயகியும் நிற்கிறாள்.

## (e) நிச்சய வெற்றி

நாத்தீகனான வேடன் தீனாவுக்கு அன்பே உருவான ஆத்திக மனைவி நீடா. மனைவி ஈஸ்வரன் மகிமையை எடுத்துச் சொல்லியும் மறுக்கிறான் தீனா. இதனால் இறைவனால் சோதனைக்குட்படுத்தப் படுகிறான். தொடர்ந்து சில தினங்களாகக் காட்டில் அலைந்து திரிந்து வேட்டையாடிப் பயனில்லை. இம்முறை மனத்தைத் திடப்படுத்திக் கொண்டு காற்றில் வேட்டைக்காக வேட்டையாடச் சென்றபோது கடும் மழை புயலில் சிக்கித் தவிக்கிறான். தங்க இடமின்றித் தவித்த போது தூரத்தில் தென்பட்ட ஈஸ்வரன் கோயிலில் தஞ்சம் அடைகிறான். தொடர்மழையால் களைத்த தீனா லிங்கத்தின்மீது சாய்ந்தவாறு கண்ணயர்ந்து விடுகிறான். கோயிலின் நடை திறக்க வரும் இளைய குரு காசி இதைப் பார்த்து அவனுக்கு பக்தி போதனை செய்கிறான். கண்களை மூடி மனத்தை ஒரு நிலைப்படுத்தி இறைவனது நாமஸ்வரத்தை ஜெபித்த தீனாவுக்கு ஞானத்தை அருள் பாலிக்கிறார் ஈசன். தீனா இறைபணியிலேயே தன்னை அர்ப்பணித்துக் கொள்கிறாள். தீனாவின் மனைவி வீட்டிலே வாடுகிறாள். கோயிலின் தலைமை குரு பண்டிட் சாஸ்திரிஜீ ஒரு போலி பக்தன். கோயில் தாசி ராணி மீது அவனுக்குக் கொள்ளை ஆசை. சாஸ்திரியின் பலகீனத்தை தங்கள் பலம் ஆக்கிக்கொண்டு ராணியும் அவள் தாயும் போக்குக் காட்டி அவனிடம் பணம் சுரண்டுகிறார்கள்.

கோயிலில் ஒரு வேடன் தங்கியிருப்பதை அறிந்த சாஸ்திரி கடும் கோபமுற்று காசி இடம் வேடனைத் துரத்த முனைகிறான். அம்பாள் அணிந்த வைர மாலையை ராணிக்குக் கொடுத்துவிட்டு பழியை தீனா மீது போடுகிறான். ஆனால் அவனை காசி மக்களிடையே போட்டுக் கொடுக்க, பஞ்சாயத்தாரால் சிறை வைக்கப்படுகிறார். ராணியும் அவள் தாயும் வெளியேற்றப்படுகிறார்கள். தீனா விடுவிக்கப்படுகிறான். ஆனால் விஷயம் அத்துடன் ஓயவில்லை. பக்தியின் உச்சகட்ட சோதனைக்கு தீனா உட்படுத்தப்படுகிறான். தீனா. லிங்கம் இரு கண்களோடு பிரகாசிக்க அந்த தரிசனத்தில் பரவசம் அடைகிறான். தீனாவுக்கு சோதனையாக இறைவனின் ஒரு கண்ணிலிருந்து குருதிக் கொட்டியது. துயரம் தாளாது தவிக்கிறான். தீனா, உடனே அம்பை எடுத்து தன் கண்களில் ஒன்றைத் தோண்டி எடுத்து ஈஸ்வரனுக்கு வைக்கிறான். ரத்தம் வழிவது நிற்கிறது. ஆனால் மற்றொரு கண்ணில் இருந்து “உதிரம் கொட்டிட தீனா கொஞ்சமும் தயங்காமல் அடையாளத்திற்கு இறைவனின் பழுதுபட்ட கண் மீது ஒரு காலை வைத்துக்கொண்டு தனது மற்றொரு கண்ணையும் பிடுங்கி இறைவனுக்கு பொருத்துகிறான். இதனால் மனம் குளிர்ந்த ஈஸ்வரன் தனது சோதனையை முடித்துக் கொண்டு தீனா முன் பார்வதி பரமேஸ்வரர் சமேதரராய் பிரசன்னம் ஆகிறார். கோயில் மணி ஓசை முழங்க தீனா மனைவி உட்பட அனைவரும் கோயிலை நாடி ஓடி வருகின்றனர். ஈஸ்வரன் தீனாவை ஆசீர்வதிக்க, இழந்த கண்களைப் பெறுகிறான் தீனா. ஆண்டவனுக்கே தன் கண்களை தானமாக கொடுத்ததால் ஈசன் அவனை “கண்ணப்பன்” என்று அழைத்து மறைகிறார். அதுமுதல் வேடன் தீனா “வேடன் கண்ணப்பன்” என்ற புனித பெயர் பெற்று ஈசனின் சேவைக்குத் தன்னை அர்ப்பணித்துக் கொண்டான்.

படத்தில் உள்ள எல்லா பாத்திரங்களுமே வேலை குறைவுதான். விதிவிலக்காக தீனா நடித்த ஷாஹீமோடக்கு மட்டுமே திரைப்படம் முக்கியத்துவம் கொடுத்தது. அடுத்த இரண்டாம் நிலையில் இருந்தவர்கள் சாஸ்திரியும் ராணியும் தான். ராணியாக நடித்த பத்மினி காட்சியில் இளமை கொலுவிருக்க அலங்கார பூஷ ணியாகத் தோற்றமளித்தார். தன் கண் அசைவில் ஊரையே நடுங்க வைக்கும் சாஸ்திரியையே நடுங்க வைத்து பம்பரம்போல் சுழற்றி விட்டார். ஈஸ்வரன் சன்னதியில் அவர் ஆடும் தில்லானா. “பாரு பாரு நாதே” என்று பாடி ஆடும் நடனம் நம் கண்முன் நிற்கின்றது. தவிர பத்மினி சாஸ்திரி முன் தனிப்பட்ட முறையில் “கஹாங் ஜாத்தே” என்ற பாடலுக்கு ஆடும் நாட்டியம் விறுவிறுப்பு மூட்டுகிறது. சாஸ்திரியை ஏமாற்ற ஜுரம் வந்தது போல் பத்மினி சயனித்திருக்க அதைப்பார்த்து துடிக்கும் சாஸ்த்திரி ஜுரத்தை விரட்டுவதாக மந்திரம் சொல்லி அலட்டிக்கொள்ள, மறைமுகமாகத்

சிவபக்தா (1955)

தாயாரிடம் பத்மினி சேஷ்டைகள் செய்ய, இப்படி மென்மையான தாசியாகவும் இருக்கமுடியும் என்று தனது பாத்திரப் படைப்பைத் தன் நடிப்பால் நிலைப்படுத்தினார். கெட்டிக்கார படத் தயாரிப்பு நிறுவனமான ஏவி.எம். ராகினிக்கு "ஹோப்ரியா ஹோ" என்று பாடி நடிக்க வைத்திருந்தனர். பத்மினி நடித்த மற்றுமொரு வெற்றி படம் "சிவபக்தா" என்ற இந்த இந்தி படம்.

இதில் குறிப்பிடத்தகுந்த விவரம் ஒன்று. இப்படம் 1954 ஆண்டில் குப்பி கர்நாடகா பிலிம்ஸ் "பேடரு கண்ணப்பா" என்ற பெயரில் இக்கதையை கன்னட மொழியில் திரைப்படமாக எடுத்தனர்.

இதில் ராஜ்குமார், பண்டரிபாய், ராஜசுலோச்சனா நடித்திருந்தனர். நடிகர் ராஜ்குமாருக்கும் இது முதல் படம். இந்த படம் மகத்தான வெற்றி பெற்றது. ராஜ்குமாருக்கு முதல் படமே வெற்றிப் பாதையை அமைத்து நிலையான புகழை கன்னட திரை உலகத்தில் ஏற்படுத்திக் கொடுத்தது ஏ.வி.எம் நிறுவனம்தான் இப்படத்தைத் தமிழில் மொழிபெயர்த்தது. “வேடன் கண்ணப்பா” என்ற பெயரில் 1956இல் தமிழ்நாட்டில் திரையிட்டு நல்ல வசூல் கிட்டியது). கன்னடம், தமிழைத் தவிர இப்படம் “ஸ்ரீ காளஹஸ்தி மகாத்மியம்” என்ற பெயரில்

ஏவி.மெய்யப்ப செட்டியார்

தெலுங்கில் தயாரிக்கப்பட்டு 1954லேயே வெளியிடப்பட்டு வெற்றி அடைந்தது. தெலுங்கில் ராஜ்குமார், மாலதி, பத்மினி லிங்க மூர்த்தி, பத்மநாபன் முதலியோர் நடித்திருந்தனர். 1955 இல் இந்தியில் வெளிவந்த “சிவ பக்தா” இவை தவிர இக்கதை கிருஷ்ணம் ராஜு வாணிஸ்ரீ நடிக்க “பக்த கண்ணப்பா” என்ற பெயரில் மறுபடியும் தெலுங்கில் தயாரித்து 1976 ஆம் ஆண்டு திரையிடப்பட்டது. மொத்தத்தில் வேடன் கண்ணப்பாவின் கதையைக் கொண்ட படம் என்றாலே வெற்றி நிச்சயம் என்ற நிலை இருந்ததை இத் தகவல்கள் உறுதிப்படுத்துகின்றன. இதில் மற்றொரு விசேஷ செய்தி என்னவென்றால் “வேடன் கண்ணப்பா” கதையை மறுபடியும் 1988 ஆம் ஆண்டு திரைப்படமாக கன்னடத்தில் எடுத்து “சிவா மெச்சின கண்ணப்பா” என்ற பெயரில் வெளியிட்டனர். இதில் அடங்கிய ஒரு சுவாரசியமான செய்தி. வேடன் கண்ணப்பாவாக நடித்து பிரசித்தி பெற்ற ராஜ்குமார் இதில் சிவபெருமானாக கௌரவ வேடத்தில் நடிக்க, அவரது மகன் சிவராஜ்குமார் கண்ணப்பாவாக நடித்த இந்த கலர் திரைப்படமும் ஒரு வெற்றிப் படமே.

இது தவிர 1951இல் பத்மினி நடனம் மட்டும் ஆடிய திரைப்படமான ‘வனசுந்தரி’ திரைப்படத்தை தயாரித்து வெளியிட்ட கிருஷ்ணா பிக்சர்ஸார், 1955ஆம் ஆண்டில் அதை இந்தியில் மொழிமாற்றம் செய்து ‘ராஜ்குமாரி’ என்ற பெயரில் வடநாட்டில் வெளியிட்டனர்.

21

# துணிகர முயற்சிகள்

ஒரு திரைப்படம் உருவாவதற்கு அடிப்படை திரைக்கதை. இதன் உருவாக்கத்தில் முன்னுரிமையும், முக்கியத்துவமும் கதைக் கரு. திரைக்கதை அதை ரஸிகர்கள் மனதில் ஆழமாகப் பதிக்க முயல வேண்டுமேயன்றி அவசரத்தில் அள்ளித் தெளிக்கக்கூடாது, தவிர வந்தவரை போதும் என்ற மனப்பாங்கு கூடாது. சினிமா மிகை நாடும் கலை என்ற எண்ணத்தில் திரைப்படத் தயாரிப்பை கையாளுவது திரைப்பட வெற்றிக்கு வழிகாட்டுமா என்பது கேள்விக்குறி. காட்சிப்படுத்தும் உணர்வைத் தக்க சூழ்நிலையை உருவாக்கி ஆணித்தரமாக மனத்தில் பதிய வைக்கவேண்டும். இதற்கு ஆணி வேராகத் தக்க நடிகர்களை இணைக்க வேண்டும். இல்லையெனில் படத்தின் வெற்றி நிச்சயமற்றதாகிவிடும். இப்படி சரியான திசையைத் தவறவிட்டுக் குடைசாய்ந்த படங்கள் பல உண்டு. பத்மினியை முன்நிலைப்படுத்தித் தடுமாறிப்போன ஒரு சில பாடங்கள் இங்கே கருதிப் பார்க்கப்படுகிறது.

## (a) ‘பார்வை இழந்த’ பத்மினி

1956ஆம் ஆண்டில் மஹேஸ்வரி பிக்சர்ஸ் தயாரிப்பில் ‘கண்ணின் மணிகள்” என்ற திரைப்படம் வெளிவந்தது. D.S.P.ராதாகிருஷ்ணனின் (எம்.கே.ராதா) அன்பு மனைவி ராஜம் (எம்.வி.ராஜம்மா). இத்தம்பதிகளுக்கு 7 வயது நிரம்பிய மகேஸ்வரி என்று ஒரு பெண். ஆழகான குடும்பத்தில் ‘சந்தேகம்’ என்ற சூறாவளி வீச ஆரம்பித்தது. நோயுற்ற சிறுமி மகேஸ்வரிக்கு மருத்துவ சிகிச்சை அளிக்க வந்த டாக்டர் சுந்தர் (உண்மையிலேயே இவர் டாக்டர்

சுந்தர்தான்) மீது ராதாகிருஷ்ணனுக்கு சந்தேகம். உத்தமி ராஜத்தை, டாக்டர் சுந்தருடன் சேர்த்து கடும் சொற்களால் வதைக்கிறான். ராஜத்தின் கதி இது என்றால், டாக்டர் சுந்தரோ அவரது மருத்துவ ஆராய்ச்சிக்கூடம் தீப்பிடிக்க, அதனை அணைக்கும் முயற்சியில் பார்வையை இழக்கிறான். அங்கோ ராஜமும் மகேஷ்வரியும் உயிர்விடுகிறார்கள். ராதாகிருஷ்ணனோ அனாதை ஆக்கப்படுகிறார்.

கண்ணிழந்த சுந்தர் அங்குமிங்கும் அலைகிறான். அப்போது தான் அவனுக்குத் துணையாகக் குருட்டுப்பெண் பத்மா (பத்மினி) வந்து சேர்கிறார்கள். அவர்கள் மனத்திலே காதல் அரும்புகிறது. பார்வையில்லாத இருவரும் ஒருவருக்கொருவர் உற்ற துணையாக வாழ்கின்றனர். சுந்தர் இல்லாத ஒரு சமயம் பத்மாவைப் பிச்சைக்காரி என்று எண்ணி போலீஸ் வேனில் கதற கதற அழைத்துச் செல்லப்படுகிறாள். இக்காட்சி ராதாகிருஷ்ணன் பார்வையில் படுகிறது. பத்மாவின் சோகக் கதை அவரது நெஞ்சை நெகிழ வைக்கிறது. பத்மினியைத் தன் மகளாக ஏற்றுக்கொண்டு அவள் காதலன் ராஜாவை (சுந்தர்) தேடிக்கண்டுபிடிக்கவும் வாக்களிக்கிறார்.

ராதாகிருஷ்ணன் பத்மாவுக்கு கண் அறுவை சிகிச்சை செய்து பார்வையை வரவழிக்கிறார். ஆனால் பத்மாவின் இதயமோ ராஜாவுக்காக ஏங்குகிறது. ஒருவழியாக ராதாகிருஷ்ணன் ராஜாவை சந்திக்கிறான. ராஜாதான் தன் எதிரி டாக்டர் சுந்தர் என்று கொதிக்கிறான். பத்மாவோ ராஜாவுக்கு பார்வை வர மருத்துவம் பார்க்க கோருகிறாள். இந்தப் போட்டியில் பத்மாவின் அன்பே வெல்கிறது. கண்தானம் பெற்று சுந்தர் பத்மாவுடன் சுகமாக வாழ்கிறான்.

படத்தில் ராஜம் பாடுவதாகக் காட்சியில் வரும் ‘ஆராரோ, ஆராரிரோ ஆசைக் கண்மணியே’ என்ற தாலாட்டு கண்ணீரைக் கறந்து விடுகிறது. பத்மாவும் சுந்தரும் பாடும் ’கண்டுகொண்டேன் நானே, காதல் என்னவென்று தானே’ பாட்டு கனிவும் குழைவும் இழைந்து ஒலித்தது. கண்ணின் மணிகள் இரண்டானதால் அதை ரசிக்கும்படி தனது பேனாமுனையில் பதித்திருந்தார் பாடலாசிரியர் மருதகாசி. சுவைக்க பாடலின் சுருக்கம்:

“எதுக்கும் ரெண்டு தேவை - உலகில்
எதுக்கும் ரெண்டு தேவை.

ஏரைப்பூட்டி ஓட்டனுமின்னா
எருது ரெண்டு தேவை.
எங்குச் சுத்தி திரியனுமின்னா
கால்கள் ரெண்டு தேவை.
ஊரார் புகழ வாழனுமின்னா
உழைப்பும் மூளையும் தேவை.
உத்தியோகம் பார்க்கனுமின்னா
படிப்பும் பட்டமும் தேவை.
பாரிவள்ளலாய் விளங்கனுமின்னா
பணமும் குணமும் தேவை.
பார்ப்பவர் கண்களை பறிக்கனுமின்னா
குலுக்கும் மினுக்கும் தேவை.
ஆண்டவன் படைப்பு வளரனுமின்னா
அன்னையும் தந்தையும் தேவை
அழகு உலகை பார்க்கனுமின்னா
கண்ணின் மணிகள் தேவை".

*படத்தின் அடிப்படைக் கருத்து 'கண்தானம்' என்பதை அழகான சிலேடைகளால் கவிஞர் பாடலாக வடித்துக் கொடுத்தார். பாபநாசம் சிவன் அவர்களோ பார்வையற்றோர் நிலையை விளக்கி குமுற வைக்கிறார்.*

"விழியிழந்து வாழவே
வழியின்றி வருந்தும்
மாந்தர் எத்தனை? மாந்தர் எத்தனை எத்தனை?
இவருக்கிறங்கி கண்கொடுக்கலாகாதோ
இறந்த பின்னும் கண் கொடுக்கலாகாதோ
கண் இழந்த இவருக்கு
விழிபெற்றவர் மகிழ்ந்து இறைவனைப்
பாடித் தொழுவார்.
மானிடர் இறந்தபிறகேனும்
கண்தானம் புரியாரோ!
கண்தானம் புரியாரோ!
கண்தானம் புரியாரோ!"

**வெறும் பேச்சல்ல (1956)**

படக்கருத்து பலமானதுதான், ஆனால் திரையில் பலஹீனமாக பதிவு செய்யப்பட்டிருந்தது. பத்மினி குருடியாக நடித்த படம். ஒளித் ததும்பும் சுழலும் விழிகள், அதன்மேல் போர்த்திவிட்டது போன்ற படபடக்கும் இமைகள், அது சிந்தும் வசீகரப் பார்வை பத்மினியின் அடிப்படை அழகுக்கான ஆஸ்த்தி. குருடி என்று அதை மூடி விட்டால் எப்படி? கதையோட்டத்தை சித்தரித்தபோது பத்மினியைக் குருடியாக்கினால் மக்கள் ஏற்றுக்கொள்வார்களா என்பதை சிந்திக்கத் தவறிவிட்டனர். அதுவுமன்றி பத்மினிக்கு ஜோடியாக புதுமுகம் டாக்டர் சுந்தர். பத்மினியின் பாவங்களுக்கு ஈடுகொடுக்க முடியாமல் திணறும் சுந்தர் உண்மையிலேயே பாவம். பொருந்தாத பாத்திரமென்றாலும் விழியழகைக் கதை பறித்திருந்தாலும் பத்மினி தன்மொழி அழகால் அதை ஈடு செய்திருந்தார். தனக்குப் பார்வை பெற்றுத்தந்த ராதா கிருஷ்ணனிடம் ராஜாவுக்கு கண் ஒளி வழங்க இறைஞ்சிக்கேட்கும் காட்சியில் பத்மினி தன் முத்திரையைப் பதித்துள்ளார். எம்.எல்.வி.யின் குரலில் தெவிட்டாத தேவகானங்கள் காதுகளைக் குளிரவைத்தது. பாடலுக்கு இசை எஸ்.வி.வெங்கட்ராமன். படத்தை டி.ஜானகிராமன் இயக்கியிருந்தார். படம் வெற்றி இலக்கை எட்டவில்லை. எனினும் இந்தப்படம் “அமுல்யாகனுகா” என்ற பெயரில் தெலுங்கில் மொழி மாற்றம் செய்து அதே ஆண்டே மஹேஸ்வரி பிக்சர்ஸ் திரையிட்டது.

## (b) ‘கௌபாய்’ பாலைய்யா!

“வெறும் பேச்சல்ல” டைரக்டர் ஜோசப் பள்ளிபாட் இயக்கத்திலே பிரின்சிபல் பிக்சர்ஸ் தயாரித்த படம். ‘ஷண்பகவல்லி’ ‘பிரஸன்னா’

‘சித்ரா’ முதலான படங்களுக்குப் பிறகு பாலைய்யா கதாநாயகனாக நடித்த படம் இது. படத்தில் இவரது காதலியாக பத்மினி என்பதுதான் ரஸிகர்களை முகம் சுளிக்க வைத்தது. பொருந்தாத இந்தக்கூட்டு காப்பியுடன் மோரை கலந்தது போன்ற ஒரு சுனக்கத்தை ஏற்படுத்தியது. பாலைய்யா ஒரு சகலகலா வல்லவன். ஆனால் கொடுத்த பாத்திரமோ அவரது தோற்றத்துக்கு கொஞ்சம் கூட பொருத்தமற்றது. விரிவாகப் பேச கதையொன்றும் புதுமையானதல்ல; வழக்கமான பழிவாங்கும் கதைதான்.

மரகதம் காட்டிலே வளர்ந்த கவரிமான். சண்டாளன் ஜமீன்தார் பிரதாப்புடன் உறவு கொண்டாள். ஒரு குழந்தைக்குத் தாயாகிய பின் மரகதத்தை கைவிட்டான் ஜமீன்தார். மரகதத்தின் தந்தையையும், சுட்டுக்கொன்றான். ‘கற்புக்கு கற்பு — ரத்தத்திற்கு ரத்தம் — பழிக்கு பழி’ இந்த மூன்று தாரக மந்திரங்களைச் சொல்லி தன் மகன் துரையை வளர்த்தாள் மரகதம். 26 வருடங்கள் உருண்டு ஓடின மரகதத்தின் மகன் வளர்ந்து வேங்கையாக மாறினான். வேல் விழியால் ஒருத்தி பணயமாகக் கிடைத்தாள். ஜமீன்தார் அவனை வளைத்துப் பிடிக்க அவனது வளர்ப்பு மகள் காப்பாற்றிக் காதலியானாள் இந்திரா. அவளது துணையுடன் ஜமீன்தாரைப் பழி தீர்த்துத் தாயின் சபதத்தை நிறைவேற்றுகிறான் மகன்.

*ராஜா ராணி (1956)*

***ராஜா ராணி (1956)***

மரகதமாக ராகினி வந்து ஒரு நடனமும் ஆடுகிறார். துரை மற்றும் மதி என்ற பெயரில் மரகதத்தின் மகனாக நடிக்கிறார் பாலைய்யா. ஜமீன்தாரின் வளர்ப்பு மகள் இந்திராவாக பத்மினி நடிக்கிறார், படத்தில் பாலைய்யாவை காதலிக்கவும் செய்கிறார்.

'மழை மேகம் காணாமல் மயிலாடுமா - மாலை
இளம் தென்றல் வீசாமல் குயில் பாடுமா?'

என்றதொரு இனிமையான ஜோடிப்பாட்டு பாடல் அ. மருதகாசி, இசை சி.என்.பாண்டுரங்கம் படத்தின் கதையை பிரின்சிபிள் பிக்சர்ஸ்

கதை இலாகா எழுதியிருந்தது. மாறுவேடத்தில் கௌபாயாக பாலைய்யா குதிரை சவாரி செய்வது, எதிரிகளைப் பந்தாடுவது என்று சாகசங்கள் பல செய்தாலும் அவரது தோற்றம் அதற்கு எடுபடவில்லை. பத்மினியுடன் பாலைய்யா பாடும் பாடல் காட்சி காதுக்கு இனிமை, ஆனால் கண்ணுக்கு? பத்மினியும் பாலைய்யாவும் அவரவர் வழிகளில் திறமை மிக்கவர்கள்தான். ஆனால் பொருந்தாத அவர்களது ஜோடிப் பொறுத்தத்தைத்தான் மக்கள் பொறுத்துக் கொள்ளவில்லை. கதாபாத்திரங்களுக்கேற்ப நடிக, நடிகையர்களைத் தேர்வு செய்ய வேண்டும். இந்த உண்மையை 1956இல் வெளிவந்த "வெறும் பேச்சல்ல" உணர்த்தியது

## (C) 'ஒரு சொல்லாலே வீணானதே'

புரட்சிகரமான கதை. அதனுடன் இணைக்கப்பட்ட 'சேரன் செங்குட்டுவன்' மற்றும் 'சாக்ரடீஸ்' நாடகங்கள். பளீரென்று தெறித்த வசனங்கள். அதற்குப் பேசி உயிர்கொடுத்து நடித்த கதாநாயகன் இனிக்கும் பாடல்கள், நகைச்சுவை விருந்து, இத்தனையும் கலந்த கலவைப்பூச்சுதான் 1956இல் வெளிவந்த நேஷனல் புரொடக்ஸன்ஸ் 'ராஜா ராணி'. ராஜாவும் ராணியும் காதலர்கள். இவர்கள் திருமணம் செய்துகொள்ள முடிவெடுத்தனர். ஆனால் பார்வையிழந்த ராணியின் தந்தை ராணி ஒரு விதவையென்று குண்டைத்தூக்கிப் போட்டார். ராணி சிறுமியாக இருந்தபோதே சொந்தத்துப் பையனுக்கு பால்ய விவாகம் நடந்து அவனும் இறந்து போகிறான். தன் மகள் விதவை என்பதை ராணிக்கு மூடிமறைத்து வந்திருக்கிறார் ராணியின் தந்தை. விவரமறிந்து துடிக்கிறாள், துவளுகிறாள் ராணி. அவள் தந்தையோ மறுமணத்தைக் கடுமையாக எதிர்க்கிறார். ராணியை அடைய நினைத்த பாலுவோ சூழ்நிலைகளுக்குத் தக்கவாறு தூபம் போடுகிறான். முடிவில் சமரசம் தீர்வு காண்கிறார். ராணி இறந்தது போல் விழுந்து கிடக்க, அவள் தந்தை, ராஜா கதறுகின்றனர். சமரசம் சொல்ல ராணி விழித்தெழுகிறாள் நியாயம் நிலைக்கிறது, கைம்பெண்ணுக்குப் புதுவாழ்வு மலருகிறது. ராஜாவும் ராணியும் இனிய இல்லறம் துவங்குகிறார்கள்.

இயக்குநர் பீம்சிங்

படத்திலே ராணியாக நடிக்கும் பத்மினிக்கு வழக்கமான நடன நாடக வேலை இல்லாவிடிலும் நாடகத்திற்கு டிக்கெட் விற்பனை செய்யும் பெண்ணாக வருகிறார். டிக்கெட் விற்பனையின் போது "இன்று இரவு மிக நன்றி இரவு" என்ற கேலி பாட்டை கொண்டாட்டமாகப் பாடி நடிப்பார் இந்தப் பாடலைக் கலைஞர் கருணாநிதி எழுத, எம்.எல். வசந்தகுமாரி பாடியிருந்தார். ராஜாவாக நடித்த சிவாஜி கணேசன் 'சேரன் செங்குட்டுவன்' மற்றும் 'சாக்ரடீஸ்' பாத்திரங்களை நாடகத்தில் ஏற்று நடிப்பில் கொடிகட்டிப் பறந்தார்

குளுமையாய்த் துவங்கிய பத்மினியின் பாத்திரம் விதவை என்ற முத்திரை குத்தப்பட்ட பின் அனலாய்த் தகித்தது. தான் ஒரு பால்ய விதவை என்று காதலுக்கு அணை போட்ட தந்தையிடம் நியாயத்தை விவாதிக்கிறார்

**ராணி:** "விதவையா? அப்பா விண்ணோக்கி வளர்ந்த என் ஆசை கோட்டையை ஒரு நொடியில் தகர்த்து தூளாக்கி விட்டீர்களே அப்பா! அரும்பு பிராயத்திலே என் வாழ்க்கையை அழித்து விட்டு சாறற்ற சக்கையாக இந்த சடலத்தை ஏனப்பா உலவ விட்டீர்கள்? அறியாப் பருவத்திலே கல்யாணம், தாலி கட்டியவன் இறந்துபோன நேரத்திலே நான் தவழ்ந்து கொண்டிருந்தேன். அதற்கு தண்டனை இப்போதா? சரிதானா அப்பா இந்தத் தீர்ப்பு?

**தந்தை:** தீர்ப்பு வழங்க வேண்டியவன் நான் அல்ல ராணி. சாஸ்திரம் சம்பிரதாயம் ஜாதி கட்டுப்பாடு.

**ராணி:** எதப்பா சாஸ்திரமும் சம்பிரதாயமும்? பகுத்தறிவை ஓம குண்டத்தில் போட்டு கொளுத்தி விட்டு, பால்மணம் மாறாத குழந்தைக்குத் தாலிக்கட்டி, பால்ய விதவையான பிறகு அவளுக்கு வேலிகட்டி, விஷம் தருவதா சாத்திரம்? இது சாஸ்திரம் இல்லையப்பா சிறுமிகள்மீது வீசும் அக்னி அஸ்திரம்."

தந்தையிடம் ஞாயத்தை விவாதிக்கும்போது பத்மினியின் உணர்ச்சிப் பிழம்பு கொஞ்சமும் குளிராது. அதே வேகத்தில் காதலன் சிவாஜியிடம் போராடுவதைக் காணமுடிகின்றது

**ராணி:** "தாலி இழந்தவள் என்பதற்காகவா எனக்கு இந்த தண்டனை? விழுந்துபோன சமுதாயத்திற்கு விழிப்பூட்டி விசை ஒடிந்த தேகத்தில் வன்மை யூட்டி, நாட்டை மறுமலர்ச்சி சோலையாகப் பணி புரியும் படையில் வீரரா நீங்கள்? விதவை என்றதும் என் விழி நீரை கூட ஏளனம் புரிகிற அளவுக்கு அவ்வளவு கல்லாகவா உங்கள் நெஞ்சம் மாறிவிட்டது? என்னைப் பாருங்கள். இந்தப் பருவக்கொடி பாழும் விதவை கட்டுப்பாடு என்னும் சூறாவளியில் சிக்கிச் சீரழியத்தான் வேண்டுமா? சொல்லுங்கள்... பதில் சொல்லுங்கள்..."

ராஜா ராணி காதல், சமரசம் அவரது மனைவி பிணக்கு, புல்லரிக்க வைக்கும் மேடை நாடகங்கள் என்று தெளிவான நீர் ஓடையாக ஓடி இருந்த கதையில் திடீரென்று 'விதவை' பால்ய விவாகம் சாஸ்திரம் சம்பிரதாயம் பழக்கவழக்கங்கள், பத்தாம்பசலி தந்தை, என்று பல சம்பவங்கள் புகுத்த படத்தின் தடம் புரண்டு போனது. படமுடிவு நெருக்கத்தில் பத்மினியை விதவை ஆக்கியது ரசிகர்களுக்கு நெருடலாக இருந்தது. 'ஏன் இப்படி?' என நினைக்க வைத்தது. படத்தின் எதிர்மறை விளைவுகள் வேகமாக ஓடி அரைகுறை

ஆசை (1956)

***மதுரை வீரன் (1956)***

வேக்காட்டில் முடிந்தது படத்தின் பெரும் பலஹீனம் படம் விதவை என்ற சொல்லாலேயே பட்டுப் போனது. அறிந்தோ அறியாமலோ படத்தின் முடிவை 'ஒரு சொல்லாலே வீணானதே' என்று படத்தின் ஒரு பாடல் அசரீரியாக சொன்னது.

***இப்படத்தின் கதை, வசனம்: கலைஞர் கருணாநிதி***

***படத்தின் இயக்கம்: ஏ. பீம்சிங்***

***படத்தின் இசை: டி. ஆர். பாப்பா***

படத்திற்கு என். எஸ். கிருஷ்ணன், டி. ஏ. மதுரம் எஸ். எஸ். ராஜேந்திரன், ராஜசுலோச்சனா, அப்பா துரைசாமி ஆகியோர் கூடி பலம் சேர்க்க முயன்றனர்.

ஆயிரமிருந்தென்ன புதுமைப்படைப்பான இப்படம் தரை தட்டிய கப்பலாயிற்று. எனினும் இப்படம் 'கொப்ப இன்டி அம்மாயி" என்ற பெயரில் தெலுங்கில் மொழி மாற்றம் செய்து அதே ஆண்டு வெளியிடப்பட்டது. பின்னர் 1960இல் ஆஸ்மா புரெடக்ஷன்ஸ் உரிமை பெற்று இந்தியில் "ஆய் பிர்ஸே பஹார்" என்ற பெயரில் மொழி மாற்றம் செய்து திரையிடப்பட்டது.

மதுரை வீரன் (1956)

மேற்குறிப்பிட்ட திரைப்படங்களுக்கு மாறாக ஜனரஞ்சகமான சிறந்த பொழுதுபோக்கு அம்சங்கள் கொண்ட சில படங்கள் வெளிவந்தன. அப்படி வந்த மகத்தான வெற்றிப்படங்கள் "ஆசை" "மதுரை வீரன்" மற்றும் 'அமரதீபம்' என்ற படங்களாகும். தமிழ் சினிமாவின் கதாநாயகர்களாக வலம்வந்த மூவேந்தர்கள் நடித்த படங்களாகும் "ஆசை" திரைப்படத்தில் காதல் மன்னன் ஜெமினி கணேஷ் கதாநாயகனாகவும் "மதுரை வீரன்" திரைப்படத்தில் புரட்சித்தலைவர் எம்.ஜி.ஆர் அவர்களும், "அமர தீபம்" படத்தில் நடிகர் திலகம் சிவாஜி கணேசனும் நடித்திருந்தனர். ஆனால், இந்த மூன்று படத்திலும் இவர்களுக்கு கதாநாயகியாக நடித்தவர் நடிகை பத்மினி ஒருவரே. எனில் அவரது நடிப்பும் அழகுமே இதற்கு அடித்தளமானது.

## (d) ஜாதிவெறிக்கு சவுக்கடி

ஜாதி வெறியர் நித்தியானந்தம் (டி. பாலசுப்பிரமணியம்). அவரது ஒரே மகன் சேகர் (ஜெமினி கணேஷ்) ஒரு முற்போக்குவாதி. அவரது மைத்துனர் சதானந்தம் (வி. நாகையா) பணத்தோடு நற்குணமும் சேர்ந்த ஒரு அதிசய மனிதர். அவரது ஒரே மகள் செல்வி. குழந்தை செல்வியை ஒரு தொம்பரவக்கூட்டம் நகைக்காகக் கடத்திச் சென்று விட்டது. மனம் நொடிந்து சதானந்தம் செல்வியைத் தேடி அலைந்து

குகைக் கோயிலில் இருந்த நடராஜர் இடம் தஞ்சம் புகுந்து அங்கேயே வாழ்ந்து ஏழை எளியவர்க்கு மருத்துவத் தொண்டு புரிகிறார். செல்வியோ தொம்பரவ கூட்டத்தால் சுந்தரி என்று (பத்மினி) பெயர் பெறுகிறாள் வளர்ந்து வாலிப வயதை அடைகிறாள். அந்தக் கூட்டத்தின் முரட்டுத் தலைவன் வீரன் (பி. எஸ். வீரப்பா). தெருவில் ஆடிப்பாடிப் பிழைப்பு நடத்துகின்ற அந்தக் கூட்டம், ஒரு நாள் பாடி ஆடிக் கொண்டிருந்த போது சுந்தரி, சேகரைப் பார்க்கிறாள். கண்டதும் கனமான காதல் இருவருக்குமிடையே உருவாகிறது. இதை முறிக்க வீரன் சுந்தரியைக் கொடுமைப்படுத்துகிறான், ஜாதி வெறி பிடித்த நித்தியானந்தம் சேகரை வீட்டில் அடைத்து வைத்துத் திருமணத்திற்கு வேறு பெண் பார்க்கிறார். சதானந்தத்தின் ஆதரவில் வாழும் சுந்தரியைக் கண்டு தன்னை அவளிடம் இணைத்துக் கொள்கிறான் சேகர். வில்லிலிருந்து புறப்பட்ட கணையாக வீரன் ஒருபுறமும் நித்தியானந்தம் மற்றொரு புறமுமாக எதிர் கணைகள் வீச, சுந்தரியையும் சேகரையும் பிரிக்கிறார்கள். இந்தப் பிரிவின் அதிர்ச்சியால் இருவரும் சித்தப்பிரமைக்கு ஆளாகிறார்கள். தொம்பரவக் கூட்டத்துத் தலைவனால் சுந்தரி தன் மகள் செல்வி தான் என்று தெரிந்து கொள்கிறார் சதானந்தம். உடனே புறப்பட்டு நித்தியானந்தன் இடம் வந்து சுந்தரிதான் காணாமல் போன தன் மகள் செல்வி என்ற மகிழ்ச்சியான செய்தியைச் சொல்கிறார். பின் உறவுமுறை நிலைத்தது, சேகர் சுந்தரி காதலும் பலித்தது. நித்தியானந்தத்தின் ஜாதி வெறியும் தொலைந்தது.

படத்தின் காட்சியில் பத்மினியும் ராஜசுலோச்சனாவும் தெருவில் பாடி ஆடும் 'ஆடிப்பாடி ஓடியாடும் அழகைப் பாருங்க' என்ற பாட்டு பிரபலம். குறிப்பாகப் பாட்டிற்கிடையே

**'அந்தமிகு மாறன் இவன் எந்த ஊரோ நானறியேன் விந்தையாகவே இருக்கார் பாரடி'**

**'நான் இந்த மாதிரி முகத்தை எந்தநாளும் கண்டதில்லை மந்திபோல தோணுதே பாரடி'**

என்ற வரிகள் அக்காலத்தில் மக்கள் திரும்பத்திரும்ப பாடிக் களித்தனர். பாடலாசிரியர் கே. பி. காமாட்சியும் மற்றும் இசை

அமைப்பாளர் டி. ஆர். பாப்பாவும் பெருமை பெறுகிறார்கள். ஜெமினி கணேசனுடன் சுந்தரி பேசும்போது "காதல் ஒரு ராகமாலிகை மோகனத்திலே ஆரம்பமாகி ஆனந்தபைரவியில் சஞ்சாரம் செய்து கல்யாணியைத் தொட்டு முகாரியில் முடிந்துவிடும் என்பதைச் சொல்ல கேட்டிருக்கிறேன்" என்ற இளங்கோவனின் வசனைச் சுவை தித்திக்கின்றது. தன்னிடம் அபயமாக வந்த பத்மினியைக் குகைக்கோயில் நடராசர் சிலை முன்னிறுத்தி 'ஆண்டவனைப் பாரம்மா உன் துன்பம் எல்லாம் தீர்ந்து விடும்' என்று பெரியவர் கூற பத்மினி இறைவனை வணங்கி நிற்கும் காட்சியில் பத்மினியின் முகத்தில் எத்தனை பொலிவு, தேஜஸ், கண்களில் ஒளி, தெய்வீக களை சொட்டும் அந்த முகத்தை பார்த்துக் கொண்டே இருக்கலாம் என்றால் படத்தில் ஒரு நிமிடத்தில் அந்தக் காட்சியை முடித்துக் கொள்கிறார்கள். இந்தப் பேரழகியை சித்தபிரமை பிடித்த பெண்ணாக்கி "ஆளைப் பார்த்து என்ன சொன்னாய் அடிமுட்டாளே கொஞ்சம் நில்லு, நில்லு" என்று ராகமாலிகை வர்ணனைப் பாட்டு பாட வைத்து விட்டார்கள். இந்தப் பைத்தியக்கார காட்சியில் பத்மினியின் நடிப்பு இயல்பாக இருந்தது. மிகை நடிப்புக்கு பத்மினியிடம் இடமே இல்லை. படத்தை தயாரிப்பாளர் எம். நடேசனே இயக்கி இருந்தார். மக்களிடையே நல்ல வரவேற்பைப் பெற்ற படமிது.

இந்தப் படத்தில்தான் ராஜசுலோச்சனா முதன்முதலாக பத்மினியுடன் நடித்தார். அப்போது தனக்கு ஏற்பட்ட உணர்வுகளை 'கனவு பலித்ததம்மா' என்ற தலைப்பில் பேசும்படம் பத்திரிக்கைக்கு அவர் அளித்த பேட்டி இங்கே கொடுக்கப்பட்டுள்ளது.

"திரைப்பட உலகில் நான் (ராஜசுலோச்சனா) நடிகையாக வருவதற்கு முன்பு ஒரு கனவு கண்டேன். நான் பார்த்த முதல்படமான "வேதாள உலகத்தில்" லலிதா—பத்மினி சகோதரிகள் நடனம் என்னை கவர்ந்துவிட்டது. அதன்பின் அவர்கள் நடித்த பல படங்களை நான் பார்த்தேன். பத்மினியின் நடிப்பு என்னை கவர்ந்தது, என் அபிமான நடிகை ஆகிவிட்டார். இந்த சமயத்தில் "ஆசை" என்ற படத்தில் நடிக்க அழைப்பு வந்தது. அதில் பத்மினி நடிக்கிறார் என்பதைக் கேட்டதும் என் கனவில் பாதி பலித்து விட்டது என்பதை உணர்ந்து இன்புற்றேன். திரையுலகில் நான் நினைத்து நடந்த சம்பவங்களில் முக்கியமானது இதுவேயாகும்". "ஆசை"யைத் தொடர்ந்து "ராஜா—ராணி", "திருமால் பெருமை" போன்ற படங்களிலும் ராஜசுலோச்சனா பத்மினி உடன் சேர்ந்து நடித்தது அவருக்கு மனநிறைவாக இருந்திருக்கும் என்பது நிச்சயம்.

தமிழில் 'ஆசை'க்குமுன், இக்கதை கர்தார் புரொடக்ஸன்ஸ் தயாரிப்பில் மதுபாலா, சுரேஷ் நடித்து "துலாரி" என்ற பெயரில் நவ்ஷாத் இசையமைப்பில் ஓர் இனிய சங்கீத சித்திரமாக 1949ஆம்

ஆண்டு இந்திப் படமாக வெளிவந்து. அகில இந்திய அளவில் பெரும் வெற்றி பெற்றது. அதேபோல் 'ஆசைக்குப்' பின் இக்கதை தெலுங்கில் அஞ்சலி தேவி, என். டி. ராமாராவ் நடிக்க, "ஷோபா" என்ற பெயரில் 1958ஆம் ஆண்டில் வெளிவந்து ஆந்திராவில் நன்கு ஓடியது.

### (e) அணையா விளக்கு

'அமரதீபம்', வீனஸ் பிக்சர்ஸ் தயாரிப்பு. கதை, வசனம் ஸ்ரீதர், இசை சலபதிராவ், ஜி. ராமநாதன் மற்றும் ஜி. என். பாலசுப்ரமணியம், பட இயக்கம் டி. எஸ். பிரகாஷ் ராவ்.

அருணா செல்வந்தர் வீட்டு ஒரே செல்லப் பெண். அவளை அருணாவின் விருப்பத்திற்கு மாறாக முன்கோபி சுகுமாருக்கு மணமுடிக்க எண்ணம் கொண்டிருந்தார் அவள் தந்தை. இதனால் வீட்டை விட்டு வெளியேறி அருணா, அசோக் என்ற அனாதையை சந்தித்து காதல் கொள்கிறாள். எதிர்பாராத விபத்தில் தலையில் அடிபட்டு பழைய நினைவுகளை மறக்கிறான் அசோக். அருணாவை சுகுமார் அசோக்கிடமிருந்து பிரித்து வீட்டுக்கு அழைத்துச் சென்று விடுகிறான். நினைவு திரும்பிய அசோக் ஊருக்கு ஒதுக்குப்புறமாக ஒதுங்க அங்கே ரூபா என்ற நாடோடி கூட்டத்தைச் சேர்ந்த பெண்ணை சந்திக்கிறான். அவளோடு பழகும்போது மன சாந்தி பெறுகிறான். இருவருக்குமிடையே புனிதமான நேசம் வளர்ந்து பந்தமாகிறது. அசோக் மறுபடியும் விபத்தில் சிக்க பழைய நினைவுகள் திரும்புகின்றன. அருணாவை அடையாளம் கண்டு கொள்கிறான். காதலர்கள் இணையும் போது ரூபா குறுக்கே நிற்கிறாள். அசோக் தனக்கே சொந்தமென்று உரிமை கொண்டாடுகிறாள். ரூபா தோல்வியின் உச்சியில் அருணாவைக் கடுமையாக ஏசி மறைத்திருந்த கத்தியால் அவளைக் குத்த முயல்கிறாள். அப்போது ரூபா வளர்ந்த கூட்டத்தின் தலைவர் தோன்றி அருணா அவளது உடன்பிறந்த சகோதரி என்றும் கூற, கதறுகிறாள் ரூபா. ஆனால் சுகுமாரனால் சுடப்பட்டு இறக்கிறாள். இறக்கும் முன் அசோக்கையும் அருணாவையும் இணைத்து வாழ்த்தி விழுகிறாள். தன் மரணத்தால் அசோக் அருணா வாழ்க்கையில் ஒளி ஏற்றி நிலைத்து நிற்கும் அமரதீபம் ஆகிறாள் ரூபா.

இப்படத்தில் நடித்த மாபெரும் இரு நடிகைகள் பத்மினி மற்றும் சாவித்திரி. நடிப்பின் சிகரத்தை தொட்ட இவர்கள் தங்கள் ஏற்ற பாத்திரங்களுக்கு நடிப்பால் உயிரூட்டினர். சகோதரிகளாக இறுதி காட்சிகளில் சந்திக்கும்போது பத்மினி வெளிப்படுத்தும் உள்ளக் குமுறல்களையும் அவற்றைப் பொறுமையோடு சந்திக்கும் சாவித்திரிக்கும் நடிப்பு என்ற போட்டி இருந்தால் முடிவு புதிராகவே இருந்திருக்கும். பத்மினி ரூபாவாகவும் சாவித்திரி அருணாவாகவும் நடித்திருந்தனர்.

அசோக்காக சிவாஜியும், சுகுமாராக எம்.என். நம்பியாரும் நடித்தனர். பத்மினி என்றால் பாட்டும் ஆட்டமும் தாளம் போடவைக்குமல்லவா? அதற்கு அமரதீபம் விதிவிலக்கல்ல.

1. "பச்சைக்கிளி பாடுது பக்கம் வந்தே ஆடுது என்னைப் பாரு உன் துன்பம் பறந்து ஓடுது"
2. "நாடோடிக் கூட்டம் நாங்க தில்லாலேலோ"
3. "எல்லோரும் கூடி ஆடிப்பாடிக் கொண்டாடும் நாளிதுவே" (சிங்கார வடிவான சுந்தரி ஒய்யாரி அன்புடனே எம்மை ஆதரி)
4. "துன்பம் சூழும் நேரம்"
5. "ஜாலியோ ஜிம்கானா"

அமரதீபம் (1956)

போன்ற பாடல்கள் எல்லோரையும் முணுமுணுக்க வைத்தது.

ஒரு காட்சி சிவாஜியும் பத்மினியும் சந்திப்பு. சிவாஜி பத்மினியின் அழகை வர்ணிக்கிறார்.

"ரூபா இன்று நான் ஒரு தங்க சிலைக்கு அதிகாரி ஆகிவிட்டேன். அது உயிர் உள்ள சிலை, அதன் உள்ளமெல்லாம் உணர்ச்சி அலை. அழகுக்கு அழகூட்டும் அற்புதமான உருவம். அழியாத இன்பத்தை அள்ளித்தரும் பார்வை. பட்டு மேனி, கட்டுவிடாத "காட்டுரோஜா" என்று பேச, பத்மினியோ அவனது வர்ணனைகளுக்கு ஏதும் பேசாமல் தன் உணர்வுகளை முகத்தில் தேக்கி விரல்களால் வருடி அவனது உதடுகளில் பதிக்கும் காட்சி கட்டாயம் கவனிக்க வேண்டியதொன்று. சாவித்திரியை பொறுத்த மட்டில் ஒரு துயரப் பாடல் பிரபல சங்கீத வித்வான் ஜி. என். பாலசுப்பிரமணியம் சுபபந்துவராளியில் அமைத்த "எங்கோ மறைந்தனையோ" என்ற பாடல். எம். எல். வசந்தகுமாரியின் குரலில் பாடி சாவித்திரி கண்ணீரில் கலந்தார். இந்தப்பாடல் படத்திற்கு வேகத் தடையாக இருக்கிறது என்று தயாரிப்பாளர்கள் பின்பு படத்திலிருந்து துர்ப்பாக்கியவசமாக நீக்கிவிட்டார்கள்.

மொத்தத்தில் அமரதீபம் ரசிகர்களைக் கவர்ந்த படம். மற்றுமொரு செய்தி "அமர ஜீவி" என்ற பெயரிலே இப்படம் தெலுங்கில் மொழிமாற்றம் செய்து தெலுங்கு சகோதரர்களையும் அதே ஆண்டில் வெளிவந்து மகிழ்வித்தது.

## (f) சரித்திர நாயகனின் சாதனை

"மதுரை வீரன்" திரைப்படம் ஒரு கர்ணப் பரம்பரைக் கதை. மதுரை வரலாற்றில் பொன் எழுத்துக்களில் பதிக்கப்பட்ட சரித்திர நாயகன் மதுரை வீரன். தென் தமிழ்நாட்டு மக்கள் காக்கும் கடவுளாக மதுரை வீரனைக் கொண்டு அவருக்கு உருவ வழிபாடு இன்றளவும் செய்து வருகிறார்கள். வாரணவாசி பாளையாபதியின் பிள்ளையாகப் பிறந்து கைவிடப்பட்டுச் சக்கிலியர்களால் வளர்க்கப்படுகிறான் வீரன். பெயருக்கேற்ற வீரமும் உடன் விவேகமும் கொண்டு அஞ்சா நெஞ்சனாக வளர்ந்து வாலிபன் ஆகிறான். பொம்மண்ணன் மகள் பொம்மியைக் காதலித்து எதிர்ப்புகளை முறியடித்து மணந்து கொள்கிறான். மதுரை திருமலை மண்ணின் பாண்டியநாட்டில் கொலைகளை அடக்க வீரன் அனுப்பப்படுகிறான். அழகர்மலையில் மறைந்திருந்த கொள்ளையர்களை அடக்குகிறான். மன்னர் அன்புக்கு பாத்திரம் ஆகிறான். ஆனால் விதி விளையாடுகிறது. அரண்மனை நாட்டியக்காரி வெள்ளையம்மாள் பேரழகி, சகலகலாவல்லி. வீரன்—வெள்ளையம்மா சந்திக்கிறார்கள். பின் காதலர் ஆகிறார்கள். திருமலை மன்னனுக்கும் வெள்ளையம்மாள் மீது நாட்டம். இடையே இருந்த விஷமிகள் இதனைப் பயன்படுத்தி அரசன் வீரனை வெறுக்கும்படி செய்கின்றனர். கொள்ளையர் தலைவன் சங்கிலி கருப்பனுக்கும் வீரனுக்கும் முடிச்சுப்போட்டு அரசவையில் வீரனைக் குற்றவாளியாக நிறுத்துகிறார்கள். ஏற்கனவே நெஞ்சில் பகைமை கொண்ட திருமலை மன்னன் வீரன் குற்றவாளி என்று கூறி மாறுகால் மாறுகை வாங்க உத்தரவிடுகிறார். பொம்மி கணவனுக்காகக் கதறுகிறாள்; வெள்ளையம்மாள் மன்னனிடம் மன்றாடுகிறாள். அவைகள் அரசனின் காதில் 'செவிடன் காதில் ஊதிய சங்கு ஆயிற்று! மாறுகால் மாறுகை வாங்கப்பட்டு வீரன் கொல்லப்படுகிறான். பொம்மியும் வெள்ளையம்மாவும் அவன் சடலத்தின் மீது விழுந்து உயிர் விடுகிறார்கள். வீரன் "மதுரை வீரன்" என்றாகிறான். மதுரை வீரன் —பொம்மியம்மாள் — வெள்ளையம்மாள் மூவரும் வானகம் செல்ல மக்களின் வழிபாட்டிற்குரிய கடவுளாகிறார்கள். இன்றளவும் தென்னகத்தோர் மதுரை வீரனைக் காவல் தெய்வமாகத் தொழுது வருகிறார்கள்.

படத்தில் வீரனாக எம். ஜி. ஆர் அவர்களும் பொம்மியாக பி. பானுமதியும், வெள்ளையம்மாள் ஆக பத்மினியும் திருமலை மன்னராக ஒ.ஏ.கே. தேவரும், சூழ்ச்சிகாரர் நரசப்பனாக டி.எஸ். பாலைய்யாவும் நடித்திருந்தார். படம் முழுவதும் வீரனாகச் செங்கோல் செலுத்துவது எம்.ஜி.ஆர்.தான். படத்தை இருகூறாக

'அமரதீபம்' விழாவின்போது காஸினோவில்.

பகிர்ந்து பார்த்தாள் முதல்பாதியில் எம்.ஜி.ஆரின் ஜோடியாக பானுமதி பொம்மி பாத்திரத்தில் அன்பும், பண்பும், அடக்கமும் இணைந்த பாவையாக உலவுகிறார். ஆனால், படத்தின் பிற்பகுதி திரை ஆட்சியை முழுமையாக கையகப்படுத்திக் கொள்வது வெள்ளையம்மாளாக நடித்த பத்மினிதான்.

பாண்டியநாட்டு திருமலை மன்னன் அரண்மனை நாட்டியக்காரி வெள்ளையம்மாள் மீது காதல் கொள்கிறார். எதிர்பாராவிதமாக வீரன் குறுக்கிடுகிறான். வீரனை திசைதிருப்ப வெறும் பத்து நாட்களில் பெரும் கொள்ளையர் கூட்டத்தினரைக் கைது செய்ய ஆணையிடுகிறான். வெள்ளையம்மாள் மன்னனின் ஆணையைக் கண்டிக்கிறாள். "ஆறு நாழிகைக்குள் ஆடி முடி என்று மயிலுக்கு கட்டளையிட்டால் அதற்குள் பாடி முடிக்க வேண்டுமே என்று குயிலுக்கு கவலை வராதா? எப்படியோ நல்லவருக்கு கஷ்டம் வரும்போது தான் நாலு பேருக்கு அவர்களிடமுள்ள அறிவு வெளிப்படும்" என்று வெள்ளையம்மாள் பேசும் பேச்சில் கவித்துவம் வெளிப்படுகிறது.

"ஒரு கெட்டிக்காரன் வந்து விட்டால் பத்து சோம்பேறிகளுக்குச் சாப்பாடு நின்றுவிடும்"

"கண்ணகியின் பொறுமைதான் அவள் கஷ்டத்திற்கு காரணம்"

"இப்படி நாசூக்காகத் திணிக்கப்பட்ட துணுக்குத் தத்துவங்கள்" பல. இவற்றுக்கெல்லாம் சிகரம் வைத்தாற்போல் மதுரை வீரனைச் சாய்த்த பிறகு வெள்ளையம்மாள் ஆக பத்மினி பேசும் வசனமும் நடிப்பும் படத்தில் உச்சம் எனக் கொள்ளலாம்:—

திருமலை மன்னர் (அழுதுகொண்டே): "ஐயோ தவறு நடந்துவிட்டது."

வெள்ளையம்மாள்: அழு, நன்றாக அழு...! தொண்டை அடைத்துப் போகும் அளவுக்கு அழு...! ஆற்றாது அலறும் இந்த அபலைப் பெண்கள் தனியாகவா அழுவது. நீயும் கூட சேர்ந்து அழு...! அநியாயத்தின் உருவமே, சாகப்போகும் நேரத்திலாவது உன் கண்கள் திறந்ததே! அந்தக் கண்களிலே ஒளி இருக்கிறதா? இருந்தால் பார்...! தேம்பி

அழும் இந்தப் பச்சை பைங்கிளியைப் (பொம்மி) பார். நான்கு புறமும் வேடர் சூழ நடுவில் சிக்கிய மான் போலே தவிக்கும் இந்த இல்லறச் செல்வியைப் பார்... மாலை இழந்து மஞ்சள் அழிந்து கூந்தல் அவிழ்ந்து, குங்குமம் கலைந்து, பச்சைப் பருவத்திலே பட்டுப்போன மரத்தைப் பார்! பார் மன்னா...! நன்றாகப் பார். அன்பு தவழும் கணவன் முகத்தை ஆசையோடு பார்க்க வேண்டிய கண்கள், அதிலே ஆறாக ஓடும் கண்ணீர்! அதைத்தான், அத்தான் என்று பாசத்தோடு அழைக்கவேண்டிய உதடுகள் அதிலே சோகத்தின் துடிதுடிப்பு. நீதியற்ற மன்னவனே உன் ஒரு வார்த்தையிலே உயிரற்ற நடைபிணம் ஆகிவிட்ட இந்த உத்தமியைப் பார். ஏன் அசையாமல் நிற்கிறாய்? வீடு தட்டி வந்த கள்ளன் யார் என்று கேட்க 'தட்டியவன் நானே' என்று வெட்டி வீழ்த்திக் கொண்டான் கையை, பொற்கை பாண்டியன் குற்றமற்ற கோவலனை கொலை செய்தோம் என்பதை உணர்ந்ததும் சிங்காசனத்தில் இருந்து. விழுந்து உயிர் விட்டான் பாண்டியன் நெடுஞ்செழியன்! கன்றைக் கொன்றான் மகன் என்று கேட்டதும் அவனைத் தேறேற்றி கொன்றான் சோழமன்னன். கற்பு மிகுந்த மணிமேகலையைக் கெடுக்க முயன்றான் மகன் என்று தெரிந்ததும் ஊரார் கொன்று விட்டார்களே அவனை நான் அல்லவா கொன்று இருக்க வேண்டும் என்று நீதி முரசு எழுப்பினான் பூம்புகார் சோழன்! ஏன் ஆண்டி முதல் அரசன் வரை ஒரே நீதி வழங்கிய மூவேந்தர் பரம்பரை, அந்த சிங்காசனத்தில் நீ? அந்த சிங்காசனத்தில் நீ?

இப்படி கோர முரசு கொட்டினாள் வெள்ளையம்மாளாக பத்மினி. உணர்ச்சிகள் தீப்பிழம்பாய் எரிந்தது. வசனம் எழுதிய கவிஞர் கண்ணதாசன் தன் எழுத்தால் உயர்ந்தார் என்றால் அதற்கு உயிர் கொடுத்த பத்மினி தனது நடிப்பால் மிளிர்ந்தார்.

பத்மினியை பொறுத்தமட்டில் படத்தில் இன்னொரு முக்கியமான பங்கைக் குறிக்க வேண்டும். அதுதான் அவருக்கே உரிய நடன ஆற்றல். ஈசனின் திருவிளையாடலை விளக்கிப் போற்றும் உடுமலை நாராயண கவிராயர் இயற்றிய 'ஆடல் காணீரோ, திருவிளையாடல் காணீரோ' என்ற பொருட் செறிவு மிகுந்த தெய்வீக பாடலும் அதற்கு பத்மினி அபிநயம் பிடித்து ஆடிய ஆடலும் ஒரு தெய்வீக விருந்தாக அமைந்திருந்தது. இந்த நடனக் காட்சியைக் கண்ணுற்று ரசித்த வீரன் (எம். ஜி.ஆர்) 'அதிசயமான கலைத்திறமை...? இந்த நிகழ்ச்சி என் மனத்தை விட்டு என்றும் நீங்காது...!' என்கிறார். உண்மையில் பார்த்தவர் எவர் மனத்தையும் விட்டு அகலாத நடனம்தான். இப்படத்தை இசை அமைப்பாளர் ஜி. ராமநாதன் பாட்டை சாருகேசி ராகத்தில் அமைக்க பிரபல கானக்குயில் எம்.எல்.வசந்தகுமாரி பாடி பாட்டிற்கு இன்சுவை கூட்டினார். பத்மினிக்காக பின்னணி பாடியவர்களில் முதல்வரும் முக்கியமானவரும் எம்.எல்.வசந்திகுமாரி அவர்களே. அவர் ஒரு பேட்டியில் பத்மினிக்காக நான், பாடிய பாடல்களில் எனக்கு மிகவும் பிடித்த பாடல் 'ஆடல் காணீரோ' பாட்டுதான் என்று

குறிப்பிட்டுள்ளார். அதிர்ஷ்டவசமாக இந்த நடன காட்சியைப் பார்க்கவும் கேட்கவும் வாய்ப்பு பரவலாக இருக்கிறது. இந்தப் பாடலின் தொடர்ச்சியாகக் குறிக்கத்தக்க மற்றொரு இனிய ஜோடி கானம் பத்மினிக்குண்டு. 'நாடகமெல்லாம் கண்டேன் உந்தன் ஆடும் விழியிலே' பத்மினியும் எம்.ஜி.ஆருடன் ஜோடி சேர்ந்து பாடும் கனவு காட்சியாகப் படத்தில் வருகிறது. காமிரா தந்திர காட்சியாக இதைக் சுட்டுத்தள்ளி திகைக்க வைத்தது! இப்பாடல் கவிஞர் சுரதாவால் இயற்றப்பட்டது. எம்.ஜி.ஆரும் பத்மினியும் ஜோடி சேர்ந்து நடித்த முதல் படம் என்ற சிறப்பும் 'மதுரைவீரன்' பெறுகிறது.

இப்படத்திற்கு முன்னோடியாக 1939ஆம் ஆண்டில் ராஜம் டாக்கீஸ் ராஜு பிலிம்ஸ் தயாரிப்பில் "மதுரை வீரன்" என்ற பெயரில் ஒரு படம் வெளி வந்தது. இதில் வி.எஸ்.மணி மதுரை வீரனாகவும் எம்.ஏ.ராஜமணி பொம்மியாகவும் எஸ்.ஆர்.ராஜலட்சுமி வெள்ளையம்மாள் ஆக நடித்திருந்தார்கள். பின்தங்கிய சமூகத்தினர் வம்சா வழியாக மதுரை வீரனைத் தெய்வமாக வழிபட்டு வந்ததால் இப்படம் வெற்றி பெற்றது. படத்தை ஒய்.வி.ராவ் இயக்கியிருந்தார். தக்க மாற்றங்களுடன் ஜனரஞ்சகமாக திரைக்கதை அமைத்து சுவாரஸ்யமான வசனங்களும் இனிய பாடல்கள் அழகிய நடனங்களால் அலங்கரிக்கப்பட்ட 1956ஆம் ஆண்டில் எம்.ஜி.ஆர் நடிப்பில் வெளிவந்த இந்த 'மதுரை வீரன்' திரைப்படத்தின் வெற்றியை எப்படித்தான் அளவிடுவது? படம் வெளிவந்து பல ஊர்களில் 25 வாரங்களுக்கு மேல் ஓடி வெள்ளிவிழா கண்டு வசூலில் புரட்சி செய்தது. அதுவும் மதுரையிலே மதுரை வீரனுக்கு தனி மவுசு இருந்ததால் அங்கு வசூல் உச்சத்தைத் தொட்டது. இப்படத்தை யோகானந்த் டைரக்ட் செய்திருந்தார் இந்தப்படம் 'சாகச வீருடு' என்ற பெயரில் தெலுங்கில் மொழிமாற்றம் செய்யப்பட்டு திரையிடப்பட்டது அதே வருடம்.

(g) 'பத்மினி புண்ணியவதி'

பத்மினி நடித்து 1956இல் வெளிவந்த தமிழ் படம் "புண்ணியவதி" சுரபி பிலிம்ஸ் தயாரிப்பு. 1954இல் வெளிவந்த "சினேகா சீமா" என்ற மலையாள படத்தின் தமிழ் மொழிபெயர்ப்பு "புண்ணியவதி" என்ற

பெயரில் திரையிட்டார்கள். மொழிமாற்று படத்தின் தகுதிக்கான வகையில் படத்தின் வரவேற்பு தமிழ்நாட்டு மக்களிடையே இருந்தது.

மொத்தத்தில் 1956ஆம் ஆண்டின் திரைப்படங்கள் பொதுவாக "சகோதரிகளுக்கு", குறிப்பாக பத்மினிக்கு சிறு கசப்பும் பெரும் இனிப்பும் கலந்த கலவையாக அமைந்தது.

22

# லலிதாம்பிகை திருமணம்

திருவாங்கூர் சகோதரிகளான லலிதா, பத்மினி, ராகினி ஆகியவர்களில் திரையுலகில் நிலைத்து, கோலோச்சி நின்றவர் பத்மினிதான். எனினும் இதில் லலிதாவின் பங்கும் கணிசமானது, குறிப்பிடத்தக்கது. சகோதரிகளின் திரைவாழ்வின் துவக்க காலத்தில் முன்னணியில் நின்றது லலிதாவே. 'ஓர் இரவு' திரைப்படத்தில் பாரதிதாசனின் "துன்பம் நேர்கையில் யாழெடுத்து நீ இன்பம் சேர்க்கமாட்டாயா?" என்ற பாடலுக்குச் சேலையை வரிந்து கட்டிக் கொண்டு ரங்கராட்டினம்போல் அவர் சுழன்றாடி அபிநயம் பிடித்ததைப் பார்த்தவர்கள் மறந்திருக்க முடியுமா?. சுமார் அறுபதிற்கும் மேற்பட்ட படங்களில் சகோதரிகள் ஆடிய நாட்டியங்களில் முக்கியத்துவம் கொடுக்கப்பட்டது லலிதாவுக்கே. 'ஏழைபடும்பாடு' (1950), 'ப்ரஸன்னா' (மலையாளம்) 1950, 'ஓர் இரவு' (1951), 'காஞ்னா' (1952), 'பொன்னி' (1953), 'தூக்கு தூக்கி' (1954), 'காவேரி' (1955) போன்ற படங்களில் முக்கிய தலைமை பாத்திரங்கள் ஏற்றுச் சிறப்பாக நடித்து திரையுலகில் தனக்கென ஒரு இடத்தை தக்கவைத்துக் கொண்ட பெருமை லலிதாவுக்கு உண்டு. 1956 — 1957ஆம் ஆண்டில் அவரது வாழ்க்கையின் முக்கிய நிகழ்வாக அவரது திருமணம் நடைபெற்றபோது அவர் நடித்துவந்த "செந்தாமரை" என்ற திரைப்படத்தில் அவரது பாத்திரத்தை நடித்து முடித்துக்கொடுத்து திரையுலகிலிருந்து நிரந்தரமாக விடைபெற்றுக்கொண்டார். பத்மினிக்கும் ராகினிக்கும் சரஸ்வதி அம்மாளுடன் லலிதாதான் வழிகாட்டியாகச் செயல்பட்டார். சரஸ்வதி அம்மாள், லலிதா, பத்மினி மற்றும் ராகினிக்கும் இடையே பிணைத்திருந்த பாசவலை அற்புதமானது, அசைக்கமுடியாதது. பொதுவாக திருமணம்

என்பது ஒவ்வொருவர் வாழ்விலும் தவிர்க்க முடியாத ஒரு பந்தம், லலிதாவும் அதற்கு விதி விலக்காக இருக்க விரும்பவில்லை. கவிஞர் தஞ்சை ராமையாதாஸ் வேடிக்கையாக எழுதிய வசனத்தின்படி "நித்திரைக்கு சத்துரு? நெருங்கிவரும் கல்யாண நாள்" என்ற நிலையே லலிதாவுக்கு!

(g) திருமணப் பேச்சு:

1930இல் பிறந்த லலிதாவுக்கு 26 வயதடைந்ததையும் மூத்த மகளான அவளுக்குத் தக்க வரன் பார்த்து உரிய காலத்தில் கல்யாணம் செய்து முடிக்க வேண்டியதை நன்குணர்ந்தவர் தாயார் சரஸ்வதி அம்மாள். அப்படிப் பார்க்கும் மாப்பிள்ளைத் தங்களது நாயர் குடும்பத்தைச் சார்ந்தவராக இருக்க வேண்டுமென்பது அவரது சங்கல்பம் (தனது மூன்று பெண்களுக்கும் "நாயர்" வகுப்பு மாப்பிள்ளைகளையே தேர்ந்தெடுத்துத் திருமணம் செய்து வைத்தார் சரஸ்வதி அம்மாள். தவிர சகோதரிகள் திருமணம் வரிசைவாரியாகவே லலிதா, பத்மினி, ராகினி என்றே நடந்தது; மூன்றும் காதல் கலக்காத திருமணங்களே. இது மகள்களிடம் அவரது சொல்லுக்கும் எண்ணத்திற்கும் இருந்த செல்வாக்கையும் மதிப்பையும் காட்டுகிறது, கூட்டுகிறது.)

திருவனந்தபுரம் பேங்க் ஒன்றில் மேனேஜராக சகோதரிகளின் மாமா மாதவன் நாயர் வேலைபார்த்தார். நல்ல மாப்பிள்ளையைத்

லலிதாம்பிகா சிவசங்கரன் திருமணவிழாவில்

தேர்வு செய்யும் பொறுப்பை சரஸ்வதி அம்மாள் அவரிடம் ஒப்படைத்திருந்தார். அவரும் நல்ல மணமகனைத் தேடிக் கொண்டிருந்தார். திருமணத்தில் மேற்கொண்டு நடவடிக்கை எடுக்கும் முன் லலிதாவின் எண்ணத்தையும் தெரிந்துகொள்ள சரஸ்வதி அம்மாள் விரும்பினார். சகோதரிகள் சூழ இருந்தபோது லலிதாவிடம் அவளுக்குத் திருமணம் செய்ய விரும்புவதாகச் சொன்னபோது லலிதா மறுபேச்சு ஏதுமின்றி உடனே ஒப்புக் கொண்டுவிட்டார். பத்மினிக்கும் ராகினிக்கும் இது அதிசயமாக இருந்தது. பின் தனிமையிலிருந்தபோது, பத்மினி சகோதரி லலிதாவிடம் எந்தவித தடுமாற்றமுமின்றி அம்மாவிடம் திருமணத்திற்கு சம்மதித்ததற்கு காரணம் கேட்டார். லலிதாவோ அம்மாவின் எண்ணமும் முடிவும் சரியாக இருக்குமென்பதால் ஏற்றுக்கொண்டதாகக் கூறினார். மேலும் மற்ற சகோதரிகளின் முன் விவாதித்தால் அம்மாவின் கௌரவம் பாதிக்கப்படுமென்பது மற்றுமொரு காரணமாகும். "இந்த நிகழ்ச்சி எங்கள் மனத்தில் நன்குறைத்தது, இறுதிவரை அம்மாவின் சொற்படி நடக்க வேண்டுமென்ற உறுதியை ஏற்படுத்தியது. எனவே எங்கள்

அக்காதான் எங்களுக்கு வழிகாட்டி” என்று ஒருபேட்டியில் பத்மினி குறிப்பிட்டுள்ளார்.

## (b) மணவிழாக் கோலம்

லலிதாவுக்கு ஆலப்புழையைச் சேர்ந்த வக்கீல் சிவசங்கரன் மணமகனாகத் தேர்ந்தெடுக்கப்பட்டார். மணமகன் குடும்பம் கீர்த்திபெற்றது, சிவசங்கரன் பிரபல சர்தார் பணிக்கரின் மகனாவார். செல்வி லலிதாம்பிகைக்கும் (லலிதாவின் முழுப்பெயர் அது தான்) ஆலப்புழை வக்கீல் சிவசங்கர நாயருக்கும் சென்னையில் *23.01.1957* காலையில் சீரும் சிறப்புமாகத் திருமணம் நடைபெற்றது.

சென்னை கவர்னர் ஜான், மந்திரி பக்தவத்சலம், பிரதம நீதிபதி பி.வி.ராஜமன்னார், நீதிபதி ஏ.எஸ்.பி.ஐயர், பி.வி.செரியன் மற்றும் பல பிரமுகர்களும் படமுதலாளிகளும் நடிகர், நடிகைகளும் வந்திருந்தனர். இந்திய ஜனாதிபதி, நேருஜி, காமராஜ், பம்பாய் கவர்னர் ஸ்ரீபிரகாசா, முன்னாள் கவரனர் ஜெனரல் மவுண்ட் பேட்டன் மற்றும் பல பிரமுகர்களிடமிருந்து வாழ்த்துச் செய்திகள் குவிந்தன.

மாலையில் ஏற்பாடு செய்யப்பட்டிருந்த வரவேற்புக்கு, காலையில் வந்த பலருடன் ஜெனரல் கரியப்பா, டி.ஆர்.ராஜகுமாரி, ஸ்ரீராம், ராஜசுலோச்சனா, சாவித்திரி, பானுமதி, வைஜயந்திமாலா மற்றும் பல நடிக நடிகையர்களும் வந்திருந்து மணமக்களை வாழ்த்தினர். இந்தத் திருமண வரவேற்பு நிகழ்ச்சியில் பிரபல கர்நாடக திரையுலகப் பின்னணிப்பாடகி எம்.எல்.வசந்தகுமாரியின் கச்சேரி ஏற்பாடு செய்யப்பட்டுச் சிறப்பாக இருந்தது. மணமகளுக்கு ஏராளமான பரிசுகள் வழங்கப்பட்டன. திருமணத்தில் ஏ.கே.சி. நடராஜன் கோஷ்டியினரின் கிளாரினட் வாத்தியக் கச்சேரியும் நிகழ்ந்தது.

மேற்குறிப்பிட்டோர் தவிர சந்திரபாபு, ஜெமினி அதிபர் எஸ்.எஸ். வாசன், திருமதி பட்டம்மாள் வாஸன், கே.டி.ருக்மணி என்.எஸ். கிருஷ்ணன், டி.ஏ.மதுரம், எம்.ஜி.ஆர், டைரக்டர் டி.ஆர்.சுந்தரம், டைரக்டர் கே.சுப்பிரமணியம், சிவாஜி கணேசன், பாலு முதலியார், நடிகை அம்பிகா, தின்ஷா தெஹ்ராணி, ஜுத்தன் பானர்ஜு, நடிகர் ராஜ்கபூர் ஆகியோரும் திருமண முகூர்த்த வைபோகத்தில் கலந்து கொண்டு விழாவைச் சிறப்பித்தனர். திருமணத்திற்குப்பின் லலிதா ஆலப்புழையில் தனது கணவர் சிவசங்கரனுடன் சேர்ந்து இல்லற வாழ்வைத் துவங்கினார். இத்தம்பதிகளுக்கு லட்சுமி, பார்வதி என்று இரண்டு குழந்தைகள். பரிபூரணமான குடும்ப வாழ்க்கை லலிதாவுக்குக் கிடைத்தது. திருமணத்திற்குப்பின் லலிதா திரைவாழ்கைக்குத் திரும்பவில்லை. ஏன் நினைத்தும் பார்க்கவில்லை. லலிதாவின் திரை சகாப்தம் இத்துடன் முற்றுப் பெற்றது.

## (C) ஏன் இந்த விளக்க வர்ணனை?

லலிதாவின் திருமணம் திருவாங்கூர் சகோதரிகளின் வாழ்வில் நடந்த மிக முக்கிய சுப காரியங்களில் ஒன்று (ஏற்கனவே 'பார்வதி இல்லக்' குடிபுகு விழா நடந்துள்ளது) 1947இல் திரைப்படத்துறையில் நுழைந்த சகோதரிகளின் பூதாகரமாண வளர்ச்சியை 1957இல் நடந்த லலிதா திருமணம் வெளிச்சம் போட்டுக்காட்டியது. சகோதரிகள் திரையுலகில் மட்டுமின்றி, அரசியல் தலைவர்கள், நீதி அரசர்கள் என்று எல்லாத்துறையினரிடமும் நன்மதிப்பும், புகழும் செல்வாக்கும் பெற்றிருந்தனர் என்பதை அத்தாட்சியுடன் கூறவே திருமண விழாக்கோலத்தை பத்திரிக்கைகள் பதிவு செய்தபடி இங்குக் குறிக்கப்பட்டுள்ளது. இவ்வெல்லாப் பெருமைக்கும் காரணம் கலைதான் என்பதை நினைத்து மகிழலாம்.

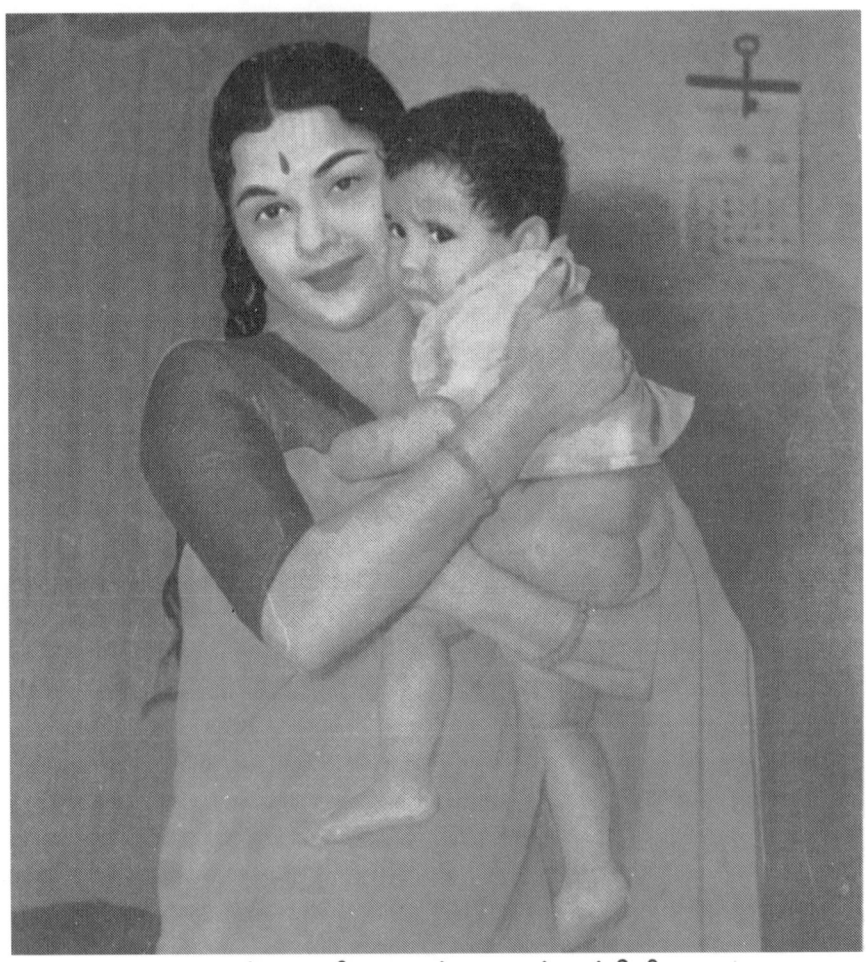

**அக்கா லலிதா குழந்தையுடன் பத்மினி**

லலிதா - பத்மினி

23

# திரைலோக சஞ்சாரி

திரை உலகில் பத்மினியின் நடிப்பும் நடனமும் அவரை ஈடு இணையில்லா ஒரு மாபெரும் நட்சத்திரமாக எழுச்சிப் பெற வைத்தது. ஓய்வு எழிச்சலில்லாத உழைப்பு, அதைச் சலிப்பில்லாமல் சந்தோஷமாக எடுத்துக்கொண்டு செய்ததால் பெற்ற செழிப்பு, புகழ் இப்படிப்பல. புராணத்திலே நாரதர் மூவுலகையும் சுற்றி திரிலோக சஞ்சாரி ஆனார். பத்மினியோ தமிழ், மலையாளம், இந்தி படங்களில் நடிக்க தெற்கும் வடக்குமாக பறந்து பம்பரமாய் சுழன்று நடித்து திரைலோக சஞ்சாரியானார். கால்ஷீட் கட்டுப்பாடுகள் அவரைக் கட்டிப்போட்டன. வேலைப்பளு அவருக்குச் சோர்வையூட்டின. அப்போதைய மனநிலையை பத்மினி சுட்டிக்காட்டுகிறார். இப்படி:

“சில மாதங்களுக்கு முன்னர் என்னைப் பற்றிய ஒரு தீர்மானம் மெல்லத் தலைதூக்கியதுண்டு. நடித்தது போதும் என்று பட உலகிலிருந்து விலகிக் கொண்டு விடலாமா என என் அன்னையுடன் யோசித்தேன். ஓய்வின்றி நான் அல்லும் பகலும் படுகின்ற அவதியைக்கண்டு என் அன்னையும் சம்மதித்தார். ஆனால் அது அவ்வளவு சுலபமாக இல்லை. ஏனெனில் எங்கள் இருவரது தீர்மானத்தை விட, நடிக்கத்தான் வேண்டும் என்று வேறு பலர் செய்து விட்ட தீர்மானமே வெற்றிபெற்றது. நான் நடித்து வரும் படங்களில் “மல்லிகா” என்பதும் ஒன்று. மல்லிகாவாக நடித்து வரும் நான் என் குருட்டுத் தங்கையின் கண்ணொளி பெற எவ்வளவோ கஷ்டங்களை அனுபவிக்கிறேன். உள்ளத்தை ஒரு ஓட்டல் முதலாளியிடம் பறிகொடுக்கிறேன். ஓட்டல் முதலாளியாக ஜெமினிகணேசன் நடித்து வருகிறார், என்னோடு நடித்த மற்றப் படங்களை விட சிறப்பாக”

— **ஆதாரம்: குமுதம் 20.1.57.**

## (a) சதங்கை ஒலி

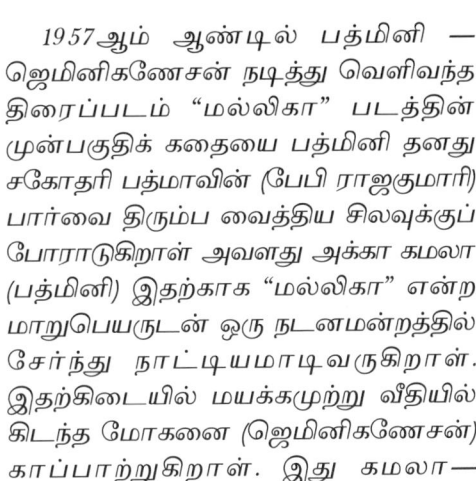

1957ஆம் ஆண்டில் பத்மினி — ஜெமினிகணேசன் நடித்து வெளிவந்த திரைப்படம் "மல்லிகா" படத்தின் முன்பகுதிக் கதையை பத்மினி தனது சகோதரி பத்மாவின் (பேபி ராஜகுமாரி) பார்வை திரும்ப வைத்திய சிலவுக்குப் போராடுகிறாள் அவளது அக்கா கமலா (பத்மினி) இதற்காக "மல்லிகா" என்ற மாறுபெயருடன் ஒரு நடனமன்றத்தில் சேர்ந்து நாட்டியமாடிவருகிறாள். இதற்கிடையில் மயக்கமுற்று வீதியில் கிடந்த மோகனை (ஜெமினிகணேசன்) காப்பாற்றுகிறாள். இது கமலா— மோகன் காதலில் முடிகிறது. மோகன் முல்லைப்பட்டி ஜமீன்தார் முத்தையாவின் (என்.எஸ்.நாராயணன் பிள்ளை) மகனாவான். வசந்தபுரியில் பிரசித்திபெற்ற மெர்மெயிட் என்ற ஓட்டலின் முதலாளி மோகன். ஹோட்டல் மேனேஜர் சங்கர் (டி.எஸ்.பாலையய்யா) ஒரு கயவன் — அவன் சூழ்ச்சிகள் ஆரம்பமாகின்றன. மல்லிகா — மோகன் காதலைத்துண்டிக்க சதித்திட்டம் தீட்டப்படுகிறது. இந்த நிலையில் மோகன் உதவியால் பத்மாவிற்குக் கண் அறுவை சிகிச்சை நடந்து கட்டவிழ்க்க கால அவகாசத்திற்காகக் காத்திருக்கிறாள். முத்தையாவைக் கமலா மீது ஏவிவிடுகிறான் சங்கர். அவரும் கமலாவிடம் கடிந்து மோகனை மறந்து விடுமாறு எச்சரித்துச் செல்கிறார். ஆனால் காதலில் லைலா—மஜ்னு பிரிவின் சோகத்தைக் கண்ட முத்தையா, மனம் மாறி கமலா வீட்டிற்குவந்து அவளை ஏற்றுக்கொள்கிறார். தன் திட்டம் நிறைவேற்ற இருந்த ஒரு துருப்புச்சீட்டு முத்தையா, மனம் மாறியதை அறிந்து மறைவிலிருந்து சங்கர் அவரை சுட்டுக்கொல்கிறான். இந்தக் கொலை நிகழ்ச்சியை கண் கட்டவிழ்த்து பார்வை திரும்பிய பத்மா பார்த்துவிடுகிறாள். அப்பாவைப்

**மல்லிகா (1957)**

***மல்லிகா (1957)***

பார்க்க வந்த மோகன் மீது கொலைப்பழி விழுகிறது. ஆனால் அந்தப்பழியைக் கமலா ஏற்றுக் கொள்கிறாள். நீதி மன்றத்தில் இந்தக் கொலை வழக்கு விசாரிக்கப்படும்போது பத்மா தன் கண்கூடாக சங்கர் முத்தையாவைக் கொன்றதைப் பார்த்ததைக் கூறினான். இதனைத் தொடர்ந்து கமலா விடுவிக்கப்படுகிறாள். சுங்கர் கொலைகாரனாகிறான். பின்னர் மோகனும் கமலாவும் இணைந்து இன்பவானிலே சிறகடித்துப் பறக்கிறார்கள்.

"மல்லிகா" ஒரு சிட்டாடல் தயாரிப்பு. கதை எம்.ஏ.துரை, வசனம் நாஞ்சில்நாடு டி.என்.ராஜப்பா, இசை அமைப்பு டி.ஆர்.பாப்பா, இயக்கம் ஜோசப் தளியத் (ஜூனியர்) அரங்கத்திலே ஆயிரம் பேர் மத்தியிலே மான வெட்கமில்லாமல் வேஷம் போட்டு ஆடுவது கேவலம் என்று கமலாவை மோகன் நிந்திக்க பத்மினியின் அடங்கிய ஆக்ரோஷத்துடன் பேசும் காட்சி சிறப்பாக இருக்கிறது. அதன் சில துளிகள்:

'கமலா: ஆடத்தான் செய்தேன். அறிவுகெட்டுயாருக்கும் அடிமையாகிவிடவில்லை. வேஷம் போட்டேனே தவிர எதையும் விலை கூறி திரியவில்லை. வஞ்சகத்தை நஞ்சா நினைக்கிறவங்க நாங்க. ஆடி விட்டால் உடனே வேசிப்பட்டமா? அவர்களுக்குத்தான் அந்தத் தொழில் சொந்தமா? உயர் குலத்துப் பெண்கள் ஆடுறதில்லே? ஏழைகள் ஆடினால் மட்டும் இழுக்கு, கேவலம், வசைமொழி"

154 ● 'நாட்டியப் பேரொளி' பத்மினி

படத்தில் மேலோங்கி நிற்பது பாடல்களும் பத்மினியின் நடனங்களும் தான்.

பத்மினியின் நடனத்துடன்தான் படத்தையே துவக்கியிருக்கிறார் இயக்குனர்.

"மங்காமல் வளரும் சிங்கார நடனம் பெண்களுக்கே தனி உரிமை"

பாட்டிற்கு கிராமீயம், மார்வாரி, பாங்ரா, கதக் என்று பல்வேறு நாட்டியங்கள் ஆடி ரசிகர்களின் மனத்திலே; இடம் பிடித்துக் கொள்கிறார் பத்மினி. அடுத்த நடனப்பாடல் காட்சியோ அக்காலத்திலே ரசிக்காத கண்ணில்லை, கேட்காத காதில்லை, பாடாத வாயில்லை அதுதான்

"நீல வண்ணக் கண்ணனே உனது
எண்ணமெல்லாம் நானறிவேன்
கண்ணா என்கையைத் தொடாதே
மோகன கண்ணா என் கையைத் தொடாதே"

பத்மினியின் நாட்டிய நர்த்தனம் கண்களை விட்டகலாத ஒரு நிரந்தர ஜோதியாக ஒளிர்ந்தது. படத்திற்கு இசை அமைத்தவர் டி.ஆர்.பாப்பா. படம் மகத்தான வெற்றி பெற்றது.

## (b) வட இந்தியாவிலும் ஜெயக்கொடி

சிட்டாடல் மல்லிகாவை "பாயல்" என்ற பெயரில் ஹிந்தியிலும் ஒரே சமயத்தில் தயாரித்து 1957ஆம் ஆண்டே வட இந்தியாவிலும் திரையிடப்பட்டது. 'பாயல்' படத்திலும் கமலாவாக பத்மினியும் மோகனாக சுனீல்தத்தும் படத்தில் நடித்திருந்தனர். படத் தயாரிப்பு மதராஸ் டாக்கீஸ், தயாரிப்பாளர் ஜோசப்தாமஸ் படத்தில் பாடல்களின் மெட்டுக்கள் தமிழ், இந்தி இரண்டிலும் ஒன்றாக இருந்தன. குறிப்பாக பத்மினியின் நாட்டிய பாடல்கள் மெட்டு நூற்றுக்கு நூறு பழுதில்லாமல் அப்படியே அமைந்திருந்தது.

முதல் நடன பாடல்:

"சுக்கி சுக்கி அச்சாஹை (மங்காமல் வளரும் சிங்கார நடனம்)

இரண்டாவது நடனப்பாடல்:

"ஜோடி ஜுபையா ஹமாரே"

டி.ஆர்.பாப்பா

(நீலவண்ணக் கண்ணனே உனது எண்ணமெல்லாம் நான் அறிவேன்)

மூன்றாவது ஒரு காதல் கானம்:

"சலி சலிரே ஜகனிகிரே தேரே (எந்தன் கண்ணில் கலந்து விளையாடும்)

நான்காவது காதல் சோகப் பாட்டு:

"ஹேமேரி மோத்து கஹாய் முஷ்ஷிமேரே ரூப்புகலோ"

(வருவேன் நானுனது மாளிகையின் வாசலுக்கே)

'மல்லிகாவிலிருந்த அதே வேகம், அதே சுழற்சி, அதே சதங்கை ஒலி என்று பாயலிலும் மாற்றுக் குறையாது பத்மினி நடனமாடியிருந்தார். பாடல்களை ராஜேந்திர கிஷன் எழுதியிருந்தார். படத்திற்குத் தமிழை ஒத்தி இனிமையாக இசை அமைத்திருந்தார் ஹேமந்த் குமார். தமிழில் "கமலா" என்ற பெயரை நாட்டியத்திற்காக 'மல்லிகா' என்று பெயர் மாற்றிக் கொண்டார் பத்மினி. அதுவே தமிழ்ப்படத்தின் பெயராகவும் அமைந்தது. ஆனால் இந்தியில் கமலா என்ற பெயரை மாற்றி "காமினி தேவி" என்று பெயர் கொண்டார். ஆகவே நாட்டியத்திற்குப் படத்தில் முதலிடமென்பதால் அதைக் குறிக்க பாயல் (சலங்கை) என்றே படத்திற்கு பெயரிடப்பட்டது. எப்படியோ மொத்தத்தில் "பாயல்" ரொம்பவும் "ராயல்".

மல்லிகா (1957)

பாயல் (1957)

## (c) தாயத்து ஒரு ஏமாத்து

1957ஆம் ஆண்டிலே கமால் பிரதர்ஸ் தயாரிப்பில் வெளிவந்த திரைப்படம் "புதையல்" பெரிய நடிகர்கள், பாடலாசிரியர்கள், கதை வசனகர்த்தா, இசை அமைப்பாளர் மற்றும் இயக்குனர்களைக் கொண்டு மிகுந்த பொருட்செலவில் எடுக்கப்பட்டதொரு செல்லுலாய்ட் சித்திரம் இது.

"எழுவானுக்கும் தொழுவானுக்கும் இடையிலே,
காக்கை மூக்கின் நிழலிலே, கங்கையூரும்
இடத்திலே கண்டாலும் கன்னியர் கண்ணிலே...
எழுபதுகோடி பசும்பொன்"

இந்த சுலோகத்தின் விளக்கம் தெரிந்துவிட்டால் பொதிந்து கிடைக்கும் அந்தப் புதையல் கிடைத்தாற்போல்தான். தஞ்சாவூர் ஜில்லாவிலேயே பேராவூரணி அடுத்த மருங்கப்பள்ளம் என்ற சிற்றூரில்தான் இந்தப் புதையலிருப்பதாக வதந்தி. இந்தப் புதையலை எடுக்க முயன்ற பேராசைக்காரர்களை ஊருக்கருகே கம்பீரமாக நிற்கும் "மனோரா" (மினார்) பார்த்துக்கொண்டு கல்மாதிரி நிற்கின்றது.

திருநின்றவூர் தி.சந்தானகிருஷ்ணன்

போக்கிரி வெள்ளியம்பலம் (டிஎஸ்பாலைய்யா) ஒரு பேராசைக்காரன். அந்தப் புதையலை எடுக்க கடுமையாக முயற்சிக்கிறான் அவனது வழியிலே துரை (சிவாஜி கணேசன்) மற்றும் பரிமளா (பத்மினி) தட்டுப்படுகிறார்கள். இவர்கள் காதலர்கள். புதையல் ரகசியம் இவர்களுக்குத் தெரியும் என்ற யூகத்தில் அவர்களைத் தன் பிடிக்குள் வைத்துக்கொள்கிறான் வெள்ளியம்பலம். துரையின் தந்தை குமாரவடிவு (எம். கே. ராதா) இலங்கையில் செய்யாத குற்றத்திற்காகத் தண்டிக்கப்பட்டுச் சிறையில் அடைக்கப்பட்டார். ஆனால், அவர் தப்பி மாயாண்டி என்ற பெயரிலே தமிழகத்தின் மருங்காபுரிக்கு வருகிறார் துரைதான் தன் மகன் என்றும் தன் மகள் தங்கம் புதையல் பசிகொண்ட ஒரு போலிச் சாமியார் வசம் சிக்கி இறந்துபோனாள் என்றும் அறியாதவர் வெள்ளியம்பலத்தைத் தவிர ஐயப்பன் என்ற ஒரு முரடனும் கழுகுபோல் புதையலுக்காக மருங்கப்பள்ளத்தைச் சுற்றி வட்டமடித்துக் கொண்டிருக்கின்றனர். கடைசியில் புதையல் ரகசியத்தைக் கொண்ட தாயத்து மாயாண்டிக் கையில் கிடைக்கிறது. இப்போது இருமுனை போட்டி தொடங்குகிறது. இடையில் பரிமளாவை ஒருதலையாய் காதலித்து சோதனைகளில் சிக்கி அல்லல்படுகிறான் துக்காராம் (ஜே. பி. சந்திரபாபு) என்ற ஒரு பித்தன்.

மாயாண்டியின் உந்துதலால் அவன் காட்டிய இடத்தை வெள்ளியம்பலம் புதையலைக் காண பள்ளம் தோண்ட மாயாண்டி போட்ட தாயத்தைக் கண்டுபிடித்ததாகக் களித்துப் படித்து புதையல் ரகசியத்தை தெரிந்துகொள்ளுமுன் பூஜையில் வைத்து ஆராதிக்கிறான். புதையலெடுக்கும் முன் துரையையும் பரிமளாவையும் கொல்ல முயலும் போது கையும் களவுமாக போலீஸிடம் சிக்கி கைது செய்யப்படுகிறான். மாயாண்டிதான் குமார வடிவு என்று தெரிந்தவுடன் மகன் துரை அப்பாவை அணைத்து ஆனந்த கண்ணீர் வடிக்கிறார். பின்னர் அவர் கொடுத்ததில் கண்ட புதையல் ரகசியத்தை யாவரும் கேட்கும்படி படிக்கிறார் அந்த வசனங்கள்:

“புதையலைத் தேடி அலையாதே, போதுமென்ற மனமே பொன் செய்யும் மருந்து. மனத்தைப் பொன்னாக்கிக் கொள்;”

யாரோ ஒரு குறும்புக்கார புத்திசாலி மக்களை பேராசைக்கு அடிமையாக்கிய பின் புத்திவரவழைக்க எழுதிவைத்த சுலோகம் அது என்ற உண்மை தெரிந்து, எல்லோரும் ஏமாற்றமடைந்து வருந்துகிறார்கள் ஆனால் இருவரை தவிர, அவர்கள் துரை, பரிமளா என்ற காதல்ஜோடி புறாக்கள் தான்.

புதையல் கிடைக்காவிட்டாலும் தோண்டி எடுத்த வகையில் படத்தின் சிறப்பான அம்சங்கள் தெரிய வருகின்றது. படத்தில் வசனமும் நடிப்பும் இணைந்து கொடி கட்டிப் பறக்கிறது.

புறக்கணிக்கப்படும் துகாராமின் கடிதத்தை வற்புறுத்தலின் பேரில் வாய்விட்டு படிக்கிறான் துரை:

"அன்புள்ள என் இதயதேவி பரிமளாவுக்கு எழுதப்படும் ஐநூற்று முப்பத்தி மூன்றாவது கடிதம். கண்ணே, கரும்பே! நீ பட்டுக்கோட்டையை விட்டுப்போனது முதல் எட்டிக்காய் சாப்பிட்டு இறந்துவிடலாமா? என்று அடிக்கடி நினைத்து நினைத்து மறந்து விடுகிறேன். கண்மணியே கனிப்பாகே! கற்கண்டே! பொற்கொடியே! முல்லைச்சரம் தொடுத்தது போல், முத்து மாலை கோர்த்ததுபோல் இளநகைக் காட்டும் இன்பவல்லி! என் சிந்தையை கலக்கிய சீதள நிலாவே! கோமளத் தாமரையே குயிலே கோலமயிலே இச்சைக் கிளியே பச்சைக் கிளியே! இந்திய நாட்டு கிளியோபாட்ராவே! எழிலரசி! ஓரிரண்டு பதினான்கு உலகத்திலும் இதுவரையிலும் இனிமேலும் பிறக்க முடியாத அழகு ராணி மின்னல் கொடி! என்னை பார்க்க! உள்ளத்தைத் தொட்டு விளையாட துடிக்கும் என் கரங்களைப்பார் வாலிப கனவுகளால் தாக்குண்டு வாடி இருக்கும் என்னை வசந்தவல்லி நீதான் வாழ்விக்க வேண்டும் பரிமளா உனக்கும் எனக்கும் இடையே காதல் ராஜன் கரும்பு வில்லை மறைத்து விட்டான். என் அரும்பு மீசை துடிப்பதைப் பார் உன் குறும்பு பார்வையால் என்னைத் தழுவி குளிர் தமிழ் மொழியால் என்னை ஆட்கொண்டு அபயம் கொடுப்பாய். கொஞ்சம் கடைக்கண் காட்டம்மா கோகிலமே. என் வலிமைமிக்க தோள்களிலே உன் வனப்புமிக்க முகம் பதியட்டும். இந்தா நான் அளிக்கும் அன்பு முத்தங்கள்."

பரிமளா ரசித்து துரையிடம் என்ன பாவத்தோடு படிக்கிறீர்கள்

புதையல் (1957)
திருநின்றவூர் தி.சந்தானகிருஷ்ணன்

என்று சான்றிதழ் தருகிறாள். அதேசமயம் கடிதத்தை துரை படிக்க கேட்க அசிரத்தையாக இருக்கும் பரிமளா "என்னை பார் உன்னை தொட்டு விளையாட துடிக்கும் என் கரங்களைப் பார்" என்று தொடர்ந்து படிக்கும் போது பத்மினி தன் நடிப்பில் வெளிப்படுத்தும் பாவம் மெல்ல மெல்ல விரிந்து மலர் பூத்தது போல் இருந்தது. மொழியின்றி விழியால் சொல்லும் கதை இதுதானோ வசனகர்த்தா பத்மினியின் அழகை மனத்தில் நிலைநிறுத்தி வர்ணித்தது போல் வசனம் இருந்தது. மற்றும் ஒரு காட்சி துரையிடம் இரவில் பேசிவிட்டு விடியற்காலை திரும்பிய பரிமளத்தைத் தந்தையார் தாண்டவன் (டி.வி.நாராயணசாமி)

கடுங்கோபத்துடன் கண்டிக்க தாயார் அஞ்சலை (எம். ஆர்.சந்தான லட்சுமி) அரவணைத்து ஆறுதல் கூறி மகளை ஆசுவாசப்படுத்துகிறார்.

தபால்காரர் துரை தபால் கொடுப்பது போல் வர, பரிமளா கடிதத்தைப் பெற்றுக் கொள்கிறாள். துரைக்கு பரிமளா முன்தினம் வீட்டில் பட்டபாட்டை தெரிந்துகொள்ள ஆவல். மெதுவாக ஒரு வரியில் விசாரிக்க ஒரு வார்த்தையில் ஒவ்வொன்றுக்கும் பதில் சொல்லும் பரிமளாவின் காட்சி ரொம்பவும் வசீகரமானது.

**துரை:** என்ன, வீட்டிலே எப்படி வரவேற்பு?

**பரிமளம்:** பரவாயில்லே

**துரை:** அம்மா...

**பரிமளம்:** நம்பிக்கை.

**துரை:** அப்பா

**பரிமளம்:** அருவா

**துரை:** ஐயோ... அப்புறம்?

**பரிமளம்:** (வெள்ளி) அம்பலப்பிரவேசம். அத்தோடு நிற்குது இனிமே என்ன ஆகுமோ தெரியல.

சிவாஜிகணேசனும் பத்மினியும் ரசித்து நடித்திருக்கும் இக்காட்சி பார்வைக்குரியது, பார்க்கத் தகுந்தது. சின்ன சின்ன வசனங்கள் சங்கீதம் பாடுகின்றன.

இசையோடும் பாடலோடும் பரிமளித்த பரிமளாவின் பாங்கு இப்படத்தில் மிக முக்கியமானது. படத்துவக்கமே கைத்தறி நெசவின் மேன்மையை சொல்லுகிறது. "சின்ன சின்ன இழை பின்னிப் பின்னி வரும் சித்திரக் கைத்தறி சேலையடி" என்ற பட்டுக்கோட்டை கல்யாண சுந்தரத்தின் பாடலை சுசீலாவின் இனிய குரலில் அழகாக பத்மினி பாடி ஆடி உணர்த்துகிறார். தாமரை எப்படி இருக்கும்? பத்மினியின் கன்னங்களுக்கு ஒப்ப இருக்கும் என்று காட்சியில் விளக்கும் சுகந்தமானதொரு கானம். "தங்கமோகனத் தாமரையே நீ செங்கதிர் கண்டு சிரிப்பதினாலே மங்கையர் வதனம் வாடுது இளமங்கையர் வதனம் வாடுது" என்று தன் கன்னங்கள் இருபுறம் இரு மலர்ந்த தாமரைகள் அணைத்துக் கொண்டு பத்மினி பாடி ஆடும் காட்சி நெஞ்சை விட்டகலாதது. தாமரை செழுமையா பத்மினியின் கன்னங்கள் செழுமையா என்று சந்தேகிக்க வைக்கிறது. இதனைத் தொடர்ந்து தர்பாரி கானடா ராகத்தில் அமைக்கப்பட்ட 'விண்ணோடும் முகிலோடும் விளையாடும் வெண்ணிலவே' சிவாஜியும் பத்மினியும் காதலர்களாக கானம் பாடிக் கடற்கரை மணற்பரப்பில் ஓடி விளையாடும் உல்லாசக் காட்சி குளிர்ச்சியாய் இருந்தது. இவ்விரு பாடல்களுக்கும் சொந்தக்காரர் ஆத்மநாதன் ஆவார். காதலை பிரிந்து பரிமளா வாடி பாடும் துன்ப கீதம் "ஆசைக் காதலை மறந்து போ" உயர்தர ராகங்களில் ஒன்றான சுபபந்துவராளி ராகத்திலே அமைக்கப்பட்ட மருதகாசியின் பாடல். பிரிவின் வேதனையை உவமைகளோடு உணர்த்தியது. படத்தில் தவறாமல் குறிக்கப்பட வேண்டியது சிவாஜி பத்மினி பங்கேற்கும் "கண்டிராஜா கூத்து" தனக்கே உரிய திறனோடு தஞ்சை ராமையாதாஸ் இயற்றியது இது.

"கதிர்வேலுக்கு எதிர் வேலும் இல்லையென்றே சொல்லும்
கதிர்காம கடவுளே காவா"

என்ற பக்தி விருத்தப் பாடலில் பணிந்த கண்டிராஜனின் கண்ணிலே கட்டழகி ஒருத்தி தென்பட திசை மாறிப் போகிறான் அவன் மீது கொண்ட மையலை அதன் வீரியத்தை இப்படி விரிவாக்கினான்.

"இத்தரை மீதினிலே கொட்டிடும் கிளிக்கேற்ற
எழில் கோவை இதழினாலே ஒரு
முத்திரை தானமே பெற்றுவிட்டால் போதும்
முத்தியடைவேன் வாழ்விலே!"

புதையல் (1957)

திருநின்றவூர் தி.சந்தானகிருஷ்ணன்

மன்னனின் அழைப்புக்கு மறுப்புரைக்காள் 'அந்த மாது'. மன்னனுக்கு சினம் கொப்பளிக்கிறது இதோ:

"ஒப்பேனென்றவள் சொன்னாளா
ஆகட்டும் நான் பார்க்கிறேன்
விட்டால் ராஜன் ஆவேனோ
விட்டால் ராஜன் ஆவேனோ"

ஆவேசத்துடன் கண்டிராஜா அந்த அபலையை அழைத்து வர ஆட்களை ஏகினான். அந்தப் பேதை ராஜனிடம் இறைஞ்சுகிறாள்.

**பெண்:** எங்கள் தர்மராஜா இந்த ஏழை முகம் பாரும்

**கண்டி ராஜா:** இனிமேலும் முடியாது

**பெண்:** கதி ஏதும் கிடையாது

**கண்டி ராஜா:** இந்த சாகச வேஷமும் நானறிவேனடி

**பெண்:** தர்மராஜா, இந்த ஏழை முகம் பாரும்

காட்சியில் அபலைப் பெண்ணாக பத்மினி கெஞ்சுவதும் சர்வ அலங்கார பூபதி கண்டி ராஜாவாக சிவாஜி கர்ஜிப்பதும், தெருக்கூத்தை கண்முன் கொண்டுவந்து நிறுத்துகிறார்கள். இந்த இடத்தில் இந்த தெருக்கூத்துப் பாடலுக்கு உயிரும், உரமும் ஊட்டி, வைரம் பாய்ந்த குரலில் திரட்டிப் பாடிக் காவியம் படைத்தார். பாடல்கள் திலகம் டி.எம்.சௌந்தரராஜன். என்பதை பெருமையோடு பதிவு செய்யலாம்.

"புதையல்" திரைப்படத்திற்குக் கலைஞர் கருணாநிதி வசனம் தீட்ட, கிருஷ்ணன்—பஞ்சு இயக்கியிருந்தார்கள். இனிய இசை வழங்கியவர்கள் மெல்லிசை மன்னர்கள் விஸ்வநாதன்—ராமமூர்த்தி ஆவார்கள். கதையினால் காதலர்களுக்கு ஒரு புறம் கொண்டாட்டம், துக்காராமுக்கோ ஒருபுறம் கொண்டாட்டம் மறுபுறம் திண்டாட்டம், பாலையா — எம்.கே.ராதாவுக்கோ பெரும் போராட்டம், டி.நாராயணசாமிக்கோ பலி ஆட்டம், ராஜத்துக்கோ 'சதி' ஆட்டம் இப்படி மாறுபட்ட கொந்தளிப்புகளால் படம் புனையப்பட்டது. 'ஆயிரம் இருந்தென்ன, இல்லாத புதையலுக்கா இத்தனை ஆர்ப்பாட்டம்' என்று 'குமுதம்' எழுத, பல பத்திரிகைகள் இந்தக் கருத்தை வழி

மொழிந்தன. பொருளைப் பற்றிய படமாக இருக்கும் என்று ரசிகர்கள் ஆவலோடு பார்க்க, அது போதனைப் படமாக அமைந்தது சிறந்ததுதான் எனினும், மக்கள் எதிர்பார்ப்பை ஏமாற்றியது என்பது மட்டும் உண்மை. 'போதனை' பொதுவாக மக்களுக்குப் பிடிக்காது என்பதைத் தயாரிப்பாளர்கள் கவனிக்கத் தவறியது ஏனோ.

ஓ.பி.நய்யார்

## (d) ''அஜுபஸ்ஸு சுக்கிரியா''

1957ஆம் ஆண்டில் ஈகிள் பிலிம்ஸ் தயாரிப்பில் வெளிவந்த இந்தி படம் "கைதி", அரேபியக்கதையின் சாயலில் எடுக்கப்பட்ட படம் இது. இசையாலும் நடனத்தாலும் பெரிய வெற்றி பெற்ற படமாகும்.

அப்துல்லாபாய் ஒரு ஏழை. அவரது மகன் முராத் ஓர் ஆணழகன். அவனது காதலி லைலா. லைலாவின் தந்தை ஜாஃபர். வேலைவெட்டி இன்றிச் சுற்றித் திரிகிறான் என்று முராத்தை வெறுக்கிறார், லைலா—முராத் காதலையும் எதிர்க்கிறார். எதிர்ப்பில் தானே காதல் வளர்கிறது. இந்தக் காதலை முறியடிப்பதற்காக ஜாஃபர் லைலாவைக் கூட்டிக்கொண்டு சமர்னாதேசம் சென்றுவிடுகிறான். உருவத்தைத் தொடரும் நிழல்போலே லைலா உடன் இணைய சமர்னா வருகிறான் முராத். புதிய சிக்கல் முளைக்கிறது. சமர்னாதேசத்தின் இளவரசனுக்கும், முராத்துக்கும் இருக்கும் உருவ ஒற்றுமை முற்றிலும் ஒரே மாதிரியாக இருக்கிறது. இளவரசனைக் கொன்று தானே மகுடம் சூட்டிக் கொள்ளலாம் என்ற துர் எண்ணம் கொண்டான் இளவரசனின் அண்ணன் அன்வர். குடித்து, கோமளாங்கிகளுடன் கும்மாளம் போட்டு 'உமர்கயாம்' வாழ்க்கை வாழ்கிறான் இளவரசன்.

கைதி (1957)

அன்வரின் தீய விழிகளில் அகப்படுகிறாள் லைலா. நாட்டியக்காரியான அவள் கரத்தில் நஞ்சை தந்து இளவரசனைக் கொல்ல ஏற்பாடு செய்கிறான். இளவரசனைச் சந்தித்த லைலா அவன் தன் காதலன் என்று எண்ணி அவனைத்

தன் இருப்பிடத்திற்கு அழைத்து வந்து விடுகிறாள் லைலா. சகோதரன் மடிந்தான் என்று மனம் மகிழ்கிறான் அன்வர். இந்த நிலையில் நிலோபர் இளவரசி, இளவரசனை மணக்கும் பொருட்டு சமர்னா வருகிறாள். முடிசூட்டு விழா துவங்குகிறது. இறந்ததாக நினைத்த இளவரசனுக்கு பதிலாக முராத் வந்து முடிசூட்டிக் கொள்கிறான், அன்வர் ஏமாறுகிறான். அசல் இளவரசன் நாட்டியக்காரி வீட்டில், போலி இளவரசன் உல்லாச மாளிகையில் இடையில் அடிபட்ட நாகமாக அன்வர்.

இதற்கிடையில் இளவரசனைக் கண்டுபிடித்த மக்கள் அவனை அரண்மனைக்கு கொண்டு வருகிறார்கள். விபரீத உருவ ஒற்றுமை கொண்ட இளவரசனும் முராத்தும் அரண்மனையில் நேருக்கு நேர் சந்திக்கின்றனர். அன்வருக்கு உண்மை தெரிகிறது. மகுடம் சூட்டிக் கொள்ளும் நேரம் வரும்போது அன்வர் அதை ஏற்க முயலும்போது லைலாவின் திறனால் தடுத்து நிறுத்தப்படுகிறது. இளவரசனுக்கு மகுடம் சூட்டப்பட்டது. உடன் நிலோபர் இளவரசி திருமணமும் செய்து கொள்கிறான். முராத் தன் காதலி லைலாவுடன் விடை பெற்றுச் செல்ல முன்வந்தபோது இளவரசன் அதனைத் தடுத்துத் தங்களுடன் அவர்களையும் சேர்த்துக் கொள்கிறான். அரசனின் மகுடம் காத்த லைலா, அவள் காதலன் முராத்தை மணந்து இன்புற்று வாழ்கிறார்கள். அன்வர் தண்டிக்கப்படுகிறான். திரைப்படம் சுபமாக முடிகிறது.

படத்தை பார்க்கும் போது இசையையும் நடனத்தையும் நம்பியே எடுக்கப்பட்டதாக தெரிகிறது. பிரபல இசை அமைப்பாளர் ஓ.பி.நய்யார் என்று சுருக்கி அழைக்கப்படும் ஓம்கார் பிரசாத் நய்யார் படத்திற்கு இசை அமைத்திருந்தார். நடன அமைப்பு சோஹன்லால், சத்யநாராயணன், ஹீராலால் மற்றும் லட்சு மகாராஜ் ஆவர்.

வடநாட்டு இசையமைப்பாளர்களில் ஓ.பி.நய்யார் இசையில் 'ரிதத்திற்கு' பெயர் பெற்றவர். பெரும்பாலும் அவரது இசையில் பாடல்களை முதன்முறையாக கேட்பவர்களைக் கூட வசப்படுத்தி விடும் தனித்துவமானது. இத்துடன் நளினத்திற்கும் நடனத்திற்கும் எடுத்துக்காட்டாக இருந்த பத்மினியும் சேர்ந்ததால் சர்க்கரை பந்தலில் தேன்மாரி பொழிந்தது போல இருந்தது.

1. குச்தோ ஆஸி பாத்கர் ஜாலிம்

2. யுன் ஹீ பாட்டன் நா பானுது (அஜுபஸ்ஸு சுக்கிரியா)

3. கதக் நடனம் (தனன நாதீர் தீர்நானி தனத தானி)

ஆகிய தனித்துப் பாடும் பாடல்களுக்கு பத்மினியின் நடனம் ஆடியிருந்தார். முதல் பாடலில் சல்லாபம், இரண்டாவது பாடலிலே காதல் நையாண்டி, மற்றும் மூன்றாவது கதக் நடனத்தில் பிரம்மாண்டம் என்று வகையில் பத்மினி பிரகாசித்தார். படத்தில் இனிமையான பாடல்களைப் பெற்ற பத்மினி முராத்தை ஏமாற்ற கழுதைப் போல் கத்துவதும் சுவையான முரண்பாடு.

இப்படத்தை ஈகிள் பிலிம்சார் தயாரித்திருந்தனர் தயாரிப்பாளர் எப்.சி.மெஹ்ரா. படத்தில் பத்மினி லைலாவாக நடித்தும் ஆடியுமிருந்தார். முராத்தாக சுரேஷ் பாத்திரம் ஏற்றிருந்தார். இது தவிர படத்தில் அன்வர், ஆகா, ஹெலன், கமல் மெக்ரா முதலானோரும் நடித்திருந்தனர். படத்தை முகமது உசேன் இயக்கியிருந்தார். படத்தில் பத்மினி பாடி ஆடிய மூன்று நடன காட்சிகள் சிறப்பாக இருந்தது மட்டுமின்றி இரண்டாவது பாட்டின் இரண்டாவது வரியாக வரும் 'அஜுபஸ்ஸு சுக்கிரியா' என்ற பாடலை எல்லோர் கவனத்தையும் கவர்ந்தது. பாடலை பாடியவர் ஷம்சாத் பேகம். பாட்டு எல்லோரையும் ஹம்மிங் செய்ய வைத்தது. படத்தின் நடனங்கள் மற்றும் தேவா கலரில் எடுக்கப்பட்டிருந்தது. வடநாட்டில் "கைதி" இந்தி திரைப்படம் "விடுதலை" செய்யப்பட்டு வெற்றிகரமாக ஓடியது

## (e) தமிழில் "கைதி"

1957ஆம் ஆண்டில் 'கைதி' தமிழில் மொழி மாற்றம் செய்யப்பட்டு "மகுடம் காத்த மங்கை" என்ற பெயரில் தமிழ்நாடெங்கும் திரையிடப்பட்டது. தமிழில் படத்தை ஸ்வஸ்திக் சித்ரா என்ற திரை தயாரிப்பு நிலையம் வெளியிட்டது. படத்திற்கான வசனத்தை ஆரூர்தாஸ் எழுதியிருந்தார். படத்திற்கு கே.வி.மகாதேவன் (ஓ.பி.நய்யார் இசையை தழுவி) இசை அமைத்திருந்தார். பாடல்கள் அ.மருதகாசி "கைதி" (இந்தி)யில் குறிப்பிட்டிருந்த மூன்று இனிய பாடல்களும்

ராஜராஜன் (1957)

அதன் வரிசைப்படி தமிழில் ஜுக்கியின் குரலில் இனிமையாக ஒலித்தன பத்மினிக்குப் பொருத்தமாகவும் இருந்தன.

1. "உந்தன் காதல் பாதைதனில் சேரும் இன்ப கனியான பெண்ணை பாரும்"

2. "குறும்பாய் என்னை பார்க்காதே பேசி எந்தன் நெஞ்சை தாக்காதே, சேதியே தெரிஞ்சிதய்யா ஆளை பார்த்து சுக்ரியா"

3. (கதக் நடனம் மற்றும் பாட்டு) தன நாதீர் தீர்தானி ததை தானி

இவைகளின் இனிமையை இதன் மூல இந்திப் படமான கைதியில் சொல்லப்பட்டிருக்கிறது இப்படமும் மொழிபெயர்ப்புப் படங்களில் வெற்றி பெற்ற படங்களின் பட்டியலில் பங்கு பெற்றது.

(f) நீலாவில் பத்மினி

திருவனந்தபுரம் (கேரளாவில்) அமைந்திருந்த மேரிலாண்ட் ஸ்டுடியோஸ் பிரசித்திபெற்றது. அதன் அதிபர் பி. சுப்பிரமணியம் பாரம்பரிய ரீதியான படங்களை உயர்தர சங்கீதத்தைச் சாத்தி சிறந்த படங்களை எடுத்து நிலைத்த புகழைப் பெற்றவர். அவரது தயாரிப்பு நிறுவனமே நிலா புரொடக்ஷன்ஸ். இதுவே எம்.ஜி.ஆரையும் பத்மினியையும் ஜோடி சேர்த்து "ராஜராஜன்" என்ற தலைப்பிலே 1957 இல் ஒரு திரைப்படம் எடுத்து வெளியிட்டது. முற்றிலும் தமிழ் நடிகர்களைக் கொண்ட இப்படம் தமிழ்நாட்டில் நெப்டியூன் ஸ்டுடியோவிலும் படமாக்கப்பட்டதாகும். படத்திற்குக் கதை— வசனம் இளங்கோவன், இசை கே.வி. மகாதேவன் மற்றும் இயக்கம் டி.வி.சுந்தரம்.

சோழ நாட்டு மன்னர் ராஜசேகரனின் ஒரே புதல்வன் ராஜராஜன் (எம்.ஜி.ஆர்). ராஜப் பிரதிநிதி நாகவேலன் (பி.எஸ்.வீரப்பா) ஒரு கொடியவன். ரகசியமாக ராஜராஜனை கைது செய்து சிறையில் அடைத்து வைக்கிறான். நாகதேவனின் தங்கை பிரியமோகினி (லலிதா). இராஜராஜனின் மேல் ஒருதலைக் காதல். ஆகவே ராஜராஜனைச் சிறையிலிருந்து தப்பிக்க விடுகிறாள். ஆனால், நாகவேலனோ காட்டில் வேடுவர்களால் ராஜராஜன் கொல்லப்பட்டான் என்று கதை கட்டி விடுகிறான். காட்டில் வேடுவர் தலைவன் வேங்கையத் தேவன் (திருப்பதிசாமி) உதவியால் ராஜராஜன் காப்பாற்றப்படுகிறான். பின் தன் தந்தை கவி முத்தோரையின் (எம்.ஜி.சக்கரபாணி) யோசனைப்படி நாங்கூர் அரசர் கீர்த்திவர்மனின் (ஆர்.பாலசுப்ரமணியம்) உதவி பெற அந்நாட்டுக்குச் செல்கிறான். வழியில் கீர்த்திவர்மனின் ஒரே புதல்வி ரமாவை (பத்மினி) கள்வர்களிடமிருந்து காப்பாற்றி அவளது அன்பைப் பெறுகிறான் ராஜராஜன். நாங்கூர் மன்னரைச் சந்திக்கும் முன்னேயே நாகவேலன் மன்னரைச் சந்தித்து அவர் மனத்தில் துவேஷத்தை விதைத்து விடுகிறான் நிலைமையை நேரில் கண்டறிய நாங்கூர் மன்னன் சோழநாடு செல்கிறார். அங்கு முத்தோரையின் அறிவுரைப்படி அரசனைத் தேர்ந்தெடுக்க பட்டத்து யானையை மாலையுடன் அனுப்புகிறார்கள். யானை யாரையும் தேர்ந்து எடுக்காத நிலையில் கீர்த்திவர்மரே நாட்டை ஆளலாம் என்று தீர்மானிக்கப்படுகிறது. தனது நண்பன் உதயசந்திரன் (எம்.என்.நம்பியார்) உதவியோடு கீர்த்தி வர்மனையே சிறையில் அடைத்து விடுகிறான் நாகவேலன்.

முத்தோரையின் அறிவுரைப்படி வேங்கை தேவன் தன் கூட்டத்தாருடன் ஆடல் பாடல் மூலம் ராஜராஜனை பற்றிய உண்மைகளைச் சொல்லி மக்களிடையே விழிப்புணர்ச்சியை ஏற்படுத்துகிறார்கள். இப்போது மக்கள் சேனை உருவாகி நாகவேலனை எதிர்த்து நின்றது. இத்துடன் நாங்கூர் படைகளும் திரண்டு நாகவேலன் சேனையுடன் போரிட்டது. ராஜராஜன் நாகவேலனுடன் நேருக்கு நேர் போரிட்டுக் கொல்கிறான். இந்த ராஜராஜனை விரும்பும் பிரியா மோகினியும் கத்தியால் குத்தப்பட்டு மடிகிறாள். பின் நாங்கூர் மன்னர் சிறையிலிருந்து விடுவிக்கப் படுகிறார். காதலர்களான ராஜராஜன்— ரமா இணைகிறார்கள். எல்லாம் இனிதே முடிகிறது.

படத்தில் எம்.ஜி.ஆருக்கும் பத்மினிக்கும் இரண்டு பாடல்கள் இனிமையான இந்தப் பாடல்களுக்கு பத்மினி தன் பங்குக்கு பாவனையோடு நடனமாடிக் கண்ணுக்கு விருந்து அளிக்கிறார். நினைவூட்டும் வகையில் அந்தப் பாடல்கள்:

(i) இதயம் தன்னையே எனது இதயம் நாடுதே!

(ii) நிலவோடு வான்முகில் விளையாடுதே

இரண்டு பாடல்களையும் சீர்காழி கோவிந்தராஜன் மற்றும் ஏ.பி.கோமளா ஆகியோர் இணைந்து பாடி இருந்தார்கள் இதைத் தவிர லலிதா பத்மினியின் நாட்டியத்தின் திறனைப் பயன்படுத்த ஒரு காட்சியை உருவாக்கி இருந்தார்கள்.

**பாடல்:**

ஆடும் அழகே அழகு - அசைந்து
ஆடும் அழகே அழகு
சொந்த நாடும் கலைகள் பண்பாடும் தெரிந்து
உயர நடனமாடும் அழகே அழகு!

இந்தப் பரதநாட்டியப் பாடலை எழுதியவர் புகழேந்தி, பாடியவர்கள் பி.லீலா மற்றும் சூலமங்கலம் ராஜலட்சுமி ஆவர். கண்கவர் இந்நடனக் காட்சி லலிதா—பத்மினி சகோதரிகளின் நடனத் திறனுக்கு ஓர் அத்தாட்சி.

இளங்கோவின் வசனங்கள் திரையில் மிளிர்ந்தன. ஒரு காட்சியில் பத்மினி எம்ஜிஆர் பேசும் குறு காதல் வசனம்:

**பெண்:** காதல் மூன்று எழுத்துக்கள் கொண்ட வார்த்தை ஆனால் தெய்வ திருவள்ளுவன் கண்ட திருக்குறளைக் காட்டிலும் வலிமை வாய்ந்தது. ஆஹா அந்தக் காதல் என்ற ஒரு வார்த்தைக்குள் உலக மகா காவியங்கள், சிற்பங்கள், கலைகள் எல்லாம் அடங்கிக் கிடக்கும் அதிசயத்தை யாரறிவார்?

**ஆண்:** காதலர்களின் கண்ணீரால் உண்டானதுதான் நாம் காணும் கடல். உடைந்துபோன அந்த உள்ளங்களின் பரிதாப குமுறல்கள்தான். அந்த அலை ஓசை தெரியுமா?"

ரமா என்ற பத்மினியிடம் சொக்கிப் போன நாகவேலன் பி.எஸ். வீரப்பா அவள் அழகை ஒரே வாக்கியத்தில் இப்படி வர்ணிக்கிறான்.

"ராஜகுமாரி (ரமா) ஒரு ரமணியமான
தங்கச் சிலையடா, தங்கச் சிலை"
இதோ சிறு சொற்களில் ஒரு புதுமை ஒப்பீடு
"புயலில் ஒரு புல்"

**சுவைக்கு சில அபூர்வமான வசன துளிகள்:**

*(1)* "மரத்தை முறிக்க வரும் புயல் அதை உலுக்கித்தான் வீசுகிறது. கரையை உடைக்க வரும் வெள்ளம் அதை அசைத்து தான் அடிக்கிறது"

**ராஜதி ராஜ கதா (1957)**

***(2)*** "வாய் மதமும் யானையின் மும்மதமும், வார்த்தையால் சம்மதமும் தவிர, இந்த உலகத்திலே எம்மதமும் பொய் அப்பனே"

***(3)*** "விளக்கிருந்தாள்" வீட்டில் ஒளிவரும், காந்தம் இருந்தால் ஊசி வரும், தேனிருந்தால் வண்டு வரும், மணமிருந்தால் நாகம் வரும்."

***(4)*** பெண்: வெண்ணிலா வானுக்கு சொந்தம். அல்லிமலர் குளத்துக்கு சொந்தம். இந்நிலையில் அது எப்படி மலர முடிகிறது?

ஆண்: இதழ் படைத்த மலர்வேறு இதயம் படைத்த பெண் வேறு. கற்பனையும் கவித்திறனும் சேர்ந்ததுதான் காவியம். கோலும் மையும் விளையாடினால்தான் ஓவியம், உளியும் கல்லும் உறவாடினால் தான் சிற்பம், இதயத்தோடு இதயம் கலந்ததுதான் காதல்."

***(5)*** "காதலின் ஒரு கரை மணம் மறுகரை பிணம்"

***(6)*** "இருளைப் போக்கும் விளக்குக்கு தன் நிழலைப் போக்க வழி ஏது"

***(7)*** "ஆகாயம் நீலமாக இருக்கிறதே என்று கடலும் தன்னை நீலமாக்கிக் கொண்டது அங்கு மேகக்கூட்டங்கள் பவனி வருகின்றதே என்று அலைகளை மோதவிட்டது. விண்மீன்கள் மின்னுகின்றனவே என்று முத்துக்களைப் பெற்றெடுத்தது இவ்வளவு முயன்றும் வானம் உயர்ந்துதான் இருக்கிறது, கடல் தாழ்ந்துதான் இருக்கிறது.

**(8)** "நடிப்புக்கும் நடப்புக்கும் வித்தியாசம் இல்லையா?"

படத்தில் இத்தனைச் சிறப்புக்கள் குவிக்கப்பட்டிருந்தன. எனினும் தேவையற்ற படத்தின் பிற்பகுதியில் சில காட்சிகளால் ஏற்பட்ட நீட்சி. பார்வையாளர்களைத் தளரச் செய்தது படத்தின் பெரிய வெற்றி வாய்ப்பைத் தட்டிப் பறித்தது. சக்கரவர்த்தியாக அரியணை ஏற வேண்டிய ராஜராஜனை வெறும் சிற்றரசனாக சிங்காசனம் ஏற வைத்தது. "ராஜாதி ராஜ கதா" என்ற பெயரில் தெலுங்கில் இப்படம் மொழிமாற்றம் செய்து ஆந்திராவில் அதே ஆண்டு வெளியிடப்பட்டது.

### (g) காளிதாஸாவின் மகா காவியம்

துஷ்யந்த் மகாராஜன் காட்டில் வேட்டையாட வந்தபோது கண்வா முனிவரின் குடிலில் வளர்ந்த சகுந்தலையைச் சந்திக்கிறான். இருவரும் காதலித்து கந்தர்வ மணம் புரிந்து கொள்கிறார்கள். சில தினம் இன்பமாகக் காலம் கழித்த பின்னர் அரசன் நாடு திரும்ப

வேண்டியிருந்தது. அன்பின் அடையாளமாய் தன் கணையாழியை சகுந்தலையின் விரலிலிட்டு விரைவில் திரும்பி வருவதாகச் சொல்கின்றான் துஷ்யந்தன். சோகத்தில் மூழ்கித் துயர எண்ணத்திலே ஆழ்ந்திருந்த சகுந்தலை துர்வாச முனிவர் வருகையை உணராததால் வெகுண்ட முனிவர் துஷ்யந்தன் அவளை மறந்துவிட சாபமிடுகிறார். பின் நிலைமையை அறிந்து அவன் அணிவித்த மோதிரத்தைப் பார்த்தபின் அவளை அவன் அறிந்து கொள்வான் என்றும் சாபவிமோசனம் கிடைக்கும் என்றும் தெரிவித்துச் செல்கிறார். காலம் கடக்கிறது. விதிப்படி துஷ்யந்தன் அவளை மறக்கிறான் பின் வனம் ஏகி தனக்குப் பிறக்கும் இரண்டு குழந்தைகளுடன் வாழ்வைக் கழிக்கிறாள். மோதிரம் கிடைத்ததும் துஷ்யந்தனுக்கு நினைவுக்கு வருகிறது. தன் மனைவி குழந்தைகளுடன் சேர்ந்து பின் மகிழ்ச்சியாக ராஜ்ய பரிபாலனம் செய்கிறான் துஷ்யந்தன்.

இந்த இதிகாசக் கதை நாடு அறிந்தது. இளமை, இனிமை, இழப்பு, தவிப்பு, பின் இணைப்பு என்று கதை அழைத்துச் செல்கின்றது. இக்கதையை முதன்முதலாக ‘சகுந்தலா’ என்ற பெயரில் 1943 ஆம் ஆண்டில் இயக்குனர் வி.சாந்தாராம், சந்திரமோகன் மற்றும் அவரது மனைவி ஜெயஸ்ரீயை கொண்டு இந்தியில் திரைப்படமாக எடுத்து வெற்றி கண்டார்.

இதனைத் தொடர்ந்து சி.சி.கே. சொசைட்டி என்ற நிறுவனம் ‘சகுந்தலா’ என்ற பெயரிலேயே மலையாளத்தில் திரைப்படமாக எடுத்தனர். இதில் சத்தியம், திக்குறிச்சி சுகுமாரன் நாயர் பத்மினி ராகினி மற்றும் சுகுமாரி ஆகியோர் நடித்து இருந்தனர் இந்தப் படத்தை பி.எஸ்.மணி இயக்கியிருந்தார். இப்படி 1957ஆம் ஆண்டில் வெளிவந்தது.

இதைத் தவிர இந்தக் காவியத்தால் கட்டுண்ட இயக்குனர் வி.சாந்தாராம் இந்தப்படத்தையே 1961ஆம் ஆண்டில் திரும்பவும் “ஸ்த்ரி” என்ற பெயரில் கலரில் பெரும்செலவில் பிரம்மாண்டத் தயாரிப்பாக வெளியிட்டார் இதில் சாந்தாராமே துஷ்யந்தனாகவும் அவரது மற்றொரு மனைவி சந்தியா சகுந்தலையாக நடித்தனர். படத்தையும் அவர் இயக்கினார். இப்படம் செல்லுலாய்ட்டில் ஒரு பேசும் பொற்சித்திரமாகப் பொலிந்தது.

மேலும் 1966இல் ‘சகுந்தலா’ என்ற காவியத்தை ராஜ்யம் பிக்சர்ஸ் தெலுங்கில் திரைப்படமாக எடுத்து வெளியிட்டனர். இதில் என்.டி.ராமராவ் மற்றும் பி.சரோஜாதேவி நடித்திருந்தனர். தமிழிலும் வைஜெயந்தி மாலாவை சகுந்தலையாக நடிக்கவைத்து ராமண்ணாவின் இயக்கத்தில் ‘சகுந்தலா’ என்ற பெயரில் படம் தயாரிப்பிலிருந்தது. பின்னர் இம்முயற்சி கைவிடப்பட்டது. இதுதவிர

ஏ.வி.எம். புரொடக்ஷன்ஸ் தயாரித்த "பாப்—பேடா" இந்திப்படத்தில் 'சகுந்தல'த்தை ஒரு நாட்டிய நாடகமாகச் சேர்த்திருக்கிறார்கள். இந்த நாட்டிய நாடகத்தில் பிரபல ஹிந்தி நடிகை ஷ்யாமா சகுந்தலையாக பாத்திரமேற்றிருந்தார்.

## (h) புழுதியில் பூமாலை

தயாரிப்பாளர் ஏ.சி. பிள்ளை மற்றும் இயக்குனர் பிரசாத் இணைந்த மற்றொரு திரைப்படம் "பாக்கியவதி". ஏற்கனவே இவர்களது இணைப்பில் உருவான திரைப்படம் "மங்கையர் திலகத்தின்" பல விசேஷ தன்மைகளைப் பற்றிக் குறிப்பிடப்பட்டிருந்தது. இப்படத்திலும் அத்தகைய தனித்தன்மைகளைப் "பாக்கியவதி" கொண்டிருந்தது. பாக்கியவதியாகக் கருதப்படும் மீனாவாக பத்மினி நடித்திருந்தார். அவரது கணவராக சிவாஜி 'சோமு' என்ற பாத்திரம் ஏற்றிருந்தார். இந்தப் படத்தில் நடித்து வந்த தனது அனுபவத்தை பத்மினி ஒரே வரியில் சொல்லியுள்ளார்.

"சிவாஜி கணேசனுடன் நடிக்கும் படங்கள் பல இருந்தாலும் "பாக்கியவதி" என்ற கதையில் எங்கள் இருவருக்கும் மனம் விட்டு விம்மும் கட்டங்கள் பல இருக்கின்றன"

படத்தில் பத்மினிக்கென்று நடனம் கிடையாது, படம் முழுவதும் கண்ணீரும் கவலையும், வேதனையும் விம்மலும் மட்டுமே கொண்ட கதாபாத்திரம் அவருடையது. உயர்ந்த பண்புகளை ஆபரணங்களாக அணிந்த அன்பே உருவான அழகான பெண் மீனா (பத்மினி). திருட்டு குற்றங்கள் புரிந்து சுகபோக வாழ்க்கை நடத்தும் சோமுவுக்கு 'அதிர்ஷ்டவசமாக' மீனா என்ற 'துரதிர்ஷ்டசாலி' பெண் மனைவியாகிறாள். அவனைத் திருத்தி நல்வழி பாதையில் நடத்திச் செல்ல பகீரதப் பிரயத்தனம் செய்கிறாள் மீனா. அதற்கு அவளது உடன்பிறவா சகோதரன் சங்கர் (கே.ஏ.தங்கவேலு) துணை நிற்கின்றான். பாமா (எம்.என்.ராஜம்) என்ற பெண்ணிடம் துர் சினேகிதம் கொண்டு மீனாவைப் புறக்கணிக்கிறான் சோமு. சங்கர் தன் தோற்றத்தை மாற்றிக்கொண்டு ஆலலாய் அழகப்ப வரகுண பாண்டியன் என்ற பெயரில் ஜமீன்தாரராக நடித்து பாமாவை தன் பக்கம் இழுத்துக் கொள்கிறான். கோபமுற்ற சோமு மனம் திருந்தி மனைவி மீனாவிடம் சேர்கிறான்.

பத்மினியும சிவாஜியும் சந்திக்கும் ஒரு இனிய காட்சி. காட்சிக்கு சில நொடிகள் படத்தில் நேரம் ஒதுக்கப்பட்டிருந்தது சோமு. திருந்திய நிலையை படம் காட்சிப்படுத்துகிறது:

**சோமு:** "கல்லு பெண்ணான கதையை கேட்டு இருக்கிறாயா?"

**மீரா:** "கேட்டிருக்கிறேன், ராமாயணத்தில்"

**சோமு:** "நரி பரியான கதை..."

**மீரா:** "அது திருவிளையாடல் புராணத்திலே"

**ஆண்:** "இங்கு ஒரு அதிசயம் நடந்து இருக்கு. அது கல்லு கற்கண்டாக மாறியிருக்கு."

சோமு திருந்தியிருந்தாலும் திருட்டுப்பட்டம் அவனை விடவில்லை. மனைவிக்குப் பட்டுப்புடவை வாங்கித்தர ஆசைப்பட்டான் சோமு. காசுக்கோ அல்லல்பட்டான். முடிவில் ஒரு கடையில் திருடி அகப்பட்டுக் கொள்கிறான். நான்கு ஆண்டுகள் சிறைதண்டனைக் கிடைக்கிறது. சோமு சிறையிலடைக்கப்படுகிறான். மீனா துயரத்தில் வாடுகிறாள். காலம் ஓடுகிறது. மீனா — சோமு தம்பதியரின் ஒரே மகன் ரவி (மாஸ்டர் கோபால்). அவனுக்கு அன்பையும் பண்பையும் ஊட்டி வளர்க்கிறாள் அபலை மீனா. குணமுள்ள ரவியைத் 'திருடன் மகன்' என்று சமூகம் தூற்றுகிறது. தெய்வத்திடம் துடிக்கிறாள் மீனா இப்படி:

'தெய்வமே! மண்ணிலே பொன் கிடைக்கிறது. முள்ளிலே மலர் பூக்கிறது. மானின் ரத்தத்திலே கஸ்தூரி, இந்த நியதி மனித வர்க்கத்துக்கு மட்டுமில்லையா? திருடன் மகன் திருடன் தானா? கொலைகாரன் மகன் கொலைகாரன்தானா? தயாளனாக இருக்க முடியாதா? உத்தமனாக இருக்க முடியாதா? தகப்பன் செய்த தவறுக்காக மகனை கொடுமைபடுத்துவதுதான் இந்த சமூகத்தின் தர்மமா? என் மகன் நல்லவனாக வளர நீ படைத்த இந்த உலகம் அனுமதிக்காதா? என் மகனுக்கு நல்லவன் என்ற பெயர், என்றும் ஏற்படாதா? அவனுக்கு நல்வாழ்வு கிடையாதா?

இதனைத் தொடர்ந்து சிறையில் சோமு வாழும் காட்சியில் இசை சித்தர் சி.எஸ்.ஜெயராமன் குரலில் ஒரு பின்புலப் பாட்டு ஒலிக்கிறது அதன் நறுக்கு:

"வாழ்வேது நல்
வாழ்வேது
கண்டதே காட்சியெனும்
கொண்டதே கோலமெனும்

கண்மூடி பழக்கமுள்ளேர்
கண்களுக்கு முன்னாலே
வாழ்வேது நல்வாழ்வேது
...
ஒண்ட நிழல் சொந்தமின்றி
உற்றவர்கள் யாருமின்றி
மைந்தன் வாழ்வை எண்ணி
மனம் கலங்கும் பெண்மணிக்கு
வாழ்வேது நல்வாழ்வேது.''

சசுரால் தக்ஷிணாமூரத்தி

மீனா சிறுவன் ரவிக்கு அறிவமுதூட்டும் பால சரஸ்வதி குரலில் தேனாக ஒலிக்கிறது.

''எல்லோரும் உன்னை நல்லவன் என்றே
கொண்டாட வேண்டுமடா!
ஏழை வாழ்வில் உன்னாலே இன்பம்
உண்டாக வேண்டுமடா
...
தெய்வம் தனை மறவாமல் நீயும்
வாழ வேண்டுமடா! என் கண்ணே
தீய சகவாசம், பொய், களவை
விலக்க வேண்டுமடா
சொல்லை நீ கேளடா தாயின்
சொல்லை நீ கேளடா''

திரும்பவும் செய்யாத திருட்டுக்குற்றத்தில் சிக்கிக் கொள்ளும் கணவன் சோமு, திருடன்தானென்று மீனா தீர்மானமாக முடிவு கட்டி விடுகிறாள். அதனால் அவளது நம்பிக்கை நாசமாகிறது ரவியும் ஜுரத்துடன் போராடுகிறான் விரக்தியின் எல்லையில் நின்று சோமுவை தன் வார்த்தைகளால் சுட்டெரிக்கிறாள் மீனா.

தான் குற்றமற்றவன் திருந்திவிட்டவன் என்று நம்பச்சொல்லி மனைவி மீனாவிடம் கெஞ்சுகிறான் சோமு: மீனாவான பத்மினியின் உணர்ச்சி கரையை உடைத்து ஆரவாரத்துடன் பெருகி வரும் வெள்ளம் போலத் துள்ளி வருகிறது.

மீனா: "நம்பிக்கையின் முனையில் இருந்துதான் நான் பாடுபட்டேன். ஆதியிலிருந்து நீங்கள் திருந்தவேண்டும் என்று சொல்ல முடியாத தொல்லைகள் எல்லாம் அனுபவித்தேன். பிறந்த வீட்டை மறந்தேன் உற்றார் உறவினரை எல்லாம் ஒதுக்கினேன். வெளியே தலை நீட்டினால் இன்னார் மனைவி என்று சொல்லி அதனால் உங்களுக்கு ஏச்சு வருமோ என்று மூலையில் முடங்கிக் கிடந்தேன். அத்தான், பெற்ற மகனே செத்தாலும் பரவாயில்லை என்று உங்களை இழுத்து வந்தேனே அதுகூடவா உங்கள் கண்களைத் திறக்க முடியாமல் போய்விட்டது. என் முயற்சிக்கலாம் முடிவு தோல்வி தானா?"

(மகன் ரவி அழுகிறான்)

விதியை நினைத்து நீ அழுவதை தவிர வேறென்ன செய்ய முடியும்? அழு அழு உன் விழிகளில் ரத்தம் கொட்டும் வரை அழு. நீ அழுதழுது துடிக்கத்தானடா நான் உன்னை அழுதழுது பெற்றேன்."

இக்காட்சியில் பத்மினியின் நடிப்பு பிரம்மிப்பாக இருந்தது பத்மினியே குறிப்பிட்டது போல படம் முழுவதும் அவரும் சிவாஜிகணேசனும் போட்டிப்போட்டு வெளிப்படுத்தும் விம்மலும் குமுறலும் குவிந்து கொண்டு உள்ளத்தை நெருடும் காட்சிகள் நிறைந்திருந்தன.

முடிவில் தீயவர்கள் சிக்க, சோமு மனைவி மீனாவுடன், ரவியுடனும் இணைய இல்லறதீபம் ஏற்றிவைக்கப்பட்டது. இந்த இல்லற தீபத்தை அதன் ஒளி மங்காமல் பாதுகாத்துத் தீயதை எதிர்த்து, அழித்து, நல்லதைப் போராடிக் காத்த பெண்மணியான மீனாவே ஒரு "பாக்கியவதி"யாகிறாள்.

முற்றிலும் சோக மேகம் தழுவிய திரைக்கதையில் ஆங்காங்கே சங்கர் — சுகுணா (ராகினி) காதல் பிணக்குகள் சிறிது கலகலப்பூட்டுகிறது. திருவாங்கூர் சகோதரிகள் படத்தில் இருக்கிறார்கள் என்றால் நடனமொன்று இல்லாமல் போய்விடுமா என்ன சுகுனாவாக ராகினி பாடி ஆடும் காட்சி ஒன்று படத்தில் இடம் பெற்றது.

"அரும்பு மலர்ந்து அசைந்து ஆடும்
அழகைப்பாரையா - தன்னை
மறந்து எங்கோ மனதைச் செலுத்தி
இருப்பதேனையா? ஸ்வாமி
அரும்புமலர்ந்து அசைந்து ஆடும்
அழகைப் பாரையா."

சூலமங்கலம் ராஜலட்சுமியின் குரலில் சுகந்தமாக இப்பாடல் ஒலித்தது. மேற்குறிப்பிட்ட மூன்று உயர்ந்த பாடல்களையும்

எழுதியவர் கவிஞர் ஏ.மருதகாசி ஆவர். இப்பாடல்களுக்கு இனிய இசை அமைத்து பெருமை தேடிக் கொண்டவர் சசுரால் தக்ஷிணா மூர்த்தி. திரைக்கதை வசனம் எழுதியது ரா.வே.பிரசாத் இயக்கத்தில் உருவான பத்மினி நடித்த "பாக்கியவதி" மற்றுமொரு வெற்றிகரமாக ஓடியதொரு திரைப்படமாகும்.

பத்மினியின் நடிப்பைப்பற்றி மேலும் ஒரு தகவலை இங்குப் பதிவு செய்யலாம். அக்காலத்தில் பிரபலமாகவும் தனக்கென ஒரு தகுதியையும் தக்கவைத்துக் கொண்ட பெருமை சினிமா பத்திரிக்கையான "பேசும்படத்திற்கு" உண்டு. புகழ்பெற்ற டி.வி.ராமநாத் இதன் ஆசிரியர். 1942ஆம் ஆண்டில் துவங்கிய பழம்பெரும் சினிமா பத்திரிக்கை இது ஒவ்வொரு ஆண்டும் வெளிவந்த அசல் தமிழ் படங்களை அலசி பாரபட்சமின்றி அந்த ஆண்டின் சிறந்த படம். தயாரிப்பாளர், டைரக்டர், நடிகர், நடிகை, வில்லன், நடிகர். நடிகை, நடிகர் வசனகர்த்தா, சங்கீத டைரக்டர், பின்னணி பாடகர், பின்னணி பாடகி, சிறந்த நாட்டிய நடிகர்கள் என்று தெரிவு செய்து பாராட்டும் பத்திரமும் கௌரவ ஜாபிதாவில் இடம் கொடுத்து அங்கீகாரம் அளிப்பது வழக்கம். எந்த ஒரு துறையிலும் தகுதிக்கானவர் இல்லை எனில் 'ஒருவரும் இல்லை' என்று துணிவுடன் பதிவு செய்யும் நேர்மை பேசும்படத்தின் தேர்வில் இருந்தது என்று துணிந்து சொல்லலாம்.

1957ஆம் ஆண்டு பேசும் பட கவுரவ ஜாபிதாவில் சிறந்த நடிகையாக பத்மினியை தேர்ந்தெடுக்க அவரைப் பற்றியும் எதனால் தேர்ந்தெடுக்கப்பட்டார் என்பதை ஆய்ந்து தன் முடிவைப் பதிவு செய்தது.

"சென்ற வருஷத்திய படங்களில் பிரதான பாத்திரங்களில் நடித்தவர்கள் பத்மினி, சாவித்திரி, அஞ்சலிதேவி, பானுமதி ஆகிய நான்கு நடிகைகளே! 'எங்கள்வீட்டு மகாலட்சுமி', 'மாயாபஜார்', 'வணங்காமுடி', 'கற்புக்கரசி', 'யார் பையன்?', 'இரு சகோதரிகள்', 'பத்தினித் தெய்வம்', 'மகாதேவி', 'சௌபாக்கியவதி' ஆகிய தமிழ் படங்களில் நடித்திருந்தார் சாவித்திரி. சென்ற வருஷத்தில் சாவித்திரிக்குத்தான் அதிகமான படங்கலிருந்தன. இவை எல்லாவற்றிலும் கச்சிதமாகவும் பொருத்தமாகவுமிருந்தது சாவித்திரியின் நடிப்பு. ஆனால் 'மாயாபஜார்' தவிர, மற்றவைகளில் அவரது பாத்திரம் ஏறக்குறைய ஒரே மாதிரியாக இருந்தது. "சக்ரவர்த்தித் திருமகள்", "அலாவுதீனும் அற்புத விளக்கும்", "மணாளனே மங்கையின் பாக்கியம்", "நிலமலைத் திருடன்" ஆகிய தமிழ்ப்படங்களில் அஞ்சலிதேவி நடித்தார். அவரது நடிப்பைக் காட்டிலும் இப்படங்களில் அவர் நடனத்துக்கே அதிக இடம் கிடைத்தது. "மக்களைப்பெற்ற மகராசி", "ராணி லலிதாங்கி",

"மணமகன் தேவை", "அம்பிகாபதி" இவைகளில் நடித்த பானுமதியின் நடிப்பில் "மக்களைப் பெற்ற மகராசி" பாராட்டும்படி இருந்தது.

பத்மினி சென்ற வருடத்தில் நடித்த படங்கள் நான்கு. 'புதையல்', 'மல்லிகா', 'ராஜராஜன்', 'பாக்கியவதி' இவற்றுள் பாக்கியவதியில் அவர் ஏற்று நடித்த பாத்திரம் சிறப்பு வாய்ந்தது. இதில் பத்மினி மிகச்சிறப்பாக நடித்திருந்தார். பாக்கியவதி படத்தின் அடிப்படையில் பத்மினியைச் சென்ற வருஷத்தின் (1957) சிறந்த நடிகையாகத் தேர்ந்தெடுத்து கௌரவிக்கிறோம்"—ஆதாரம்: 'பேசும் படம்' மலர் 1958.

இப்படி பாக்கியவதியில் நடித்ததில் பத்மினிக்கு மக்களிடமும், பத்திரிக்கையாளர்களிடம் புகழ் ரெட்டிப்பாக றெக்கை கட்டிப் பறந்தது.

24

# ரஷிய விஜயம் - பயணத்துவக்கம்

**1957** ஆம் ஆண்டு பத்மினியின் திரையுலக வாழ்க்கையில் முக்கியமான ஆண்டுகளிலொன்றாகும். இந்த ஆண்டில் பத்மினி, ராகினி சகோதரிகள் ரஷியா செல்லவாய்ப்பு கிட்டியது.

"சோவியத் சர்க்காரின் கூட்டுறவோடு நான் தயாரிக்கப்போகும் ஒரு படத்தில் வரும் நடனமங்கையின் பாத்திரம் இது. இந்தப் பாத்திரத்தில் நடிக்க சம்மதமா?" என்று பம்பாய் படத் தயாரிப்பாளரான கே.ஏ.அப்பாஸ் அவர்கள் பத்மினியிடம் கேட்டார்கள். இது பத்மினிக்கு ஆச்சர்யமாகவும், ஆனந்த அதிர்ச்சியுமாக இருந்தது. அதற்கு அடிப்படைக் காரணம் இந்தப் படத்தின் சில காட்சிகள் சோவியத் நாட்டில் எடுக்கப்படும் என்றும் படத்தில் நான் நடிக்க ஒப்புக்கொண்டால் அந்த நாட்டிற்கு படப்பிடிப்புக்குச் செல்லவேண்டிய அவசியம் இருக்குமென்றும் படத்தயாரிப்பாளர் தெரிவித்ததேயாகும். முடிவெடுக்கத் திணறிய பத்மினி சக நடிகர்கள், நண்பர்களைக் கலந்தாலோசித்து "பர்தேஸி" என்ற அந்தப்படத்தில் நடிக்க சம்மதித்தார். இதுவே பத்மினியின் ரஷிய பயணத்திற்கு வழி வகுத்தது. 23.7.1957 அன்று ரஷியாவின் தலைநகர் மாஸ்கோவுக்கு கிளம்பவேண்டுமென்று நிர்ணயமாயிற்று, பத்மினியின் ரஷிய விஜயம் துவங்கிற்று.

## (a) வழியனுப்ப விழா!

பத்மினி ரஷியா சென்று வர திரையுலக முக்கியஸ்தர்கள் பெரும்பாலானோர் திரண்டு வழியனுப்ப வந்தனர். மீனம்பாக்கம் விமான நிலையமே விழாக்கோலம் பூண்டது.

**பத்மினி மாஸ்கோ பயணம்**

*ஜுலை 27ஆம் தேதி பத்மினி, ராகினியுடனும் தாயார் சரஸ்வதி அம்மாளுடனும் காலை 7 மணி விமானத்தில் மும்பை செல்ல விமான நிலையத்திற்கு வந்தனர். சகோதரிகளுக்காக அந்தக் காலை நேரத்திலும் அங்கே ஒரு சிறிய விருந்தை 'பாரத் புரொடக்ஷன்ஸ்' படநிறுவனம் ஏற்பாடு செய்திருந்தது. சோவியத் யூனியனுக்கு (ரஷ்யா) கலைத்தூதர்களாக சகோதரிகள் செல்கிறார்கள் என்ற உணர்வில் திரைப்படக் கலைஞர்கள் சங்கமித்திருந்தார்கள்.*

*நடிகர் சங்கத்தின் சார்பில் எம்.ஜி.ஆர். சகோதரிகளை வாழ்த்தி சோவியத் யூனியனில் தமிழ் நாட்டின் பெருமையை நிலை நிறுத்திவிட்டு வாருங்கள் என்று வாழ்த்தினர். வாழ்த்திய எம்.ஜி.ஆரும் வாழ்த்தப்பட்ட பத்மினியும் பிறப்பில் மலையாளிகளாக இருந்தாலும் தமிழ் நாட்டையே தங்கள் தாயகமாக வரித்துக்கொண்டார்கள் என்பதை இச்சம்பவம் உள்ளங்கை நெல்லிக்கனிபோல் உணர்த்துகிறதல்லவா. ஜெமினி அதிபர் எஸ்.எஸ்.வாசனும் இதில் கலந்துகொண்டார்.*

## (b) கனவு நனவானது

*சகோதரிகளுக்கு நீண்ட நாட்களாகவே மேலை நாடுகளுக்குத் தங்கள் நடனக்குழுவுடன் சென்று இந்திய நாட்டின் பல்வேறு நடனங்களை ஆடிக்காட்டி இந்தியக்கலைப் பண்பாட்டின் சிறப்பைப் பரப்ப வேண்டும், தாங்களும் புகழ் பெறவேண்டுமென்ற அவா மனக்கிடங்கில்*

உறங்கிக் கொண்டிருந்தது. சோவியத் பயணத்தின் மூலம் அதன் கனவு நனவாகியது. சோவியத் யூனியனில் சுமார் ஒரு மண்டலம் (48 நாட்கள்) பல்சுவை நாட்டிய விருந்தளித்து நாட்டின் புகழ்நாட்டினர். ஓய்வற்ற படப்பிடிப்புகள் அதற்கு ஒப்புதல் கொடுக்கவில்லை இதற்கிடையில் லலிதாவின் திருமணம் நடந்தது. இத்திருமணத்துக்கு முன்னும் பின்னுமான வேலைகள் கூடுதல் வேலைபளுவைச் சுமத்தின. 'சுபம் சீக்கிரம்' என்ற வகையிலே லலிதா குடும்பவழி ஆனார். இன்னும் நான்கு மாதங்களில் தாய்மையை எதிர் நோக்கியிருந்தார். எனவே பயண அணுகுமுறைகளில் திறமை பெற்றிருந்த லலிதா இந்த சோவியத் யூனியன் பயணத்தில் பங்கேற்கவில்லை. தவிர இந்தப்படத்தில் அவர் நடிக்கவுமில்லை. இது சகோதரிகளுக்குப் பயண பலத்தைக் குறைத்தது. ஏற்கனவே செய்த ஒப்பந்தப்படி தயாரிப்பாளர்கள் திட்டமிட்டபடி நடிக்கவேண்டிய தார்மீகப் பொறுப்பு சகோதரிகளுக்கிருந்தது. படத்தில் நாட்டிய மங்கையாக நடிக்க பத்மினியும் நாட்டியத்தை டைரக்ட் செய்ய ராகினியும் படத்தில் பங்கேற்றார்கள். சரஸ்வதி

ராகினி - சரஸ்வதி அம்மாள்

அம்மாள் இவர்களுக்குத் துணையாக நியமிக்கப்பட்டிருந்தார். சரஸ்வதி அம்மாளுக்குப் பெரும் சிரமத்திற்குப் பிறகே பிரயாண அனுமதி கிடைத்தது. தயாரிப்பாளர்கள் பத்மினி, ராகினிக்குப் பணம் கொடுத்தது போல் சரஸ்வதி அம்மாளுக்கும் 'பாதுகாவலர்' என்ற ரீதியில் ஒரு தொகை கொடுத்துத் தங்களது தனித்தன்மையை வெளிப்படுத்தினார்கள்.

ரஷிய தலைநகர் மாஸ்கோவில் தான் படப்பிடிப்பு. படப்பிடிப்பு தேதி ஒரு மாதத்திற்கு முன்பாகவே தெரிவிக்கப்பட்டிருந்தது. ஆகவே, சகோதரிகள் ரஷ்ய பயணத்தில் முன் அனுபவப்பட்ட கலைஞர்கள், முக்கியஸ்தர்களை அணுகி ஆலோசனை பெற்றனர். கலைவாணர், டி.ஏ.மதுரம், இயக்குனர் கே. சுப்ரமணியம், திருமதி தாரா செரியன் போன்றோர் தங்கள் ரஷ்ய அனுபவங்களைத் தெரிவித்ததுடன் உபயோககரமான ஆலோசனைகளையும் கூறினார்கள். அடிக்கடி ரஷ்யா வரும் இந்தி நடிகர்களான ராஜ்கபூர், டேவிட், பால்ராஜ் சஹானி, நர்கீஸ் போன்றோரும் வழிமுறைகளை சகோதரிகளுக்கு விளக்கி, அவர்களது பயணத்தை வெற்றிகரமாக முடிக்க வழி வகுத்தனர்.

ஏர் இந்தியா இண்டர்நேஷனல் விமானத்தில் பத்மினி பயணம் மேற்கொண்டார். இவ்விமானம் பிற்பகல் மும்பை சென்றது. சென்னையைப் போலவே மும்பை விமான நிலையத்திலும் சகோதரிகளுக்கு வழி அனுப்பு உபசாரம் சிறப்பாக அளிக்கப்பட்டது. 'பர்தேஸி' படத்தின் கூட்டுத் தயாரிப்பாளர்களான நயாசன்ஸார் நிறுவனத்தாரும் மற்றும் பம்பாய் சினிமா பத்திரிக்கையாளர்களும் ஏராளமான நண்பர்களும் கூடி வழியனுப்பி வைத்தார்கள். அன்றிரவு ஒன்பதரை மணிக்கு 'பிரட்' விமான நிலையத்தை விமானம் அடைந்தது. இந்நகரம் அரேபியாவின் எல்லையோரம் இருக்கிறது. விமானம் அங்கு இரண்டரை மணி நேரம் தங்கியிருந்து. பின் புறப்பட்டு 'ஐரோப்பாவின் விளையாட்டு மைதானம்' என்று வர்ணிக்கப்படும் சுவிட்ஸர்லாந்து நாட்டின் ஜூரிச் நகரை அடைந்தது. வாட்டியெடுக்கும் குளிர் அங்கே. சிறிது விமான ஓய்விற்குப்பின் பறந்து பனிரெண்டு மணியளவில் பிரஞ்சு தேசத்தின் தலை நகரான பாரீஸுக்கு வந்தடைந்தது. நவ நாகரீகத்திற்குப் பெயர் பெற்ற பாரீஸ் பெண்மணிகள் விதவிதமான ஆடை அணிகளுடன் வந்து போய் கொண்டிருந்த அழகையும், அவர்களது நடையுடை பாவனைகளையும் விமான நிலையத்திலிருந்து சகோதரிகள் பார்த்து ரஸித்தனர். பின் பாரீஸ் நகரத்தை விட்டு கிளம்பிய விமானம் மாலை நாலரை மணிக்கு செக்கோஸ்லோவிகியாவின் தலைநகரமான பிராக் நகரத்திற்கு வந்து சேர்ந்தது. பின் விமானம் மாறி பெரிய ரஷிய ஜெட் விமானத்தில் மாஸ்கோவுக்கு பயணம் தொடர்ந்தது. ஜெட்

விமானம் அதிவேகத்துடன் பெரும் ஆர்ப்பரிப்போடு பறந்தது. அதன் சப்தம் விண்ணைப் பிளந்தது, சகோதரிகளின் காதைத் துளைத்து. ஒரு வழியாக விமானம் மாஸ்கோ அடைந்தது. பத்மினி, ராகினி சகோதரிகள் மாஸ்கோ மண்ணில் கால்கள் பதித்தனர், அவர்களது கனவும் பலித்தது.

## (c) உக்ரேனியா ஓட்டலில் ஓய்வு

மாஸ்கோ விமான நிலையத்தில் படம் தயாரிக்கும் மாஸ் பிலிம்ஸ் ஸ்டுடியோவைச் சேர்ந்த முக்கியஸ்தர்கள், சிப்பந்திகள் சகோதரிகளை வரவேற்றனர். படத்தின் டைரக்டர்களில் ஒருவரான கே.ஏ.அப்பாஸ் அவர்களுக்கு மலர்ச்செண்டு அளித்து மங்களகரமாக வரவேற்றார். சுங்க அதிகாரிகளும் துரிதமாகத் தங்களது சோதனைகளை முடித்து விரைவில் வெளியில் செல்ல அனுமதித்தார்கள். இவர்களது கார் மாஸ்கோ விமான நிலையத்தை விட்டு வேகமாகத் தங்குமிடத்தை நோக்கிப் பறந்தது.

இக்கலைஞர்கள் மாஸ்கோவில் உள்ள ‘உக்ரேனியா’ என்ற ஓட்டலில் தங்கவைக்கப்பட்டார்கள். இது ஐரோப்பாவிலுள்ள மிகப்பெரிய கட்டிடங்களிலொன்று. உன்னதமான ஸ்தாபனம் என்ற பெயர் பெற்றது. முப்பது மாடிகள் கொண்ட ஒரு பிரம்மாண்டமான ஓட்டல் இது. சுருங்கச் சொன்னால் ஒரு குட்டி நகரம். நான்கே மாதங்களில் கட்டிமுடிக்கப்பட்ட ஓட்டல் உக்ரேனியா என்பது ஒரு ஆச்சர்யமான செய்தி. சகல வசதிகளும் பொருந்தியது. ரஷியா ஒரு பனிப் பிரதேசமாதலால் இந்த ஓட்டல் அறைகளில் ‘உஷ்ணயந்திரம்’ எனும் ஹீட்டர்கள் இருக்கின்றன. குளிர் காலத்தில் பருவநிலை மோசமாகும்போது இந்த இயந்திரங்கள் அறைகளை வெது வெதுப்பாக வைக்க உதவுகின்றன. பத்மினியும், ராகினியும் உக்ரேனியா ஓட்டலில் அவர்களுக்கென ஒதுக்கப்பட்ட இருபத்தி நான்காவது அறையில்தான் ஓய்வெடுத்துகொண்டார்கள்.

## (d) பாதாள ரயிலில் பயணம்

மாஸ்கோ ஜன நெருக்கடி மிகுந்ததோர் நகரம். போக்குவரத்து என்பது பெரிய பிரச்சனை. நகர வீதிகளில் பயணிக்க வசதிமிக்க டிராயின் பஸ்கள் போகின்றன. தொலைதூர பயணத்திற்காகப் பாதாள ரயில்கள் பூமிக்கடியில் செல்லுகின்றன (1957ஆம் ஆண்டிலேயே இந்த வசதி என்பதை நினைவில் கொள்ளலாம்). ரயில் நிலயங்களுக்குச் செல்ல எஸ்கலேட்டர் வசதி செய்யப்பட்டிருந்தது. பெரும்பாலும் ரஷிய பெண்மணிகள்தான் எஞ்ஜின் ஓட்டுவது, பயணச்சீட்டு வழங்குவதுயென்று பல வேலைகளைச் செய்கிறார்கள். ரஷ்யாவில் சட்டதிட்டங்கள் ஒழுங்காகக் கண்காணிக்கப்படுகிறது. பத்மினியுடன்

**பத்மினியுடன் தயாரிப்பாளர் திரு, திருமதி அப்பாஸ்**

ராஜ்கபூர் தந்தை பிரித்திவிராஜ் பாதாள ரயிலில் பயணம் செய்தார். தன் வழக்கம்போல் சுருட்டைப் புகைத்தார். மறுகணம் கோட்டும் சூட்டும் அணிந்த ஓர் உயர்தர அதிகாரி அவர் முன்வந்து சல்யூட் அடித்து மரியாதை செலுத்தினார். பத்மினி அவர் காட்டிய மரியாதையைக் கண்டு மகிழ்ந்தார். ஆனால் வந்தவரோ, ஒரு போலீஸ் அதிகாரி ரயில் நிலையங்களில் புகை பிடிப்பது குற்றமென்று கூறித் தெரியாமல் செய்ததால் மன்னிப்பதாகக் கூறிச்சென்றார். ருஷியாவில் யாரையும் கைது செய்யும் முன் மரியாதை நிமித்தமாக 'ஸல்யூட்' செய்வதும் வழக்கம் என்றறிந்த பத்மினிக்கு வியப்பு மேலோங்கியது. ரஷியாவில் இருந்தவரை பிரித்திவிராஜ் கபூர் சுருட்டை ஏன் திரும்பிப்பாக்கிறார் "பாதாள ரயில் நிலையம்" உலகின் மிகப்பெரிய சுரங்க ரயில் நிலையங்களில் ஒன்று என்று பத்மினி தெரிந்து கொண்டார்.

## (e) ருஷியாவில் முதல் நடனம்

ரஷ்யாவில் விவசாயத்தின் முக்கியத்தைக் கருத்தில் கொண்டு நிரந்தரமாக 'விவசாயக் கண்காட்சி' நடைபெறுகிறது. இங்குதான் பத்மினி, ராகினியின் முதல் நடனக் கச்சேரி நகழ்ந்தது. சுமார் மூவாயிரம் பேர்கள் கொள்ளக்கூடிய 'கிரீன்' என்ற திறந்த வெளி அரங்கில் இது நடைபெற்றது. ஆப்ரிக்கா, இத்தாலி, நார்வே, ஸ்வீடன்,

டென்மார்க், பிரான்ஸ், சீனா, சுவிட்ஸர்லாந்து மற்றும் பல்வேறு நாடுகளிலிருந்தும் வந்திருந்த பிரமுகர்கள் நடனத்தைக் கண்டு களிக்க கூடியிருந்தனர். நடனக்கச்சேரி நன்கு அமைய வேண்டுமென்று பத்மினி இறைவனை வேண்டி நிகழ்சியைத் தொடங்கினார். முதலாவாதாக ‘என் அருமை இந்தியா’ என்ற பாடலை இக்பால் என்பவர் முதலில் பாடினார். ரவிசங்கர் இயற்றிய இப்பாடலை ரஷ்யாவின் பிரபலமான பாடகர் ரஷீத் யெப்புடோவ் மாஸ்கோ ரேடியோவில் அடிக்கடி பாடி ரஷ்ய மக்களுக்கு நன்கு பரிச்சயமான பாடலிது. இதன்பின் பத்மினியின் நாட்டியம் துவங்கியது. பத்மினி கதக் பாணியில் ஒரு நடனமாடி நிகழ்ச்சியைத் துவங்கிவைத்தார். அடுத்து பத்மினி, ராகினி சேர்ந்து ஒரு நாட்டியம். மக்கள் ஆரவாரத்தோடு கைதட்டி தங்கள் பாராட்டுதல்களைத் தெரியப்படுத்தினார். சில சமயங்களில் ரசிகர்களின் ஏகோபித்த விருப்பப்படி ஆடிய நடனத்தையே திரும்பவும் ஆட வேண்டிய கட்டாயமும் பத்மினிக்கு ஏற்பட்டது. நிகழ்ச்சியின் முடிவில் மேடையில் பத்மினி தன் நடனக் குழுவினருடன் நிற்க ரஸிகர்கள் மலர்களையும், பூச்செண்டுகளையும், மாலைகளையும் அவர்களது மீது வீசிப்போட்டு தங்கள் மகிழ்ச்சியை வெளிப்படுத்தினார்கள். அவர்கள் நடனத்தை படமெடுத்து ரஷியா முழுவதும் டெலிவிஷனிலும் காட்டினார்கள். ரஷியாவில் பொம்மலாட்டங்களுக்கென்று தனிக்கொட்டைகைகள் இருக்கின்றன. அதில் பெரியதும் பிரபலமானதும் ‘குகுல் தியேட்டர்’ என்பதுதான். இந்த அனுபவங்களால் நெகிழ்ந்து போன பத்மினி ‘ரஷ்ய மக்களின் அன்பைப்பற்றி நாம் என்னவென்று புகழ்வது’ என்று உளமார பாராட்டினார். தவிர இவர்கள் நடனத்திற்காகப் பாடல்கள் பாடிப் பதிவு செய்து கொடுத்தனுப்பிய பிரபல பாடகி எம்.எல்.வசந்த குமாரியை நன்றியுடன் நினைவு கூர்ந்தனர்.

25

# ரஷ்ய விஜயம் - உலக வாலிபர் திருவிழா

**ஒ**வ்வொரு ஆண்டும் சோவியத் யூனியன் தலைநகரான மாஸ்கோவில் 'உலக வாலிபர் திருவிழா' கொண்டாட்டம் 1952 ஆம் ஆண்டிலிருந்து துவங்கப்பட்டது இந்த விழாவில் உலகின் பல்வேறு நாட்டிலிருந்து பல கலைஞர்கள் பங்கேற்று விழாவினைச் சிறப்பிக்கிறார்கள். ரஷ்ய கலைஞர்களோடு நடனம், நாடகம், ஓவியம், இசை மற்றும் விளையாட்டுகளில் புகழ்பெற்ற பன்னாட்டுக் கலைஞர்களும் கூடி இவ்விழா கோலாகலமாகக் கொண்டாடப்படுகிறது. கலைகளிலும் விளையாட்டுகளிலும் போட்டியும் பரிசு உண்டு. இவ்விழாவின் அடிப்படை நோக்கம் கலாசார ரீதியில் ஒரு நாட்டவர் மற்றொரு நாட்டவரோடு நட்புறவோடு, இளைஞர் சமுதாயத்திலும் கலை உலகிலும் மறுமலர்ச்சியை உண்டாக்குவதுதான். பத்மினியின் ரஷ்ய பயணம் திரைப் படத்தில் நடிப்பதே. இடைச்செருகலாக 'உலக வாலிபர் திருவிழாவில்' கலந்து கொள்ளும் பொன்னான வாய்ப்பு அவருக்குக் கிடைத்தது.

ஜூலை 28 முதல் ஆகஸ்ட் 11ஆம் தேதி இறுதிவரை மாஸ்கோவில் இந்த ஆறாவது உலக வாலிபர் திருவிழா 15 நாட்கள் நடைபெற்றது. நகரமே விழாக் கோலம் பூண்டிருந்தது. வாலிபர் திருவிழா நம்ம வீட்டு திருவிழா என்று கருதி, பொதுமக்கள் எல்லோரும் தங்கள் இல்லங்களை வண்ண விளக்குகளால் அலங்கரித்து நகரத்தையே ஜொலிக்க வைத்திருந்தனர். 5 கண்டங்களைச் சார்ந்த சுமார் 127 நாடுகளிலிருந்து ஆயிரத்திற்கும் மேற்பட்ட உலக கலைச் சங்கங்களின் 34,000 பிரதிநிதிகள் கூடிய பிரம்மாண்டமான

விழாவாக அது அமைந்திருந்தது. ஒரு மாபெரும் ஸ்டேடியத்தில் விழா துவங்கியது. ஆரம்ப தினத்தன்று பத்மினியும் பிற கலைஞர்களும் கூடி ரஷ்ய வீதிகளின் வழியே அணிவகுத்து விழா நடைபெறும் ஸ்டேடியத்திற்கு சென்றார்கள். இந்தியாவின் கோஷ்டி அடங்கிய ஜீப் கார் தான் அலங்கார வண்டிகளின் அணி வகுப்பில் முதலாவதாக நின்றது. அதன் மீது பத்மினி ஏறிக்கொண்டு நமது நாட்டின் மூவர்ண தேசியக் கொடியைப் பிறருடன் சேர்ந்து பிடித்துக்கொண்டு பவனி வந்தது மெய்சிலிர்க்க வைத்தது. வீசும் காற்றில் அலைபாயும் கொடியைத் தாங்கி நின்ற பத்மினிக்குச் சோர்வு இருந்தாலும் தேசிய உணர்வின் பலம் துணைக்கு நின்றது. வழி நெடுக வரவேற்பு நீண்டது. குறுகிய கைகளுக்குச் சுளுக்குப் பிடித்தன. பல மொழி தோரணங்களில் “சமாதானம்” என்று பொறிக்கப்பட்ட தோரணங்கள் இருந்தன. ஒருவழியாக விழா நடந்த இடத்தை அணிவகுப்பு அடைந்தது. அங்கு தான் கண்ட காட்சியை பத்மினி பதிவு செய்கிறார்:

“நாங்கள் இதுவரையிலும் பல கலை நிகழ்ச்சிகளில் கலந்துகொண்டு இருக்கிறோம். பல கலை நிகழ்ச்சிகளைப் பார்த்து இருக்கிறோம். ஆனால் மாஸ்கோவில் நாங்கள் கலந்துகொண்ட ‘வாலிபர் திருவிழா’ போன்றதொரு நிகழ்ச்சியை எங்குமே கண்டதில்லை” என்கிறார். பத்மினி இந்தியாவின் மூவர்ணக் கொடியைப் பிடித்துக் கொண்டு தன் குழுவினருடன் ஸ்டேடியத்தில் நுழைந்தார். எங்குப் பார்த்தாலும் “ஹிந்தி—ருஸி, பாய் பாய்” என்ற கோஷம் விண்ணைப் பிளந்தது. மாஸ்கோ ஸ்டுடியோ ஒரு பிரம்மாண்டம். அது இப்போது ரஷ்ய மக்களால் நிரம்பி வழிந்தது. எங்கும் ஆனந்தம் தாண்டவமாடியது. ஸ்டேடியத்தில் நடுநாயகமான இடத்தில் ரஷிய கம்யூனிஸ்ட் கட்சி காரியதரிசியான குருஸ்சேவும் ரஷ்ய பிரதமர் மார்ஷல் புல்கானியும் மற்றும் உயர்தர ரஷ்ய அரசாங்க முக்கியஸ்தர்கள், அதிகாரிகள் வீற்றிருந்தனர். விழாவிற்கு ராஜ்கபூர் வந்திருந்தார். ரஷ்ய மக்கள் அனைவருக்கும் ராஜ்கபூரைத் தெரிந்திருந்தது. ‘ராஜ்கபூர், ராஜ்கபூர்’ என மக்கள் கூட்டம் அலைமோதி கூச்சல் போட, ராஜ்கபூர் அந்தக் கூட்டத்திலேயே மறைந்து விட்டார்.”

இந்தியாவைப் பொறுத்தமட்டில் ரஷ்யாவில் மக்களுக்கு நன்கு அறிமுகமானவர்கள் நேரு மற்றும் ராஜ்கபூர் தான் என்கிறார் பத்மினி. மாஸ்கோ சர்வகலா சாலையில் 10,000 மாணவர்கள் பல விதமான உடற்பயிற்சி விளையாட்டுகளைச் செய்து காட்டினார்கள். பசும்புல் படுக்கையில் ஒலிபரப்பப்பட்ட இசைக்கு அவர்கள் நடனமாடி மகிழ்ந்தனர். கண்ணிமைக்கும் நேரத்தில் உடைகளை மாற்றி புதுமை பொலிவுடன் கண்ணுக்கு விருந்து அளித்தனர். இறுதியில் அனைவரும் தூய வெண்ணிற உடையில் சமாதானப் புறாவைப் போல் உடை உடுத்தி அணிவகுப்பு நடத்தினர். இதைத்தொடர்ந்து ரஷ்யாவின்

பிரபலமான 'பாலே' நடன நிகழ்ச்சிகள் தொடங்கின. இவர்கள் நாட்டியம் வன தேவதைகள் ஆடுவது போல தோற்றமளித்தன. இப்படி கவர்ச்சிகரமான கண்கவர் நிகழ்ச்சிகள் 8 மணிநேரம் தொடர்ந்தன. அதுபோலவே வாலிபர் திருவிழாவும் ஒவ்வொரு தினமும் தொய்வில்லாமல் நிகழ்ச்சிகள் நிகழ்ந்தன. பத்மினியைப் பொறுத்தமட்டில் கூடுதலாக ஒரு ரசமான சம்பவமும் நடந்தது. விழாவில் கலந்து கொள்ள இந்தியாவிலிருந்து பிரேம் தவான் என்பவர் வந்திருந்தார் அவர் ஒரு பஞ்சாபி. நாடோடி பாடலை வைத்திருந்தார். அந்தப் பாட்டிற்கு பத்மினி நாட்டியம் ஆட வேண்டும் என்று விரும்பினார். உடனே பத்மினியும் ராகினியும் இணைந்து அதற்காக ஒரு நடனத்தை அமைத்தனர். அதில் ராகினி சர்தார்ஜியாகவும் பத்மினி அவரது மனைவியாகவும் கூடிக்கொண்டு நடனமாடினார்கள். நாடகம் பாராட்டைப் பெற்றதுடன் பெரும்பாலானோர் ராகினியை சர்தார்ஜியை வேடம் அணிந்திருந்ததால் ஆண் என்றே கருதினார்கள்.

மேலும் ரவீந்திரநாத் தாகூரின் பாடல் ஒன்றுக்கும் பத்மினி நடனம் அமைத்து வெற்றிகரமாக ஆடி முடித்தார். இதுதவிர மாஸ்கோவில்

**பத்மினி அஞ்சல் தலை வெளியீடு**

தங்கியிருந்த பங்களாக்களில் சிலர் ரவீந்திரநாத் தினத்தை கொண்டாட ஏற்பாடு செய்திருந்தனர். அதற்காகத் தேர்வு செய்யப்பட்ட பாடலுக்கு பத்மினி, ராகினி சகோதரிகள் அன்று மாலை நாட்டியம் ஆடினர்.

உலக வாலிபர் விழாவைக் கொண்டாட வந்த இந்தியக் குழு பத்மினியின் நாட்டிய நிகழ்ச்சி ஏற்பாடு செய்திருந்தனர். நாட்டியம் செக்கோஸ்க்வீ மண்டபத்தில் நிகழ்ந்தது. இந்நிகழ்ச்சிக்கு ரஷ்யாவில் இந்திய ஸ்தானிகராக இருந்த கே.பி.எஸ்.மேனன் மற்றும் ரஷிய அரசாங்கத்தைச் சேர்ந்த பல உயர் அதிகாரிகளும் வந்திருந்து கண்டுகளித்தனர். பிரபல உஸ்பெகிஸ்தான் நடன மாதான தமரா என்பவரும் வந்திருந்து நடனத்தைப் பாராட்டினார். பின்னர் உஸ்பெக் நடனங்கள் சிலவற்றைக் கற்றுக்கொடுத்தார். பத்மினி சகோதரிகளைத் தன் வீட்டிற்கு வரவழைத்து விருந்து கொடுத்து தனதன்பை வெளிப்படுத்தினார்.

மாஸ்கோவில் சகோதரிகள் அடைந்த ஏழாவது தினத்தன்று சாஸ்திரிய நடனப் போட்டியும், இரண்டாவது நாள் கிராமிய நடனப் போட்டியும் நடைபெற்றது. இந்தப் போட்டிகளில் பத்மினி ராகினியுடன் கலந்துகொண்டார். 'தில்லையம்பதியின் நடராஜரின் நடனம் ஆடினார்' என்ற நாட்டியத்தை சகோதரிகள் ஆடினார்கள். முடிவு? பத்மினி சகோதரிகளுக்குத்தான் முதல் பரிசு கிடைத்தது. கூடுதலாக கிரெம்ளின் மாளிகையில் பத்மினிக்கு ஒரு மாபெரும் வரவேற்பு அளிக்கப்பட்டது. இவைமட்டுமல்லாது பத்மினிக்கு ஸ்டாம்ப் வெளியிட்டு அவரது கலைத்திறனை கௌரவித்தது ரஷ்ய அரசாங்கம். இது ஒரு பெருமைக்குரிய விஷயம் மட்டுமல்ல, நமது கலை பண்பாட்டுக் கிடைத்த அங்கீகாரம் என்றே கொள்ள வேண்டும்.

## 26

# ரஷிய விஜயம் - படப்பிடிப்பு

கிரெம்ளின் மாளிகையில்தான் உலக வாலிபர் திருவிழாவில் கலந்து கொள்ள வந்த முக்கியஸ்தர்கள் தங்கவைக்கப்பட்டிருந்தனர். பத்மினி உட்பட ஒவ்வொரு நாட்டவரும் தங்களது தேசிய உடை அணிந்து மாளிகையில் ஏற்பாடு செய்யப்பட்டிருந்த விழாவில் கலந்துகொண்டனர். கிரெம்ளின் மாளிகையில் நடைபெற்ற விருந்துக்கு நடிகர் ராஜ்கபூர் அழைக்கப்பட்டிருந்தார். கிரெம்ளின் மாளிகையின் நந்தவனத்தைச் சுற்றிப் பார்த்த குருஷேவ் நடனப் போட்டியில் பரிசுப் பெற்ற பத்மினி சகோதரிகளையும் ராஜ்கபூரையும் பார்க்க விரும்புவதாகச் செய்தி கிடைத்து மகிழ்ச்சியின் எல்லையில் திளைத்த மூவரும் குருஷேவைச் சந்திக்க செல்லும் வேளையிலே கரித்தூள் கண்களில் சிக்கி ராஜ்கபூர் அவதிக்குள்ளானார். கண்ணில் இருந்த கரித்தூளை அகற்றி செல்வதற்குள் குருஷ்சேவ் அரண்மனைக்குத் திரும்பிவிட்டார்கள். கலைஞர்களின் ஆசையும் நிராசையானது.

மாஸ்கோ பயணத்தில் பத்மினியைக் கவர்ந்த ஒன்று அங்குள்ள கஸ்தூரிப் பூங்கா. நுழைவு கட்டணம் ஒரு ரூபிள். இங்கு எல்லா விதமான விளையாட்டுகளும் உண்டு. ஒருவகையில் 'தீம் பார்க்' என்றும் கூட சொல்லலாம் ஒரு இடத்தில் சதுரங்கம் ஒரு இடத்தில் சங்கீதம், ஒரு இடத்தில் நாட்டியம், இத்யாதி, ராட்சத சக்கரத்தில் பத்மினி ஏறி அதன் சுழலும் வேகத்தில் அரண்ட அனுபவம் கிடைத்தது. மாஸ்கோவில் அதிகமாகக் கிடைப்பது ஐஸ்கிரீம். பத்மினி அங்கு அதிகமாகத் தின்றதும் ஐஸ்கிரீம்தான். தெருவில் நடந்து வந்த பத்மினியை ரசிகர்கள் நடனமாடச் சொல்லிக் கேட்டுக் கொள்வார்கள். அவர்கள் ரசிக்கும் 'ஆவாரா' படத்தின் 'ஆவாராஹூம்' ஸ்ரீ420 படத்தில்

வரும் 'இச்சகுதான' பாடல்களுக்கு நடனமாடி ரஷ்ய மக்களின் கரகோஷத்தைப் பெற்றனர். கஸ்தூரி பூங்காவின் குறுக்கே ஓடும் ஓடையில் பத்மினி படகு சவாரி செய்து ரசித்தார்.

இதுவரை விழா, வைபோகங்கள், கேளிக்கைகளில் திளைத்திருந்த பத்மினிக்குப் படப்பிடிப்பு வேலைகள் துவங்கியது. மாஸ்கோவில் இருந்த மாஸ் பிலிம் ஸ்டூடியோவில் பத்மினி நடிக்கும் 'பரதேசி' திரைப்படத்தின் காட்சிகள் படமாக்கப்பட்டன. படத்தில் பல பிரெஞ்சு நடிகைகள் கலந்து கொண்டனர். ரஷ்ய படவுலகில் முன்னணி இயக்குனர்களில் ஒருவரான அலக்ஸாண்ட்ரோவ் தான் அவர்களை நடிக்க வைத்துக் கொண்டிருந்தார். பத்மினியைப் புடவை அலங்காரத்தில் பார்த்த டைரக்டர் இந்த வசீகரத்தை திரைப்படத்தில் பயன்படுத்திக் கொள்ள வேண்டும் என்று நினைத்தார். மேலும் உலக நடிகர்களைக் கொண்டு தான் தயாரிக்கவிருக்கும் திரைப்படத்தில் இந்தியப் பண்பாட்டை விளக்கும் இந்தியப் பெண்ணாக நடிக்கவும் ஒப்பந்தம் செய்துகொண்டார். பத்மினி கனவுலகத்தில் மிதந்தார். ஏனோ இந்தக் கனவு நினைவாகமாலேயே போயிற்று.

மாஸ் பிலிம் ஸ்டூடியோவில் பெரும்பாலும் பெண்களே வேலை செய்தனர். ஒளிப்பதிவு, நடன அமைப்பு முதலானவை பெண்கள் பொறுப்பில் இருந்தனர். ஏன் பத்மினியின் நடன அமைப்பாளர் ராகினிதானே. நேரம் தவறாமை கண்டிப்புடன் இங்குக் கடைப்பிடிக்கப்படுகிறது. ஒரு தினம் பத்மினி சிறிது நேரம் கடந்து

ரஷ்யக் கலைஞர்களுடன் பத்மினி

**பத்மினி மாஸ் ஸ்டுடியோ ஊழியர்களுடன்**

புறப்பட்டபோது கம்பெனி கார் காத்திருக்காமல் சென்ற அனுபவம் பத்மினிக்கு ஏற்பட்டது. படப்பிடிப்புக்கு முன்னோட்டமாகப் பத்மினி ராகினி ஆடும் அழகில் திளைத்த ரஷிய நடனமணிகள் அவர்களைப் பார்த்து போல்ஷாய் பாலரின் (பெரிய நடன மணிகள்) என்று அதிசயித்துப் பாராட்டினார்கள். பத்மினியின் நடன காட்சிகள் ராகினியின் பயிற்சியில் சிறப்பாகப் படமாக்கப்பட்டது. அங்கு படப்பிடிப்பு ஒன்பது நாட்கள் நடந்து முடிந்தது. ஸ்டூடியோவில் உள்ள அனைவரின் அன்பு உள்ளங்களையும் கவர்ந்த பத்மினி சகோதரிகள் பிரியாவிடை பெற்றுக் கிளம்பினர்.

# 27

# ரஷ்ய விஜயம் - நாடு திரும்பிய நடனமணிகள்

**ப**த்மினிக்கு ரஷிய பயணப்பணி நிறைவடைந்தது. ரஷ்ய மக்களைத் தான் கவர்ந்து விட்டோமா அல்லது அவர்கள் தன்னைக் கவர்ந்த விட்டார்களா? என்று புரியாத மனநிலையிலிருந்தார் பத்மினி. தங்கள் நெற்றியிலிட்டிருப்பது என்ன என்று கேட்ட ஒவ்வொரு ரஷ்ய பெண்மணிக்கும் பதில் சொல்லி மாளாமல் திணறிய பத்மினி ஒரு பெரிய தட்டையில் 'திலகம்' என்றெழுதிக் காட்டிய காட்சி, அவர்கள் வெளிப்படுத்திய மகிழ்ச்சி, நினைவில் அசை போட்டது. "பத்மினி, ராகினி" என்று ரஷ்ய மொழி தழுவலில் அவர்கள் ஆர்ப்பரித்து உவகையின் உச்சமாக இருந்தது. எனினும் பிரிவு தவிர்க்க முடியாததென்பதால் பத்மினி, ராகினி சூழ்ந்திருந்த மக்களுக்கும் மாஸ் பிலிம் ஸ்டுடியோவைச் சேர்ந்த நண்பர்களுக்கும் தமிழில் 'வணக்கம்' சொல்லி விமானத்தில் ஏறி ரஷ்யாவை விட்டு இந்தியாவிற்கு விண்ணில் பறந்தனர்.

மாஸ்கோவில் இருந்து பறந்த விமானம் ரேயா, ஸ்டாக் ஹோம், (ஸ்வீடன்), டென்மார்க் வழியாக அன்று இரவு லண்டனை அடைந்தது. சகோதரிகள் லண்டனில் செயின்ட் ஜார்ஜ் ஹோட்டலில் தங்கினர். மறுநாள் பிற்பகலில்தான் விமான புறப்பாடு என்பதால் முற்பகலில் மேலெழுந்தவாரியாக சகோதரிகள் லண்டனில் ஒரு குட்டிச் சுற்று சுற்றி, விமானப் பயணத்தைத் தொடர்ந்தனர். விமானம் 2.9.1957 அன்று பம்பாய் வந்து சேர்ந்தது. விமான நிலையத்தில் குடும்ப நண்பர்களும் பத்திரிகையாளர்களும் வந்திருந்து வரவேற்றார்கள். பின் விமானம் சென்னை

அடைந்தது. சென்னை விமான நிலையத்தில் எஸ்.எஸ்.வாசன், ஜூபிடர் சோமு போன்ற பட உலகப் பிரமுகர்களும், சாரங்கபாணி போன்ற நடிகர்களும் வரவேற்று வாழ்த்தினார்கள்.

— 'ரஷ்ய விஜயம்'
— ஆதாரம்: பத்மினியின் பயணக் கட்டுரைகள்

# 28

## கோஷேதேனியே-ஜ-ட்ரி-மோர்யா

"சுமார் 450 ஆண்டுகளுக்கு முன்னர் அப்னாசி நிகிடன் (Afnasy Nikitin) என்ற ரஷ்ய பயணி இந்தியாவுக்கு வந்து மூன்று வருடங்கள் தங்கியிருந்து இந்திய மக்களோடு நட்புறவுடன் பழகினார். இந்தியாவில் தனக்கு ஏற்பட்ட அனுபவங்களைப் பதிவு செய்திருக்கிறார். இது ஒரு சரித்திர உண்மை. இந்தப் படத்திற்காக இவர் தனிப்பட்ட வாழ்க்கை அனுபவங்களைப் பொறுத்தமட்டில் சில பாத்திரங்கள் வடிவமைத்துச் சேர்க்கப்பட்டுள்ளன. ஆனால் அப்னாசியைப் பொறுத்தமட்டில் கலை என்ற அம்சத்தை முழு வரலாற்றுப் பதிவாகக் கொள்ளத்தக்கதாகும். 1957ஆம் ஆண்டு அக்டோபர் மாதத்தில் திரையிடப்பட்ட "கோஷேதேனியே — ஜ— ட்ரி—மோர்யா" திரைப்படத்தின் தயாரிப்பாளர்கள் அளித்த அறிமுக உரை இது. இப்படம் ஒரு இந்திய—ரஷ்ய கூட்டுத் தயாரிப்பாகும். இந்தியில் இத்திரைப்படத்திற்கு 'பரதேசி' என்று பெயரிடப்பட்டு வெளிவந்தது. இந்த படத்தில் நர்கீஸும் பத்மினியும் இரு கதாநாயகிகளாக நடித்திருந்ததால் இந்தப் புத்தகத்தில் முக்கிய இடம் பிடிக்கிறது. தவிர தமிழ்ப் படங்களில் நடித்து பிரசித்தி பெற்ற பத்மினி ரஷ்ய படத்தில் நடித்த ஒரே பெண்மணி என்ற தனிச் சிறப்பும் பெருமையும் மற்றும் ஒரு காரணமாகிறது.

### (a) கதைப்போக்கு

'அப்னாசி' என்ற கலை ஆய்வாளன் தனது தாய் மற்றும் சகோதரியிடம் விடைபெற்று இந்துஸ்தான் (இந்தியா) செல்கிறான். பயணம் கடல்வழி மார்க்கமாக சிறு கப்பலில் தொடர்கிறது. வழியில் கொள்ளையர்களை

சந்திப்பது, நண்பனே தன்னிடம் கொள்ளையடித்துச் சென்றது போன்ற சங்கடமான அனுபவங்களைப் பெறுகிறான். முடிவில் இந்துஸ்தான் சென்றடைகிறான் தன்னுடைய செயினை விற்று தன் பயணத்திற்காக ஒரு குதிரையை வாங்குகிறான். பின் இந்துஸ்தானில் அமைந்திருந்த கோயில்களையும் திருவிழாக்களையும் கண்டு வியந்து ரசிக்கிறான். ஒரு கிராமத்தில் நடக்கும் பொம்மலாட்ட நிகழ்ச்சி அவனை வெகுவாக கவர்கிறது. பின் மகாபலிபுர பயணம். அங்குள்ள ஏழூரதம், கல்வெட்டு, சிற்பங்கள், கடற்கரைக் கோயில் போன்றவற்றின் சிற்ப வேலைகளில் நேர்த்தி அவனது கண்களுக்கு விருந்தாகிறது.

அவ்வாறு ஒரு கோயிலில் அப்னாசி ரசித்துக் கொண்டிருந்த போது, சம்பா என்ற பெண்ணுக்குப் பாம்பு கடித்து அவள் உயிருக்குப் போராடுவதைப் பார்க்கிறான். அவளுக்குத் தன்னிடம் இருந்த மருந்தைக் கொடுத்து பிழைக்க வைக்கிறான். இதற்காக சம்பா வீட்டில் ஒரு விருந்து அளிக்கப்படுகிறது. சம்பாவுக்கு அப்னாசி மீது காதல் பிறக்கிறது. தனிமையில் அவனது உடைகளை அணிந்து அழகு பார்த்து மகிழ்கிறாள். இதற்கிடையில் அப்னாசி சக்காராம் என்ற தெருப்பாடகனைச் சந்திக்கிறான். இருவரும் இணக்கமான நண்பர்களாகிறார்கள். எதிர்பாராதவிதமாக சம்பா வீட்டுச் சுற்றுப்புற குடிசைகளில் தீ விபத்து ஏற்படுகிறது. அப்னாசியும் சம்பாவும் போராடி பல உயிர்களைக் காப்பாற்றுகின்றனர். சம்பாவின் எண்ணத்தை உணர்ந்து அப்னாசி தனது பயண நோக்கத்தை மனதில் நிறுத்தி சம்பாவை விட்டுப் பிரிந்து செல்கிறான். அதன் பின் சக்காராமை அப்னாசி ஒரு குகைக்கோயிலில் சந்திக்கிறான். அங்குத் தனித்துத் 'தில்லானா' ஆடி மகிழும் ஒரு அழகிய பெண்ணின் நாட்டியத்தைப் பார்த்து மெய்மறந்து நிற்கிறான். சக்காராம் அந்தப் பெண்ணின் பெயர் லக்ஷ்மி என்றும் அவள் அரண்மனை நாட்டியக்காரி என்றும் தெரிவிக்கின்றான். லக்ஷ்மி அப்னாசியைக் கண்டதும் காதல் கொள்கிறாள். அப்னாசியும் சபலப்படுகிறான். பின் அப்னாசி, நாட்டின் சுல்தான் மொய்மூத் தவானை சந்தித்து அவரது அன்பைப் பெறுகிறான். சுல்தான் அப்னாசியைத் தன் நாட்டைச் சுற்றி பார்க்க அனுமதி அளிக்கிறார். அப்னாசியும்

கோஷேதேனிய - ஐ - ட்ரி - மோர்யா (1957)

நாட்டைச் சுற்றி பார்த்து முடித்தவுடன் தனது தாய் நாடு திரும்ப ஆயத்தமாகி இருந்தான். லக்ஷ்மி இடமும் விடைபெற்றுச் செல்ல அவளைச் சந்திக்கிறான். அவளோ தனது எண்ணத்தைத் தனது நாட்டியத்தினாலே வெளிப்படுத்தித் தடுக்க முற்படுகிறாள். ஆனால் அப்னாசி அவளை விட்டு பிரிந்து செல்கிறார்.

இந்தியாவை விட்டு பிரிவதற்கு முன் சம்பாவை ஒருமுறை பார்க்க வேண்டும் என்ற ஆசை அப்னாசி மனதில் தலையெடுத்தது. அவள் வீட்டிற்குச் சென்று மறைந்து இருந்து பார்த்தபோது சம்பா சோகத்தோடு தன் குழந்தையைத் தாலாட்டிக் கொண்டிருந்ததைப் பார்த்தான்.

அந்தக் காட்சி சம்பாவின் நிலையை அவனுக்கு உணர்த்தியது. ஒரு பணப்பையை வீட்டினுள் வைத்துவிட்டு அவளறியாமல் திரும்பி கடற்கரையை நோக்கி நடந்தான். துணைக்கு வந்த சக்காராமிடம் பிரியா விடை பெறுகிறான். அவனது பயண கப்பல் ரஷ்யாவை நோக்கிச் செல்கிறது. சக்காராமும் கிராம மக்களும் கண்ணீர் மல்க கையசைத்து விடை கொடுத்து வழியனுப்பி வைக்கிறார்கள்.

## (b) திரைப்பட நிர்மாணிகள்:

*1)* ***கதை அம்சம்:*** வீர தீரம் மற்றும் சரித்திரம்.

*2)* ***படத்தின் பெயர்:*** கோஷேதேனியே—ஜ—ட்ரி—மோர்யா.

***ரஸ்யன்:*** (Khozhdenic-za-tri-morya)

***இந்தி:*** பரதேசி (Pardesi)

*3)* ***நடிகர்கள் — பாத்திரம்:*** ஒலேக் (Oleg) — Afnasi

(b) V.A. ஒபுகோயா (V.A.Obukhoya) — ஒலேக்கின் தாயார்

(c) B.A. ட்ரியா கோவா (B.A.Treiyakova) — ஒலேக்கின் சகோதரி

(d) நர்கீஸ் (Nargis) — சம்பா

(e) பத்மினி (Padmini) — லக்ஷ்மி

(f) பால்ராஜ் சஹானி (Balraj Sahoni) — சங்கர்ராம்

(g) ப்ரித்திவி ராஜ்கபூர் (Prithivi Rajkapoor) — மெகமத் கவான்

(h) ஜெயராஜ் (Jeyaraj) — கடற்பயண சந்திப்பாளர்

*(4)* ***மொழி:*** ரஷ்யன் மற்றும் இந்தி

*(5)* ***கதை:*** Afanasy Nikitin *(அப்னாசி நிகிடின்)*

*(6)* ***திரைக்கதை:*** கே.ஏ.அப்பாஸ் — மரியா ஸிமிர்னோவா (K.A. Abbas & Mariya Smirnova)

*(7)* ***இசை:*** அனில் பிஸ்வாஸ் — போரீஸ் டேனஹவோவிஸ்கி (Anil Biswas - Boris Tehaikovsky)

*(8)* ***தயாரிப்பு:*** நயா சன்ஸார் — மாஸ் பிலிம் ஸ்டுடியோ (Naya Sansar - MOS Film Studio)

*(9)* ***இயக்கம்:*** கே.ஏ. அப்பாஸ் — வாஸ்லி ப்ரோனின் (K.A.Abbas - Vasili Pronin)

இப்படம் “மூன்று கடலுக்கு அப்பால்” என்ற பெயரில் தமிழிலும் மொழிமாற்றம் செய்யப்பட்டது.

## (c) திரைப்பட ஆய்வு

இந்தப் படம் இந்திய ரஷ்யா கூட்டுத் தயாரிப்பில் இருகூறாக பிரிக்கப்பட்டடுள்ளதை உணர முடிகிறது. கதை முற்றிலும் ஒரு ரஷ்ய பயணியின் இந்திய விஜயமும் அங்கு அவன் பெற்ற அனுபவங்களும் ஆகும் இது படத்தின் ஒரு பகுதியென்றால், மறுபகுதி இந்திய பண்பாட்டுக் கலைகளைப் படம் வலம் வருகிறது. இவ்விரு கூறுகளை இணைக்கும் பாலமாக இருக்கிறார் அப்னாஸி பாத்திரத்தை ஏற்று நடிக்கும் ஒலேக். படத்தில் இரு பகுதிகளில் முதற்பகுதியை ஆக்கிரமிக்கும் சம்பா பாத்திரத்தில் நடிக்கும் நர்கீஸ் தன் மௌனத்தாலேயே அப்னாஸியைக் கட்டிப்போடுகிறார் காதல் வயப்பட்டு 'ரிம்ஜிம் பர்ஸே பானி ஆஜ் மெரே ஆகினா' என்று பாடித் துடிப்பைக் காட்டுகிறார். காதல் தோல்வியும் தன் குழந்தையை 'ரஸ்ஸியாரேமன் பஸியாரே' என்றுபாடி கனிவைக் காட்டுகிறார் படத்தின் பிற்பகுதி பத்மினிக்கு ஒதுக்கப்பட்டிருக்கிறது. இதுகுறித்து பத்மினியின் பங்களிப்பின் சுருக்கம் கீழே கொடுக்கப்பட்டுள்ளது.

"கதை சித்திரக் கலைகளைப்பற்றி ஒரு ரஷ்ய ஆசிரியர் எழுதியது. எனவே என்னை எல்லோராாவுக்கு அழைத்துச்சென்று சிற்பங்களுக்கு நடுவே நன்றாக ஆடவைத்து படம் எடுத்திருக்கிறார்கள் படத்திற்குப்

'பரதேசி' படத்தின் சில காட்சிகள்

பெயர் 'பரதேசி' நான் அந்தப் படத்துக்காக நடிக்கப் போன போது என் ஆட்டத்தையும், புடவை கட்டையும், பூ அலங்காரத்தையும் கண்டுவிட்டு ரஷ்யப் பாஷையில் பாராட்டியபோது நான் அசந்து போனேன்! அவர்களுடைய 'முழி' எனக்குப் புரிந்ததே தவிர 'மொழி' புரியவில்லை படத்தில் அப்னாஸியைக் காதலிக்கும் லக்ஷ்மி என்ற பாத்திரத்தை ஏற்றிருந்த பத்மினி விழிமொழியிலேயே காதலைச் சொன்னார். மௌன பாவத்தாலேயே உள்ளக்கிடக்கையை அள்ளிக்கொட்டினார். விடை பெற்றுப்போக வந்த அப்னாஸியின் முன் சர்வ அலங்கார பூஷணியாக நாட்டிய உடையில் அசாதாரணமான அழகு தேவதையாகத் தோன்றினார். வீணையைக் கையிலேந்தி மீட்டிப் பின் 'சோஜாரே லாலுனா' என்று பாடி ஆடும் காட்சியை வர்ணிக்கத்தான் வார்த்தையில்லை. ஆனாலும் அதை பாராமுகமான அப்னாஸின் செயலால் ஏற்பட்ட உயிர்த்துடிப்பை தான் நாட்டியச்சுழற்சியில் நுண்ணியமாக வெளிப்படுத்தி மயங்கி விழுகிறார் பத்மினி. பத்மினியின் நாட்டிய சுழற்சிக்கு ஈடாக ஆளுயர தீபக் குத்து விளக்கும் சுழலும் காட்சி ஒரு சிறந்த கற்பனைக்கு உதாரணமாகிறது. பாடல்களில் இனிமை சேர்த்த அனில் பிஸ்வாசும் பின்புலங்களுக்கு இசைக்கோர்வை அளித்த போரீஸ் தச்செய்கோவ்ஸ்கியும் தங்கள் பணிகளில் சரிநிகர் சமமாக இருக்கிறார்கள்.

ரஷ்யாவில் 'பர்தேசி' படத்தினால் ஏற்பட்ட தாக்கத்தைப் பற்றி இந்தியா வந்திருந்த சோவியத் யூனியன் திரைப்படத்துறை துணை மந்திரி பி.பாவ்லோ நாக் அவர்களிடம் பேட்டி கண்டபோது அவர் 'இந்தியா — சோவியத் கூட்டுத் தயாரிப்புக்கு சாதகமான நிலையுள்ளது. திரைப்படத்திற்கு அதில் எவ்வித எல்லை வரம்பும் வரையறுக்கப்படவில்லை. அது பல நிலைகளையும் ஏற்படுத்திக் கொள்ளலாம். நம்மால் நம் இரு நாட்டினர் ரசிகர்கள் வரவேற்பதற்கு ஏற்ப பரஸ்பர ஈடுபாடு கொள்ளும்படியான அம்சங்களை எடுத்துக் கொள்ளலாம். இரு நாட்டைச் சேர்ந்த திரைப்படக் கலைஞர்கள் குழுவுடன், பரஸ்பரம் கலந்து உரையாடுவதின் மூலம், கதை, நடிகர்கள் மற்றும் வெளிப்புறப் படப்பிடிப்பிற்குத் தகுந்த இடங்கள் முதலியவற்றை நிர்ணயித்துக்கொள்ளலாம். இந்தியத் திரைப்படங்கள் எம்மொழியில் தயாரிக்கப்பட்டதாயினும் சரி, சோவியத்தில் பிரபல மாகியிருக்கின்றன. ஏனென்றால் இந்தியப் படங்களை வாங்கி நாங்கள் எங்கள் மொழியில் 'டப்' செய்கின்றோம்.

மொத்தத்தில் 1957ஆம் ஆண்டில் பத்மினி நடித்த படங்களில் முற்றிலும் மாறுபட்டதொரு படம் 'பர்தேசி' தவிர, இந்திய — ரஷ்ய காலாச்சராரத்திற்குப் பாலமிட்டது இப்படம். அவரது 'பர்தேசி'யின் தொடர்ச்சியாக 3.1.1958 அன்று தமிழில் ரஷ்யப்படமொன்று தயாரிக்கப்பட்டு வெளிவந்தது. இப்படத்தின் பெயர் "கலங்கரை

**இசையமைப்பாளர் அனில் பிஸ்வாஸ்**

விளக்கம்" வெனீஸில் நடைபெற்ற சினிமாப் படப் போட்டியில் இப்படம் முதல் பரிசு பெற்றது. இப்படத்தை கிதார் ஷர்மா இயக்கியிருந்தார். தவிர 'சுட்டியும் சிட்டியும்' என்ற பெயரில் ரஷ்யப் படம் தமிழில் வெளிவந்தது. சென்னை ராஜ்ய குழந்தைகள் சினிமா தயாரித்திருந்தது. இப்படி 'பர்தேசி' அயல்நாட்டு கூட்டுறவோடு திரைப்படங்களை எடுக்க வழிவகுத்தது.

# 29

# முத்தான மூன்று படங்கள்

**1958**ஆம் ஆண்டில் பத்மினி நடித்த முத்தான மூன்று தமிழ் திரைப்படங்கள் வெளிவந்தன. "உத்தம புத்திரன்", "சம்பூர்ண ராமாயணம்" மற்றும் "வஞ்சிக்கோட்டை வாலிபன்" ஆகியவைகள் இம்மூன்று திரைப்படங்கள் ஆகும். இப்படங்கள் சத்தானதால் திரையுலகில் முத்தானது.

## (a) முதல் இரட்டை வேடப்படம்

அலெக்ஸாண்டர் டுமாஸ் என்ற பிரஞ்சு நாவலாசிரியர் எழுதிய கதை "தி மேன் இன் த அயர்ன் மாஸ்க்" இக்கதையைத் தழுவி 1940ஆம் ஆண்டில் மாடர்ன் தியேட்டர்ஸ் "உத்தமபுத்திரன்" என்ற பெயரில் ஒரு திரைப்படத்தைத் தயாரித்து வெளியிட்டனர். இப்படத்தை டி.ஆர்.சுந்தரம் அவர்கள் இயக்கி இருந்தார்கள்; இக்கதை ஒரு தாய் வயிற்றில் பிறந்த இரட்டை குழந்தைகளின் எதிரும் புதிருமான குணநலன்களையும் அதன் விளைவுகளையும் சித்தரிப்பதாகும். இப்படத்தில் இரட்டை வேடத்தில் பி.யு.சின்னப்பாவும் கதாநாயகியாக எம்.வி.ராஜம்மாவும் நடித்திருந்தனர் சின்னப்பா இதில் இரட்டை வேடம் ஏற்றிருந்தார். ஆரம்பகால தமிழ் சினிமாவில் அத்திபூத்தாற்போல் ஓரிரு படங்களில் ஓரிரு நிமிடங்களில் சில கதாபாத்திரங்களில் இரட்டை வேடத்தில் தோன்றியது உண்டு. ஆனால் முதன்முதலாக தமிழ் சினிமாவில் ரெட்டைவேடம் கொண்ட கதாநாயகன் முழு நீள படத்தில் நடித்த படம் என்று பெருமை பெற்ற படம் உத்தமபுத்திரன்.

இக்கதை "உத்தமபுத்திரன்" என்ற பெயரிலேயே 1958ஆம் ஆண்டில் திரைப்படமாக மறுபிறவி எடுத்தது.

மலர்புரி நாட்டின் மகாராணிக்கு ரெட்டைக்குழந்தை பிறக்கிறது. ராணியின் சகோதரன் நாகநாதனால் ஒரு குழந்தை காட்டில் வளர்கிறது நாகநாதனின் வளர்ப்பில் கொடுமையானதாக காமுகனாக விக்ரமன் வளர்கிறான் நாட்டிலே. காட்டிலே வளரும் பார்த்திபன் குணக்குன்றாகவும், சகல கலைகளிலும் வல்லவனாகவும் வளர்கிறான்; மந்திரி ஜெயசீலன் மகள் அமுதா பார்த்தீபனைக் காதலிக்கிறாள். விக்ரமனும் அமுதாவைக் காதலிக்கிறான். உருவத்தில் தன்னையொத்திருந்த பார்த்தீபனால் தனக்குத் தீங்கு வருமென்று நினைத்து விக்ரமன் இரும்பு முகமூடியால் பார்த்திபன் முகத்தை மறைத்துச் சிறையிலடைக்கிறான். ஆனால் பார்த்திபன் நண்பன் பொன்னன், அமுதா உதவியோடு சிறையிலிருந்து தப்பிக்கிறான். பார்த்திபனும் விக்ரமனும் போராடிச் சிக்கிய விக்ரமனுக்கு இரும்பு முகமூடி அணிவித்து மஹாராணியை சந்திக்கிறான். பார்த்திபனும் தன் மகன்தான் என்று மனம் மகிழ்கிறாள் மகாராணி. பின் அமுதாவும் பார்த்திபனும் இணைந்து அரியணை ஏறும் நேரம் நாகநாதனால் காப்பாற்றப்பட்ட விக்ரமன் அவைமுன் தோன்றினான். இருவருக்கும் வாள் சண்டை நடக்கிறது. தப்பிக்க நினைக்கும் விக்ரமன் கோச்சு வண்டியை மூர்க்கத்தனமாக ஓட்டி விபத்தில் சிக்கி அழிகிறான். நாகநாதன் கொல்லப்படுகிறான். பார்த்திபன் உத்தம புத்திரனாகி மகாராணியின் நல்லாசியுடன் அமுதாவுடன் அரியணை அமர்கிறான்.

படம் நெடுகிலும் சிவாஜியும் பத்மினியும் பவனி வருகிறார்கள். அவர்கள் காதலைக் கூறும் ஸ்ரீதரின் தெளிவான வசனங்கள் சரமாரியாக வந்து விழுகின்றன. இதோ பார்த்திபன் (சிவாஜி) அமுதாவின் (பத்மினி) ஒருவர் தோற்றத்தை ஒருவர் எப்படி ரசிக்கிறார்கள் பார்ப்போம்.

‘அந்தி வானத்து சந்திரனைக் கண்டு நீங்கள் சிந்தையைப் பறிகொடுத்தது இல்லையா? நிர்மலமான நீரில் மலர்ந்திருக்கும் நீலோற்பல மலர்களைக் கண்டு நீங்கள் மயங்கி இருந்தது இல்லையா? அத்தனை அழகும் ஒருங்கே அமைந்த பேரழகி தாங்கள். கலை உள்ளம் படைத்த என்னால் அதை ரசிக்காமல் இருக்க முடியுமா? அழகின் பிரதிபிம்பம், கலையின் உயிர் சிலை இப்போது விக்ரமன் (சிவாஜி) அமுதாவின் (பத்மினி) அழகை வர்ணிக்கிறான் “வானவில்லின் வர்ணஜாலங்கள் அவள் மேனியில் மின்ன, மோன நிலவின் மோகன ஒளி அவள் முகத்தில் வீச கண்டேன். வீணையும் நாதமும் கோகில கீதமும் அவள் குரலில் தொனிக்கக் கண்டேன்”.

விக்ரமன் கண்ணில்பட்டுத் தவிக்கும் அமுதா, அவள் துயர நிலையைத் தோழி ராஜாத்தியிடம் ஒரு வரியில் அழகாகச் சொல்கிறார்:

"வேடன் வலையில் அகப்பட்ட மானும் வேந்தன் விழியில் அகப்பட்ட மங்கையும் மன நிம்மதியோடு இருக்க முடியுமா?"

படத்தில் பத்மினிக்கு பாடவும் ஆடவும் சந்தர்ப்பங்கள் அதிகம் அளித்து வீனஸ் பிக்சர்ஸ் முழுமையாகப் பயன்படுத்திக் கொண்டார்கள். சிவாஜியும் பத்மினியும் படகில் செல்லும் காட்சியில் ஒரு டூயட்.

"முல்லை மலர் மேலே மொய்க்கும் வண்டு போலே" என்று கானடா ராகத்தில் தாலாட்டிய படகு பாடல். பாட்டின் இடையில் "விந்தைமிகு மகுடி முன்னாலே நாகத்தைப் போலே" என்ற வரிகள் வரும்போது சிவாஜிகணேசன் துடுப்பால் தண்ணீரைத் தட்டி பத்மினி முகத்தில் சிதற அடிக்கும்போது பத்மினி சிணுங்கிக் காட்டும் சிருங்கார ரசம் அழகோ அழகு. பாடகி சுசிலா தன் குரலால் சுண்டி இழுக்க டி.எம்.எஸ். கம்பீரக் குரல் அதனுடன் கலந்து பரவசப்படுத்துகிறது.

அடுத்து ஒரு அற்புதமான ராதாகிருஷ்ணன் நாட்டியம். பத்மினி ராதாவாகவும் ராகினி கிருஷ்ணனாகவும் ஆடிய நடனம்.

"காத்திருப்பான் கமலக்கண்ணன்
கனிந்து கனிந்து அன்பை

உத்தமபுத்திரன் படப்பிடிப்பில் தலாய்லாமா, காமராஜ், ஸ்ரீதர்

திருநின்றவூர் தி.சந்தானகிருஷ்ணன்

உத்தமபுத்திரன் (1958)

நினைத்து நினைத்து கண்ணுறங்காமல்
காத்திருப்பான் கமலக்கண்ணன்"

சாருமதி ராகத்தில் அமைந்த இந்தப் பாடலும் நாட்டியமும் கண்ணுக்கும் காதுக்கும் விருந்தாக அமைந்தது. மற்றொன்று சிவாஜியும் பத்மினியும் சேர்ந்து பாடுவதாக ஒரு பாட்டு, 'அன்பே அமுதே அருங்கனியே' என்று ஹரிகாம்போதி ராகத்திலே வார்த்தெடுத்த பாடல் இது. இதுதவிர மைசூர் பிருந்தாவனத்தின் 'உன் அழகை கன்னியர்கள் சொன்னதினாலே' என்று குடி போதையில் தள்ளாடும் விக்ரமன் முன் அமுதா பாடி ஆடும் சிருங்கார பாடல் குறிப்பிடத்தக்கது. பாட்டின் முடிவில் பத்மினி பம்பரமாய் சுழன்று ஆடும் போது சிவாஜி மட்டும் சுழலவில்லை மிகைப்படுத்தி சொல்வதனால் பார்த்த ரசிகர்கள் மனமும் சுழன்றது. மொத்தத்தில் இசை அமைப்பாளர் ஜி.ராமநாதன் படம் முழுவதுமாகத் தனது சங்கீத ஞானத்தை நிரப்பி இருந்தார். இந்தப்படத்தில் பார்த்திபனும் பொன்னனும் உலக நடப்பைக் குறித்து பாடுவதாக ஒரு பாடல் பட்டுக்கோட்டை கல்யாணசுந்தரம் எழுதியது கீழே அதன் ஒரு பகுதி.

“**பார்த்திபன்:** மூளை நெறஞ்சவங்க காலம் தெரிஞ்சவங்க மூத்தவங்க படிச்சவங்க வாழ்கின்ற நாடு இது.

**பொன்னன்:** மூச்சு திணறுதுங்க முளியும் பிதுங்குதுங்க, பாத்துக்கங்க, கேட்டுக்கங்க ஜனங்கள் படும்பாடு இது...

**பொன்னன்:** பாதை மாறி நடக்குது

பாஞ்சு பாஞ்சு முறைக்குது

பழமையான பெருமைகளைக்

கொறைக்குது — நல்ல

பழக்கமெல்லாம் பஞ்சு பஞ்சாய் பறக்குது

**பார்த்திபன்:** என்ன இருந்தாலும் மனுசன் இப்படி ஆடக் கூடாது

**பொன்னன்:** எதுக்கும் ஒரு முடிவு இருக்குது அதிக நாளு ஆடாது”

பாட்டுப் புத்தகத்தில் காணப்படும் இப்பாடல் கேட்க, பார்க்க படத்தில் இல்லை, இசைத்தட்டில் இல்லை. இப்படிப்பட்ட இனம் புரியாத பிரச்சினையை வேறுசில படங்களிலும்தான் இருக்கிறது. எப்படியோ பட்டுக்கோட்டை பாட்டை கோட்டை விட்டோம். இதுதவிர 1954இல் வந்த ‘மலைக்கள்ளன்’ திரைப்படத்தில் நடிகை பானுமதி குதிரையில் வர, அதன் லகானைப் பிடித்துக் கொண்டு எம்.ஜி.ஆர். பாடிக் கொண்டே நடந்து வருவார். அழகான இந்த காட்சியைப் போலவே உத்தமபுத்திரனிலும் பத்மினி குதிரை மீதும் அதன் லகானை சிவாஜியும் பற்றிக் கொண்டு நடந்து வருவார். நிழற்படத்தில் கண்ட இக்காட்சியைத் திரைப்படத்தில் காண முடியாது. நீக்கப்பட்டது துரதிஷ்டமே.

**படத்தைப் பற்றிய தகவல்களாக சில விவரங்கள்:**

படத்தில் பார்த்திபன், விக்ரமனாக சிவாஜிகணேசனும் அமுதாவாக பத்மினியும் நடித்திருந்தனர். நாகநாதனாக எம்.என்.நம்பியாரும், மகாராணியாக கண்ணாம்பாவும், பொன்னனாக கே.ஏ.தங்கவேலும், ராஜாத்தியாக ராகினியும் நடித்திருந்தனர். படத்தின் நடன அமைப்பை ஹீராலால் ஏற்றிருந்தார். ஆனால் ‘காத்திருப்பான் கமலக்கண்ணன்’ பாட்டிற்கு மட்டும் பி.எஸ்.கோபாலகிருஷ்ணன் நடனத்தை

அமைத்துக் கொடுத்தார் ஜெமினி, வாஹினி, விஜயா, பரணியில் வளர்ந்த இப்படத்தை பிரகாஷ்ராவ் இயக்கினார். உத்தமபுத்திரன் ஒரு மகத்தான வெற்றிப்படமாக அமைந்தது.

இந்தப் படம் பெற்ற வெற்றி பிற மொழியிலும் வெளியிடும் எண்ணத்தைத் தயாரிப்பாளருக்கு உருவாக்கியது, உத்தமபுத்திரனை 'வீர பிரதாப்' என்று தெலுங்கில் மொழிமாற்றம் செய்து வெளியிடப்பட்டது இசை ஜி.ராமநாதன். இப்படம் வீனஸ் பிக்சர்ஸ் இந்தியிலும் மொழிமாற்றம் செய்து 'சிதம்கர்' என்ற பெயரில் வடஇந்தியாவிலும் திரையிட்டனர். இப்படத்திற்கு ஜி.ராமநாதனுடன் பி.என்.பாலி என்ற வடஇந்திய இசை அமைப்பாளரையும் இசைக்கு இணைத்து இருந்தனர் இம்மொழி மாற்றம் பாடல்களும் மக்களிடையே வரவேற்பைப் பெற்றன.

ரெட்டை வேடத்தில் சிவாஜி நடித்த இந்த 'உத்தம புத்திரனை' வின்சென்ட் ஒளிப்பதிவு செய்திருந்தார். (1940ஆம் ஆண்டில் வெளிவந்த 'உத்தமபுத்திரனில்' ரெட்டை வேடத்தை ஒளிப்பதிவு செய்தது போடே குஷ்பெர்கர் என்ற ஜெர்மனியராவார் என்பது குறிப்பிடத்தக்கது.)

## (b) தமிழ் சினிமாவின் வரலாற்றில் அதிக நீளமான படம்

தமிழ் சினிமாவின் வரலாற்றில் அதிக நீளமான படமும், தலைப்பும் கொண்ட படம் மாடர்ன் தியேட்டர்ஸ் சுந்தரம் தயாரிப்பு, இயக்கத்தில் 1947ஆம் ஆண்டில் திரையிடப்பட்ட 'ஆயிரம் தலை

***சம்பூர்ண ராமாயணம் (1958)***

**இராமாயண் (1958)**

வாங்கிய அபூர்வ சிந்தாமணி' என்ற படமாகும். இதன் நீளம் 20,052 அடி ஆகும். பின் நீண்ட காலம் கழித்து 1993ஆம் ஆண்டில் ராஜ் கென்னடி பிலிம்ஸ் தயாரிப்பில் "ராஜாதி ராஜ ராஜ குலோத்துங்க ராஜ மார்த்தாண்ட ராஜ கம்பீர காத்தவராய கிருஷ்ண காமராஜன்" என்ற படம் இன்று வரை நீண்ட தலைப்புடைய படமாக உள்ளது. ஆனால் நீளத்தைப் பொறுத்தமட்டில் 1958ஆம் ஆண்டில் திரையிடப்பட்ட எம்.ஏ.வி. பிக்சர்ஸ் தயாரிப்பான "சம்பூர்ண ராமாயணம்" என்ற படம் 22,953 அடி கொண்ட தமிழ் சினிமாவின் நீளமான மகத்தான திரைப்படமாகப் பதிவு செய்யப்பட்டுள்ளது. இதில் விந்தை என்னவென்றால் மாடர்ன் தியேட்டரில் பணிபுரிந்த எம்.ஏ.வேணுதான் சம்பூர்ண ராமாயணத்தைத் தயாரித்தவர். இது செய்திக்காக தானே அன்றி ஒப்புமைக்காக அல்ல.

'இராமாயணம்" நாடறிந்த காவிய கதை. முழுமையாக மக்கள்முன் படைக்க வேண்டும் என்ற எண்ணத்தில் சம்பூர்ண ராமாயணம் என்று பெயர் வைத்திருந்தார் தயாரிப்பாளர். அயோத்தி மன்னன் தசரதன் மன்னன் மனைவி கைகேயியின் தூண்டுதலால் ராமனுக்கு வனவாசமும் பரதனுக்கு பட்டாபிஷேகம் செய்யவேண்டி வந்தது. மனைவி சீதை, தம்பி லட்சுமணன் ஆகியோருடன் வனம் ஏகி காட்டில் பஞ்சவடியில் தங்கியிருக்கிறான். சகோதரி சூர்ப்பனகையின் சூழ்ச்சியால் கோபமுற்று இலங்கை அரசன் ராவணன் மாரீசனை மர்ம மானாக்கி பஞ்சவடி அருகில் சுற்றித்திரிய விடுகிறான். அழகான அந்த மான் வயப்பட்ட சீதா, ராமரிடம் தன் விருப்பத்தைச் சொல்ல, ராமர் மானைத் தேடிப் போகிறார். ராவணன் மாறுவேடத்தில் வந்து, காவலுக்கு இருந்த லட்சுமணனைத் திசைதிருப்பி, சீதையை இலங்கைக்கு கடத்திச் செல்கிறான்.

சீதையை மீட்க ராமன் ஹனுமான் தலைமையில் கீழ் அமைந்த வானர சேனையுடன் கிளம்ப எத்தனிக்கிறான். போருக்கு முன் ஹனுமன் இலங்கையில் அசோகவனத்தில் துயருற்று இருந்த சீதாவைக் கண்டு ஆறுதல் கூறித் திரும்புகிறான். ராம—ராவண யுத்தம் தொடங்கி முடிவில் ராவணன் கொல்லப்பட்டு சீதா மீட்கப்படுகிறாள். வனவாச காலமும் முடிந்ததால் ராமன்—சீதா நாடு திரும்புகிறார்கள். ராமர் பட்டாபிஷேகத்தோடு திரைப்படம் முடிகிறது. 'ராம கதை' நீண்டதானதால் படத்தின் இயக்குனர் சோமு, ராமர் வாழ்வில் நிகழ்ந்த பல சம்பவங்களைப் பாட்டுக்களின் பின்னணியிலேயே காட்சிப்படுத்தி விடுகிறார். இந்த உத்தி அந்த நாளில் பெரிதும் பாராட்டப்பட்டது.

படத்தில் சீதை பாத்திரத்தை பத்மினியும் ராமர் பாத்திரத்தை என்டி.ராமராவ் ஏற்றிருந்தார். 'மருமகளுக்கு' பின் இருவரும் இணைந்து நடித்த முழுநீள தமிழ்படம் இது. பாத்திரம் பலமானதானாலும் சீதைக்கு ஒதுக்கப்பட்ட பகுதி குறைவானதாகவே இருந்தது. படத்தின் நட்சத்திரக் குவியல்களுக்கிடையே பத்மினி பாங்கான பங்கு சிக்கிக் கொண்டது. எனினும் தன் பாத்திரத்தின் பவித்ரத்தை தன் திறமையால் பதிவுசெய்ய அவர் தவறவில்லை. ராவணனால் சிறைபிடிக்கப்பட்ட சீதையின் புனிதத்தன்மையை உலகறிய வேண்டும் என்ற எண்ணத்தில் அவளைத் தீக்குளிக்க சொல்கிறார் ராமர். மக்கள் திகைக்க, சகோதரர்கள் அலற, மகிழ்ச்சியோடு அக்னி குண்டத்தை நோக்கி செல்கிறாள் சீதா. அப்போது பத்மினியின் கனிவான, பரிவான, உறுதியான, பேச்சை, சிறந்த நடிப்பைக் காண முடிகிறது. "ஐயனே அசோகவனத்தில் தினசரி மனம் நொந்து தீயவர்கள் மனதிலே வெந்து கொண்டிருந்த நான் இப்போது தீக்கிரை ஆவதில் தயங்கப்போவதில்லை. தங்கள் உத்தரவு எதுவாயினும் அடியாள் அதை நிறைவேற்ற காத்திருக்கிறேன். ஆனால் மறு பிறவியிலாவது என்னை எப்பொழுதும் பிரியாமல் இருந்தால் அதுவே எனக்கு போதும் சுவாமி. இளையவரே (லட்சுமணன்) நீங்கள் என்றும் ஐயனை விட்டுப் பிரியாது இருங்கள்" என்று தீக்குளிக்கும் முன்பும் கணவன்மீது சீதா காட்டும் கரிசனம் சிந்திக்க வைக்கிறது. படத்திற்கு வசனம் ஏ.பி.நாகராஜன் படத்தில் பத்மினிக்கு ஒரு சோகபாட்டு, ராவ் பாலசரஸ்வதி குரலில்:

வஞ்சிக்கோட்டை வாலிபன் *(1958)*

"பெண்களில் என்னை போலே
பெரும்பாவி உண்டோ?
என் உயிர் நாதன் இன்றி
வாழ்வதும் நன்றோ?"

படத்துக்கு இசை அமைப்பு கே.வி.மகாதேவன், பாடல் மருதகாசி, படத்தின் ஒளிப்பதிவு (தந்திரக் காட்சிகள் உட்பட) வி.கே.கோபண்ணா, படத்தின் இயக்குனர் கே.சோமு. இந்தப்படம் இந்தியிலும் "இராமாயண்" என்றும் மொழிமாற்றம் செய்யப்பட்டு வெளியிடப்பட்டது.

"இராமாயணம்" திரையுலகுக்குப் புதுமையானது ஒன்றுமில்லை. தமிழிலிருந்து இந்திக்கு இப்படம் மொழிமாற்றம் செய்தது போல் இந்தியிலிருந்து இராமாயண படங்கள் தமிழுக்கு மொழிமாற்றம் செய்து திரையிடப்பட்டுள்ளது. அவை "ராமராஜ்யம்" (1947), "சம்பூர்ண இராமாயணம்" (1962), "சம்பூர்ண ராமாயணம்" (1971), "ஸ்ரீ ராமராஜ்யம்" (1978) ஆகும். மேலும் பல தென்னிந்திய வட இந்திய மொழிகளில் இப்படம் தயாரிக்கப்பட்டு வெற்றி பெற்றது.

## (C) என்ன இல்லை இந்தப் படத்தில்?

காதலை வென்றான், கடமைக்காகப் போரிட்டான், அரச போகத்தை உதறினான், அன்னை தந்தை லட்சியம் நிறைவேற உழைத்தான் அவனே வஞ்சிக்கோட்டை வாலிபன் என்று அறிமுகப்படுத்தியது திரைக்கதை சுருக்கம். புயலில் சிக்கித் தவித்தது ஒரு கப்பல். அதை போராடிக் காப்பாற்றுகிறான் ஒரு இளைஞன். அவனும் அவனது சகோதரி கௌரியும் அந்தக் கப்பலின் உரிமையாளரால் கடலில் பிரம்புத் தட்டில் குழந்தைகளாக தத்தளித்தபோது எடுத்து வளர்த்தவர். கப்பல் வந்து வஞ்சிக்கோட்டையைப் பிடித்தவுடன் கப்பல் தாளாளர் ஒரு பொற்கிழியை இளைஞனிடம் கொடுத்து சகோதரிக்கு மணம் முடிக்குமாறு கூறித் தன் பயணத்தைத் தொடர்ந்தார். வஞ்சிக்கோட்டையில் சகோதரியை வீட்டில் விட்டு திருமணத்திற்கான பொருள்களைச் சேகரிக்க அந்த வாலிபன் சென்றபோது நாட்டின் கொடுமதி சேனாதிபதி அவளைக் கடத்திச் செல்ல, அண்ணன் பின்தொடர, கௌரி வண்டியிலிருந்து குதித்து உயிர் விடுகிறாள். அவனைப் பழிவாங்க வாலிபன் சூளுரைக்கிறான். ஆனால் சேனாதிபதியால் தண்டிக்கப்பட்டுத் தீவுச் சிறைச்சாலையில் அடைத்து வைக்கப்படுகிறான் அங்கு சேனாதிபதியால் சிறை

வைக்கப்பட்ட ஒரு வயதான பெண்மணியைச் சந்திக்கிறான். அவள்தான் தன் தாய் எனவும் தன் தந்தை சொக்கலிங்க நாவலர் அரசின் திவான் என்றும் தன்பெயர் சுந்தரலிங்கம் என்றும் அறிந்து கொள்கிறான். அங்கேயே இறந்து போன அன்னையைப் புதைத்துவிட்டு கடலில் குதித்துத் தப்பினான். ஆனால் விதி மறுபடியும் சதி செய்தது. கள்வர் கப்பலில் சிக்கி அடிமையாக்கப்பட்டு ஒரு தீவை சேர்ந்தான். அத்தீவின் அரசி மந்தாகினி ஒரு ஆடலரசி. அடிமை ஆயினும் சுந்தரலிங்கத்தின் அழகில் சொக்கினாள். தன்னைத் திருமணம் செய்ய வற்புறுத்திய மந்தாகினியிடம் தன் கடமையைச் சொல்கிறான். அவன் எண்ணம் நிறைவேற பொன்னும் பொருளும் பணமும் கொடுத்து உதவிய மந்தாகினி, அவன் திரும்பி வந்து, தன்னைச் சேர காலக்கெடு நிர்ணயித்து அனுப்புகிறாள். படகில் வந்த சுந்தரலிங்கம் கரையிலிருந்த கயவர்களிடம் சிக்கிய பத்மா என்ற பெண்ணைக் காப்பாற்றுகிறான். பின் அவள் ஒரு ராஜகுமாரி என்பதையும் தெரிந்து கொள்கிறான். அவன் தந்தை சேனாதிபதி இடம் சிக்கிச் சிறையில் சித்திரவதைபடுவதையும் அறிகிறான்.

அவரை மீட்பதற்காக சுந்தரலிங்கம் இரத்தின தீவின் அரசன் ஏலேலோ சிங்கன் போல் மாறுவேடமிட்டுத் தன்னை ரத்தின வியாபாரி என்று சொல்லி அரண்மனையில் நுழைகிறான். சேனாதிபதியின் சகோதரிதான் இளையராணி. அவளது அன்பை ஏலேலோ சிங்கன் பெறுவதால் அவளைத் தனது மாளிகையில் விருந்துக்கு அழைக்கிறாள். சேனாதிபதியும், இளையராணியும், பத்மாவின் நடனத்தை ரசிக்கும் போது சுந்தரலிங்கத்தைத் தேடிவந்த மந்தாகினியும் பத்மாவுடன் நடனத்தில் கலந்து போட்டிப் போட்டு ஆடுகிறாள். இந்த நேரத்தைப் பயன்படுத்தி நாவலரைக் காப்பாற்றி விடுகிறான் ஏலேலோ சிங்கன். பத்மாவும், நாவலர் கூட்டாளிகளுடன் வீரமுழக்கம் செய்து மக்களின் உணர்வுகளை சேனாதிபதிக்கு எதிராகத் திருப்பி விடுகிறார்கள். மக்கள் கொந்தளிப்புடன் சேனாதிபதியையும் சிப்பாய்களையும் தாக்குகிறார்கள். வாள்போரில் சுந்தரலிங்கம் வாளுக்கு சேனாதிபதி இறையாகிறான். ஆனால் சேனாதிபதி வீசிய வாள் மந்தாகினி மேல் பாய்ந்து கொல்லுகிறது. பின்னர் வஞ்சிக்கோட்டை அரசனாக இளவரசனுக்கு மணிமுடி சூட்டப்பட்டது. சொக்கலிங்கர் நாவலர் திவான் ஆகிறார். சுந்தரலிங்கம், பத்மா திருமணம் பூர்த்தியாகிறது. படம் நலமாக முடிகிறது.

ராகினி (1958)

படத்தில் சுந்தரலிங்கமாக ஜெமினிகணேசனும் பத்மினி பத்மாவாகவும், வைஜயந்திமாலா மந்தாகினியாகவும் முக்கிய பாத்திரங்களில் நடித்தனர். தவிர, சேனாதிபதியாக பி.எஸ். வீரப்பாவும், சொக்கலிங்க நாவலராக டி.கே.சண்முகமும், நாவலரின் மனைவியாக கண்ணம்பாவும், விஜயகுமாரி கௌரியாகவும், பம்பாய் மீனாட்சி இளையராணியுமாக நடித்திருந்தனர். பத்மினிக்கு நவரச பாவங்களையும் வெளிக்காட்ட இப்படம் வாய்ப்பளித்தது. நாட்டியத்தைப் பொறுத்தமட்டில் ‘எத்தனைக் கேள்வி, எப்படிச் சொல்வேன்’ பாட்டில் வீதியில் சுழன்று ஆடுகிறார், கூடாரத்தில் “இன்ப கனவு ஒன்று நானே கண்டேனடி” என்ற பாடலில் ஆடும் நாட்டியத்தில் வண்ணம் குழைத்து தன் எண்ணத்தை வெளிப்படுத்துகிறார். மூன்றாவதும் முக்கியமானதுமான போட்டி, நடனப் பாட்டு “கண்ணும் கண்ணும் கலந்து சொந்தம் கொண்டாடுதே” என்று நடனத்தில் பத்மினியுடன் வைஜெயந்திமாலா போட்டி நடனம் ஆடுகிறார்கள். இருவரும் அழகிலும் நடன ஆற்றலிலும் புகழ் பெற்றவர்கள். தத்தம் தனித்திறமையை இந்த நாட்டியத்தில் காட்டித் தங்கள் புகழைத் தக்கவைத்துக் கொண்டார்கள். நாட்டியத்தைக் கண்டுகளிக்கும் சேனாதிபதி பி.எஸ்.வீரப்பா “சபாஷ் — சரியான போட்டி” என்று கொக்கரிக்கும் குரலைப் பாராட்டாதவர்கள் கிடையாது. போட்டி முடிவை அறிவிக்க முடியாத நிலையில் சாமர்த்தியமாக சுந்தரலிங்கத்தைக் கொண்டு நாட்டியத்தின் உச்ச கட்டத்தில் விளக்கை அணைத்து வெற்றி—தோல்வி அறிய முடியாமல் முடிப்பது இயக்குனரின் ஆற்றலுக்குச் சான்று பகர்கிறது. இந்தப்போட்டி பாட்டு காட்சியைப் பத்மினி, வைஜெயந்திமாலா இருவரது நாட்டியத்தையும் தனித்தனியாக ஒளிப்பதிவு செய்து பின் இணைத்துக் காட்டப்பட்டது. இந்த நாட்டியத்தை பற்றிய பத்மினியின் கூற்று இது: “படத்தில் ஒன்பது நிமிடங்கள் வரும் அந்தப் பாடல் காட்சியைப் படமாக்க பல நாட்கள் பிடித்தன. சேர்ந்தார்ப்போல் 12 மணி நேரம் மூன்று நாட்கள் தொடர்ச்சியாக ஆடினேன். அந்தப் படத்திற்கு 300 கால்ஷீட் வரை கொடுத்தேன். காலை 6 மணியிலிருந்து தொடர்ந்தாற்போல் இரவு 9, 10 மணி வரையில் படப்பிடிப்பு நடைபெறும். இந்தப் பாடலில் வரும் ‘ஆடும் மயில் எந்தன் முன்னே என்ன ஆணவத்தில் வந்தாயடி?’ என்ற வரிகளுக்குத்

தரையில் முட்டியிட்டு மயில் போல் தவழ்ந்து ஆடியதில் பத்மினியின் முட்டித் தேய்ந்து ரத்தம் கசிந்தது என்ற செய்தியும் உண்டு. மக்களுக்கு விழிப்புணர்ச்சி ஊட்ட நாவலரும் பத்மினியும் நடத்தும் 'வீரத்தாய் தெருக்கூத்து' படத்தின் முக்கியமானதொரு காட்சியாக விளங்கியது. போரில் தன்மகன், இளஞ்சிங்கம் மார்பில் காயம்பட்டு வீரமரணம் அடைந்தான் என்று தெரிந்து அவனைத் தன்மடியில் சாத்தி பத்மினி பேசும் வசனத்தில் அவரது நட்பின் வீரியம் வெளிப்படுகிறது. இதோ அது:

**ராகினி (1958)**

"மார்பில் காயம், மார்பில் காயம், என்மகன் புறமுதுகிட்டு ஓடவில்லை, என்மகன் புற முதுகிட்டு ஓடவில்லை. வீரமரபைக் காத்த என் கண்ணே, தாயின் மானத்தைக் காத்த என் கண்ணே, மாணிக்கமே, கண்ணே, என்தங்கமே" என்று பதறித் தவிக்க பத்மினிக்கு எங்கிருந்துதான் இத்தனை வேகம் வந்ததோ!

படத்தின் கதை ஜெமினி கதை இலாகாவில் உதித்தது, அதை வடிவமைத்தது கே.ஜே.மகாதேவன். வசனம் பாட்டுக்கள் கொத்தமங்கலம் சுப்பு. நடனங்கள் அமைப்பு ஹீராலால், துணை தயாரிப்பு ஏ.கே.சேகர். இதுதவிர படத்திற்கு இரு மாபெரும் தூண்களாக அமைந்தது இசை அமைத்த வடநாட்டு இசை அமைப்பாளர் சிட்டால்கர் ராமச்சந்திரா மற்றும் இயக்குனர் எஸ்.எஸ்.வாசன், ராமச்சந்திரா இப்படத்திற்குப் பல்சுவையாக இசை அமைத்தார். பின்னணி இசை மிகவும் இனிமையாக இருந்ததையும் குறிப்பிட வேண்டும். படத்தில் கப்பல்பாட்டு, வைக்கோல் வண்டி பாட்டு, கொள்ளைக் கப்பலில் அடிமைகள் பாட்டு, தீவில் பூஜை பாட்டு, மந்தாகினி பல்லக்குப் பாட்டு, வசந்தமண்டப நாட்டியப் பாட்டு, கடற்கரையில் செம்படவர் பாட்டு, வானவெளியில் பாட்டு, வீரத்தாய் கூத்து மேடைப்பாட்டு, தெருப் பாட்டு, படுகள ஒப்பாரி, காவடிப் பாட்டு, கூடாரத்தில் நாடோடிப் பாட்டு, நகை வியாபாரி ஏலேலோ சிங்கன் படகுப் பாட்டு, பத்மா மந்தாகினி துவைத நடனப் பாட்டு என்று சகல அம்சங்களும் ராமச்சந்திராவின் இசையில் பொதிந்து கிடந்தது. இயக்குனர் எஸ்.எஸ்.வாசன் படத்தில் காதல், வீரம், சோகம், கிராமியம், மர்மம், சதி, தியாகம், போட்டி, சூழ்ச்சி, பாசம், அன்பு, இசை நாடகம், ஆண்டான்—அடிமைத்தனம், கடல் கொள்ளைக்காரர்கள்,

அமர்தீப் (1958)

லம்பாடிகள் சேட்டை என்று தமிழின் இயல், இசை, நாடகத்தில் அடங்கிய அத்தனை அம்சங்களையும் உள்ளடக்கிய உயர்ந்த திரைப்படமாக்கித் தனது புகழை மேலும் கூட்டிக்கொண்டார்.

அதே வருடம் ஜெமினி ஸ்டுடியோஸ் தமிழில் தங்களது தயாரிப்பான "வஞ்சிக்கோட்டை வாலிபன்" படத்தை "விஜய கோட்ட வீருடு" என்று தெலுங்கில் மொழிமாற்றம் செய்து வெளியிட்டது.

### (d) துடிப்பான குறத்தி ஆட்டம்:

"மாங்கல்ய பாக்கியம்" என்ற பெயரிலே கிருஷ்ணா பிக்சர்ஸ் தயாரிப்பில் ஒரு திரைப்படம் வெளிவந்தது. பாட்டாளிப்பட்டி என்ற கிராமத்தில் வாழும் இளம்பெண் கௌரி (ராகினி) மந்திர சக்தி பூஜைக்காக பெண் தேடும் ஒரு மந்திரவாதி அவளைத் தூக்கிச் செல்ல முயற்சிக்கிறான். அதுசமயம் தற்செயலாக அங்கு வந்த சந்திரன் (பாலாஜி) என்ற வாலிபன் மந்திரவாதியைத் துரத்தி அடித்து கௌரியைக் காப்பாற்றுகிறான். இந்த சம்பவம் கௌரிக்கும் சந்திரனுக்கும் காதலை உண்டாக்குகிறது, சந்திரனுக்கு சுமதி (குசலகுமாரி) என்றொரு தங்கை. அவளைப் பெண் பித்தன் பிரம்மானந்தம் (டி.கே. ராமச்சந்திரன்) என்பவன் மணமுடிக்க கடத்திச் சென்று விடுகிறான்.

சந்திரனும் அவன் நண்பன் வேணுவும் (பக்கிரிசாமி) அவளைத் தேடி அலைந்து திரிகிறார்கள். சந்திரன் தேட, அவனை நினைத்து கௌரி வாட, ஒரு குறத்தி வீதி வழியே போகிறாள். இந்தக் குறத்தி ஆக நடித்து நடனம் ஆடியவர்தான் பத்மினி. காட்சி சுருக்கம் இது:

**கௌரி தோழி:** ஏய் குறத்தி இங்கே வா, எங்க அக்கா கையைப் பார்த்து குறி சொல்றியா?

**குறத்தி:** இந்த மகராசிக்கு நான் முகராசி பார்த்தே சொல்லி போடுவேன்.

**கௌரி:** ஆமாம் உனக்கு எந்த ஊர்?

**குறத்தி:** நான் பிறந்தது தொழிலாளி பட்டிங்க.

**கௌரி:** ஓ, அப்படிகூட ஓர் ஊர் இருக்கா!

**குறத்தி:** ஏ அம்மே பாட்டாளிபட்டி என்று உங்க ஊர் இருக்கும் போது, தொழிலாளி பட்டி என்று ஏன் எங்க ஊரு இருக்கக்கூடாது?

**கௌரி:** தாராளமாக இருக்கலாம்

சம்பாஷணை முடிந்ததும் குறத்தி ஆடிப் பாடி குறி சொல்கிறாள்.

"...

அமைதியாக வாக்குனாலே

சொல்லப்போற செய்தி

அத்தனையும் பலிச்சவுடன் தீரும் மனோவியாதி...

...

ஆடி அம்மாளு சும்மா நீ கேளு - நீ

அஞ்சாதே உனக்கேற்ற ஆளு - நாளை

அன்போடு வரப் போறான் பாரு

அவன் இல்லாமல் நடக்காது வேறு".

துடிதுடிப்பான இந்தக் குறத்தியின் ஆட்டமும் பாட்டமும் தாளம் போட வைக்கிறது. பாட்டையும் ஆட்டத்தையும் முடித்துக்கொண்ட குறத்தி குறிக்கோலை முன் தலையில் வைத்து மும்முறை தோப்புக் கரணம் போட்டு விடைபெற்றுச் செல்லும் பாணி புதுமையாகவும் ரசிக்கும்படியாகவும் இருந்தது. தஞ்சை ராமையாதாஸின் இந்தப் பாட்டிற்கு

**தஞ்சை ராமையாதாஸ்**

ஜி.ராமநாதன் விறுவிறுப்பாக இசை கூட்டி இருந்தார். நடன அமைப்பு பி.எஸ்.கோபாலகிருஷ்ணன், சம்பத்குமார் மற்றும் சின்னிலால். பட இயக்கம் டி.ஆர்.ரகுநாத். மாங்கல்ய பாக்கியத்தில் பத்மினி இந்த ஒரே காட்சியில் மட்டும் குறத்தி நடனம் ஆடி முடித்துக்கொண்டார். படத்தில் பத்மினி கௌரவ நடிகையாகப் பங்கேற்றிருந்தார். நீண்ட நாள் இடைவெளிக்குப் பின் பத்மினி படத்தில் பாத்திரம் ஏதுமின்றி நடனத்தோடு முடித்துக் கொண்ட படம் இது. படத்தில் ஒரு நடனம் மட்டுமே ஆடிய பத்மினியின் தோற்றத்தை பேனர்களில் பெரிதாகப் போட்டு விநியோகஸ்தர்கள் விளம்பர உத்தியைக் கையாண்டார்கள். இப்படி இந்த ஆண்டின் முக்கியமான "உத்தமபுத்திரன்" "சம்பூர்ண ராமாயணம்" மற்றும் "வஞ்சிக்கோட்டை வாலிபனோடு" சிறிய பட்ஜெட் படமான "மாங்கல்ய பாக்கியம்" திரைப்படமும் சேர்ந்துகொண்டது.

## (e) பஞ்சாபி பாங்ரா

*1958*ஆம் ஆண்டில் பத்மினி பங்கேற்ற ஐந்து இந்தித் திரைப்படங்கள் வெளிவந்தன. அவை "முஜ்ரீம்", "ராகினி", "ராஜ் திலக்", "அமர்தீப்" மற்றும் "சிதம்கர்" இந்த ஐந்தில் தமிழில் வெளிவந்த "உத்தம புத்திரன்" திரைப்படத்தின் இந்தி மொழி மாற்றுப் படம் "சிதம்கர்" என்று ஏற்கனவே குறிப்பிடப்பட்டுள்ளது. பத்மினி நடித்த எஞ்சிய நான்கு நேரடி இந்திப் படங்களில் அவரது பங்களிப்பு பற்றிய செய்திகள் தொடருகிறது. எப்.சி.மெஹராவின் தயாரிப்பு நிறுவனமான ஈகில் பிலிம்ஸ் "முஜ்ரீம்", (*1958*ஆம் ஆண்டு) என்ற படத்தை தயாரித்தது. இப்படத்தில் ஷம்மி கபூர்—ராகினி ஜோடியாக நடித்தனர். தேடப்படும் குற்றவாளியான ஷம்மி கபூர், போலீஸ் கண்களுக்கு அகப்படாமல் தப்பி ஆனந்த்

வைஜெயந்திமாலா - பத்மினி

என்ற நாடகக்காரனின் வீட்டை அடைகிறான். அவ்வேளையில் ஆனந்தின் இறுதிமூச்சு அடங்கி விடுகிறது. ஆனால் என்ன ஆச்சரியம்! உருவ ஒற்றுமையில் ஆனந்தும் குற்றவாளியும் ஒரே அச்சில் வார்த்தது போல் இருந்தனர். இதைத் தனக்கு சாதகமாகப் பயன்படுத்திக் கொண்டு குற்றவாளியாகிறான் ஆனந்த். உண்மையான ஆனந்தின் நாடக கொட்டகையை நடத்துகிறான். அப்போது அங்கு வந்து சேருகிறாள் ராகினி. நாடகங்களில் பங்கேற்கிறாள்; இதனால் ஏற்பட்ட தொடர்பு இருவருக்கும் இடையே காதலாக மிளிர்கிறது. கொட்டகை முதலாளியாக இருக்கும் ஆனந்த்தான் அவர்கள் தேடும் குற்றவாளி என்ற உண்மை போலீசுக்கு தெரிந்து விடுகிறது. உடனே போலீஸ் ஜீப்புகள் ஆனந்தை பிடிக்க நாடக கொட்டகையை நோக்கி பறக்கின்றன. அப்போது நாடகக் கொட்டகையில் ராகினியுடன் மற்றும் ஒரு பெண் ஆடிக் கொண்டிருக்கிறாள், அதுதான் பத்மினி. அவர்கள் பஞ்சாபி பாங்ரா நடனம் மேடையில் ஆடுகிறார்கள். ராகினி சர்வ அலங்காரத்தோடு காதலியாகவும், பத்மினி பைஜாமா அணிந்து, தலைப்பாகைக் கட்டி அரும்பு மீசை வைத்து ஆணாக, பஞ்சாபி காதலனாக, ஆடுகிறார். “த்ரியே தொனியே!” என்று இருவரும் பஞ்சாபி மெட்டில் அமைந்த பாடலுக்கு பாங்ரா நாட்டியம் ஆடுகிறார்கள். இந்தப் பாடலுக்கு இசை அமைப்பு பிரபல இந்திப்பட இசையமைப்பாளர் ஓ.பி.நய்யார். இவர் ஒரு பஞ்சாபி என்பது குறிப்பிடத்தக்கது. இந்த நடனத்தை அமைத்துக் கொடுத்தது சோகன்லால், ஹீராலால். பட இயக்கம் ரோல்ஹன். இந்த நாட்டியத்துடன் படத்தில் நடையைக் கட்டுகிறார் பத்மினி.

சி.ராமச்சந்திரா

இப்படம் வெளிவந்த காலத்தில் பத்மினியின் திரை ஆட்சி கொடி கட்டிப் பறந்து கொண்டிருந்தது. தமிழ், மலையாளம், இந்தி என்று பல படங்களில் நடித்துக் கொண்டிருந்த நேரம் அது. இந்த நிலையில் படத்தில் வெறும் ஒரு நடன காட்சியில் மட்டும் பத்மினி பங்கேற்றது வியப்பை அளிக்கிறது. இந்த நிலையில்தான் பத்மினிக்கு முன்னர் “மாங்கல்ய பாக்கியம்” திரைப்படத்திலும் இப்படி பெரிய நடிகை வரிசையில் இடம் பெற்ற பத்மினி படத்தில் வெறும் நடனம் மட்டும் ‘கௌரவ நடிகையாக’ நடித்தது வியப்பாக இருக்கிறது. ஆனால் “மாங்கல்ய பாக்கியம்” மற்றும் “முஜ்ரீம்” ஆகிய இரண்டு படங்களிலும் அவரது சகோதரி ராகினி கதாநாயகியாக நடித்திருக்கிறார் அல்லவா? ஒருவேளை அவரது திரைப்பட வாழ்வை மேலும் ஊக்குவிக்க

வேண்டும். தன்னைப்போன்ற கதாநாயகி பாத்திரங்கள் ராகினி பெறவேண்டும் என்ற நோக்கமும் ஒரு காரணமாக இருக்கலாம் என்று யூகிக்க தோன்றுகிறது.

## (f) 'ராகினி' ஆக நடித்த 'பத்மினி'

அசோக் பிக்சர்ஸ் பிரைவேட் லிமிடெட் தயாரிப்பில் "ராகினி" என்ற திரைப்படம் வெளிவந்தது. இதில் அசோக்குமார், கிஷோர்குமார், பத்மினி, ஜப்பீன், பாலம்சுந்தர், நசீர் உசேன், அச்சலா சச்தேவ் முதலியோர் நடித்திருந்தனர். இந்தப் படத்தை அசோக்குமார் — கணேஷ் தயாரித்திருந்தனர். நடனங்கள் அமைப்பு சோகன்லால், ஹீராலால் மற்றும் பத்திரி பிரசாத். படத்திற்கு இசை ஓ.பி.நய்யார் பட இயக்கம் ராக்ஹான்.

இசையில் பாண்டித்தியம் பெற்ற தந்தை, தன் ஒரே மகன் ராஜனை இசை வல்லுநர் ஆக உயர்த்த கடும்பயிற்சி அளிக்கிறார். பையனும் இசையில் நாட்டம் கொண்டு சாதகம் புரிகிறான். இளம் வயதிலேயே அருகாமையிலிருந்த வீட்டிலிருந்த ராகினி என்ற பெண்ணுடன் பழகுகிறான். காலம் இருவரையும் வளர்க்கிறது. ராஜன்—ராகினி பழக்கம் காதலாக மலர்கிறது. ஆனால் ராகினியின் முறைமாமன் ஜக்கு என்ற முரடன் தன்னை மணக்க பலவந்தப்படுத்துகிறான். ராஜன் தடுத்து நிறுத்த இந்தச் சண்டை ஊர் பஞ்சாயத்து வரை போய் விடுகின்றது. இதனால் மனம் நொடிந்து ராஜன், தந்தையிடமும் ராகினி இடமும் விடைபெற்று தன் நண்பனுடன் நகர்ப்புறம் செல்கிறான் அங்கு சித்தாரா தேவி என்ற அழகிய நடனப் பெண்மணியைக் காண்கிறான். ஊசியைக் காந்தம் கவர்வது போல ராஜனின் குரல் இனிமை சித்தாராவைக் கவர்கிறது. சித்தாரா நற்குணம் படைத்த ஜுகல்பாபுவின் ஆதரவினால் அரங்கில் நடனமாட வாய்ப்புகள் பெற்று பொதுமக்கள் ஆதரவும் செல்வாக்கும் அடைந்து சிறப்பாக வாழும் ஒரு பெண்மணியானாள். இந்த நடன மணிக்கு இசைதான் உயிர்மூச்சு. சித்தாராவும் ராஜாவும் சேர்ந்து ரூப் கலா அரங்கில் ஓரங்க நாட்டிய நாடகங்களும் பாட்டும் பரதமும் நடத்தி மக்கள் ஆதரவைப் பெறுகின்றனர். சித்தாராவின் மனம் ராஜன் மேல் லயிக்க ராஜனின் ஏக்கமோ ராகினி மீது நிற்க நிலைமை தொடர்கிறது. ஜுகல்பாபுவின் தாயார், மகன் சித்தாரா விரும்புவதை அறிந்து பாரம்பரிய வளையல்களை மகனிடம் கொடுத்து அன்பின் அடையாளமாக அணிவிக்கச் சொல்கிறாள். ஜுகல்பாபு சித்தாராவைச் சந்தித்தபோது அவளது அன்புக்குரியவன் ராஜன்தான் என்பது தெரிய வருகிறது. பின் துயரத்துடன் தன் வீடு திரும்புகிறான் ஜுகல்பாபு. இதற்கிடையில் ஊரில் ஜக்கு ராகினியைக் கட்டாயத் திருமணம் செய்ய ஏற்பாடு செய்கிறான். நண்பன் மூலம் இதனை அறிந்த ராஜன் கிளர்ந்தெழுந்து ஊர் போய் கல்யாணத்தைத் தடுக்கிறான். அவளுடன் ராஜன் திரும்பும் போதுதான் அவன் சித்தாராவின் நடனக்கலையை

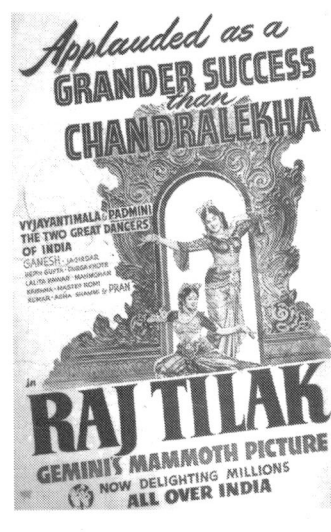

நேசிக்கிறான். ராகினியைக் காதலிக்கிறான் என்ற உண்மை வெளிப்படுகிறது. சித்தாரா ராஜன் — ராகினி காதலை வாழ்த்தி தனக்காகவே ஏங்கி வாடும் உத்தமன் ஜுகல்பாபு உடன் சேர்கிறாள்.

இந்தப் படம் முற்றிலும் கலைக்கு முக்கியத்துவம் கொடுத்து எடுக்கப்பட்டது. சித்ரா பாத்திரத்தை ஏற்ற பத்மினியே படத்தின் அச்சாணி? எவ்வளவு இனிய பாடல்கள், எத்தனை விதமான நடனங்கள், பத்மினியைச் சந்திக்கும்போது கிஷோர் பாடுவதாக அமைந்த இந்துஸ்தானி கர்நாட்டிக் மெட்டில் 'மனு முரா பாவுரா' பாடலும் தன்னை அறியாமல் பத்மினி பிடிக்கும் அபிநயமும் சிலிர்க்க வைக்கிறது. பாட்டைப் பாடிய முகமது ரபியின் குரலில் பாவம் மேலோங்கியது. மேடையில் கிஷோர் — பத்மினியின் ஒரு நாட்டியம். பத்மினி மதராசி பெண்மணி ஆகவும் கிஷோர் பெங்காலி ஆகவும் இதில் பாத்திரமேற்று இருக்கிறார்கள். 'பெங்காலி சோக்குராக்கா பியாருக்கு நமஸ்காரம்' என்று பாடல் இந்த நாடகத்தில் பயன் படுத்தப்பட்டது. ராஜனின் ராக ஆலாபனை ரசித்தவாறு பத்மினி ஆடுகிறார். ராஜன் பத்மினியின் நாட்டியத்தைப் புகழ்கிறான். அவளோ எல்லை மீறிய மகிழ்ச்சியுற்று துள்ளிக்குதித்து! 'தும்மே ராத்து பூஜாரி' என்று பாடி ஆடிக் களிக்கிறாள். ராஜன் தன்னை விரும்பவில்லை என்ற உண்மை தெரிந்ததும் தவிக்கிறாள். ஜுகல்பாபுவின் மேன்மையை உணர்ந்து வசனம் ஏதும் பேசாமல் அவளது முழங்கால்களைப் பிடித்துக் கொண்டு தன் பாவத்தாலேயே தான் ஒரு பாவம் என்ற நிலையை வெளிப்படுத்தி பெண்மையினால் வெல்கிறாள். அசோக்குமார் ஜுகல்பாபு பாத்திரத்தில் தனக்கே உரிய அமைதியான பாணியில் வாழ்க்கையில் வீசிய புயலை எதிர் கொண்டு செல்கிறார்.

படத்தை உருவாக்கியவர்களை பொறுத்தமட்டில் நடன அமைப்பை சோகன்லால், ஹீராலால் மற்றும் பத்திரி பிரசாத் சிறப்பாகச் செய்திருந்தார்கள். எப்போதும் போல ஒ.பி.நய்யாரின் இசையமைப்பு தாளம் போட வைக்கிறது. படத்தில் உணர்ச்சி மோதல்களை வெகு லாவகமாக கையாண்டு படத்தை வெற்றிப் பாதைக்கு இட்டுச் சென்றார் இயக்குனர் ரக்ஹான்.

## (g) 'ஜாலிலோ ஜிம்கானாவுக்கு' கூடிய மவுசு

1956ஆம் ஆண்டில் வெளிவந்த வெற்றிப்படமான அமரதீபத்தின் உரிமை பெற்று சிவாஜி புரொடக்ஷன்ஸ் இந்தியில் 'அமரதீப்' என்ற பெயரில்

தயாரித்து வெளியிட்டனர். கதையில் எந்த மாற்றமும் செய்யப்படவில்லை. அதே கதையில் தமிழில் சிவாஜிகணேசன் ஏற்ற அசோக் என்ற பாத்திரத்தை இந்தியில் தேவ் ஆனந்த் ஏற்றுச் சிறப்பாக நடித்தார். சாவித்திரி ஏற்ற அருணா பாத்திரத்தை வைஜெயந்திமாலா ஏற்று நல்ல நடிப்புடன் இரண்டு நடனங்களும் ஆடினார். எம் என் நம்பியார் ஏற்ற சுகுமார் என்ற பாத்திரத்தை வில்லன் நடிகர் பிரான் அதே பெயரில் நடித்திருந்தார். நகைச்சுவை பகுதியில் கே.ஏ.தங்கவேலு ஏற்றியிருந்த ஜோக்கர் பாத்திரத்தையும் உஸ்தாத் என்ற பெயரில் ஜானிவாக்கரும் அவர் ஜோடி சம்பாவாக ராகினியும் நடித்திருந்தனர். படத்தின் மையப் பாத்திரமான ரூபாவுக்கு மட்டும் மாற்றமின்றித் தமிழில் நடித்த பத்மினி இந்தியிலும் நடித்து இருந்தார். ஏனெனில் அவர் ஏற்ற பாத்திரம் அப்படி. காதல் வீரம் முடிவில் தியாகம் என்று பன்முகத் திறனை வெளிக்காட்ட வேண்டிய பாத்திரம் அல்லவா அது. தமிழில் 'பச்சைக்கிளி பாடுது' இந்தியில் 'மேரே மனிகா பாவ்ரா பன்சி' என்றும், 'நாடோடி கூட்டம் நாங்க தில்லே லே லோ', 'இஸ் ஜஹான் காபியார்' என்றும் 'துன்பம் சூழும் நேரம்' 'கிஸ்தின் ஜராதேக் மேரேபி' என்றும் இனிய பாடல்களாக ஒலித்தன. பத்மினியின் நடனங்கள் பாடல்களுக்கு ஜீவனை தந்தது.

இதுதவிர படத்தின் மற்றொரு பாடலைக் குறித்து ஒரு தகவல் பகிர்ந்து கொள்ளலாம். அமரதீபம் திரைப்படத்தில் கவிஞர் தஞ்சை ராமையாதாஸ் 'ஜாலிலோ ஜிம்கானா' என்று பத்மினி தன் குழுவினருடன் பாடி ஆடுவதற்காக ஒரு பாட்டு இயற்றினார். இந்தப் பாட்டை ரசிகர்கள் பெரும்பாலோர் விரும்பினாலும் சிறிது எதிர்ப்பும் இருந்தது. இப்படி 'ஜாலிலோ ஜிம்கானா என்ற பொருளற்ற வாக்கியங்களைப் பயன்படுத்துவது சரியல்ல' என்பது அவர்கள் வாதம். ஆனால் கவிஞர் நாடோடி பாட்டில் சத்தத்திற்காக, ஒலி இனிமைக்காகப் பயன்படுத்த பாடலாசிரியர்களுக்கு உரிமையுண்டு என்று கூறி எதிர்ப்பை முறியடித்து வைத்தார். பின்னாளில் அமர தீபத்தின் இந்தித் தயாரிப்பான 'அமர்தீப்' இந்த வரிகளால் வசீகரிக்கப்பட்டு 'ஜாலிலோ ஜிம்கானா' என்று ஆஷா போன்ஸ்லேவை பாடவைத்து பத்மினியை ஆட வைத்தனர். வட இந்திய ரசிகர்களும் ரசித்து கவிஞர் வாய்மையை மெய்ப்பித்தனர்.

'அமர்தீப்' படத்திற்கு சி.ராமச்சந்திரா இசை அமைத்தார். கதை ஸ்ரீதர், ஒளிப்பதிவு வின்சென்ட், நடன அமைப்பு ஹீராலால். இப்படம் ஒரு பகுதி சென்னை ஜெமினி ஸ்டுடியோவிலும் மற்றொரு பகுதி மும்பை பிலிம்ஸ்தான் மற்றும் கர்த்தார் ஸ்டுடியோவில் படமாக்கப்பட்டது. படத்தை தமிழில் இயக்கிய பிரகாஷ்ராவே இந்தியிலும் அமர்தீப்பையும் இயக்கிப் படத்திற்கு வெற்றியைப் பெற்றுத்தந்தார்.

## (h) எதிர்பாராத தோல்வி

'வஞ்சிக்கோட்டை வாலிபன்' திரைப்படத்தை 'விஜயகோட்ட வீருடு' என்று தெலுங்கில் மொழிமாற்றம் செய்து வெளியிட, ஜெமினி ஸ்தாபனம் 'ராஜ்திலக்' என்ற பெயரில் முழுமையான இந்திப் படமாக எடுத்தார்கள் படம் ஒரே சமயத்தில் தமிழிலும் இந்தியிலும் எடுக்கப்பட்டது. எனவே கதையிலோ, காட்சியிலோ, பாட்டிலோ, நடனத்தில் பொதுவாக எந்த மாற்றமும் இல்லை. கதையின் முக்கிய பாத்திரங்களில் தமிழில் நடித்த ஜெமினிகணேசன் பத்மினி வைஜயந்திமாலா டி.கே.ராமச்சந்திரன், பம்பாய் மீனாட்சி, ஆர்.பாலசுப்பிரமணியம், விஜயகுமாரி ஆகியோர் நடித்திருந்தனர். ஆனால் வில்லன் வீரபாபுவுக்கு பதிலாக, சேனாதிபதியாக ப்ரான் நடித்திருந்தார். பத்மினியின் இனிய படகுபாட்டு 'வெண்ணிலாவே வெண்ணிலாவே' இந்தியில் 'ஆஜாுனா ஜானி, ஆஜாுனா ஜானி' 'கண்ணும் கண்ணும் கலந்து' போட்டி பாட்டு 'ஆஜாத்தி ராஜா' என்று அதே மெட்டுக்களில் ஒலித்தன படத்தின் பின்புலக் காட்சிகளிலும் தோன்றும் நடிகர்கள் அனைவரும் தமிழ்நாட்டு முகங்களே. இசைக்கு சி.ராமச்சந்திராவும் நாட்டியஅமைப்புக்கு ஹீராலால் மற்றும் எஸ்.எஸ்.வாசன் ஆகியோர் இரு மொழிக்கும் பொதுவாக இருந்தார்கள் ஆனால் தமிழில் 'வஞ்சிக்கோட்டை வாலிபன்' வெற்றி பெற்றது. மிகுந்த எதிர்பார்ப்புகளுக்கிடையே இந்தியில் வெளிவந்த 'ராஜ்திலக்' வடநாட்டு ரசிகர்களை கவராததால் தோல்வியைத் தழுவியது. இதற்கு அடிப்படை காரணம் 'ராஜ்திலக்' எல்லா விதத்திலும் 'வஞ்சிக்கோட்டை வாலிபன்' ஒத்திருந்தது தமிழ் நடிகர்களில் நிறைந்திருந்தார்கள். கதை அமைப்பும் அப்படியே. எனவே வடஇந்திய ரசிகர்களைப் பொறுத்தமட்டில் அசல் இந்திப் படமான 'ராஜ்திலக்' ஒரு தமிழ் படத்தின் அச்சாக இருந்தது ஏற்புடையாமல் போயிற்று. இப்படி இரு குடையில் ஒரு குடை சாய்ந்தது.

●

# 30

## சிங்கப்பூர் பயணம்

**ப**த்மினியின் புகழ் கடல்கடந்த நாடெல்லாம் பரவியிருந்தது. சிங்கப்பூரிலிருந்த ஷா பிரதர்ஸ் ஸ்தாபனத்தார் பத்மினியைத் தங்களது விருந்தினர்களாக வந்துசெல்லும்படி அழைப்பு விடுத்தனர். அதை ஏற்று பத்மினி சிங்கப்பூர் புறப்பட்டார். பத்மினி, ராகினி, சரஸ்வதி அம்மாள் இந்த பயணத்தில் அடங்குவர். 1958ஆம் வருடம் மே மாதம் 4ஆம் தேதி இரவு புறப்பட்டு 5ஆம் தேதி சிங்கப்பூரில் இறங்கினர். தேவையில்லாமல் ரசிகர்களை கூட்ட விரும்பாத சகோதரிகள் தங்கள் பயணத்தை ரகசியமாக வைத்துக் கொள்ளவே விரும்பினார். எனினும் இதை மோப்பம் பிடித்த சில சிங்கப்பூர் தமிழ் பத்திரிகைகள் குறிப்பாகத் 'தமிழ் முரசு' என்ற பத்திரிக்கை இந்தப் பயணத்தை வெளிச்சம் போட்டுக் காட்டிவிட்டது, பலன், விமானத்திலிருந்து சகோதரிகள் இறங்கியபோது அலைமோதிக் கொண்டிருந்த ரசிகர் கூட்டத்தைக் கண்டு திகைத்து விட்டார்கள். கடற்கரை அருகே ஸீ வியூ என்ற ஒரு பிரம்மாண்டமான மாளிகை இவர்கள் தங்க ஷா பிரதர்ஸ் ஏற்பாடு செய்திருந்தார்கள். இந்த மாளிகையில்தான் சிங்கப்பூருக்கு வந்த போது நடிகை எலிசபெத் டெய்லரும் அவரது கணவர் மைக்டாடும் தங்கியிருக்கிறார்கள். சிங்கப்பூரில் பல ரசிகர்கள் கடிதம் மூலம் உங்கள் நடனங்களை நாங்கள் பார்க்க வேண்டாமா என்று கோரிக்கை விடுத்திருந்தனர். அதை எண்ணத்தில் கொண்டு அவர்களுக்காகவே நடனமாட சகோதரிகள் தங்கள் பயணத்தைத் திட்டமிட்டுக் கொண்டார்கள். ஆகவே தங்கள் தாயார், பெரியம்மாவுடன் அம்புஜா, சுகுமாரி, என்று பெரிய பட்டாளமே பயணத்தில் இணைத்துக்கொண்டது. மேலும் திருமணத்திற்குப் பிறகு முதல் முறையாக லலிதாவும்

பெற்றார் உற்றாருடன் சிங்கப்பூர் பயணத்தில் சேர்ந்துகொண்டார். "இந்தப் பயணத்தில் மறக்க முடியாத நினைவு லல்லி உடன் வந்ததுதான்" என்று பத்மினி குறிப்பிட்டிருக்கிறார்.

(a) சகோதரிகளுக்கு விருந்து:

சிங்கப்பூருக்கு அழைத்த ஷா பிரதர்ஸ் சகோதரிகளுக்கு விருந்தளித்தனர். இந்த விருந்தில் பலர் கலந்து கொண்டனர். விருந்துக்குப் பின் அவர்களது வீட்டில் உள்ள ஏர்கண்டிஷன் தியேட்டரில் 'பர்பெக்ட் பெலோ' என்ற திரைப்படத்தை சகோதரிகள் பார்த்தனர். இது தவிர ஷா பிரதர்ஸ் ஸ்தாபனத்தார் பத்திரிக்கை ஆசிரியர்கள் சந்திப்புக்கு ஏற்பாடு செய்திருந்தார்.

(b) கோலாம்பூரில் நடன நிகழ்ச்சி

பத்மினியைப் பொறுத்தமட்டில் 13 என்ற எண் அதிர்ஷ்டமற்ற ஒரு எண்ணாகவே கருதி வந்தார். ஆனால் எதிர்பாராதவிதமாக கோலாலம்பூரில் அவரது முதல் நாட்டிய நிகழ்ச்சி 13ஆம் தேதி என்று திட்டமிட்டிருந்தார்கள். பத்மினி சற்றுக் கிலியோடு இந்த நிகழ்ச்சியை எதிர்பார்த்தார். சிங்கப்பூரிலிருந்து 12ஆம் தேதி அன்று சகோதரிகள்

சிங்கப்பூர் (1960)

புறப்பட்டு கோலாலம்பூர் சென்றார்கள். பத்மினியின் இரண்டாவது விஜயம். தங்க பெடரல் என்ற ஹோட்டலில் ஏற்பாடு செய்யப்பட்டிருந்தது. மறுதினமே 13ஆம் தேதி பத்மினியின் நடன நிகழ்ச்சி நடந்தது. எதிர்பார்ப்புக்கு மாறாக அந்த நிகழ்ச்சி மகத்தான வெற்றியாக அமைந்தது. இந்த அனுபவத்தால் ஒரு எண் ஆகாதது என்று நாம் கற்பித்துக் கொள்வது வீண் பிரமை என்பதை புரிந்து கொண்டதாக பத்மினி தெரிவிக்கிறார். பின் 14ஆம் தேதி இந்தோனேஷிய பிரதமர், மலேசியா மந்திரி சம்பந்தன், இந்தியன் ஹை கமிஷனர் முகர்ஜி மற்றும் பல உயர்ந்த அதிகாரிகள் சகோதரிகளைப் பார்க்க வந்தது அவர்களைப் பெருமைப்பட வைத்தது.

இந்தப் பிரயாணத்தில் மொத்தம் 22 நடன நிகழ்ச்சிகளை பத்மினி நடத்தினார். இவற்றில் இரண்டு நிகழ்ச்சிகள் நிதி வசூலிக்க நடத்தப்பட்டன. நடனங்கள் கோலாலம்பூர், ஈப்போ முதலான இடங்களில் நடத்தப்பட்டன. பொது நிதிக்காகநடனங்கள் நடத்திக் கொடுத்தது மட்டுமின்றித் தங்களிடம் ஆட்டோகிராப் வாங்க வருபவர்களிடம் உண்டியலை நீட்டி வசூலித்த தொகையை அங்குள்ள ராமகிருஷ்ணா மிஷன் அனாதைகள் விடுதி மேம்பாட்டு நிதிக்கு அளித்தார்கள். இரண்டாவதாக ஈபோவில் தமிழ்ச் சங்கத்தின் ஆதரவில் நடந்த கூட்டத்தில் பத்மினி கலந்துகொண்டு நுழைவு கட்டணமாக 3 டாலர்களை வசூலித்து சேர்த்த பெருந்தொகையை தரும நிதிக்கு அளித்தார்.

## (c) ஆசியா பிலிம் விழா

சகோதரிகளின் சிங்கப்பூர் பயணத்தின் போது அங்கு ஆசியா பிலிம் விழா நடைபெற்றுக்கொண்டிருந்தது. இந்தியாவிலிருந்து அதிகாரப்பூர்வமான முறையில் இல்லாமல் போனாலும் நடிகைகள் என்ற முறையில் சகோதரிகள் கலந்து கொண்டார்கள். இங்குப் பல அயல்நாட்டு நடிகர்கள், தயாரிப்பாளர்களை, சகோதரிகள் சந்திக்கும் வாய்ப்பு கிடைத்தது. இவற்றில் பிரபல அமெரிக்க கார்ட்டூன் பட தயாரிப்பாளரான வால்ட் டிஸ்னியின் சகோதரரைச் சந்தித்தது குறிப்பிடத்தக்கதாகும். இவர்கள் உரையாடலில் வால்ட் டிஸ்னி தயாரித்த 'டோனல்ட்' பிரதான அங்கம் வகித்தது.

## (d) சிங்கப்பூரில் 'சிங்கப்பூர்' படப்பிடிப்பு

ஈகிள் பிலிம்ஸார் 'சிங்கப்பூர்' என்று பெயரிடப்பட்ட தங்களது படத்துக்கு ஷம்மிகபூரையும் பத்மினியும் நடிக்க ஒப்பந்தம் செய்திருந்தனர்.

படத்தின் கதைக்களம் சிங்கப்பூர் என்பதால் பத்மினியின் சிங்கப்பூர் பயணத்தைப் பயன்படுத்திக் கொண்டனர். ஈகிள் பிலிம்ஸின் மெஹ்ரா கேட்டுக்கொண்டபடி பத்மினி சிங்கப்பூரில் சில காட்சிகளில் நடித்துக் கொடுத்தார். இவருடன் பிரபல மலேயா திரைப்பட அழகி மரியா மனோடாவும் நடித்திருந்தார். மரியா மடோனா 'ஒரு உயர்ந்த பண்புகள் கொண்ட அன்பு மயமான நடிகை' என்று மனோடாவை பற்றிக் கருத்துத் தெரிவித்தார் பத்மினி.

## (e) மலேசியாவில் சிறு சுற்றுலா

பத்மினியும் அவரது சகோதரிகளும் இம்முறை மலேசிய நாட்டின் பல முக்கிய இடங்களுக்குச் சென்று சுற்றிப் பார்த்தனர். 'பிரங்கிஹில்' என்ற மலை மீது ஏறினார்கள். அதன் மீது செங்குத்தாக மலை மீது செல்லும் ரயிலில் பயணம் செய்ய வேண்டி இருந்தது அது ஒரு அபாயகரமான பயணமாக இருந்தது. சகோதரிகள் பயத்தால் உறைந்து போனார்கள். இங்கு ஹாட் ஸ்பிரிங் என்ற சுடு நீர் ஊற்று இருந்தது. இந்த நீரில் குளித்தால் தீராத எந்த வியாதியும் தீர்ந்துவிடும் என்பது அந்த மக்களின் நம்பிக்கை.

இந்த பிரயாணத்திலே 'ரிடிப்யூஷன்', 'ரேடியோ மலேசியா' இரண்டிலும் சகோதரிகள் பேட்டி அளித்தார்கள். இவை இரண்டும் ஒலிபரப்பப்பட்டன. தவிர பத்திரிகைகளும் பத்திரிகை உலக நண்பர்களும் துணை நின்று அவர்களது சிங்கப்பூர் பயணத்தைப் பயனுள்ளதாகவும் வெற்றிகரமானதாகவும் முடித்துக் கொடுத்து சகோதரிகளின் நெஞ்சில் நிலைத்து நின்றார்கள்.

சிங்கப்பூர் பயணம் முடித்து சென்னைத் திரும்பிய பத்மினியிடம் ஒரு பத்திரிக்கை நிருபர் 'உங்கள் எதிர்கால கணவரைப் பார்க்கவே நீங்கள் சிங்கப்பூர் போனதாகச் சிலர் சொல்கிறார்களே? இதுபற்றி என்ன சொல்கிறீர்கள்?' என்று கேட்டார். அதற்கு பத்மினி 'சிங்கப்பூர் போய் இறங்கியதும் விமான நிலையத்திலும் பலர் இதை கேட்டார்கள். ஆனால் இந்தியாவில் கிடைக்காத மாப்பிள்ளையா சிங்கப்பூரில் கிடைக்கப் போகிறார்' என்று பதில் சொல்லி முடித்தார். பத்மினியின் இக்கூற்று உண்மையானது. தனது தாயார் சரஸ்வதி அம்மாள் தேர்வின்படி ஒரு இந்தியர், அதுவும் அவரது வழிவந்த கேரள மாநிலத்தைச் சேர்ந்த ஒருவரையே பத்மினி திருமணம் செய்து கொண்டார். அவரைப் பொறுத்தமட்டில் 'அது மனம்போல மாங்கல்யம்'. இது குறித்து விவரமான செய்திகளை உரிய இடத்தில் காணலாம்.

ஆதாரம்: பத்மினி பயண கட்டுரை

# 31

## கட்டழகு பெட்டகம்

**1947**ஆம் ஆண்டில் நாட்டியமணியாகத் திரைப்படத்தில் துவங்கிய பத்மினியின் வாழ்க்கை ஒரே சீராக வளர்ந்து மக்களின் செல்வாக்கை பெற்றது. பத்திரிக்கையாளர்களும் பிரமுகர்களும் பாராட்டினார்கள். 1937ஆம் ஆண்டில் வெளிவந்த 'பாலயோகினி' 1939 ஆம் ஆண்டில் வெளிவந்த 'தியாகபூமி' 1941ஆம் ஆண்டில் வெளிவந்த 'காமதேனு' ஆகிய படங்களில் நடித்த குழந்தை நட்சத்திரம் 'பேபி சரோஜா' அக்காலத்தில் மக்கள் நெஞ்சத்தில் இடம் பெற்றிருந்தார். வீட்டில் பிறக்கும் பெரும்பாலான பெண் குழந்தைகளுக்கு 'சரோஜா' என்று பெயரிட்டு அழைத்து மகிழ்ந்தனர். அதே பாணியில் 50களில் பிறந்த குழந்தைகளுக்கு 'லலிதா' பத்மினி என்று பெயரிட்டுப் பெற்றோர் கொண்டாடினர். சகோதரிகளின் திரைப்படங்கள் மக்கள் மனத்தில் ஆழமாக பதிந்து இருந்தது அப்படி பத்மினியின் அழகை, நடனத்தை, நடிப்பைக் குறித்த மனதார பாராட்டுதல்கள் சில துளிகளைக் காண்போம்.

### (a) 'கலை' பத்திரிக்கை

'திரையுலகில் நிலவாக இருக்கும் தாரகைகள் வீட்டில் இருக்கும் போது இருளாகப் போய்விடுவதுண்டு. ஒப்பனைக் கலைஞர்களின் கரம் பட்டபின்தான் அவர்களது சோலை மலரொளியும் சுந்தர புன்னகையும் படைத்த வாலைக் குமரிகள் ஆகமுடியும் என்று பொதுவாகக் கருதப்படுகிறது. ஆனால் நம்முடைய வண்ணமயில் வீட்டில் இருக்கும்போதே பட்டுபோன்ற மேனியும் — பவளச் செவ்வாயும் — பார்ப்போர் மனம் கவரும் பாளைச் சிரிப்பும் படைத்த அழகரசி, வட்டக்கரிய விழிகள்,

வளைந்தோடும் விற்புருவங்கள், வயிர நகையணிகள், எள்ளுப்பூ போன்ற நாசி எதிர்ப்பட்டோரைச் சொக்கவைக்கும் காந்தப் பார்வை, இத்தனையும் படைத்த இந்த வஞ்சிக்கொடிதான் பத்மினி.

(b) குமுதம்

'பிருந்தாவனம் அழகா, பத்மினி அழகா?'

(c) மயிலை - கலைவாணர் நாடக மன்றம்

பத்மினியின் பெயர் பிரசித்தியத்தை, அழகை, நாடகக்காரர்கள் கூட பயன்படுத்திக் கொண்டார்கள். 26.5.1958இல் மயிலை கலைவாணர் நாடக மன்றத்தினர் ஒரு சரித்திர நாடகத்தை பிரபல இயக்குனர் கே.ஏ.சுப்பிரமணியம் தலைமையில் நடத்தினர். அந்த நாடகத்தின் பெயர் "அழகி பத்மினி"

(d) பேசும்படம் மலர் 1958

(கேள்வி — பதில் பகுதி)

**கேள்வி:** பத்மினி, சாவித்ரி, பானுமதி மூவரில் காதல் கட்டங்களில் யாருடைய நடிப்பு சிறந்தது?

**பதில்:** பானுமதி தாயும் மகனும் கொஞ்சுவதுபோல் இருக்கிறது.

**சாவித்திரி:** நளினம் சில சமயங்களில்தான் இருக்கிறது.

**பத்மினி:** காதல் கட்டங்களில் நன்கு சோபிக்கிறார்.

(e) கவிதையில் பாராட்டு

பொதுவாகக் கவிஞர்கள் பாராட்டு பல்நோக்குடன் இருக்கும். ஆனால் ரசிகனின் பாராட்டு மனம் ஒன்றியதாக இருக்கும். அப்படி ஒரு கவிரசிகனின் பார்வையில் பத்மினியின் சிறப்பு:

**கவிதை தலைப்பு: வாழ்க பத்மினி:**

"வட்டமாய் அமைந்த மலர் முகமசைக்கும்;
வெட்டுகள் பாவனை வெற்றிகள் பெற்றிட;

கட்டுடல்கொண்டே களிநடனமாடிடும்;
சிட்டுப்பறவைச் செந்தேன் பாகாம்;
காதல் கனியும் காட்சி தன்னில்;
சீதனம் சிந்திடச் சிறப்பினைக் கொட்டிப்;
பூதலத்துள்ளோர் புகழ்ந்து துதிபாடிட;
காதலி பொழியும் கவிதை பேரெழில்;
கருவிழி பேசிடும் குறுநகை பிகுவில்;
அரும்பிடும் அழகினை ஆர்உடை ரசிகர்;
விரும்பி கண்டே வியப்பினைக் கொண்டே;
வருகிற படங்களை விடாமல் காண்பர்!
 சோக வீரம் சொரிந்திடும் வேறெப்
பாகந்தனிலும் பேருடன் திகழ்ந்தே;
ஏகமும் ஏற்ற இனிதுடன் எதிலும்
"புகழுடன் திகழும் புதுமைப் பெண்ணும்;
கேரள நாட்டு கிளியோபட்ரா;"
ஆரமுதாகி அகிலந் தன்னில்;
நிகரில்லா நடிகை நாட்டினிலென்று;
புகழுடன் மின்னும் பத்மினி வாழ்க".

கவிதை இயற்றிய ரசிகர்: கவிஞர் 'பசுமலை மாதநாதன்".
பதிப்பு: "குண்டூசி" பத்திரிகை, இதழ் ஜூன் 1958

(f) பத்மினி ரசிகர் பட்டத்துக்குப் போட்டி நீங்கள் பத்மினி ரசிகரா?

அப்படியானால் பத்மினியை பற்றிய கீழ்க்கண்ட கேள்விகளுக்கு உங்களால் பதில் அளிக்க முடியுமா? கொடுக்கப்பட்டுள்ள 15 கேள்விகளுக்கும் சரியான விடையை நீங்கள் கூறி இருந்தால் பத்மினி ரசிகர் என்னும் பட்டத்திற்கு உரியவராவார்கள் இன்றேல்...?

கேள்விகள்:

1. பத்மினி ஒரு படத்தில் தன் சொந்தப் பெயரைத் தாங்கி நடித்திருக்கிறார். அப்படம் எது?
2. இவரது முதல் தமிழ்ப்படக் காதலர் யார்?
3. சிவாஜி கணேசனுடன் இவர் சேர்ந்து நடித்த முதல் படம் எது?

4. (அ) சிவாஜிகணேசனுடன் எத்தனைப் படங்களில் இவர் இதுவரை நடித்துள்ளார்? (ஆ) அவை யாவை? அவற்றுள் சிவாஜியின் காதலியாகவும் மனைவியாகவும் நடித்த படங்கள் யாவை?

5. கீழ்க்கண்டவர்களுடன் இவர் ஜோடி சேர்ந்து நடித்தது ஒரே படத்தில்தான் அப்படம் யாது? அ.தீக்குரிச்சி சுகுமாறன் நாயர், ஆ.மனோகர், இ.சுந்தர்.

6. கீழ்க்கண்ட கதாபாத்திரங்களை இவர் ஏற்று நடித்த படங்களைத் தனித்தனியாக கூறுங்கள்(1. தங்கம் 2. பார்வதி 3. நிர்மலா 4. முத்தம்மா 5. சித்ரா 6. அன்புக்கரசி 7. பானுமதி 8. சுலோச்சனா 9. உஷா 10.ரூபா 11. அமுதா 12. பத்மா 13. ராணி 14. சுமதி).

7. கீழ்க்கண்ட நடனங்களை எந்தப் படத்தில் இவர் (லலிதாவுடன்) ஆடியுள்ளார்? (1. வாசவதத்தா, 2. அனார்கலி, 3. வள்ளி திருமணம் 4. மதுரைவீரன், 5. பவளக்கொடி)

8. இரு வெவ்வேறு படங்களில் ஒரே பாத்திரம் பெயரைத் தாங்கி நடித்திருக்கிறார் இவர். அந்தக் கதாபாத்திரத்தின் பெயர்

என்ன? அந்த இரு படங்கள் யாவை?

9. இவர் சிவாஜி கணேசனின் அண்ணியாகத் தோன்றி நடித்த படம் எது?

10. இவர் நடித்துள்ள படங்களில் நீண்ட பெயருடையது, எது குறுகிய பெயருடையது எது?

11. இவர் நடித்த ஒரே புராண தமிழ்ப் படம் எது?

12. ஒரு படத்தில் இவர் சிறிது நேரம் குருடியாக வருகிறார். பிறகு குணம் அடைந்து விடுகிறார். அந்தப் படம் எது?

13. சாவித்திரியின் சகோதரியாக இவர் நடித்துள்ள படம் எது?

14. இவர் நடித்த முதல் கன்னட படம் எது?

15. இவர் நடனமாடி உள்ள முதல் சிங்கள படம் எது?

விடைகள்:

1. பத்மினி பிக்சர்ஸ் "கல்யாணம் பண்ணியும் பிரம்மச்சாரி"

2. வி.கோபாலகிருஷ்ணன்.

3. மதராஸ் பிக்சர்ஸ் "பணம்"

4. உங்கள் நண்பன் உள்பட இருபத்தியோரு படங்களில் நடித்திருக்கிறார் அவை "பணம்", "அன்பு", "ராஜா ராணி", "மரகதம்", "வீரபாண்டிய கட்டபொம்மன்", "கல்யாணம் பண்ணியும் பிரம்மச்சாரி", "புதையல்", "உத்தமபுத்திரன்", "அமரதீபம்", "தங்கப்பதுமை", "சம்பூர்ண ராமாயணம்", "எதிர்பாராதது", "மங்கையர் திலகம்", "காவேரி", "இல்லறஜோதி", "கோடீஸ்வரன்", "தெய்வப் பிறவி", "தூக்குத்தூக்கி", "ராஜபக்தி", "பாக்கியவதி", "உங்கள் நண்பன்". (இவற்றுள் "வீரபாண்டிய கட்டபொம்மன்", "சம்பூர்ண ராமாயணம்", "மங்கையர்திலகம்", "உங்கள் நண்பன்", "ராஜபக்தி" ஆகிய படங்களைத் தவிர மற்ற படங்களில் சிவாஜி கணேசனின் காதலியாகவும் மனைவியாகவும் நடித்திருக்கிறார்).

5. "புண்ணியவதி" "வைரமாலை" "கண்ணின் மணிகள்"

6. (1) "தெய்வப்பிறவி" (2) "புனர்ஜென்மம்" (3) "மீண்ட சொர்க்கம்" (4) "பொன்னு விளையும் பூமி" (5) "மன்னாதி மன்னன்"

(6) "அரசிளங்குமரி" (7) "காஞ்சனா" (8) "மங்கையர்திலகம்" (9) "மருமகள்" (10) "அமரதீபம்" (11) "உத்தமபுத்திரன்" (12) "கண்ணின் மணிகள்" (13) "ராஜா ராணி" (14) "எதிர்பாராதது"

7. (1) "அம்மா", (2) "இல்லற ஜோதி", (3) "போஜன்", (4) "பொன்முடி", (5) "வேதாள உலகம்".

8. (1) "வெள்ளையம்மா", (2) "மதுரை வீரன்", (3) "வீரபாண்டிய கட்டபொம்மன்".

9. "மங்கையர் திலகம்"

10. நீண்ட பெயர் "கல்யாணம் பண்ணியும் பிரம்மச்சாரி" குறுகிய பெயர் "ஆசை"

11. "சம்பூர்ண ராமாயணம்"

12. "கண்ணின் மணிகள்"

13. "அமர தீபம்"

14. "பாரதி"

15. "கபடிராட்சசுயா"

மேற்குறித்த கேள்விகளுக்கு விடை கூறுவது சற்று கடினமானதுதான். எனினும் 'ரசிகர்' என்ற பட்டத்தைப் பெற ரசிகர்கள் கொஞ்சம் மெனக்கெட வேண்டும் என்று (குண்டூசி மாத இதழ் 1960) இத்தகைய கேள்விகளை ரசிகர்கள் முன்வைத்தது. ஆனால் பத்மினியின் அழகால் நடனத்தால் கவரப்பட்டு இருந்த பெரும்பாலான அக்கால ரசிகர்கள் சரியான பதில்களை அளித்து 'பத்மினியின் ரசிகர்' என்ற பட்டத்தை பெருமையுடன் தங்கள் நெஞ்சங்களில் பதித்துக் கொண்டார்கள். பத்மினியை இன்றுவரையிலும் பசுமையாய் நினைவில் கொண்ட நெஞ் சங்கள் பல்லாயிரம் உண்டு என்பதை அறுதியிட்டுச் சொல்லலாம்.

பத்மினியின் புகழையும் அழகையும் 'குண்டூசி' பத்திரிக்கையில் ஒரு கேள்வி பதில் பகுதியில் நகைச்சுவை மிளிரச் சுவையாகக் குறிப்பிட்ட செய்தி இது.

"கேள்வி: டி எம் கோபால் (பீரூர்)

நானே பரம ஏழை. என் திருமணத்திற்கு லலிதா, பத்மினி நடனம் ஏற்பாடு செய்ய வேண்டும் என்று நான் மனக்கோட்டை கட்டுகிறேன் உன் கல்யாணத்திற்கு கச்சேரி வேறா? என்று என் நண்பர்கள் பேசுகின்றார்கள் என் மனோராஜ்யம் பூர்த்தியாவதற்கு நீங்கள்தான் ஒரு யோசனை சொல்ல வேண்டும்.

**பதில்:** உங்களை பரிகாசம் செய்யும் அந்த நண்பர்கள் கிடக்கிறார்கள். நீங்கள் மணக்க விரும்பும் பெண்ணையும் புரோகிதரையும் பேசாமல் லலிதா, பத்மினி சகோதரிகள் நடனம் நடக்கும் ஒரு தியேட்டருக்கு அழைத்துச் சென்று அங்கே முன் கேட்டிலேயே மந்திரங்களைக் கூறி தாலி கட்டிவிடும். பிறகு உங்கள் திருமணம் நடந்த அதே இடத்தில்தான் லலிதா பத்மினியின் நடனம் நடந்தது என்று கூறுவதை யாராவது ஆட்சேபிக்க முடியுமா?".

எப்படி 'முடவன் கொம்புத்தேனுக்குப் பட்ட ஆசை நிறைவேற ஆசிரியர் காட்டிய வழி'.

"**மற்றொரு கேள்வி:** பத்மினி ராகினி நடனக் கச்சேரிகளைப் பற்றி தங்கள் அபிப்பிராயம் என்ன?

என்ற வாசகரின் கேள்விக்கு 'லட்சோபலட்சம் உள்ளங்களை உடைக்கிறார்கள்' என்று பதிலளிக்கிறார்."

பத்மினியின் பெயர் அழகையும் அற்புத நடனத்தையும் நடிப்பாற்றலை முழுமையாக உணர ஆய்வுத்துறையில் நெடுந்தூரம் பயணிக்க வேண்டியிருக்கிறது இடையில் இப்பகுதியில் சற்று இளைப்பாறிப் பயணம் மீண்டும் தொடர்கிறது.

32

# பவித்ரமான பாத்திரங்கள்

## (a) இன்னொரு கண்ணகி

1959ஆம் ஆண்டில் ஜுபிடர் பிக்சர்ஸ் தயாரிப்பில் கண்ணகியின் வாழ்க்கையைத் தழுவித் "தங்கப்பதுமை" என்ற பெயரில் ஒரு திரைப்படம் தயாரித்து வெளியிட்டனர். உலகம் பெண்மையின் உருவம் எனப் போற்றி நடப்பது தமிழ்நாடு. இன்றைக்கு சுமார் இரண்டாயிரம் ஆண்டுகளுக்கு முன் தெய்வபத்தினியாம் கண்ணகியை வழிபட விரும்பிய மன்னன் சேரன் செங்குட்டுவன் இமயத்தில் கல்லெடுத்து கங்கையில் நீராடி சிலை அமைக்க எண்ணினான். எண்ணத்தைச் செயலாக்க அவன் இமயத்தை நோக்கிப் படையெடுத்து தமிழரின் வீரத்தைப் 'பெண் வீரம்' என எள்ளி நகையாடிய கனக — விஜயரைப் போரிலே வென்று அவர்தம் தலைகள் மீது பத்தினிக் கல்லைச் சுமந்து வரச்செய்து, கண்ணகிக்குக் கருவூரில் கலைக் கோயில் கட்டிக் களித்தான். அதுநாள் முதல்தொட்டு பத்தினி வணக்கம் தமிழனின் புதியதொரு மதமாக உலகெங்கும் பரவியது. குடகு, கொங்கு, மாளவம் இலங்கை முதலான நாடுகளில் கூட கண்ணகிக்குக் கோயில்கள் கட்டப்பட்டு வழிபட்டனர். சோழர்களின் பழம்பெரும் பட்டினமான உறையூரில் பெரும் குல வணிகரான முத்துவேலர் கண்ணகிக்குத் தங்கத்தால் பதுமை அமைத்து பூமண்டலத்தில் கிடைத்தற்கரியதான இரண்டு ஒப்பற்ற விலைமதிப்பற்ற இரண்டு ரத்தினங்களை அதன் கண்களில் பதித்து வைத்து திருப்பணி செய்து வந்தார்.

வணிகர் முத்துவேலரின் ஒரே மகள் செல்வி என்று அழைக்கப்படும் சிலம்புச் செல்வி. உலகம் அறியா மருத்துவன் மணிவண்ணனைக் காதலித்து கரம் பிடிக்கிறாள். இனிய இல்லற வாழ்க்கை பிறக்கிறது, தொடர்கிறது,

பின் தடுமாறுகிறது கபாலபுரியின் சேனாதிபதி வில்லவன், தேசத்து மன்னனின் சகோதரி ராஜவதனாவை மோகித்ததுடன் அரியணையைக் கைப்பற்ற சதியும் தீட்டுகிறான். ராஜவதனா தான் அமரவிருக்கும் சிம்மாசனத்தில் கண்ணகியின் சிலையில் பதித்துள்ள இரண்டு வைரங்களைப் பறித்து அலங்கரிக்க திட்டம் தீட்டினாள். அரண்மனை நர்த்தகி மாய மோகினியை உறையூருக்கு அனுப்பி வைக்கிறாள். திட்டப்படி மாயமோகினி மணிவண்ணனை மயக்கி அவன் சொத்துக்களைத் தன் வசமாக்கிக் கொள்கிறாள். பின் செல்வியிடம் இருந்து மணிவண்ணனைப் பிரித்து கபாலபுரிக்குக் கொண்டு வருகிறாள். இடையில் செல்விக்குக் குழந்தை பிறக்கிறது. தன் கணவனைத் தேடி கபாலபுரிக்கு வருகிறாள் செல்வி. தன் கணவனின் ஒப்புதல்படி தன்செல்வம் அனைத்தையும் மாயமோகினியிடம் ஒப்படைக்கிறாள். ஆனாலும் ராஜவதனா உறையூரில் உள்ள கண்ணகிச் சிலையில் கண்களாக பதிக்கப்பட்ட ஒப்பற்ற ரத்தின கற்களைக் கொண்டுவர ஆணையிடுகிறாள். தவிர மணிவண்ணனைப் போல் தங்கப்பதுமை ஒன்று தர வேண்டும் என்றும் நிபந்தனை விதிக்கிறாள். தன் கணவனுக்காகக் கண்ணகிச் சிலையின் கண்களைப் பறித்து கபாலபுரிக்கு கொண்டு வருகிறாள் செல்வி. இதற்குள் மன்னனைக் கொன்றதாக மணிவண்ணன் மீது குற்றம்சாட்டி அவன் கண்களை பறிக்கிறாள் ராஜவதானா. குருடனாக கணவனைப் பார்த்த செல்வி கொதித்தெழுந்து இரண்டு ரத்தினக் கற்களையும் தரையில் வீசுகிறாள். அதை ராஜவதனா தொட உடனே இயற்கை கடும் சீற்றம் கொண்டு பூமியைப் பிளக்க அரண்மனையில் வில்லவன், ராஜவதனா மாயமோகினி வீழ்ந்து அழிகிறார்கள். திருந்திய மணிவண்ணனுக்குக் கண்பார்வை திரும்பப் பெறச் செல்வி உறையூர் செல்கிறாள். திரும்பவும் ரத்தினங்களைக் கண்ணகி சிலையில் பதித்து கணவனுக்காகக் கதறுகிறாள்.

ஜுபிடர் சோமு

கண்ணகியின் அருளால் பார்வை திரும்பக் கிடைக்கிறது. செல்வி தன் கணவன் மற்றும் குழந்தையோடு தனது குதூகல வாழ்க்கையைத் தொடங்குகிறாள்.

படத்தில் செல்வியாக பத்மினியும், மணிவண்ணன் ஆக சிவாஜிகணேசனும், மாயமோகினி ஆக டி.ஆர்.ராஜகுமாரியும், ராஜவதனாவாக எம்.என்.ராஜமும், வில்லனாக எம்.என்.நம்பியாரும், உறையூர் வணிக செல்வந்தனாக டி.பாலசுப்ரமணியமும் நடித்தனர்.

இந்தப் படத்தில் பத்மினியின் பங்களிப்பு மிகப்பெரியது; நவரசங்களையும் உள்ளடக்கியது. ஆடல் பாடல்களால் அலங்கரிக்கப்பட்டது. சோகரசம் நிரப்பப்பட்ட குவளையாக பத்மினி. படமே பத்மினியின் நடனத்தோடு தொடங்குகிறது. “எங்கள குலநாயகியே கண்ணகி அம்மா” என்ற பாடலும் ஆடலுடன்தான் படத்தின் கதாநாயகியான கண்ணகி சிலையும் பத்மினியும் அறிமுகப்படுத்துகிறார்கள். மனம் போல வாழ்வு கிடைத்தது என்று பத்மினி “என் வாழ்வில் புது பாதை கண்டேன்” என்று ஆடிப்பாடும் காட்சியை அழகுற படம் பிடித்துக் காட்டுகிறார்கள். பத்மினி சிவாஜிகணேசன் பங்கேற்ற முதலிரவு காட்சியைக் கதைக்கேற்ப விரசம் சிறிதும் இல்லாத தூய்மையானதாகப் படமாக்கப்பட்டிருந்தது சோபன அறையில் பத்மினி தன் நடிப்பில் காட்டும் நளினத்தோடு சிறு சிறு புன்முறுவல் பொலிவோடு முடித்துக் கொள்ளப்படுகிறது. சிவாஜி மாயமோகினியின் நினைப்பில் தவிக்கும்போது பத்மினி வீணை மீட்டி அவன் எண்ணத்தைத் தன் பக்கம் திருப்ப

**தங்கப்பதுமை (1959)**

முனையும் காட்சியில்தான் எவ்வளவு பிரேமை, எவ்வளவு கலக்கம், எவ்வளவு தவிப்பு, எவ்வளவு துக்கம், பேசாமல், கண்கலங்காமலே, பேசி வீணையின் நாதத்திலே தன் உணர்ச்சிகளைப் பொதித்துக் காட்டி பத்மினி அதன் மீது சாய்ந்து மெய் மறப்பது அற்புதம். 'ஒன்றுபட்ட கணவனுக்குத் தொண்டு செய்து வாழ்வதற்கு உரிமை கிடைத்திடுமா சொல் வண்ணக்கிளியே' என்ற பாடலில் பத்மினி கதறி அழும் காட்சியில் நெஞ்சம் நெக்குருகிறது, கடமையும் பாசமும் பத்மினியை பந்தாடும் ஒரு அரிதான சோகக் காட்சி இது.

மாமனார் (துரைசாமி) உயிருக்குப் போராடுகிறார். வானம் மேகத்தால் குவிந்து 'சோ' என்று கொட்டும் கனமழை. நிர்க்கதியாக பத்மினி அருகில் இருந்து மாமனாரைக் கவனிக்கிறாள் ஒரு நொடியும் திசைதிருப்ப முடியாத சூழ்நிலையில் தூளியில் போட்ட அவள் குழந்தை வீறிட்டு அழ, திகைத்துப்போன பத்மினி முடியாமல் தூளியிலிருந்து குழந்தையைத் தூக்கி செல்லும்போது மாமனாரின் தீனமான இறுதி முனகலால் சிந்தை தடுமாறுகிறார். பத்மினி உடனே மாமனாரை நெருங்கி ஓட மிக சங்கடமான சூழ்நிலை காட்சி. பத்மினியை ஒரு பண்பட்ட நடிகையாகச் சித்தரிக்கிறது இடையில் சிவாஜியும் பத்மினியும் இணைந்து பாடும் ஒரு காட்சி சற்று ஆறுதல் அளிக்கிறது. 'இன்று நமதுள்ளமே பொங்கும் புது வெள்ளமே' என்ற கௌடா மல்ஹர் ராகத்தில் அமைந்த இந்த ஜோடி பாடல் பச்சை மிளகாய் கடித்த பின்னே வெல்லத்தைத் தின்ற ருசியாய் இருந்தது. கணவனுக்காகக் கண்ணகிச் சிலையின் ரத்தின கண்களைப் பறிக்கவும் முயலும் செல்வியின் துணிவைக் கவிஞர் கண்ணதாசன் பத்மினியின் முயற்சியை தத்துவத்தால் நியாயப்படுத்துகிறார் இப்படி:

"கணவனுக்காக
உற்றதோர் உதவி கேட்க
உன் முன் நிற்கின்றேன் யான்
வடிவத்தால் சிந்தனையினால் வாக்கினால் கணவர் திரு
அடி தாழ்ந்து நெறி காத்த அறமகளே கொற்றவனின்
படியேறி வழக்குரைத்த பத்தினியே நின் தூய
மடியேறி கண் பறிக்கும் குலமகளை மன்னிப்பாயே

நின் செயல்கள் ஒன்றொன்றும்
கணவருக்கு என்பதெல்லாம் உண்மையானால்
என் செயலும் கணவருக்கே. இங்கு நான் வந்ததும் கணவருக்கே.
மின்னிமைக்கும் நின் தங்கப்பதுமையிலே உன் மகள் நான்
கண்மணியை நெருங்குகின்றேன் கண் கொடுத்து கண்கள் காப்பாய்"

இத்துடன் முடிந்ததா? இல்லை இனி தானே பத்மினியின் நடிப்பில் நெருப்பு ஜுவாலை மேலும் வீசப்போகிறது.

கபால புரியின் கொடுமதி படைத்த அரசி ராஜவதனாவின் நீதிமன்றத்திலே நுழைந்து சூளுரைக்கிறாள் செல்வி.

"நீதி தேவதையாக கொலு வீற்றிருப்பவள் நீதியற்ற நீதானா? கபாலபுரி அரசபீடத்தில் அமர்ந்து இருப்பது நெஞ்சிலே கருணையற்ற நீதானா? நெடுநில வேந்தனின் கொடு மதி படைத்த தங்கை நீதானா? அநீதிக்கு ஆலவட்டம் ஏந்தும் ஆட்சிக்கு அறங் கூறுவோரே! கேளுங்கள்! அறநெறிக்கு ஆலத்தியெடுக்கும் தென்னகத்திலே பிறந்தேன் நான். "நெற்றிக்கண் திறப்பினும் குற்றம் குற்றமே" என்று கூறிய நக்கீரர் பிறந்த தென்னாட்டிலும் நீதி தவறிய ஒரு கொற்றவன் இருந்தான். உற்ற மனைவி குமுறி எழுந்தாள். கொற்றவன் படியேறி 'மன்னர் மன்னவா! மதிக்குடை வேந்தே! வளையாது உன் செங்கோல் வளைந்தது! என வழக்குரைத்தாள். 'மணிமகுடம் தவறிழைக்க மணாளனை பிரிந்து,

வீரபாண்டிய கட்டபொம்மன் (1959)

மாநிலம் சிரிக்க மாங்கல்யம் இழப்பதோ', யானும் ஒரு பத்தினியேயாமாகில் ஒழிப்பேன் அரசோடு இம்மாநகரை என்று நெஞ்சத்து நெருப்பை எல்லாம் நெடுநகரெங்கும் வீசிவிட்டாள். அந்தக் கண்ணகி தெய்வத்தை வழிபட்டவள் நான்! இதோ குற்றவாளியாக நிறுத்தப்பட்டிருக்கும் இந்த உத்தம வைத்தியரின் அன்பு மனைவி நான்! அவரைக் கொல்லவும் துணிந்துள்ள உங்களிடம் நீதி கேட்கத்தான் வந்திருக்கிறேன்."

என்ன ஆவேசப் பேச்சு அன்று 'கண்ணகி' திரைப்படத்தில் கண்ணாம்பா, இன்று 'தங்கப்புதுமை'யில் பத்மினி, அன்று இளங்கோவன் வரிகளைக் கண்ணாம்பா பேசினார். இன்று அருராமநாதனின் வரிகளை பத்மினி பேசினார். இந்தக் கலைஞர்களுக்கு எப்படி கைம்மாறு செய்வது என்பதே ஒரு ரசிகனின் மனதில் எழும் நியாயமான கேள்வி.

இப்போது திரைப்படம் அடுத்த காட்சிக்கு நகர்கிறது. அதில் பத்மினியின் நடிப்பு மேலும் உயர்கிறது. கணவருடனும் குழந்தையுடனும் பத்மினி உறையூருக்குத் திரும்பி பறித்த கண்களைப் பதித்து கண்ணகித் தாயிடம் வேண்டுகிறாள். இழந்த கண்களின் பார்வையைத் தன் கணவனுக்குத் திருப்பித்தர பிரார்த்திக்கிறாள். 'கண்களைப் பதித்து விட்டேன் பத்தினியே நீ எந்தன் கணவன் கண்களை எடுத்த கையில் கொடுத்துவிடு' என்று கதறுகிறாள். துடிக்கிறாள். முடிவில் துவண்டு விழுகிறாள். கண்ணகி கல்லோ இந்தப் பேதையின் அபயக்குரல் கேட்டும் மனம் கனியவில்லையே இதோ தன் உணர்வின் எல்லையைத் தொடும் பாட்டு தரையில் விழுந்த அவள் நிற்கவும் தெம்பின்றித் தவழ்ந்து கொண்டே சிலை அருகே செல்லும்போது பாடும் பாட்டின் ரத்தின வரிகள்.

"கண்ணிலுதிரும் மலரெடுத்து கற்பு நாளில் சரம் தொடுத்து
அன்னையே உன் காலடியில் சாற்றினேன் - தினம்
ஆலயத்தில் அன்பு விளக்கேற்றினேன்
உன்னை நம்பி நம்பி என்றும் போற்றினேன் - இன்று
ஒளியிழந்த கணவரோட நிற்கிறேன்
செம்பும் கல்லும் தெய்வமென்று
நம்புவோர்கள் பித்தரென்று சித்தர்கள்
உரைத்த மொழி மெய்தானோ
சிற்பிகள் செதுக்கி வைத்த சித்திரை சிலைகளுக்குள்
தேவி வந்திருப்பதும் பொய்தானோ

"தனிச்சிலம்பெடுத்து ஊர்தழற் படச்சினத் தெரிந்த
சக்தியுண்டெனப் படைத்த கர்வமோ
மனைச் சுகம் கெடுத்து கண்மணிச் சுடர்தனைப் பறித்து
வாடவைத்தல் நீ வளர்த்த தர்மமோ
அம்மா... அம்மா... அம்மா..."

கண்ணகியின் மனம் கரைந்து மணிவண்ணனுக்கு விழி, ஒளி அளித்து செல்வியின் சிந்தை குளிர வாழ வைத்தாள். இந்தப் பாடலிடையே வரும்,

"கண்ணிலுதிரும் மலரெடுத்து கற்பு நாரில் சரம் தொடுத்து
அன்னையே உன் காலடியில் சாத்தினேன்
உன் ஆலயத்தில் அன்பு விளக்கு ஏற்றினேன்"

என்ற வரிகளில் கையாளப்பட்ட 'உருவகச் சிறப்பு, மேன்மை, நேர்த்தி இதன் பாடலாசிரியர் பட்டுக்கோட்டை கல்யாணசுந்தரம் தான்' என்று பட்டம் கட்டியது போலிருக்கிறது. இந்த கனிகர வார்த்தைகளை இசை கோத்து தேனமுதமாக்கி மக்களுக்கு வழங்கியவர்கள் மெல்லிசை மன்னர்கள் எம்.எஸ்.விஸ்வநாதன்— ராமமூர்த்தி. எம்.சோமசுந்தரம் தயாரித்த இப்படத்திற்குத் திரைக்கதை அமைத்து இயக்கி வெற்றி தேடித்தந்தவர் ஏ.எஸ்.ஏ.சாமி. 'செல்வி' என்ற சவாலான பாத்திரத்தை பத்மினி எதிர்கொண்டு என்றும் ரசிகர்கள் நெஞ்சில் நிழலாடும்வண்ணம் தன் நடிப்பால் வார்த்தெடுத்துக் கொடுத்தார். இப்படி, பத்மினி ஒரு உன்னதமான குணச்சித்திர நடிகை என்பதற்கு எடுத்துக்காட்டாக இப்படம் விளங்கியது.

இப்படத்தில் பத்மினியின் நடிப்பைப் பற்றி அவரை இயக்கிய ஏ.எஸ்.ஏ.சாமியின் கூற்றைக் கீழே காணலாம்:

"தங்கப்பதுமை" — என்னுடைய பிடித்தமான படமிது. காரணம் நமது பழைய பண்புகளைச் சித்தரிக்கும் வாய்ப்புகள் இதில் நிறைந்து இருந்தது. பத்மினி ஒரு தலைசிறந்த நடிகை. நடிப்புத் துறையில் அவர் எந்த அளவு வரை எட்ட முடியும் என்பதற்கான விடையைக் காணும் ஆர்வத்திலும்

தெய்வமே துணை (1959)

இக்கதாபாத்திரம் அமைக்கப்பட்டது. பத்மினியும் ஆர்வத்துடன் நடிக்க முன்வந்தார்.

இதில் இவரது நடிப்பைப் பார்த்து மேல் நாட்டவரே பாராட்டினார்கள் என்றால் பார்த்துக் கொள்ளுங்களேன்!

இந்தப் படத்தில் எனக்கு ஏற்பட்ட ஒரு அனுபவம் என் வாழ்நாளில் மறக்கமுடியாதது.

படத்தில் கண் பார்வை இழந்து விடும் தன் கணவன் முகத்தை முதன்முதலாக பார்க்கும் போது அவர் (பத்மினி) தன்மனத்தில் வரும் ஆயிரமாயிரம் எண்ணங்களையும் உணர்ச்சிகளையும் குவித்து 'அத்தான்' என்று ஒரே வார்த்தையில் கூப்பிட்டு வெளிப்படுத்த வேண்டும் என்று சொன்னேன். பத்து நிமிடங்களுக்கு மேலாக பத்மினி இந்தக் காட்சியை பற்றி என்னிடம் விவாதித்தார். நான் காட்சியின் தன்மையை பூராவும் விளக்கினேன்.

வேசி வீட்டில் இருந்து மீண்டு வரும் கணவனைக் காணும் பூரிப்பு, தன் ஆசை நாயகன் தன்னை மறக்காமல் வந்து சேர்ந்த மகிழ்ச்சி. இத்தனைப் பூரிப்புக்களிடையே, அவனை நடைப்பிணமாக்கி அனுப்பிவிட்டதைக் காணும்போது ஏற்படும் சோகம். காட்சியின் தன்மையைக் கேட்ட பத்மினி சுமார் ஐந்து நிமிடங்கள் வரை யோசனையில் இருந்தார்.

பொன் விளையும் பூமி (1959)

பின்னர் என்னிடம் வந்து 'நான் நடிக்க தயார்' என்றார். வழக்கப்படி நான் 'ஒருமுறை ஒத்திகைப் பார்த்து விடலாமே' என்றேன். 'வேண்டாம் சார்'. 'ஒருமுறை நான் செய்வதுபோல் என்னை விட்டுவிடுங்கள். சரியாக வரவில்லை என்றால் பார்த்துக் கொள்ளலாம்' என்று கேட்டுக்கொண்டார் பத்மினி. 'கேட்டுக் கொண்டார்' என்று சொன்னேனல்லவா? நூற்றுக்கு நூறு உண்மை அது. அவர் எவ்வளவு பெரிய நடிகையாக இருந்தாலும், செட்டில் ஒருவர் டைரக்டர் என்று வந்துவிட்டால் மதிப்பு கொடுக்க தவறாத கலைஞர் அவர். இம்மாதிரி ஒரு சில கலைஞர்களைத்தான் நான் பார்த்திருக்கிறேன். 'உங்கள் இஷ்டப்படியே செய்யுங்கள்' என்று சொன்னேன். தான் சமிக்ஞை செய்யும் போது கேமராவை இயக்க ஆரம்பிக்கும்படி பத்மினி கேட்டுக்கொண்டார். அதற்கேற்ப அவரது சமிக்ஞையை எதிர்பார்த்து எல்லோரும் காத்திருந்தோம். சமிக்ஞை வந்தது. அத்துடன் "அத்தான்" என்ற குரலும் அந்த அமைதி நிறைந்த செட்டில் எழுந்தது! ஐந்து நிமிஷங்கள் வரை யாருமே ஒன்றுமே பேசவில்லை. செட்டிலிருந்த எல்லாருடைய இதயத்திலும் ஏதோ இனம் தெரிவிக்க முடியாத புல்லரிப்பை அவரது குரல் எழுப்பி விட்டது.

ஐந்து நிமிடங்களுக்குப் பின்னர், நான் சுயநினைவுக்கு வந்த பின்னரே 'கட்' என்று சொல்லி கேமராவை நிறுத்தினேன்! ஆஹா! எவ்வளவு பெருமைமிக்க, பூரிக்க வைக்கும் நிகழ்ச்சி அது. தான் எதிர்பார்த்ததை விட, ஒரு காட்சி அற்புதமாக அமையும்போது ஒரு டைரக்டருக்கு ஏற்படும் மன நிறைவுதான் எத்தகையது! ஒரு டைரக்டரின் வாழ்க்கையில் ரொம்பவும் அபூர்வமாகத்தான் இப்படிப்பட்ட சம்பவங்கள் ஏற்படும். "போதுமா டைரக்டர் ஏ.எஸ்.ஏ.சாமி பத்மினியின் நடிப்பை பற்றி,சுபாவத்தைப் பற்றி கூறிய கருத்துக்கள்.

இதே ஆண்டில் இப்படம் "ஸ்ரீ கன்னியா பரமேஸ்வரி மகாத்மியம்" என்ற பெயரால் தெலுங்கில் மொழிமாற்றம் செய்து வெளியிடப்பட்டது.

## (b) பெயரிலும் ஒற்றுமை முடிவிலும் ஒற்றுமை

1956ஆம் ஆண்டில் வெளிவந்த 'மதுரைவீரன்' திரைப்படத்தில் எம்.ஜி.ஆருக்கு ஜோடியாக 'வெள்ளையம்மாள்' என்ற பாத்திரத்தில்

பத்மினி நடித்தார் என்பது அறிந்ததே. 1959ஆம் ஆண்டில் வெளிவந்த 'வீரபாண்டிய கட்டபொம்மன்' திரைப்படத்தில் 'வெள்ளையம்மாள்' என்ற அதே பெயரில் ஜெமினிக்கு ஜோடியாக நடித்தார். இந்தப் படத்தை பத்மினி பிக்சர்ஸ் சார்பில் பி.ஆர்.பந்துலு தயாரித்து, இயக்கி இருந்தார். சரித்திர சம்பவத்தை பின்னணியாகக் கொண்ட படம் இது.

**பொன் விளையும் பூமி (1959)**

தமிழ் மண்ணின் உரங்காத்த பெரும் வீரர்கள் பரம்பரையில் எழுந்தவன் 'வீரபாண்டிய கட்டபொம்மன்', பாஞ் சாலங்குறிச்சி மன்னன். அவனுக்கு உறுதுணை தம்பி ஊமைதுரை; அவனது வலக்கரமாக இயங்கியவன் வெள்ளையத்தேவன்; அரசியல் ஆசான் தளபதி சிவசுப்பிரமணியம் பிள்ளை. அந்த சமயம் கிழக்கிந்திய கம்பெனி என்ற பெயரில் வெள்ளையர், நாடு பிடிப்பதில் நாட்டம் காட்டினர். பல பாளையங்கள் விழுந்து கம்பெனி விதித்த வரியைச் செலுத்தி வந்தார்கள் கட்டபொம்மனைத் தவிர. ஆங்கிலேய அதிகாரி ஜாக்சன் துரையின் சதிகள் கட்டபொம்மனால் முறியடிக்கப்பட்டன. எட்டயபுரத்து அரசன் எட்டப்ப நாயக்கர் ஆங்கிலேயர் அணியுடன் சேர்ந்து கட்டபொம்மனைக் காட்டி கொடுக்க முற்பட்டான். 1799ஆம் ஆண்டு கட்டபொம்மன் படைகளும் கம்பெனியாரின் படைகளும் மோதின. ஊமைத்துரையும் வெள்ளையத்தேவனும் கம்பெனி படைகளைத் துரத்தி அடித்தனர். துரதிருஷ்டவசமாக தப்பியோடிய வெள்ளைக்கார சிப்பாய் ஒருவன் சுட அது வெள்ளையத்தேவனின் தொண்டையில் பாய்ந்து மரணம் சம்பவித்தது. அதை அறிந்த அவன் மனைவி வெள்ளையம்மாள் வீறுகொண்டு எழுந்து, களம் சென்று, கணவனைக் கொன்ற ஆங்கில சிப்பாயை இனம் கண்டு கத்தியால் குத்திக் கொல்கிறாள். பின்னர் இறந்து போன மணாளன் முகம் பார்த்துக் கதறி அழுது அவன் மீதும் முகம் வைத்து உயிர் பிரிகிறாள். பின்னர் கட்டபொம்மனை ஆங்கில தளபதி பானர்மேன் கயத்தாறு என்னும் இடத்தில் உள்ள புளியமரத்தில் தூக்கிலிட ஆணையிடுகிறான். கட்டபொம்மன் தூக்கிலிடப்பட்டு வீர மரணம் அடைந்தான். அவன் மூட்டிவிட்ட விடுதலை வேள்வி பெருகி நாட்டுக்கு அந்நியர்களிடம் இருந்து விடுதலை கிடைத்தது 'வாழ்க சுதந்திரம்' என்று கூறி படத்தை முடிக்கிறார் இயக்குனர்.

வெள்ளையம்மாளாக நடிக்கும் பத்மினியைப் பொறுத்தமட்டில்

இப்படத்தில் துள்ளி ஓடும் புள்ளி மானாக சக தோழிகளுடன் அறிமுகப்படுத்தப்படுகிறார். தான் அன்போடு வளர்க்கும் முரட்டுக்காளையினை அடக்குபவரையே மணமகனாக வரிப்பேன் என்று வீர சபதம் செய்கிறாள். வெள்ளையத்தேவனாக வரும் ஜெமினி கணேசன் காளையை அடக்கி கன்னிகையை ஏற்கிறான். இவர்களும் இணைந்து பாடும் 'இன்பம் பொங்கும் வெண்ணிலா வீசுதே' பாடல் வெண்ணிலாவின் குளிர்ச்சி தருகிறது. பானர்மேன் பாஞ்சாலங்குறிச்சி மீது படையெடுத்து வருகிறான் என்றதுடன் போர்க்களத்திலிருந்து புறப்படுகிறான் வெள்ளையத் தேவன். துர்சொப்பணம் கண்டு விழித்த அவன் மனைவி வெள்ளையம்மாள், அவன் போருக்குப் போவதை தடுத்து நிறுத்த முயற்சிக்கிறாள். 'போகாதே போகாதே என் கணவா, பொல்லாத சொப்பனம் நானும் கண்டேன்' என்று புலம்புகிறாள். புதுமையாக இரத்தினமாலாவின் குரலில் பத்மினிக்காக இப்பாடல் ஒலித்தது. கனவில் தான் கண்ட துர்சகுனங்களைக் கூறித் தடுக்கிறாள். தான் இப்பொழுது ஒரு கர்ப்பவதி என்றும் வெள்ளையத்தேவன் குழந்தையைத் தாங்கும் தாய் என்றும் புலம்புகிறாள். ஆனால் வெள்ளையத்தேவன் செவிகளில் அச்சொற்கள் விழுந்தால்தானே.

**வெள்ளையம்மா:** "பொல்லாத வேளை போகாதீர்கள்"

**வெள்ளையத்தேவன்:** எப்போதடி பொல்லாத வேளை? ராகுகாலம் பார்த்தா இடி இடிக்கிறது? நெருப்பு அணையப் போகிறதென்று காற்று காத்திருக்குமா?

**வெள்ளையம்மாள்:** அத்தான் எனக்காக அல்ல என் வயிற்றில் சுமந்து இருக்கும் கருவுக்காக.

**வெள்ளையத்தேவன்:** வெள்ளையம்மாள் உனக்கிருக்கும் பிள்ளை பாசம் எனக்கில்லையா?

**வெள்ளையம்மாள்:** அத்தான்! வீரத்தை நிலைநாட்ட வாளெடுத்து களம்புக எனக்கும் தெரியும்"

(வெள்ளையம்மாளை மீறி போர்க்களம் செல்கிறான்)

அங்கு மறைமுகமாக ஆங்கிலேயன் ஒருவன் சுட்டதற்கு

மரகதம் (1959)

வெள்ளையத்தேவன் வீரமரணம் அடைகிறான். இதைக்கேட்ட வெள்ளையம்மாள் துடித்துப் போர்க்களத்திற்குச் சென்று தன் கணவனைக் கொன்ற ஆங்கிலேயனைக் கொன்று கிடத்திவிட்டு கணவனின் சடலத்தைக் கண்டு கதறி கரைகிறாள்.

"அத்தான்! தேவர் குலத்தின் திருமகனே என்னை விட்டு போய் விட்டாயா? இல்லை நீங்கள் என்னை விட்டு பிரியவே முடியாது! பிரியவே முடியாது! உங்களைக் கொன்றவனைக் கொன்று நானும் அழியாப் புகழ் அடைந்துவிட்டேன். நீங்க இல்லாமல் நான் மட்டும் உயிரோடு வாழ்வதா? அத்தான்... அத்தான்... கணவன் பிணத்தின் மீது விழுந்து வெள்ளையம்மாளின் உயிரும் பிரிகிறது. அன்றைய மதுரைவீரன் வெள்ளையம்மாவாகவும் சரி. பின்வந்த வீரபாண்டிய கட்டபொம்மன் வெள்ளையம்மாவாகவும் சரி, பெயரில் மற்றும் ஒற்றுமையில்லை. முடிவிலும் ஒற்றுமைதான். அதுதான் மரணம். இந்த ஜீவ மரணப் போராட்டம் காட்சியில் பத்மினியின் நடிப்பு மக்கள் மனதை தைத்தது. இதனால் வெள்ளையம்மாள் பாத்திரம் வலிமையுள்ள ஒரு பாத்திரமாக காட்சி அளித்தது.

பத்மினி பிக்சர்ஸ் தயாரிப்பான இப்படத்தை நடிகர் சிவாஜிகணேசன் வழங்கியிருந்தார். இப்படத்தில் இவருக்கு ஜோடியாக நடிகை எஸ்.வரலட்சுமி ஜக்கம்மாவாக நடித்திருந்தார். படம் சரித்திரச்

சம்பவங்களைக் கொண்டதாக இருந்ததால், கதையை உருவாக்க வரலாறு திரை அமைப்பு ஆராய்ச்சிக் குழு என்ற ஒரு அமைப்பு ஏற்படுத்தப்பட்டது அதன் தலைவராக இருந்த மா.பொ.சிவஞான கிராமணியார் படத்திற்குத் தக்க வழிகாட்டுதல் புரிந்தார். படத்தின் துடிப்பான வீர வசனங்களை சக்தி கிருஷ்ணசாமி எழுதியிருந்தார். இந்த சரித்திர படம் 25 வாரங்கள் ஓடி சரித்திர சாதனை படைத்தது. டெக்னிக்கலர் படமான இதன் பிரின்ட் லண்டனில் எடுக்கப்பட்டது. எகிப்து நாட்டின் தலைநகரான கெய்ரோவில் நடைபெற்ற உலகப்பட விழா இப்படத்திற்குச் சான்றிதழ் அளித்தது. இதே ஆண்டில் வீரபாண்டிய கட்டபொம்மன் தெலுங்கில் அதே பெயரில் மொழிமாற்றம் செய்யப்பட்டு ஆந்திரப் பிரதேசத்திலும் வெளியிடப்பட்டது. தவிர அலோக் பாரதி என்ற வட இந்திய தயாரிப்பு நிறுவனம் இப்படத்தை இந்தியில் ‘அமர்ஷாஹீத்’ என்ற பெயரில் வெளியிட்டது இந்தியில் இப்படத்திற்கு ஜமால்சன் வினோத் இசை அமைத்திருந்தார். இப்படி அகில உலக ரீதியில் “வீரபாண்டிய கட்டபொம்மன்” புகழ் பெற்றது.

## (C) துன்பம் மீது துன்பம் ஆகுமா?

“இன்பம் துணையுடன் வருவதில்லை துன்பம் தனித்து வருவதில்லை” என்று ஒரு பழமொழி உண்டு. அப்படி தொடர்கதையாக வந்த துன்பங்களை எதிர்கொண்ட ஒரு புனித பெண்மணியின் கதையே ‘தெய்வமே துணை’ என்ற பெயரில் 1959ஆம் ஆண்டில் வெளிவந்த படமாகும். பருவத்திலே கனிந்த புது மாங்கனி பார்வதி, ஒரு அழகு தேவதை. அவளைக் கொத்தி உண்ண ஆசைப்படுகிறான் அவள்

**மரகதம் படப்பிடிப்பில் எஸ்.எம்.ஸ்ரீராமுலுவுடன் சிவாஜி, பத்மினி**

அத்தை மகன் அயோக்கியன் ரத்தினம். பார்வதியின் சிற்றப்பா மகன் சேகர் அவளுக்கு சங்கரன் என்பவனுக்கு மணம் முடித்து வைக்கிறான். ஆனந்தமாக வாழ்க்கை ரதம் ஓடுகிறது. இவர்களது பிணைப்பில் உருவான குழந்தை ரவி குடும்ப ஆனந்தத்தைக் கூட்டுகிறது. ஆனால் நிலைக்குமா இந்த ஆனந்தம்? மூவருக்கிடையில் விதி குதித்து தனது விளையாட்டைத் துவக்கியது.

பார்வதியைத் தூக்கிச் செல்ல முயற்சித்தான் ரத்தினம். சிறைபட்டுத் திரும்புகிறான். அவனது கொள்ளிக்கட்டை கண்களில் பார்வதி சங்கரன் என்ற குடும்ப பூந்தோட்டம் படுகிறது. தோட்டத்தை களைத்தெரியும் குரங்காகிறான் ரத்தினம். பார்வதியின் கற்பை மாசுபடுத்தி ஒரு மொட்டைக் கடிதத்தை சங்கரனுக்கு எழுதுகிறான். இது முள்ளாய் சங்கரனின் இதயத்தில் பாய்கிறது. நிலைதடுமாறிய சங்கரன் யாரும் அறியாவண்ணம் பார்வதியைப் பிரிந்து வீட்டைவிட்டு வெளியேறுகிறான் துன்பம் பார்வதியைத் தாக்க ஆரம்பிக்கிறது. அடைக்கலம் தேடி அண்ணன் சேகர் வீட்டிற்கு பார்வதி செல்கிறாள். சொற்ப நாட்களிலேயே சேகரின் மனைவியின் சுயருபம் தெரிகிறது. அண்ணியின் சுடு சொற்களைத் தாங்கிக்கொண்டு குழந்தை ரவியை வளர்க்கிறாள். துணையற்ற பார்வதிக்கு தெய்வம் கொடுத்தது பொறுமை என்னும் அருங்குணம் மட்டுமே.

பார்வதியின் நிலை இப்படி இருக்க, வீட்டை விட்டு வெளியே சென்ற அவளது கணவன் சங்கரன் பயணித்தபோது ஒரு திருடன்

**பட்சி ராஜா டாக்டர் ஸ்ரீஹரியுடன் ஆசிரியர் தி.சந்தானகிருஷ்ணன்**

இடை மறிக்கிறான். அப்போது பத்மா என்ற பெயர் கொண்ட ஒரு சமூகசேவகி தலையிட்டு அவனைக் காப்பாற்றுகிறாள். தன் வீட்டிலேயே தங்கி இருக்கும்படியும் கேட்டுக் கொள்கிறாள். ஆனால் அதை சங்கரன் மறுத்துவிடுகிறான். பின் ரேடியோ பாடகனாகச் சேர்ந்து கூடா நட்பால் குடிக்கு அடிமையாகிறான். பெரும் முயற்சிக்குப் பின் அவனைத் திருத்தி தன் வீட்டில் தங்க வைக்கிறாள் பத்மா. இங்கே பார்வதியோ அண்ணியின் கொடுமையைத் தாங்க முடியாமல் ரவியை அழைத்துக்கொண்டு வெளியேறி சென்னையை அடைகிறாள். சென்னையில் பத்மாவின் சினேகிதி ரஜினி வீட்டில் வேலைக்காரியாகச் சேர்கிறாள். மகன் ரவியை பத்மா நடத்தும் பள்ளியில் சேர்த்து விடுகிறாள். சூட்டிகையான ரவி பள்ளியில் கல்வியில் சிறந்து விளங்குகிறான். சங்கரனுக்கு அவன் மேல் இனம் தெரியாத பாசம் உருவாகிறது. பள்ளி ஆண்டு விழாவில் துருவ நாடகம் நடக்கிறது அதில் ரவிதான் துருவன். நாடகத்தை பார்க்க வந்த பார்வதி விழாவில் கலந்துகொள்ள வந்த சங்கரனைப் பார்த்து திடுக்கிடுகிறாள். மகிழ்ச்சி பொங்க, எஜமானி ரஜினியிடம் சங்கரைப் பற்றி விசாரிக்கிறாள். பத்மாதான் அவனை மனிதனாக்கிய உண்மையை அறிந்து சில கணங்கள் மகிழ்ந்தபோது, பத்மாதான் அவனை மணக்க போகிறாள் என்று குண்டைத் தூக்கிப் போட்டான். பார்வதி நிலைகுலைந்து போனாள். சிந்தித்துப் பார்த்ததில் அதுதான் சரி என்று பார்வதிக்கு பட்டது. தன் வாழ்வை முடித்துக் கொள்ள கடலை நோக்கிப் புறப்பட்டபோது, காப்பாற்றப்படுகிறான். சங்கரன் தனது தவறை உணர்ந்து பார்வதியை ஏற்றுக்கொள்கிறான்.

"பார்வதி" கதாபாத்திரத்தில் பத்மினியும், சங்கரன் பாத்திரத்தில் நாகேஸ்வரராவும் நடித்திருந்தனர். இது தவிர எம்.என்.நம்பியார், டி.ஆர்.ராமச்சந்திரன், ராகினி, ஈ.வி.சரோஜா, சுந்தரிபாய் முதலானோரும் படத்தில் பங்கேற்றிருந்தனர். குமுதமலர் மீது நீர்த்திவலைகள் பட்டதுபோல படம் நெடுக கண்ணீர் சிந்தும் பாத்திரத்தில் பத்மினியின் நடிப்பு ரசிகர்களின் நெஞ்சங்களைக் தொட்டது குழந்தை ரவியைத் தாலாட்டு பாட்டு:

"மண மலரே கனிரசமே
மாசில்லாத தங்கமே
வளரும் சந்திர பிம்பமே
கனிவா யிதழின புன்னகை
எண்ணி உள்ளம் மகிழுதடா"

என்ற அ.மருதகாசியின் பாடல் சுசீலாவின் குரலில் இனிமையாக ஒலிக்க, அதைக் காட்சியில் தன் நடிப்பால் பத்மினி மெருகேற்றிப் பாடி நடித்தார் படத்தில் அவரது ஜோடி ஏ.நாகேஸ்வரராவ்.

அவர் ஏற்ற பாத்திரத்தில் தேவதாஸ் திரைப்படத்தில் குடிகாரனாக நடித்ததாலோ என்னவோ, குடிகார நடிப்பில் தன் முத்திரையைப் பதித்த நாகேஸ்வரராவை, கதாநாயகன் சங்கராக நடிக்க வைத்திருந்தனர்.

படத்தின் இசை அமைப்பு எஸ்.எம்.சுப்பையா நாயுடு, வசனம் கே.எம்.கோவிந்தராஜன் தயாரிப்பு எஸ்.எஸ்.மசூத் கதை சினரியோ அண்டு டைரக்ஷன் சி.ஹெச்.நாராயணமூர்த்தி. தயாரிப்பு நிறுவனம் எஸ்.பி.எஸ்.பிக்சர்ஸ். படத்தின் பெயராலேயோ என்னவோ படத்தைத் தோல்வியினின்றும் காப்பாற்ற தெய்வம் துணை நின்றது.

## (d) பொன்னான பெண்

வயலூரில் நாகன் என்ற ஒரு விவசாயி. அவனது பூமியே அவனது உயிர் அவனுக்கு சூதுவாது அறியாத ஒரு மகன், பெயர் நல்லான். நல்லானுக்கு பொன்னுக்கு நிகரான ஒரு பெண். மனைவி அந்தப் பொன்னரசியின் பெயர்தான் முத்தம்மா. குணம் கெட்ட சீமான் பலகோடிநாதர் வீட்டில் வேலைக்காரியாக வளர்ந்தவள். நல்லவனுக்கும் முத்தம்மாவுக்கும் திருமணம் செய்து வைத்து அதற்கு தான் செய்த செலவிற்காக நாகன், நல்லானிடம் ஒப்புகை சீட்டில் கைநாட்டு வாங்கிக்கொண்டு, ஆட்டிப் படைக்கிறான் பலகோடிநாதர். தங்களது பொன் விளையும் பூமி எங்கே? பலகோடி நாதர் எடுத்துக் கொள்வாரோ? என்ற பயம் தகப்பனுக்கும் பிள்ளைக்கும். எனவே இருவரும் நிலத்தில் கடுமையாக உழைத்து பயிர் செழிக்க பணமும் கொழித்தது. கடனை அடைக்க பணத்தோடு சென்றபோது பகதூர் மற்றும் சுருள் என்ற இரண்டு அயோக்கியர்கள் அதைத் திருடிச் சென்றுவிட்டனர். நிலைகுலைந்த நல்லான் திருடனைத் தேடி அலைகிறான். கிராமத்திலோ மனைவி முத்தம்மாவுக்கு ஒரு குழந்தை பிறக்கிறது. அதன் முகம் பார்த்து மனசாந்தி கொள்ள முயல்கிறாள் முத்தம்மா. ஏமாளி நல்லான் கயவன் பகதூர், சுருள் மற்றும் ரூபா ஆகியோரிடம் சிக்குகிறான். முத்தம்மாவுக்கு கிடைக்க வேண்டிய 2 லட்ச ரூபாயை அரசாங்கத்திடம் ஏமாற்றி பெற்றுக் கொள்கிறாள். நல்லானையும் பயமுறுத்தித் தன் சாகச செயலுக்குத் துணையாக மாற்றிவிட்டாள். ரூபாவிற்கு கட்டுப்பட்ட நல்லான் பணக்காரனாகப் போலி வாழ்வு வாழ்கிறான். தன் திறமையைப் பயன்படுத்தி பகதூர், சுருள் ஆகியோரின் தீயசெயலுக்குத் தண்டனை வாங்கிக் கொடுக்கிறான். நாகன் இறந்து போகிறான். நல்லான் முத்தம்மா இன்பமாகக் குழந்தை இன்பாவுடன் இன்ப வாழ்வு வாழ்கிறார்கள். குடும்ப வாழ்விற்கு வளம் அளிக்கிறது அவர்களது பொன் விளையும் பூமி.

படத்தின் நோக்கமே பெண்மையின் புனிதத்தையும் வாழ வைக்கும் வயல்களின் முக்கியத்துவத்தையுமே சுற்றிச் சுழல்கிறது. படத் துவக்கமே பத்மினி முத்தம்மாவாக வந்து நல்வாழ்த்து கூறுவதாகவே அமைந்துள்ளது.

மரகதம் (1959)

"காலை மலர்ந்தது போலே, என்னை வளர்க்கும் இந்த அன்னை அகத்திலும் ஆனந்தமும் சுகமும் மலர்ந்து எல்லோரும் இன்புற்று இருக்க வேண்டும் என்பதுதான் தாயே என் ஆசை. திருவிளக்கான தேவியே, இருளகற்றும் ஜோதியே"

பத்மினி வயல்வெளியில் உச்சிவெயிலில் கணவனுக்குக் கஞ்சி கொண்டு போகும், கொடுக்கும் கனிகரம் சுவைக்கிறது. கொண்டுவந்த கஞ்சியைக் குடித்துக்கொண்டே நல்லான் 'தொட்டுக்க' என 'கேட்க மிளகாய் கொண்டு வந்திருக்கிறேன் அத்தான்' என்று வாத்சல்யத்தோடு கொடுக்கிறார் முத்தம்மா. நல்லானோ கேலியாக 'அட என்ன தொட்டுக்கன்னா' என்று கிண்டலடிக்க 'போங்க யாராவது பாக்க போறாங்க' என்று பத்மினி நாணிக் கோணும் அழகே ஒரு தனிச்சிறப்பு. அலைக்கழிக்கப்படும் குடும்பம் கணவன் குழந்தை பிரிவு, மாமனார் மரணம், ரூபா என்ற பெண்ணின் சூழ்ச்சி, அயோக்கியன் பகதூரின் தில்லுமுல்லுகள் பலகோடிநாதரின் தில்லுமுல்லுகள் என்ற இத்தனைச் சூழலிலும் சிக்கித் தன் பொறுமையால், கணவன் மீது கொண்ட அளவில்லாப் பாசத்தையும் நேசத்தையும் நம்பிக்கையையும் கொண்டு வெல்கிறாள் முத்தம்மா. கணவன் கெட்டவன் என்று ரூபா கூறும்போது பத்மினி 'என் நெஞ்சில் நிறைந்தவர் நெல் இருக்க பதரையும், கரும்பு இருக்க இரும்பையும், நான் இருக்க இன்னொருத்தியையும் நாடுவாரா. என் உயிர் போனாலும் நம்பமுடியாது என கணவன் மீது கொண்ட அபார நம்பிக்கையைச் சுருங்கச் சொல்லி விளங்க வைக்கிறார்.

திருநின்றவூர் தி.சந்தானகிருஷ்ணன்

**படத்தில் பத்மினிக்கு ஒரு கிராமிய ஜோடி பாட்டு:**

"சொல்லாமத்தான் புரிஞ்சிகலாமே ஒரு ஜாடையிலே".

**ஒரு தாலாட்டுப் பாட்டு:**

"செல்லக்கிளியே செந்தாமரையே கன்னய்யா, பேசும் தெய்வ சிலையே ஜீவசுடரே சின்னய்யா".

**ஒரு சோகப் பாட்டு:**

"கரும்பான என் வாழ்வு வேம்பானதே, சுதையாகி கனவாகி கானலானதே.

**இவைகள் தவிர பலவகை நடனங்கள் பாட்டு:**

"சிங்கார சின்ன பெண்ணே நில்லம்மா, சிந்தனை செய்து நீ சொல்லம்மா".

கதாபாத்திரத்துக்குப் பொருந்தாத இந்தப்பாடல் பத்மினியின் நடனத் திறனைப் பயன்படுத்திக் கொள்ளவே திணிக்கப்பட்டுள்ளது. தயாரிப்பாளர்கள் எதிர்பார்த்தபடி இந்த நாட்டியம் ரசிகர்களுக்கு நல் விருந்தளித்தது. இப்படத்தின் வெளிப்புறக் காட்சியில் நடித்தபோது பத்மினிக்கு ஒரு வினோதமான வரவேற்பு கிடைத்தது திருப்பதிக்கு அருகில் உள்ள ராயல் செருவு என்ற கிராமத்தில் இது நடந்தது. பத்மினி அங்கே போனதும் கிராமமக்கள் அவரைச் சூழ்ந்து கொண்டார்கள். தாரை தப்பட்டைகள் மற்றும் தீப்பந்தங்களை ஏற்றி வலம் வந்து வரவேற்றார்கள். இது தவிர பத்மினியை உட்காரவைத்து நடனமாட ஆரம்பித்து விட்டார்கள். இவர்கள் நாடகத்தில் இயக்கும் ஏ.பீம்.சிங்கும் கலந்து கொண்டார். அக்கிராம மக்கள் காட்டிய பேராதரவைத் தன்னால் மறக்க முடியவில்லை' என்று பத்மினி குறிப்பிட்டுள்ளார்.

பத்மினி முத்தம்மாவாக நடிக்க, அவள் கணவன் நல்லானாக ஜெமினி கணேசன் நடித்திருந்தார். தந்தை நாகன்தான் எஸ்.வி.சுப்பய்யா. வில்லன்கள் வரிசையில் டி.பாலசுப்பிரமணியம் (பலகோடிநாதர்), பீ.கே.சத்யபால் (பகதூர்) நம்பிராஜன் (சுருள்) மற்றும் வில்லி ரூபாவாக (ராகினி) நடித்தார். இந்தப் படத்தை தயாரித்தவர் படத்தின் வில்லனாக நடிக்கும் பி.கே.சத்யபால். படத்தின் கதை வசனம் இராம அரங்கண்ணல். இப்படத்தின் அத்தனை பாடல்களும் மிக இனிமையாக அமைந்திருந்தது. படத்திற்கு இசையமைப்பு கே.ஹெச். ரெட்டி ஒரியண்டல் மூவிஸ் தயாரிப்பான இப்படத்தை பீம்சிங் இயக்கினார். இப்படம் "தான்யமே தனலட்சுமி" என்ற பெயரில் தெலுங்கில் மொழிமாற்றம் செய்து வெளியிட்டனர். தமிழிலும் தெலுங்கிலும் இப்படம் 1959ஆம் ஆண்டில் திரையிடப்பட்டது. தரவரிசையில் 'சுமார்' ரகத்தில் நின்றது.

## (e) கலை விருந்து

எஸ்.எம்.சுப்பைய நாயடு

1959 ஆம் ஆண்டில் பக்ஷிராஜாவின் "மரகதம்" அல்லது "கருங்குயில்" குன்றத்து "கொலை" என்ற படம் திரையிடப்பட்டது. 1920களில் சர்வவியாபா என்ற வார இதழிலே தொடராக வெளிவந்த ஓர் அற்புத கற்பனைக் கதை இது. இதனை டி.எஸ்.டி.சாமி என்ற பெயரிலே வடுவூர் துரைசாமி ஐயங்கார் எழுதி இருந்தார். பிரபுக்களின் வாழ்க்கை பின்னணியில் மறைந்து கிடந்த ஓர் மர்ம கொலையை மையமாக கொண்டது இக்கதை. இதற்கு தெளிவான திரைக்கதையை அமைத்து இசை மற்றும் நாட்டியத்தை பிணைத்து அதே பெயரில் ஒரு தரமான தமிழ் படத்தை மக்களுக்கு தந்தார். இயக்குனரும் தயாரிப்பாளருமான எஸ்.எம்.ஸ்ரீராமுலு நாயுடு.

கருங்குயில் குன்றத்து அரச வம்ச வழியைச் சேர்ந்த பிரபு கொலையுண்டார். இந்தக் கொலையை செய்ததாக வீண்பழி அவரது தம்பி மாரமார்த்தாண்டன் மீது சுமத்தப்பட்டு மரண தண்டனை விதிக்கப்படுகிறது. மாரமார்த்தாண்டன் தன் ஒரே குழந்தை மரகதத்துடன் இலங்கைக்கு தப்பிச் சென்று தனிமையில் குடில் அமைத்து குழந்தையை வளர்க்கிறான். காலம் மரகதத்தை அழகு பதுமையாக வார்த்தெடுக்கிறது. இந்தியாவில் மாரமார்த்தாண்டனின் அன்பு மனைவி கற்பகவல்லி மணாளனையும் மகளையும் காணாது வாடுகிறாள். கற்பகவல்லியின் சகோதரன் இளவரசன் வரேந்திரன் இலங்கையைச் சுற்றிப் பார்க்கையில் ஒரு அசாதாரணமானமான சூழலில் கொள்ளைக்காரன் விக்ரமசிங்சிடம் சிக்கி இருந்தபோது மரகதத்தை சந்திக்கிறான். இருவரும் காதலிக்கிறார்கள். மரகதத்தையே மணப்பதாக வாக்குறுதி அளித்துவிட்டு வரேந்திரன் நாடு திரும்புகிறான். இலங்கையில் கொள்ளையன் விக்ரமசிங்கின் தொல்லை தாங்காது மரகதமும் அவள் தந்தையும் தாய்நாடு திரும்புகின்றனர். வழியில் ஏற்பட்ட படகு விபத்தில் தந்தையும் மகளும் பிரிக்கப்படுகின்றனர். அதிர்ஷ்டவசமாக மரகதம் தன் தாய் கற்பகவல்லி இடமே வந்து சேர்கிறாள். சேய்க்கு புரிகிறது தனது தாய் யாரென்று, தாய்க்கோ தெரியவில்லை. அதுதான் தன் சேயென்று. என்றாலும் ரத்தபாசம் அன்பாக வெளிப்பட்டு அவர்களை இணைக்கிறது. வரேந்திரனும் மரகதத்துடன் சேர்ந்து கொள்கிறான். இருவரும் சேர்ந்து அரசனைக்

கிருஷ்ணன் - பஞ்சு

கொன்ற உண்மை குற்றவாளியைக் கண்டுபிடிக்க முயலுகின்றனர். அந்த முயற்சியில் வேலைக்காரன் பிஞ்சகன் உதவியோடுதான் இசுலமார்தாண்டன் அரசனைக் கொன்றான் என்ற உண்மை வெளிப்படுகிறது. இவ்வுண்மை நீதிபதியின் கவனத்திற்குக் கொண்டு செல்லப்படுகிறது. அனந்தரான் என்ற மாறுபெயரில் வாழ்ந்த மார்த்தாண்டன் கொலை குற்றத்தில் இருந்து விடுவிக்கப்படுகிறான். பின் அவனது சகா பிளஞ்சகனும் தண்டிக்கப்படுகிறார்கள். பின் மாரமார்தாண்டனுக்கும் கற்பகவல்லிக்கும் புனர்வாழ்வு கிடைக்கிறது, மரகதத்திற்கும் வரேந்தினருக்கும் புதுவாழ்வு கிடைக்கிறது. படத்தில் வரேந்திரனாக சிவாஜிகணேசனும், மரகதமாக பத்மினியும் நடித்தனர். வீணை பாலச்சந்தர் மாரமார்த்தாண்ட பிரபுவாகவும், அவர் மனைவி கற்பகவல்லியாக சந்தியாவும், டி.எஸ்.பாலையா இகல மார்த்தாண்டனாகவும், துரைராஜ் பிஞ்சகனாகவும் ஓ.ஏ.கே.தேவர் விக்கரமசிங்கனாகவும் பாத்திரமேற்று இருந்தனர்.

வரேந்திரன் பிரிவை மாடியிலிருந்து பார்த்து கண்ணீர் சிந்தும் அவலமும் தன் அப்பா வந்த உடன் பின்பக்கம் திரும்பி கண்ணீரைத் துடைத்துக்கொண்டு கணப்பொழுதில் தன் நிலையை மாற்றிக் கொண்டு மலர்ந்த முகத்தோடு தந்தையை எதிர்கொள்ளும் காட்சியில் பத்மினியின் நடிப்பில் துடிப்பும் வேகமும் தெரிகிறது. சொந்த தாயே அறியாமல், ‘உன் தாயார் யார்?’ என்று கேட்க இதயம் சுக்குநூறாக வெடித்து அழுது தன் முகத்தை தாயின் மடியில் புதைத்துக் கொண்டு ‘எனக்கு தாயில்லை தாயே’ என்று பத்மினி கூறும் காட்சிகள் தன் நடிப்பால் ரசிகர்களை உணர்ச்சி புதை குழியில் தள்ளுகிறார்.

படத்தின் முக்கியமான சிறப்பு கேட்கத் திகட்டாத பாடல்கள், விழிகளுக்கு விருந்தளிக்கும் நடனங்களும்தான். தயாரிப்பாளர் ஸ்ரீராமுலு நாயுடு பத்மினியின் நாட்டிய திறனை நன்கு அறிந்தவர் திரைப்படத்தில் (கன்னிகா) முதன்முதலாக பத்மினிக்கு நடனமாட வாய்ப்பு கொடுத்தவர் அவரல்லவா.

“மாலை மயங்குகின்ற நேரம் - பச்சை

மலை வளரும் அருவியோரம்

காலை கமலமலர் போலே முகமலரைக்

கண்டேன் காதல் கொண்டேன்''

கவியோகி சுத்தானந்த பாரதியாரின் இப்பாடலுக்கு பத்மினி ஆடிய நடனம் கருங்குயில்குன்றத்து பிரதானிகளை மட்டுமல்ல ரசிகர்களையும் வெகுவாக ரசிக்க வைத்தது. அதுமட்டுமல்லாது பரதத்தில் தாளகட்டுக்குள் கூட்டி ஆடும் தன்மையைக் கவிஞர் ரா.பாலு கீழ்கண்ட பாடலில் எழுத, அதைத் தெளிவாகத் தனது நடனங்களில் வெளிப்படுத்தினார் பத்மினி.

''ஆடினாள் நடனம் ஆடினாள்

அமுத தமிழ் மொழியில் அழகுற இசை பாடி

ஆடினாள் நடனம் ஆடினாள்...

... ... ...''

''தாளக் கட்டுக்குள் கூட்டி சதங்கை ஒலி குலுங்க

தையல் ஒருவனிடம் மையல் கொண்டவள் என்றே''

இந்தப் பாட்டினிலே பரதத்தின் தாளக் கட்டுகளை எப்படி கொண்டு வருவது என்று ஆடி உணரவைத்தார் தாளக் கட்டுகள் பற்றி பத்மினி கூறிய விளக்கம்.

“தாளத்தின் அளவுகள் நன்றாக மனதில் பதிந்து விட்டால் நடனம் சிறப்பாக அமையும். இடைவிடாத பயிற்சியிலும் அனுபவத்திலுமே அதை அறிய முடியும்.” படத்தில் மேற்குறிப்பிட்ட இரு பாடல்களையும் (ராதா) ஜெயலட்சுமி பாடியிருந்தார். தவிர,

''புன்னகை தவழும் மதி முகமோ''

''கண்ணுக்குள்ளே உன்னைப் பாரு''

இரண்டும் சிவாஜிக்கும் பத்மினிக்கும் கொடுக்கப்பட்ட இனிமையான ஜோடி பாடல்கள். படத்திற்கு இசை எஸ்.எம்.சுப்பையா நாயுடு, படத்தின் வசனத்தை முரசொலிமாறன் எழுதியிருந்தார். ‘மரகதம்’ பக்ஷிராஜாவின் மற்றுமொரு வெற்றித் தயாரிப்பு.

ஸ்ரீராமுலு நாயுடு இக்கதையைத் தெலுங்கிலும் திரைப்படமாக எடுத்து வெளியிட்டார். தெலுங்கில் இப்படம் பெற்ற பெயர் “விமலா”. இதில் சிவாஜிகணேசனுக்கு பதிலாக என்.டி.ராமராவும், பத்மினிக்கு பதிலாக சாவித்திரியும் நடித்திருந்தார்கள். படத்தில் சாவித்திரி ஏற்ற பாத்திரம்தான் விமலா என்பதை சொல்லவும் வேண்டுமோ.

## (f) போதனைப் படம்

ஏ.எம்.ராஜா

1959 ஆம் ஆண்டிலே போலீஸ் தரும் போதனைப் பாடமாக ஒரு ஆவணப்படம் தயாரிக்கப்பட்டது. இது ஒரு குறும்படம் ஆகும். தமிழ்நாட்டின் கலை வளம் சிறப்புற்று வந்தது போலவே சட்டம் ஒழுங்கைக் காப்பாற்ற போலீஸ் இலாகாவும் தனிச் சிறப்பு பெற்று வந்தது. இவ்வாறு துறையின் கூட்டுறவில் எழுந்ததுதான் இந்தக் குறும்படம்.

பிற மாகாணங்களைவிட சென்னை போலீஸ் இலாகா திறமையுடன் பணிபுரிந்து சிறப்புச் பெற்று வந்தது. அதிலும் குறிப்பாகக் காவல்படைப் பிரிவின் பணி மேலோங்கி பிற மாநிலங்களுக்கு முன்மாதிரியாக விளங்கியது என்பது பெருமைக்குரிய விஷயம். 1959 ஆம் ஆண்டு ஆகஸ்ட் மாத இறுதியில் சென்னை போலீஸ் படையினரின் நூற்றாண்டு விழா வெகுசிறப்பாகக் கொண்டாட முடிவு எடுக்கப்பட்டது. அதற்காகச் சென்னை போலீஸ் துறையினரால் சுமார் மூவாயிரம் அடி நீளத்தில் ஒரு அருமையான ஆவணத் திரைப்படம் தயாரிக்க முடிவெடுத்தனர்.

'போலீசார் பொதுமக்களின் அன்பர்' என்ற கருத்தை அடிப்படையாகக் கொண்டு போலீசார் — பொதுமக்கள் உறவு குறித்து விளக்கும் வகையில் இப்படம் தயாரிக்க தீர்மானிக்கப்பட்டது. படத்திற்கான கதை வசனத்தை அந்நாளைய போக்குவரத்துத் துணை கமிஷனர் பொன். பரமகுரு எழுதினார். இவர் ஏற்கனவே சில நாடகங்கள் எழுதிப் புகழ் பெற்றவர். அந்நாளிலேயே புகழ்பெற்று விளங்கிய இரட்டையர்களான கிருஷ்ணன்—பஞ்சு படத்தை டைரக்ட் செய்தார்கள். போலீஸ் என்றாலே பயப்படுத்தக் கூடியவர்கள் சட்டத்தின் துணைகொண்டு அட்டகாசம் செய்பவர்கள் என்றெல்லாம் பொதுவாக மக்கள் மனதில் எண்ணம் பரவியிருக்கிறது. ஆனால் போலீஸ் இல்லாத ஒரு நகரத்தை ஒருகணம் நினைத்துப் பார்த்தால் உண்மை நிலை புரியும். சட்டம்—ஒழுங்கு தடுமாறும், மக்களின் உயிருக்கு அரண் இல்லாது கொலை கொள்ளை துணிகரமாக நடக்கும். இப்படி பல முறைகேடுகளை அடுக்கிக்கொண்டே போகலாம். இவர்களைத் தடுத்து நிறுத்தி காப்பது காவல்துறை. ஏதோ ஒருசில போலீஸ்காரர் அதிகார துஷ்பிரயோகம் செய்யும் செயலைக் கொண்டு மக்கள்

காவல்துறையின் மீது துவேஷம் கொள்ளலாகாது. ஏனெனில் 'போலீஸ் உங்கள் நண்பன்' என்ற கருத்தை உதாரணங்களுடன் வலியுறுத்திச் சொல்கிறது இந்தக் குறும்படம். போலீஸ்காரரின் பணி பொதுமக்களுக்கு எவ்வளவு இன்றியமையாதது என்பதை உணர்த்தும் வகையில் இப்படம் உருவாக்கப்பட்டது.

படம் ஜனரஞ்சகமாகவும் மக்கள் மனத்தைக் கவரும் வண்ணமாகவும் இருக்கவேண்டும் என்பதில் போலீஸ் துறை கவனமாக இருந்தது. போலீஸ் அதிகாரிகளுடன் திரைத்துறை நடிகர் நடிகைகளும் இப்படத்தில் நடித்தனர். 'நடிகர் திலகம்' சிவாஜி கணேசன், டி.எஸ். பாலையா, கே.ஏ.தங்கவேலு, ஜே.பி.சந்திரபாபு, கே.சாரங்கபாணி, வி.ஆர்.ராஜகோபால், கே.ஆர்.ராமசாமி, சித்தூர் வி.வி.நாகையா, நம்பிராஜன் முதலியோரும் நடிகைகள் பத்மினி, எம்.என்.ராஜம், பி.சரோஜா தேவி, தேவிகா, எம்.சரோஜா மற்றும் பலரும் படத்தில் நடித்தனர். போலீஸ் தரப்பில் இன்ஸ்பெக்டர் மஜூத் போன்றோரும் இவர்களுடன் இணைந்து கொண்டார்கள். சிவாஜி கணேசன் தம்பி வி.சி.சண்முகமும் இதில் நடித்திருந்தார். சினிமா கதிர் 'அக்டோபர் 1959' கேமரா மாருதிராவ். படத்தில் சிறு சிறு திருட்டுக் காட்சிகளைக் கோத்து போலீஸ் எப்படித் திருடனைப் பிடித்து பொருளைத் திருப்பிக் கொடுத்து மக்களுக்குப் பாதுகாப்பு அளிக்கின்றனர் என்ற ரீதியில் திரைக்கதை அமைப்பு இருந்தது. ஒரு பிக்பாக்கெட் சைக்கிள் திருடனாக லட்சுமி நாராயணன் என்பவர் நடித்திருந்தார்.

'உங்கள் நண்பன்' படம் முதலில் தமிழில் தயாரிக்கப்பட்டு பின் இந்தியிலும் பதிவு செய்ய முடிவுவெடுக்கப்பட்டிருந்தது. படத்தை 16 மில்லிமீட்டர் அளவில் குறைத்து கல்லூரிகளிலும் பள்ளிகளிலும் மாணவர்களுக்கும் காட்ட திட்டமிடப்பட்டது. இதனால் பட்டித் தொட்டிகளில் எல்லாம் பரவ வாய்ப்பு விரிந்தது. போலீசாரின் பொதுநலப் பணியை விளக்கும் இம்மாதிரியான படம் தயாரிப்பது இந்தியாவிலேயே இதுதான் முதல் தடவையாகும் இப்படம் 31.8.1959ஆம் ஆண்டில் பொதுமக்களுக்கு இலவசமாகத் திரையிடப்பட்டு அவர்களின் வரவேற்பைப் பெற்றது. படத்தின் புகழைக் கூட்டியது. இதற்கு அதில் நடித்த சிவாஜி கணேசன், பத்மினி, சரோஜாதேவி, தேவிகா போன்றோரின் பங்களிப்பேயாகும் என்று சொன்னால் அது மிகையல்ல. பத்மினி நடித்த டாக்குமென்ட்ரி என்பது இக்கட்டுரையைப் பொறுத்தமட்டில் முக்கியம் வாய்ந்தது.

## (g) இரு மலையாளப் படங்கள்

1959 ஆம் ஆண்டில் பத்மினி நடிப்பில் இரண்டு மலையாள மொழி படங்கள் வெளிவந்தன.

### (h) "மின்னல் படைப்பாளி"

எவர் சயின்ஸ் என்ற திரைப்பட நிறுவனம் தயாரித்து வெளியிட்ட திரைப்படம் "மின்னல் படைப்பாளி". இந்தப் படத்தில் சத்தியம், பத்மினி, குஞ்சு பாகவதர் முதலானோர் நடித்திருக்கின்றனர். படத்திற்கு இசை பி.எஸ்.திவாகர், ரங்கநாதன் படத்தின் பாடல்களுக்கு இவர் இனிமையாக இசை அமைத்திருந்தார். இசை அமைப்பாளர் ஏ.எம்.ராஜாவும், எஸ்.ஜானகியும் சேர்ந்து பாடிய 'ராக் குயிலே' என்ற பாட்டு கேரள ரசிகர்களால் விரும்பப்படும் பாடல்களில் ஒன்றாக, இடத்தை ஜி.விஸ்வநாதன் இயக்கியிருந்தார்.

### (i) சதுரங்கம்

ஜே.ஜே ஆர்ட்ஸ் தயாரிப்பில் உருவான திரைப்படம் 'சதுரங்கம்' இந்த மலையாள படத்தில் பிரேம் நஸீர், சத்தியம், டி.எஸ். முத்தையா, ஜோஸ் பிரகாஷ், பி.ஏ.தாமஸ், பத்மினி மற்றும் பத்மினி பிரியதர்ஷினி ஆகியோர் நடித்திருந்தனர். குற்றமற்ற நற்குணம் படைத்த ஒரு இளைஞன் அவன் மீது பொய்யான குற்றச்சாட்டுகள் கூறப்படுகின்றன. இதிலிருந்து மீள, பொய்யர்களை வீழ்த்த அவன் படும் பாட்டை விளக்குவதே திரைப்படம். இப்படத்திற்கு கேரளாவின் பிரபல இசையமைப்பாளர் ஜி.தேவராஜன் இசை அமைத்திருந்தார். இப்படத்தை ஜே.டி.தோட்டன் இயக்கியிருந்தார்.

33

# ஆசிய-ஆப்பிரிக்க படவிழா

தயாரிப்பாளர் பி.ஆர்.பந்துலு மத்திய அரசு கேட்டதற்கு இணங்க தான் தயாரித்த “வீரபாண்டிய கட்டபொம்மன்” திரைப்படத்தை அனுப்பிவைத்தார். எதிர்கொண்டுவரும் ஆசிய—ஆப்பிரிக்க படவிழா 1960இல் கலந்து கொள்ளவே இப்படம் கோரப்பட்டது. எகிப்து நகரத்தின் தலைநகரான கெய்ரோவில் விழா நடைபெற்றது. இரு ஆண்டுகளுக்கு ஒருமுறை இவ்விழா நடத்தப்படுகிறது. முதல் விழா 1958 ஆம் ஆண்டில் ரஷ்யாவின் தாஸ்கண்ட் நகரத்தில் நடத்தப்பட்டது. 1960ஆம் ஆண்டு கெய்ரோவில் நடக்கும் இந்த விழா இரண்டாவது விழா. இந்தப் பட விழாவில் முழுநீள படங்களுக்கு மொத்தம் நான்கு பரிசுகள் ஏற்படுத்தப் பட்டிருந்தன. விழாவில் கலந்துகொள்ளும் ஆசிய—ஆப்பிரிக்க படங்களில் சிறந்த படம், சிறந்த நடிகர், சிறந்த நடிகை, சிறந்த டைரக்டர், தவிர நீதிபதிகளால் தேர்ந்தெடுக்கப்படும் ஏதேனும் பாட்டு, நடனம், கலை, துறை போன்றவற்றுக்கு ஒரு தனி பரிசு என்று ஐந்து பரிசுகள் கொடுக்கப்படுகின்றன. இது தவிர சிறந்த டாக்குமெண்ட்ரி என்று தனியாக ஒரு பரிசும் உண்டு. இவைகளை தேர்வு செய்யும் குழுவின் நீதிபதிகளாகப் பங்கெடுத்துக் கொள்ள ஒவ்வொரு நாட்டின் திரைப்படைத்துறை பிரமுகர்கள் நியமிக்கப்படுகிறார்கள். இதில் தேர்ந்தெடுக்கப்படும் முழுநீள திரைப்படத்திற்கும் டாக்குமென்ட்ரிக்கும் தங்கத்தினால் செய்யப்பட்ட கழுகு சின்னம் பொறிக்கப்பட்ட ஆஸ்கர் விருதுகளும் நடிகர் நடிகை டைரக்டர் ஆகியோருக்கு வெள்ளியினால் ஆன ஆஸ்கார் விருதுகளும் கொடுக்கப்படுகின்றன (அரபிக் குடியரசின் சின்னமாகக் கழுகு இருப்பதால்தான் இந்த ஆஸ்கர்களில் கழுகு பதிக்கப்பட்டிருந்தது). இந்தியாவைப்

பொறுத்தமட்டில் இந்த விழாவில் நீதிபதிகளில் ஒருவராக பிரபல வட இந்திய டைரக்டர் பீமல்ராய் நியமிக்கப்பட்டிருந்தார்

## (a) 'வீரபாண்டிய கட்டபொம்மன்' தேர்வு

இந்த விழாவில் நான்கு முழு நீள படங்களில் ஒன்றாக 'வீரபாண்டிய கட்டபொம்மன்' சிறந்த படமாகத் தேர்வானது. எனவே படத்தயாரிப்பாளர் பி. ஆர். பந்துலு, நடிகர் சிவாஜி கணேசன், நடிகை பத்மினி மற்றும் ராகினி ஆகியோரை கெய்ரோவில் நடைபெறவிருக்கும் விழாவில் பங்கேற்க வரும்படி இந்திய சர்க்கார் செய்தி அனுப்பி இருந்தது. அதை ஏற்று சிவாஜிகணேசனும், பி. ஆர். பந்துலுவும் கெய்ரோ புறப்பட்டனர். தங்களுடன் கதை வசனகர்த்தா சித்ரா கிருஷ்ணசாமியையும் அழைத்துச் சென்றனர். பத்மினி, ராகினியைப் பொறுத்தமட்டில் இடையறாத படப்பிடிப்பின் காரணமாகப் பின்னர் வருவதாகத் தெரிவித்தனர். எனவே, குழுவின் பயணம் இரண்டாகப் பிளந்தது. தீர்மானித்தபடி சிவாஜியும் அவர் குழுவும் புறப்பட்டு முன்சென்று கெய்ரோ அடைந்தனர். அவர்களுக்குப் பெருமைப்படும் வகையில் வரவேற்பு அளிக்கப்பட்டது.

## (b) கெய்ரோ அனுபவம்

கெய்ரோவில் விழாவிற்காக விசேஷ ஏற்பாடுகள் செய்திருந்தனர். இந்த விழாவை நடத்த ஐக்கிய அரபு குடியரசு சர்க்கார் முன்வந்து மிகச்சிறப்பாக விழாவினை நடத்தவும் விருந்தினர்களை உபசரிக்க விரிவான நடவடிக்கைகளை ஏற்படுத்தியிருந்தனர். விருந்தினர்கள் ஜப்பான், இந்தோனேசியா, தாஷ்கண்டு போன்று பல்வேறு நாட்டினரும் வந்து சிறப்பித்தனர். கெய்ரோவில் சென்று இறங்கியதுமே இந்தியாவின் பிரதிநிதியாக பணியாற்றிய ஆர்.கே. நேரு, சிவாஜி கணேசன் குழுவை வசைமாரி பொழிந்தார். இது சற்று அதிர்ச்சியாகவும் வித்தியாசமான அனுபவமாகவும் இருந்தது. 'நமது நாட்டில் தேசாபிமானமே கிடையாது. பல்வேறு நாட்டிலிருந்து நடிக நடிகையர்கள் இங்கு வந்து குழுமி இருக்க, நம் நாட்டில் இருந்து எந்த நடிகையும் ஏன் வரவில்லை' என்று குறை கூறினார். இக்கருத்தை பத்மினி ராகினிக்கு தெரியப்படுத்தி விரைவில் வரும்படி அறிவுறுத்தப்பட்டது. நேருவும் இதை தனிப்பட்ட முறையில் சகோதரிகளுக்குத் தெரிவித்திருந்தார்.

## (c) விழா துவக்கம்

ஜி.ராமநாதன்

இந்த விழா ரிவோலி தியேட்டர் என்ற பிரம்மாண்ட அரங்கில் நிகழ்ந்தது. விழாவை அரபு சர்க்காரின் கலாச்சார மந்திரி சர்விதே ஒகாசா துவக்கி வைத்தார்கள். சோவியத்யூனியன், அரபு நாடு, இந்தியா மூன்றையும் சார்ந்த டாக்குமென்ட்ரிகள் முதல் நாளன்று திரையிடப்பட்டது. பின் மற்றொரு தினம் 'வீரபாண்டிய கட்டபொம்மன்' திரைப்படம் திரையிடப்பட்டது. மொழி விளங்கா விடினும் சிவாஜி குழுவின் எதிர்பார்ப்பின்படி படத்தின் பல காட்சிகள் மக்களால் ரசிக்கப்பட்டது, பாராட்டப்பட்டது. ஓய்வு நேரத்தில் மியூசியத்தில் வைத்துள்ள 'மம்மி' என்ற அழைக்கப்படும் பதப்படுத்தப்பட்ட பிணத்தை சிவாஜி பார்த்தார். இவைகளை 'பிரமிட் கல்லறைகள்' என்று அழைத்தனர். இவ்வாறு உடலை பாதுகாப்பது இறந்தவர்கள் அடுத்த பிறவியில் சிறப்பாக வாழ்வார்கள் என்பது எகிப்தியரின் விந்தையான நம்பிக்கை ஆகும்.

## (d) குவாரண்டைனில் பத்மினி

தன் கடமையே கண்ணாயிருந்த பத்மினி தனது அவசரமான படப்பிடிப்புகளை விரைவாக முடித்துக்கொண்டு தனது தாயார், ராகினி சகிதம் கெய்ரோ வந்து சேர்ந்தார். ராகினியும் தாயாரும் சிவாஜி தங்கியிருந்த இடத்திற்கு வந்தனர். கெய்ரோவில் பத்மினி குவாரண்டைனில் இருப்பதை அறிந்த சிவாஜி குழுவினர் திடுக்கிட்டனர். முதலில் பத்மினியை விடுவிக்க முற்பட்டனர். ஆனால் ராகினி அவர்கள் சட்டம் இதற்கு இடம் கொடுக்காது என்று கூறி நிறுத்தி விட்டார். எனினும் விழாவை ஏற்பாடு செய்திருந்த அரபு சர்க்கார் அதிகாரிகள் பத்திரிக்கை நிருபர்கள், பத்மினியைச் சந்தித்து மலர்ச் செண்டுகள் அளித்து தங்கள் நல்லெண்ணத்தைத் தெரிவித்துக் கொண்டனர். சிவாஜி நேரில் சென்று பத்மினியைக் கண்டு ஆறுதல் சொல்ல, பத்மினி கண்கலங்கினார். ஒருவழியாக பத்மினி லண்டனிலிருந்து குவாரன்டைனில் இருந்து வெளிவந்து ஊரைச் சுற்றிப் பார்க்க விருப்பப்பட்டார். பத்மினி பிரமிட் கோபுரங்களைப் பார்த்தது மட்டுமல்லாது அங்கு விசேஷமான ஒட்டகச் சவாரி செய்தார். பின் சோவியத் கோஷ்டியினர் அளித்த விருந்தில் கலந்து கொண்ட சகோதரிகள் கெய்ரோவிலுள்ள சினிமா ஸ்டூடியோக்களைச் சுற்றிப்

பார்த்தனர். அவர்களுக்கு 'லைலா மஜ்னு' என்ற அரேபிய படம் போட்டுக் காட்டப்பட்டது. துரதிஷ்டவசமாக அரபுக் குடியரசின் தலைவரான திரு நாசர் அப்போது கெய்ரோவில் இல்லை. ஆகவே சிவாஜியும் பத்மினியும் அவரைச் சந்திக்க இயலாமல் போயிற்று.

விழாவின் கடைசி நாளன்று தேர்ந்தெடுக்கப்பட்டோர்களுக்கு பரிசுகள் வழங்கும் நிகழ்ச்சி நடந்தது. ரிவோலி தியேட்டரின் மேடையில் பிரதிநிதிகள், கலைஞர்கள் அமர்த்தப்பட்டிருந்தனர் முதலில் சிறந்த டாக்குமென்ட்ரி படமாக நம் நாட்டில் தயாரான 'தாஜ்மஹால்' படத்தைச் சொன்னார்கள். அடுத்து முழுநீள சிறந்த திரைப்படமாக 'சாமர்கண்ட் இளவரசன்' என்ற ரஷ்ய படம் தேர்வு செய்திருந்தார்கள். மூன்றாவதாகச் சீன படமான 'தங்கமலர்' திரைப்படத்தில் நடித்த நடிகையைச் சிறந்த நடிகை என்று சொன்னார்கள். நான்காவதாக நடிகர் திலகம் சிவாஜி கணேசனை சிறந்த நடிகர் என்று அறிவித்தார்கள். இதைத் தவிர கட்டபொம்மனில் தோன்றி நடித்த பத்மினி, ராகினி இருவருக்கும் பாராட்டுப் பத்திரம் வழங்கப்பட்டது. கூடுதலாக சிறந்த விசேஷ பரிசாகக் கட்டபொம்மன் திரைப்படத்தின் இசை

விஜயலட்சுமி பண்டிட்டுடன் சகோதரிகள் மற்றும் தாயார் சரஸ்வதி அம்மாள்

அமைப்பாளரான ஜி ராமநாதனுக்கு ஆஸ்கார் பரிசு அளிக்கப்பட்டது. அவர் சார்பில் பத்மினி அதனைப் பெற்றுக் கொண்டார். அன்றைய தினம் தேர்வு செய்தவர்களை கௌரவப்படுத்தும் வண்ணம் இந்தியன் ஸ்தானிகராலயத்தில் ஒரு விருந்து கொடுக்கப்பட்டது. அங்கு மீனார் விடுதியில் பத்மினி ராகினி நடன நிகழ்ச்சி ஏற்பாடு செய்யப்பட்டிருந்தது. சிவாஜி கணேசனின் தாயார் சுகவீனபட்டிருந்ததால் இத்துடன் தனது கெய்ரோ பட விழா நிகழ்ச்சியை அவர் முடித்துக்கொண்டு இந்தியா திரும்பினார். விடுதியில் நடனம் ஆடியபடியே பத்மினி ராகினி இருவரும் சிவாஜிக்கு நடன பாஷையிலேயே விடை கொடுத்து அனுப்பினர். பத்மினியைப் பொறுத்தமட்டில் அவரது மேல்நாட்டு பயணத்திட்டம் லண்டன், பாரிஸ் என்று தொடர்ந்தது. ஏனெனில் இத்தகைய அரிய வாய்ப்பும் ஓய்வும் மறுபடியும் எப்போது கிடைக்கும் என்ற எண்ணமே இதற்குக் காரணம்.

### (e) லண்டன், பாரிஸ் பயணம்:

எகிப்து கெய்ரோவில் இருந்து பத்மினியும் ராகினியும் லண்டன் பாரிஸ் நகரங்களுக்குத் தொடர்ந்து பயணமானார்கள். கெய்ரோவில் இருந்து விமானம் புறப்பட்டு லண்டன் சென்றது. அங்கு மூன்று நாட்கள் சகோதரிகள் தங்கியிருந்தனர். லண்டனில் இந்திய ஸ்தானிகரான பிரதமர் ஜவஹர்லால் நேரு அவர்களின் சகோதரியான விஜயலட்சுமி பண்டிட் அவர்களைப் பத்மினி ராகினி சந்தித்து பேசினார்கள். லண்டனில் தங்கி இருந்தபோது 'சினிரமா' என்ற நூதனவகை சினிமாப் படம் பார்த்தார்கள். பரித்தாட்சி முயற்சியாக பின் இந்தியாவிலும் 'சினிரமா' முயற்சிக்கப்பட்டது. தமிழ்நாட்டில் சென்னையில் 'பைலட்' தியேட்டரில் 'சினிரமா' டெக்னாலஜியில் திரைப்படம் காட்டப்பட்டது. சினிரமாவின் பட ரீல்கள் மூன்று சரிபாதியாகப் பிரிக்கப்பட்டு 3 புரெஜெக்டர்களில் ஏற்றி, ஒரே நேரத்தில் இயக்கி பரந்த வெள்ளித்திரையில் 3 பாகக் காட்சிகளும் ஒரு சேர ஒரே நிமிடத்தில் ஓடி பிரம்மாண்டத்தை ஏற்படுத்தும். ஆனால் புரொஜெக்டர்களின் ஓட்டத்தை ஒருங்கிணைப்பது அசாதாரணமாக இருந்ததால் இந்த முயற்சி கைவிடப்பட்டு மறுபடியும் 35எம்.எம். பழக்கத்திற்கு சினிமா திரும்பியது) லண்டன் காசினோ தியேட்டரில் 'தென் கடலின் சாகசங்கள்' என்ற சினிரமா படத்தை பத்மினி பார்த்தார். பத்மினியை இங்குக் கவர்ந்த மற்றும் ஒரு காட்சி நீக்ரோக்கள் ஆடும் 'பிக்கேலி' என்ற ஆட்டமாகும். ரப்பரைப் போல உடலை வளைத்து ஆடும் அற்புத ஆட்டமிது. லண்டனில் பி.பி.சி ரேடியோவில் பத்மினி தமிழிலும் இந்தியிலும் பேட்டி அளித்தார்.

லண்டன் பயணத்தை இனிதே முடித்துக்கொண்டு பத்மினியும் ராகினியும் பாரிஸ் நகரத்தை இரவு 9 மணி அளவில் அடைந்தனர்.

சகோதரிகளுக்கு ஏர்லைன்ஸ் பரிசு

அங்கு நடுநிசியிலும் பாரிஸ் நகரம் கேளிக்கைகளிலும் கும்மாளத்திலும் மூழ்கிக் கிடந்தது. எங்கும் இசைமயம், ஒளிமயம், பாரிஸில் கிரெனியர் என்ற ஹோட்டலில் பத்மினி ராகினி தங்கினர். இங்கு ஐக்கிய நாடுகளின் சபையில் ஓர் அங்கமான யுனெஸ்கோ கட்டடத்தைப் பார்த்தனர். பாரிஸில் பார்க்க வேண்டிய இடங்கள் ஈபில் டவர், வர்சேல்ஸ் அரண்மனை, நாட்டர்டாம் சர்ச், நெப்போலியன், போனபார்ட் அவனது காதலி ஜோசபைன் சமாதி ஆகும்.

ஏர் இந்தியா நிறுவனம் புதிதாகத் துவங்கியிருக்கும் 'போயிங் 707' விமான சர்விசையொட்டி விமான காரியாலயத்தில் சகோதரிகள் நாட்டியத்திற்கு ஏற்பாடு செய்திருந்தனர். இதற்கு பிரபல பிரெஞ்சு விமர்சகரான திருமதி ஜூலியன் வந்திருந்தார். பரதநாட்டியத்தைப் பற்றி நன்கு தெரிந்து வைத்துக் கொண்டிருக்கும் இவர் பத்மினியின் அபிநயங்களை வந்திருந்தவர்களுக்கு எல்லாம் பிரெஞ்சு மொழியில் விளக்கமாக எடுத்துச் சொன்னார். அவரது அன்பு மொழிகள் சகோதரிகளை மகிழ்ச்சி வெள்ளத்தில் ஆழ்த்தின.

இந்த மகிழ்ச்சியிலே மறுபடியும் இந்தியா திரும்பும் விமானத்தில் பயணித்து பத்மினி தாயகம் அடைந்தார். இப்படியாக பத்மினியின் கெய்ரோ, லண்டன் மற்றும் பாரிஸ் பயணங்கள் இனிதாக நிறைவேற, உடன் வந்த சக்தி கிருஷ்ணசாமி உறுதுணையாக இருந்தார் என்று பத்மினி கூறுகிறார்.

# 34

# உச்சம் தொட்ட பத்மினி

**க**லைவாணரின் கைங்கர்யத்தால் பத்மினி அவரது தயாரிப்பில் 1951ஆம் ஆண்டில் வெளிவந்த "மணமகள்" படத்தில் கதாநாயகியாக நடித்ததைத் தொடர்ந்து படிப்படியாக நடிப்பில் தன் புகழை வளர்த்துக் கொண்டார். அந்தக் காலகட்டத்தில் பத்மினியைப் பற்றிப் பேசாத ஆள் இல்லை, அவர் நடிப்பை ரசிக்காத ஆளில்லை. வருடம் தவறினாலும் அவர் நடித்த திரைப்படங்கள் வருவது தவறியதில்லை. இப்படி புகழ் என்ற ஏணியில் ஏறி வெற்றிக்கொடி நாட்டி வந்த பத்மினி 1960 ஆண்டில் தான் வருடந்தோறும் நடித்த படங்களின் எண்ணிக்கையின் உச்சம் தொட்டார். இவ்வருடம் தமிழ், இந்தி மற்றும் மொழி மாற்றுப் படங்கள் உட்பட 14 படங்களில் நடித்திருந்தார். முற்றிலும் மாறுபட்ட பாத்திரங்களை ஏற்று, தகுதியுற நடித்து தன்னைத் திரை உலகில் நிலைநிறுத்திக் கொண்டார்.

## (a) 1960இன் தலைசிறந்த நடிகை

1960ஆம் ஆண்டில் பத்மினியின் திரை வாழ்வில் அதிக படங்களில் நடித்தது மட்டுமின்றி சிறந்த நடிகையாகவும் கௌரவிக்கப்பட்டார். இந்த கௌரவத்தை அவருக்குப் பெற்றுத்தந்த படம்தான் "தெய்வப்பிறவி", "சுமதி" என்ற பெயர் பின் "தெய்வப்பிறவி" என்று மாற்றப்பட்டது. கமால் பிரதர்ஸால் ஏ.வி.எம் ஸ்டுடியோவில் தயாரிக்கப்பட்டது. மின்னுவதெல்லாம் பொன் என்றெண்ணும் வெள்ளை மனம் படைத்தவன் மாதவன். மாதவன் தங்க குணம் கொண்ட தங்கத்தை விரும்புகிறான். திருமணமும் முடிகிறது. தங்கத்தின் தம்பி ராமுவையும் தன் தம்பி மனோகரனையும் சேர்த்தே வளர்கிறான் மாதவன். இளமையிலேயே தாயை இழந்த

தன் கொளுந்தன் மனோகரனை தன் மகனாகவே கருதி வளர்க்கிறாள் தங்கம். ஆனால், அவனோ ஊதாரியாக ஊர் சுற்றுகிறான். ஆனால் நல்ல பிள்ளையாகப் படித்து வளர்ந்து என்ஜினியரிங் பட்டதாரி ஆகிறான் ராமு. கண்டிராக்டர் தனவான் மகள் திலகத்தை இருவருமே ஒருவரை ஒருவர் அறியாமல் காதலிக்கிறார்கள்.

பூஞ்சோலையானை குடும்பத்தில் ஆமையும் அமினாவாகவும் நுழைகிறார்கள். மாதவனின் காலம்சென்ற தந்தை பெரியசாமியின் அபிமான மனைவியும் அவளது புத்திரி நந்தினியும், மாதவன் தன் கௌரவத்தை காப்பாற்றிக் கொள்ள தன் வீட்டிலேயே தங்க இடம் கொடுக்கிறான். தீயகுணம் படைத்த இவர்கள் தங்கத்திற்கு வீட்டில் சமையல்காரன் நாயருக்கும் தொடர்பு இருப்பதாகக் கதைகட்டி விடுகிறார்கள். அதேபோல் மாதவனுக்கும் நந்தினிக்கும் தொடர்பு இருப்பதாக ராமு நம்புகிறான். உள்ளுக்குள் உருமிக் கொண்டிருந்த பூகம்பம் ஒருநாள் வெடித்துச் சிதறியது. மாதவனும் ராமுவும் மோதிக்கொள்ள தங்கம் இடைமறித்து, ராமுவை அடித்துத் துரத்தி விடுகிறாள். ஒரு மலையின் மடியிலே ராமு மயங்கிக் கிடக்கிறான் இதைக் கண்ணுற்ற நாயர் ஓடி வந்து தங்கத்திடம் சொல்ல, அலறி துடிதுடித்து, நாயரை அழைத்துக்கொண்டு ராமுவை பார்க்கச் செல்கிறாள். இந்த நிலையில் நந்தினி தன் சூழ்ச்சிகளைத் தாயிடம் சொல்லுவதைக் கேட்ட மாதவனுக்குத் தன் மனைவி ஓர் உத்தமி என்ற உண்மை தெரிகிறது. மாதவன், திலகம், மனோகரன் ஆகியோர் தங்கத்தையும் ராமுவையும் தேடி மலையடிவாரத்தை அடைகிறார்கள். ஆனால் தங்கமும் ராமுவும் தாங்கள் பட்ட அவமானத்தைத் தாங்கிக்கொள்ள முடியாமல் உயிரை மாய்த்துக் கொள்ள மலையுச்சிக்குச் செல்கிறார்கள். மாதவன், திலகம் என்று யார் கெஞ்சியும் மறுக்கும் தங்கம் மனோகரன் "அம்மா! என்னைத் தாயற்ற குழந்தையாக்கிவிடாதே" என்று கதறுகிறான். வளர்த்த பாசம் கொண்ட தாயுள்ளம் படைத்த தங்கம் தாவி வரும் மகன் மனோகரை இறங்கி வந்து அணைத்துக் கொள்கிறாள். அதன்பின் அனைவரும் மங்களகரமாக ஒன்று சேர்கிறார்கள். தாய்ப்பாசம் வெல்கிறது. திலகம்—ராமு திருமணம் தடையின்றி நிறைவேறி மகிழ்ச்சியில் திரைப்படம் முடிகிறது. மாதவனாக சிவாஜிகணேசனும், தங்கமாக பத்மினியும், நாயகராக கருணாநிதியும், எஸ்.எஸ்.ராஜேந்திரன் ராமுவாகவும், மனோகரனாக

'கள்ளபார்ட்' நடராஜனும், திலகமாக எம்.என்.ராஜமும், மாதவனின் சித்தியாக எம்.எஸ்.சுந்தரிபாய், அவளது மகள் நந்தினியாக தாம்பரம் லலிதாவும் நடித்தனர். பின்னாளில் மிகச்சிறந்த டைரக்டராக உருவெடுத்த எஸ்.பி.முத்துராமன் இப்படத்தில் அங்கமுத்துவின் மகனாக இருகாட்சிகளில் தோன்றி அவரை அதட்டலும் போட்டு தன்னை அடையாளப்படுத்திக் கொள்கிறார்.

பத்மினியின் உயர்தர நடிப்பு பல காட்சிகளில் மின்னுகிறது. திலகத்தை சந்திக்க கையாளும் உத்தி, அதன் மறைமுக வெற்றி, ஆகியவற்றை காட்சிகளில் அழகாக அலங்கரிக்கிறார்கள் ராஜேந்திரனும் பத்மினியும்! 'ஏண்டா நெற்றியில் வீக்கம்' என்று பத்மினி கேட்க, ராஜேந்திரன் 'அதுவாக்கா கேட்டு இடிச்சிடிச்சி' என்று பொய் சொல்ல, பத்மினியோ 'கேட்டு தானே இடிச்சா' என்று கிண்டலடிக்கும் காட்சி குறிப்பிடத்தக்கது. போட்டு வாங்கும் மரபிலே எஸ்.எஸ்.ஆர்.யைக் கிண்டலும் கேலியும் செய்யும் காட்சியிலே பத்மினி சுவைக்கிறார். பத்மினி, விழுந்த பழிச்சொல்லை நம்புவதா, வேண்டாமா என்று தவிக்கும் காட்சியில் 'வைரத்தின் தரத்தை நோட்டத்தால்தான் புரிந்து

***தெய்வப்பிறவி (1960)***

கொள்ள வேண்டுமேயன்றி அதை நொறுக்கியா புரிந்துகொள்வது’ ‘பாம்பு என்று அடிக்கவும் முடியவில்லை பழுதுன்னு உதரவும் முடியவில்லை’ என்று புலம்பித் தவிக்கும் காட்சியில் சிவாஜியின் சிறந்த நடிப்பையும், பத்மினியின் மேன்மையான குணத்தின் தாக்கத்தையும் காணமுடிகிறது

படத்தின் உணர்ச்சிகரமான கட்டம் இது. சிவாஜி பத்மினி மற்றும் எஸ்.எஸ்.ஆர் போட்டி போட்டுக்கொண்டு காட்சியில் நடிக்கின்றனர்.

“**பத்மினி:** என் ரத்தத்தின் மீது ஆணையிட்டுச் சொல்கிறேன் இனிமே அவரைப்பற்றி நீ ஒரு வார்த்தை கூடப் பேசக்கூடாது போ வெளியே...

**எஸ்.எஸ்.ஆர்:** போகமாட்டேன். மன்னிப்பு கேட்கச் சொல் போகிறேன்.

**சிவாஜி:** எனக்கு முன்னாடியே நீ இவ்வளவு தூரம்பேச ஆரம்பிச்சிட்டியா. (ஆத்திரத்தில் சிவாஜி குடையால் எஸ்.எஸ்.ஆரை அடிக்க வேகத்தில் எஸ்.எஸ்.ஆர் சிவாஜியைக் கன்னத்தில் அடிக்கிறார்). கொதிக்கிறார் பத்மினி. அதே குடைய்யை எடுத்து எஸ்.எஸ்.ஆரை ஆத்திரம் தீர சகட்டுமேனிக்கு அடிக்க குடை கிழிந்து கந்தலாகிறது.

**பத்மினி:** (எஸ்.எஸ்.ஆர்.யைப் பார்த்து) என் ஜென்மத்தை புனிதப்படுத்திய இந்த புண்ணிய சொரூபத்தை நீ அடிக்கலாமா?

***அனுமானம் (1960)***

நீ அடிச்ச அடி கன்னத்திலேயே படலேடா என் உள்ளத்தில் பட்டு ரத்தமே வருதுடா. பாவி என்னைப் பாருடா, குடிக்க தண்ணீர்கூட இல்லாத உன்னைப் படிக்கவச்சு பட்டதாரி ஆக்கினார். அந்தக் கடவுளை நீ கைநீட்டி அடிக்கலாமா?

**எஸ்.எஸ்.ஆர்:** ரோஷம் தாங்கமுடியாம என்னையும் மீறி அடிச்சுட்டேன் அக்கா.

**பத்மினி:** அவருக்கு இல்லாத ரோஷம் உனக்கு எதுக்குடா. நான் அவருடைய மனைவி என்பதை மறந்து நாக்கில் நரம்பு இல்லாமல், கூசாமல் என்னை விபச்சாரி என்று சொல்லிட்டாரே அதனால் ஏற்படும் மானமும் அவமானமும் அவருக்குத் தானேடா. என்ன காரணத்தைக் கொண்டு, எதை கண்ணாலே கண்டு அப்படி சொல்றீங்கன்னு திருப்பி கேட்டா அவரால் பதில் சொல்ல முடியாது என்று எனக்கு நல்லா தெரியும்டா."

படத்தில் பத்மினியின் உயிர்துடிப்பான நடிப்பை இக்காட்சி பதிவு செய்கிறது. இதோ பத்மினியின் நடிப்பில் மற்றும் ஒரு உன்னத காட்சி. தற்கொலை செய்துகொள்ளும் முடிவாக பத்மினியும் எஸ்.எஸ்.ஆர் மலைமுகட்டிலே. பத்மினி தூய்மையானவர் என்பதை அறிந்து சிவாஜி, எம்.என்.ராஜம் மற்றும் 'கள்ளபார்ட்' நடராஜன், மலையிலிருந்து திரும்பி வர சிவாஜி கெஞ்ச, எம்.என்.ராஜம் வேண்ட பத்மினி பிடிவாதமாக மறுத்து குதித்து தற்கொலை செய்து கொள்ள முயலும் போது இடையில் கதாசிரியர் கே.எஸ்.கோபாலகிருஷ்ணன் புகுந்து தனது நுண்ணறிவால் இந்தப் போராட்டத்தை வில்லன் மூலமாகவே சுமூகமாக முடித்து வைக்கிறார். இப்போது பத்மினி வளர்த்த பிள்ளை 'கள்ளபார்ட்' நடராஜன் கண்ணீர் விட்டு இப்படி கதறுகிறான். "அண்ணி அண்ணி என்னை தாயற்ற பிள்ளையாகத் தவிக்கவிட்டு போய்விடாதே ஒருகாலத்தில் நான் இருக்கிறேன். உனக்கு அம்மா என்று ஆறுதல் சொன்னாயே அந்த அம்மா என்ற வார்த்தை அந்தரங்க சுத்தியோடு சொன்னது உண்மையானால் அதை இழப்பதற்கு இடம் கொடாதீர்கள். "அண்ணி" என்றவுடன் தாய்ப்பாச உணர்வு துரத்த வில்லிலிருந்து கிளம்பும் வேலாக ஓடிவந்து அவனை அணைத்து 'நான் இருக்கிறேன் மனோகர். உனக்கு அம்மாவாக இருக்க ஆயிரம் விபச்சாரி பட்டங்களைக்கூட ஏற்றுக்கொள்கிறேன் மனோகர்" என்று கதறுகிறாள்.

படிக்கும்போதே இந்த நெகிழ்ச்சி என்றால் படம் பார்க்கும்போது, துடிக்கும் ரசிகர்களின் உள்ளத்தின் கணிப்பைச் சொல்ல முடியுமா என்ன! பத்மினிக்கு இந்தப் படத்தில் நடனமாட வாய்ப்பளிக்காதது பாத்திரத்தின் தன்மையைக்கொண்டே என்று ஊகிக்க முடிகிறது. இந்தப் படத்தில் பத்மினி நடிப்பைப் பற்றி பேசும் படம் ஏப்ரல் 1961 கணிப்பு இது.

“தமிழ்பட உலகின் கதாநாயகிகள் வரிசையில் முதலிடத்தை வகித்து வருகிறார் பத்மினி. 1960ஆம் ஆண்டில் நடித்துவந்த நடிகைகளின் நடிப்புத் திறமையைக் காணும்போது தெய்வப்பிறவியில் பத்மினியின் நடிப்புக்கு ஈடாக சென்ற ஆண்டு வேறு எந்த படத்திலும் ‘அவருடைய நடிப்பு அமையவில்லை என்பதைத் துணிந்து கூறலாம். ‘தெய்வப் பிறவியில்’ நடிப்பின் உச்சிக்கே சென்றுவிட்ட பத்மினியை நமது ‘கௌரவ ஜாபிதாவில்’ ‘சிறந்த நடிகை’ என இந்த ஆண்டு 1960 இடம் பெறுகிறார்.”

இப்படத்திற்கு அகில இந்திய நற்சான்றிதழ் பத்திரம் அளித்து கௌரவிக்கப்பட்டது. சிவாஜி பத்மினியைத் தவிர இந்தப் படத்தின் வெற்றித் தூண்களாக நின்றவர்கள் கதை, வசனம், எழுதிய கே.எஸ்.கோபாலகிருஷ்ணன், இயக்குனர்கள் கிருஷ்ணன் பஞ்சுவாகும். இவர்கள் தெய்வப்பிறவிக்காக 1960ஆம் ஆண்டின் சிறந்த டைரக்டர்கள் என்று தெரிவு செய்யப்பட்டு பாராட்டுப்பத்திரம் வழங்கப்பட்டது. மொத்தத்தில் பெண்மையின் நிறைவு, தாய்மையின் பரிவு, தன்மான துணிவு, பாசத்தின் விளைவு, தியாகத்தின் முடிவு, இத்தனைக்கும் இடையே தத்தளிக்கும் ஒரு உத்தமியின் கதைதான் ‘தெய்வப்பிறவி’ அந்த பாத்திரமாகவே இக்கதையில் வாழ்ந்தவர் நடிகை பத்மினி என்பது பெருமைக்குரிய விஷயம் அல்லவா.

தமிழகம் முழுவதும் வெற்றிச் சுற்றுலா புரிந்த ‘தெய்வப்பிறவியை’ தெலுங்கிலும் மொழி பெயர்த்து “அனுமானம்” என்ற பெயரிலே ஆந்திராவில் திரையிட்டார்கள். அனுமானத்திற்கு இடமின்றி “அனுமானம்” வெற்றி பெற்றது.

## (b) தமிழில் வென்றது இந்தியில் தோற்றது

ஏ.வி.எம் நிறுவனம் சிறந்த கதையம்சம் கொண்ட ஜனரஞ்சகமான பொருண்மைகளைத் தவற விடுவதில்லை என்பதை நாடும் ஏடும் அறிந்ததே. அவைகளை முறையாக வகைப்படுத்தி, தேனிசையில் தோய்த்து தக்க இயக்குனர்கள், நடிகர்களுடன் இணைத்து மக்களுக்குத் திரைப்படமாக அளிப்பதில் முன்னணியில் நிற்பவர்கள். அந்த வகையில் தங்கள் ஸ்டுடியோவில் தயாரிக்கப்பட்ட ‘தெய்வப் பிறவியை’ விட்டு வைப்பார்களா? இந்தப் படத்தை இந்தியில் “பிந்தியா” என்ற பெயரில் அதே கிருஷ்ணன்—பஞ்சு இயக்கத்தில் எடுத்தனர். துரதிஷ்டவசமாக இந்தப்படம் இந்தியில் வெற்றி அடையாமல் போயிற்று. இதற்கான காரணத்தை மதிப்பிற்குரிய ஏவி.எம்.சரவணன் அவர்கள் தனது ஏவிஎம் 60 சினிமா என்ற புத்தகத்தில் கீழ்க்கண்டவாறு பதிவு செய்திருக்கிறார்.

“தெய்வபிறவி”யை “பிந்தியா” என்ற பெயரிலே ஹிந்தியில் எடுத்து அதே வருடம் டிசம்பர் மாதம் 29ஆம் தேதி வெளியிட்டோம். ஆனால் அது

பிந்தியா (1960)

தமிழைப் போல வெற்றியடையவில்லை. தெய்வப்பிறவியின் வெற்றிக்கு கே.எஸ்.கோபாலகிருஷ்ணனின் வசனமும், பங்கேற்ற கலைஞர்களின் நடிப்பும் முக்கிய காரணங்களாக அமைந்ததை யாரும் மறுக்க முடியாது. ஆனால் பிந்தியாவில் சிவாஜி, எஸ்.எஸ். ஆர்., பத்மினி போல, நடிப்பை வெளிப்படுத்த அந்த கலைஞர்களால் முடியவில்லை என்பது உண்மை. இதை சிவாஜி முன்னதாகவே சொல்லி இருந்தார். 'தெய்வப்பிறவி' இந்தியில் எடுக்க இருப்பதைப் பற்றி நான் பேச்சுவாக்கில் தெரிவித்தபோது, 'இது வேண்டாம் சரவணன் சரி வராது. தமிழிலே நான், எஸ்.எஸ். ஆர்., பப்பி, எல்லாம் கொடுத்த பர்பாமன்ஸ்ஸால் தான் படம் நின்னுது. இந்த பர்பாமன்ஸ் இந்தியில் பண்ண மாட்டாங்க. எதுக்கு வீணா ட்ரை பண்றீங்க' என்றார் நடிகர் திலகம். இப்படி அவர் சொன்னபோது அருகில் இருந்த கிருஷ்ணன் பஞ்சுவுக்கு கோபம்கூட வந்தது. ஆனால் கடைசியில் சிவாஜியின் கணிப்பு நூற்றுக்கு நூறு சரியாக அமைந்ததை நாங்கள் உணர்ந்தோம் மொத்தத்தில் 'பிந்தியா' 'தெய்வப்பிறவி' படத்தின் ஒரிஜினல் இந்திப் பதிப்பாகும். இப்படத்தில் சிவாஜி ஏற்ற பாகத்தை பால்ராஜ் சஹானியும், பத்மினி ஏற்ற பாத்திரத்தை பத்மினியே ஏற்று நடித்திருந்தார் உடன் நடிகர் ஜக்தீப் நடித்திருந்தார். படத்திற்கு ராஜேந்திர கிஷன் வசனம் எழுதியிருந்தார் இசை இக்பால் குரேஷி. இந்த இந்திப் படத்தையும் கிருஷ்ணன்—பஞ்சுவே டைரக்ட் செய்தார்கள். ஆனால் படத்தின் தரத்தை உயர்த்தி நிலைநிறுத்த முடியாமல் போகவே படம் தோல்வியைத் தழுவியது.

## (C) வீணடிக்கப்பட்ட படம்

கலிங்கதேசத்து அரசி மதாலசா ஒரு கொடுமைக்காரி. அவளது வலக்கரமாக செயல்பட்ட கோதண்டம்தான் சேனாதிபதி. அவளது ஆட்சியை நிலைப்படுத்த தடுப்புச் சுவராக இருந்தது இளவரசன் சந்திரசேகரன். சிறுவனான இளவரசனைப் பாதுகாக்கிறார்கள் உதவி தளபதி வீர விக்ரானந்தனும் அவரது மனைவி தேவாங்கனாவும் இதுவரை நட்புப் பாராட்டிவந்த அண்டை நாடான கூர்மதுர்கத்தின் அரசியின் கணவன் துர்ஜயன் மதாலசா மயக்கத்தில் அவளுடன் இணைந்து இளவரசனுக்கு எதிரி ஆகிறான். மதாலசா இளவரசனைக் கொல்ல வியூகம் அமைத்தபோது தேவாங்கனால் காப்பாற்றப்பட்டு பிரம்மவர்த்தன நாட்டு இளவரசி மிருளாணியிடம் சேர்க்கப்படுகிறான். இந்த முயற்சியால் தேவாங்கனாவும் அவள் மைந்தன் வசந்தனும் கொல்லப்படுகிறார்கள் கொதித்தெழுந்த அவள் கணவன் விக்கிராந்தன்

*பிந்தியா (1960)*

மதலாசாவை பழி தீர்த்து இளவரசனை அரசனை ஏற்றி வைப்பதாகச் சூளுரைத்துப் படை திரட்டுகிறான். ஆபத்துக்கு பயந்த மிருணாளினி பாதுகாப்பாக கூர்ம துர்கத்தின் மகாராணி சரோஜினியிடம் இளவரசனை ஒப்படைக்கிறான். மதாலசாவுடன் சேர்ந்து கொண்ட சரோஜினியின் கணவன் துர்ஜயன் கூர்மதுர்க்கைக்கு வந்து தன் மனைவி அரசி சரோஜினியிடம் இளவரசனை ஒப்படைக்குமாறு மிரட்டுகிறான். சரோஜினி தன் கணவனைச் சிறைப்படுத்தி தூக்கு தண்டனை அளிக்கிறாள். இந்த இடைப்பட்ட காலத்தில் விக்ரானந்தன் படைதிரட்டி கலிங்க தேசத்தைத் தாக்குகிறான். மிருணாளினியின் படைகளும் துணைநிற்க கோதண்டன் கொல்லப்படுகிறான். மதசாலா தன் தோல்வி உறுதிபட்டதைத் தொடர்ந்து தற்கொலை செய்து கொள்கிறாள். கணவனுக்கு நீதியின் பெயரால் தூக்குதண்டனை விதித்த சரோஜினி, மனைவி என்ற நிலையில் துர்ஜனை வணங்கி தீக்குளிக்கிறாள் சரோஜினியின் முடிவை கேள்விப்பட்ட விக்கிரானந்தன் குதிரையில் பறந்து வந்து தடுக்க முயன்றும் பயனற்றுப்போனது, 'தாயே! சரோஜினி உங்கள் விபரீத முடிவை தடுக்க வாயுவேகம் மனோ வேகமாக பறந்து வந்தும் உங்கள் முடிவின் வேகம் எங்கள் வேகத்தைவிட முந்திவிட்டதே' என்று கவலைப்படுகிறான் விக்கிரானந்தன். பின் இளவரசன் சந்திரசேகரன் மிருணாளினி மற்றும் விக்ரானந்தன் ஒருமிக்கிறார்கள். சரோஜினியின் ராஜா பக்தியை எல்லோரும் புகழ்கிறார்கள். இதுவே "ராஜபக்தி" திரைப்பட கதைச் சுருக்கம்.

படத்தில் வில்லி மதசாலாவாக பானுமதியும் விக்ரானந்தனாக சிவாஜிகணேசனும், அவரது ஜோடியாக தேவாங்கனவாக பண்டரிபாயும், இளவரசன் சந்திரசேகரனாக மாஸ்டர் முரளியும், கோதண்டனாக எம்.என்.நம்பியாரும், கூர்மதுகத்தின் அரசி சரோஜினியாக பத்மினியும், அவளது கணவன் துர்ஜையனாக டி.எஸ்.பாலையாவும், பிரம்மவர்த்தனத்தின் அரசி மிருணாளினியாக வைஜெயந்திமாலாவும் நடித்தனர். மொத்தத்தில் பிரம்மாண்டமான நட்சத்திரக் குவியல் கொண்ட படமாக உருவெடுத்தது. ஆனால் சரியற்ற கதை அமைப்பு, பொறுத்தமற்ற ஜோடிகள், குளறுபடியான சம்பவங்கள் படத்தைப் படுகுழியில் தள்ளியது. பத்மினிக்கு ஜோடி பாலையாவா (இயக்குநர் 'வெறும் பேச்சல்ல' படத்தின் தோல்வியைக் கவனத்தில் கொள்ளவில்லை போலும்) சிவாஜிக்கோ முன்னிலை கதாநாயகிகள் இருக்க பண்டரிபாய்தான் ஜோடி என்றால் எடுபடுமா? போதாததற்கு கதைக்கு ஒட்டாத மிருணாளினி பாத்திரத்தில் வைஜெயந்திமாலாவைப் போட்டு வீணடித்து விட்டார்கள். படம் முழுவதும் ஜோடி இல்லா மாடப்புறாவாக திரிந்த இந்த பாத்திரத்தின் மீது இயக்குனர் மனமிரங்க, வைஜெயந்தியைப் படம் முடிவில் விக்கிரானந்தனின் இரண்டாம் ஜோடியாக்கித் தனது குறைகளைத் தீர்த்துக் கொண்டார் போலும். இந்தப் படத்தை பொறுத்தமட்டில் வாழும் கதாபாத்திரம் சரோஜினி தான் இப்பாத்திரத்தை ஏற்ற பத்மினி படத்தைக் காப்பாற்ற தன்னால் முடிந்தவரை முயன்றிருக்கிறார். கணவன் கயவனானதும் கண்டிப்பதும், தண்டிப்பதும், பின் தன்னையே தண்டித்து கொல்வதுமான காட்சிகளில் பத்மினியின் நடிப்புத் திறன் வெளிப்படுகிறது. திருக்குறளை முன்னடியாக வைத்து பத்மினி பாடுவதாக அமைந்த பாடல் 'கற்க கசடற கற்றவை கற்றபின் நிற்க அதுபோல நீயே என் மன்னா!' என்ற பாடல் கானடா ராகத்தில் ரசிக்க வைக்கிறது.

இப்படத்தை இராஜமாணிக்கம் தயாரித்தார். திரைக்கதை வசனத்தை கு.ராஜவேலு மற்றும் 'வாத்தியார்' எம்.எஸ்.முத்து கிருஷ்ணன் எழுதியிருந்தார். இசை கோவிந்தராஜுலு நாயுடு. பெரும் பொருட்செலவுடன், பலத்த விளம்பரத்துடன், வெளிவந்த இந்த படத்தை இயக்கியவர் கே.வேம்பு படமும் ரசிகர்களுக்கு வேம்பாய் கசந்தது.

## (d) கலையா? காதலா?

ராஜபக்தி (1960)

கலையா? காதலா? என்று கேள்வி எழுப்பி அதற்கு விடை காண கதாசிரியர் ஸ்ரீதர் அவரது திரைப்படமான மீண்ட சொர்க்கத்திற்கு அழைக்கிறார்.

"பாராங்கிதம் புவனம் யஸ்யவாச்சிகம் சர்வவாங்மயம் ஆஹார்யம் சந்திரதராதிதம் நமஸ்ஸாத்வீகம் சிவம் சிவம் சிவம்" என்று ஆடும் தெய்வமாய் தில்லையம்பலத்திலே பாவம், ராகம், தாளம் சேர்ந்த பரதக்கலையின் சொரூபமாக காட்சித்தருகிறார். நடராஜ பெருமான் அவரது கலைக் கண் பார்வையின் கடைக் கண்பட்ட கலை தேவிதான் நிர்மலா. அவளிடம் உறைந்து கிடந்த நாட்டிய திறனை உசுப்பிவிட்டு கலைத்தாய்க்கு அர்ப்பணித்து களிக்க விரும்புகிறான் சேகர். குரு குமரய்யாவின் பயிற்சியினால் நிர்மலா பரதத்தைக் கற்றுத் தேர்ந்து நாட்டிய ராணி ஆகிறாள். ஆனால் நிர்மலாவின் நெஞ்சம் கலையை விட சேகரின் அன்பையே நாடுகிறது. சேகரோ அவளது கலையை நாடுகிறான். சேகரின் தந்தை துரைசாமி பிள்ளை வீட்டை ஈடுகட்டி கடன் வாங்கி தவிக்கிறார். வீட்டை மீட்டு தருவதாக வாக்குறுதி அளித்த சச்சிதானந்தம் பிள்ளை தன்மகள் பிரதீபாவை சேகருக்கு மணமுடித்து வைக்கிறார். அடங்காப்பிடாரியான பிரதீபா சேகரையும் அவன்மீது தூய்மையான அன்பை மட்டுமே கொண்டிருக்கும் நிர்மலாவையும் வசைமாரி பொழிந்து தாய்வீடு திரும்புகிறாள். கடனால் சேகர் வீடு ஏலத்திற்கு வருகிறது. சச்சிதானந்தம் பிள்ளை சேகரை பழிவாங்கும் வகையில் உதவ மறுக்கிறார். சேகர் நோய்வாய்பட்டு நலிகிறான். அப்போது நிர்மலா கிளர்ந்தெழுந்து குமரப்பாவின் ஆதரவோடு பல நாட்டிய நிகழ்ச்சிகள் நடத்தி பணம் திரட்டி, ஏலம் போக இருந்த வீட்டை மீட்டு சேகரிடம் ஒப்புவிக்கிறாள். பின் கண்காணா தூரம் செல்ல, முடிவில் சேகர் அவளைத் தேடி அலைந்து பெரும் சூறாவளிக்கு இடையில், அவளைப் பார்த்து வரவேற்க தன் காதல் உணர்வோடு அவளை நெருங்க, அவர்களது காதல் சொர்க்கம் மீண்டது. ஸ்ரீதர் படம் என்றாலே உணர்ச்சி மோதல்களுக்குக் குறை இருக்காது. சொகுசான காதல் காட்சிகளுக்கும் பஞ்சமிருக்காது, இந்த இரண்டு பொருண்மைகளுக்கும் தங்கள் நடிப்பால் உயிர் கொடுத்துள்ளார்கள் சேகராக நடித்த ஜெமினிகணேசனும் நிர்மலாவாக நடித்த பத்மினியும். இவர்கள் சந்திக்கும் ஒரு ரஸமான காட்சி:

**“சேகர்:** நிர்மலா! நீ நாட்டியக் கலையில் இவ்வளவு துரிதமாக முன்னேற்றம் அடைந்தது குறித்து நான் மட்டும் சந்தோஷப்படவில்லை குமரய்யாவே பெருமைப்படுகிறார்.

**நிர்மலா:** அது என் பாக்கியம்.

**சேகர்:** நீ கலையில் மேலும் முன்னேறி புகழின் உச்சியை அடைய வேண்டும் என்று நான் மிகவும் ஆசைப்படுகிறேன்.

**நிர்மலா:** என் நன்றி.

**சேகர்:** என் ஆவலை நிறைவேற்றி என் எண்ணத்தை பூர்த்தி செய்வாய் என்று எதிர்பார்க்கிறேன்.

**நிர்மலா:** அது என் கடமை.

**சேகர்:** அப்படியானால் உன் நாட்டிய அரங்கேற்றத்தை நடத்த ஏற்பாடு செய்து விடட்டுமா.

**நிர்மலா:** அது உங்கள் இஷ்டம். “இப்படி பத்மினி இரண்டு இரண்டு வார்த்தைகளில் சொல்லும் பதில் அவர் காட்டும் பாவங்கள் உள்ளத்தின் எண்ணத்தை பிரதிபலிக்கிறது.

படத்தில் பத்மினியின் உணர்ச்சி கொப்பளிக்கும் காட்சி ஒன்று. ஜெமினியின் மனைவி பிரதீபா, சேகர்—நிர்மலா தூய அன்பை நட்பைத் தவறாகப் புரிந்து கொண்டு சொல்லம்புகளை வீச, துடிக்கிறாள் நிர்மலா.

**“பிரதீபா:** “பஞ்சு மெத்தையில் புரளவும் படாடோபமாக வாழவும் பணம் பறிக்க என் கணவர்தானா உனக்கு கிடைத்தார். ச்சீ உனக்கேனிந்த மானங்கெட்ட வாழ்வு.”

**நிர்மலா:** நிறுத்துங்கள். அவரை நான் மனமார நேசித்தேன். ஆனால் மயக்கவில்லை. காதலித்தேன், ஆனால் சரசம் ஆடியதில்லை. மாலைசூட நினைத்தேன், ஆனால் பணம் பறித்து வாழ நினைக்கவில்லை. அனாதையாய் இருந்த என்னை அழைத்து வந்தார். ஆதரவு கிடைத்தது என்று மகிழ்ச்சி கொண்டேன். மறுபடியும் என்னை அனாதையாக்கிவிட்டு என்னிடமிருந்து விலகிவிட்டார். என் கண்களிலே கண்ணீர், கலங்கிய நெஞ்சம், கருகிய ஆசைகள், கனவாகிப் போன வாழ்வு, இதுதானம்மா, எனக்கு மிச்சம்.”

இக்காட்சியில் பத்மினியின் நடிப்பு உள்ளத்தைத் தொடுகிறது படத்தின் ஜீவன் நாட்டியக்கலை. அதை கையாள்பவர் பத்மினி

**மீண்ட சொர்க்கம் (1960)**

என்றால் கண்களுக்கு விருந்து என்று சொல்லவும் வேண்டுமா. 'பாராங்கிதம் புவனம்' என்ற அவரது நடன அரங்கேற்ற பாடலுக்கு அவர் பரதம் ஆடும் சுழற்சி அதே நேரம் தன் காதல் கனியாது என்று அதே 'பாராங்கிதம் புவனம்' பதத்திற்கு அவர் துவண்டு ஆடும் தளர்ச்சி, பத்மினி தன் நாட்டிய திறனால் அற்புதமாகப் பிரித்துக் காட்டுகிறார். பாகேஸ்வரி ராகத்தில் அமைந்த 'கலையே என் வாழ்க்கையின் திசை மாற்றினாய்' பாடலுக்குக் காதலை அபிநயத்துடன் பிடித்துக்காட்டுகிறார். பத்மினி மொத்தத்தில் பாவராகதாளம் சேர்ந்த பரதசுவை என்பதை பத்மினியின் நாட்டியங்கள் மூலம் படத்தயாரிப்பு நிறுவனம் மதுரம் பிக்சரும் இயக்குனர் ஸ்ரீதரும் மக்களுக்கு உணர்த்துகின்றனர். வின்செண்ட் காமரா காட்சிகளைப் புதுமை கோணத்தில் படம்பிடித்து மக்களுக்கு வழங்கினார். இசை

அமைத்தவர் டீ.சலபதிராவ். பிற பாத்திரங்களான சச்சிதானந்தம் பிள்ளையாக கே.ஏ.தங்கவேலுவும் குமரய்யாவாகவும் கே.நடராஜனும் துரைசாமி பிள்ளையாக பி.எஸ்.வெங்கடாச்சலமும் பிரதீபாவாக தாம்பரம் லலிதாவும் பாத்திரங்களை உணர்ந்து நடித்திருந்தனர். ஸ்ரீதரின் திரைப்பயணத்தில் 'மீண்ட சொர்க்கம்' மற்றுமொரு வெற்றிப் படிக்கல்.

## (e) சிதைக்கப்பட்ட கதைக்கரு

கொல்லிச் சாரலை சேர்ந்த கொங்குவக்கிரி தில்லி பாதுஷாவுக்கு யாருக்கும் அடங்காத ஒரு முரட்டு குதிரையைப் பரிசாய் தந்தான் அதை அடக்கி ஆள உள்ள துணிவு கொண்டோர்களை அழைக்க நான்கு திக்கிலும் ஓலை பறந்தது. இதை அறிந்த தேரணி மகாராஜன் குதிரையை அடக்க டெல்லி சென்றான். இம்முயற்சியில் தோல்வி அடைந்த மகாராஜனை பாதுஷா சிறையில் தள்ளினான். வளர்ந்து வாலிபனான தேரணி மகாராஜனின் வீரம் மிக்க மகன் தேசிங்கு ராஜன் வடக்கே சென்று குதிரையை அடக்கி தகப்பனை சிறையினின்றும் மீட்கிறான். தேசிங்கு ராஜனுக்கு திருமணம் நடக்கிறது. இந்நிலையில் டில்லி பாதுஷா ஆற்காடு நவாப்பை விட்டு தேசிங்கிடம் கப்பம் கட்ட சொல்கிறான். செப்புக்காசும் தரமாட்டான் செஞ்சி நாட்டான் என்று பதிலுரை அனுப்பினான் தேசிங்கு. விளைவு நவாப், செஞ்சி நகர் மீது படை எடுத்தான். பொங்கி எழுந்த ராஜா தேசிங்கு மணவறையில் வீற்றிருந்த தன் ஆருயிர் நண்பன் முகமதுகானை அழைத்து நவாபை எதிர்த்து போருக்குப் புறப்பட்டான். போரின் உச்சகட்டத்தில் நவாபின் ஆள் பின் நின்று பீரங்கியால் முகமது கானை சுட்டு வீழ்த்தினான். நண்பன் மறைவால் தாங்கொணா துயருற்ற தேசிங்கு தன் வாளை எடுத்து விண்ணில் வீசி மார்பில் ஏந்தி மரணத்தை தழுவினான். தேசிங்கு ராஜனின், இந்தக் கதையைப் பட்டுக்கோட்டையார் பட்டைத் தீட்டிப் பாட்டாக 'ரங்கோன் ராதா' (1956) திரைப்படத்திற்காக வடித்து கொடுத்து தேசமெங்கும் தேசிங்கின் புகழ் பரப்பினார். ஆனால் மெகா பட்ஜெட்டில் தயாரித்த கிருஷ்ணா பிக்சர்ஸ் தயாரிப்பான ராஜாதேசிங்கு திரைக்கதையை மூலக்கதையிலிருந்து நின்றும் மாறுபட்டு தேசிங்கு மற்றும் தாவுத்கான் என்று இந்து முஸ்லிம்களாக இரு கதாபாத்திரங்களாகப் பிரித்துக் காட்டப்பட்டது. இது இந்து முஸ்லிம் சகோதரத்துவத்துக்கு

டி. சலபதிராவ்

வழிகாட்டுவதாக அமைந்தது. ஆனால் ஏற்கனவே தேசிங்கும் முகமதுகானும் இணைபிரியா நண்பர்கள் என்றும் தேசிங்கு அவன் போரில் மடிந்தது பொறுக்காமல் தான் தற்கொலை செய்துகொண்டு இந்து முஸ்லிம் சகோதரருக்கு எடுத்துக்காட்டாய் இருந்தான் என்றும் மூலக்கதை ஆழமாக சொல்கிறது. எனவே தேவையற்ற தேசிங்கு தாவுத்கான் இரட்டைக் கதையைச் சிதைத்து படத்தைத் தோல்வி கேணியில் தள்ளியது.

இப்படத்தில் எம்.ஜி.ஆர் தேசிங்கு மற்றும் தாவுத்கான் என்ற இரு பாத்திரங்களை ஏற்றிருந்தார் நண்பன் முகமத்கானாக எஸ்.எஸ். ராஜேந்திரன் நடித்தார். தேசிங்கின் மனைவி ராணிபாயாக பானுமதியும் மகபத்கான் காதலி ஆயிஷாவாக பத்மினியும் நடித்திருந்தார். பத்மினியின் பாத்திரம் சிறிது என்றாலும் தமக்கு அளிக்கப்பட்ட பங்கை தன் நடனத் திறனால் ஈடுகட்டி விடுகிறார். "காதலின் பிம்பம் எந்தன் கண்ணிலாடுது" என்ற விறுவிறுப்பான பாட்டிற்கு தன் நாட்டியத்தின் வேகத்தை கூட்டி, ஆடி சரிக் கட்டி விடுகிறார். "பெண்கள் தனியாக இருந்தால்; பிரகாரம் சுற்றி வரும் ஆண்கள்", "அடிமரமே சாய்ந்த பிறகு கிளை முறிந்தால் என்ன இலை உதிர்ந்தால் என்ன", "கண்ணைக் குருடாக்கிவிட்டு கோல் கொடுத்தாற் போல்" போன்ற வசன தேன் துளிகள் கவிஞர் கண்ணதாசனை அடையாளம் காட்டுகின்றன.

இப்படத்தில் ஒரு அதிசயமான நிகழ்ச்சியைக் குறிப்பிட வேண்டும் திருமாலின் பத்து அவதாரங்களை அறிமுகப்படுத்தும் பாட்டை படத்திற்கென்று உடுமலை நாராயணகவி எழுதியிருந்தார். "பாற்கடல் அலைமேலே பள்ளிகொண்டாய் ரங்கநாதா?" என்ற இந்தப் பாடலை எம்.எல்.வசந்தகுமாரி பாட பத்மினி நடனம் ஆடியிருக்கிறார். எம்.ஜி.ஆர் இந்த நடனக் காட்சியைப் படத்திலிருந்து நீக்கிவிடுமாறு தயாரிப்பாளர் லேனா செட்டியாரிடம் சொன்னார். இப்பாடலுக்கு பத்மினி ஆடிய நடனம் மிக அருமையாக அமைந்திருந்தது. எனவே

மீண்ட சொர்க்கம் (1960)

ஸ்ரீதர்

மீண்ட சொர்க்கம் (1960)

லேனா செட்டியாருக்கு அதை நீக்க மனமில்லை. அதேசமயம் எம்ஜிஆர் எதிர்ப்பை மீறவும் வழி இல்லை. எனவே அவர் நடனக் காட்சியை மட்டும் தனியாக வெட்டி எடுத்து சென்சார் சர்டிபிகேட் வாங்கினார். படத்தின் இடைவேளை முடிந்ததும் தனியாக இந்த நடனக் காட்சியைத் திரையிட்டு பிரச்சினையைத் தீர்த்துக் கொண்டார். திரைப்படத்தின் இசை அமைப்பாளர் ஜி.ராமநாதனின் இப்பாட்டிற்கு அமைத்த இசை பாங்காக இருந்தது. தவிர பத்மினியின் நடனத் திறமை முழுமையாக வெளிப்படுத்த வாய்ப்பு கொடுத்தது. இப்பாடலின் செழுமையைக் கருதி ஓடியன் இசைத்தட்டு நிறுவனம் இப்பாடலை மூன்று பாகமாக இசைத் தட்டில் பதிவு செய்து வெளியிட்டது இசைத்தட்டு எண் (MOEC 614 E.P.) என்ன இருந்தும் என்ன பயன். படத்தின் முடிவு தோல்விதான்.

இந்தப்படத்தின் தோல்விக்கு கதைச் சிதைவுடன் படத்தை முடிக்க எடுத்துக்கொண்ட காலமும் ஒரு காரணம். இதுகுறித்து அக்கால பத்திரிக்கை குறிப்பு 1 கீழ்க்கண்டவாறு பதிவு செய்துள்ளது. “தமிழ்ப்பட உலகில் ‘லேனா’ என்ற பெயரைக் கேட்டால் வாய் மூடிவிடும். அடம் பிடிக்கும் நட்சத்திரங்கள் கூட பெட்டிப் பாம்பாக அடங்கி, விடுவார்கள், என்பது பிரசித்தம். ஆனால் அவரது ‘ராஜாதேசிங்கு’ கதியை பாருங்கள் 1957ஆம் ஆண்டு தமிழ் புது வருஷப்பிறப்பன்று வெளிவர வேண்டியது. 1958ஆம் ஆண்டு தமிழ் வருஷப் பிறப்பும் வந்து போய்விட்டது 1957ஆம் ஆண்டு டிசம்பர் மற்றும் 1958ஆம் ஆண்டு ஜனவரி ஆகிய மாதங்களில் சென்னை நகரில் நடந்த காங்கிரஸ் கண்காட்சி சமயம் “வருகிறான் ராஜாதேசிங்கு” என்று பட்டுத் துணியைப் போர்த்திக்கொண்டு பல குதிரைகள் சென்னையைப் பவனி வந்தாலும் அந்த படத்தில் முன்னேற்றம் என்பதே இல்லை. நல்ல அனுபவமும் திறமையும் கொண்ட இயக்குநர் டி.ஆர்.ரகுநாத் இயக்கியும் படத்தின் வீழ்ச்சியைத் தடுக்க முடியவில்லை!” ‘இந்தியன் மூவி. நியூஸ்’ இப்படத்திற்குச் சிறப்பு அனுபந்தம் வேறு வெளியிட்டது. போததற்கு “தேசிங்கு ராஜு கதா” என்ற பெயரில் தெலுங்கிலும் மொழி பெயர்ப்பு செய்து வெளிவந்து.

## (f) காவியப் படைப்பு

தயாரிப்பாளரும் இயக்குனருமான, எம்.நடேசனின் ஆற்றலில் உருவான படம் மன்னாதி மன்னன். சேர நாட்டு செந்தமிழ் வீரனாக

எம்.ஜி.ஆர், மணிவண்ணன் என்ற பாத்திரத்தில், கொடிய காமுகனாக பி.எஸ்.வீரப்பா, கணிகண்ணன் என்ற பாத்திரத்தில், கலை உலக பெண் சிங்கம் கற்பனைக்கும் எட்டாத தங்கம் நடனமாது சித்ராவாக பத்மினி, கண்கவர் அழகி பொன்னிறமேனி கற்பக நாச்சியாராக அஞ்சலிதேவி நடித்திருந்தனர்.

சேரநாட்டு இளவரசன் மணிவண்ணனுக்கும் நாட்டிய மங்கை சித்ராவுக்கு தூய்மையான காதல் மலர்ந்திருந்தது. எனினும் சேரநாட்டு மந்திரி, கரிகால் சோழன் இடம் பெண் பார்க்க சென்றான். சோழன் மந்திரியை அவமதித்து அனுப்ப, வெகுண்ட மணிவண்ணன் சோழனின் மகள் கற்பகவல்லியைக் கவர்ந்து வருவதாக சபதமேற்று சோழ நாட்டுக்கு புறப்படுகிறான். மணிவண்ணனைக் கண்ட கற்பகவல்லி அவனைக் காதலிக்கிறாள். தந்தையை வெறுத்து அவனுடன் தப்பி ஓடத் துணிகிறாள் இதற்கிடையில் சித்ராமீது கொண்ட மோகத்தால் அவளைச் சிறைப்பிடிக்க சேரநாட்டின் மீது போர் தொடுக்கிறான் கணிக்கண்ணன். போரைத் தவிர்க்க சித்ராவை பகடைக்காயாக்கி அவனிடம் அனுப்பி வைக்கிறார் சேரநாட்டு மந்திரி. எனினும் அந்த காமுகனின் கையில் சிக்காமல் தப்பிக்கிறாள் சித்ரா. ஆனால் சித்ரா இறந்ததாகச் செய்தி பரவ மணிவண்ணன் கற்பகவல்லியை மணந்து கொள்கிறான். சித்ராவும் மணிவண்ணனின் வாழ்க்கைக்கு தடையாக இல்லாமல் மகிழ்ச்சியோடு வாழவிட்டு நாட்டை துறந்து

சென்றுவிடுகிறாள். எனினும் மனம் குழம்பி மயக்கத்தில் திரிந்த சித்ராவின் உருவத்தை நோக்கி ஆற்றில் செல்ல அவன் மரணமடைந்தான் என்று கருதப்பட்டது. ஆயினும் கற்பகவல்லி அதை நம்ப மறுத்து அவனைத் தேடி வரும்போது சுற்றுச் சூழலில் சிக்கிக்கொள்கிறாள். அதைக்கண்ட சித்ரா கற்பகத்தைக் காப்பாற்றுகிறாள். ஆனால் சித்ரா இறந்துபோகிறாள். இறக்கும்போது மணிவண்ணன் கற்பகமாகிய இருவர் கைகளையும் இணைத்து மகிழ்கிறாள். படத்தில் 'ஆதிமந்தி—ஆட்டனத்தாள்' கதையின் சாயல் தெரிகிறது.

படத்தின் சிறப்பான அம்சங்கள் பத்மினியின் நாட்டியமும் நடிப்பும், இனிய இசை மற்றும் சுவையான வசனங்களைக் குறிப்பிடலாம், எம்ஜிஆர் லதாங்கியில் அமைந்த 'ஆடாத மனமுமுண்டோ' என்ற பாடலை பாட அதற்கு பத்மினி அபிநயம்பிடித்து ஆட, காட்சி இன்று வரை நீங்காத நினைவாக நேயர்களின் நெஞ்சில் ஊஞ்சலாக உலாவுகிறது. தவிர திரைப்படத்தில் ஒரு புதுமையான நடனம் காட்சிப்படுத்தப் பட்டுள்ளது. காமுகன் வீரப்பா பத்மினியைக் கற்பழிக்க நெருங்கும் போது, அதை தடுத்து நிறுத்தும் கேடயமாக நடனத்தைப் பயன்படுத்தி இருக்கிறார்கள் எம்.எல்.வி.யின் இனிய குரலில் ஒலிக்கும் "கலையோடு கலந்தது உண்மை" என்ற பாடலை ஆடியபடியே நெருங்கிய வீரப்பாவைத் தடுக்கிறார் பத்மினி. தனது நடன சுழற்சியில் வீரப்பாவை நிலைகுலையச் செய்கிறார் பத்மினி. தமிழ் திரையில் இக்காட்சி முதலானது, முக்கியமானது, தனித்துவமானது. பத்மினியின் நாட்டிய திறனைக் கொடிகட்டி பறக்க விட்டது இப்பாடலை எழுதிய கவிஞர் கண்ணதாசனும் இசை அமைப்பாளர்கள் விஸ்வநாதன் ராமமூர்த்தி அவர்களும் பெரும் பாராட்டுக்கு உரியவர்கள் ஆவார்.

சுவைக்க ஒரு வசனகர்த்தா என்றாள் அதில் கவிஞர் கண்ணதாசனுக்கு முக்கிய இடமுண்டு .சுருக்காக பி.எஸ்.வீரப்பா ஏற்ற கதாபாத்திரத்தின் மூலம் பத்மினியை இப்படி வர்ணிக்கிறார்.

"நான் சித்ராவை பற்றி சொல்கிறேன். பஞ்சினும் மெல்லிய பாவை, பவள இதழோ கோவை, கொஞ்சும் மொழிகளில் கிள்ளை. ஆஹா அவளில்லாமல் நானில்லை!" படத்தில் இறந்தும் இறவாத புகழ் பெற்ற சித்திராவின் பாத்திரத்தில் தன் நடிப்பில், நடனத்தால் மெய்ப்பித்தார் பத்மினி, இதில் ஆச்சரியப்பட ஏதுமில்லை. ஏனெனில் இவைகள் பத்மினிக்கு கைவந்த கலைதானே. படத்தைத் தயாரித்து இயக்கிய எம்.நடேசனின் கடின உழைப்பு நன்கு தெரிகின்றது. 'மன்னாதி மன்னன்' தமிழகமெங்கும் உலாவந்து வெற்றிக்கொடி நாட்டினான்.

இப்படம் 'ஏகைக வீருடு' என்ற பெயரில் தெலுங்கில் மொழிமாற்றம் செய்து ஆந்திர மாநிலத்தில் வெளியிடப்பட்டது.

## (g) "ராஜா - ராணி" - இந்தியில்

*1960ஆம் ஆண்டில் நேஷனல் ப்ரொடக்ஷன்சாரின் "ராஜா ராணி" திரைப்படம் இந்தியில் மொழி மாற்றம் செய்து "ஆய் பிர்ஸே பஹார்" என்ற பெயரில் வட நாட்டில் திரையிடப்பட்டது. (படக்குறிப்பு ராஜா ராணி திரைப்பட குறிப்பில் ஏற்கனவே பதிவு செய்யப்பட்டுள்ளது). இந்தப்படத்தை இந்தியில் தயாரித்து வெளியிட்டவர்கள் ஆஸ்மா புரொடக்ஷன்ஸ். இந்த இந்திப் படத்திற்கு வேத்பால் ஷர்மா என்பவர் இசை அமைத்திருக்கிறார். தமிழ்ப்படம் 'ராஜா ராணி' வெளிவந்த நான்கு வருடங்களுக்கு பிறகு இந்தியில் இப்படம் வெளிவந்தது. இதில் கவனிக்க வேண்டிய செய்தியாதெனில் இப்படத்தில் பத்மினியை 'டான்சிங் குயின்' என்று அடைமொழி இட்டு இந்தியில் திரையிடப்பட்டது. இப்படி தமிழில் விட்டுப்போன இந்த அடைமொழியை வடநாடு உணர்ந்து அம்மக்களுக்கு அறிமுகப்படுத்தி இருப்பது பத்மினியின் நடனத் திறனுக்குக் கூடுதல் சிறப்பை அளிக்கிறது.*

## (h) சிங்கார சிங்கப்பூர்

*பத்மினி ஷம்மிகபூர் இணைந்து நடித்த ஈகிள் பிலிம்ஸ்ஸாரின் தயாரிப்பான "சிங்கப்பூர்" என்ற இந்திப் படம் 1960ஆம் ஆண்டு திரையிடப்பட்டது. இவர்களுடன் கே.என்.சிங் நடித்திருந்தார். தவிர இப்படத்தில் மலேசியா நடிகை மேரியா மெனாடோவும் இப்படத்தில் அறிமுகப்படுத்தப்பட்டு இருந்தார். இப்படம் ஒரு இந்தியா—மலேயா கூட்டுத் தயாரிப்பாகும். எனவே படத்தின் சில பகுதிகள் மும்பாய் கர்த்தார் ஸ்டுடியோவிலும் சில பகுதிகள் சிங்கப்பூர் ஷவாஸ் ஸ்டுடியோ மற்றும் கேதேகிரீஷ் ஸ்டுடியோவிலும் தயாரிக்கப்பட்டது. காதலுடன் வீர சாகசங்களையும் கொள்ளைக் கூட்டத்தாரின் சதிகளையும் இணைத்து மலாயா ரப்பர் எஸ்டேட்டை, பின்புலமாக வைத்துப் படமாக்கி இருந்தார்கள். படத்தின் சிறப்பு அம்சமாக சங்கர் — ஜெய்கிஷன் இசை அமைத்து இருக்க முகமது ரபியும், லதா மங்கேஷ்கரும் படத்தின் பாடல்களை பாடி இருந்தனர் படத்தை சக்தி சமந்தா இயக்கியிருந்தார். படம் ஷியாம் (ஷம்மி கபூர்) அவனது காதலி லதாவைச் (பத்மினியும்) சுற்றிச் சுழல்கிறது. நண்பனுக்காக மும்பையிலிருந்து சிங்கப்பூர் வந்த ஷியாமுக்கு தொல்லைகள் தொடர்கின்றன. ரவுடி கூட்டம் துரத்துகிறது. இடையில் லதாவின் காதலும் கிடைக்கிறது. ஷியாம் பட்டாணிக்காரன் வேடமணிந்து துப்பு துலக்குகிறான். இவ்வில்லத் தனத்தை மறைமுகமாக இருந்து செய்து கொண்டிருப்பவர் லதாவின் தாத்தா சர்தார்ஜிதான் (கே.என்.சிங்) என்று தெரிய வருகிறது. சமுதாயத்தில் போலி வேஷம் போட்டு பகட்டாக வாழ்ந்த சர்தார்ஜியின் முகத்திரையைக் கிழித்து உண்மையை வெளிப்படுத்துகிறான் ஷியாம். சர்தார்ஜியும் அவனது*

***மன்னாதி மன்னன் (1960)***

கூட்டமும் ஒழிக்கப்படுகிறார்கள். காதலர்களான லதாவும் ஷியாமும் கானம் பாடும் வானம் பாடிகளாக காரில் பறக்க திரை விழுகிறது.

இந்தப் படத்தில் பத்மினியின் முக்கியத்துவமே நடனத்தில்தான் அடங்கியிருக்கிறது. தயாரிப்பாளர் எப்.சி.மொஹரா பத்மினியின் நடிப்புத் திறனை நன்கு பயன்படுத்திக் கொண்டார். பத்மினி அபூர்வமாக ஒரு கிளப் டான்ஸ் ஆட வைத்தார். லதா மங்கேஷ்கர் குரலில் ஒலித்த 'ஆனே லகா ஜூனேகாமஜா' என்ற பாடலுக்கு பத்மினி சிறப்பாக கிளப் டான்ஸ் ஆடினார். தவிர பத்மினிக்கு ஒரு கிராமிய பாடலும் உண்டு 'துதுகஹான்கோகயா' என்ற இந்தக் கிராம ரீதியிலான பாடலையும் பத்மினிக்காக லதா மங்கேஷ்கர் பாடினார். இத்துடன் பத்மினியும் ஷம்மி கபூரும் இணைந்து பாடும் இரு ஜோடி பாடல்களும் சிறப்பாக இருந்தது. 'ஹாத் ஜாவோ திவானே ஆயி' மற்றும் 'தும்லக் சூப்பான சாஹோகி' என்ற இந்த இரு பாடல்களையும் லதா மங்கேஷ்கர் முகமது ரபி அவர்களும் பாடியிருந்தனர். இப்பாடல்கள் கேட்பதற்கு இனிமையாகவும் புதுமையாகவும் இருந்தது. வெற்றிப்படங்களைத் தொடர்ந்து அளித்துவந்த ஈகிள் ஃபிலிம்சாரின் திரைப்பட வரிசையில் சிங்கப்பூரும் இடம்பெற்றது

## (i) மற்றுமொரு 'கல்பனா'

1948இல் நடன மேதை உதய சங்கரின் தயாரிப்பில் வெளிவந்த படம் 'கல்பனா'. இது முற்றிலும் நாட்டியப் படம் என்றும் லலிதா, பத்மினி, சகோதரிகள் சில காட்சிகளில் மின்மினி பூச்சிபோல் ஒளிவீசி கணத்தில் மறைந்தார்கள் என்பது ஏற்கனவே குறிப்பிடப்பட்டுள்ளது. 1960ஆம் ஆண்டில் பிரபல வட இந்திய நடிகர் அசோக்குமார் தன்னைக் கதாநாயகனாகவும் பத்மினியைக் கதாநாயகியாகவும் கொண்டு 'கல்பனா' என்ற அதே பெயரில் இந்தியில் ஒரு படத்தை தயாரித்தார். ஆனால் பாடல், ஆடல், காதல், வில்லத்தனம், பாசம் என்று பல்வேறு உணர்வுகளைச் சித்தரித்து இப்படம் தயாரிக்கப்பட்டது. பம்பாயில் இருந்த கலாச்சார மையமான 'பாரதி கலா கேந்திரத்தின்' முதல்வராகப் பணியாற்றி வருகிறான் அமர். மனைவியை இழந்த அவனுக்கு ஒரு பெண்குழந்தையும் அவனது தாயும்தான் இவ்வுலகில் மிச்சம். அவனது சிறந்த பொழுதுபோக்கு சித்திரம் வரைவதாகும். ஒருசமயம் மலைச்சரிவில் அமர்ந்து இயற்கையின் அழகைத் தூரிகையில் சித்திரமாகத் தீட்டும்போது, அழகே உருவான கல்பனா அவன் கண்ணில் படுகிறாள். அமர் அவளைப் பல கோணங்களில் சித்திரமாகத் தீட்டி மகிழ்கிறான். இருவர் இதயங்களும் இணைகின்றன. சில நாள்களில் கேந்திரியாவில் தன் பணி தொடர அமர் மும்பை திரும்புகிறான். அங்கு ஆஷாதேவி என்ற நாட்டியப் பெண்மணி கலா நிலையத்தில் சேர்ந்து மாணவிகளுக்கு நாட்டியப் பயிற்சி அளிக்கிறான். அவனை ஒருதலையாக ஆஷா தேவி காதலிக்க தொடங்குகிறாள். இந்நிலையில் எதிர்பாராமல் ஒரு அரங்கில் கல்பனா நடனம் ஆடுவதைக் கண்டு ஆச்சரியத்தில் மகிழ்ந்து போகிறான் அமர். பின் தான் நடன காண்ட்ராக்டில் கட்டுண்டு அங்கு நடனமாட வந்ததைத் தெரிவிக்கிறாள். தனது தாய்க்கும் குழந்தைக்கும் கல்பனாவை அறிமுகப்படுத்துகிறார் அமர். குழந்தைக்குக் கல்பனாவை மிகவும் பிடித்துப்போய் அவளது சொந்த அன்னையாகவே கருதுகிறாள். கல்பனாவும் குழந்தை மேல் தனது அன்பைச் சொரிகிறாள். ஆஷாவுக்கு கல்பனா அமர் காதல் தெரிகிறது. அவளது ஆசை நிராசையாகிறது. குடும்பம் குதூகலத்தில் கொப்பளித்துக் கொண்டு இருக்க, நாட்டிய காண்ட்ராக்டர் வந்து மிரட்டி கல்பனாவை அழைத்துச்சென்று நாட்டியங்கள் ஆட வைக்கிறான். அமரோ இதை வெறுக்கிறான். வற்புறுத்தல் மூலமே இது நடந்தது என்று தெரிந்து கொண்டு அமர் அவளைத் தேடி வருகிறான். கயவர்கள் துன்புறுத்தலால் நோயுற்று இறக்கும் தருவாயில் இருக்கும் கல்பனாவைப் பார்க்க ஓடிவந்து அமர் அழைத்தும் பயனில்லை. மரணத்தின் விளிம்புவரை சென்ற கல்பனாவின் உயிரை 'அம்மா அம்மா' என்று கதறிய அமரின் குழந்தையின் குரல்தான் மரணத்தினின்றும் மீட்டெடுக்கிறது. பின்

மன்னாதி மன்னன் (1960)

கல்பனா (1960)

அமர், கல்பனா, குழந்தை ஆகியோர் இணைந்து இன்புற படம் முடிகிறது.

படத்தில் அமர் பாத்திரத்தில் அசோக் குமார் கல்பனா பாத்திரத்தில் பத்மினி ஆயிஷா தேவியாக ராகினியும் நடித்திருந்தனர். படத்தில் நடன காட்சிக்கு இரட்டைக் குழல் துப்பாக்கியாகப் பத்மினியையும் ராகினியையும் தயாரிப்பாளர்கள் பயன்படுத்திக் கொண்டார்கள்.

'நமஸ்தே மகாதேவா' என்ற பாடலுக்கு சகோதரிகள் நாட்டியம் மேடையையும் ரசிகர்கள் மனத்தையும் உலுக்கிவிட்டது இது தவிர பத்மினியின் நடனங்களுக்குப் படத்தில் தாராளமாக இடம் ஒதுக்கப்பட்டிருந்தது. ஐந்து பாடல்களுக்கு பத்மினி நடனம் ஆடியிருக்கிறார். நாட்டியங்களுக்கு இடையேதான் காட்சிகள் பின்னப்பட்டிருந்தது. தன் வசீகர பார்வையில் அமரைப் பாடுவது, தனது துவண்ட பார்வையில், அவரைக் கலங்க வைப்பது என்று பத்மினியின் நடிப்பின் நேர்த்தி வெளிப்படுகிறது.

அசோக்குமார் பத்மினியைக் கதாநாயகியாகக் கொண்டு 'ராகினி' என்ற படத்தை 1958இல் தயாரித்து வெளியிட்டதைப் பார்த்தோம். 'கல்பனா' பத்மினியைக் கொண்டு அசோக்குமார் தயாரித்த இரண்டாவது படமாகும். இப்படத்தின் கதையை அக்தர் எழுதியிருந்தார். படத்திற்கு ஓ.பி.நய்யார் இசை அமைத்திருந்தார். இந்த வெற்றிப் படத்தை இயக்கியவர் ரக்கான். இது ஒரு அசோக் பிக்சர்ஸ், மும்பை தயாரிப்பாகும்.

(j) கள்வர்கள் கனிந்த கதை:

1960ஆம் ஆண்டில் வெளிவந்த 'ஜிஷ் தேஷ்மென் கங்கா பெஹதி ஹை' என்ற இந்திப்படம் 'கொடுங்கள்வர்கள் நெஞ்சுக்கும் மனமாற்றம் உண்டு. வாய்ப்பு கொடுத்தால் திருந்தி வாழ்வார்கள், இந்தக் கங்கை நதி பாயும் புண்ணிய பூமியிலே' என்ற கருத்தைச் சொல்கிறது படம். வினோதமான கதையைக் கொண்டது குழந்தை உள்ளம் கொண்ட ராஜு என்ற வழிப்போக்கன் அனுபவத்தை அடிப்படையாகக் கொண்டு செல்கிறது.

நாடோடியாக ராஜு என்ற பயணிக் கங்கை கரையோரப் பகுதியை சேர்கிறான். அது கொடிய கள்வர்கள் மறைந்து வாழும் பகுதி என்பதை அவன் அறியமாட்டான். ராஜுவைத்

திருடர் தலைவனிடம் இழுத்து வருகிறார்கள். அக்கூட்டத்தில் காக்கா என்ற கொடியவன் அப்பாவி ராஜுவை போலீசாரின் கையாள் என்று குற்றம் சாட்டுகிறான். தான் ஒரு அப்பாவி என்று கண்ணீர் விடுகிறான் ராஜு. கொள்ளைக் கூட்டத் தலைவன் அவன் மீது அனுதாபம் கொண்டு தங்களுடன் வைத்துக் கொள்கிறான். காக்காவுக்கு கோபம் உண்டாகிறது. டேப் அடித்து கிராமிய பாடல்களைப் பாடுவதில் ராஜு திறமைசாலி. தன் திறமையால் அனைவரையும் கவர்கிறான்.

**ஆர்.சுதர்சனம்**

குறிப்பாகத் தலைவனின் மகள் அம்மு ராஜுவைக் காதலிக்கவும் செய்கிறாள் ராஜுவைத் தவிர மிக முக்கியமான பாத்திரம் பத்மினி ஏற்ற 'அம்மு' பாத்திரம்தான். படத்தின் துவக்கத்திலேயே மயில் தன் தோகையை விரித்தாற் போல் தோன்றி ஆடுவதாக ஒரு விறுவிறுப்பான பாட்டு 'ராஜுவைப் பார்த்தது முதல் என் மனம் ஏன் ஊஞ்சல்போல் ஊசலாடுகிறது' என்ற பொருள்பட. "கியா யுஹா" என்ற பாடலையும், நான் காதலில் விழுந்ததை தவிர தவறு ஏதும் புரியவில்லையே என்னும் பொருள்பட 'ஹோ மெய்யனே' என்ற பாடலையும் உற்சாகத்தின் உச்சிக்கே போய் பாடி ஆடி வெளிப்படுத்துகிறார் பத்மினி. படத்தில் அடிக்கடி 'ஓய், ஓய், ஓய்' என்ற ஒலியை ரசனையோடு ஒலிக்கிறார். படத்தில் வில்லன் ராக்கா பத்மினியை வளைத்துப்போட முயல்கிறான். பத்மினியோ ராஜுவின் கலையோடு இனிய குரலோடும் தன்னை இணைத்துக் கொள்கிறாள். கொள்ளைக் கூட்டத்தினரின் கோஷ்டி கானத்தில் ஒருவராக ராஜுவை பார்த்து 'நாம் இருவரும் உணர்வால் இணைந்தோம்' என்ற பொருள்பட 'ஹம்பினாஹன் தும்பிஹோ' என்று பாடிப் பரவசம் அடைகிறாள். ராக்கா கோபம் அதிகரிக்கிறது. ராஜு அம்மு காதல் தொடர ஊரில் ஒரு தனவந்தரின் வீட்டில் திருமணம் நடக்கிறது. விழா ஊர்வலத்தில் கலந்து இத்திருடர்கள் மாப்பிள்ளையைக் கொன்று நகைகளைக் கொள்ளையடித்துச் செல்கிறார்கள். அப்பாவி ராஜு இதைப்பார்த்து துடிக்கிறான். மனம் நொந்த ராஜு இக்கூட்டத்தை விட்டுப் பிரிந்து செல்கிறான். பத்மினியோ மலை முகடுகளை எல்லாம் கடந்து அவனைப் பின் தொடர்கிறாள். 'வசந்தகால தென்றல் போல் வீசிய நீ என்னைப் பிரிந்து போகாதே' என்று கதறியவாறே, 'ஓ பசந்து பவன்' என்ற பாடலைப் பாடிக் குமுறி அழுகிறாள். போலீஸ் கொள்ளைக் கூட்டத்தை சூழ்கிறது. கொந்தளித்த ராக்கா ராஜுவுக்கு துணை நிற்கும் பத்மினியைச் சுட ராக்காவின் தாய் இடைமறித்து துப்பாக்கி குண்டு பாய்ந்து இறக்கிறாள். ராக்காவின் மனம் மாறுகிறது. திருடர்கள் எல்லோரும் தங்கள் ஆயுதங்களைக் கைவிட்டு போலீசாரிடம் சரண் அடைகிறார்கள். ராஜுவும் பத்மினியும்

இணைகிறார்கள். 'புனித கங்கை பாயும், உண்மையும் நல்லவையும் செழிக்கும், பாரத புண்ணிய மண்ணின் மைந்தர்கள் நாம்' என்பதாக 'ஜிஸ் தேஷ் மே கங்கா பெஹத்தி ஹை' என்று படம் முடிகிறது.

ராஜ்கபூர் கதாநாயகனாகவும் பத்மினி கதாநாயகி அம்முவாகவும், ப்ரான் வில்லனாகவும் நடித்திருந்தனர். ராஜ்கபூருக்கு அப்பாவி ராஜு வேடம் கச்சிதமாக அமைந்திருந்தது. அம்முவாக வந்த பத்மினி நாடோடி வேடத்தில் நன்கு பொருந்தி இருந்ததுடன் பம்பரமாய்ச் சுழன்று ஆடுகிறார். மலைமுகட்டில் துணிகரமாக ஏறி நடித்திருந்தார். பத்மினி தடுக்கி விழுந்து தட்டுப்பட்டு, வலியுடன் எழுந்து அதற்கு காரணமான டேப்பை வேகமாகத் தட்டுகிறார். அதிலிருந்து ஒலிக்கும் இனிமை அவரை வசீகரிக்கிறது. உடனே அதைக் கையில் குத்தி தட்டி மகிழ அவ்வினிய ஓசைக்கு அவரது கால்கள் தாளமிட, இசையும் நடனமும் அங்கே சங்கமிக்கிறது. இப்படத்தில் பத்மினி தோன்றும் நேர்த்தியான காட்சிகளில் மிக நேர்த்தியானது இது! இந்தப் படம் 'எனது நடிப்புக்குச் சவாலான படம். இப்படத்திற்கு 400 கால்ஷீட் கொடுத்தேன். தண்ணீரில் மூன்று நாட்கள் கிடந்தேன்' என்று ஒரு பேட்டியில் பத்மினி குறிப்பிட்டிருக்கிறார். இப்படி ஊட்டி, பெங்களூர் மார்பிள் கற்களுக்கு பேர்போன ஜபல்பூர் முதலிய இடங்களில் படமாக்கப்பட்டது. ராஜ்கபூர் படக்குழுவினருடன் லொகேஷன் ஷாட்டில் உடனிருந்த திருமதி லோச்சானி படப்பிடிப்பு நிகழ்வுகள் பதிவிட்டிருக்கிறார், இப்படி.

"ராஜ்கபூர் வெளிப்புற படப்பிடிப்பிற்காக நடவடிக்கைகளை ஜனவரி 1960லேயே துவங்கிவிட்டார். எச்சரிக்கை அபாயத்தைப் பொருட்படுத்தாமல் பத்மினி மலைமுகடுகளில் ஆடி நடித்தார் ஊட்டி படப்பிடிப்பின்போது பத்மினி, ப்ரான் போன்றவர்கள் சவாய் ஹோட்டலில் தங்கியிருந்தனர் பத்மினிக்குத் துணையாய் அவரது சகோதரன் சந்திரன் மற்றும் டி.ஏ.மதுரம்

வந்திருந்தனர் பத்மினி காலையில் எழுந்து குளித்துவிட்டு லக்ஷ்மி பூஜை செய்து பிறகு ஒப்பனைச் செய்து கொண்டு படப்பிடிப்பு தளத்துக்குத் தனது சொந்த வாகனத்திலேயே புறப்பட்டு விடுவார். ஊட்டியைத் தவிர பெங்களூர் லால்பாக், நந்தி ஹில்ஸ் போன்ற இடங்களிலும் படப்பிடிப்பு நடத்தப்பட்டது. அப்போது ராணுவ மந்திரி வி.கே.கிருஷ்ணமேனன் வெலிங்டன் ராணுவ வீரர்களைப் படத்தில் பங்கேற்க அனுமதித்தார். இப்படைகளைக் கொண்டு கொள்ளைக்கூட்டம் ராணுவபடை மோதல் காட்சிகளைப் படத்திற்காகச் சிறப்பாகப் பதிவு செய்து கொண்டார் ராஜ்கபூர். பத்மினியைப் பொருத்தமட்டில் பாத்திரமாகவே உருமாறி நடித்ததால் படக்குழுவினருக்குச் சிரமம் இல்லாது போயிற்று. ஊட்டியில் குறுகிய பாதை எல்லாம் படக்குழுவினர்களின் கார்கள் ஆக்கிரமித்துக் கொண்டிருந்தது. போக்குவரத்துக்கு இடஞ்சலானது. பங்கேற்ற ஜவான்கள் போக்குவரத்தையும் கட்டுப்படுத்தினர். மக்களின் ரசனையை முற்றிலும் அறிந்து அதற்கேற்ப காட்சிகளை அமைத்து ராஜ்கபூர் பத்மினியும் சேர்ந்து நடித்து அவர்களது ரசிகர்களின் இதயங்களில் நிரந்தரமாக இடம்பிடிக்க வைத்தது இப்படம். இந்தப் படத்தின் முக்கியமான அம்சங்களில் ஒன்று இசையை சங்கர்—ஜெய்கிஷன் அமைத்து இருந்தார்கள். இசையின் மேன்மையையும் உணர்த்துவதே லட்சியமாய்க் கொண்டு கோஷ்டி கானங்கள். கிராமிய இசை என்று

ஜிஸதேஷ் மென் கங்கா பெஹத்தி ஹை (1960)

பத்மினி நர்கீஸ்

பாடல் மெட்டுக்களில் பின்னணி இசையிலும் முழுதிறனையும் காட்டியிருந்தார்கள் இசையில் 'ரிதம்' பூரணமாய் வெளிப்பட்டது பாடல்களை லதாமங்கேஷ்கர், ஆஷா, கீதாதத், மன்னாடே, முகேஷ் மற்றும் மகேந்திரகபூர் பாடினார்கள்.

இந்தப் படத்தில் நடித்தபோது பத்மினிக்குச் சில சங்கடங்கள் ஏற்பட்டன. பம்பாய் திரையுலகம் ராஜ்கபூர் போன்ற புகழ்பெற்ற வட இந்திய நடிகர் ஒருவர் தென்னிந்திய நடிகை பத்மினியைத் தன் படத்தில் கதாநாயகியாக நடிக்க வைக்க விரும்பவில்லை இது வடஇந்திய நடிகைகளைத் தாழ்த்தும் ஒரு செயலாகக் கருதினார்கள். தமிழ்த் திரையுலக தயாரிப்பாளர்களும் தங்கள் தயாரிப்புகளுக்கு இது இடையூறு விளைவிக்கும் என்று கருதினார்கள். பத்மினியின் தாயாரோ அவருக்கு உடன் திருமணம் செய்ய முயற்சிகள் மேற்கொண்டார். இந்த வடஇந்திய ஒப்பந்தம் அவருக்கு ஏற்புடையதாக இல்லை. மேலும், ராஜ்கபூர்—நர்கீஸ் காதல் முறிவு சரஸ்வதி அம்மாளுக்கு பயத்தைக் கொடுத்தது. அவர் தொடர்பு எவ்வகையிலும் சரியானதல்ல என்று சரஸ்வதி அம்மாள் உறுதியாக நம்பினார். போதாதற்கு மிரட்டல் கடிதங்கள் வேறு. இத்தனைக்கும் இடையே, தனது நடிப்புத்

திறனையும் தைரியத்தையும் துணையாகக் கொண்டு பத்மினி துணிந்து ராஜ்கபூர் தயாரிப்பில் நடித்தார், சுபமாக முடித்தார். வடஇந்தியாவிலும் புகழைத் திரட்டி, தமிழ்நாடு திரும்பினார் பத்மினி. ஏனெனில் பத்மினியின் திரை உலக அணுகுமுறை, நடிப்பைத் தவிர யாராயிருந்தாலும் தொடர்பைத் தொழில் முறையோடு முடித்துக் கொள்வதுதான். தவிர ராஜ்கபூர் "நான் சந்தித்த நடிகைகளிலேயே திறமைமிக்கவர் பத்மினி. ஆங்கிலப் படத்தில் இவர் நடிப்பாரானால் உலகம் போற்றும் பெரும் நடிகை ஆவார்" (பேசும் படம் மே, 1960) என்று பாராட்டியது, ஒருவகையில் இத்தகைய ஆதாரமற்ற வீண் வதந்திகளுக்கு முற்றுப்புள்ளி வைத்தது. மொத்தத்தில் இப்படத்தினால் பத்மினிக்கு ஏற்பட்ட நிலையை, பிரபல இந்தி திரைப்பட ஆய்வாளர் புண்ணி ரியூபன் கீழ்க்கண்டவாறு குறிக்கிறார்:—

"Throughout the making of 'Jis Desh Mein Ganga Blihetititai" pressures from all quarters kept building up on padmini on her mother Saraswathi Amma and on her family to get her married."

Thus despite the fact 'Jish Desh' made padmini a top star in the Hindi film market, she was unable to right then sign up as co-star with Rajkapoor in any, except one of the innumerable films offered to her.

That film was Aasiq (produced by V.K.Dubeyanoi and myself)

Padmini got married while 'Aasiq' was yet under production, and went into voluntary retirement at a time when she could have taken the fullest advantage of the heavy demand there was for her to star in Hindi films.

It was much the same kind of thing that was to happen to another Rajkapoor discovery- Dimple Kapadia, little more than a decade later. In both cases ironically it was pressure put on the girls by one or another family member, that precipitated the untimely marriages which abruptly terminated two career-graphs"

'ஜிஸ்தேஷ் மெயின் கங்கா பெஹதியை' படத்திற்குத் திரைக்கதை வசனம் எழுதியவர் அருண் தேவ்ராஷிக். நடன அமைப்பு ஹிராலால். படத்தை இயக்கியவர் ராதுசுர் மார்கர். இப்படம் மும்பாய் செம்பூரில் அமைந்திருந்த ஆர்.கே.எஸ். ஸ்டுடியோவில் தயாரிக்கப்பட்டது. படம் இந்தியா முழுவதும் வெற்றிவலம் வந்தது, அயல்நாடுகளும் இதற்கு விதிவிலக்கல்ல.

## 35

## திருமணப் பேச்சு

'**கா**ய்த்த மரம் கல்லடிபடும்' என்பார்கள் பத்மினி மட்டும் அதற்கு விதிவிலக்கா என்ன? பத்மினியின் புகழ் வளர வளர புரளிகளும் வளர ஆரம்பித்தது. 'அடிக்கடி சிங்கப்பூர் பயணம் பத்மினி மேற்கொண்டதற்கு காரணம் தனக்கேற்ற மாப்பிள்ளை தேடுதலே' என்று ஒரு பத்திரிக்கை ஜோஸ்யம் கூறியது. இந்தியாவில் கிடைக்காத மாப்பிள்ளையா எனக்கு சிங்கப்பூரில் கிடைக்கப் போகிறார் என்று ஏற்கனவே பதிலளித்திருந்தார் பத்மினி. ஒரு சிலர் ஒரு படி மேலே சென்று பத்மினி எகிப்திய அதிபர் நாசரை மணம் முடிக்கிறார் என்றும் மல்யுத்த வீரர் தாராசிங்கை மணமுடிக்க போகிறார் என்றும் அசாதாரணமாக புரளிகளை அவிழ்த்து விட்டார்கள் பத்மினியும் விழாவில் நாசரை கௌரவிப்பதற்காகவா இந்த தண்டனை என்று ஒதுக்கி தள்ளினார். மல்யுத்த வீரன் தாராசிங்குடன் நடித்ததற்காக இந்தப் புரளி என்று வருத்தப்பட்டார் பத்மினி. ஆனால் இத்தகைய புரளிகள் சரஸ்வதி அம்மாளுக்கு வயிற்றில் புளியைக் கரைத்தது. நாயர் வகுப்பை சார்ந்த தங்கள் குடும்ப வாரிசுகளுக்கு நாயர் வகுப்பிலேயே திருமணம் முடிக்க வேண்டும் என்பதில் அவர் திடமாக இருந்தார். அவ்வாறு தன் மூத்த மகள் லலிதாவுக்கு நாயர் வகுப்பை சேர்ந்த வக்கீல் சிவசங்கரனையே மணமுடித்து வைத்தார். அடுத்ததாக, பத்மினிக்கு மனம் முடிக்க வேண்டிய கடமை சரஸ்வதி அம்மாளுக்கு.

### (a) மாப்பிள்ளை தகுதி

திருமணத்தைப் பொறுத்தமட்டில் தாயாரின் வழிகாட்டுதலின் படி நடக்க வேண்டும் என்ற கொள்கைக்கு

நேருவுடன் சகோதரிகள்

முன் உதாரணமாக சகோதரி லலிதா நாயர் வகுப்பை சார்ந்தவரையே மணம் முடித்திருந்தார். பத்மினிக்கும் ராகினிக்கும் இந்த முன்னுதாரணம் நெஞ்சில் பசுமையாகப் பதிந்திருந்தது. சரஸ்வதி அம்மாள் பத்மினியின் திருமணத்திற்கு முன்மொழிந்தபோது சிறிதும் தயங்காது திருமணத்திற்கு 'சரி' என்று ஒப்புக்கொண்டார். பத்மினி திருமணம் செய்து கொள்வதற்கு ஒரு நிபந்தனையும் விதித்தார். அந்த நிபந்தனையின்படி தன்னைத் திருமணம் செய்து கொள்பவர் சுயமாக சம்பாதிக்க கூடியவராக இருக்க வேண்டும் என்பதே அது. இதனை மனத்தில் கொண்டு தாய் சரஸ்வதி அம்மாள் திருவனந்தபுரத்தில் பேங்க் மேனேஜராக இருந்த பத்மினியின் மாமா மாதவன் நாயரிடம் தக்க வரன் தேடும் பணியை ஒப்படைத்தார். இந்த மாதவன் நாயர்தான் லலிதாவுக்கும் வரன் தேடி முடித்தது.

(b) பெண் பார்க்கும் படலம்

பெரும் முயற்சிக்குப் பின் மாதவன்நாயர் கேரளாவில் நாயர் குடும்பத்தை சேர்ந்த கே.டி.ராமச்சந்திரன் என்ற இளம் டாக்டரை வரனாக தேர்ந்தெடுத்தார். மாப்பிள்ளை கேரள மாநிலத்தில் கண்ணூர் மாவட்டத்தில், தலைச்சேரி என்ற பட்டணத்தில் சுல்யாட் என்ற குடும்பத்தில் பிறந்தவர். முறையாக பெண் பார்க்கும் படலம் நிகழ்ந்தது. இந்த நிகழ்வு குறித்து தனக்கேற்பட்ட மனக்கிளர்ச்சியை பத்மினியே விவரிக்கிறார்:—

“பெண் பார்க்கும் வைபவம் நடந்தது. எல்லாம் முறைப்படி நடந்தது. பெரியவர்கள் செய்த காரியம்தான் அனைத்தும். அன்று மாலைதான் அவர் என்னைக் காண வருவதாக இருந்தது. காலையில் இருந்தே எனக்கு ஏதும் நிலை கொள்ளவில்லை. ஏதோ ஒரு அமைதியின்மை. அதை விளக்க என்னால் இயலவில்லை. பெண் பார்க்கும் நிகழ்ச்சி சம்பிரதாயப்படி நடந்தது. நான் வாய்திறந்து ஒரு வார்த்தை பேசவில்லை. பெரியவர்கள் அழைத்தபோது உள்ளே வந்தேன். அவரை வணங்கினேன். உடனே உள்ளே சென்று விட்டேன். ராகினிதான் அவரிடம் ஏதோ கேட்டுக் கொண்டிருந்தாள். இது நடந்தது அக்டோபர் மாதம் ((1960ஆம் ஆண்டு)”.

இருவீட்டாரும் சம்மதிக்க பெண் பார்க்கும் படலம் சுபமாக முடிந்தது

## (C) திருமண சம்பிரதாய உறுதி

பத்மினியின் முன்னின்று ஏற்பாடு செய்தவர் தயாரிப்பாளரும் இயக்குனருமான சத்தியபால். இவர் சரஸ்வதி அம்மாளின் மூத்த சகோதரி கார்த்தியாயனி என்பவரின் மகன். இதுதவிர திருவனந்தபுரத்தில் பிரபலமான சாந்தா பேக்கரியின் உரிமையாளர் கிருஷ்ணன் என்பவரும் சத்தியபாலுடன் இணைந்து இத் திருமணத்தை நிர்ணயிப்பதில் உதவி புரிந்தார்.

திருமணத்தை உறுதி செய்யும் நிச்சயதார்த்த விழாவிற்கு ஏற்பாடு செய்யப்பட்டது கேரளாவிலும் இதனைப் ‘பாக்கு வெற்றிலை மாற்றமாக’க் கொண்டாடப்படுகிறது. 9.11.1960இல் ஆலப்புழையில் சகோதரி லலிதாவின் வீட்டில் சுபகாரியம் நடத்த தீர்மானிக்கப்பட்டது. அதன்படி அன்று கேரளத்துப் பெரியவர் மன்னத் பத்மநாபனின் முன்னிலையில் இந்நிகழ்ச்சி நடந்தது. ஆனால் அன்றே பத்மினி ராகினி சகோதரிகள் தலைநகர் டெல்லியில் பாரதப் பிரதமர் ஜவஹர்லால் நேருஜியின் முன்னால் நாட்டியம் ஆடிக் கொண்டிருந்தார்கள். (பத்மினியின் உடல் நடனமாட, மனம் ஆலப்புழை நிகழ்ச்சியில் ஒன்றிப் போயிருந்தது (பத்மினியின் கடமை உணர்ச்சிக்கு இந்த சம்பவம் நிச்சயமாகச் சான்று பகரும்) தவிர மாப்பிள்ளை கே.டி.ராமச்சந்திரனின் பரந்த மனப்பான்மைக்கு உதாரணமாகவும் கொள்ளலாம். அந்த வகையில் மணமகள் பத்மினி கொடுத்து வைத்தவர்தான்.

சாங்கியங்கள் ஒருவழியாக நடந்து முடிந்த பின், அன்றே திருமண நாளை இருவீட்டார் சம்மதத்துடன் உறுதிப்படுத்திக் கொள்வது சம்பரதாயம் அதன்படி 27.04.1961 தேதியில் திருமணம் நடத்துவது என்று முடிவாயிற்று. திருமணநாள் விரைவாக நெருங்கிக் கொண்டிருந்தது. ஆனால் பத்மினியின் படப்பிடிப்புகளும் தொடர்கதையாக நீண்டு கொண்டிருந்தது!

●

36

# பிரிட்டிஷ் அரசின் முன் நடனம்

ஐந்தாம் ஜார்ஜ் மன்னர் 1911ஆம் ஆண்டு டெல்லிக்கு வருகை தந்து கோலாகல முடிசூட்டு விழா நடத்திக்கொண்டபோதுதான் இந்தியாவின் தலைநகரம் கல்கத்தாவிலிருந்து டெல்லிக்கு மாற்றப்பட்டது. இந்த வைபவத்தின் பொன்விழாவைக் கொண்டாடுவது போல் அமைந்தது. 1966ஆம் ஆண்டில் அவரது பேத்தி ராணி எலிசபெத்தின் இந்திய விஜயம். ராணி எலிசபெத் அரசியும் அவரது கணவர் எடின்பரோ கோமகனும் ஜனவரி—பிப்ரவரி 1961ஆம் ஆண்டில் இந்தியா வருகை தந்தார்கள். இந்திய விஜயத்தின் போது அரச தம்பதிகள் டெல்லி வந்து இறங்கி மும்பாய், கொல்கத்தா மற்றும் சென்னை ஆகிய இந்தியாவின் முக்கிய நகரங்களைச் சுற்றிப் பார்த்தனர். இந்திய அரசு இவர்களது சுற்றுப்பயணத்தை ‘Symbol of friendship’ என்ற தலைப்பில் ஒரு சிறிய ஆவணப்படம் எடுத்தது. 150 ஆண்டுகளாவது பிரிட்டிஷ் அரசு நம்மை ஆண்டு அடிமைப்படுத்தியது. ஆனால் இந்திய மக்கள் பிரிட்டிஷ் அரசுக்கு உளம் கனிந்த மகிழ்வோடு பிரமாண்டமான வரவேற்பு அளித்தனர். ஆங்கிலேயரின் வணக்கத்திற்குரிய பெண்ணரசி இந்திய விஜயத்தில் உவகை பொங்க கொடுத்த வரவேற்பு பிரிட்டிஷ்—இந்தியா நல்லுறவை மேலும் வலுப்படுத்தியது, அரசியின் சுற்றுப்பயணத்தில் சென்னையைப் பொறுத்தமட்டில் ஒரு தனித்துவம் உண்டு. ஏனெனில் சென்னை நகருக்கு ஆங்கில நாட்டின் அரசியோ அரசரோ இதுவரை வருகை தந்ததில்லை.

அந்த வகையில் முதன் முறையாக பிரிட்டிஷ் அரசு விருந்தினரை வரவேற்கும் வாய்ப்பு சென்னைக்கு 1961ஆம்

ராணி எலிசபெத்

எடின்பரோகோமகன்

ஆண்டில் கிடைத்தது பெருமைக்குரிய விஷயமாக பார்க்கப்பட்டது, சென்னை மாநகரம் தக்க முறையில் அரச குடும்பத்தினரை கௌரவித்து, தங்கள் மகிழ்ச்சியைப் பதிவு செய்தது. விருந்து, கலைவிழா என்று பல்வேறு நிகழ்ச்சிகள் நிறைவேறின, கலைவிழாவைப் பொறுத்தமட்டில்

அரச தம்பதிகளுடன் சகோதரிகள்

ராமர் - சீதையாக ராகினி, பத்மினி

முக்கிய நிகழ்வாக எலிசபெத் ராணி தம்பதியரின் முன் பத்மினியின் நாட்டியம் நடந்தது. அரச குடும்பத்தினர் பத்மினியின் நாட்டியத்தை வெகுவாகப் புகழ்ந்தனர். பத்மினி ஏற்கனவே நேரு போன்ற பல்வேறு பிரமுகர்கள் முன் ஆடி பாராட்டைப் பெற்றவர். இது அவரது வெற்றி கிரீடத்தில் பதித்த மற்றும் ஒரு வைரக்கல்லாகக் கருதலாம்

பாரதத்துக்கு பயணம் மேற்கொண்ட பிரிட்டிஷ் அரசியாரின் நிகழ்வுகளை இந்தியாவின் முன்னணி பத்திரிக்கைகள் முந்திக் கொண்டு செய்திகளை வெளியிட்டது. அரச குடும்பத்தினர் விஜயத்திற்கான புகைப்படத் தொகுப்பையும் பத்மினி பற்றிய புகைப்படத் தொகுப்பையும் ஆர்ட் பேப்பரில் வண்ணப்படங்களாக 'ஆனந்த விகடன்' பத்திரிக்கை வெளியிட்டு பெருமைப்படுத்தியது.

திருநின்றவூர் தி.சந்தானகிருஷ்ணன்

## 37

# திரைப்படங்களும் திருமணமும்

*பத்மினியின் திருமணம் முடிவான தருணம் அவர் நடிக்க ஒப்பந்தம் செய்து கொண்ட படங்கள் முடிவடையாத நிலையில் இருந்தன. தமிழில் "ஸ்ரீவள்ளி", "புனர்ஜென்மம்", "அரசிளங்குமரி", "செந்தாமரை", "ராணி சம்யுக்தா", "விக்ரமாதித்யன்" மலையாளத்தில் "சபரிமல ஸ்ரீ ஐயப்பன்", "உம்மனி தங்கா", மற்றும் இந்தியில் "அப்ஸரா" ஆகிய படங்களில் பத்மினி நடித்து முடித்து 1961க்கு மேல் வெளிவந்தன. திருமணத்திற்கு முன் பத்மினி கால்ஷீட் கொடுத்த படம் "செந்தாமரை" ஆகும். மற்ற படங்கள் 1962ஆம் ஆண்டில் திரையிடப்பட்டன. 1961ஆம் ஆண்டில் பத்மினி நடித்த திரைப்படங்களை ரசிப்போம்*

### (a) தினைப்புலக் காதல்

*சிற்றூரின் அரசனாக விளங்கிய நம்பிராஜன் முருகபக்தன் காட்டில் மிருகங்களை வேட்டையாட சென்றபோது வள்ளிக்கிழங்கு அகழ்ந்த குழியிலே ஒரு அழகான பெண் குழந்தையைக் கண்டெடுக்கிறான். அக்குழந்தைக்கு 'வள்ளி' என்றே பெயரிட்டுச் சீரும் சிறப்புமாக வளர்க்கிறான். குழந்தை பருவம் முதலே வள்ளி முருகனை ஆத்மார்த்தமாக விரும்புகிறாள் கட்டிளங்கன்னியாக வளர்ந்த வள்ளி, முருகனையன்றி வேறு எவரையும் திருமணம் செய்து கொள்வதில்லை என்ற எண்ணத்தில் உறுதியாக இருக்கிறாள். குலவழக்கப்படியும் குருதேவரின் வழிகாட்டுதலின்படியும் நம்பிராஜன் வள்ளியைக் காவல் காக்க தினைப்புலம் அனுப்புகிறான். அங்குக் கவண் வீசி ஆயல் ஓட்டிக் கொண்டிருக்கும் வள்ளியை நாரதர் சந்திக்கிறார். அழகையே பெயராகக் கொண்ட முருகன் அவளுக்குத்*

தக்க மணாளனாக அமைவான் என்று வாழ்த்திச் செல்கிறார். பின் முருகன் கொலு வீற்றிருக்கும் கைலாசம் சென்று வள்ளியை மணம் முடிக்க சம்மதம் பெறுகிறார். இதனைத் தொடர்ந்து முருகன் தினைப்புலம் அடைந்து வேடனாக, விருத்தனாக உருவெடுத்து வள்ளியின் காதலைத் தூண்டுகிறார். இதற்கெல்லாம் வள்ளியா மயங்குவாள். முருகன் வள்ளியை மனைவியாக்க தனது அண்ணன் விநாயகரைத் தொழுகிறான். விநாயகர் யானை வடிவில் தோன்றி வள்ளியை தும்பிக்கையால் தூக்கிப் போட, அது சர்வ அலங்காரம் பூஷனாக நின்ற முருகன் மடியில் வீழ்கிறாள். உடனே வந்தவன் முருகன்தான் என்று பணிந்து தன்னை அர்ப்பணித்துக் கொள்கிறாள் வள்ளி. முருகன் தன்னை மணக்கப் போவதாக வள்ளி கூறியதை நம்பிராஜன் நம்பவில்லை. முருகன் நம்பிராஜனுக்கு விருத்தனாகவே காட்சியளிக்கிறார். படுக்கையில் உறக்கமின்றித் தவித்துக்கொண்டிருந்த வள்ளியின் முன் முருகனின் வேல் தோன்றி வழிகாட்ட, அதனைத் தொடர்கிறாள் அவள். நம்பிராஜன் வள்ளியைத் தடுத்து நிறுத்திச் சிறையில் இடுகிறான். முருகன் தலையிட்டு வள்ளியை சிறை மீட்கிறான். இந்த விருத்தன் யாரென்று அறியாது, நம்பிராஜன் போர் தொடுக்கிறான். சினம்கொண்ட முருகன் விஸ்வரூபம் எடுத்து எதிர்த்தாரை விழ்த்துகிறார். நாரதர் தோன்றி சாந்தம் அடைய பிரார்த்திக்க அவ்வண்ணமே வள்ளியும் வேண்டுகிறார். முருகனும் கோபம் தணிந்து வெற்றிவேலோடு தோன்றி வள்ளியை ஆட்கொள்கிறார். நம்பிராஜன் முருகன் திருவடி தாள்படிகிறான். வள்ளியின் கோரிக்கைப்படி மாண்ட சிப்பாய்களை உயிர்ப்பிக்கிறார் முருகன். எல்லாம் நல்ல விதமாக முடிகிறது வள்ளி முருகனை மணந்து 'ஸ்ரீவள்ளி' ஆகிறாள்.

நரசுஸ் ஸ்டுடியோஸ் தயாரிப்பான "ஸ்ரீவள்ளி" ஒரு முழு நீள கலர் படமாகும். படத்தில் முருகனாக சிவாஜிகணேசனும் வள்ளியாக பத்மினியும் நடித்திருந்தனர். இந்தக் கதை சிறப்பானதொரு புராணக்கதை ஆகும். குறிப்பாக அந்த நாளைய கலை ரசிகர்களின் கருத்தைக் கவர்ந்ததும்கூட. "வள்ளி திருமணம்" தமிழ்நாட்டின் மூலைமுடுக்கெல்லாம் நாடகமாக்கப்பட்டு வெற்றி விழா கொண்டாடியது. 1933ஆம் ஆண்டிலே நேஷனல் மூவிடோன் வள்ளியைத் திரைப்படமாக வெளியிட்டது.

அரசிளங்குமரி (1961)

அதே ஆண்டு பயனீர் பிலிம்ஸ் சி.எம்.துரைசாமியை முருகனாகவும் டி.பி.ராஜலட்சுமியை வள்ளியாகவும் கொண்டு "வள்ளி திருமணம்" என்ற பெயரில் திரைப்படம் எடுத்து பெரிய வெற்றி பெற்றனர். பி.வி.ராவ் இதனை இயக்கியிருந்தார். தமிழ் சினிமாவின் சரித்திரத்தில் வணிக ரீதியாக வெற்றிபெற்ற முதல் படம் என்ற புகழை பெற்ற படம் இது. பின்னர் சரஸ்வதி சினி பிலிம்ஸ் லேபரட்டரி தயாரிப்பாக டி.ஆர்.மகாலிங்கம், கே.டி.ருக்மணி நடித்து ஸ்ரீவள்ளி என்ற பெயரில் 1945ஆம் ஆண்டில் மற்றொரு மாபெரும் வெற்றிப்படமாக வெளிவந்தது. தயாரிப்பாளர்கள் ஆவுச்சி மெய்யப்ப செட்டியாராவார். இவர் தமிழ் சினிமாவில் சாதனை கொடி நாட்டிப் பறக்கவிட்டார்.

நரசுவின் 'ஸ்ரீவள்ளி'யில் பத்மினிதான் முக்கிய பாத்திரம் என்றாலும் திரைக்கதை அதை பிரதிபலிக்க வைக்க தவறிவிட்டது. எனினும் பத்மினியின் முயற்சி சரிவைக் கொஞ்சம் இழுத்துப் பிடித்தது. தினைப்புலக் காவலின்போது வள்ளி பாடும் 'ஆலோலம் பாட்டுகளில்', 'ஓம் சரவணபவ சண்முகா சக்தி வடிவேலா கண்ணீரை காணிக்கையாய் செய்தாலும் உன் மனம் கரையாதோ' என்று இரு மாறுபட்ட பாவங்களில் பத்மினி மனத்தைத் தொடுகிறார். இறைவன் முருகனை இறைஞ்சும் கட்டத்தில் வள்ளியில் பத்மினியைப் பார்க்கிறோம் சிவாஜியின் திடமான உடற்கட்டு முருகனுக்கு இல்லையே என் செய்வது. இவர்கள் நீங்கலாக நம்பிராஜனாக ஈ.ஆர்.சகாதேவனுடன் நாரதராக டி.ஆர்.மகாலிங்கம் படத்தில் தோன்றுகின்றனர். வசனம் பாடல்கள் தஞ்சை ராமையாதாஸ், இசையமைப்பு ஜி.ராமநாதன். படத்தை இயக்கியவர் டி.ஆர்.ராமண்ணா, பிரபலங்கள் நடித்தும் இனிய இசை நிரம்பி இருந்தும் படம் மக்களிடம் எடுபடவில்லை. தவிர ஆவுச்சி மெய்யப்ப செட்டியார் அவர்களின் தயாரிப்பான ஸ்ரீவள்ளியை மக்கள் ஒப்புநோக்கியதால் நரசுவின் 'ஸ்ரீவள்ளி' திருப்தி அளிக்காமல் போயிற்று. நல்லவேளை படம் வெளிவந்தபோது தயாரிப்பாளர் வி.எல்.நரசு உயிருடன் இல்லை என்பது ஆறுதலான விஷயம்.

### (b) பாவம் பத்மினி

'வாள் கையிலேதான் இருக்க வேண்டும் நெஞ்சில் அல்ல'. இந்த அறிவுரையின் திரு உருவம்தான் வீரநாயகம். இந்த மாவீரனை எதிர்த்து உழவர் குலப் பெருவீரன் குலசேகரன் தன் பாரம்பரிய உழவர் சின்னம் பொதித்த வாளை இழந்து, மானம் காக்க மரணத்தைத் தழுவுகிறான். போர் நடத்திய இந்த இரு மறவர்களின் புதிய தலைமுறை தான் முறையே வெற்றிவேலனும், அறிவழகனும், தந்தையின் வாளை மீட்க துடிக்கின்றான் அறிவழகன். விதி விளையாடுகிறது. பரம்பரை வாளை பறித்த வீரநாயகத்தின் மகன் வெற்றிவேலன் அறிவழகன் தங்கை அன்புக்கரசியைக் காதலிக்கிறான். பின் ஒரு குழந்தைக்குத் தாயாக்கி விட்டு அவளைக் கைவிட்டு விடுகிறான். போதாதற்கு இளவரசி அழகுராணியை மணக்க சூழ்ச்சி செய்கிறான். சந்தர்ப்பவசத்தால் அழகுராணி அறிவழகனை சந்திக்க இருவர் இடையே காதல் மலர்கிறது. வெற்றிவேலன் தனது வில்லத்தனத்தை துவங்குகிறான். இந்நிலையில் அன்புக்கரசியின் துயரத்திற்கு வெற்றிவேலன்தான் காரணம் என்று அறிந்த அறிவழகன் அவனைப் பழிதீர்க்க நினைக்கிறான். அதற்கு உழவர் குடிப்பிறப்பில் பிறந்த அறிவழகனுக்கு வாட்பயிற்சி தேவைப்படுகிறது. அதனை வீர நாயகமே கற்பிக்கின்றார். பயிற்சிக்குப்பின் வெற்றிவேலனைப் பழிதீர்க்க வெறியோடு அவனிடம் போரிடுகிறான் அறிவழகன்.

தடுக்க இடையில் குழந்தையுடன் குறுக்கிடுகிறாள் அன்புக்கரசி. எதிர்பாராது வெற்றிவேலனது வாள் வீரநாயகத்தின் மார்பில் பாய அவர் மரணத்தைத் தழுவுகிறார். எல்லோரும் மனம் மாற குறிப்பாக வெற்றிவேலன் மனம் திருந்தி அன்புக்கரசியை ஏற்றுக் கொள்கிறான். அறிவழகனும் அழகு ராணியும் இணைகிறார்கள். இது படக்கதை சுருக்கம். படத்தில் எம்ஜிஆர் அறிவழகனாகவும், எம்.என்.நம்பியார் வெற்றிவேலனாகவும், பத்மினி அன்புக்கரசியாகவும், ராஜசுலோச்சனா அழகுராணியாகவும், வீரநாயகமாக நாகேந்திராவும் நடித்திருந்தனர். படத்திற்கு கதை வசனம் கலைஞர் கருணாநிதி. இசை பொறுப்பு ஜி.ராமநாதன். தயாரிப்பு ஜுபிடர் பிக்சர்ஸ். இயக்கம் ஏ.எஸ்.ஏ.சாமி. படம் அரசிளங்குமரி படத்தின் அடிப்படை கோணமாக அமைந்தது. பத்மினி—எம்.என்.நம்பியார் ஜோடி மற்றும் எம்ஜிஆரின் தங்கையாக பத்மினி ஏற்ற கதாபாத்திரங்கள்தான். நம்பியாருக்கு டைரக்டர் பொட்டிட்டு அழகு பார்த்தும் பத்மினியின் முன் எடுபடவில்லை. அவரது வில்லன் ஸ்தானம் அப்படிப்பட்டது. படத்தில் பத்மினிக்கு முக்கிய பாகம் கொடுத்திருந்தும் கதைப்படி இரண்டாம் நிலை கிடைத்தது. திரை உலகின் பொதுவாக இரண்டாம் நிலை கதாநாயகியாக இருந்த ராஜசுலோச்சனா படத்தில் அரசிளங் குமரியாக முதல்நிலை வகிக்கிறார். முதல்நிலை கதாநாயகியான பத்மினிக்கு கிடைத்த இரண்டாம் நிலையை ரசிகர்கள் விரும்பவில்லை. தவிர அரசிளங்குமரி என்ற தலைப்பில் கூறிய ராஜசுலோச்சனா எம்ஜிஆருடன் காதல் செய்வதைத் தவிர வேறு முக்கிய காட்சிகளில் அவருக்குப் பங்கு ஏதுமில்லை படத்தில் பத்மினியைப் பார்க்கின்ற போது 'தில்லாலங்கடி தில்லாலங்கடி தெரிஞ்சுக்கோ வேணும்' என்ற பாடலில் அழகான ஆட்டம் போட்டு ரசிக்க வைக்கிறார். அடுத்து கணவனைக் கேலி செய்து 'அத்தானே ஆசை அத்தானே அன்பே உன்னை நன்னாளில் கண்டேனே' ரசிக்க வைக்கிறது. எனினும் காட்சியில் கணவராகப் பங்குபெறுவது நம்பியார் என்பது சற்று நெருடலாக இருந்தது. கணவனுக்கும் அண்ணனுக்கும் வாள் போர் நடத்தும்போது சொற்போர் நடத்தும் காட்சியில் பத்மினியின் நடிப்பைக் காணமுடிகிறது. படத்தில் பத்மினிக்கு அடைக்கலம் தர முன்வந்த டி.ஏ.மதுரத்தின் முதல் காட்சித் தோற்றத்தில் பொட்டுடன் மங்களகரமாய்த் திகழ்கிறார். ஆனால் அடுத்து வரும் காட்சிகளில் பொட்டிழந்து கலக்கினார். முதல் காட்சியில் என்.எஸ்.கிருஷ்ணன் உயிருடன் இருந்தார் என்பதும், பின்வரும் காட்சிகளின் போது அவர் இறந்து விட்டார் என்பதையும் யூகிக்க முடிகிறது.

பொருத்தமில்லா கதாபாத்திரங்களும் சலிப்பூட்டும் காட்சிகளும் கொண்ட இப்படம் எதிர்பார்த்த வெற்றியைத் தரவில்லை. பட்டுக்கோட்டையாரின் 'சின்னப்பயலே சின்னப்பயலே சேதி கேளடா' என்ற பாட்டு ஒரு சிறந்த ஆறுதல் பரிசு.

புனர் ஜென்மம் (1961)

(c) மறு ஜென்மம் எடுத்த 'புனர்ஜென்மம்'

"ஈன்றாள் முகத்தேயும் ஒளியிழப்பர்
எஞ்ஞான்றும் நஞ்சுண்பார் கள்ளு உண்பர்"

பாடம் சொல்லும் படம் இது. பொய்யும் புரட்டும் நிறைந்த உலகத்தில் இருந்து தப்பிக்க சங்கர் குடிக்கு அடிமையாகிறான். தன் ஒரே மகன் குடிகாரன் என்று தாயுள்ளம் தவிக்கிறது. தளர்ந்துபோன தாயால் சங்கரைத் திருத்த முடியவில்லை அவள் துயரத்துக்கு தோள் கொடுக்கிறாள் சங்கரின் அன்பு காதலி அழகுச்சிலை பார்வதி. பார்வதியின் அண்ணன் ஜெகநாதன் ஒரு அப்பாவி. மனைவி காமாட்சிக்கு அடங்கியவன். இவர்களுக்கு புஷ்பா என்ற ஒரு பெண். எதிர்பாராவிதமாக காமாட்சிக்கு குபேரன் லாட்டரியில் லட்சரூபாய் கிடைக்க அவளுக்கு தலை கால் புரியவில்லை. மகள் புஷ்பாவை வெண்ணையாகவும் கணவரின் சகோதரி பார்வதியைச் சுண்ணாம்பாகவும் பார்க்கத் துவங்கினாள். புஷ்பாவுக்கு வாத்தியார் நித்தியானந்தத்திற்கும் காமாட்சி மணமுடித்து வைக்கிறார். ஆனால் பாவம் பார்வதி சங்கரைத் திருத்த, பார்வதி குடிகாரி போல் நடிக்க, வெகுண்ட சங்கர் மனம் திருந்தி பொருள் தேட பட்டணம் செல்கிறான். பாடுபட்டு வேலை செய்து பணம் சேர்த்து வீடு திரும்புகிறான். ஆனால் காலம் கடந்துவிட்டது என்று காரணம் கூறி சங்கர் பட்ட

புனர் ஜென்மம் (1961)

கடனுக்காக வீட்டை ஜப்தி செய்து தாயை வெளியேற்றுகின்றா சேட்டு சங்கர் (சாய்ராம்). சீட்டுப் பணத்தை விட்டெறிந்து வீட்டை மீட்கிறான் சங்கர். புதிய சங்கரைப் பார்த்த அவனது தாயும் பார்வதியும் உள்ளம் பூரித்தனர். பின் முறைப்படி சங்கர் பெண் கேட்க சென்ற போது காமாட்சி அம்மாள் அவமானப்படுத்தி அனுப்பி விடுகிறாள். ஆனால், சங்கரை பார்வதியின் உள்ளக் கோயிலில் இருந்து விரட்ட முடியுமா? காமாட்சி பார்வதிக்கு வேறு வரன் பார்த்து முடித்து அது திருமண மேடை வரை நீண்டது. ஆனால், பார்வதி விஷம் சாப்பிட்டு மணவரையில் சாய்ந்தாள். செய்தி கேட்டு சங்கர் ஓடிவந்து காப்பாற்ற, ஜெகநாதன் தைரியத்தோடு காமாட்சியை அடக்கி பார்வதி—சங்கர் திருமணத்தை நடத்தி இருவருக்கும் புனர்ஜென்மம் அளிக்கிறார்.

படத்தின் துவக்கத்திலேயே ஒரு கிராமிய நடனப் பாட்டு பத்மினி ராகினி பாடி ஆடுவதாகக் காட்சி. பாட்டில் கவிஞர் கண்ணதாசன் பத்மினியின் நடனம் திறனை பத்மினியின் வாயிலாக இப்படி உணர்த்துகிறார்.

“நான் இல்லை என்றால் ஆட்டம் இல்லை, இந்த நாடகத்தில் ஒரு சுவையும் இல்லை, மான் மகள் என்னை நடனத்தினாலே ஜெயிப்பவர் இன்னும் பிறக்கவில்லை.”

சிறப்பான இந்த கிராமிய நடனத்திற்கு பத்மினி கச்சிதமாய் பொருந்தி இருந்தார், அடுத்து கிரகப்பிரவேச விழாவில் ஒரு பாட்டு.

“மனம் ஆடுது பாடுது தேடித்தேடி அலையுது ஆசைமீறியே, தன்னை அறியாது ஒன்றும் புரியாது ஒரு வழியும் காணாது.”

பத்மினி ராகினி சகோதரிகளின் மின்னல்வேக நாட்டியம் பிரமிப்படைய வைக்கிறது. இந்த நாட்டியத்தை ஹிராலால் குழு அமைத்ததைக் குறிப்பிட வேண்டி இருக்கிறது. தவிர பத்மினிக்காக ‘இன்பகாவியம் பொய்தானா’ என்றதொரு சோகப்பாட்டு. ‘உள்ளங்கள் ஒன்றாகித் துள்ளும் போதிலே’ என்ற ஒரு டூயட் பாட்டு பட்டுக்கோட்டையாரின் பட்டை தீட்டிய பேனா முனையில் இருந்து வெளிவந்தவை. பத்மினியும் சிவாஜிகணேசனும் தங்களது நடிப்பால் உயிர்த்துடிப்பான பாடல்களுக்கு ஒளி ஏற்றினர்.

படத்தில் சிவாஜிகணேசன் சங்கராகவும், அவனுக்குத் தாயாராகக் கண்ணம்பாவும் நடித்திருந்தனர். பார்வதியாக பத்மினியும் அவளது அண்ணன் ஜெகநாதனாக தங்கவேலுவும், அவரது மனைவி காமாட்சியாக சுந்தரிபாயும் இத்தம்பதிகளின் புதல்வி புஷ்பாவாக ராகினியும் அவரது கணவன் நித்தியானந்தமாக டி.ஆர்.ராமச்சந்திரனும் நடித்திருந்தனர். இப்படத்திற்குத் திரைக்கதை வசனம் ஸ்ரீதர் எழுதியிருந்தார்.

படத்திற்கு இசை டி.சலபதிராவ். தயாரிப்பாளர் என்.எஸ்.திரவியம். படத்தை இயக்கியவர் ஆர்.எஸ்.மணி. படத்தயாரிப்பு நிறுவனம் விஜயா பிலிம்ஸ்.

இந்தப் படத்தைப் பற்றிய கூடுதல் குறிப்பொன்று பதிவு செய்ய வேண்டியுள்ளது. இப்படக்கதை ஏற்கனவே 1956ஆம் ஆண்டில் இந்தியில் “தாக்” என்ற பெயரில் வெளிவந்து வெற்றிகண்டது. படத்தில் கதாநாயகனாக திலீப்குமார் ஏற்ற பாத்திரத்தில்தான் தமிழில் சிவாஜி ஏற்றிருந்தார். திலீப்குமாரின் காதலி நிம்மி ஏற்ற பாத்திரத்தைத் தான் தமிழில் பத்மினி நடித்தார். லலிதாபவர் ஏற்ற தாயார் பாத்திரத்தை கண்ணம்பா தமிழில் ஏற்றார். படத்தின் மூலக்கதையை எழுதியவர் அமியா சக்கரவர்த்தி. இவரிடம் இருந்துதான் கதை உரிமை

*சபரிமலா ஸ்ரீ ஐயப்பன் (1961)*

பெற்றுத் தமிழில் 'புனர்ஜென்மம்' என்ற பெயரில் திரைப்படம் தயாரிக்கப்பட்டது. இந்தி 'தாக்' திரைப்படத்தின் பாடல்களை இனிமையாக இசை அமைத்து கொடுத்தவர்கள் சங்கர் ஜெய்கிஷன் என்ற இரட்டையர்கள்தான். திரைப்படத்தைத் தயாரித்து இயக்கியதும் அமியா சக்கரவர்த்தி. அவரது நிறுவனம் மார்ஸ் மூவிஸ் நிறுவனமே படத்தை வடஇந்தியாவில் திரையிட்டது.

ஏற்கனவே குறித்தபடி 1956ஆம் ஆண்டில் இந்தியில் "தாக்" என்ற படம் வெளிவந்தது. இப்படமே ஐந்து வருடங்கள் கழித்து தமிழில் "புனர்ஜென்மம்" என்ற பெயரில் 1961ஆம் ஆண்டில் வெளிவந்தது. படத்தின் வெற்றி காயாகவும் இல்லாமல் பழமாகவும் இல்லாமல் செங்காயாக இருந்தது.

1961ஆம் ஆண்டில் பத்மினி நடித்த தெலுங்கில் டப்பிங் திரைப்படம் ஒன்று வெளிவந்தது. இப்படத்திற்கு "ஸ்த்ரி ஹிருதயா" என்று பெயர். இது 1960ஆம் ஆண்டில் மதுரம் பிக்சர்ஸ் தயாரிப்பில் வெளியிட்ட "மீண்ட சொர்க்கம்" என்ற தமிழ்ப் படத்தின் தெலுங்கு மொழிமாற்று படமாகும். "ஸ்த்ரி ஹிருதயா"வை ஸ்ரீதர் இயக்கியிருந்தார் இதன் தயாரிப்பாளர் டி.ராஜகோபால்ரெட்டி தயாரிப்பு நிறுவனம் நவ்விய கலாமந்திர் ஆகும்.

## (d) பத்மினி நடித்த இரு மலையாள திரைப்படங்கள்

1961ஆம் ஆண்டில் பத்மினி நடித்த "சபரிமலை ஸ்ரீ ஐயப்பன்" மற்றும் "உம்மினி தங்கா" என்ற என் இரு மலையாள திரைப்படங்கள் கேரளாவில் வெளியிடப்பட்டு வெற்றி பெற்றது.

பந்தளத்து ராஜா குழந்தை இன்றித் தவித்த போது காட்டில் ஒரு தெய்வக் குழந்தையைக் கண்டடைகிறான். அவனும் அவனது மனைவி மகாராணியும் குழந்தையை மணிகண்டன் என்ற பெயரிட்டு கண்போல் காத்து வளர்க்கின்றனர். பின் மகாராணிக்கும் ஒரு பிள்ளை பிறக்கிறது. அவனை ராஜராஜன் என்று பெயரிட்டு அரசர் வளர்க்கிறார். காலம் கழிகிறது. இருவரும் வளர்ந்து வாலிபர் ஆகிறார்கள். மணிகண்டன் தன் அறிவாலும் ஆற்றலாலும் பிரகாசிக்கிறார். பந்தளராஜா மணிகண்டன் இளவரசராக முடிவு செய்கிறார். மந்திரியோ ராஜ ராஜன் தான் இளவரசனாக வேண்டுமென்று துர்போதனை செய்கிறான். தந்திரமாக மணிகண்டனைப் புலிப்பால் கொண்டு வர காட்டுக்கு அனுப்புகிறான். புலிப்பால் எடுத்துக்கொண்டு அந்தப் புலியின் மீது சவாரி செய்து அரண்மனையை மணிகண்டன் அடைய மக்கள் மலைத்து நிற்கின்றனர். இப்போது மணிகண்டனுக்கு இளவரசன் பட்டம் சூட்டுவதை எல்லோரும் வரவேற்கிறார்கள். ஆனால் தெய்வப் பிறவியான மணிகண்டன் சபரிமலையில் பிரதிஷ்டமாகி ஐயப்ப சுவாமியாகி நாடிவந்த பக்தர்களுக்கு அருள் செய்கிறார். அதன்பின் படம் ஐயப்ப சாமியின் தெய்வீக லீலைகள் பலவற்றைச் சொல்கிறது.

இத்திரைப்படத்தின் முக்கியப் பகுதி ஐயப்பனான மணிகண்டனின் பிறப்பு தனது குருகுலத்தில் பழம்பெரும் ஓலைச்சுவடிகளைப் பார்க்கும் குருதேவர் கண்களுக்கு விருந்தாக இந்தக் காட்சி அமைக்கப்பட்டிருந்தது. பூலோக துஷ்டனாகிய பத்மாசூரன் தான் தன் கையால் தன் தலை உச்சியைத் தொடும்வரை தனக்கு மரணம் சம்பவிக்ககூடாது என்று சிவபெருமானிடம் வரம் பெற்றுக் கொள்கிறான். அதனால் அகந்தை கொண்டு தவமுனிவர்களையும் வானவர்களையும் வதைக்கிறான். இந்தக் கொடுமையைத் தாங்கமுடியாத அவர்கள் பகவான் ஹரி(விஷ்ணு) விடம் முறையிடுகிறார்கள். ஹரி, மலர் பூத்துக் குலுங்கி வாசம் வீசும் சோலையிலே மயங்கியிருந்த பத்மாசூரனின் முன்பு அழகே உருவான பெண் பிம்பமாக உருவெடுத்துத் தோன்றுகிறார். அவரைக் கண்டு மயங்குகிறான் பத்மாசூரன். அவளை நிழல்போல் பின்தொடர அந்த அழகி நடனமாடி மகிழ்விக்கிறாள். மகிழ்ச்சி மேலிட பத்மாசூரனும் ஏட்டிக்குப் போட்டியாக நடனமாட உச்சகட்டத்தில் அழகி தன் தலையில் கை வைக்க, ஆட்ட வேகத்தில் எல்லாவற்றையும் மறந்து பத்மாசூரனும் தன் தலையில் தன் கையை வைக்க எரிந்து போகிறான். அழகி ஹரி ஆகிறார் சிவன் அங்கு வந்து இந்தக் காட்சியைக் கண்டு

ஹரியை போற்றுகிறார் பின் ஹரன் என்ற சிவன் அரக்கனை மயக்கிய ஹரியை அழகியாக பார்க்க விரும்புகிறான். இங்குதான் எதிர்பாராத திருப்பம் ஏற்படுகிறது அழகிய பெண்ணான ஹரியை சிவன் பார்த்து ஒருகணம் மோகிக்க விளைவாக, ஒரு அழகிய தெய்வீக ஆண் குழந்தை பிறக்கிறது. பெண்ணாக மாறி இருந்த ஹரிக்கும் ஆணான ஹரனுக்கும் (சிவனுக்கும்) புத்திரனாக இக்குழந்தை அவதரித்ததால் குழந்தை ஹரிஹர புத்திரன் என்ற நாம தேயம் பெற்றது. இந்தப் படத்தில் மயக்கும் அழகியாகப் பாடி ஆடி நடித்து, பத்மாசூரனை வீழ்த்திய ஹரி பாத்திரத்தில்தான் பத்மினி நடித்திருந்தார். 'மின்னல் எந்தன் கண்ணில்' என்ற மயக்கும் பாட்டுடன் 'சிலம்பே மணிச் சிலம்பே' என்று பாடி பரத நாட்டியம் ஆடி பத்மாசூரனோடு மக்களையும் மயக்கித் தன் பாத்திரத்தை முடித்துக் கொண்டார் பத்மினி. இப்பகுதி படத்தில் ஒரு பிளாஷ்பேக் உத்தியில் காட்டப்படுகிறது

'சபரிமலை ஸ்ரீஐயப்பன்' படத்தில் பந்தளத்து ராஜாவாக தீக்குறிச்சி சுகுமாரன் நாயரும், மகாராணியாக அம்பிகாவும், ராஜகுருவாக முத்தையாவும், நடித்திருந்தனர். மணிகண்டனாகவும் ராஜராஜனுமாக முறையே மாஸ்டர் ஜிதேந்திரநாத், மாஸ்டர் ஜோசிதாமஸ் நடித்திருந்தனர். படத்திற்கு இசை எம்.எஸ்.சுப்பையா நாயுடு. படத்தை இயக்கியவர் எம்.எஸ்.ஸ்ரீராமுலுநாயுடு, பக்ஷீராஜா ஸ்டுடியோவில் இப்படம் சாஸ்தா பிலிம்ஸரால் தயாரிக்கப்பட்டது. இப்படம் சிறந்த மூன்றாம் திரைப்படமாகத் தகுதிச் சான்று பெற்றது. கேரளாவில் இப்படம் வெற்றி வாகை சூடியது.

பதினெட்டாம் நூற்றாண்டில் திருவனந்தபுரம் சமஸ்தானத்தை ஆண்ட மார்த்தாண்டவர்மன் அவனது காதலி தங்கா என்ற பெண்மணியின் தியாகத்தை வீரியமாக சொல்வதே "உம்மினி தங்கா" என்ற திரைப்படம். மாண்ட திருவிதாங்கூர் அரசனின் பட்டத்துக்கு உரியவர் யார் என்பதே கதை. அதைத் தொடர்ந்த தங்காவின் தியாகம். மார்த்தாண்டன் மனப்பூர்வமாக தங்காவை காதலிக்கிறான். அரசகுமாரர்கள் கொச்சண்ணை மற்றும் கச்சண்ணை பட்டத்துக்கு உரியவர்கள். இவர்களது தங்கைதான் தங்கா. மார்த்தாண்டனும் தங்காவும் காதலர்கள். அரியணைக்கு தங்காவின் சகோதரர்களுக்கு மார்த்தாண்டவர்மனுக்கு போட்டி. மார்த்தாண்டன் மன்னராக முடிசூட்டிக் கொள்கிறான். அதற்குத் துணை நின்றவர் குருநாதர் ராமையா. உடனே சகோதரர்கள் பாண்டிய அரசன் ராஜ விக்கிரம பாண்டியன் உதவியை தளபதி அழகப்பன் மூலம் பெறுகிறான். தங்கா இருதலைக்கொள்ளி எறும்பாகத் தவிக்கிறாள். ஒரு பக்கம் காதலன் மறுபக்கம் தாயும் சகோதரர்களும். முடிவில் பாசம் வெல்ல சகோதரர்களுக்குத் திலகமிட்டு போருக்கு அனுப்புகிறாள் தங்கா. போரில் சகோதரர்கள் மடிகிறார்கள். அதைக் கண்ணுற்ற

**ஸ்ரீ வள்ளி (1961)**

அவர்களது தாயும் மாள்கிறாள். எல்லாம் முடிந்துபோக சோக இருள் கப்பிய போர்க்களத்தில் தங்காவும் மார்த்தாண்டவர்மனும் சந்திக்கிறார்கள். மன்னன் புதுவாழ்வு துவக்க மகிழ்ச்சியோடு கரம் நீட்டுகிறான். ஆனால் தங்கா சீரும் புயலாய் பாய்ந்து, சொல் அம்புகளால் அவனது உடலை ஜல்லடை சுண்களாய் துளைக்கிறாள். மார்த்தாண்டனின் எந்த சமாதானத்தையும் தங்கா ஏற்காது அவனை சபித்து உயிர் துறக்கிறாள். தியாக தெய்வமாகிறாள்.

படத்தில் மார்த்தாண்டனாய் கொட்டாரக்காரன் ஸ்ரீதரன் நாயரும், கதாநாயகி தங்கமாக பத்மினியும் நடித்திருந்தனர். குரு ராமையாவாக டி.எஸ்.முத்தையா நடிக்க, பாண்டியராஜனின் தளபதி அழகப்பனாக தமிழ் நடிகர் பூபதிநந்தாரம் நடித்தார். படம் முழுவதும் இவர் தமிழிலேயே பேசி நடித்திருந்தார் என்பது குறிப்பிடத்தக்கதாகும். தோட்டத்தில் மார்த்தாண்டனுடன் “விண்ணிலுள்ள தாரகமே கண்மதி கடன் தருமோ” என்று பாடிக் காதலைக் கொட்டி நடித்தார் பத்மினி. முற்றிலும் மாறாக “நிமிஷங்கள் எண்ணி, திவசங்கள் எண்ணி” என்ற துயரப் பாட்டில் அவர் நடிப்பில் சோகம் கொப்பளிக்கிறது. படத்தின் உச்சகட்டம் சகோதரர்களும் தாயும் அதைக் கண்டு கொதித்தெழுந்து மார்த்தாண்டன் மேல் கோபக் கணலை வீசி, பேசி சாபம் விடும் காட்சியில் தமிழ் பத்மினியின் வசன வீச்சை காணமுடிகிறது.

படத்தின் இனிய பாடல்களுக்கு இசை வி.தட்சிணாமூர்த்தி. படத்தை ஜி.விஸ்வநாதன் இயக்கியிருந்தார். படத்தயாரிப்பாளர் பி.கே.சக்தியால். இப்படம் ஒரு ஓரியண்டல் மூவிஸாரின் தயாரிப்பு.

## (e) அழகே பெண் வடிவமான பிம்பம்

பத்மினியின் அழகையே பிரமாதமாக கொண்டு இவ்வாண்டில் தயாரித்து வெளிவந்த ஒரே இந்தி திரைப்படம் “அப்ஸாரா”. இப்படத்தின் கதைச்சுருக்கம் இது. ‘ஒரு அழகிய அரசகுமாரன்’ அன்புக்குரிய மனைவி மற்றும் அவளது தாய். சுகானுபமான வாழ்க்கை தென்றலாகத் தாலாட்டியது. காலம் மாறியது. ஒரு சமயம் உத்தியானவனத்திலே அரசகுமாரன் ஓய்வெடுத்துக் கொண்டிருந்த போது இந்திரலோகத்துப் பெண் ஒருத்தி உலகைச் சுற்றிப் பார்க்க உல்லாசமாக வந்தாள். அவளது கண்களில் அரசகுமாரன் பட, அவன்மேல் மையல் கொள்கிறாள். அந்த இந்திரலோகத்து, பெண்ணே, பேரழகி அதற்கேற்ப அவரது பெயரும் ‘அப்ஸாரா’ (அப்சரஸ்) இளவரசரை மயக்கி

***ஸ்ரீ வள்ளி (1961)***

சொர்க்கலோகத்துக்கு கொண்டு செல்கிறாள். அரண்மனையில் அவளது மனைவியும் தாயும் கவலையில் தவிக்கிறார்கள். கணவன் திரும்பி வர மனைவி பிரார்த்தனை செய்கிறாள். பல திருப்பங்களுக்குப் பின் கணவன் திரும்ப அவளது பிரார்த்தனையும் பலித்தது. இந்தப் படம் முற்றிலும் நடனம், நாட்டியம், மந்திரம், தந்திரம், மாயாஜாலம், வசீகரம் மற்றும் நகைச்சுவை காட்சிகளுமாக நிறைந்து இருந்தது. பத்மினி என்றாலே நாட்டியமும் நடிப்பும்தானே. படத்தில் இதற்கு முழுவாய்ப்பு கொடுக்கப்பட்டிருந்தது.

இப்படத்தில் இளவரசனாக நடிகர் பிரதீப்குமார், அப்ஸசராவாக பத்மினியும், இளவ:ரசன் மனைவியாக நிருபராயும் மற்றும் பி.எம்.வியாஸ், தல்ஜீத், மாருதி போன்றோரும் நடித்து இருந்தனர். இந்தப் படத்தில் 18 இனிய பாடல்கள் இருந்தன. எல்லா பாடல்களின் உரிமையையும் எச்.எம்.வி நிறுவனம் பெற்று இசைத்தட்டுகள் வெளியிட்டது. இந்த படத்திற்கும் பாடலுக்கும் இசை அமைத்தவர்கள் வட இந்தியாவின் வெற்றிகரமான இசை ஜோடிகளான ஹுஸின்லால் — பகத்ராம். இந்தப் படத்தை இயக்கியவர் பி.எம்.வியாஸ். இப்படம் ஒரு சித்ராலயா புரொடக்ஷன் நிறுவனத்தின் தயாரிப்பு.

இப்படத்தைப் பற்றி முடிக்கும்முன் ஒரு ரசமான செய்தியைக் குறிப்பிட்டால் சுவைகூடும்.

இந்தத் திரைப்படத்தின் கதையின் முக்கிய பகுதி முன் வந்த தெலுங்கு, தமிழ் திரைப்படங்களின் பாதிப்பு இருப்பது ஆச்சரியத்தை அளிக்கிறது.

1947ஆம் ஆண்டில் சோபனா சலா பிக்சர்ஸ் தயாரிப்பில் சி.புல்லய்யா இயக்கத்தில் "கொல்லபாமா" என்ற தெலுங்கு திரைப்படம் வெளிவந்தது. இந்தப் படத்தில் அரசகுமாரன் கொல்லபாமா என்ற அழகிய பெண்ணை விரும்பி திருமணம் செய்து கொள்கிறான். ஒருநாள் தம்பதிகள் தோட்டத்தில் களிக்கும்போது அப்ரஸ்களின் தலைவி மோகினி அரசகுமாரனைக் கண்டு மையல் கொண்டு வானுலகத்திற்கு எடுத்துச்சென்று மறைகிறாள். ஆனால், இளவரசன் மனம் மோகினியை நாடவில்லை. கொல்லபாமாவின் நினைவாகவே இருக்கிறான். நாட்டிலோ கொல்ல பாமா இளவரசனை நினைத்தே உருகுகிறாள். சம்பவங்கள் பலவற்றின் பின் இருவரும் ஒன்று சேர்கிறார்கள். படத்தில் கொல்லபாமாவாக கிருஷ்ணவேணி என்ற நடிகையும் அரசகுமாரனாக ரகுராமையாவும் மற்றும் மோகினியாக அஞ்சலிதேவியும் நடித்திருந்தனர். இதனைத் தொடர்ந்து 1949ஆம் ஆண்டில் பாக்கியா பிக்சர்ஸ் தயாரிப்பில் "மங்கையர்கரசி" என்ற பெயரில் தமிழில் இக்கதை திரைப்படமாக வெளிவந்தது. மதுராபுரி இளவரசன் காந்தரூபன் அவனது அன்பு மனைவி மங்கையர்கரசி. ஒருசமயம் காந்தரூபன் தனிமையில் இருக்கும்போது கந்தர்வ கன்னிகைகளின் தலைவி சசிகலா காந்தரூபனைக் கண்டு காதல் கொள்கிறாள். ஆனால் அவன் அவளை வெறுக்கிறான். இதனால் தனது மந்திர சக்தியால் காந்தரூபனை மாலையாக்கித் தன்கழுத்தில் அணிந்து கொண்டு மேகமண்டலத்துக்குள் புகுந்து கந்தர்வலோகத்துக்கு கொண்டு செல்கிறாள். கந்தர்வலோகத்தில் தன் மாலையைக் கழற்றி சாந்தரூபனை பழைய நிலைக்கே கொண்டு வருகிறாள். அவன் தன்னை அங்கீகரிக்க வேண்டுகிறாள். அரசகுமாரன் மறுக்கிறான். அரண்மனையிலோ மனைவி மங்கையர்கரசி துயரக்கடலில் மூழ்கிக் கிடக்கிறாள். பல எதிர்பாராத திருப்பங்களைத் தொடர்ந்து முடிவில் மங்கையர்க்கரசியும் காந்தரூபனும் இணைகிறார்கள். படத்தில் காந்தரூபனாக பி.யூ.சின்னப்பாகவும், மங்கையர்கரசியாக பி.கண்ணம்பாவும் மற்றும் கந்தர்வகன்னி சசிகலாவாக அஞ்சலிதேவியும் நடித்திருந்தனர். இப்படத்தில் இனிய பாடல்கள் நிறைந்திருந்தன. அவற்றுக்கு சி.ஆர்.சுப்பராமன் ஜி.ராமநாதன் மற்றும் குன்னக்குடி வெங்கடராம ஐயர் இணைந்து இசை அமைத்திருந்தனர். ஜித்தன் பானர்ஜி படத்தை இயக்கியிருந்தார். வசனம் உவமைக் கவிஞர் சுரதா.

இதன்பின் 1954ஆம் ஆண்டில் "சந்திரஹாரம்" என்ற திரைப்படம் தமிழ் தெலுங்கு இரு மொழித் திரைப்படமாகத் திரையிடப்பட்டது. சந்தன தேசத்து இளவரசன் சந்தன் அவனது மதிப்பிற்குரிய குரு

மற்றும் பேணி வளர்த்தவர் மாலி. தன் கற்பனையில் தீட்டிய சித்திரத்தில் உருவான பெண்ணை மணக்க மாலையுடன் சென்று கண்டுபிடிக்க முயல்கிறான். ஒரு ஏழைப்பெண் பெயர் கௌரி. இவளே சந்தனின் ஓவியசுந்தரி. இதற்கிடையில் சஞ்சனா என்ற தேவமாது அவன் அழகில் மயங்குகிறாள். ஆனால் சந்தன் மறுக்கிறான். கோபம் கொண்ட சந்தன் உயிர் அடங்கிய சந்திரஹாரத்தைப் பறித்துச் செல்கிறாள். சந்தன் சவமாகிறான். அரண்மனையை புலம்பினாலும் சந்திரஹாரம் கிட்டும் மீண்டும் சந்தன் பிழைப்பான் என்று நினைத்து அவனது உடலைப் பாதுகாக்கின்றனர். இடையில் சஞ்சலா சந்திரஹாரத்திற்கு வந்து சந்திரனுக்கு உயிர்கொடுத்து தன்னை விரும்பாவிட்டால் இப்படித்தான் ஜீவமரணப் போராட்டம் ஏற்படும் என்று சபித்து செல்கிறாள். இந்தநிலையில் கௌரியை ஒரு பைத்தியத்துக்கு மணமுடிக்க சதி செய்கிறாள் சித்தி. இதில் இருந்து தப்பி ஒரு காட்டில் மயங்கி விழுகிறாள் கௌரி. அவளை அரண்மனைக்கு கொண்டு வருகிறார்கள். ஹாரத்தை சஞ்சலா அனுப்ப, விழித்தெழுந்த சந்தன் தனது கற்பனையில் வடித்தெடுத்த ஓவிய சுந்தரியைக் கண்டு ஆனந்திக்கிறான். தான் வரைந்த அவளது ஓவியத்தைக் காட்டி அவளை அசரவைக்கிறான். பின் மாலியின் தலைமையில் சந்தனுக்கும் கௌரிக்கும் ரகசியமாக திருமணம் நடக்கிறது. வாழ்நாளில் ஒரு பகுதி சவமாகவும் மறுபகுதியை உயிருடனுமாகக் கழிக்கிறான். முடிவில் சஞ்சனாவின் சூதுகளை கௌரியின் பதிபக்தி வென்று எல்லாம் சுபமாக முடிகிறது. இப்படம் முன்சொன்ன இரு படங்களிலிருந்து மாறுபட்டாலும் பொதுவாகக் கதைப்போக்கு ஒத்தே இருந்தது. இளவரசனாக என்.டி.ராமாராவும் கௌரியாக ஸ்ரீ ரஞ்சினியும் சஞ்சலாவாக சாவித்திரி நடித்திருந்தனர். கண்டசாலாவின் இசையில் உருவான பாடல்களை மக்கள் ரசித்தார்கள். படத்தை பிரசாத் பார்வையில் கே.காமேஸ்வரராவ் இயக்கியிருந்தார். தயாரிப்பு நாகிரெட்டி—சக்கரபாணி, விஜயா புரொடக்ஷன்ஸ் தயாரிப்பு.

தயாரிப்பாளர் நாகி ரெட்டி

படத்தின் முக்கியமான 'அப்சரஸ்' கந்தர்வ பெண்ணாக கொல்ல பாமாவில் மோகினியாக அஞ்சலிதேவியும், சந்திரஹாரத்தில் சஞ்சலாவாக சாவித்திரியும் நடித்திருந்தனர். இந்த இருபெரும்

**இசையமைப்பாளர் ஹுஸ்ின் லால் - பகத்ராம்**

நடிகைகள் ஏற்ற பாத்திரத்தை இந்தியில் "அப்ஸராவாக" நடித்து பத்மினி புகழ் பெற்றார். கொல்லபாமா, மங்கையர்கரசி, அப்ஸாரா ஆகிய மூன்று படங்களுமே மகத்தான வெற்றி பெற்றன. ஆனால் சந்திரஹாரம் மட்டுமே வெற்றிபெற சிறிது தடுமாறியது. இதற்கு திரைக்கதை மற்றும் மக்கள் மனத்தில் மங்களகரமான நடிகை சாவித்திரியை வில்லியாக வித்தியாசப்படுத்திக் காட்டியதே காரணமாயிருக்கலாம். மொத்தத்தில் இந்த நான்கு படங்களும் நெஞ் சத்தில் கொள்ளத்தக்கவை ஆகும்.

## 38

## திருமணம் குறித்த சில சிந்தனைகள்

**ப**த்மினியின் திருமணம் நெருங்கி வந்தது. கலையைவிட்டு சிறகடித்து பறந்து கணவர் வீட்டிற்குச் செல்லும் காலகட்டம். பத்மினி தன் திருமணத்தைக் குறித்து சுழன்ற எண்ண அலைகளைப் "பேசும் படத்துடன்" பகிர்ந்து கொண்டதில் முக்கிய பகுதி இது.

"எண்ணற்ற ரசிகர்களையும், ஏராளமான செல்வத்தையும், எல்லையில் அடங்காத புகழையும், 200க்கும் மேற்பட்ட படங்களை அளித்த கலை உலகைவிட்டு பிரிந்துபோகும் நேரம் எனக்கு வந்துவிட்டது. இதுநாள் வரை நான் கலை உலகத்திற்கு என்னையே அர்ப்பணித்து கலையையே மணந்திருந்தேன். இப்போது என் வாழ்க்கை துணைவரை மணக்கப் போகிறேன். திரை உலகை விட்டு புது உலகம் போகப் போகிறேன். திரை உலக வாழ்க்கையில் என் லட்சியங்கள் பெரும்பாலும் நிறைவேறி இருக்கின்றன என்றுதான் நான் சொல்லுவேன். அதேசமயம் நிறைவேறாத சில எண்ணங்களும் இருக்கத்தான் செய்கின்றன. 'சிவகாமியின் சபதம்' கதையில் வரும் சிவகாமியின் பாத்திரத்தை ஏற்று நடிக்க வேண்டும் என்ற எண்ணம் நீண்ட நாட்களாகவே இருந்து வந்தது. தவிர கண்பார்வையற்ற குருடியாக, பேச நாவற்ற ஊமையாக, கேட்க காதற்ற செவிடியாக இம்மூன்றும் இணைந்த ஒரு பாத்திரத்தை ஏற்று அதில் என் திறமையெல்லாம் காட்டி, உணர்ச்சியை எல்லாம் கொட்டி, நடிக்க வேண்டும் என்ற எண்ணம் எனக்கு இருந்தது. தவிர, நான் நடித்த படங்களில் சிலவற்றை நான் ஏற்று நடிக்க முடியுமா என்று சந்தேகப்பட்டு பயந்தது உண்டு. எதிர்பாராதது சுமதியும், மங்கையர் திலகம் அண்ணியையும், தெய்வப்பிறவி தங்கத்தையும், கடைசியாக வந்த ஜிஷ்

தேஷ் மென் கங்கா பெஹ்த்தி ஹை 'அம்மு' என்ற பாத்திரங்களைக் கொண்ட படங்களை இதற்கு உதாரணமாகச் சொல்லலாம்.

திருமணத்திற்குபின் நான் புதுப்படங்கள் எதிலும் நடிக்கும் எண்ணம் இப்போது வரை இல்லை. ஆனால் நடித்து முடிவடையாத "விக்ரமாதித்தன்", "ராணி சம்யுக்தா", "செந்தாமரை" படங்களைத் திருமணத்திற்குப் பிறகும் நடித்துத்தர இசைந்து இருக்கிறேன். திரை உலகின் தொடர்பு இத்துடன் நின்றுவிடுமா என்பதை நான் சொல்ல முடியாது. அதேபோல் மீண்டும் திரைஉலகில் வந்து நான் தொடர்ந்து

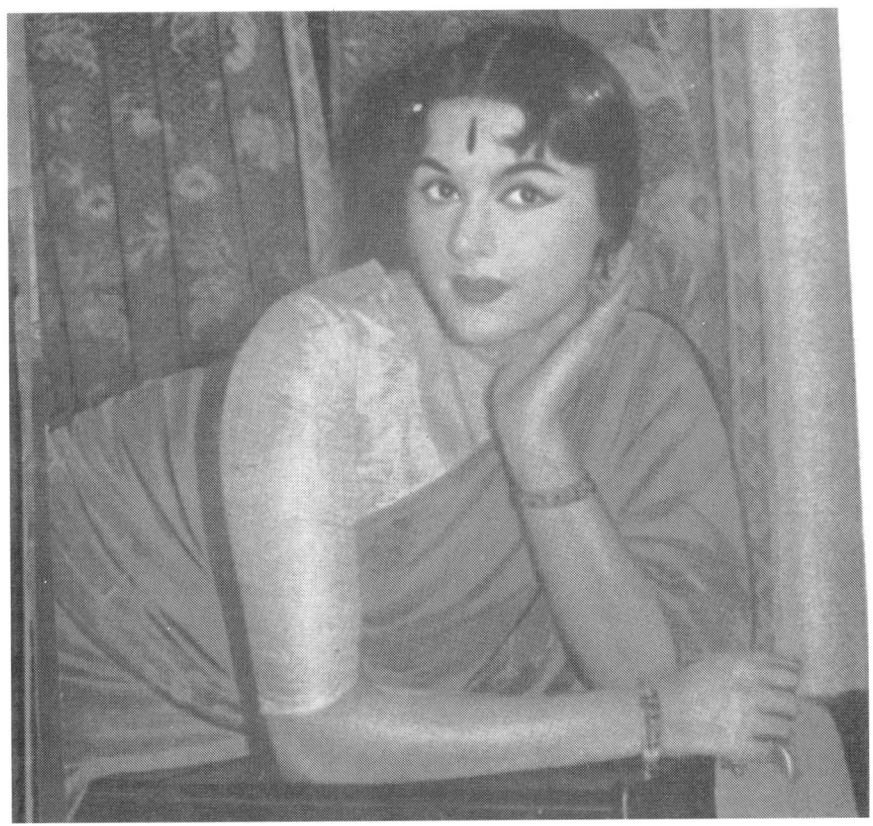

பணியாற்றி எனது கலைபணியைத் தொடர்ந்து செய்வேன் என்பதும் சொல்ல முடியாதது.

நீண்ட இடைவெளிக்குப்பின் கே.பி.சுந்தராம்பாள் படத்தில் நடிக்க முன்வந்தது போல நானும் எதிர்காலத்தில் வரலாம் அல்லவா?

எனவே, திரை உலகை விட்டு நான் ஒரே அடியாக போய்விடுவேன் என்பதனை நானும் நீங்களும் எப்படி தீர்மானிக்க முடியும். காலதேவனே அதை நிர்ணயிக்கட்டும், அந்தப் பொறுப்பை அவனிடமே ஒப்படைத்துவிடுவோம்."

இந்தப்பேட்டியில் கண்ட செய்திகள் பத்மினியின் பணிவையும் ஆசைகளையும் வாழ்க்கையின் நெறிமுறைகளையும் எடுத்துக்காட்டுகிறது. தனது எதிர்கால திரை வாழ்க்கையைக் காலம்தான் முடிவெடுக்கும் என்ற கூற்று பத்மினி ஆன்மீகத்தின் மீது கொண்ட நம்பிக்கையையும் எடுத்துக் காட்டுகிறது.

# 39

## வாழ்வில் ஒரு திருநாள்

'பருவத்தே பயிர்செய்' என்ற முதுமொழிக்கு ஏற்ப வாழ்க்கையில் ஒருமுறை வரக்கூடிய வசந்த காலமான கன்னிப் பருவத்தை பத்மினி தேனிலவு காணும் வசந்த காலமாக மாற்றிக்கொண்டு ஒரு நடிகை எப்படி வாழவேண்டும் என்று மற்றவர்களுக்கு வழிகாட்டுவதைக் கண்டு மகிழ்கிறோம்' என்று பேசும் படம் பத்மினியின் திருமணத்தை புகழ்ந்தது.

பத்மினியின் திருமணத்திற்கு 27.4.1961ஆம் தேதி என்று நாள் குறிப்பிட்டிருந்தும் அத்தேதியில் நடத்த முடியாத நிலை ஏற்பட்டது அவர் ஏற்கனவே ஒப்பந்தப்படி நடித்துக் கொடுக்க வேண்டிய படங்கள் முடியாமலிருந்தது. அதை முடிக்க பத்மினிக்கு அவகாசம் அவசியமாகத் தேவைப்பட்டது. எனவே திருமண தேதி 25.5.1961க்குத் தள்ளி வைக்கப்பட்டது.

"விக்ரமாதித்யன்", "ராணி சம்யுக்தா", "செந்தாமரை" போன்ற படங்களில் பத்மினி நடித்து முடிக்க வேண்டியிருந்தது. தவிர பத்மினி அரங்கேற்றியுள்ள ராமாயண நாடகத்தைப் பல இடங்களில் அவர் நடத்திக்காட்ட வேண்டியிருந்தது. "செந்தாமரை" திரைப்படமே திருமணத்திற்கு முன் பத்மினி கடைசியாக நடித்த படம் ஆகும். சந்திரனும் (சிவாஜியும்) தாமரையும் (பத்மினி) திருமண மாலை மாற்றிக்கொள்வது போன்ற காட்சிதான் கடைசியாக படமாக்கப்பட்டது. சிவாஜி பத்மினியைத் தவிர உடனிருந்தவர்களில் குறிப்பிடத்தக்கவர்கள் டைரக்டர் ஏ.பீம்சிங் மற்றும் ஜேபிசந்திரபாபு ஆவர். இதைத்தவிர பத்மினி மற்றும் மதராஸ் சகோதரிகளான கலா மற்றும் மாலா சகோதரிகளுடன் பத்மினி ஆண்டாள் நடனமாடி இருப்பது படத்தில் ஒரு

விசேஷம். “விக்ரமாதித்யன்”, “ராணி சம்யுக்தா” மற்றும் அவர் ஒப்பந்தம் செய்து கொண்ட “ஆஷிக்” என்ற இந்தி திரைப்படங்களைத் திருமணத்திற்குப் பின் முடித்துக் கொடுப்பதாக பத்மினி உறுதியளித்தார். திருமண மங்கல விழாவும் தொடங்கியது.

இராமாயண நாட்டிய நாடகம்

## திருமண திருநாள் விழா

திருமணநாள் வரை பத்மினிக்கு ஓய்வின்றி தனது கலைப் பணியில் உழன்றார். 23.5.1961இல் அவர் படப்பிடிப்பில் கலந்துகொண்டார். போதாதற்கு 20, 21, 22 ஆகிய மூன்று நாட்களிலும் மாலையில் தொடர்ந்தாற்போல் நாட்டிய நிகழ்ச்சி. பகலெல்லாம் பட ஷூட்டிங் கடைசிநாள் வரையில் படப்பிடிப்பில் கலந்து கொண்டு 24ஆம் தேதி விமானம் மூலம் பத்மினி கொச்சிக்குப் புறப்பட்டார். விமான நிலையத்தில் அளித்த பிரிவு உபச்சாரத்தில் பத்மினி திக்கித் திணறிப்போனார். பின்னர் திருமண நிகழ்விடமான குருவாயூரை நோக்கி கார் மூலம் சென்றார். பத்மினியின் மனோநிலை விளக்க முடியாததாயிருந்தது. ஓர் உலகம் விட்டு வேறுலகம் போகிறோம். ஒரு வாழ்க்கையிலிருந்து மற்றொரு வாழ்க்கையை மேற்கொள்கிறோம் என்ற எண்ணம் பத்மினியைப் பரபரப்பாக்கியது. கொச்சியிலிருந்து திருச்சூர் சென்று ‘ராமவிலாஸ்’ மாளிகையில் தங்கி, பத்மினி, ராகினி கதைகள் பல பேசிப் பொழுதைக் கழித்தனர். பொழுது புலர்ந்தது. பெருந்தனக்காரர்கள் அவர்களைத் தயாராக்கி குருவாயூருக்கு அழைத்துச் சென்றனர். அப்போது குருவாயூரில் கனமழை பெய்து கொண்டிருந்தது. கோயிலின் வெவ்வேறு பகுதிகளில் திருமணங்கள் பல நடந்து கொண்டிருந்தன. பத்மினியின் திருமணச் சடங்குகள் தொடங்கின. கேரள முறைப்படி விளக்குடன் ஏந்திய தட்டுக்களுடன் ஒன்பது கன்னிகள் பத்மினியை மணமகள் டாக்டர் கே.டி.ராமச்சந்திரனிடம் அழைத்துச் சென்றனர். அதேபோல் அவரையும் பத்மினியிடம் அழைத்து வந்தார்கள். பத்மினியின் தம்பி சந்திரன் மாப்பிள்ளையின் கால்களை அலம்பினார். பின்னர் அவர்கள் சம்பிரதாயப்படி மாப்பிள்ளை பத்மினிக்கு முண்டு கொடுத்தார். பிறகு தம்பதிகள் மோதிரம் மாற்றிக் கொண்டனர். 25.5.1961 அன்று சரியாக காலை எட்டு நாற்பத்தி ஐந்து மணிக்கு பத்மினிக்கு ராமச்சந்திரன் தாலி கட்டினார். அதுவே பத்மினியின் வாழ்வில் ஓர் திருநாள் ஆனது. பத்மினிக்கு அக்கணம் புல்லரித்தது. ஒரு பெண் வாழ்வில் மறக்க

முடியாத நேரம் அல்லவா அது. திருமணம் முடிந்த கையோடு மாப்பிள்ளையின் ஊரான தலைச்சேரிக்கு தம்பதிகள் சென்றனர். அங்கு மஞ்சள் விரித்த மனையில் பத்மினியை அமர்த்தினார்கள். அதுமுதல் அவர்கள் குடும்பத்தில் பத்மினி ஒருவரானார் 29ஆம் தேதி மணமக்கள் சென்னை வந்தடைந்தனர்.

## திருமண வரவேற்பு விழா

30.05.1961ஆம் ஆண்டு அன்று பத்மினி ராமச்சந்திரன் திருமண வரவேற்பு விழா சென்னையில் வெகு விமரிசையாக நடந்தது. இவ்விழாவில் பட உலக பிரமுகர்கள் பலரும் பல்வேறு துறையைச் சேர்ந்த நண்பர்களும் மணமக்களை ஆசிர்வதித்தனர். அன்று இரவு சென்னை ஓஷியானிக் ஹோட்டலில் விருந்தொன்று கொடுக்கப்பட்டது. பிரபல முன்னணி பாடகி எம்.எல்.வசந்தகுமாரி இசைக் கச்சேரி நடைபெற்றது. ஜெமினிகணேசன், சந்திரபாபு ஜமுனா, ரேலங்கி, எம்.எஸ்.சுப்புலட்சுமி, கண்ணம்பா, அஞ்சலிதேவி, பி.டி.சம்பந்தம், அகில இந்திய பிலிம் பெடரேஷன் தலைவர் நாகிரெட்டி தம்பதிகள், பாலாஜி, ராம்நாத், ரமணி மற்றும் கே.என்.பார்த்தசாரதி, பக்ஷிராஜா அதிபர் எஸ்.எம்.ஸ்ரீராமுலு நாயுடு, நடிகர் திலகத்தின் தாயார் ராஜாமணி அம்மாள், பாரத ரத்னா ராஜாஜி, எஸ்.எஸ்.ராஜேந்திரன் விஜயகுமாரி தம்பதிகள், சங்கீத டைரக்டர் ஏ.எம்.ராஜா, பின்னணி பாடகி ஜிக்கி, எல்.விஜயலட்சுமி, ராஜசுலோச்சனா, சௌகார்ஜானகி, கிருஷ்ணகுமாரி, அம்பிகா, சரோஜாதேவி, வடஇந்திய டைரக்டர் ரிஷிகேஷ் முகர்ஜி என்று கலை உலகமே திரண்டு பத்மினி ராமச்சந்திரன் தம்பதிகளை மனமார வாழ்த்தியது. இடையில் பிரபல இசை மேதை பண்டிட்

ரவிசங்கரின் சிதார் கச்சேரி விழாவுக்குப் பெருமை கூட்டியது. விழா இனிதே முடிந்தது. பத்மினி கணவரோடு புறப்படும் நேரம் பத்மினிக்கு வளையல் மீது அலாதி ஆசை பத்மினி கணவரோடு புறப்படும்போது ராகினி குறும்பாக "அக்கா நாங்கள் நிறைய வளையல்கள் வாங்கி வைக்கிறோம். வளைகாப்புக்கு வந்துவிடு" என்று அவருக்கே உரிய பாணியில் கிண்டலடித்தாள். தம் பரிசுகளை சுமந்த விமானம் விண்ணில் சீறிப் பாய்ந்தது.

## பேசும் படத்தின் கோரிக்கை

பத்மினியின் திருமணத்தை மகிழ்ச்சியோடு வரவேற்றது 'பேசும்படம்'. அதே நேரத்தில் "மதுரைவீரன் வெள்ளையம்மாளை எங்கே சந்திக்க போகிறோம்?", "தெய்வப்பிறவி நடிப்பை எங்கே காணப்போகிறோம்?" "மன்னாதி மன்னனில் கேட்ட சதங்கை ஒலியை எங்கே கேட்கப் போகிறோம்?" என்ற ரசிக பெருமக்களின் உள்ளத்தை வெளியிட்டு "திருமணமானாலும் திரை உலகை விட்டு போகாதே என்று வேண்டவும் செய்கிறோம்" என்ற கோரிக்கையையும் வைத்தது.

பத்மினியின் வாழ்க்கை திருமணத்திற்கு முன், திருமணத்திற்குப் பின் என்று இரு பிரிவாக அறியலாம். இனி தொடர்வது பத்மினியின் வாழ்க்கை திருமணத்திற்குப் பின்னாகும்.

## 40

# திரும்பவும் தாயகம்

**ப**த்மினியின் கணவர் ராமச்சந்திரன் ஒரு டாக்டர். இங்கிலாந்தில் படித்தவர். அமெரிக்காவில் டாக்டராக பணிபுரிந்து வந்தார். பத்மினிக்கு ஈடான அழகு. பொருத்தமான ஜோடி. கணவருடன் அமெரிக்கா சென்று நியூஜெர்சியில் குடியேறினார். மனம்போல் மாங்கல்யமும் மனமொத்த வாழ்வும் பத்மினிக்குக் கிடைத்தது பாக்கியம். இனிய இல்லறம், நாள்கள் சிட்டாகாப் பறந்தன. ஆனால் வாழ்க்கையின் சூத்திரக்கயிறு விதியின் கையிலல்லவா ஒப்படைக்கப்பட்டுள்ளது.

திருமணத்திற்கு முன் 'செந்தாமரை'யை முடித்த கையோடு 'ராணிசம்யுக்தா' மற்றும் 'விக்ரமாதித்யன்' ஆகிய படங்களில் தனது பாகங்களைத் திருமணத்திற்குப் பின் முடித்துக் கொடுப்பதாக வாக்குறுதி கொடுத்திருந்தார் பத்மினி. எனவே இந்தியாவுக்குத் திரும்பி இப்படங்களில் நடித்து முடித்துக் கொடுக்கவேண்டிய கட்டாயம் அவருக்கிருந்தது. தவிர அவர் ஒப்பந்தம் செய்த 'ஆஷிக்' படத்தயாரிப்பாளர்களான ரியூபன் டுபே புரொடக்ஷன்ஸ் படத்தை விரைந்து முடிக்க வேண்டுமென நிர்ப்பந்தித்தனர். இதனால் அமெரிக்காவில் இல்லற வாழ்வைத் துவங்கிய கையோடு இந்தியா திரும்ப வேண்டிய சூழ்நிலை பத்மினிக்கு ஏற்பட்டது. வாக்குத் தவறாமல், கணவரின் அனுமதி பெற்று இந்தியா திரும்பி இப்படங்களை நடித்து முடித்துக் கொடுத்தார். அப்படங்கள் 'ராணிசம்யுக்தா', 'விக்ரமாதித்யன்', 'ஆஷிக்' ஆகியன என்றறிந்ததே.

இவைகளுடன் பத்மினி ஏற்கனவே நடித்து முடித்த 'செந்தாமரை' மற்றும் 1961ஆம் ஆண்டில் ஏற்கனவே வெளிவந்து வெற்றிபெற்ற மலையாளப்படமான 'சபரிமலை ஸ்ரீ

ஐயப்பன்' தமிழில் மொழிமாற்றுப்படமாக அதே பெயரில் திரையிடப்பட்டது.

### (a) மலராத செந்தாமரை

நீதிமாணிக்கத்தின் மகள் செந்தாமரை. அவள் ஒரு அழகு தேவதை. தந்தை மகளை வக்கீல் நாயகத்திற்கு மணமுடிக்க விரும்புகிறார். ஆனால் செந்தாமரையின் மனமோ பத்திரிக்கை உலகில் பணியாற்றிவரும் சந்திரனை நாடுகிறது. இவர்கள் திருமணம் எப்படி முடிகிறது என்பதைத் திரைப்படம் சொல்கிறது. துரதிஷ்டவசமாகப் படத்தின் நெகடிவ் அழிந்துபோன நிலையில் பத்மினியின் நடிப்பை விவரிக்க போதுமான தகவல்கள் இல்லை. படத்தில் ஸ்ரீ ஆண்டாள் நாட்டிய நாடகமான 'மார்கழித் திங்கள் மதி நிறைந்த நன்னாளாய்' மற்றும் 'பாடமாட்டேன்—கலைப் பாவலர் செய்த தமிழ்ப்பாட்டன்றி வேறெதையும் பாடமாட்டேன்' என்ற இரு பாடல்கள் மட்டும் தப்பிப்பிழைத்து காணக்கிடைக்கிறது. தவிர 'பாடமாட்டேன்' என்று கே.ஆர்.ராமசாமி பாட்டிற்கு பத்மினியின் அபிநயம் சிறப்பாக அமைந்திருந்தது. பத்மினி செந்தாமரையாக நடித்திருந்தார். இவருடன் சிவாஜிகணேசன், கே.ஆர்.ராமசாமி, எஸ்.எஸ்.ராஜேந்திரன், கே.ஏ.தங்கவேலு மற்றும் ஜே.பி.சந்திரபாபு முதலியோரும் நடித்திருந்தனர். படத்தின் பாடல்களைக் கண்ணதாசன் எழுத, இசைஅமைப்பு விஸ்வநாதன்—ராமமூர்த்தி, மதராஸ் பிக்சர்ஸ் ஏ.எல்.ஸ்ரீனிவாசன் தயாரித்த இப்படத்தை ஏ.பீம்சிங் இயக்கினார். படம் எதிர்பார்த்த வெற்றியைத் தரவில்லை. 'செந்தாமரை' மலராமல் போனாலும் அழகுக்கு குறைவைக்கவில்லை. 1962ஆம் ஆண்டு இப்படம் வெளிவந்தது.

### (b) நாடாறு மாதம் காடாறு மாதம்

அகில உலகம் போற்றும் சகலகலாவல்லவன் உஜ்ஜயினி ராஜ்ஜியத்தின் ஏகச்சக்ராதிபதி விக்ரமாதித்தன். நாடாறு மாதம் காடாறு மாதம் என்ற ரீதியிலே நாட்டை ஆண்டு கொண்டிருக்கிறான். அவனது காடாறுமாத ஆட்சியில் தித்தன் என்ற பெயரில் பித்தனைப் போல் நடித்து அமராபுரி செல்கிறான். அந்நாட்டு இளவரசி ரத்தினமாலைக்கும் நாகபுரி இளவரசி வைரமாலைக்கும் நடக்கும் நாட்டியப் போட்டியில் தன் கூர்மதியில் 'வெற்றிபெற்றது ரத்தினமாலை தான்' என்று முடிவுகூறி போட்டியில் வெல்கிறான். வெற்றிப்

பரிசாக ரத்தினமாலையை மணமுடிக்கிறான். தித்தனாக இருந்தது விக்ரமாதித்தன் என்று அறிந்தபோது மட்டில்லா மகிழ்ச்சி அடைந்தாள் ரத்தினமாலை, தம்பதிகள் மதுராபுரி நகரை அடைகிறார்கள். வழியில் அந்நாட்டின் அரசன் மதுரேந்திர மன்னனைக் கொல்ல முயற்சி நடக்கிறது. அதனை முறியடித்து அரசனைக் காப்பாற்றி அவனது அன்பைப் பெறுகிறான் விக்ரமாதித்யன். அரசன், ஆதித்தன் என்ற பெயரில் நடனமாடிய விக்ரமாதித்யனை, தன் படை சேனாதிபதியாக நியமிக்கிறான்.

மதுரேந்திர மன்னன் ஒரு காமாந்தகன். ரத்தினமாலையின் அழகில் மயங்கிய அரசன் ஆதித்யனைச் சூழ்ச்சியால் கொல்ல திட்டமிட்டிருக்கிறான். இந்த நிலையில் சிவனாண்டிபுரத்து இளவரசி முத்துநகையைச் சித்தன் பரமானந்தன் கவர்ந்து செல்கிறான். மஹாராணி சத்யவாணி மதுரேந்திர மன்னனின் உதவியை நாடுகிறாள். இதைப் பயன்படுத்தி முத்துநகையை மீட்க ஆதித்தனை அனுப்புகிறான். அரசன், ஆதித்தன் போனபிறகு ரத்தின மாலையிடம் தன் கைவரிசையை மன்னன் காட்ட, தப்பி ஓடிய ரத்தினமாலை ஒரு காட்டில் வேடுவர் கூட்டத்தில் தஞ்சமடைகிறாள். இதற்கிடையில் ஆதித்யன் சித்தனையும் அவனது கூட்டத்தையும் அழித்து முத்துநகையை மீட்டு சத்யவாணியிடம் ஒப்படைக்கிறான். அடுத்தகணம் அவனது கவனம் ரத்தினமாலை மீது திரும்புகிறது. மேற்குமலை வேடனிடமிருந்து ரத்தினமாலையை மீட்ட மதுரேந்திர மன்னன் தனது இச்சைக்கு

செந்தாமரை (1962)

**விக்கிரமாதித்யன் *(1962)***

அவள் இணங்காததால் சிறையிலிட்டு வதைக்கிறான். விவரம் அறிந்த ஆதித்தன் மன்னனுடன் போரிட்டுக் கைது செய்கிறான். மன்னனும் தனது தவறினை உணர்ந்து திருந்துகிறான். இதற்குள் காடாறு மாதத்தை முடித்து நாடாறு மாதம் ஆட்சிபுரிய விக்ரமாதித்யனுக்கு காலம் பிறந்தது. அரசப் பொறுப்பை விக்ரமாதித்யன் ஏற்றதுடன் மதுரேந்திர மன்னனுக்கும் முத்துநகைக்கும் திருமணம் நடத்தி வைக்க எல்லாம் இனிதே முடிந்தது.

1962ஆம் ஆண்டில் ஜெயபாரதி புரொடக்ஸன்ஸ் தயாரித்து வெளியிட்ட 'விக்ரமாதித்யன்' படத்தில் எம்.ஜி.ஆர். விக்ரமாதித்யனாக நடித்திருந்தார். பத்மினி ரத்தினமாலையாகவும், ராகினி வைரமாலையாகவும் பி.எஸ். வீரப்பா மதுரேந்திர மன்னனாகவும் இளவரசி முத்துநகையாக ஸ்ரீரஞ்சனியும் நடித்திருந்தனர். போட்டி நடனம் என்ற பெயரிலே 'நிலையான கலை வாழ்கவே' என்ற சரவணபவானந்தர் பாட்டு எஸ்.ராஜேஸ்வரராவ் இசையில் இனிமையாக ஒலிக்க லலிதா—பத்மினி ஆடிய நடனமும் 'வண்ணம் பாடுதே' என்ற எம்.ஜி.ஆர். பத்மினி பாடியதாக அமைந்த இரு குரலிசையில் பத்மினியின் விறுவிறுப்பான நடனமும் கண்ணுக்கு விருந்தாக அமைந்திருந்தது. எனினும் எம்.ஜிஆரை பித்தனைப் போன்ற தோற்றத்தில் காட்டியது ரஸிகர்களை முகம் சுளிக்க வைத்தது. அதுவே வேடத்தின் வெற்றிக்குத் திரையிட்டது. படத்தின் திரைக்கதை வசனத்தை 'என்தங்கை' நடராஜன்

எழுதியிருந்தார். படத்தை எம்.ஏ.எத்திராஜிலு நாயுடு, எஸ்.விநமசிவாயம் மற்றும் ஆர்.ஏ.சரஸ்வதி அம்மாள் தயாரித்திருந்தார்கள். டி.ஆர். ரகுநாத் மற்றும் என்.எஸ்.ராமதாஸ் படத்தை இயக்கியிருந்தார்கள்.

இந்தப்படத்தின் படப்பிடிப்பின் போது நடந்த ஒரு சம்பவத்தை பத்மினியின் பொறுமை, சகிப்புத்தன்மை மற்றும் கடமையுணர்ச்சிக்கு எடுத்துக்காட்டாக 'பேசும்படம்' சொல்கிறது. கருவுற்றிருக்கும் அவர், அயர்வுற்றிருந்தும்கூட ஒப்பந்தமான முடியாதவற்றை முடித்துக் கொடுக்க சென்னை வந்திருக்கிறார். 'விக்ரமாதித்யன்' படப்பிடிப்பில் அவர் ஒரு காட்சியில் நடிக்கும் போது திடுக்கிடும் சம்பவமொன்று நிகழ்ந்தது. பத்மினி ஒரு பாறையின் மீது அமர்ந்திருக்கிறார் அவரது கைகளில் நிஜ இரும்புச்சங்கிலி கட்டப்பட்டிருந்தது. காட்சி இயற்கையாக இருக்க வேண்டுமென்பதற்காகச் சில பாம்புகளை வரவழைத்திருந்தனர். படப்பிடிப்பு தொடங்கியவுடன் பாம்புகள் நெளிந்தாடிவந்த காட்சி இயற்கையாக அமைந்திருந்தது. ஆனால் எதிர்பாராமல் ஒரு பாம்பு ஊர்ந்துவந்து பத்மினி அமர்ந்திருந்த கல்லின் மேலேறி வெகு அருகில்

விக்கிரமாதித்யன் *(1962)*

வந்துவிட்டது. பத்மினி பயத்தில் 'வீல்' என்று அலற பாம்பாட்டி பாய்ந்து வந்து பாம்பை எடுத்துக் கொண்டான். பத்மினியைக் காப்பாற்றும் முயற்சியில் அவரின் கைகளைப் பிணைத்திருந்த இரும்புச் சங்கிலியை சிப்பந்திகள் இழுத்து அவிழ்த்துவிட்டார்கள். இதனால் தோள்பட்டை தாக்கப்பட்டு வலி ஏற்பட்டது. அதை வெளிக்காட்டாமல் தாங்கிக் கொண்டு சிறிது ஓய்வுக்குப் பிறகு காட்சியில் நடித்து முடித்தார். பழம்பெரும் இயக்குனரான ரகுநாத் பதறிப்போனார். பத்மினியை ஆசுவாசப்படுத்தி ஆறுதல் கூறி தேற்றி, இந்த நிலைமையிலும் காட்சியில் நடித்து முடித்துக் கொடுத்த பத்மினியின் கடமை உணர்ச்சியைக் கூடியிருந்தோர் பாராட்டி பெருமை சேர்த்தனர்.

## (c) பதவிப்படுத்திய பாடு

"நண்பர்களைப் பகைவர்களாக்குவதும்
பகைவர்களை நண்பர்களாக்குவதும் -பதவிதான்!"

'ராணி சம்யுக்தா' என்ற திரைப்படத்தின் கதைக்கரு இது.

ராஜபுதனப் பேரரசு சிறப்போடு வாழ்ந்த காலத்திலே டில்லி சக்ரவர்த்தியாயிருந்தவர் அனங்கபாலன். தனக்குப்பின் டில்லியை ஆள ஆஜ்மீர் அரசன் பிரத்விராஜனைத் தனது வாரிசாகத் தேர்ந்தெடுக்கிறான். இதனால் ஏமாற்றமடைந்த கன்னோஜி மன்னன் ஜெயச்சந்திரன்

**அமெரிக்காவில் பத்மினி**

பிரதிவிராஜனை விஷம் வைத்து கொல்ல சதி செய்ய, அது தவறி அனங்கபாலனைக் கொன்றுவிடுகிறது. தப்பிய பிரதிவிராஜ் ஆரவல்லி மலைக்கால்வாய் வழியாகச் செல்லும் போது ஏற்படும் ஆபத்தில் ஜெயச்சந்திரன் மகள் ராணி சம்யுக்தா காப்பாற்றுகிறாள். இது பிரித்திவிராஜ்—ராணி சம்யுக்தா காதலில் முடிகிறது. இதனால் கோபமுற்ற ஜெயச்சந்திரன் சம்யுக்தாவுக்கு சுயம்வரம் நடத்த பிரித்வியைத் தவிர மற்றநாட்டு மன்னர்களுக்கு ஓலை அனுப்புகிறான். பிருத்திவியை அவமதிக்க அவனது சிலையைக் காவலாளியாக வடிவமைத்து மண்டபத்தின் வாயிலில் நிறுத்தி வைக்கிறான். ஆனால் சுயம்வரத்தின் போது சம்யுக்தா பிரித்வியின் சிலைக்கு மாலையிட, அதன் பின் மறைந்திருந்த பிருத்திவி அவளைத் தூக்கிகொண்டு புரவியில் புயலாய் பறந்து ஆஜ்மீர் சேர்ந்தான். காதலர்கள் தம்பதிகளானார்கள். ஆத்திரத்தின் உச்சிக்கே சென்ற ஜெயச்சந்திர மன்னன் குணத்தில் கூனியான அமைச்சன் சங்கர்ராயின் யோசனைப்படி ஆப்கானிஸ்தான் மன்னன் கோரிமுகமதுவுடன் சேர்ந்து கொண்டு கூட்டுப்படையுடன் ஆஜ்மீரைத் தாக்குகிறான். பிரித்திவியும் அவன் சேனையும் கடும்போர் புரிந்தும் ஆப்கானிஸ்தான்—கன்னோஜியின் பெருங்கூட்டு சேனையை முறியடிக்கவில்லை. போரில் பிரித்திவி வீரமரணம் அடைய சம்யுக்தா போர்க்களம் வந்து சேர்ந்து பிரித்திவியின் வீரமரணத்தில் பங்கேற்று உயிர்விட்டாள். இப்படி பதவி ஆசை எப்படியோ அன்புக் காதலர்கள் சொர்க்கத்தில் சேர்ந்தது. பிரித்திவிராஜனாக எம்.ஜி.ஆரும், ராணி சம்யுக்தாவாக பத்மினியும் கன்னோஜி அரசனாக சகஸ்ஹரநாமமும், முகமதுகோரியாக எம்.என்.நம்பியாரும், சங்கர்ராயாக எம்.ஜி.சக்ரபாணியும் நடித்திருந்தனர். பத்மினியின் பாத்திரப் படைப்பைப் பொறுத்தமட்டில் பரதநாட்டியம் போன்று பெரிதாக இல்லாவிடினும் பாடல் காட்சிகளிலே ஜொலிக்கிறார். அவருக்குத் தனித்தும், இணைந்தும் கீழ்கண்ட 5 காட்சிகளிலே பங்கேற்றிருந்தார்.

1. ‘பாவை உனக்கு சேதி தெரியுமா’
2. ‘நெஞ்சிருக்கும் வரைக்கும் நினைவிருக்கும்’

3. ‘நிலவென்ன பேசும் குயிலென்ன பாடும்’

4. ‘சித்திரத்தில் பெண் எழுதி சீர்திருத்தும் மாநிலமே’

5. ‘ஓ வெண்ணிலா, ஓ வெண்ணிலா வண்ணபூச்சூடவா வெண்ணிலா’

கே.வி.மகாதேவன்

மேற்குறித்த முத்தான பாடல்களுக்கு சத்தாக இசைஅமைத்தவர் கேவி.மகாதேவன். படப்பாடல்கள் பட்டி தொட்டிகளெல்லாம் ஒலித்தது.' ஓ வெண்ணிலா' இருகுரல் பாடல் தென் தமிழ்நாட்டில் இன்றுவரை பிரசித்தம். பாடலுக்கு பத்மினியின் நளினமான உடல் அசைவுகள் மெருகூட்டுகின்றன. இந்தப்படத்தில் நடித்தபோது பத்மினி கருவுற்றிருந்தார். அதை மனதில் கொண்டு எம்.ஜி.ஆர். நடன இயக்குனர்களிடம் அவரை மென்மையாக இயக்கும்படி அறிவுரைகூறி தாய்மையின் பெருமையை வெளிப்படுத்தியதாகப் படத்தளத்திலிருந்த ஒருவரின் கூற்று. இப்படத்திற்குப் பாடல்களுடன் திரைக்கதை வசனம் கவிஞர் கண்ணதாசன் எழுத, யோகானந்த் இயக்கியிருந்தார். ஏ.சி.பிள்ளை தயாரிப்பாளர், படப்பிடிப்பு தளங்கள் விஜயா, வாஹினி ஆகும். ராணி சம்யுக்தா ஒரு வெற்றிப் படமாக வலம் வந்தது.

ஏற்கனவே 1942ஆம் ஆண்டில் இக்கதை ‘பிரித்திவிராஜன்’ என்ற பெயரில் திரைப்படமாக வெளிவந்தது. சென்ட்ரல் ஸ்டுடியோஸ் மற்றும் ஹரன் டாக்கீஸார் இணைந்து இப்படத்தைத் தயாரித்தனர். இதில் பிரித்திவிராஜனாக பி.யூ.சின்னப்பாவும் ஏ.சகுந்தலா ராணி சம்யுக்தையாகவும் நடித்திருந்தனர். படத்தை பி.சம்பத்குமார் இயக்கியிருந்தார். பின் 20 ஆண்டுகள் கழித்தே எம்.ஜி,ஆர். பத்மினி நடித்த காதல் வீரம் கலந்த படமாக ‘ராணி சம்யுக்தா’ என்ற பெயரில் புதிய கதைவடிவம் பெற்று வெளிவந்தது. ஆனால் அடிப்படையில் மட்டும் இரு திரைப்படங்களும் ஒன்றே. கூடுதல் செய்தியாக இவ்விவரம் குறிப்பிடப்பட்டுள்ளது.

1961ம் ஆண்டில் சாஸ்த்தா பிலிம்ஸ் எஸ்.எம்.ஸ்ரீராமுலு நாயுடு இயக்கத்தில் பத்மினி நடித்த “சபரிமலா ஸ்ரீ ஐயப்பன்” என்ற திரைப்படத்தை மலையாளத்தில் எடுத்து வெளியிட்ட செய்தி ஏற்கனவே கொடுக்கப்பட்டது. 1962ஆம் ஆண்டில் இந்த கம்பெனி இத்திரைப்படத்தை “சபரிமலை ஸ்ரீ ஐயப்பன்” என்ற பெயரில் தமிழில் மொழிமாற்றம் செய்து தமிழ்நாட்டில் திரையிட்டது. இங்கும் இப்படம் நன்றாகவே ஓடியது.

## (d) இன்னிசையைத் தேடி

1962ஆம் ஆண்டு ரியூபன் டுபே புரொடக்ஷன்ஸாரின் 'ஆஷிக்' என்ற இந்தி திரைப்படம் வெளிவந்தது. இதில் முக்கிய பாத்திரத்தில் ராஜ்கபூர் மற்றும் பத்மினி நடித்திருந்தனர். இவர்கள் தவிர துணைப்பாத்திரங்களாக நந்தா, அபிபட்டாச்சாரியாரும் நடித்தனர்.

அடிப்படையில் "ஆஷிக்" திரைப்படம் இசையைப் பற்றிய கதையே தவிர வேறொன்றுமில்லை. ஒருவனின் நெஞ்சம் இசையைச் சுற்றி வலம்வருகிறது. ஒருபெண்ணின் துடிதுடிப்பான கால்கள் சுளிநடம் புரிய தவிக்கிறது. இவ்விருவரது உணர்வுகளின் சங்கமம் இசையை உணர்த்துகிறது. உயர்கிறது என்பதே கதை. இவ்விரு பாத்திரங்களையும் ஏற்று நடித்தவர்கள் ராஜ்கபூரும் பத்மினியும் ஆவர். படக்கதையென்பதே இசையையும் நடனத்தையும் சுற்றிச் சுழலுவதேயாகும்.

தீப்பந்தங்கள் சுழல மத்தியில் பத்மினி சுழன்றாடும் அறிமுகக்காட்சியே ஒரு அற்புதம் 'ஜன்ஜனக்கிபாயல்' பாட்டிற்கு பத்மினி ஆடிய ஆட்டத்திற்கே ஒரு தனிபரிசு கொடுக்கலாம். இது தவிர 'ஓஷமா

ராணி சம்யுக்தா (1962)

முஜே பூண்கே' டூயட்டில் காதுக்குக் குளுமை, கருத்துக்கு இனிமை. லதாமங்கேஷ்கர் முகேஷ் இருவரின் திறனை முழுமையாகப் பயன்படுத்திக் கொண்டார்கள். திரைஇசை இரட்டையர்களான சங்கர்—ஜெய்கிஷன். உண்மையில் இந்தப் படத்தின் ஆணிவேர் இசைதான். இப்படம் தாங்கமுடியாத அளவுக்கு மக்களின் புகழ்ச்சுமையை பத்மினிமீது சாத்தியது. பின்னாளில் இந்தப்படத்து அனைத்து பாடலையும் மக்கள் கேட்டுமகிழ எச்.எம்.வி. நிறுவனத்தார் இப்பட இசையை தங்களது இசைத்தட்டுக் குறிப்பிலே "The rendering of songs which interpret the different moods of the musical compositions faithfully with rare artistry are by the foremost play back singers of the film industry Latamangeshkar and Mukesh."

இந்தப் படத்தில் காட்டிய உற்சாகமும் வேகமும் கருவுற்றிருந்த பத்மினியின் உரிய பேறுகாலத்துக்கு சற்றுமுன் குறைமாதப் பிரசவமாக குழந்தை பிறந்ததாக பத்மினி ஒரு பேட்டியில் சொல்லியிருக்கிறார். இசைக்கு சங்கர ஜெய்கிஷன் போல், படத்தில் பத்மினிக்கு நடனங்களை அமைத்து கொடுத்தவர் புகழ்பெற்ற கோபிகிருஷ்ணாவாகும் தவிர இப்படத்தை வடஇந்திய இயக்குனர்களில் மேதை வரிசையில் இடம்பிடித்துள்ள ரிஷிகேஷ் முகர்ஜீ இயக்கியிருந்தார். இது ஒரு வெற்றிப்படம். இந்த ஆண்டில் பத்மினி நடித்த அரசிளங்குமரி திரைப்படம் இந்தியில் 'மேரி பெஹான்' என்று டப் செய்யப்பட்டு வெளிவந்தது. குழந்தை பிறந்த கையோடு ஓய்வெடுக்க வேண்டியது பத்மினிக்கு அவசியமானதாயிருந்தது. திருமணத்திற்குப் பிறகு திரை உலகை விட்டு விலகி ஓராண்டு விலகியிருந்தார். ஆனால் தமிழ்நாட்டுத் திரைப்படத் தயாரிப்பாளர்கள் பத்மினியை விட்டாரில்லை அவரை எப்படியும் மறுபடியும் திரைப்படங்களில் நடிக்கவைக்க வேண்டுமென்று முயற்சி செய்தார்கள். இந்த நிலையில் 'கலை' என்ற சினிமா பத்திரிகையின் 1962ஆம் ஆண்டு

**ஆஷிக் (1962)**

ஜூன் மாத இதழில் பத்மினி மீண்டும் சினிமாவில் நடிக்கிறாரென்றும் சேலம் மாடர்ன் தியேட்டர் நிறுவனம் தயாரிக்கவிருக்கும் "காட்டுரோஜா" என்ற திரைப்படத்தில் நடிக்க பத்மினி ஒப்பந்தம் ஆகியுள்ளார் என்றும் செய்தி வெளியிட்டது. இதனால் சில தயாரிப்பாளர்கள் தங்களது படத்தில் பத்மினி நடிக்க முயற்சிக்க ஆரம்பித்தனர். பத்மினி ரஸிகர்கள் நிம்மதியான பெருமூச்சுவிட்டு இனி பத்மினி நடித்து வெளிவரக்கூடிய புதிய படங்களின் வருகைக்காக காத்து நின்றனர்.

41

# கட்டிப்போட்ட கலை உணர்வு

திருமணத்திற்குப் பிறகும் தனது திரையுலக வாழ்வை தொடர வாய்ப்பிருப்பதாக பத்மினி சூசகமாக தெரிவித்திருந்தார். இப்போது 'காட்டுரோஜா' வில் நடிக்க ஒப்பந்தமாகியிருந்த நிலையில் திருமணத்திற்குப் பிறகு மீண்டும் நடிக்கவந்த காரணத்தை ஒரு பத்திரிக்கை பேட்டியில் விளக்கியிருந்தார்.

"என் கலையுள்ளம் அலைபாய்ந்தது. சிலர் என் கணவரிடம் ஆமாம் ஏன் படங்களில் நடிக்கக் கூடாது? அது தப்பில்லையே திருமணமானவர்கள் பலர் நடிக்கிறார்களே என்றனர். என் கணவரும் வேண்டுமானால் நடனங்களை ஆடிவா! என்றனர். என் உள்ளம் மகிழ்ச்சியால் துள்ளியது. இதனால் 'வள்ளித் திருமணம்' நாட்டிய நாடகத்தை முதலில் ஆரம்பித்தேன். ராமாயணத்தை நாடகமாக்கினோம், கண்ணகி நாடகத்தைத் துவக்கினோம். இதற்கிடையில் டாக்டருக்குப் படித்திருந்த பத்மினியின் கணவர் மேல்படிப்பிற்கு போவதாகச் சொன்னார். இதற்கு நான்கு அல்லது ஐந்து ஆண்டுகள் மேலை நாட்டிற்குப் போக வேண்டியிருப்பதால் நீ இங்கேயே இரு என்றார். அப்படியானால் நான் நடிக்கலாமா? என்று கேட்டேன். கணவரும் சம்மதித்தார். எனவேதான் நான் மீண்டும் படங்களில் நடிக்க ஒப்புக் கொண்டேன்' என்று விளக்கியுள்ளார்.

***— ஆதாரம்: 'பேசும்படம்' மலர், 1964.***

இதனால்தான் திருமணத்திற்குப் பிறகும் நாட்டியமும், நடிப்பும் கலந்த கலைவாழ்க்கை தொடர்ந்தது. முதலாவதாக 1962ஆம் ஆண்டில் நடிக்க ஒப்புக்கொண்ட 'காட்டுரோஜா' முடிந்து 1963ஆம் ஆண்டு வெளி வந்தது.

## (a) எடுபடாத ஜோடி

'காட்டுரோஜா' — மாடர்ன் தியேட்டர்ஸ் தயாரிப்பு. கேவி. மகாதேவன் இசை அமைப்பு — கண்ணதாசன், பஞ்சு அருணாச்சலம் பாடல்கள் — இயக்கம் ஏ.சுப்பாராவ். கதாநாயகன் பாஸ்கர் — எஸ்.எஸ்.ராஜேந்திரன் கதாநாயகி பொன்னி — பத்மினி, சோமு — ஆர்.எஸ்.மனோகர், தங்கதுரை எம்.ஆர். ராதா. வசனம் — எம்.எஸ். சோலைமலை & நாகர்கோயில் பத்மனாபன் மற்றும் தேவராஜன்.

பொன்னி உதகையில் பிறந்த ஒரு காவலாளியின் மகள். தறிகெட்டுப்போன ஒரு கார்விபத்தில் சிக்கி பொன்னியால் காப்பாற்றப்படுகிறான் பாஸ்கரன். அவன் ஒரு வெகுளி. பொன்னி — பாஸ்கர் சந்திப்பு காதலாக மலர்கிறது. வீடு திரும்பிய பாஸ்கரன் பொன்னியின் நினைவாகவே இருக்கிறான். அதை மறைக்க போதைக்கு அடிமையாகிறான். பொன்னியை அவள் மாமன் சோமு உதகையிலிருந்து அழைத்து வந்து தான் வேலை செய்யுமிடத்தில் தங்கவைக்கிறான். அது பாஸ்கரன் வீடாகவா போகவேண்டும்! குழப்பம் வளர்கிறது. பாஸ்கரின் அயோக்கிய மாமன் தங்கதுரை தன் தங்கை புஷ்பாவை பாஸ்கருக்கு மணமுடித்து அவன் சொத்துக்களை அபகரிக்கத் திட்டம் தீட்டுகிறான். பாஸ்கரின் தாயாரோ பொன்னியைச் சோமுவுக்கு திருமணம் செய்ய ஏற்பாடுகள் செய்கிறாள். இதற்கிடையே பாஸ்கர் தெளிவடைகிறான். பொன்னியோ சோமுவுடனை தன் கல்யாணத்தை நடக்கவிடாமல் தற்கொலை செய்துகொள்ள மலை உச்சிக்குச் செல்கிறாள். அவளைப் பின் தொடர்ந்த பாஸ்கர் அமைதிப்படுத்தி திருமண மண்டபத்திற்கு அழைத்து வருகிறான். ஆனால் மணமகனான சோமு உண்மைகளை உணர்ந்து பொன்னியை பாஸ்கரனுக்கே மணமுடிக்கிறான். முடிவு சுபம். காட்டில்ரோஜா மலர் போன்ற அழகு படைத்த பொன்னியை பாஸ்கரன் சரசமாக 'காட்டுரோஜா' என்று அழைத்து ரசிக்கிறான். எனவே அதுவே படத்தின் தலைப்பாக ஆயிற்று.

படத்தின் பிரதானமான அம்சம் இசையும் பாட்டுதான். கே.வி.மகாதேவனின் இசையமைப்பில் ஏழு பாடல்களும் தித்தித்தன. அதில் முதல் பாடல் பத்மினி பாடி ஆடுவதாக அமைத்திருந்தார்கள்'. பாட்டை கவிஞர் கண்ணதாசன் இயற்றியிருந்தார். அதன் பல்லவி இது.

காட்டுரோஜா (1963)

"ஏனடி ரோஜா
என்னடி சிரிப்பு
எதனை கண்டாயோ - அன்று
போனவள் இன்று வந்துவிட்டாளென்று
புன்னகை செய்தாயோ"

இப்பாடல் காட்சியில் நடந்த நிகழ்வைக் கதாநாயகனாக பத்மினிக்கு ஜோடியாக நடித்திருந்த இலட்சிய நடிகர் எஸ்.எஸ்.ராஜேந்திரன் பதிவுசெய்ததை இங்கு குறிப்பிடலாம்.

"இந்தப் பாடல் (மேலே குறிப்பிட்டது) முடியும். (பத்மினி) மயங்கிய நிலையில் என்னை கைத்தாங்கலாக அழைத்துப்போய் அவர் வீட்டுக் கட்டிலில் படுக்கவைப்பார். படப்பிடிப்பின் இடைநேரத்தில் பத்மினியிடம் கேட்டேன் "பப்பி! இப்போது நீ பாடி வந்தாயே ஒரு பாட்டு அதன் உள்அர்த்தம் புரியுதா உனக்கு? என்றேன் தெரியலையே நீங்களே சொல்லுங்களேன்" என்றார்".

நீ திருமணம் செய்து கொண்டு அமெரிக்கா போய்விட்டாய். ஆகவே நீ நடிக்க வேண்டிய சில படங்களில் சரோஜாதேவி நடித்து வந்தார். இப்போது நீ மீண்டும் நடிக்க வந்துவிட்டாய். இதனைத்தான் குறும்புத் தனத்தோடு குறிப்பிட்டிருக்கிறார் எனது அருமை நண்பர் கண்ணதாசன் என்றேன்.

ஆதாரம்: 'நான் வந்த பாதை' (எஸ்.எஸ்.ராஜேந்திரன்). சகல அனுபவமும் பெற்ற முழுமையான அப்போது வலம்வந்த பத்மினிக்கு இந்த பாட்டின் உட்கருத்து புரியாதது ஓர் விந்தைதான்!

படத்தில் பத்மினி திருமணத்திற்குப்பின் நடிக்க வந்தாலும் அவரது இளமையும், அழகும் மாறாமலேயே இருந்தது துவக்கப்பாடலிலேயே மலர்களுக்கிடையே அவர் முகம் பளிச்சிட்டது. நாட்டியமும் எப்போதும்போல் சோபித்தது. படத்தின் உச்சக்கட்ட காட்சியில் தற்கொலை செய்துகொள்ள மலைமுகட்டில் நின்று பத்மினி எஸ்.எஸ். ராஜேந்திரனிடம் பேசுகிறார். "முகூர்த்தம். அவரை மணந்து அவரது வாழ்க்கையையும் பாழாக்க சொல்கிறீர்கள். இந்தப் பெண் பிறவியில் இத்தனை உள்ளங்கள் புண்பட்டது போதாதா. உங்கள் வாழ்க்கையில் குறுக்கிட்டு உங்களுக்கு ஆறா மனப்புண்ணை அள்ளிக்கொடுத்தேன். உங்களைப் பெற்ற அந்த நல்லவர்களின் நெஞ்சில் அணையாத நெருப்பை மூட்டினேன். அமைதியாய் ஆனந்தமாயிருந்த ஒரு குடும்பத்தைச் சின்னாபின்னமாகச் சிதறடித்தேன். இதுபோதாதா, போதாதா"

பத்மினி வசன வீச்சுத்திறனுக்கு இக்காட்சி இன்னுமொரு அத்தாட்சி. எஸ்.எஸ்.ஆரைப் பொறுத்தமட்டில் குடிபோதையில்

நான் வணங்கும் தெய்வம் (1963)

எழுந்து நின்று தடுமாறி "எந்த ஊர் என்பவனே, இருந்த ஊரைச் சொல்லவா" என்ற பாடல் காட்சியில் அவரது நடிப்புத்திறன் வெளிப்படுகிறது. டி.ஆர்.சுந்தரம் அவர்களே இந்தப்பாடலுக்கு தனது நடிப்பைப் பார்த்து மிகவும் பாராட்டினார் என்று எஸ்.எஸ்.ஆர். குறிப்பிட்டுள்ளார். எது எப்படியிருப்பின் எஸ்.எஸ்.ஆர்.—பத்மினி ஜோடிப் பொருத்தமற்றிருந்தது. ஏற்கனவே இந்த ஜோடி 1960ஆம் ஆண்டில் வெளிவந்த 'ராஜாதேசிங்கு' திரைப்படத்தில் எடுபடாமல் போயிருந்தது 'மாடர்ன் தியேட்டர்ஸ்' என்ற தலைப்பில் அதன் வரலாற்றைப் பதிவு செய்த வேங்கடசாமி அவர்கள் 'புதுவிதமான கதை அமைப்பைக் கொண்ட இப்படம் நன்றாகவே ஓடியது எனலாம்' என்று தயக்கத்துடன் எழுதியிருந்தாலும் 'காட்டுரோஜா' ஒரு தோல்விப்படம் என்பதே மக்களின் பொதுவான தீர்ப்பு.

### (b) ஒரு குடம்பாலில் ஒரு துளி விஷம்

சுந்தரம் ஒரு ஏழைத் தொழிலாளி. அக்காள் மகள் ருக்மணியை (பத்மினி) மணக்கிறான். ருக்மணியின் தம்பி கோபாலை (டி.ஆர். ராமச்சந்திரன்) உயர்படிப்பு படிப்பதில் ஆர்வம் காட்டுகிறான். ஆனால் குடும்பத்தை வறுமை சூழ்கிறது. ஆகவே படிப்பை மூட்டைகட்டி வைத்துவிட்டு சொக்குப்பிள்ளை (கேசங்கரபாணி) என்ற பணக்காரரிடம் கணக்குப்பிள்ளையாக வேலைக்குச் சேர்கிறான் கோபால். எஜமானின் மகள் லீலாவும் (ராகினி) கோபாலும் காதலிக்கிறார்கள். ஆனால் திருடன் என்று கூறி ஊரைவிட்டே கோபால் துரத்தப்படுகிறான். லீலா மூலம் கோபால் நிரபராதி என்றிருந்த சுந்தரம் துடிதுடிப்போடு

அவனைத் தேடிப்போகிறான். அவன் தேடலின் போது ஒரு டாக்டர் விஞ்ஞானியை (வி.நாகய்யா) சந்திக்கிறான். விஞ்ஞானத்தால் மனித குணத்தை மாற்றமுடியுமா என்ற டாக்டரின் ஆய்வுக்குக் கருவியாகிறான் சுந்தரம். அதனால் குணத்தில் மட்டுமல்ல உருவத்திலும் கோரமாக மாறி வெளியேறுகிறான் சுந்தரம். தம்பியையும் கணவனையும் பிரிந்த ருக்மணி தாய்மை அடைந்திருக்கிறாள். பிழைப்புக்காக ஒரு கடையில் வேலை செய்கிறாள். கடைமுதலாளி அழகுப்பிள்ளை (எம். ஆர்.சந்தானம்) ருக்மணிமேல் மையல்கொள்ள, இதனால் ருக்மணி வீணாக ஊராரின் 'பல்லில்' படவேண்டியதாயிற்று. தற்கொலை செய்ய நினைக்கும் ருக்மணிக்கு தனக்குப் பிறந்த குழந்தை மீது ஏற்பட்ட பாசம் தடுக்கிறது. இதற்கிடையில் அரக்கனாகச் சுற்றித்திரிந்த சுந்தரம் டாக்டரின் சிகிச்சையால் மறுபடியும் மனிதனாகிறான். மேலும் டாக்டரின் உயிலின்படி பெரிய தர்ம ஸ்தாபனத்திற்கு தலைவனாகிறான். அதிர்ஷ்டம் கோபால் பக்கமும் வீசுகிறது. அவனது நேர்மையினால் ஒரு மில்லுக்கு அதிபதியாகிறான்; லீலாவையும் சந்திக்கிறான். இருவரும் மணமுடிக்க ஊர்திரும்பியபோது அக்காளின் அவமானத்தை அறிந்து துடிக்கிறான். சுந்தரத்தையும் சந்திக்கிறான்.

ருக்மணியின் அவமரியாதைக்கு காரணமான அழகுப் பிள்ளையைப் பழிவாங்க துடிக்கிறான் சுந்தரம். சோர்ந்து அமர்ந்திருந்த சுந்தரத்தை எட்ட இருக்கும்போது பார்த்துவிடுகிறாள் ருக்மணி. அவச்சொல்லுக்குப் பயந்து குழந்தையை அவன் பக்கத்தில் வைத்துவிட்டு சென்றுவிடுகிறாள். சுந்தரம் குழந்தையை எடுத்துக்கொண்டு போய் நண்பன் வீட்டில் வளர்க்கிறான். ருக்மணியை அப்பளம் விற்று காலந்தள்ளுகிறாள். ஒரு சமயம் நண்பர்கள் குழுவில் ருக்மணி — சுந்தரம் சந்தித்து குழந்தையுடன் இணைகின்றான். கோபாலும் லீலாவும் தம்பதிகளாகிறார்கள்.

படம் நீடித்து சலிப்பை உண்டாக்கியது. சுந்தரம் ஒரு மனித, மிருக ரூபத்தில் நாட்டிய காட்சிகள் ரசிகர்களுக்கு வெறுப்பூட்டியது. பத்மினிக்கோ படத்தில் நடனமேதுமில்லை. 'கனவும் பலித்தது' பாட்டில் பத்மினி மதிமுகம் ஒளிர்விடுகிறது. சி.டி.செட்டியாரின் ஸ்ரீ சத்யா நாராயணா பிக்ஸர்ஸின் படமான 'நான் வணங்கும் தெய்வம்' என்ற பெயரில் வெளிவந்த இந்த படத்தை கே.சோமு இயக்கினார். கதை, வசனம் ரா.வே. இசை கே.வி.மகாதேவன்.

மின்னல் மழை மோகினி

இது மற்றுமொரு தோல்விப் படமாகும். இப்படம் 1963ஆம் ஆண்டில் திரையிடப்பட்டது.

நடிப்பைத் தவிர பத்மினிக்குத் தயாரிப்பாளராக வேண்டுமென்ற ஓர் ஆசையிருந்ததாக ஒரு பத்திரிக்கைக் குறிப்பிலிருந்து தெரியவருகிறது. பிரபல சினிமா பத்திரிகையான 'சினிமாக்கதிர்' இந்தச் செய்தியை வெளியிட்டிருந்தது."பிரபல நடிகை பத்மினி தன் மகன் பிரேம் ஆனந்தின் பெயரில் ஒரு படத்தயாரிப்புக் கம்பெனியை விரைவில் ஆரம்பிக்கவிருக்கிறார். இக்கம்பெனியின் முதல் தயாரிப்பு ஒருமலையாளத் திரைப்படமாக இருக்குமென்று தெரிகின்றது" எனினும் பத்மினி படத்தயாரிப்பில் இறங்கவில்லை.

## 42

## மூன்றாம் மணவிழா

**தி**ருவாங்கூர் சகோதரிகள் என்று பெருமையுடன் அழைக்கப்பட்ட லலிதா, பத்மினி மற்றும் ராகினி சகோதரிகளின் திரைவாழ்வு ஜொலித்தபோதிலும் திருமண வாழ்வும் செழிக்க வேண்டுமென்பது சகோதரிகளின் தாயார் சரஸ்வதி அம்மாளின் பிரார்த்தனை. அவ்வகையில் கேரளாவில் ஆலப்புழையில் வாழ்ந்த வக்கீல் சிவசங்கரனுக்கு 1957ஆம் ஆண்டு மூத்தமகள் லலிதாவை மணமுடித்துக் கொடுத்தார். இரண்டாவது மகளான பத்மினியை 1961ஆம் ஆண்டு தலைச்சேரியைச் சேர்ந்த கே.டி.ராமச்சந்திரன் என்ற இங்கிலாந்தில் படித்த டாக்டருக்குத் திருமணம் செய்வித்தார். எஞ்சியது கடைக்குட்டி ராகினி மட்டும்தான். தனது கடமையை பரிபூரணமாக முடிக்க ராகினிக்கு முனைப்பாக மாப்பிள்ளைத்தேடி மணமுடித்தார். மாப்பிள்ளை பெயர் மாதவன்தம்பி. இத்திருமணம் 17.4.1964இல் நடந்தேறியது; சரஸ்வதி அம்மாளின் பொறுப்பும் தீர்ந்தது. இதில் குறிப்பிடத்தகுந்த செய்தி என்னவென்றால் மூன்று மாப்பிள்ளைகளும் கேரளவைச் சேர்ந்தவர்கள். தவிர மூவரும் நாயர் வகுப்பைச் சேர்ந்தவர்கள். இது சரஸ்வதி அம்மாள் மற்றும் அவர் வளர்ப்பில் உருவான மூன்று பெண்களின் ஒருமித்த கருத்தும் மற்றும் பாசப்பிணைப்பாலேயே சாத்தியமாயிற்றென்றால் மிகையில்லை. அதிலும் சினிமாவைத் தொழிலாகக் கொண்டு பிரபலமான பெண்களைக் கட்டிப்போட்டு வளர்த்த தாயார் சரஸ்வதி அம்மாளின் திறன்பாடு அபாரமானது. சகோதரிகளின் தந்தை தங்கப்பனைப் பொறுத்தமட்டில் அவர் திருவனந்தபுரத்தில் இருப்பதாக ராகினி ஒருமுறை தன்னிடம் சொல்லியிருப்பதாகப் பேசும்பட ஆசிரியர் குறிப்பிட்டுள்ளார். (ஆதாரம் பேசும்படம், டிசம்பர் 1961)

மாதவன் தம்பி - ராகினி

## (a) வீரப்பெண்மணியாக பத்மினி

1964 ஆம் ஆண்டில் சத்யபாலின் ஓரியண்டல் மூவிஸ் ஏராளமான பொருட்செலவிலே தயாரித்து வெளியிட்ட படம் 'வீராங்கனை' வளம்மிக்க மங்களபுரியை ஆண்டுவந்த பண்பிற்கு உறைவிடமும், அன்பிற்கு திருவிடமும் வீரத்திற்குப் பிறப்பிடமாக விளங்கிய ராணி லக்ஷ்மிதேவியின் வரலாற்றை படம் சொல்கிறது. இரக்கமில்லா அரக்கனும் காமவெறிபிடித்த கயவனுமான மாரப்பபூபதி, ராணி லக்ஷ்மிதேவியையும் அவளது நாட்டையும் அபகரிக்க சூழ்ச்சி செய்கிறான். "அழிப்போம் உன்னை இல்லையேல் அழிவோடு வீரசுவர்க்கம் அடைவோம்" என்று சூளுரைக்கிறாள் ராணி. ஏனெனில் அவள் ஒரு 'வீராங்கனை' அல்லவா. இந்த நேரத்தில் நாடோடியாகத் திரிந்த கடற்கொள்ளைக்காரனான ஷேக் சுலைமான் தேடி வந்து ராணிக்கு உதவுகிறான்; மாரப்பபூபதியை எதிர்க்கிறான். கூடுதலாக மாரப்பனின் பிறவிப் பகைவனான விக்ரமராஜாவும் ராணியின் உதவிக்கு வருகிறான். இது லக்ஷ்மிதேவி — விக்ரமராஜாவின் காதலில் முடிகிறது. இதனால் தளர்வுற்ற மாரப்பன் மங்களபுரியின் ராணுவ அமைச்சரான உருத்திரவர்மனைத் தன்பக்கம் சேர்த்துக் கொண்டு விக்ரமராஜனை கடலிலே தள்ளிவிடுகிறான். ராணியைச் சிறையிலிடுகிறான். ஷேக் சுலைமானின் கப்பலையும் சுற்றிவளைக்கிறான். முடிவில் நாட்டின் பைங்கிளியின் சிறகு ஒடிக்கப்படுகிறது. 'வீடெங்கும் திருவிழாக்கள் கண்டு வந்தேனே. இன்று வழிகளெல்லாம் அழுது நிற்க காணுகின்றேனே. வாழ்ந்தாலும் தாழ்ந்தாலும் மனிதன் ஒன்றுதான். உயர் மங்கையர்க்கு வாழ்க்கையிலே மானம் ஒன்றுதான்' என்று ராஜகோபாலின் பாடல் சொல்லி படம் முடிகிறது. வீராங்கனை லக்ஷ்மி தேவியாக பத்மினியும் அவளைக் காதலிக்கும் விக்ரமராஜனாக ஜெமினிகணேசனும் மாரப்ப பூபதியாக மனோகரும், உருத்திரவர்மனாக அசோகனும், ஷேக் சுலைமானாக சத்யபாலும் நடித்திருந்தனர். படத்தில் பத்மினிக்கு முற்றிலும்

வீராங்கனை (1964)

**வெளிவராத படத்தின் காட்சி**

வீராங்கனையாகப் புதியதொரு பாத்திரம் கொடுக்கப்பட்டிருந்தது. வீரப்பெண்மணியாக வசனம் பேசுவதுடன் வாள்போர் செய்கிறார் (சண்டைப்பயிற்சி கே.மாதவன்குழு) சூழ்ச்சிகளைப் பந்தாடி வெல்கிறார். இதற்குமுன் பத்மினி ஏற்றிராத பாத்திரமிது. இப்படத்தின் பாடல்களில் 6 பாடல்களுக்கு வேதா இசை அமைக்க 'இடி இடிக்குது காற்றடிக்குது சித்தத்திலே' என்ற பாடலுக்கு மட்டும் ரங்கசாமி பார்த்தசாரதி இசை அமைத்திருந்தார்.

"அரசி என்றல் என்ன? - ஒரு
அடிமை என்றல் என்ன?
நீயொரு பெண்ணம்மா - நெஞ்சில்
நிலைத்த உருவம் அழியுமா"

என்ற மருதகாசியின் பாடல் சீர்காழி கோவிந்தராஜன் குரலில் ஒலித்து ஆணித்தரமாக அரசியின் பெருமையைச் சொல்கிறது. இப்படத்தை பி.கே.எஸ்.இயக்கியிருந்தார். படம் சராசரியாகப் போயிற்று.

## (b) தேவாலயம்

1964ஆம் ஆண்டில் வெளிவந்த மலையாளத் திரைப்படம் 'தேவாலயம்'. இப்படத்தில் பிரேம் நஸீர், அடுர்பாஸி, திக்குரிசி சுகுமாரன், கேடன்னமங்கலம் சதானந்தன், பொன்னம்மா, பத்மினி, எஸ்.பி.பிள்ளை மற்றும் சாந்தாதேவி நடித்திருந்தனர். இப்படத்திற்கு தக்ஷிணாமூர்த்தி இசை அமைத்திருந்தார். இப்படத்தை மன்னத் பிலிம்ஸ் தயாரித்திருந்தனர். படத்தை என்.எஸ்.முத்துக்குமரன் மற்றும் ராமநாதன் இயக்கினர்.

## 43

# இந்தியில் மீண்டும் பத்மினி

**1962**இல் 'ஆஷிக்' திரைப்படத்திற்குப்பிறகு மூன்றாண்டு காலம் இந்தி திரைப்பட உலகிலிருந்து பத்மினி விலகியிருந்தார். தமிழ், மலையாளப் படங்களில் நடிப்பதில் கவனம் செலுத்தினார். 1965ஆம் ஆண்டு இந்தி திரை உலகிலிருந்து பத்மினிக்கு நடிக்க அழைப்பு வந்தது. இது ஒரு மகோன்னதமான தயாரிப்பு. பிரபலமான ராமனந்த் கம்பைன்ஸாரின் ஏ.ஜி.பிலிம்ஸ் தயாரித்த ஈஸ்ட்மென் கலரில் தயாரிக்கப்பட்டது. விவரம் கீழே காணலாம்.

### (a) மாபெரும் காவியம்

மேற்படி நிறுவனம் இந்தியில் தயாரித்த இப்படம்தான் 'மகாபாரதம்'. காவியத்தின் தரம் குறையாது படத்தைத் தயாரித்து வெளியிடுவதில் தயாரிப்பாளர்கள் மிகவும் கவனத்தோடு செயல்பட்டார்கள். படம் முழுவதும் தந்திரக் காட்சிகள் விரவியிருந்ததால் இத்தகைய காட்சிகளைத் திறமையாக எடுப்பதில் வல்லவராக கருதப்பட்ட பாபுபாய் மிஸ்த்திரி படத்தில் இயக்குனராக நியமிக்கப்பட்டார். பின் மகாபாரதத்தின் வெற்றிக்கு வேறென்ன வேண்டும். கதை நாடறிந்த பாண்டவர்கள் வரலாறு. எனவே கதையை இங்கு விரிவாகப் பார்ப்பதை விட கதாபாத்திரங்களை நினைவுபடுத்திக் கொள்வது மிகவும் பொருத்தமாக இருக்கும். இதோ அவர்களைப்பற்றி ஒரு சில வரிகள்:

ஆதிக்கவெறி ஒருமனிதனை எப்படியெல்லாம் ஆட்டிவைக்கிறது என்பதற்கு ஒரு துரியோதனன், அண்டிகெடுக்கும் வஞ்சகத்துக்கு ஒரு சகுனி, பெண்மையை இழிவுபடுத்த இடம் கிடைத்தால் எல்லைத் தாண்டிச் செல்லும் அளவுக்கு மனிதன் கீழ்மை உணர்ச்சிக்கு

***மஹாபாரத் (1965)***

அடிமையாகிவிடுவான் என்பதற்கு ஒரு துச்சாதனன், பிள்ளைப் பாசம் ஒரு மனிதனை எப்படியெல்லாம் ஆட்டிப்படைக்கும் என்பதற்கு ஒரு திருதராஷ்ட்டிரன், நண்பனுக்காக உயிரையே பணயம் வைக்கும் ஒரு கர்ணன், உத்தம குணமே உயர்ந்தது என்று சத்தியத்தின் பக்கம் நின்ற தருமர். தீமையை அழித்து தர்மத்தைக் காத்த ஒரு சூத்ரதாரி கண்ணன். குருக்ஷேத்திர யுத்தத்தில் துரியோதனபதிகள் குழு அழிந்து பாண்டவர் அஸ்தினாபுரத்தில் முடிசூட்டி தர்மபரிபாவனம் செய்வதைக் கூறுவதே 'மகாபாரதம்' என்ற இத்திரைக் காவியம் எ.ஜி.பிலிம்ஸ் தயாரித்த இப்படத்தில் பிரதீப்குமார் அர்ஜுனராகவும், பத்மினி பாஞ்சாலியாகவும், தாராசிங் பீமனாகவும் நடித்தனர். படத்திற்கு இசை சித்ரகுப்தா.

## (b) நேசத்தை வென்ற பாசம்

எஸ்.திக்ஷித் "கல்பனலோக்" என்ற நிறுவனத்தின் பேரில் இந்தியில் தயாரித்த படம்தான் 'காஜல்'. இப்படம் 1965இல் வெளியிடப்பட்டது. பெரிய நட்சத்திரப் பட்டாளம் கொண்டது. தர்மேந்திரா, ராஜ்குமார், மீனாகுமாரி, பத்மினி, துர்காகோட்டே, மற்றும் மெஹ்முத் படத்தில் முக்கிய பாத்திரங்கள் ஏற்றிருந்தனர். படத்தின் கதைச்சுருக்கம் இது:

அது ஒரு ஜமீன் மாளிகை. அன்பே உருவமான ஒரு பெண்மணி அதன் எஜமானி. கண்ணுக்குக் கண்ணாக ராஜேஷ் என்றொரு மகன்.

தவிர பாசத்தைப் பூமாரி பொழியும் வளர்ப்பு மகள் மாதவி. மாதவி மற்றும் ராஜேஷ் உடன்பிறவா பாசக்கிளிகள். காட்டில் வேட்டையாடச் சென்ற ராஜேஷ் பானு என்ற பேரழகியைச் சந்திக்கிறான்; வீட்டாரின் சம்மதத்தோடு திருமணமும் செய்து கொள்கிறார்கள். தம்பதிகளின் அன்யோன்யமான காதலின் போது பூ மணம் வீசுகிறது. திருஷ்டியாக மாதவியை ராஜேஷ் பாசத்தை காதலாகப் பார்க்கிறாள் பானு. அவள் மீது கோபக்கனலைச் சொற்களால் வீசி அவமதிக்கிறாள். மாதவி வீட்டை விட்டு வெளியேறுகிறாள். ராஜேஷ் பானுவுக்கு நிலைமையை விளக்கி அவளைத் திரும்பவும் அழைத்துவர முயலுகிறான். ஆனால் அவமானம் தாங்காமல் மாதவி தற்கொலை செய்து கொள்ள கடலில் வீழ்கிறாள். ஆனால் மோதிபாபு என்ற பணக்கார இளைஞனால் காப்பாற்றப்படுகிறாள். ராஜேஷ் இதை அறிந்து மனமகிழ்ச்சி கொண்டு மாதவிக்கும் மோதிபாபுவுக்கும் மணமுடித்து வைக்கிறான். ஆனால் மாதவி வாழ்வில் துன்பம் தொடர்கதையாகிறது. மோதிபாபு உண்மையில் ஒரு பெருங்குடியன். மாதவி துன்பத்திற்குள்ளாகிறாள். இதற்கிடையில் எதிர்பாராதவிதமாக கயவன் ஒருவன் மோதிபாபு ஜமீன்தாரிணியின் மகனென்றும் அதற்கு ஆதாரமாக சிறுவயதில் மோதிபாபு அணிந்திருந்த லாக்கட்டை காட்டுகிறான். இதனால் மோதிபாபுவின் ஆட்டம், பாட்டம், கொண்டாட்டம் மேலும் கூடுகிறது. மாதவி படும்

*காஜல் (1965)*

துன்பத்தைக் காண சகியாமல் ராஜேஷ் மோதிபாபுவுடன் போராடுகிறான். இந்தச் சண்டையில் துப்பாக்கிக் குண்டு மாதவியின் மார்பில் பாய ரத்தவெள்ளத்தில் அவள் வீழ்கிறாள். எல்லோரும் மோதிபாபுவை நிந்திக்கவும் மனைவியைச் சுட்டதாலும் மனம் திருந்தி, செய்த பிழைகளுக்காக வருந்துகிறான். மோதிபாபு இந்த நேரத்தில் மருத்துவமனையிலிருந்து மாதவி உயிர் பிழைத்துவிட்டாள் என்ற செய்திவந்து அனைவரையும் ஆனந்தத்தில் ஆழ்த்தியது. ராஜேஷ் — பானு, ஜமீன்தாரிணி

ரவி

வாழ்த்த, மாதவி — மோதிபாபு தங்களது இன்ப வாழ்க்கையைத் துவங்கினார்கள்.

இப்படத்தில் மீனாகுமாரி மாதவியாகவும், பத்மினி பானுவாகவும், ராஜ்குமார் மோதிபாபுவாகவும், தர்மேந்திரா ராஜேஷாகவும், ஜமீன்தாரிணியாக துர்காகோட்டேவும் நகைச்சுவைக்கு மெஹ்பூமும் நடித்திருந்தனர். படத்தின் பிரதான அம்சம் பாசம் என்பதால் சோகம் என்பது அதைத் தொடர்ந்து வருகிறது. இந்தப் பாத்திரங்களை மீனாகுமாரியும் தர்மேந்திராவும் ஏற்றுச் சிறப்பாகச் செய்திருந்தனர். பத்மினி தர்மேந்திராவின் மனைவியாகத் தனக்கே உரிய பாணியில் காதல் காட்சிகளில் அசத்தியிருந்தார். 'அசுர்முஜே நாமிலேதும்' டூயட் ஒரு உதாரணம். மீனாகுமாரியைச் சாடும் காட்சியில் பத்மினியின் நடிப்பில் வேகம் தெரிகின்றது. நாட்டியத்திற்கென்றே பிறந்த பத்மினியைப் படத்தயாரிப்பாளர்கள் பயன்படுத்திக் கொள்ளமாட்டார்களா என்ன? மீனாகுமாரி பாடுவதாக அமைந்த "சுன்சுன் குங்குரு போலே" என்ற கிளாசிகல் பாடலுக்கு பத்மினி ஆடிய நாட்டியம் ஒரு அற்புதம். இந்திரன் சபையிலே மேனகை ஆடுவது பார்ப்பதை போன்ற உணர்வை ஏற்படுத்தியது இக்காட்சி. பத்மினியின் இந்நாட்டியத்தைப் பாராட்டும்போது பாடிய ஆஷா போஸ்லேவையும் இசை அமைத்த ரவி அவர்களையும் இணைத்தே பாராட்ட வேண்டியது கடமை.

வடநாட்டில் வெற்றிபெற்ற இப்படத்தை எஸ்.தீக்ஷித்தின் கல்பனாலோக்ஸ் மும்பாய் பிலிம் சென்ட்ரலில் தயாரித்து இப்படத்தை ராம் மஹேஸ்வரி இயக்கியிருந்தார்.

கண்ணகி - கோவலன் நாட்டிய நாடகம்

பத்மினி நடிப்பில் வெளிவந்த மேற்குறித்த இரண்டு படங்களைத் தவிர மற்றொரு மொழிமாற்றுப் படம் 1965ஆம் ஆண்டில் வெளியிடப்பட்டது. 1962ஆம் ஆண்டில் தமிழில் வெளிவந்த திரைப்படமான எம்.ஜி.ஆர். பத்மினி நடித்த "விக்ரமாதித்யன்" தெலுங்கில் "வீரமார்த்தாண்டா" என்ற பெயரில் ஆந்திர மாநிலத்தில் திரையிடப்பட்டது. இது தவிர நடேஷ் ஆர்ட்ஸ் பிக்சர்ஸ் தங்களது வெற்றித் தயாரிப்பான 'மன்னாதி மன்னன்' திரைப்படத்தை 'நர்த்தகி சித்ரா' என்ற பெயரில் இந்தியில் மொழிமாற்றம் செய்து இதே 1965ஆம் ஆண்டு திரையிட்டனர்.

திரைப்படங்களில் ஓயாது நடித்து வந்த பத்மினி நடனத்தைக் கைவிடவில்லை. கற்புக்கரசி கண்ணகியின் கதையை பத்மினியின் நாட்டியக்குழுவினர் நாடகமாகத் தயாரித்து அரங்கேற்றினர். இதற்கு சங்கீதம் நாட்டியகோவை பி.எஸ்.கோபாலகிருஷ்ணன், பாடல்கள் தஞ்சை ராமய்யாதாஸ். இக்குழுவில் பங்கேற்றவர்கள் பத்மினி, சுகுமாரி, சகுந்தலா, லட்சுமிபாய், ராஜேஸ்வரி, பத்மா, ஓமனா, சியாமளா, கீதா, கார்த்தாயினி, சாந்தவிமலா, தேவி, சந்திரகலா மற்றும் பிரேமா. நாடகத்தில் பத்மினி கண்ணகியாகவும், சுகுமாரி ஆண் வேடத்தில் கோவலனாகவும் நடித்தனர். நடத்திய இடங்களிலெல்லாம் இந்நாடகம் மக்களிடையே நல்ல வரவேற்பைப் பெற்றது.

44

# 'கலைமாமணி' பத்மினி

திரைப்படங்களிலும் சரி, தனிப்பட்ட வாழ்விலும் சரி 1966ஆம் ஆண்டு பத்மினியைப் பெருமைப்படுத்திய ஆண்டாக அமைந்தது. இது குறித்த செய்திகள் கீழே தொடர்கிறது.

## (a) கல்வியா, செல்வமா, வீரமா

1951ஆம் ஆண்டு விண்ட்ஸர் புரொடக்சன்ஸ் "கலாவதி" என்ற பெயரில் ஒரு திரைப்படத்தைத் தயாரித்து வெளியிட்டனர். இப்படத்தின் ஒரு பகுதி கதை இது:

கலைமகளாகிய சரஸ்வதிக்கும் மலர்மகளாகிய லட்சுமிக்கும் ஒரு சமயம் வாக்குவாதம் நிகழ்ந்தது. மாமியார் மெச்சிய மருமகள் உண்டா! யாருடைய சக்தி பெரியதென்றறிவதே இதன் லக்ஷ்ஷியம். முடிவில் தங்களது சக்தியின் மேன்மையை பரீட்சிக்க இருவரும் கழனியில் உழுது கொண்டிருக்கும் அப்பாவி கோணங்கி மீது பிரயோகம் செய்ய ஆரம்பித்தார்கள். கோணங்கிக்கு அடித்தது சுக்கிரதிசை. நிலத்தை உழுது கொண்டிருந்த கோணங்கியின் கண்களுக்கு மகாலக்ஷ்மியின் கருணையால் திடீரென்று மண்கட்டிகளெல்லாம் பொற்கட்டிகளாக மாறின. ஆசையுடன் அவைகளைக் கைக்கொள்ள முனைந்தபோது சரஸ்வதிதேவி தனது சக்தியால் கோணங்கிக்கு தெளிவு பெற வைக்கிறாள். பொற்கட்டிகள் களத்தில் ஏது என்று எண்ணி அவைகளை வேண்டாமென்று தூக்கி எறிகிறான் கோனாங்கி. இப்படி லக்ஷ்மியும் சரஸ்வதியும் கோனாங்கியைக் கைப்பொம்மையாக்கிப் பந்தாடுகிறார்கள். பல சம்பவங்களுக்குப் பிறகு இருவரும் சமமே என்ற தெளிவு பிறக்கிறது; படம் முடிகிறது. இந்தக் கருவைதான்

'சரஸ்வதி சபதம்' என்ற பெயரில் திரைக்கதையை மாற்றி அமைத்து திரைப்படமாக எடுத்தார் இயக்குனர் ஏ.பி.நாகராஜன்.

கல்விக்குரிய சரஸ்வதி, செல்வத்திற்குரிய லக்ஷ்மி ஆகியவர்களுடன் வீரத்திற்குரிய சக்தி சொரூபிணியான மலைமகள் பார்வதி தேவியையும் இந்தப்போட்டியில் சேர்த்து 'சரஸ்வதி சபதம்' என்ற பெயரில் திரைப்படமாக்கினார். சரஸ்வதியாக சாவித்திரியும், லக்ஷ்மியாக தேவிகாவும், பார்வதியாக பத்மினியும் படத்தில் போட்டியிட்டனர். படமும் சரஸ்வதியின் கோபூஜை பாட்டான 'கோமாதா, எங்கள் குலமாதா' என்ற பாட்டுடன் துவங்குகிறது. [ஏற்கனவே குறித்த இதன் மூலப்படமான 'கலாவதியில்' கமலாபாய் சரஸ்வதியாகவும், கிருஷ்ணாபாய் லக்ஷ்மியாகவும் நடித்திருந்தனர். இதில் சரஸ்வதியாக நடித்த கமலாபாய் ஆரபியில் 'கல்வியைப் போலொரு செல்வமுண்டோ, கதிபெற வழிதரும் புகழுறும் பிரபல கல்வியைப் போலொரு செல்வமுண்டோ' என்று பாடியே போட்டிக்கு வித்திடுகிறார்.]

சரஸ்வதி அருள்பெற்ற ஊமை பேசிப் பாடி பாவலனாகிறான். வித்தியாபதி என்ற பெயர் பெற்ற அவன் வித்யாகர்வத்திற்கும் அதிபதி. இறைவனையன்றி யாரையும் பாடமாட்டேன் என்ற முரட்டுப் பிடிவாதம் கொண்டவன். லக்ஷ்மியின் அருள்பெற்ற அரசி செல்வாம்பிகை நாச்சியார் பணபலத்தால் அடையமுடியாது எதுவுமில்லை என்ற அகம்பாவம் கொண்டவள். பார்வதி தேவியின்

முதன்மை தளபதி வீரமல்லன். உலகில் வீரத்திற்கே முதலிடமென்று வீம்பு பேசுபவன். தன்னைப் புகழ்ந்தொரு பாட்டுப்பாடுமாறு செல்வாம்பிகை கேட்கிறாள். வித்யாபதி மறுக்க வீரமல்லன். அவனுக்கு தண்டனைக் கொடுக்கிறான். இப்போது சர்ச்சை உருவாகிறது. மூவரில் யார் உயர்ந்தவர் அல்லது அவர்களை சார்ந்த கல்வி, செல்வம், வீரம் ஆகியவற்றில் எது முதன்மையானது என்ற கேள்வி எழ, நாடே களோபாரம் ஆகிறது. முடிவில் லக்ஷ்மி, சரஸ்வதி, பார்வதி தம்பதியர் சமேதாராய்த் தோன்றி விடை சொல்கிறார்கள். அந்த விடையை நாரதர் தன் பாடல் மூலம் பதில் சொல்லி முடித்து வைக்கிறார். இதோ நாரதரின் தீர்ப்பு பாடலாக இசைவடிவில்

"கல்வியா செல்வமா வீரமா
அன்னையா தந்தையா தெய்வமா
ஒன்றில்லாமல் மற்றொன்று உருவாகுமா இதில்
உயர்வென்றும் தாழ்வென்றும் பிரிவாகுமோ
கல்வியா செல்வமா வீரமா"

பாடலை எழுதியவர் கவிஞர் கண்ணதாசன். இசை கே.வி.மகாதேவன். வித்யாபதியாக சிவாஜிகணேசனும், சரஸ்வதியாக சாவித்திரியும் லக்ஷ்மியாக தேவிகாவும் மற்றும் பார்வதியாக பத்மினியும் சிறப்பாக நடித்திருந்தனர். படத்தில் முருகன் முன்பாக சக்தியாகிய பத்மினியின் ஆடும் தாண்டவ நடனம் பதமினிக்காகவே உருவாக்கப்பட்டது என்பது தெளிவாகத் தெரிகிறது. பத்மினியின் இந்த சிறந்த நடனம் தயாரிப்பாளர்களின் எதிர்பார்ப்பை உறுதிசெய்தது. தன் வசனத்திறனால் முப்பெருந்தேவியர்களின் உரைத்த சூளுரையை நியாயப்படுத்தினர் வசனகர்த்தாவுமான ஏ.பி.நாகராஜன். ஸ்ரீவிஜயலக்ஷ்மி பிக்சர்ஸாரின் 'சரஸ்வதி சபதம்' 1966ஆம் ஆண்டு திரைக்கு வந்து வெற்றிவாகை சூடியது.

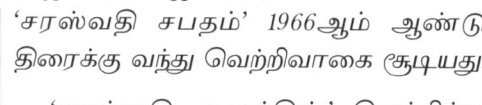

'சரஸ்வதி சபதத்தின்' வெற்றிக்கு அத்தாட்சியாக இப்படம் தமிழ்மொழி மட்டுமின்றி வேறு மும்மொழிகளிலும் மொழிமாற்றம் செய்து வெளியிடப்பட்டது.

சரஸ்வதி சபதம் — தெலுங்கு

சரஸ்வதி சபதம் — மலையாளம்

தேவி சரஸ்வதி — ஹிந்தி

## (b) நடனமாடத் தெரியாத பத்மினி!

சித்தி (1966)

விந்தையான தலைப்பு படத்தை ஆக்கிக்கொடுத்தவர் கே.எஸ்.கோபாலகிருஷ்ணன் தயாரிப்பு சித்ரா புரொடக்ஷன்ஸ்.

எட்டுக் குழந்தைகளை வளர்க்கும் பொறுப்பு சகோதரி மீனாட்சிக்கு. போதாதற்கு அவர்களில் ஒரு பெண் பருவமடைந்தவள் மற்றும் பிறவி ஊமை. மீனாட்சிக்கு வயது முதிர்ந்தது, வாழ்வு தளர்ந்தது. பெண்மை பகல் நிலவாய்க் காய்ந்தது அவள் மனதைக் கவர்ந்தவன் முத்தய்யா. அவனது சொத்துப்பிரச்சினை கோர்ட்டின் கிடப்பில் கிடந்தது. தம்பி பாலுவை டாக்டருக்கு படிக்க வைப்பதையே தனது லட்சியமாய்க் கொண்டிருந்தாள் மீனாட்சி. ஆதலால் மீனாட்சி முத்தய்யா காதல் மனக்கோட்டை மண்கோட்டையாகச் சரிந்தது. தன் லட்சியம் நிறைவேற பொருத்தமற்றிருந்த பிள்ளைக்குட்டிக்காரனாயிருந்த நடுத்தர வயதானவனான பெரியசாமியைத் திருமணம் செய்துகொள்கிறாள் மீனாட்சி. பாலுவின் டாக்டர் படிப்பு தொடர்கிறது மீனாட்சியோ தன் மூத்தாள் பிள்ளைகள் மீது பாசத்தைக் கொட்டுகிறாள் குழந்தைகளும் சித்தி மீது பாசத்தைப் பொழிகின்றன. பொதுவாகத் தவழும் கடைக்குட்டி அவளது செல்லம். தாம்பத்திய இன்பத்தையே குறிக்கோளாகக் கொண்ட பெரியசாமிக்கு மீனாட்சியின் போக்குப் பிடிக்காமல் சண்டை சச்சரவு செய்கிறான். தனிமை வேண்டி மீனாட்சியைக் கொடைக்கானலுக்கு அழைத்துச் செல்கிறான். ஆனால் கடைக்குட்டி செல்லம் சித்திக்காக ஏங்கி இரவு முழுவதும் இமைக்காமல் அழ, வேறுவழியின்றி பெரியசாமி வெறுப்புடன் மீனாட்சியை அழைத்துக் கொண்டு வீடு திரும்புகிறான். இதற்கிடையில் பாலுவுக்கும் பெரியசாமியின் முதல் மனைவியின் மூத்த மகள் சரோஜாவுக்குமிடையே காதல் மலர்கிறது. பெரியசாமிக்கு இது பிடிக்காமல் பாலுவை வீட்டைவிட்டு வெளியேற்றுகிறான். ஆனால் பெரியசாமியின் மகன் பெரியதம்பி டாக்ஸி ஓட்டி சம்பாதிக்கும் பணத்தில் பாலுவின் படிப்புக்கு பண உதவி செய்கிறான். இதற்கு சரோஜாவும் துணை நிற்கிறாள். பாலு டாக்டர் படிப்பை முடித்து பெரியசாமியிடம் பெண் கேட்கிறான். ஆனால் பெரியசாமி அதனை மறுத்து துரத்துகிறான். மகளுக்கு அவசரமாக வேறு மாப்பிள்ளை பார்க்கிறான் பெரியசாமி. பெரியதம்பி சொன்ன சொல்லைக் காப்பாற்றாத தன் தந்தையைத் திட்டித்தீர்த்து, பாலுவுக்கு சரோஜாவை

திருமணம் செய்ய முனைகிறான். பெரியதம்பியின் உரை பெரியசாமியின் அகக்கண்ணைத் திறக்க அவர்கள் திருமணத்திற்கு இசைகிறான். சித்தியின் மகிழ்ச்சிக்கு அளவேயில்லை. கூடுதலாக முத்தய்யன் மீனாட்சியின் ஊமை தங்கையை மணந்து வாழ்வளித்து அவளுக்கு கூடுதல் மகிழ்ச்சியை உண்டாக்குகிறான். எல்லாம் இனிதே முடிகிறது.

படம் முழுவதும் கொடிகட்டிப் பறப்பது 'சித்தி'யான பத்மினியே. முத்தய்யன் காதலை மென்மையாகத் திறப்பதும் முரட்டு பெரிய சாமியை மனமார கணவனாக ஏற்றுக் கொள்ளும் மௌனமான தியாகத்திலும் பத்மினியின் விழிகள் பேசும் மொழிகள் மேன்மையானதும் மட்டுமல்ல தூய்மையானதும்கூட. வீட்டின் ஹாலில் பத்மினி தன் மூத்தாள் குழந்தைகளை அன்போடும், ஆதரவோடும் அணைத்துத் தூங்குகிறாள். ஆனால் காமவெறி பிடித்த கணவனுக்கு வருமா தூக்கம். தன் இச்சைக்குப் பணிய முந்தானையைப் பிடித்து மூர்க்கமாக இழுக்க குழந்தைகளோ அவளைத் தூக்கத்தில் பாசத்துடன் பற்றிக்கொள்ள இதற்கிடையில் ஊஞ்சலாடிக் கொண்டிருந்த பெண்மையையும் தாய்மையையும் பத்மினி நடிப்பால் சித்தரித்துக்காட்டிய பாங்கை விவரிக்கத்தான் மொழிகள் இல்லை. தூங்கும் கடைக்குட்டியைத் தொட்டிலிலிட்டு 'காலமிது காலமிதி கண்ணுறங்கு மகளே' என்ற மீனாட்சியாக பத்மினி பாடும் தாலாட்டும் பாட்டு தேனாக எம்.எஸ். விஸ்வநாதன் இசையில் இனிக்கிறது. படத்தில் பத்மினியை ஒரு நடுத்தர வயது பெண்ணாக நடிக்க வைத்தாலும் வசனகர்த்தா கே.எஸ்.கோபாலகிருஷ்ணன், பெரியசாமியாக நடிக்கும் எம்.ஆர். ராதா தரகன் சாமிக்கண்ணுவிடம் பேசும்போது கூறுகிறான்:

"இதெல்லாம் பொண்ணா நாட்டுக்கட்டைகளா கொண்டு வந்திருக்கே. இப்ப வரப்போற பொண்ணிருக்கே அதை அப்படியே கொண்டு வந்து உட்கார வைத்துவிடுவேன். மெத்தமேலே உட்காரவச்சிட்டு கைகட்டிக்கொண்டு அப்படியே பார்த்துகிட்டிருப்பேன் அப்படின்னா அந்த figure எப்படி இருக்கணும்? முகமிருக்கே அது சாவித்திரி மாதிரி இருக்கணும், கழுத்து மட்டும் சரோஜா, கழுத்திலிருந்து இடுப்புவரைக்கும் வைஜெயந்தி, இடுப்பு இருக்கே விஜயா, எடுப்பு இருக்கே ஜெயலலிதா மோட்டலா பார்க்கப்போனால் பத்மினி மாதிரி இருக்கணும். கொண்டுவா சட்டுபுட்டுன்னு"

படத்தில் வியப்பான ஒரு காட்சி குடும்பப் பெண்ணான பத்மினியை

தாயே உனக்காக (1966)

மாடர்ன் உடை உடுத்தி ஹீல் ஷு போட்டு பிரமுகர்கள் நடத்தும் நிகழ்ச்சிக்கு கணவன் எம்.ஆர்.ராதா அழைத்துச் செல்கிறான். விருந்தில் எல்லோரும் நடனமாட ஹீல் ஷு அணிந்து நடக்கவே தடுமாறும் பத்மினியைத் தன்னுடன் நடனமாட வா என்று வற்புறுத்துகிறான் கணவர். ஆனால் பத்மினியோ மிரண்டு 'ஐயோ எனக்கு ஆட்டமே தெரியாதே' என்று பரிதவிக்கிறார். நடனமாட முடியாமலும் கீழே வீழ்கிறார் பத்மினி. நாட்டியப் பேரொளி பத்மினி 'அகில உலக நாட்டியப் பேரொளி பத்மினி' என்றெல்லாம் நாட்டியத்திற்காகப் பெயர்பெற்ற பத்மினியை 'எனக்கு ஆட வராதே' என்று சொல்லி ஆட முயன்று கீழே விழுவதாக வரும் காட்சி அதிசயமானது. முடிந்ததை முடியாதது போல் செய்து காட்டுவது திறமையானது. இப்படத்தில் இக்காட்சி ஒரு தனித்துவம் வாய்ந்தது என்பதை உறுதியாகச் சொல்லலாம். கொடுத்த வார்த்தையை மீறும் தந்தையைப் பார்த்து 'ஒரு பெண் நடத்தை தவறுவதும் ஒரு ஆண் தான் கொடுத்த வாக்குறுதியை தவறுவதும் ஒன்றுதான்' என்று பெரியதம்பி பேசும் வசனத்தில் கே.எஸ்.கோபாலகிருஷ்ணன் மைவண்ணம் தெரிகிறது. படத்தில் மீனாட்சியாக பத்மினியும் பெரியசாமியாக எம்.ஆர்.ராதாவும் முத்தய்யாவாக ஜெமினிகணேசனும் பாலுவாக முத்துராமனும் சரோஜாவாக விஜய நிர்மலாவும் பெரியதம்பியாக நாகேஷும் நடித்தனர். பத்மினி தன் நடிப்பில் முத்திரை படைத்த வெற்றிப்படம் "சித்தி" இப்படம் 1966ஆம் ஆண்டு சித்ரா புரொடக்ஷன்ஸ் தயாரிப்பில் வெளிவந்தது. இந்தப் படத்தின் வெற்றியால் உந்தப்பட்டு 1967ஆம் ஆண்டில் தெலுங்கில் தேவிகாவை நடிக்க வைத்து 'பின்னி' என்ற பெயரில் திரைப்படமாக எடுத்தனர். தவிர 1971ஆம் ஆண்டில் மலையாளத்தில் ராகினியை கொண்டு 'அச்சண்டபாரியா' என்ற பெயரில் மற்றுமொரு திரைப்படம் எடுத்தனர். ஆனால் இவ்விரு படங்களும் எதிர்பார்த்த வெற்றியைப் பெறவில்லை ஏனெனில் 'சித்தி'யில் பத்மினியின் நடிப்புக்கீடாக இவைகள் அமையவில்லை.

### (C) போர்வீரனின் போராட்டங்கள்

1959ஆம் ஆண்டில் ரஷ்யாவில் Ballaela O sololate (Ballaol of a soldier) என்ற திரைப்படம் வெளிவந்தது. Viladimir Ivashor என்பவர் நடித்த இப்படத்தை Grigori Chukhari என்பவர் இயக்கியிருந்தார். உலகத் திரையரங்கின் முக்கியமான படங்களில் இதுவும் ஒன்று. இரண்டாம் உலகமகா யுத்தத்தில் ஜெர்மனி படைகளை துவம்சம் செய்தான் ஐவாஷோர் என்ற இளைஞன். அதை கௌரவிக்கும் வண்ணம் ரஷிய படைத்தளபதி அவனுக்கு நான்கு நாட்கள் விடுமுறை அளிக்கிறார்கள். இதை வரப்ரசாதமாகக் கொண்ட இந்த போர்வீரன் தன் தாய்வாழும் இல்லக்கூரையைப் பழுது பார்ப்பதற்காக விரைகிறான். ஆனால் அவனது வழிப்பயணத்தில் தொடர்ச்சியாகப்

பலர் தங்களது பிரச்சினைகளை அவன் முன் வைத்து தீர்த்துவைக்க கோருகிறார்கள். விடுமுறை நாட்களோ நான்கு. போராட்டங்களோ பல. இக்குறுகிய காலத்தில் இத்தனைப் போராட்டங்களை அந்த இளம் போர்வீரன் எப்படித்தான் சந்திப்பான், சாதிப்பான்? ரஷ்யாவின் சிறந்த கிளாசிக் படங்களில் இதுவும் ஒன்றானது.

இந்தப்படத்தின் மூலக்கதையைத் தழுவி ஸ்ரீ கமலாலயம் 'தாயே உனக்காக' என்ற பெயரில் தமிழில் திரைப்படமாகத் தந்தார்கள். மூலப்படத்தைப் பதிவு செய்து கௌரவித்து கௌரவமும் பெற்றார்கள். ராஜு ஒரு போர்வீரன். காஷ்மீரில் எல்லைக் காக்கும் பணியில் வீரச்செயல்கள் புரிந்து புகழ்பெற்றான். உடனே புறப்பட்டு வரும்படி தாயிடமிருந்து தந்தி வந்தது. இதற்குப் பத்து நாள்கள் விடுமுறையும் கிடைத்தது. காஷ்மீரிலிருந்து நீலகிரி போய் மீண்டும் திரும்ப அவனுக்குக் கிடைக்கும் நாள்கள் இரண்டு. சொந்த ஊருக்குப் புறப்படும் ராஜுவிடம் நண்பர்கள் பல பொறுப்புகளை ஒப்படைக்கின்றனர். குறிப்பாகக் குண்டடிபட்டு படுகாயமுற்ற கேப்டன் சாமி தன் மனைவி தேவியிடம் தன் நலம் சொல்லச் சொல்கிறான் ராஜீவைப் பொறுத்தமட்டில் இது முக்கியமான கட்டளை. அதற்குக் காரணம் ஒரு சமயம் எதிரிகளின் குண்டிலிருந்து ராஜுவைக் காப்பாற்றியவர் அவர். ஆனால் ராஜுவுக்கு தொடர்ந்து பல கோரிக்கைகள். நண்பன் ஜார்ஜ் தன் காதலி ரீடாவுக்குத் தெரிவிக்க வேண்டிய செய்தி, நண்பன் நீலு தன் ஆசை பத்மாவைச் சந்திக்க கோருதல், ஹவில்தார் ரகு தன் மனைவி லக்ஷ்மியையும் மகனையும் பார்த்து வரும்படி கோரிக்கை. இத்தனைக் கடமைகள். இத்துடன் தாயுடன் சந்திப்பு. பிரயாண காலம் போக மிச்சம் இருப்பது இரண்டு தினங்கள் மட்டுமே. இதில்

**தாயைப் பார்ப்பது பெரிதா?**

**நண்பர்களின் கடமை பெரிதா?**

**பாசம் பெரிதா?**

**நட்பு பெரிதா?**

விடை காண முயலுவதே திரைப்படம். காலத்தின் மதிப்பை உணரவைப்பதே அடிப்படைக் கருத்து. இதில் ராஜுவாக சிவகுமாரும் அவரது தாயாராக சாந்தகுமாரியும் நடித்திருந்தார். மகன் வரவை எதிர்பார்த்து ஆவலோடு மலைமுகட்டில் சோர்வோடு தாய் நிற்கும் போது சீர்காழி கோவிந்தராஜன் குரலில் 'கருநீல மலைமேலே தாயிருந்தாள், காஷ்மீரப்பனி மலையில் மகனிருந்தான்' என்ற பாடல் கணீரென்று ஒலிக்க ஒரு தாயின் மனக்கிடக்கைத் துல்லியமாகக் காட்சி படம் பிடித்துக் காட்டுகிறது. இந்தப் படத்தைப் பொறுத்தமட்டில் சிவாஜிக்கோ பத்மினிக்கோ திரைக்கதையில் பெரிய பங்களிப்பு ஏதுமில்லை. இருவரும் கௌரவ நடிகர்களே. கேப்டன் சாமியாக

**மோஹினி - பஸ்மாசுரா (1966)**

சிவாஜிகணேசனும் அவரது மனைவி தேவியாக பத்மினியும் நடித்திருந்தனர். இருவரும் தம்பதிகளாக வாழ்ந்த காலத்தில் கணவன் கேப்டன் சாமி முன் பத்மினி ஆடும் கைப்பிடிக்குச் சிக்காத நடனம் படத்தில் தனித்து நிற்கிறது. கவிஞர் கண்ணதாசனின் 'பழகு செந்தமிழ் அழகு மங்கை — உன்பருவம் காட்டவேண்டுமென்ற' என்ற பாடலில் கணவனாக சிவாஜிகணேசன் தன் ஆசையையெல்லாம் கொட்டித்தீர்க்க அவைகளுக்குத் தன் நாட்டிய அசைவுகளில் உயிர் கொடுக்கும் பத்மினியின் மிடுக்கான தென்னக நாட்டின் பல்சுவை பாணிகளின் நடனம் ரசிகர்களை நிமிர்ந்து அமரச்செய்கிறது. இந்தப் படத்தில்தான் முதன் முதலாக சிவகுமார் பத்மினியுடன் நடித்தார். இந்தப்படத்தில் சிவகுமார், மனோகர், புஷ்பலதா போன்றோர் தவிர பெரும்பாலானோர் கௌரவ நடிகர்களாக நடித்தார்கள். சிவாஜிகணேசன், எஸ்.எஸ்.ராஜேந்திரன், முத்துராமன், நாகேஷ், விஜயகுமாரி, தேவிகா மற்றும் ஜெயலலிதா ஆகியோரும் இந்தப்பட்டியலில் அடங்குவர். இனிமையான பாடல்களைக் கொடுத்தவர் கே.வி.மகாதேவன். 1966ஆம் ஆண்டில் வெளிவந்த இந்த வெற்றிபடத்தை இயக்கியவர் பி.புல்லையா.

## (d) தன்வினை தன்னைச்சுடும்

*1966ஆம் ஆண்டில் பி.ஏ.சுப்பாராவ் என்பவர் 'மோஹினி — பஸ்மாசுரா' என்ற பிரபலமான புராணக்கதையைத் தெலுங்கில் தனது இயக்கத்திலேயே தயாரித்து வெளியிட்டார். இந்தப்படத்தில் மோஹினியாக பத்மினியும் பஸ்மாசுரனாக எஸ்.வி.ரங்காராவும் நடித்திருந்தனர். இது தவிர தெலுங்கு திரைப்படங்களில் பத்தியங்கள் பாடுவதில் பிரசித்தி பெற்ற நடிகர் ரகுராமய்யா இந்திரனாக நடித்து பத்தியங்கள் பாடி மக்களைப் பரவசப்படுத்தினார். சிவனருளால் பஸ்மாசுரன் சுக்ராச்சாரியாருக்குக் குழந்தையாகக் கிடைக்கிறான். சுக்ராச்சாரியார் அசுரர்களைப் பாதுகாக்க குழந்தையை விஷ்ணு துவேஷியாக வளர்க்கிறார். தன் பலத்தைப் பெருக்கிக் கொள்ள சிவனை வேண்டி கடுந்தவம் புரிகிறான். சிவனும் பஸ்மாசுரன் யார் தலை மீது கை வைத்தாலும் அவர்கள் எரிந்து போவார்களென்றும்*

**பாஞ்சாலி சபதம் (1966)**

எவர் கையாலும் அவனுக்கு மரணமில்லையென்ற வரத்தை சிவன் அளிக்கிறார். பஸ்மாசுரன் அகந்தை பெறுகிறான். தன் சக்தியைச் சிவனிடமே பரிசீலிக்க, பாவம் சிவன் உயிருக்கு பயந்து ஓடுகிறார். விஷ்ணுவிடம் (காந்தாராவ்) அபயம் கோர விஷ்ணு மோஹினி என்ற பெயரில் அழகானதொரு பெண் ரூபமெடுக்கிறார். மோஹினி பஸ்மாசுரனைச் சோலையில் மயக்கித் தன் கானத்தாலும், நடனத்தாலும் அவனது சிந்தையைக் கிளறிவிடுகிறாள். அபாரசக்தி எப்படி அவளுக்குக் கிடைத்தது என்று பஸ்மாசுரன் கேட்கிறான். அவள் தான் பெற்றது ஆத்ம சக்தியென்றும் பஸ்மாசுரன் கொண்டிருப்பது வெறும் வரசக்திதான் என்று கூறுகிறாள். ஆத்ம சக்திதான் வரசக்தியினும் உயர்ந்தது என மோஹினி விளக்குகிறாள். எனவே மோஹினியிடமிருந்து ஆத்ம சக்தி பெற்று தன் சக்தியைப் பெருக்கிக்கொள்ள பத்மாசூரன் வேண்டுகிறான். இந்த எண்ணத்தை பஸ்மாசுரனின் மனதில் விதைத்த மோஹினி அவனைத் தூண்டி தன் அழகு, ஆடல், பாடலென்று திசைதிருப்புகிறாள். படத்தின் உயிர்மூச்சே பத்மினியின் அழகும், ஆடல் பாடலும்தான். படத்திலே தொடர்ச்சியாக பத்மினி ஆறு பாடல்களுக்கு நடனமாடி படத்தின் பிற்பகுதியை ஆக்ரமித்ததுடன் முடித்தும் கொடுக்கிறார் (1) நேனு நேனே (2) தீயனை ஓஹலா (3) கோனிட நாமிதே (4) பிரபஞ்சமே (5) மதி ஆடாலே என்று சிறு இடைவெளிக்கிடையே தொடர்ந்து பாடி ஆடி பத்மினி பஸ்மாசுரனை நிலைகுலையச் செய்கிறாள். முடிவில் ஆறாவது பாடலாக ‘விஜயமிதே’ என்ற பாடலுக்கு மோஹினியின் திட்டப்படி பஸ்மாசுரன் அபிநயம் பிடித்து ஆடுகிறான். மோஹினி தன் நடன நெளிவுகளில் ஒன்றாகத் தன் தலைமீது கைவைக்க பஸ்மாசுரன் தன் தலைமீது கைவைக்க பஸ்பமாகிப் போகிறான். இயக்குனரும் அதற்குமேல் வளர்த்தாமல் உடனடியாக முடித்துவிடுகிறார். பத்மினியின் நடனங்கள் இப்படத்தில் வெகுசிறப்பாகவும் கவர்ச்சியாகவுமிருந்தது. அதே நேரத்தில் அவருடன் போட்டியிட்டு நடனமாடிய ரங்காராவும் பாராட்டுக்குரியவரே.

## (e) ராமபக்தி சாம்ராஜ்யம்

1942இல் வாஹினியார் ‘பக்த போதன்ன’ என்ற பெயரில் ஒரு தெலுங்கு படத்தைத் திரையிட்டனர். இந்தப்படம் ஒரு ராமபக்தனைப் பற்றியது. ‘ஸ்ரீராமனே சகலமும். அவனது சாம்ராஜ்யமே உலகமெங்கும் பரவியுள்ளது. தனது பிறப்பின் பயனை ராமநாமத்தை ஜெயிப்பது, தொண்டு செய்வது’ ஒன்றே என்று கொண்டே வாழ்ந்தான் போதன்னா. அவனது பக்தியின் வலிமையை பரிசோதிக்க பகவான் போதன்னாவின் மாமா ஸ்ரீநாதா மூலமாக அந்நாட்டு அரசனுக்கு போதன்னாவின் ராமபக்தியை விவரிக்கிறான். அளவில்லா மகிழ்ச்சி அடைந்த மன்னன் அவரைத் தக்க மரியாதைகளோடு தன் அரண்மனைக்கு அழைத்து

***அப்ஸானா (1966)***

பாடவைக்க விரும்புகிறான். ஆனால் போதன்னா மறுக்கிறார். அரசன் கோபத்தில் போதன்னாவை நாடு கடத்துகிறான். மகிழ்வோடு நாட்டை விட்டு வெளியேறும்முன் ராமபிரான் சன்னதியில் அவன் புகழைப் பாட, இறைவன் அவன்முன் தோன்றி அருள் பாலிக்கிறார். இந்நிகழ்வைக் கண்ட மன்னனும் தன் தவறை உணர்ந்து போதன்னாவின் மன்னிப்பைப் பெறுகிறான். ராமபக்தி சாம்ராஜ்யத்தில் அனைவரும் இன்புற்று வாழ்கின்றனர். இப்படத்தில் போதன்னாவாக சித்தூர் வி.நாகய்யாவும் அவரது மனைவியாக ஹேமலதாவும் நடித்திருந்தனர். ஸ்ரீநாதாவாக ஐந்தியால கௌரிநாத் நடித்தார். சாஸ்த்திரிய இனிய இசையும் பக்திரசமும் கலந்த இப்படத்தை கத்திரிவெங்கட ரெட்டி இயக்கியிருந்தார். தயாரிப்பு பி.என்.ரெட்டி. இந்தப்படம் இன்றளவும் பேசப்படும் மேன்மையானதொரு சலன சித்திரமாகும். இப்படத்தை

1966ஆம் ஆண்டில் பரத் பிக்சர்ஸ் 'பக்த போதனா' என்ற பெயரிலே தெலுங்கிலேயே மறுபடியும் திரைப்படமாக எடுத்தனர். இதில் போதன்னாவாக கும்மிடி நடித்தார். அவரது மனைவியாக அஞ் சலிதேவி பாத்திரமேற்றிருந்தார். கும்மிடி செல்வந்த மாமனாக எஸ்.வி.ரங்காராவ் நடித்தார். இப்படத்தில் அவருக்கு ஒரு மனைவி பாத்திரம் உருவாக்கப்பட்டு பத்மினிக்கு சிறியதொரு பாத்திரமாகக் கொடுக்கப்பட்டது. அதிலும் 'அந்துலு பனிக்கனவே' என்ற பாடலுக்கு பத்மினி நடனமாடினார். இப்படித் தயாரிப்பாளர்கள் பத்மினியின் நடனத் திறமையை ஒரு காட்சியில் பயன்படுத்திக் கொண்டனர். இந்த மறுபதிப்பும் ஒரு வெற்றிப்படமே.

## (f) பன்மொழியில் ஒரு வெற்றிப்படக்கதை

ஹாலிவுட் திரைக்கதை ஆசிரியர் பிரான்சிஸ் மாரியான் 'ஒரு நல்ல திரைப்படத்திற்குச் சிறந்த திரைக்கதையும், அர்த்தமுள்ள காரணகாரியங்கள் பொருந்தியிருக்க வேண்டும். கதைக்கரு சுருக்கமாகவும் முடிந்தால் ஒரே வரியில் கூறக்கூடியதாகவும் இருக்க வேண்டும்' என்ற கருத்தைக் கொண்டிருந்தார். அவரது பேனா பல ஹாலிவுட் வெற்றிப்படங்களுக்கு திறவு கோலாக இருந்தது. வட இந்திய டைரக்டரான கியான் முகர்ஜியின் கண்களில் இந்தக் கருத்து கண்களில் பட்டு கவர்ந்தது. நீண்ட விவாதங்களுக்குப் பிறகு அவர் ஒருவரி கதையை உருவாக்கினார். ஒரு திருடன் ஒரு நல்ல பெண்ணால் கவரப்பட்டு திருந்துகிறான் என்பதே அந்த ஒருவரி கதை. இக்கருவைத் திரைக்கதையாக வளர்த்து அவர் இந்தியில் எடுத்த படம்தான் 1943ஆம் ஆண்டில் 'கிஸ்மத்' என்ற பெயரில் வெளிவந்து வெற்றிவாகை சூடியது.

சேகர் அழகும், அறிவும், திறனும் கொண்ட ஒரு திருடன் ஒரு சமயம் போலீசாரின் பிடியிலிருந்த தப்ப ராணி என்ற நாடக நடிகையின் வீட்டில் புகுந்து தப்பிக்கிறான். ராணியோ சிறிது ஊனமுற்றவள். நாடகத்தில் கிடைக்கும் சொற்பத்தொகையில் தள்ளாடி வாழ்க்கை நடத்துகிறாள். இந்திரஜித் பாபு என்ற கடன்காரன் அவளைப் பணம் கேட்டு வதைக்கிறான். சேகர் நல்லவன் என்றெண்ணி ராணி அவன் மேல் நம்பிக்கை வைத்து காதலிக்கிறாள். ஒரு சமயம் தான் திருடிவந்த நெக்லசை சேகர் ராணிக்கு அன்புப் பரிசாக அளிக்கிறான். அத்துடன் ராணியின் காலை குணப்படுத்த தேவையான பணத்தை இந்திரஜித் பாபுவிடமே திருடி ராணி வீட்டில் தன்னை அடையாளப்படுத்திக் கொள்ளாமலேயே செல்கிறான். இம்முறை போலீசார் சேகரை கைது செய்கிறார்கள். ராணி தனக்காகச் செய்த இந்தத் திருட்டைத் தியாகமாக மதிக்கிறாள். சேகர் திருந்திய புதிய மனிதனாக ராணியுடன் இணைகிறான். இந்தப்படத்தில் மும்தாஜ் ஷாந்தி என்ற புதுமுகம் கதாநாயகியாகவும் அசோக்குமார் சேகராகவும் நடித்தனர். படத்திற்கு

அனில் பிஸ்வாஸ் இசை அமைத்திருந்தார். கியான் முகேர்ஜியே படத்தை இயக்கியிருந்தார். படத்தின் மகத்தான வெற்றி இன்றளவும் பேசப்படுகிறது. இத்திரைகதையால் கவரப்பட்டு இதை பல மொழிகளில் திரைப்படமாக எடுத்தார்கள். தமிழில் இத்திரைப்படம் ஜெமினிகணேசன் — சாவித்திரி நடிக்க 'பிரேமபாசம்' என்ற பெயரில் 1956ஆம் ஆண்டில் வெளிவந்து வெற்றிபெற்றது. படத்தின் பாடலுக்கு இனிமையாக இசை அமைத்தது எஸ்.ராஜேஸ்வரராவ். இக்கதை இதே ஆண்டில் 'பலேராமுடு' என்ற பெயரில் தெலுங்கில் எடுக்கப்பட்டது. இதில் ஏ.நாகேஸ்வரராவும் சாவித்திரியும் நடித்திருந்தனர். இரு மொழிகளிலும் படத்தை இயக்கியவர் வேதாந்தம் ராகவய்யா.

இம்மொழிகளைத் தவிர இத்திரைக்கதை மலையாளத்திலும் 'கனக சிலாங்கா' என்ற பெயரில் திரைப்படமாக 1966ஆம் ஆண்டில் எடுத்து திரையிடப்பட்டது. இந்தப்படத்தை சுந்தர்லால் நஹாதா தயாரித்தார். திரைக்கதையை வடிவமைத்து தோப்பி பாசு. படத்திற்கு இசை எம்.எஸ்.பாபுராஜ். படத்தில் முக்கிய பாத்திரத்தில் பிரேம்நசீர், ஷீலா மற்றும் முத்தய்யா, அடூர் பாசி, மணவாளன் ஜோசப் டி.கே.பாலச்சந்திரன், திக்குரிசி சுகுமாரன், பங்கஜவல்லி சுகுமாரி ஆகியோருடன் பத்மினியும் நடித்திருந்தார். இப்படம் எம்.கிருஷ்ணன் நாயர் இயக்கத்தில் வெளிவந்தது. இப்படி ஒரே கதை பன்மொழியில் வெளிவந்து. அவை அனைத்தும் வெற்றி பெற்றது தனிச்சிறப்பு.

பத்மினி நடித்த 'பாஞ்சாலி சபதம்' என்ற திரைப்படம் 1966ஆம் ஆண்டில் வெளிவந்தது. பத்மினிதான் மையப்பாத்திரமான பாஞ் சாலியாக நடித்தார். ராமானந்த் கம்பைன்ஸ் தயாரிப்பான இது இந்தியிலிருந்து தமிழுக்கு மொழி மாற்றம் செய்யப்பட்டது. இதன் இந்தி மூலப்படம் 1962ஆம் ஆண்டில் "மஹாபாரதம்' பெயரில் வெளிவந்தது. அதற்கான குறிப்புகள் தக்க இடத்தில ஏற்கனவே கொடுக்கப்பட்டுள்ளன. தமிழில் வெளிவந்த 'பாஞ்சாலி சபதத்தை' பொறுத்தமட்டில் பாடல்களைக் கவிஞர் கண்ணதாசன் எழுதியிருந்தார். வசனம் கே.தேவநாராயணன். இசை அமைப்பு பி.ஸ்ரீனிவாசன். தயாரிப்பு என்.எம்.ராமச்சரன் என்பவர் ஆவர்.

## (g) நட்புக்கு இலக்கணம் வகுத்த நல்லவன்

இந்தி திரைப்படங்களில் புகழ்பெற்ற நடிகர்களில் ஒருவர் பிரதீப்குமார். ('நாகின்' புகழ் பிரதீப்குமார் என்று சுலபமாக அடையாளப்படுத்தலாம்) அவர் 'அப்ஸானா' என்ற இந்தி திரைப்படத்தைத் தயாரித்து 1966ஆம் ஆண்டு திரையிட்டார். குழந்தை குணம் கொண்ட கோபால் (அசோக்குமார்) சிறையில் தப்பி ஓடிவந்து ஒரு எஸ்டேட்டில் ஒளிகிறான். அதன் சொந்தக்காரர் இளைஞன்தான் சேகர் (பிரதீப்குமார்). காமினி (ஹெலன்) என்ற ஒரு நடனக்காரியை விரும்பி திருமணம்

மகன் பிரேமானந்துடன் தம்பதிகள்

செய்து கொள்கிறான் சேகர். அவள் ஜீவன் (அன்வர் ஹுசைன்) என்பவனின் கையாள். பணம் பிடுங்கவே சேகரிடம் மனைவி என்ற நாடகம் நடத்துகிறாள். உண்மை தெரிந்த சேகர் அவளை விரட்டி அடிக்கிறான். அதனால் பெண்களை வெறுக்கிறான் சேகர். துயரத்தை மறக்க குடிப்பழக்கத்தில் மூழ்கிறான். இந்த நிலையில் கோபத்தில் சேகரைச் சந்திக்க இருவரும் நண்பர்களாகிறார்கள். ஒரு முறை சேகர் எஸ்டேட்டை சுற்றி வரும் போது காரில் வந்த ரேணு (பத்மினி) என்ற அழகிய பணக்காரவீட்டுப் பெண்ணையும் சந்திக்கிறான். தனது எஸ்டேட் இல்லத்தில் தங்கவைக்கிறான். தன் நண்பன் கோபாலையும் அறிமுகப்படுத்துகிறான். காமினியும் ஜீவனும் ஒரு விபத்தில் இறந்து போனதாக ஒரு வதந்தி பரவியது. அத்துடன் சேகரின் கோபமும் தணிந்தது. சேகர் — ரேணு காதல் வளர்ந்து கல்யாணத்தில் முடிய உறுதுணையாக நண்பன் கோபால் இருந்தான். திருமண வாழ்க்கை பூரித்தது. ஆனால் இறந்ததாக எண்ணியிருந்த காமினி உயிருடன் திரும்பிவந்து சேகரைப் பணம்கேட்டு 'பிளாக்மெயில்' செய்கிறாள். இந்த நிகழ்ச்சியை ஜீவனின் துணையோடு செய்கிறாள். கோபால் தன் நண்பனுக்கு ஏற்பட்ட ஆபத்தை / சதியை உணருகிறான். காமினியிடம் சேகரை விவாகரத்து செய்து விடுவிக்க வேண்டும் என்று மிரட்டுகிறான். அதனால் ஜீவன் பிரச்சினைத் தீர பணத்தை அபகரிக்க சேகரைக் கொல்வதுதான் சிறந்த வழி என்று தீர்மானிக்கின்றான். ஆகவே காமினி சேகரை

திருநின்றவூர் தி.சந்தானகிருஷ்ணன்

ஜீப்பில் தனித்து அழைத்து வரும்போது கார் விபத்துக்குள்ளாகிக் கொலைப்பழி சேகர் மீது விழுகிறது. போலீஸ் சேகரைக் கைது செய்து சிறையிலடைக்கிறது. கணவனை மீட்க ரேணு கோர்ட்டில் போராடுகிறாள். உதவிக்கரம் நீட்ட கோபாலைக் காணமுடியவில்லை. கோபால் எங்கே? என்ற கேள்வி ரேணுகாவின் உள்ளத்தில் எழுகிறது. எதிர்பாராதவிதமாகக் கொலையை நேரில் பார்த்த சிறுவன் கோர்ட்டில் சாட்சி சொல்கிறான். தீய நோக்கோடு காமினி சேகரை அழைத்துக் கொண்டு மலைப்பாங்கான இடத்திற்கு அழைத்துப் போன போது கார் விபத்துக்குள்ளாகி காமினி இறக்கிறாள். அவளைக் காப்பாற்ற முயன்ற கோபாலை ஜீவன் சுட்டுக்கொல்கிறான். ஆனால் கோபால் அந்த பையனைக் காப்பாற்றுகிறான். காட்சியை நேரில் கண்ட சிறுவனின் சாட்சியை கோர்ட்டு ஏற்றுச் சேகரை விடுவிக்கிறது. இப்படி உயிரைக் கொடுத்து கோபால் சிறுவனைக் காப்பாற்ற அதன் பலனாக சேகர் — ரேணு திருமணம் புத்துயிர் பெற்றது. கோபால் தன் நண்பனுக்காக போராடி உயிர்த்தியாகம் செய்து நட்புக்கு

இலக்கணமானார். படத்தின் கதாநாயகி பத்மினிதான். நடிப்பின் இமயம் அசோக்குமார் மற்றும் பிரதீப்குமார் இருவருக்கும் இடையே ஈடுகொடுத்து நடிக்க வேண்டிய பாத்திரம். அதில் உணர்ச்சியை நிரப்பி நெகழ்ச்சியாக நடித்திருந்தார் பத்மினி. எஸ்டேட் பாதையில் லாவகமாக பாடிக்கொண்டே காரை ஓட்டி வருவதை பத்மினியின் அறிமுகக் காட்சியில் காட்டியிருக்கிறார்கள். ‘ஜெய்சே சகாஹின் லெஹராக்கே’ என்ற இந்தப் பாடலை பத்மினி பாடிவரும் காட்சி ரசிக்கும் வகையிலிருந்தது. பத்மினியின் நடனத்திறனை ஒரு காட்டில் ஆடும் நாடோடி பாடல் காட்சியில் பயன்படுத்திக் கொண்டார்கள் தயாரிப்பாளர்கள். ‘மில்னே கிரூத் ஆந்தியாரிரே’ என்ற இந்தப் பாட்டிற்கு பத்மினி ஆடிய நடனம் சிறப்பாக அமைந்து பாராட்டு பெற்றது. படத்திற்கு இசை அமைப்பு சித்திரகுப்தா. படத்தை பிரிட்ஜ் இயக்கினார். இந்த வெற்றிப்படத்தை தேவி மூவிடோன் தயாரித்திருந்தனர்.

## (h) கலையரசிக்குக் கலைமாமணி விருது

திருமணத்திற்குபின் பத்மினி நடித்த படம் 1963ஆம் ஆண்டில் வெளிவந்த “காட்டுரோஜா” என்பது ஏற்கனவே குறிப்பிட்டுள்ள தகவல்தான். இந்தப்படத்தில் நடிக்கும் முன்னேயே பத்மினி தாய்மைப் பேருற்று ஒரு ஆண் குழந்தைக்குத் தாயானார். தாய்மைக்குப் பிறகு பத்மினியின் உடல் சற்றுப் பெருத்திருந்தது. இந்தத் தோற்றத்தின் மாற்றத்தை அப்போது வெளிவந்த பத்மினி நடித்த படங்களில் காணமுடிகிறது. தாய்மையின் பூரிப்பு பொதுவாக அத்தகைய மாற்றத்தை ஏற்படுத்துவது இயற்கை. ஆனால் பத்மினி இந்த உடல்வாகு மாற்றத்தைப் பற்றிச் சிறிதும் கவலைப்படவில்லை. தன் அழகாலும் நடிப்பாலும் எதையும் ஈடுசெய்ய முடியுமென்ற தன்னம்பிக்கை கொண்டவர் அவர். தனது நடிப்புதிறனை மெருகூட்டிப் படத்துக்கு படம் வளர்த்துக் கொண்டார். நடிகைகள் திருமணம் செய்து கொண்டால் ‘மார்க்கெட்’ போய்விடுமென்ற எண்ணத்தைப் பொய்யாக்கினார். பத்மினிக்கு, திருமணத்திற்குப் பிறகும் பட வாய்ப்புகள் தொடர்ந்தது. தமிழ், தெலுங்கு, இந்தி போன்ற பன்மொழி திரைப்படங்களிலும் அவர் தொடர்ந்து நடித்தார். 1963ஆம் ஆண்டு முதல் 1966ஆம் ஆண்டு முடிய பத்மினி நடித்த 18 படங்கள் வெளிவந்தன. அவ்வகையில் இந்தக் காலகட்டத்தில் பத்மினி வருடத்திற்கு 6 படங்கள் என்று நடித்தது 3 வருடங்களில் 18 படங்களை முடித்திருக்கிறார்.

திரையுலகில் பத்மினியின் அபார சாதனைகளைக் கருதி பார்த்து தமிழ்நாடு அரசு பத்மினிக்கு 1965 — 1966க்கான “கலைமாமணி” விருது அளித்து கௌரவித்தது.

## 45

# பாரதமாதாவாக பத்மினி

**1947**ஆம் ஆண்டு நம்நாடு சுதந்திரம் பெற்றது. அதே சுதந்திர ஆண்டில்தான் பத்மினியும் தன் சகோதரி லலிதாவுடன் தமிழ் திரையில் காலடி எடுத்து வைத்தார். லலிதாவும் பத்மினியும் சேர்ந்து நடனமாடிய பக்ஷிராஜாவின் தயாரிப்பான 'கன்னிகா'வும் இந்த ஆண்டில்தான் திரையிடப்பட்டது. இதையொட்டி சுதந்திரமாதமான ஆகஸ்டில் பிரபலபத்திரிகையான "பொம்மை" (1966ஆம் ஆண்டு) தனது மாத இதழில் fullsize photo-வில் பாரதமாதா ரூபத்தில் பத்மினியை வண்ணப்படத்தில் அறிமுகப்படுத்தி பெருமைபட்டது.

1967லும் பத்மினியின் திரையுலக மார்க்கெட் சீராகச் சென்றது. இந்த ஆண்டில் பத்மினி நடித்து எட்டு படங்கள் திரைக்கு வந்தன. இவற்றில் பெரும்பாலான படங்களில் பத்மினி குணசித்திர பாத்திரங்கள்தான். அவற்றில் ஓரிரு படங்களில் கவர்ச்சி பாத்திரமும் உண்டு. இவ்விரண்டு வகைகளிலுமே பத்மினியின் நடிப்பு தொடர்ந்து மேலோங்கியிருந்தது.

### (a) இருதலைக்கொள்ளி எறும்பு

1967ஆம் ஆண்டில் ஏ.சி.திருலோகச்சந்தர் இயக்கத்தில் மணிஜே புரொடக்ஷன்ஸ் நிறுவனம் தயாரித்து வெளியிட்ட திரைப்படம்தான் 'இருமலர்கள்' சுந்தர் தன் கல்லூரி தோழி உமாவை உயிருக்கும் மேலாகக் காதலிக்கிறான். உமாவோ தன் ஜீவனே சுந்தர்தான் என்ற உணர்வில் ஒன்றியிருக்கிறாள். ஊரிலோ அத்தை மகள் சாந்தி அவன் வரவை வழிமேல் விழிவைத்துக் காத்திருக்கிறாள். படிப்பு

முடித்து சுந்தர் உமா அவரவர் ஊர் திரும்புகிறார்கள். இருவருக்குமே அங்கு அதிர்ச்சி காத்திருக்கிறது. சாந்தியை திருமணம் செய்து கொள்ள தந்தை வற்புறுத்துகிறார் இங்கே. அங்கே உமாவின் ஒரே சகோதரன் விபத்தில் சிக்கி உயிரிழக்கிறான். இறக்கும் முன் தாயற்ற தனது மூன்று குழந்தைகளையும் வளர்க்க உமாவிடம் கேட்டுக் கொள்கிறான். இந்த பாரத்தைச் சுமக்க, தன் காதலைக் கைவிட்டுவிட தயாராகிறாள். மனத்தைத் திடப்படுத்திக் கொண்டுதான் ஒரு பணக்கார வாலிபனை மணக்கவிருப்பதாக சுந்தருக்கு உமா கடிதம் எழுதுகிறாள். இதைப் படித்த சுந்தரின் இதயம் சுக்குநூறாக உடைகிறது. மனத்தை ஒருவாறு தேற்றிக்கொண்டு சாந்திக்கு மாலையிடுகிறான். காலம் உருண்டோடியது. சுந்தரும் சாந்தியும் உடலும் உயிருமாக வாழ அதில் பூத்த மலர்தான் கீதா. இப்போது சுந்தரது வாழ்க்கை வளமாக செழித்துக் கொண்டிருந்தது. ஆனால் உமாவின் உருவில் மறுபடியும் சூறாவளி வீசத் தொடங்கியது. பள்ளி ஆசிரியையாகப் பணிபுரிந்து தன் அண்ணன் பிள்ளைகளை வளர்த்து வந்த உமா மாற்றலாகிக் கீதா படிக்கும் பள்ளிக்கே ஆசிரியையானாள். கீதாவின் பழக்கத்தால் சுந்தரை சந்தித்தது இருவருக்கும் அதிர்ச்சி வைத்தியம் தந்தது. சிறுமி கீதா இருவரையும் சந்தேகிக்கிறாள். 'சாந்தியை' இழந்தாள் சாந்தி. விவரங்களைத் தெரிந்து கொண்ட சாந்தி உமாவுக்காகத் தன் கணவனை விட்டுக் கொடுத்துத் தன் சாவை தேடிச் செல்கிறாள். ஆனால் உமா அவளைத் தடுத்து தான் ஏற்கனவே திருமணமாகாமலேயே தனது அண்ணனின் மூன்று குழந்தைகளுக்குத்தான் தாயான கதையைச் செல்கிறாள். சுந்தரும் சாந்தியும் தொடர்ந்து இனிய இல்லறம் நடத்த கேட்டுக்கொண்டு தன் மூன்று பிள்ளைகளுடன் தனது தியாகப் பயணத்தைக் கல்விச்சேவை செய்ய தொடர்கிறாள். 'இருமலர்கள்' திரைப்படத்தின் கதைச் சுருக்கம் இது.

இதில் நடித்த நடிகர்கள் ஏற்ற கதாபாத்திரங்கள்:

1. சுந்தர் — சிவாஜிகணேசன்
2. பத்மினி — உமா
3. கே.ஆர்.விஜயா — சாந்தி
4. சுந்தரின் தந்தை — வி. நாகய்யா
5. கீதா — (பேபி) ரோஜாரமணி

பத்மினியின் நாட்டியத் திறமையைப் பயன்படுத்திக் கொள்ள வேண்டுமென்றே இயக்குனர் கோவலன் — கண்ணகி இசை நாடகமொன்றைப் புகுத்தி பத்மினியை ஆடவிட்டிருக்கிறார். சிவாஜி பாட பத்மினி ஆடுவதாகக் காட்சி அமைப்பு பாடகர் திலகம் டி.எம்.சௌந்தரராஜன் குரலிலே "மாதவிப் பொன்மயிலாள் தோகை விரித்தாள்" என்று கரகரப்பிரியா ராகத்தில் பாடல்

கணீரென்றொலிக்க மயிலாக வந்து பத்மினி ஆடும் மயில் நாட்டியம் இன்றளவும் உள்ளத்தில் நிழலாடுகிறது. திணிக்கப்பட்ட காட்சிதான் ஆனால் தித்திக்கும் காட்சி இது. சிவாஜி பத்மினியை வர்ணிக்கும் காட்சியும் உணர்ச்சிவசப்படும் அவரைத் தாய்போல் தேற்றுவதுமான காட்சியில் இருவரும் நடிப்புலகின் இமயத்தை அளர்ந்தார்கள் என்பதற்கு சுட்டியம் கூறுகிறது:

**"சிவாஜி (சுந்தர்):** "உமா வரவர ஒரு நிமிஷம் ஒரு வினாடி கூட உன்னைவிட்டு பிரிந்து என்னாலே இருக்க முடியலே. அன்புங்கிறது இன்பமாக மட்டும்தான் இருக்குமென்று நான் நினைச்சிக்கிட்டிருந்தேன். ஆனால் அதில் வேதனைதான் அதிகமாக இருக்கு. உமா என்னால் பேசமுடியலே. நல்லா அழணும் போலிருக்கு

**பத்மினி (உமா):** நான்தான் இங்கேயே இருக்கிறேனே; என் குழந்தை எதற்காக அழணும். குழந்தையை சமாதானப்படுத்தட்டுமா, 'என் கண்ணில்லே, என் ராஜா இல்லே, செல்லமில்லே, சிரிம்மா; சிரி".

இந்தக் கட்டத்தில் பத்மினியின் நடிப்பில் தனித்தன்மை மிளிர்கிறது. காதலன் காதல் உணர்வில் கொந்தளித்து குழந்தை போல் கதறுவதும் காதலியோ தாயாகவே மாறிக் குழந்தையைத் தேற்றுவதும் தமிழ்த்திரையில் புதுமை மிளிர்ந்த ஒரு காட்சியாகும். 'வாழ்க்கையென்பது' ஒருத்தர் கொடுத்து ஒருத்தர் வாங்கிக்கிறதல்ல. அது ஆண்டவனால் அளிக்கப்பட்டது என்ற கதைக்கருவை பத்மினி சொல்லிப் படத்தை முடிக்கிறார்கள். இப்படத்திற்கு எம்.எஸ். விஸ்வநாதன் இசை அமைத்திருந்தார். இது ஒரு வெற்றிப்படம் ஆயிற்று.

## (b) கண்களைத் திறந்துவிட்ட கலையரசி

ஆண்டவனுக்குத் தொண்டு செய்து பெரும்புகழ் பெற்ற அறுபத்து மூன்று நாயன்மார்களில் சிலர் வரலாற்றைத் தொகுத்து அதற்குத் 'திருவருட்செல்வர்' என்ற தலைப்பில் பெயரிட்டுத் திரைப்படமாக்கி *1967*இல் வெளியிடப்பட்டது. திருக்குறிப்புத் தொண்டர், சுந்தரர், திருஞானசம்பந்தர், திருநாவுக்கரசர் ஆகிய நாயன்மார்கள் இத்தொகுப்பில் அடங்குவர். சிவாஜிகணேசன்,

ஜெமினிகணேசன், பத்மினி, சாவித்திரி, கே.ஆர்.விஜயா, முத்துராமன் போன்ற பெரிய நடிகர்களின் கூட்டைக் கொண்டது இப்படம். சேக்கிழார் பெரியபுராணத்தில் எழுதிய நாயன்மார்களில் பற்றிய கூற்றை அவரே மக்களின் முன் எடுத்துரைக்கும் வண்ணமும் அதை முன்னெடுத்துச் செல்வது அநபாய சோழ சக்ரவர்த்தி என்றும் திரைக்கதையைப் புனைந்திருந்தார். ஏ.பி.நாகராஜன். ஆனால் பத்மினி திரைப்படத்தில் அரசவை நாட்டியக் கன்னியாக நடித்து தன்மீது மையல் கொண்டிருந்த மன்னனின் மயக்கத்தை தீர்த்து நன்னெறிக்கு வழிகாட்டும் நங்கையாக நடித்திருந்தார். படத்தின் தனிப்பகுதி இது. ஏ.பி.நாகராஜனின் அற்புதத் தமிழ் வடிய அரசன் வழிவதும், மேலான அரச தர்மத்தை ஆணித்தரமாக அவன் மனதில் பதியவைக்கும் அரசவை நடன மாதுவாகப் படம் துவங்குகிறது. அவர்களது சம்பாஷணையின் முக்கியப் பகுதியின் நறுக்கு இதோ:

"**சோழமன்னன்:** "கலையரசி நாட்டிற்கே அரசனாக இருந்து நான் பல மன்னர்களை வென்றிருக்கிறேன். ஆனால் கலைக்கே அரசியாயிருந்து இன்று நீ என்னை வென்றுவிட்டாய். நடையில் அன்னம், பார்வையில் மயில், துள்ளி ஓடுவதில் மான், பாடுவதில் குயில், இவையனைத்தையுமிட உன்னிடம் கற்க வேண்டிய கதைகள் பலப்பல. பகைவரின் வில்லுக்கும் வேலுக்கும் கூட அஞ்சியதில்லை. பாவை உனது பரதக்கலைக் கண்டு அசைகிறது சற்று என் நெஞ்சு. கலையரசி இன்று முதல் நீ என் உள்ளத்தரசி! இனி நீ என் இல்லத்தரசி.

இரு மலர்கள் (1967)

**கலையரசி:** மன்னா! நாட்டு மக்கள் உங்கள் மக்கள். அதிலும் குறிப்பாகப் பெண்கள் உங்களின் கண்கள். காக்க வேண்டிய நீங்களே பயிரை அழைக்கலாமா? தவிர ஆடும் மங்கைமீது அரசன் மோகம் கொள்ளலாமா? இது நியாயமா? [தன் நிலையை நியாயப்படுத்த ஒன்பது வகை இனிப்புகளை அவனுக்கு கொடுத்து அனைத்தின் தன்மையும் இனிப்புதானே. அதேதான் பெண்களுக்கும் பொருந்தும் என்று விளங்குகிறாள்]

மன்னா! வேந்தே... பிறப்பில் நாங்கள் பெண்களாகத்தான் பிறக்கிறோம்! ஆனால் பந்தத்தால் தாய், தமக்கை, தாரம் என்று பேதப்படுகிறோம். அந்த பேதத்தை மீறினால் தண்டிக்க வேண்டியவரே தாங்கள்தானே பிரபு. ஒரு பெண் இழந்தால் மீண்டும் பெறமுடியாது பெண்மை! இறைவனுக்கு சமமான தாங்களே அதை அழிக்க நினைக்கலாமா?"

[அரசின் அகக்கண் திறக்கிறது; கலையரசியை வாழ்த்தி, வணங்கி விடைபெறுகிறான்]

அரசனாக சிவாஜிகணேசனும், கலையரசியாக பத்மினியும் மேற்குறித்த காட்சியில் பங்கேற்றிருந்தனர். விரகதாபத்தை சிவாஜியும் மனோதர்மத்தை பத்மினியும் நடிப்பில் பின்னியெடுக்கிறார்கள். இந்தப்படத்தின் ஆணிவேரான காட்சி பத்மினியின் நடனம்தான்.

திருவருட்செல்வர் (1967)

படத்தின் காட்சியாகவே இந் நடனத்தை அமைத்திருக்கிறார்கள். 'மன்னவன் வந்தானடி' என்ற இந்தப் பாடலுக்கு பத்மினியின் நாட்டியம் ஈடு இணையற்றது என்று சொன்னால் மிகையாகாது. கல்யாணி ராகத்தில் மேல் ஸ்தாயில் இந்த கானம் மற்றும் நாட்டியம் காதுகளையும் கண்களையும் குளிரவைக்கிறது. பாடிய சுசீலாவும் இசை அமைத்த கே.வி.மகாதேவனும் நடனத்தை அமைத்துக் கொடுத்த பி.எஸ்.கோபாலகிருஷ்ணனும் காட்சியை உருவகப்படுத்திக் கொடுத்த இயக்குனர் ஏ.பி.நாகராஜனும் கலாரசிகர்கள் நினைவில் நிலைத்து நிற்கிறார்கள்.

**திருவருட்செல்வர் (1967)**

## (C) தன்னைக் கொடுத்தாள், தாயென்றும் பேர் வளர்த்தாள்

இன்ஜினியர் சேகரும் அவரது மனைவி ஜானகியும் மனமொத்த தம்பதிகளாய் மங்கல வாழ்க்கை வாழ்கிறார்கள். ஆனால் வருடங்கள் பத்து உருண்டோடியும் இவர்களுக்குக் குழந்தை பாக்கியமில்லை. ஜானகி டாக்டரை அணுகுகிறாள். அவளைப் பரிசோதித்த டாக்டர் அவளுக்குக் குழந்தை பாக்யத்திற்கு வாய்ப்பு மிகவும் குறைவு என்று கூறித் தேற்றுகிறாள். அதிர்ச்சியால் விக்கித்துப் போன ஜானகி கணவன் மனமுடைந்து போவான் என்று இச்செய்தியை மறைக்கிறாள். ஜானகியின் சகோதரி சாந்தா எந்த விவரமும் அறியாமல் குழந்தைத்தனமாக வீட்டில் உலாவிக் கொண்டிருக்கிறாள். குழந்தைக்காக சாந்தாவையும் சேகரையும் வற்புறுத்தி திருமணம் செய்துவைக்கிறாள் ஜானகி. ஆனால் தெய்வக்கருணையால் ஜானகி கர்ப்பவதியாகிறாள். இதனால் ஜானகியின் மீது சேகர் மேலும் அன்பு வைத்து பராமரிக்கிறான். சாந்தாவிடமோ பாராமுகமாயிருக்கிறான். தன்னால் தங்கை வாழ்வு பறிபோகிறதே என வருந்திய ஜானகி தன் கணவன் சேகரையும் சாந்தாவையும் இணைந்து வாழ்ந்து இனிய இல்லறம் நடத்த பெரும் முயற்சி செய்தும் பயனற்றுபோயிற்று. சாந்தாவோ தனது தோல்வியைத் தாங்கமுடியாது வீட்டை விட்டு வெளியேற, கார் விபத்தில் சிக்கி ஆபத்தான நிலையில் மருத்துவமனையில் அனுமதிக்கப்படுகிறாள். தங்கையில்லையே என்று தவித்துவந்த ஜானகி மாடிப்படியில் உருண்டு கீழேவிழுகிறாள். உயிருக்குப் போராடும் அவளும் மருத்துவமனையில் சேர்க்கப்படுகிறாள். அறுவை சிகிச்சை செய்து குழந்தையைக்

காப்பாற்றுகின்றனர். ஆனால் தன் கணவனுக்கு வாரிசாக குழந்தை விட்டுச்சென்ற ஜானகி இறக்கிறாள். காரில் அடிபட்டுக்கிடந்த சாந்தா பிழைத்தெழுந்து சேகருடன் இணைகிறாள். இருவரும் பாலாடையில் குழந்தைக்குப் பாலூட்ட ஜானகியின் ஆசையும் பூர்த்தியாகிறது.

"தன்னைக் கொடுத்தாள்.

தாயெனும் பேர்வளர்த்தாள் பொன்னைக் கொடுத்தாள்,

பூரித்த நாயகர்போல் கண்ணைக் கொடுத்தாள்.

கடமை முடிந்ததென விண்ணில் பறந்தாள்

விளக்காய். வாழிய வாழியவே"

என்று ஜானகியின் புகழ் பின்புலப்பாட்டாக ஒலிக்க படம் முடிகிறது.

படத்தில் சேகராக சிவாஜிகணேசனும் ஜானகியாக பத்மினியும் சாந்தாவாக கே.ஆர்.விஜயாவும் நடித்திருந்தனர். படத்தில் துடிப்பான காட்சிகள் பரவலாகப் பரவவிடப்பட்டிருந்தது.

குழந்தைபெற வாய்ப்பில்லாத ஜானகி தன் கணவன் சேகரோடு துக்கத்தைப் பங்குபோட்டுக்கொள்ளும் காட்சியில் பத்மினி — சிவாஜி நடிப்பு சிறந்து விளங்குகிறது. 'பட்டாடை தொட்டில் கட்டவேண்டும் என் கண்ணுக்கு' என்று சாந்தாபாட, அதன் இடையில் வரும் 'மார்பினில் எடுத்து பால் உண்ணக்கொடுத்து மயக்கம் கொள்ளும்போது' என்ற வரியில் தாங்கமுடியாத தன் தவிப்பை வெளிகாட்டுமிடத்தில் பதமினியின் நடிப்பு பளிச்சிடுகிறது.

ஏ.பி.நாகராஜன்

பத்மினி தங்கையிடம் உள்ளக் கிடக்கையைச் சொல்ல முயலும் காட்சியில் அவரே ஜன்னலை மூடுவதாகக் காட்டப்படும் காட்சியில் இயக்குனர் ஏ.பீம்சிங் திறமை வெளிப்படுகிறது.

குழந்தை வரம் வேண்டுமென்ப தற்காக தங்கையிடம் மனைவி வரம் கோரும் காட்சியில் பத்மினியின் நடிப்பு பட்டொளி வீசுகிறது.

'எனக்கு இந்த வீட்டிலே அடியெடுத்து வைச்சானோ என் கடைசி மூச்சு உங்கள் காலடியில்தான்' என்று சிவாஜிகணேசனிடம் பத்மினி பேசும் வசனம் குடும்பம் பாங்கான

எந்தப்பெண்ணையும் புல்லரிக்கவைக்கும். படக்கதை பத்மினிக்கு நடனமாட சந்தர்ப்பம் கொடுக்கவில்லை.

இப்படத்தை கமலா பிக்சர்ஸ்ஸாருக்காக எம்.ஆர்.சந்தானம் தயாரித்திருந்தார். இயக்கத்துடன் திரைக்கதையையும் எழுதியிருந்தார் ஏ.பீம்சிங். கதை, வசனம் பிலஹரி (டி.ராமன்). இசை கே.வி.மகாதேவன். நெஞ்சைத்தொடும் காட்சிகள் கொண்ட 'பாலாடை' வெற்றிபெற்றதில் ஆச்சர்யமில்லை.

## (d) அன்புக்கொரு பொக்கிஷம், புகழுக் கொரு கோபுரம்

ஒரு சிறிய கிராமத்துக் கதை "கண்கண்ட தெய்வம்". கணபதிபுரம் கிராமத்திலே அன்பினால் பிணைக்கப்பட்ட அண்ணன் தம்பி இருவர். அண்ணன் ரத்தினசாமி தன் தரத்தால் புகழ்பெற்றவர். தம்பி, முத்துசாமி அப்பாவி. அண்ணனின் பாசத்திற்குக் கட்டுப்பட்டு வாழ்பவர். மனைவியை இழந்து கண்ணிழந்த மகனுடன் தம்பியோடு கூட்டுக்குடியாக வாழ்பவர் ரத்தினசாமி.

முத்துசாமிக்கோ அன்னபூரணி என்ற அன்பு மனையாளும் நான்கு பிள்ளைகளுமுண்டு, குடும்பத்தின் கர்த்தாவான ரத்தினசாமி மீது அன்னபூரணி கொண்டது மாசற்ற அளப்பறிய அன்பாகும். அவரைத் தனது குலதெய்வமாகவே மதித்து நடந்தாள் அண்ணபூரணி. எதிர்வீட்டு ஏகாம்பரம் எதிரியாக வந்தான். ஏகாம்பரத்தின் தம்பி மனோகரனோ முத்துசாமியின் மகள் பாப்பாவைக் காதலித்ததோடு அண்ணனைப் பிரிந்து ரத்தினசாமி வீட்டில் படி ஆளாக வேலை செய்கிறான். இதனால் மேலும் கோபமுற்ற ஏகாம்பரம் எதிர்வீட்டு அண்ணன்—தம்பி ஒற்றுமையைக் குலைக்க சதிசெய்கிறான். அண்ணபூரணத்தின் மூன்று பிள்ளைகளையும் ஒரு பழைய கார் வாங்கிக்கொடுத்து தன்பக்கம் சேர்த்துக்கொள்கிறான். இதற்கிடையில் தள்ளாமையால் தடுமாறும் ரத்தினசாமிக்கு ஓய்வுகொடுக்க தன் கணவனைக் குடும்ப மேலாண்மை பொறுப்பைக் கவனிக்கச் சொல்கிறாள் அன்னபூரணி. இதைத் தவறாகப் புரிந்து கொண்ட ரத்தினசாமி தான் புறக்கணிக்கப்படுவதாகக் கருதி பாகப்பிரிவினை செய்து கொண்டு வீட்டைவிட்டு தன் குருட்டு மகனுடன் வெளியேறுகிறார்.

இந்தப் பிரிவினையைப் பயன்படுத்தி முத்துசாமியின் முட்டாள் மகன்கள் மூன்று பேரை, மதுவால் மயக்கி இரண்டு லட்ச ரூபாய்க்கு

பாலாடை (1967)

ஜாமீன் கையெழுத்து வாங்கிவிடுகிறான் ஏகாம்பரம். சொத்து ஏலத்திற்கு வருகிறது. அதிர்ச்சியால் முத்துசாமி இறக்கிறார். அண்ணபூரணி விதவையாகிறாள். பிள்ளைகள் கைது செய்யப்படுகிறார்கள். பெரியவர் ரத்தினசாமி ஆதரவில் படித்த இளம் வக்கீல் மனோகரன் கோர்ட்டில் வாதாடி, பிள்ளைகளை விடுவிக்கிறான். ஏகாம்பரத்தின் சதி ருசுபடுத்தப்படுகிறது. பிள்ளைகள் திருந்தி விவசாயம் பார்க்கிறார்கள். மனோகரனும் பாப்பாவும் மனமக்களாகின்றனர்.

ரத்தினசாமியும் அண்ணபூரணியும் இணைந்து விவசாய மேற்பார்வை பார்க்கின்றனர். வீடும் நாடும் செழிக்கின்றது. படத்தின் கதாப்பாத்திரங்களில் எஸ்.வி.ரங்காராவ் ரத்தினசாமியாகவும் எஸ்.வி.சுப்பய்யா முத்துசாமியும் அண்ணபூரணியாக பத்மினியும் ஏகாம்பரமாக ஓ.ஏ.கே.தேவரும் மனோகராக சிவகுமாரும் பாப்பாவாக விஜயராணியும் நடித்திருந்தனர்.

பத்மினி தள்ளாமையில் தவிக்கும் ரத்தினசாமிக்கு ஓய்வு கொடுக்க வேண்டுமென்று நினைக்கிறார். அதை நேரடியாகச் சொல்ல மனமில்லாமல், "இலை மறைவாய் காய் மறைவாய்" அவரிடம் சொல்கிறாள். இனி நீங்க சம்பாரிச்சி எங்களுக்கொன்றும் ஆகவேண்டாம். இருக்கிறது. நிலச்சா எங்களுக்குப் போதும்' என்று எதிர்பார்த்தபடியே அதைத் தவறாகப் புரிந்து கொண்ட ரங்காராவ் கோபத்துடன் கிளம்பி அண்டை வீட்டிலுள்ள சாமியார்

இல்லத்தில் தங்குகிறார். அவரைத்தேடி சாமியார் குடிலுக்கு பத்மினி வர பெரியவரின் துயரைக் கூறுகிறார். மனம் கொதித்த பத்மினி சாமியாரிடம் "அவர் எனக்கு மச்சான் மட்டுமல்ல, என் தகப்பனார் மட்டுமில்ல, நான் கும்பிடும் தெய்வமாகவே நினைக்கிறேன். ஏன் உங்களுக்குத் தெரியுமில்லையா? நான் அவங்களை விட்டுடுவேனா. பெரியவர்கள் இருக்கும்போதே நான் சுமங்கலியாகப் போயிடன்னும் சொன்னவளாச்சே' என்று கதறுகிறாள். மறைவிலிருந்து இதனைக் கேட்ட ரங்காராவ், பத்மினியிடம் வந்து நின்று 'அம்மா நான் புரிஞ்சிக்கிட்டேன். உங்களை ஒன்று கேட்டுக்கிறேன். என்னை தெய்வமா நினைச்சு கல்லா உட்கார வெச்சிடாதீங்க. உங்க அப்பனா நினைச்சு ஓய்வு கொடுத்துடாதீங்க. உங்க வீட்டு வேலைக்காரனா நினைச்சு சதா வேலை கொடுத்திட்டே இருங்கம்மா. உங்களுக்காக உழைக்கிறதிலேதாம்மா எனக்கு நிம்மதி' என்கிறார். உணர்ச்சிகரமான இந்தக் காட்சியில் பத்மினியும் ரங்காராவும் போட்டியிட்டு நடிக்கிறார்கள்.

பத்மினிக்கு மேலும் ஒரு காட்சி. பாகப்பிரிவினைக்குப்பின் தன் குருட்டு மகனை அழைத்துக் கொண்டு ரங்காராவ் வீட்டைவிட்டு வெளியேறி வந்துகொண்டிருக்கும்போது அதைத் தெரிந்து பட்டுத் தெறித்து பறந்து வந்து அவர் காலில் விழுந்து கெஞ்சி வீட்டுக்குத் திரும்ப அழைக்கும் காட்சியில் பத்மினியின் நடிப்பு பார்ப்போரைப் பரிதவிக்க வைக்கிறது. படத்தில் பத்மினிக்குப் பாட்டேதுமில்லை. நடனத்துக்கும் வாய்ப்பேதுமில்லை. அவரது குணச்சித்திர நடிப்பு மட்டுமே பலம்... ஆனால், டைட்டில் கார்டில் 'அகில உலக நாட்டியப் பேரொளி' பத்மினி என்றுமட்டும் இயக்குனர் குறிப்பிட்டுள்ளது ஒரு விநோதம்தான்.

*1967*ஆம் ஆண்டில் கமால் பிரதர்ஸ் தயாரிப்பாகக் "கண்கண்ட தெய்வம்" வெளிவந்தது. படத்திற்கு இசை கே.வி.மகாதேவன் இயக்கம் கே.எஸ்.கோபாலகிருஷ்ணன் வழக்கம்போல் அவரது இப்படமும் வெற்றிபெற்றது.

## (e) நம்பிக்கையே பக்திக்கு வித்து

அனாதையாகப் பிறந்த லக்ஷ்மிக்கு அன்பு நிறைந்த தாத்தா கிடைத்தார்; வளர்த்தார். அவள் மனம் விரும்பிய காதலன் சந்துருவே கணவனாகக் கிடைத்தான். அன்பையும் பாசத்தையும் பொழியும் மாமனார், மாமியாரும் கிடைத்தது மற்றொரு பாக்கியம். மாமனார் திருப்பதி பெருமாள் மீது அபாரபக்தி கொண்டவர். தங்கள் குடும்பத்தையே வழிநடத்தும் கண்கண்ட

தெய்வமாக நினைப்பவர். தன் குடும்பத்தின் நிறை, குறை, தேவை எதுவாயினும் அவரிடத்தில் ஒப்புவித்துவிட்டால் அவன் பார்த்துக் கொள்வான் என்பது அவரது அசைக்க முடியாத நம்பிக்கை. காலாகாலத்தில் தனக்கொரு குழந்தை பிறக்கவில்லையே என்பது லட்சுமியின் ஏக்கம். வழக்கம்போல் மாமனார் ஏழுமலையானிடம் முறையிட்டது பலித்தது. லட்சுமி ஒரு குழந்தைக்குத் தாயானாள். குழந்தை தவழ்ந்தது; குடும்பம் குதூகலித்தது. யார் கண்பட்டதோ குழந்தையை டிப்தீரியா நோய்தாக்கி உயிருக்கு போராடியது. குழந்தைக்கு உயிர்ப்பிச்சை தர திருப்பதியானிடம் எல்லோரும் வேண்டினர். குழந்தை உயிர்பிழைத்தால் எடைக்கு எடை தங்கம் தருவதாகப் பெருமாளிடம் பிரார்த்தித்தனர். குழந்தை உயிர் பிழைத்தது. நேர்த்திக் கடனைச் செலுத்த திருப்பதி சென்று துலாபாரத்தின் ஒரு தட்டில் குழந்தையையும் மறு தட்டில் தங்கக்கட்டிகளையும் வைக்க எடை சமமாகவில்லை. லட்சுமியோ தான் அணிந்த அத்தனை நகைகளையும் சுழற்றித் தராசு தட்டில் வைத்தும் பயனில்லை. மாமனாரோ லட்சுமி—சந்துரு பக்தியில் இறைநம்பிக்கை முழுமையாக இல்லை என்று குத்திக் காட்டினார். இப்போது லட்சுமிக்கு ஆவேசம் வெடித்தது. ‘மாமா எங்களுக்கு நம்பிக்கே இல்லேனு சொன்னிங்க. நாங்க ஆண்டவரை ஏமாத்த நினைக்கிறதா சொன்னிங்க. இதயத்தை எடுத்து தராசில் வைத்தாலொழிய சரிவராதென்று சொன்னிங்க. நாங்க எடுத்துவைக்கத் தயாராக இருக்கின்றோம். ஆனால் ஆண்டவன் எங்க வெச்சிருக்கான்னு எனக்கு தெரியலையே. நான் என்ன பண்ணுவேன்? என் இதயம், என் உயிர், நான் பெத்த குழந்தை இதையெல்லாத்தையும் விட உயர்வான ஒரு பொருளை, இன்னும் சொல்றேன் மாமா, என்னைப்போன்றே பெண்களைப் பொறுத்தவரை அந்த ஆண்டவனைவிட மேலான பொருளை இந்த தராசிலே வைக்கிறேன். இதிலிருந்து என் நம்பிக்கையைப் புரிஞ்சிகிட்டு அந்த திருப்பதி தெய்வம் கொடுத்தா கொடுக்கட்டும் இல்லேன்னா அது கொடுத்த குழந்தையை அதுவே எடுத்துக்கிட்டு போகட்டும்’ என்று சூளுரைத்துத் தனது தாலியைக் கழற்றித் தராசில் வைக்க, எடை சமமாக நின்றது’ படத்தில் உயிர்த்துடிப்புள்ள காட்சி. பத்மினியின் அசாதாரணமான நடிப்பே இதற்கு சாட்சி. ரஸிகர்களை மெய்சிலிர்க்க வைத்த வசனகர்த்தா டைரக்டர் கே.எஸ்.கோபாலகிருஷ்ணனைப் பாராட்டியே தீரவேண்டும். அதே நேரத்தில் படத்தின் மூலக்கதையை எழுதிய சி.ஆர்.ராஜம்மாவை

நினைவில் கொள்ள வேண்டும். படக்கதையில் மற்றுமொரு திருப்பம். அக்காள் மகள் கல்யாணத்திற்கு எடுத்துச்சென்ற குழந்தையைத் தவறவிடுகிறான் சந்துரு. குழந்தையை அனுப்ப தயக்கம் காட்டும் தாயாக பத்மினியும், குழந்தையைத் தவறவிட்டு பரிதவிக்கும் தந்தையாக சிவாஜி கணேசனும், போட்டிப் போட்டு நடிக்கிறார்கள். தவறவிட்ட குழந்தை பர்மீய யூனஸ் தம்பதிகளிடையே கிடைக்க, அதை வளர்க்க ஆசையோடு பர்மா எடுத்துச்செல்ல முயலும் காட்சியில் பத்மினி கதறி அழுது குழந்தையைப் பெறவும் பின் குழந்தை மீது அவர்களிடம் வைத்திருந்த பாசத்தைக் கண்டு விமான ஓடுதளத்தில் திரும்பவும் ஒப்படைக்கும் சில நிமிடங்களே ஓடும் மாறுபட்ட இரு மனோநிலையிலும் பத்மினி பத்மினிதான் என்று சொல்ல வைக்கிறது. இக்காட்சி குறித்து பேசும்படத்தில் ரஸிகர் ஒருவர் 'பேசும் தெய்வம்' திரைப்படத்தில் சிவாஜி பத்மினி இருவரைப்பற்றி சிலவரிகள் கூறக்கேட்டிருந்தார். அதற்குப் பதிலாக 'பேசும் படம்' இருவருக்கும் ஜோடிப் பொருத்தம் இருக்கிறது. இருவரும் திறமைபெற்ற கலைஞர்கள். படம் நெடுகிலும் இயல்பாக நடித்திருக்கிறார்கள். மகனை அனுப்பிவைக்கும் கட்டத்தில் பத்மினியும் மகனை இழந்துவிட்டு தடுமாறும் கட்டத்தில் சிவாஜியும் முத்திரை பதிக்கிறார்கள்' என்று அவ்விதழ் பதிவு செய்கிறது.

**பேசும் தெய்வம் (1967)**

கே.வி.மகாதேவனின் இசையில் 'ஜோக்கா ஜொலிக்குதப்பா டேக்கா கொடுக்குதப்பா குய்யான குட்டி குருவிக்குட்டி ஆய்யாலோ' பாட்டிற்கு பத்மினி — சிவாஜி ஆட்டம் அமர்க்களப்படுகிறது. சந்துருவின் தந்தையின் அசைக்கமுடியாத தெய்வ நம்பிக்கை அவரது குடும்பத்தின் அனைத்து சோதனைகளையும் வெல்லுகிறது. இந்த பாகத்தை உணர்ந்து தத்ரூபமாகச் செய்திருந்தார். எஸ்.வி.ரங்காராவ் படத்தில் பர்மீய யூனஸ் தம்பதிகளாக சத்தியன் — சௌகார்ஜானகி நடித்திருந்தனர். ரவி புரொடக்ஷன்ஸ் சார்பில் படத்தை பாலு தயாரித்திருந்தார். மக்களின் மகத்தான வரவேற்பைப் பெற்ற படமிது.

## (f) கேட்கக் கிடைக்கிறது, பார்க்கக் கிடைக்கவில்லை

கே.எஸ்.கோபாலகிருஷ்ணன்

ஏழையின் இதயத்திலிருந்து எதிரொலிக்கிறது "எங்களுக்கும் காலம் வரும்" என்ற பலஹீனமான நம்பிக்கை. அப்பாவி சஞ்சீவி மாடாக உழைத்தான், ஓடாகத் தேய்ந்தான். நாயினும் கீழாக நடத்தப்பட்டான். அவனை இப்படி நடத்தியது யார்? அவனது உறவினன் என்ற போர்வையில் ஒளிந்திருந்த ஒரு பட்டினத்து ஓநாய். உண்மையில் சஞ் சீவி மிட்டா மிராசுதாரர் குடும்பத்தைச் சேர்ந்தவர்தான். மிட்டாமிராசு பட்டமரமானதால் அவனுக்கு இந்த வறியநிலை. வளமான எதிர்காலத்துக்கு ஏங்கிக்கிடந்த சஞ்சீவியின் நிலை இலவுக்காத்த கிளியானது. அவன்மீது இரக்கம் காட்ட அவனியில் யாருமில்லையா? ஏன் கருணை வடிவமான கடவுளில்லையா? அவனுக்கு ஆறுதல் சொல்லவந்து சேர்ந்தாள் ஒரு பெண்மணி அவள் பெயர் பட்டு. அவள் ஒரு சமையல்காரி. சுத்தி முனைபோல் கூறிய மதிநுட்பம் உடையவள். சஞ்சீவிக்கு விடிய விடிய விளக்கங்கள் கூறியும் விளக்கைத்தேடும் விட்டில் பூச்சியாகவே அவனிருந்தான். அவன் முடிவை வெள்ளித்திரை விளக்குமென்று "எங்களுக்கும் காலம் வரும்" என்ற படப்பாடல் புத்தகம் கூறுகிறது. ஆனால் படம் பார்க்கக் கிடைக்கவில்லை. இந்தப் புதிருக்கும் விடை காணமுடியவில்லை. இதில் ஆறுதலான விஷயம் படப்பாடல்கள் கேட்கக் கிடைக்கின்றன. படத்தின் மையப்பாத்திரமான சஞ்சீவியாக நாகேஷும் முக்கிய பாத்திரமான வேலைக்காரி பட்டுவாக பத்மினியும் நடித்திருக்கிறார்கள் என்று யூகிக்க முடிகிறது. இவர்களைத் தவிர படத்தில் ரவிச்சந்திரன், பாலையா, குமரி சச்சு, எஸ்.வி.சகஸ்ரநாமம் போன்றோர் நடித்திருக்கிறார்கள். படத்திற்கு மெல்லிசை மன்னர் டி.கே.ராமமூர்த்தி இசை அமைத்திருந்தார். படத்தின் மூலக்கதையை சம்புமித்ரா என்பவர் எழுதியிருக்கிறார். திரைக்கதை, வசனம்: பாசுமணி. படத்தை இயக்கியவர் ஏ.வின்சென்ட் படத்தை பால்ஸ் & கம்பெனி தயாரித்து 1967ஆம் ஆண்டு திரையிட்டது.

## (g) நாட்டியக்கலையின் பேரொளி

பெயர் பெற்ற தயாரிப்பாளர், ஒளிப்பதிவாளர் மற்றும் இயக்குனர்

பி.எஸ்.ரங்காவால் உருவாக்கப்பட்டதே 'வசந்தசேனா' என்ற பெயர் கொண்ட திரைக்காவியம். படம் காதலுக்கும் நடனத்துக்கு முக்கியத்துவம் கொடுத்து எடுக்கப்பட்டது. எனவே படத்தின் ஆணிவேராக பத்மினியைக் கதாநாயகி வஸந்தஸேனாவாக ரங்கா தேர்ந்தெடுத்ததில் வியப்பொன்றுமில்லை. முத்தமிழாம் இயலும், இசையும் நாடகமும் முக்கனியாய் எத்திசையும் சுவைதந்து இலக்கிய மனம் பரப்பிக்கொண்டிருந்த இரண்டாயிரம் ஆண்டுகட்கு முன்பே இவ்வற்புதக் கலைகளின் சக்தியால் பிணைந்து கொண்ட இரு கலையுள்ளங்களின் காவியக் காதல்தான் 'வசந்தசேனா."

சாருதத்தன், உஜ்ஜெயினி நகரின் உயர்குடிமகன். செல்வத்திற்கும், வீரத்திற்கும், விவேகத்திற்கும் முதல் மகனாகத் திகழ்ந்தான். அதேசமயம் நெறியின் பிறப்பிடமாய், அழகின் உறைவிடமாய் நாட்டியக்கலையின் பேரொளியாய், கலை உள்ளங்களை ஆட்டிப்படைக்கும் அற்புதப் பொற்பாவையாய்த் திகழ்ந்தாள் வசந்தசேனா. மாற்றானின் கோரப்பிடிக்குள்ளிருந்து விடுபட உஜ்ஜெயினி திமிரிக் கொண்டிருந்த நேரமது. உஜ்ஜெயினியின் அரசியல் கொந்தளிப்புக்கிடையே இவ்விரு கலைச் செல்வங்களிடையே காதல் மலர்ந்தது மணம் வீசியது. அதன் விளைவால் நாடு மீள, கலை உயர வழிவகுத்த இந்த வசந்தசேனா படத்தில் பத்மினியின் நடனக் காட்சிகளுக்கு முக்கியத்துவம் அளிக்கப்பட்டிருந்தது. 'சீர்மேவு சிலை நானய்யா', 'கலைவென்ற காவலன் மேல் காதல் கொண்டேன்' என்று இனிய இரு பாடல்கள். பாடல்கள் குயிலன், இசை எஸ்.ராஜேஸ்வரராவ் வசனம் உதயகுமார். படத்தில் சாருதத்தனாக ஏ.நாகேஸ்வரராவும் வசந்தசேனவாக பத்மினியும் நடித்திருந்தனர். விக்ரம் புரொடக்ஷன்ஸ் தயாரிப்பு. பத்மினி நடித்த மற்றுமொரு தெலுங்குப்படம் இது வசந்தசேனா 1967ஆம் ஆண்டு வெளிவந்தது.

இத்திரைக்கதை நாட்டின் புகழ்பெற்ற காவியக்கருவூலமான ருத்ரக மகாகவியின் 'மிருச்சகடிக'த்தைத் தழுவியது. பிரபலமாக ரசிக்கப்பட்டது. இதற்குப் பின்புலச் செய்திகள் உண்டு. இந்தக்கதையை 1936ஆம் ஆண்டிலேயே தமிழில் 'மிருச்சகடி'அல்லது 'வசந்தசேனா' என்ற பெயரில் திருப்பூர் டாக்கீஸ், திருப்பூர் என்ற கம்பெனி திரைப்படமாக எடுத்து வெளியிட்டது. இதில் சாருதத்தனாக வி.ஏ.செல்லப்பாவும் 'வசந்தசேனா' வாக எஸ்.பி.எல்.தனலக்ஷ்மியும் நடித்தனர். திரைக்கதை—இயக்கம் பி.கே.ராஜா சாண்டோ. என்.எஸ். கிருஷ்ணன், டி.ஏ.மதுரம் முதன் முதலாகச் சேர்ந்து நடித்த படமிது. இதன்பின் ஏவி.எம். பங்கேற்றிருந்த பிரகதி பிக்சர்ஸ் 1941ஆம் ஆண்டில் இக்கதையை 'வசந்தசேனா' என்ற பெயரிலேயே கன்னடத்தில் திரைப்படமாக எடுத்தது. இதில் சாருதத்தனாக சுப்பய்யா நாயுடுவும் லஷ்மிபாய் வசந்தசேனாவாகவும் நடித்தனர். இதனை ராமய்யர்

மற்றும் சிறூர் இயக்கினர். இசையை பிரகதி ஆர்கெஸ்டரா குழு பார்த்துக் கொண்டது. இப்படி முக்காலமும் வெற்றி ஊர்வலம் வந்த திரைப்படம் "வசந்தசேனா"

## (h) இந்தியில் தமிழின் மறுபதிப்பு

1966ஆம் ஆண்டாள் சித்ரா புரொடக்சன்ஸ் தயாரிப்பில் கே.எஸ்.கோபாலகிருஷ்ணன் இயக்கத்தில் 'சித்தி' என்ற தமிழ்ப்படம் வெளிவந்து, வெற்றி பெற்றது ஏற்கனவே குறிப்பிடப்பட்டுள்ளது. இந்தப்படம் ஜெமினி அதிபர் எஸ்.எஸ்.வாசனுக்கு மிகவும் பிடித்துப்போக இதை இந்தியில் தயாரிக்க உரிமை பெற்று 'அவ்ரத்' என்ற பெயரில் படமாக்கினார். இப்படம் பொதுவாகக் காட்சிக்குக் காட்சி, ஏன் வசனமும் தமிழ் 'சித்தி' யையே தொடர்ந்திருந்தது. இந்தியிலும் சித்தி பார்வதியாக பத்மினியே நடித்திருந்தார். தமிழில் அவரது கணவராக எம்.ஆர்.ராதா நடித்த பாத்திரத்தை இந்தியில் புகழ்பெற்ற வில்லன் நடிகர் ப்ரான் மோகன்லால் என்ற பாத்திரத்தில் நடித்திருந்தார். பத்மினியின் தம்பி சுரேஷாக ராஜேஸ்கன்னாவும் பத்மினியின் காதலன் ஜெமினிகணேசனுக்குப் பதிலாக இந்தியில் பெரோஷ்கான் ஆனந்த் என்ற பாத்திரத்தில் பங்கேற்றிருந்தார். இவர்களுடன் மோகன்லால் தாயாக லலிதபவரும் கடைகுட்டிக் குழந்தையாக பேபிராணியும் நடித்திருந்தனர். திரைக்கதையைப் பொறுத்தமட்டில் இந்தியிலும் கே.எஸ்.கோபாலகிருஷ்ணனின் பாணியே கையாளப்பட்டது. படத்திற்கு

**எங்களுக்கும் காலம் வரும் (1967)**

பிரபல இந்திப்பட இசை அமைப்பாளர் ரவி இசை அமைத்திருந்தார். ஜெமினியின் தயாரிப்பான இப்படத்தை எஸ்.எஸ்.வாசன் மற்றும் அவரது மகன் எஸ்.எஸ்.பாலன் இணைந்து இயங்கினார்கள். இந்தி ‘சித்தியிலும்’ (அவ்ரத்) பத்மினியின் நடிப்பு மேலோங்கியிருந்தது வெற்றிப்படமாகத் திகழ்ந்தது.

## (i) அரசியலில் பத்மினி

**கேள்வி:** *1967ஆம் ஆண்டு ஜுன் பேசும்பட மாத இதழில் சென்னையைச் சேர்ந்த பி.சந்திரசேகர் என்பவர் ஆசிரியரின் கேள்வி—பதில் பகுதியில் ஒரு கேள்வியை எழுப்பினார். சரோஜாதேவி, சாவித்திரி, பத்மினி, கே.ஆர்.விஜயா இந்நால்வரில் அகில இந்திய ரீதியில் புகழ்பெற்றவர் யார்?*

**பதில்:** *“பத்மினிதான்.”*

மேற்குறிப்பிட்டுள்ள கேள்வி—பதிலிருந்து பத்மினி அகில இந்தியாவில் அறியப்பட்டிருந்தார் என்பது உள்ளங்கை நெல்லிக்கனி. இப்படிப்பட்ட மக்கள் பிரபலத்தை அரசியல் பயன்படுத்திக்கொள்ள முயற்சியில் வியப்பென்ன இருக்கிறது. பத்மினியும் தன்னை அரசியலில் இணைத்துக் கொண்டார். ஆனால் அது குறுகிய காலமே நீடித்தது. அவரது அரசியல் வாழ்க்கையைப் பற்றிய செய்தியைப் பேசும் படம் பத்திரிகை இப்படி பதிவு செய்துமுடித்தது. “ஒரு கட்டத்தில் சேவா உணர்ச்சியுடன் காங்கிரசில் (பத்மினி) சேர்ந்தார். ஆனால் அவரைப்பார்க்க கூட்டம் முண்டியடித்ததே தவிர அவரது பேச்சைக் கேட்க அல்ல. மக்களின் உள்ளங்களிலிருந்து ஒதுக்கப்பட்ட காங்கிரஸ்

அவ்ரத் (1967)

கட்சி தோல்வியுற்றது. பத்மினியும் காங்கிரஸ் கட்சியிலிருந்து விலகித் தன்னை முழுவதும் கலைச் சேவைக்கே அர்ப்பணித்துக்கொண்டார். இந்த முடிவை பத்திரிகைகளும், கலைத்துறையும் 'நல்ல முடிவு' என்று வரவேற்றன. அவரது திரைவாழ்க்கையும் தொடர்ந்தது, அரசியல் மூடுபனியும் விலகியது.

46

# 'சிறந்த நடிகை பத்மினி' தமிழக அரசின் விருது

**1968**ஆம் ஆண்டு பத்மினியின் திரையுலக வாழ்க்கையில் ஒரு மைல்கல்லாக ஆனது. இந்த ஆண்டில் பத்மினி தமிழ், தெலுங்கு, மலையாளம் மற்றும் இந்தி ஆகிய நான்கு மொழிப்படங்களிலும் நடித்திருந்தார். இவ்வாண்டில் அவர் நடித்த படங்களின் எண்ணிக்கை குறைவாக இருந்தாலும் அதில் ஏற்ற இரு கதாபாத்திரங்கள் அற்புதமாக அமைத்திருந்தது. அதுமட்டுமல்லாது அவருக்கு நிலையான புகழையும் அளித்தன.

## (a) பக்தியும் சித்தியும்

பிரபல கதாசிரியர், வசனகர்த்தா, இயக்குனர் மற்றும் தயாரிப்பாளர் என பன்முகத்திறனைக் கொண்டவர் ஏ.பி.நாகராஜன். குறிப்பாக புராண, இதிகாசக் கதைகளைக் கையாளுவதில் தனித்திறமை பெற்றவர். அந்தவகையில் தனது சொந்த தயாரிப்பு நிறுவனமான ஸ்ரீ விஜயலக்ஷ்மி பிக்சர்ஸ் சார்பில் "திருவிளையாடல்", "சரஸ்வதி சபதம்" மற்றும் "திருவருட்செல்வர்" ஆகிய படங்களைத் தயாரித்து வெளியிட்டார். இதன் தொடர்ச்சியாக "திருமால் பெருமை" என்ற தலைப்பில் அரங்கனின் லீலைகளைத் தொகுத்து 1968ஆம் ஆண்டு திரைப்படமாக வெளியிட்டார். இம்முறை இப்படம் திருவேங்கடேஸ்வரா மூவிஸ் என்ற நிறுவனத்தின் தயாரிப்பில் ஏ.பி.என்னால் உருவாக்கப்பட்டது, வெற்றிகண்டது. திரைக்கதை மூன்று வைஷ்ணவ மகானுபவர்களான பெரியாழ்வார், திருமங்கை ஆழ்வார் மற்றும் தொண்டரடிப் பொடியாழ்வார் ஆகியோர் பக்தி

நெறி வளர்த்த பாங்கினைத் தொகுத்து இப்படத்தில் மக்களுக்கு வழங்கினார் ஏ.பி.என். படத்தின் முதல் பகுதி பெரியாழ்வார் எனப் பெருமை பெற்ற விஷ்ணுசித்தன் அவரது வளர்ப்புமகள் ஸ்ரீ ஆண்டாளின் திருக்கல்யாணத்தை விவரிக்கிறது. இரண்டாம் பகுதி திருமங்கைக்கு அரசனாக இருந்து தன் செல்வம் அனைத்தையும் அரங்கன் கோயில் சுற்றுச்சுவர் காட்டும் திருப்பணிக்கே செலவிட்டுப் போதாதற்கு கொள்ளையனாகவும் மாறி அரங்கன் அருள்பெற்ற திருமங்கை ஆழ்வாரைப்பற்றி

சொல்லுகிறது. மூன்றாம் பகுதி முக்கியமானதாயிருந்தது. ஏனெனில் இதில்தான் பத்மினியின் பங்களிப்பு இருக்கிறது. அரங்கநாததாசன் விப்ரநாராயணனைப் பற்றிய பகுதி இது. சோழமன்னன் அரச அவையிலே நடக்கும் நாட்டிய நிகழ்ச்சி. அதில் தேவதேவியாக பத்மினியும் அவள் சகோதரியாக ராஜசுலோச்சனாவும் நடனமாடுகிறார்கள். 'கரையேறி மீன் விளையாடும் காவிரிநாடு — எங்கள் உறையூரின் காவலனே நீ வாழிய நீடு' என்ற இனிய பாடல் காதைக் குளிரவைத்தது. நாட்டியம் உள்ளத்தை நர்த்தனமாடவிட்டது. அரங்கனுக்கே தன்னை முழுவதுமாக அர்ப்பணித்துக் கொண்ட பக்தன் விப்ரநாராயணன். தோட்டத்தின் இடையே அமைந்த அவனது குடிலில் தேவதேவி அவனைச் சந்தித்து ஒரு தலையாய்க் காதலிக்கிறாள். அரங்கன் பேரைச் சொல்லி ஒரு வழியாக விப்ரநாராயணன் குடிலுக்குக் குடிபுகுகிறாள். அவள் தொண்டும் அழகும் விப்ரநாராயணனை வசீகரிக்கிறது. அவளைத் தன் கண்முன்னால் நடமாடும் கண்ணனாகவே கருதி கற்பனை உலகில் வாழ்கிறான். இக்காட்சியில் பத்மினியின் நடனக் காட்சியின் தனித்தன்மையைக் குறிப்பிட்டே ஆகவேண்டும். பக்தன் விப்ரநாராயணன் "கோபியர் கொஞ்சும் ரமணா, கோபால கிருஷ்ணா கோபியர் கொஞ்சும் ரமணா' என்று பாடுகிறான். தேவதேவியாக நடிக்கும் பத்மினி இப்பாட்டிற்குக் கண்ணனாகவும் ராதையாகவும் இரு தோற்றங்களில் தோன்றி நடனமாடுகிறார். இந்தப் பாட்டிற்கு இரு தோற்றங்களில் ஒரே சமயத்தில் வெவ்வேறு அபிநயங்கள் பிடித்து அற்புதம் நிகழ்த்துகிறார் பத்மினி. நடனத்தை அமைத்த பி.எஸ்.கோபாலகிருஷ்ணன் இவர் இத்தகைய 'கிளாசிகல்' நடனங்களை அமைப்பதில் முத்திரை பதித்தவர் என்பதை இந்நாட்டிய அமைப்பின் மூலம் மறுபடியும் நிரூபித்துள்ளார். இந்நாட்டியதைத் தொடர்ந்து அரங்கன் சோதனைக்குட்பட்ட விப்ரநாராயணன் மீது திருட்டுப் பழி ஏற்படுகிறது. சோழ மன்னனால் மரணதண்டனை

விதிக்கப்படுகிறது. கொலைக்களத்தில் அரங்கன் தோன்றி இது தனது சோதனைகளில் ஒன்று என்றும் விப்ரநாராயணன் குற்றமற்றவன் என்று தெரிவிக்கிறார். அனைவரும் அரங்கனைப் பணிய அவர் விப்ரநாராயணனைத் 'தொண்டரடிப்பொடி ஆழ்வார்' என்று திருநாமகரணமிட்டு தேவதேவியோடு சேர்ந்து தொண்டு செய்யுமாறு திருவருள் புரிகின்றனர். படம் திருமாலின் தசாவதாரமாக பத்து அவதாரங்களின் பெருமையைப் புகழ்ந்து பாட படம் நிறைவுறுகிறது. படத்துக்கு இசை கே.வி.மகாதேவன் 'திருமால்' பெருமைக்கு நிகரேது' ராகமாளிகையில் அமைந்த தசாவதாரப்பாடல் படத்தில் 4.40 நிமிடங்கள் நீள்கிறது. பாடலைப் பாடுவதாக நடிக்கும் சிவாஜிகணேசனுக்கு ஒவ்வொரு அவதாரத்தையும் அதற்குரிய உணர்வோடு நடித்து பாடிக்காட்டும் வாய்ப்பிருந்தது. ஆனால் அவருடன் இணைந்து நிற்கும் காட்சியில் பத்மினிக்குப் பாடலில் பங்கில்லை. ஆயினும் முற்றிலும் தன் முகபாவங்களிலேயே உணவர்வுகளைக் காட்டி மௌனியாகவே நடித்த இவரை மகா நடிகையாகக் கொள்ளலாம். படத்தில் அரங்கனாக சிவகுமாரும் மகாலக்ஷ்மியாக எம்.எல். பானுமதியும் காட்சி தருகிறார்கள்.

இந்த விப்ரநாராயணனைப்பற்றி ஒரு சிறு குறிப்பைப் பதிப்பது முழுமையாக இருக்கும். 1938ஆம் ஆண்டிலேயே 'விப்ரநாராயணா' படம் சவுண்ட் சிட்டி தயாரிப்பில் வெளிவந்தது. இதில் விப்ரநாராயணனாக

**திருமால் பெருமை (1968)**

கொத்தமங்கலம் சீனுவாசனும் தேவதேவியாக டி.வி.ராஜசுந்தரியும் நடித்திருந்தனர். 'திருமால் பெருமை' படத்தில் பயன்படுத்தப்பட்ட திருவாய் மொழியான 'பச்சை மாமலைபோல் மேனி' அரங்கன் திருப்பள்ளியெழுச்சிக்கான 'கதிரவன் குணதிசை சிகரம் வந்தடைந்தான்' என்ற பூபாள ராகத்தில் அமைந்த பாடலும் ஏற்கனவே 1938இல் வந்த 'விப்ரநாராயணா' படத்தில் இடம் பெற்றிருந்தது குறிப்பிடத்தக்கது. இப்படத்திற்கு இசை அமைத்தது என்.ஆர்.நாதம். இப்படத்தை ஏ.நாராயணன் இயக்கியிருந்தார். இதன்பின் பரணி பிக்சர்ஸ் 1954ஆம் ஆண்டில் 'விப்ரநாராயணா'வைத் தெலுங்கிலும் 1955ஆம் ஆண்டில் தமிழிலும் மொழிமாற்றம் செய்து வெளியிட்டனர். இதில் விப்ரநாராயணனாக ஏ.நாகேஸ்வரராவும் தேவதேவியாக பானுமதியும் நடித்தனர். படத்திற்கு இசை எஸ்.ராஜேஸ்வரராவ்; இயக்கம் ராமகிருஷ்ணா. இது ஒரு பரணி பிக்சர்ஸாரின் வெற்றித் தயாரிப்பு.

## (b) கல்லுக்குள்ளும் ஈரமுண்டு

டி.ராமாநாயுடுவின் தயாரிப்பில் விஜயா—சுரேஷ் கம்பைன்ஸ் தயாரிப்பில் 1968இல் வெளிவந்த படம்தான் "குழந்தைக்காக" கல்லிலும் ஈரமுண்டு, கொடிய கள்வர்களுக்கும் மனதில் கருணையுண்டு என்ற வாழ்வியல் கருத்தை ஒரு குழந்தையைக் கருவாக வைத்து

*குழந்தைக்காக (1968)*

சொல்லப்பட்ட படம் இது. சுமார் நான்கு வயதிருக்கும் சுட்டிக்குழந்தை கீதா (பேபிராணி) தாயற்ற இக்குழந்தையைப் பார்த்துக்கொள்ள ஒரு 'ஆயா' நியமிக்கப்படுகிறார். அவள் பெயர் கௌரி (பத்மினி). குழந்தை ஆயாவை விட்டு பிரிந்ததில்லை. ஆயாவோ குழந்தைக்கு அன்பில் குறைவைத்ததில்லை. ஜம்பு (மேஜர் சுந்தரராஜன்), ஜோசப் (ஆ.எஸ்.மனோகர்) மற்றும் நசீர் (எஸ்.வி.ராம்தாஸ்) என்ற மூவரும் திருடர்கள்; கொடூரமான கொலைக்குற்றவாளிகள். குழந்தை கீதாவின் தந்தை பெரும் பணக்காரர். இக்கொள்ளையர்கள் கீதாவின் தந்தையைக் கொன்று பணத்தைக் கொள்ளையெடுத்துச் செல்லும்போது கீதாவைக் காண்கிறார்கள். அதன் மழலையில் மனம் கனிந்த திருடர்கள் குழந்தை கீதாவையும் தூக்கிச் சென்றுவிடுகிறார்கள். தாங்கள் மறைந்து வாழும் மலைகள் சூழ்ந்த குகையில் வைத்து குழந்தையுடன் குலாவுகிறார்கள். ஆனால் குழந்தை 'ஆயா' வேண்டுமென்று அடம் பிடிக்கிறாள். வேறுவழியின்றி அவளையும் கடத்திக் குகையில் சேர்க்கிறார்கள். கீதாவும் கௌரியும் மகிழ்கிறார்கள். குழந்தையுடன் சேர்த்து அந்த நான்கு கயவர்களுக்கும் பணிசெய்யும் கட்டாயம் கௌரிக்கு ஏற்படுகிறது. ஜம்பு இந்து மதத்தையும் ஜோசப் கிறித்துவ மதத்தையும் நசீர் இஸ்லாம் மதத்தை சார்ந்தவர்களாயினும் ஒரு தாய் வயிற்றுப்பிள்ளைப்போல் நட்பால் பிணைந்திருந்தனர். கௌரியோ எப்படியாவது கீதாவுடன் தப்பிக்க முயற்சிகள் மேற்கொள்கிறாள். அவர்களுக்குள் பிரிவினை ஏற்படுத்த அவள் செய்யும் முயற்சி தோல்வியில் முடிகிறது. மற்றொரு முயற்சியில் குழந்தை மூர்ச்சியாகிவிடுகிறது. டாக்டர் வந்து சிகிச்சை செய்தபின் திருடர்கள் குழந்தையைத் தூக்கிக்கொண்டு தப்பி ஓட முயற்சிக்கிறார்கள். ஆனால் போலீஸ் சுற்றிவளைத்து அவர்களைக் கைது செய்கிறது. குழந்தையின் மீது கொண்ட பாசமே அவர்கள் கொடிய உள்ளதை கருணையுள்ளமாக மாற்றி, சரணடையச் செய்கிறது. கௌரியும் இத்திருடர்களில் பாசத்தை எண்ணி கலங்க, குழந்தை 'மாமா, மாமா' என்று அழுதவண்ணம் அவர்களைக் கொண்டுபோகும் போலீஸ் ஜீப்பின் பின் ஓட கௌரி ஓடிவந்து தடுத்து குழந்தையைத் தாங்கிக்கொள்கிறாள். படம் அத்துடன் நிறைவு பெறுகிறது.

படத்தில் பத்மினிக்கு கதாநாயகன் யாருமில்லை. குழந்தைக்காக பத்மினி பாடும் 'தைமாத மேகம் அது தரையில் ஆடுது' என்ற காட்சியில் கனிவையும் அன்பையும் தன் நடிப்பில் சுட்டிக்காட்டுகிறார். பத்மினியின் ஆட்டத்தைச் சிறப்பிக்க பயன்படுத்த 'தொட்டுப்பாருங்கள் ஜோடிப்பூவைப்போல கன்னங்கள்' என்ற பாடல் காட்சி துணை செய்கிறது. குழந்தை மீது கொண்ட பாசத்தால் தனக்கு உருவான உரிமையை மூன்று திருடர்களுக்கும் விட்டுக்கொடுக்காமல் போராடும் காட்சியில் பத்மினியின் ஆவேச நடிப்பு பளிச்சிடுகிறது. படத்திற்கு

இசை எம்.எஸ்.விஸ்வநாதன். இயக்கம் பி.மாதவன் கிளைமாக்ஸ் காட்சியைச் சிறப்பாகக் கையாண்டிருக்கிறார். 'குழந்தைக்காக' மக்கள் கூட்டமாக வந்து படம் பார்த்தனர். இதே ஆண்டிலே டி.ராமநாயுடு இந்தப்படத்தை 'பாபகோசம்' என்ற பெயரில் தனித் தெலுங்குப் படமாக எடுத்து ஆந்திராவில் வெளியிட்டு வெற்றிக்கண்டார். இந்தப்படத்தில் தமிழில் பத்மினி நடித்த கௌரி பாத்திரத்தை நடிகை தேவிகா ஏற்றிருந்தார். படத்தை ஜீ.வி.ஆர்.சேஷகிரிராவ் இயக்கியிருந்தார். தவிர மலையாளத்தில் இப்படத்தை "ஓமணக்குஞ்சு" என்ற பெயரில் கணேஷ் பிக்சர்ஸ் தயாரித்தது. இதில் பத்மினி என்ற பாத்திரத்தை ஷீலா ஏற்று நடித்தார்.

## (C) அருங்கலை பொக்கிஷம்

ஸ்ரீ விஜயலக்ஷ்மி பிக்சர்ஸ் "தில்லானா மோகனாம்பாள்" திரைப்படம் நம் தமிழகத்தில் பழம்பெரும் கலைகளாக விளங்குவது நாதஸ்வர இசை மற்றும் நாட்டியக்கலை பற்றியதாகும். இவை இரண்டையும் அடிப்படையாகக் கொண்ட "தில்லானா மோகனாம்பாள்" என்ற சமூகச் சித்திரத்தை வண்ணத்திரைப்படமாக அமைத்து ரஸிகர்கள் முன் பணிவன்புடன் சமர்ப்பிப்பதாகப் படத்தின் திரைக்கதை, வசனம் மற்றும் இயக்கம் ஆகிய முப்பெரும் தூண்களைத் தாங்கிய ஏ.பி.நாகராஜன் முதற்கண் தெரிவிக்கிறார். இப்படம் பத்மினி நடித்த, நடனமாடிய திரைப்படங்களில் ஒரு அசாதாரமான சித்திரமாக

திகழ்வதால் சற்று விரிவாகப் பார்ப்பது அவசியமாகிறது. படத்தின் தலைப்பே "தில்லானா மோகனாம்பாள்" என்பதால் 'தில்லானா; முக்கியத்துவம் வகிக்கிறது. படத்தை அறியுமுன் 'தில்லானா' வுக்கான விளக்கத்தைக் கீழே காணலாம்.

"Tillana is the karnatic counterpart of the "tarana" of North India. Whie it has pallavi, anupallavi and charna. the libretto is usually of jatis (tala mnemonics) combined with svara signarures and sometimes a few meaningful words. "Tillana" is not generally of slow tempo. Besides being sung in the later part if the concert, it invariably is an item in the repertorie of a dancer."

Vide: 'An introduction to Indian Music form and style' by Chaitanya Deva.

பெரும்பாலும் ஒரு நாட்டிய நிகழ்வின் இறுதியில் ஆடுவதே "தில்லானா", பொதுவாக சுர அம்சமே இதில் மேலோங்கி நிற்கும். துரித கதியில் விறுவிறுப்பாக ஆடுவதே தில்லானாவின் பாங்கு. தவிர 'தில்லானாவில்தான்' நாட்டிய மங்கையின் நாட்டிய சேமிப்புக் களஞ்சியத்தின் வெளிப்பாடுகளைக் கொணரமுடியும். இது இறுதியில் அமைவதால் ரஸிகர்களை 'தில்லானாவின்' தன்மைகள் மனத்தில் பதிய வைத்து ரஸிக்க வைக்கிறது. சரி, தில்லானாவின் தன்மை இப்படியிருக்க இதனை "தில்லானா மோகனாம்பாள்" திரைப்படத்தில் எப்படி உயிரூட்டியிருக்கிறாரென்பது பார்த்தவர் நெஞ்சில் எழுகின்ற கேள்விக்குரியாகிறது.

*1968*ஆம் ஆண்டில் திரையிடப்பட்ட "தில்லானா மோகனாம்பாள்" மூலக்கதை 'கலைமணி' என்ற புனைப்பெயரில் சகலகலாவல்லவரான கொத்தமங்கலம் சுப்பு எழுதியதாகும். திரைக்கதையின்படி மோகனாம்பாள் ஒரு நாட்டியக் கலைச்செல்வி. சிக்கல் ஷண்முகசுந்தரம் நாதஸ்வரக் கலையின் உச்சம் கண்டவர். அழகர்கோவில் விழாவில் இவர்களது சந்திப்பு இணையவைத்தது. ஆனால் வித்யாகர்வம் இருவரையும் சீற வைத்தது. நாதம் உயர்ந்தது என்று ஷண்முகசுந்தரமும், நாட்டியம் அதனினும் உயர்ந்தது என்று மோகனாம்பாளும் கருத்தால் மோதிக் கொண்டார்கள். 'மோகனா நான் என்னுடைய நாதஸ்வரத்தில் ஒரு தில்லானா வாசிக்கிறேன் அதற்கு உன்னால் நாட்டியமாட முடியுமா?' என்று ஷண்முகசுந்தரம் சூளுரைக்க, அதற்கு மோகனா "நானும் என் காலிலே ஒரு சலங்கையைக் கட்டிக்கிட்டு ஒரே மேடையிலே ஆடறேன். அதற்கு உங்களால் நாதஸ்வரம் வாசிக்க முடியுமா?" என்று பதிலுரைக்கிறாள். உரிய நேரத்தில் இந்த போட்டியை மேற்கொள்ள இருவரும் முடிவெடுத்தனர். வார்த்தையால் மோதிக்கொண்டாலும் உள்ளத்தில் இவ்விரு கலைஞர்கள் மனத்தில்

காதல் நீறு பூத்த நெருப்பாகக் குமைந்து குறுக்கிட்டன. மோகனாவின் அழகும், நடன ஆற்றலும் பல தனவான்கள் மனத்தைச் சுண்டி இழுத்தது. பலன் மோகனாவை அடைய பல தீயவழிகளிலும் அவர்கள் முயன்றனர். மிட்டாதார் நாகலிங்கம் மோகனாவைப் பொருளால் கவரமுயன்று தோல்வி அடைகிறான், அவளைப் பழிவாங்க தக்க தருணம் நோக்கி காத்திருக்கிறான். அடுத்து சிங்கபுரம் மைனர் இந்த நாதஸ்வர — நாட்டிய செட்டைத் தான் நடத்தும் விழாவிற்குக் கலை நிகழ்ச்சியில் பங்கேற்க வைக்கிறான். அதே நேரம் மோகனா மீது மையல் கொள்கிறான். மோகனா அதைத் தடுக்கிறாள். ஒரு வழியாகத் தனது மனைவியின் பண்பான பேச்சினால் மனம் திருந்திய சிங்கபுரம் மைனர் மோகனாவைத் தனது உடன்பிறவா சகோதரியாகவே ஏற்கிறான். இப்போது திருவாரூர் தியாகராஜர் சன்னதியில் முன் பேசியபடியே மோகனாவின் 'தில்லானா'வுக்கு ஷண்முகம் நாதஸ்வரம் வாசிக்க போட்டி நடக்கிறது. அதற்கு மோகனாவின் அற்புத 'தில்லானா'வைக் கண்டு மனம் நெகிழ்ந்த ஷண்முகசுந்தரம் சபையில் அனைவர் முன்னிலையிலும் மோகனாவிற்குத் "தில்லானா மோகனாம்பாள்" என்ற பட்டத்தை அளித்து கௌரவிக்கிறான். மக்கள் அனைவரும் இதை வழிமொழிகிறார்கள். ஆனால், பதுங்கியிருந்த நாகலிங்கம் விஷம் தோய்ந்த கத்தியை வீச அது ஷண்முகசுந்தரத்தின் புஜத்தில் பட்டு ரத்த வெள்ளத்தில் வீழ்ந்து துடிக்கிறான். உயர்தரமான சிகிச்சைக்காகத் தன் நண்பர் கிட்டா அய்யர் மூலம் சென்னைக்கு ஷண்முகம் அனுப்பப்பட்டு தேறுகிறான் கிட்டா அய்யர் மதன்பூர் மகாராஜாவின் குடும்ப வக்கீலாவர். அவரது ஏற்பாட்டால் ஷண்முகம் — மோகனா கலைநிகழ்ச்சி சிறப்பாக நடந்தேறுகிறது. ஆனால் மோகனாவுக்கு இங்கும் துன்பம் தொடர்கதையாகிறது. மோகனாவின் அழகும் வைத்தி என்பவன் தூண்டுதலாலும் மதன்பூர் மகாராஜா அவளை அடைய நினைக்கிறார். ஆனால் மோகனாவோ அதை ஏற்க மறுத்து போராடுகிறாள். எதிர்பாராதவிதமாக மஹாராணி அங்கு வந்து மோகனவைக் காப்பாற்றுகிறாள். மகாராஜாவும் மனம் திருந்துகிறார் முடிவில் மதன்பூர் மகாராஜாவின் முன்னிலையில் மோகனா — ஷண்முகசுந்தரம் இணைப்பு இனிதே நடைபெறுகிறது, நாதமும் நாட்டியமும் சங்கமித்தது.

படத்தில் ஷண்முகசுந்தரமாக சிவாஜிகணேசனும் மோகனாம்பாளாக பத்மினியும் பாத்திரமேற்றிருந்தனர். நடிகர் எம்.என்.நம்பியார் மதன்பூர் மகாராஜாவாகவும் அம்பிகா மஹாராணியாகவும் சிங்கபுரம் மைனராக பாலாஜியும், வைத்தியாக நாகேஷுூம் மற்றும் நாகலிங்கமாக இ.ஆர். சகாதேவனும் நடித்திருந்தனர். நகைச்சுவைக்கென்று ஒதுக்கப்பட்ட பகுதியில் ஜில்ஜில் ரமாமணி என்ற பாத்திரத்தை மனோரமா ஏற்றிருந்தார். திரைப்படம் முழுவதும் மோகனாங்கியாக நடித்த பத்மினியையே முற்றுகையிடுகிறார். ஷண்முகசுந்தரத்துடன் மோதும்

**தில்லானா மோகனாம்பாள் (1968)**

காட்சியில் தனது நாட்டியத்திறனை அழுத்தமாக பத்மினி பதிக்கிறார். 'ஏன் வேட்டுச் சத்தத்துக்கு ஆடமுடியாதா? அலையினுடைய ஓசைக்கும் மரத்தினுடைய அசைவுக்கும், பறவைகளினுடைய ஒலிக்கும் பலத்த மழையினுடைய சத்தத்துக்கும் பெருத்த இடியோசைக்கும்கூட ஆடலாம். எதிலும் ஒரு லயமிருக்கிறது" என்று பேசி அதிசயிக்க வைக்கிறார். அழகர் மலையில் 'மறைந்திருந்து பார்க்கும் மர்மமென்ன? என்ற ஒரு அற்புத நாட்டியம். இப்பாட்டின் இடையில் ஒரு நொடிப்பொழுதில் நவரசபாவங்களையும் பத்மினி அபிநயம் பிடித்துக்காட்டுகிறார். பாட்டைப் பொறுத்தமட்டில் பாடலாசிரியர் கண்ணதாசனுக்குக் காட்சி விவரிக்கப்பட்டது. கதாநாயகன் மறைந்திருந்து கதாநாயகி நாட்டியத்தை ரஸிக்க வேண்டும் அதைப் பாடலில் கொண்டுவர வேண்டும். தவிர கதாநாயகன் பெயர் 'ஷண்முகம்' என்பதையும் அந்தப் பாட்டில் சேர்க்க வேண்டுமென்று விளக்கப்பட்டது. அப்படி சுசீலாவால் பத்மினிக்காகப் பாடப்பட்ட பாடல் தான் 'மறைந்திருந்து பார்க்கும் மர்மம் என்ன — இப்பாட்டின் இடையில் 'ஷண்முகா' என்று முருகனைக் குறிக்கும் வகையாகவும் வார்த்தை வர்க்கப்பட்டது. ஏ.பி.என்.கொஞ்சம் பேராசைக்காரரோ என்னவோ ! கதாநாயகன் 'ஷண்முகம்' என்பதால் இப்பாடல் ஷண்முகப்பிரிய ராகத்தில் அமைந்தால் சிறப்பாக இருக்கும் என எண்ண, அவ்வண்ணமே இசை அமைப்பாளர் கே.வி.மகாதேவனும் இப்பாடலை ஷண்முகப்ரியா ராகத்திலேயே அமைத்து வெற்றிகண்டார்.

ராஜ நர்த்தகி (1968)

திருவாரூர் தியாகராஜ சுவாமிகள் திருச்சபையில் பத்மினியின் நாட்டியம் பொன்னேடுகளில் பொறிக்கப்படவேண்டிய ஒன்று. சிவாஜிகணேசன் & கோஷ்டி சார்பாக பிரபல நாதஸ்வர வித்வான்கள் மதுரை சேதுராமன் மற்றும் மதுரை பொன்னுச்சாமி சகோதரர்கள் நாதஸ்வரம் வாசிக்க அதற்கு மின்னலாய் உருமாறி எங்கும் பளிச்சென்று மின்ன பத்மினி ஆடிய ஆட்டம் என்றும் நிலைத்திருக்கிறது. காபி, கமாஸ் ராகத்தில் மதுரை சகோதரர்கள் வாசித்த தில்லானாவுக்குத் தன் நடனத்திறத்தால் பத்மினி உயிரூட்டினாரென்பது சாலப்பொருந்தும். இப்படத்திற்கு நாதஸ்வரம் அடித்தளமென்றால் நாட்டியமொரு கொலுமண்டபம்.

இதை அமைத்துக்கொடுத்த பி.எஸ்.கோபாலகிருஷ்ணன் வழக்கம் போல் பாராட்டுக்குரியவர். இந்தப்படத்தில் நடித்த பத்மினிக்கு 1968ஆம் ஆண்டின் சிறந்த நடிகை என்ற விருதை தமிழக அரசு அளித்து கௌரவித்தது. தவிர 1968ஆம் ஆண்டின் சிறந்த தமிழ்ப்படம் “தில்லானா மோகனாம்பாள்” என்று இந்திய அரசால் தேர்ந்தெடுக்கப்பட்டு பிராந்திய சிறந்த படத்திற்கான வெள்ளிப்பதக்கத்தை வென்றது. மொத்தத்தில் “தில்லானா மோகனாம்பாள்” திரைப்படம் பத்மினிக்கு நிலைத்த புகழை அளித்தது; தமிழ் சினிமா உலகில் அருங்கலைப் பொக்கிஷமாக பாதுகாக்கப்பட வேண்டிய படமிது.

“தில்லானா மோகனாம்பாள்” பெற்ற மகத்தான வெற்றியைக் கொண்டு இதை தெலுங்கிலும் “ராஜநர்த்தகி” என்ற பெயரில் மொழிமாற்றம் செய்து அதே ஆண்டில் ஸ்ரீ விஜயலக்ஷ்மி பிக்சர்ஸ் ஆந்திர மாநிலத்தில் வெற்றிகரமாக வெளியிட்டது.

## (d) மீண்டும் வசந்தசேனா

இது தவிர 1967ஆம் ஆண்டில் விக்ரம் புரொடக்ஷன்ஸ் தயாரிப்பில் பத்மினி — நாகேஸ்வரராவ் நடிப்பில் வெளிவந்த “வசந்தசேனா” தெலுங்குப்படத்தை உமர் பிலிம்ஸ் தமிழில் மொழிமாற்றம் செய்து 1968ஆம் ஆண்டில் அதே பெயரில் தமிழகத்தில் திரையிட்டனர். இப்படத்திற்கு உதயகுமார் வசனம் எழுதினார். கு.ச.கிருஷ்ணமூர்த்தி,

குயிலன் ஆகியோர் எழுதிய பாடல்களுக்கு எஸ்.ராஜேஸ்வரராவ் இசை அமைத்திருந்தார்.

### (e) புயலில் ஒரு புல்

'Misfortune never comes single' என்றொரு ஆங்கிலப் பழமொழியுண்டு. அதனை இப்படக்கதை முற்றிலும் மெய் என்று உணர்த்துகிறது. 1968ஆம் ஆண்டில் திரைக்கு வந்த "அத்யாபிகா" என்ற மலையாளத்துத் திரைப்படம். ஒரு பெண்ணின் வாழ்வில் தொடர்ந்து வந்த துன்பங்களும், அதனால் அவள் படும் பாட்டை நெஞ்சுருகச் சொல்கிறது இப்படம். அந்த துரதிஷ்டமான பெண்தான் சரசம்மா. முற்றிலும் மாறுபட்ட இப்பாத்திரத்தை பத்மினி ஏற்று தனது திறமையால் துயரத்தின் உச்சியைப் படம் பிடித்துக் காட்டினார். சரசம்மா ஒரு பள்ளி ஆசிரியை. நடுத்தரக் குடும்பத்தைச் சேர்ந்தவள். சரசம்மாவின் வருவாயில்தான் அவளது தந்தை, கல்லூரி செல்லும் சகோதரன் மற்றும் இளைய சகோதரி ஆகியோர் ஜீவனம் நடத்த வேண்டும். இந்தக் குடும்பச் சுமையைத் தாங்க முடியாமல் சரசம்மா தத்தளிக்கிறாள். தான் விரும்பிய காதலனைத் தன் தங்கைக்கு விட்டுக்கொடுக்கிறாள். தன் சகோதரன் படிப்பை முடித்து நல்ல வேலையில் சேர துணை நிற்கிறாள். இத்தனைக்கும் சராசம்மாவுக்கு குடும்பத்தினரால் கிடைத்த கைம்மாறுதான் என்ன? தன் நலன் பாதிக்கப்படுமேயென்று தந்தையார் சரசம்மாவுக்கு வரும் வரன்களை நிராகரித்து திருமணத்தைத் தடுக்கிறார். திருமணம் செய்து கொண்ட சகோதரன் சகோதரியோ தங்கள் சுக வாழ்க்கையைப் பெரிதாகக் கொண்டு சரசம்மாவைக் கைகழுவி விடுகிறார்கள். ஏமாற்றப்பட்டு உற்றார் உணர்வுகளால் கசக்கியெறியப்பட்ட சரசம்மாவை விதி தொடர்ந்து சதி செய்தது. சரசம்மா காசநோயால் பாதிக்கப்படுகிறாள். இருமிக் கொப்பளித்த ரத்த எச்சத்தை சீண்டவும் நாதியில்லை; கேட்கவும் ஆளில்லை.

புயலில் சிக்கிய ஒரு புல்லான வாழ்க்கை சரசம்மாவை அலைக்கழித்தது. ஒரு வழியாக மூச்சும் நின்றது அவளது வாழ்க்கைப் புயலும் ஓய்ந்தது.

சரசம்மாவாக நடித்த பேரழகி பத்மினி இப்படத்தில் முற்றிலும் பரிதாபத்திற்குரிய பெண்மணியாக நடித்திருந்தார். மகிழ்ச்சியும் துக்கமும் தன் நடிப்பின் இரு கரைகள் என்பதை பத்மினி இப்படத்தில்தான் கொட்டித்தீர்த்து நடிப்பால் உணர்த்தினார். இந்தப்படத்தில் பத்மினியுடன் மது, அம்பிகா, எஸ்.பி.பிள்ளை, பஹதூர் ஆகியோர் உடன் நடித்திருந்தனர். இப்படத்தின் கதை மற்றும் வசனத்தை இ.ஜே.கானம் எழுதியிருந்தார். படத்திற்கு இசை வி.தக்ஷிணாமூர்த்தி படத்தை மெரிலாண்ட பி.சுப்ரமணியம் இயக்கியிருந்தார். தயாரிப்பு

நீலா புரொடக்ஷன்ஸ் மலையாளத்தில் வெற்றிபெற்ற குறிப்பிடத்தக்க படங்களில் "அத்யாபிகா'வும் ஒன்று. இப்படத்திற்குத் தேசிய விருது கிடைத்தது.

'அத்தியபிகா'வின் தனித்தன்மையைக் கருத்தில் கொண்டு கூடுதல் செய்தி சுருக்கித் தரப்படுகிறது. இப்படத்தைத் தமிழில் தயாரிக்க உரிமைபெற்று அமர்ஜோதி மூவிஸ் 'குலவிளக்கு' என்ற பெயரில் திரைப்படமாக்கினர். இப்படம் 1969ஆம் ஆண்டு தமிழ்நாட்டில் திரையிடப்பட்டது. இந்தப் படத்திற்கான திரைக்கதை, வசனம், டைரக்ஷன் ஆகியவற்றை ஏற்றவர் கே.எஸ்.கோபால கிருஷ்ணன். மலையாள 'சரசம்மா' பாத்திரத்திற்கு தமிழில் 'கண்ணம்மா' என்று பெயர்மாற்றம் செய்திருந்தார்.

தவிர கண்ணம்மா பாத்திரத்திற்கு நடிகை பி.சரோஜாதேவியை நடிக்கவைத்தார். கோபாலகிருஷ்ணனின் வலுவான காட்சிகளும் ஆழமான வசனமும் உணர்ச்சிபூர்வமான பாடல்களும் கொண்டிருந்தது. எனினும் நடையுடை பாவனங்கள் நளினங்களை ரசித்து 'கன்னடத்துப் பைங்கிளி' என்று ரசனையோடு சரோஜாதேவியை அழைத்த ரசிகர்களுக்கு 'கண்ணம்மா' பாத்திரம் கசந்தது கலைந்த தலையும், உலர்ந்த உதடுகளும் கருவட்டம் சூழ்ந்த கண்களும், வேற்று உடையோடும் காட்சியளித்த 'கண்ணம்மா' சரோஜாதேவி மக்களுக்கு ஏற்புடையதாகவில்லை. படம் எதிர்பார்த்த வெற்றியைப் பெறவில்லை. கே.வி.மகாதேவன் இசையில் கவிஞர் கண்ணதாசன் விருத்தம் இப்படத்தின் கதைக்கருவான சரசம்மா / கண்ணம்மா நிலையை சிறப்பாக விளக்குவதாக அமைந்திருந்தது. இத்தருணம் அதனை நினைவு கூறுவது சாலவும் பொருந்தும்.

> "களங்கமிலா வாழ்வு கொண்ட மதியே... நெடுங்
> கடலினும் பொறுமை கொண்ட நிதியே ... இரு
> கரைகளையும் செழிக்க வைத்த நதியே ... உனை
> காலமெல்லாம் பகைத்தம்மா விதியே"

## (f) அபராதினி

1968ஆம் ஆண்டில் பத்மினி நடித்து வெளிவந்த மலையாளத் திரைப்படம் "அபராதினி" இதில் பத்மினியுடன் சத்தியன், சாரதா, அம்பிகா ஆகியோர் நடித்திருந்தனர். இப்படத்திற்கு எம்.பி.ஸ்ரீனிவாசன் இசை அமைத்திருந்தார். பட இயக்கம் பி.பாஸ்கரன். படத்தை வசந்த் பிக்சர்ஸ் தயாரித்திருந்தனர். படத்தயாரிப்பாளர் பி.எஸ்.ரங்கா.

அத்யாபிகா (1968)

## (g) குடி குடியைக் கெடுக்கும்

1968ஆம் ஆண்டில் பத்மினி நடித்துத் திரைக்கு வந்த ஒரே இந்தி திரைப்படம் "வாஸன்னா" பணம், தொழிலென்று வாழ்பவன் கைலாஷ். அவனுக்கு தீபக் என்ற மகனும் லட்சுமி என்ற அழகிய மனைவியும் உண்டு. அவனது ஒரே தங்கை கீதா அவளது காதலன் டாக்டர் சேகர் குருவிக்கூட்டில் கல்லெறிந்ததுபோலே திடீரென்று அவனது அழகிய குடும்பம் சரிந்தது. கைலாஷ் தொடர்பு கொண்ட காட்டன் மார்க்கெட் சரிந்து மீள முடியாத நஷ்டத்திற்கு அவனை விதி ஆளாக்கிவிட்டது. துயரத்தை மறக்க மதுவை நாடினான். போதாதற்கு குடும்பத்தை விட்டு பிரிந்து சென்றான். மனைவி லக்ஷ்மி மாளாத் துயருற்றாள். நன்றியுள்ள வேலைக்காரன் தன் எஜமானர் குடும்பத்தை ஹைதராபாத்துக்கு அழைத்துச்சென்று விடுகிறான். மூட்டை சுமந்து குடும்பத்தை பராமரிக்கிறான். இடையில் கீதாவுக்கும் டாக்டர் சேகருக்குமிடையே மலர்ந்த காதல் அவருக்கும் அந்தக் குடும்பத்தின் நலனில் அக்கறை ஏற்படுகிறது. வீட்டைவிட்டு வெளியேறிய கைலாஷ் ஹைதராபாத்தில் சலோனி என்ற ஒரு தாசிப்பெண்ணிடம் தஞ்சம் புகுகிறான். தவிர ஜாலிம் என்ற ஒரு கயவனிடம் சிக்கி அவனது கைப்பாவையாகி விடுகிறான். எதிர்பாராதவிதமாக தீபக் தந்தையைப் பார்த்து அன்னையிடம் சொல்கிறான். லக்ஷ்மி கைலாஷ் இருக்கும்

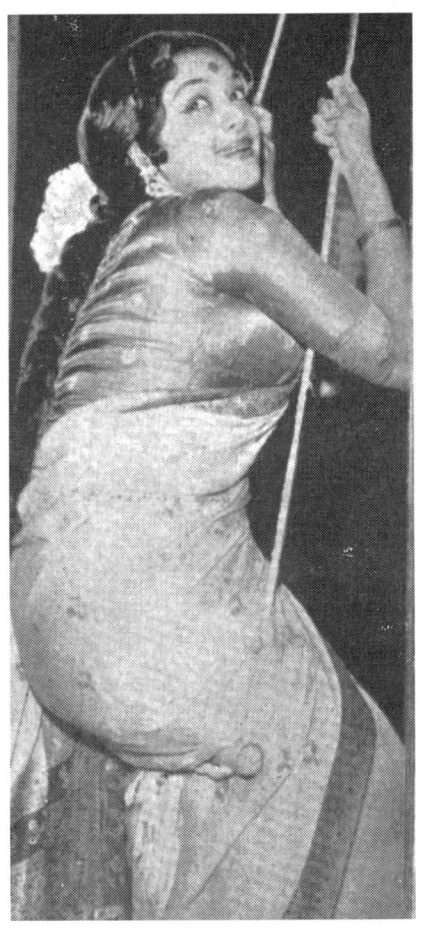

நாட்டியக்காரி சலோனியிடம் சென்று போராடுகிறாள். அவளும் மனம் திருந்தி கைலாஷை லட்சுமியுடன் வழி அனுப்பிவைக்கிறான். லக்ஷ்மி — கைலாஷ் வாழ்க்கையில் வீசிய சூறாவளி தணிந்தது.

இந்தப்படத்தில் குடும்பப் பாங்கான லக்ஷ்மி பாத்திரத்தை பத்மினி ஏற்றிருந்தார். படம் முழுவதும் குடிகார கணவனுக்காக ஏங்குவதும் போராடுவதுமாகவே அவரது பத்திரப்படைப்பு அமைந்து இருந்தது. எனவே படத்தில் பத்மினியைக் கண்ணீரும் கம்பலையுமாகவே பார்க்க வேண்டியிருந்தது. எனினும் மேடை நாட்டியம் நடப்பதாக ஒரு காட்சியைப் படத்தில் புகுத்தி பத்மினியைக் கொண்டு ஒரு மீனவர் நாட்டியம் படத்தில் சேர்க்கப்பட்டிருந்தது. வழக்கம்போல் இந்த நாட்டியக்காட்சியில் பத்மினி ஒளிர்ந்தார். படத்தில் கைலாஷாக ராஜ்குமாரும் அவரது மனைவி லக்ஷ்மியாக பத்மினியும் குமுத் சௌகான் கீதாவாகவும் பிஸ்வஜித் டாக்டராகவும் நடித்திருந்தனர். இனிய பாடல்களை இசை அமைப்பாளர் சித்ரகுப்தா கொடுத்திருந்தாலும் அவைகள் நாட்டிய மாதுவான ஹெலனுக்கும், கீதா — டாக்டர் ஆகிய பத்திரங்களுக்காகக் கதைப்படி படத்தில் பயன்படுத்தப்பட்டிருந்தது. படத்தயாரிப்பாளர் குல்ஜீத்பால், பட இயக்கம் டி.எஸ்.பிரகாஷ்ராவ். இது ஒரு அனிருதா ஆர்ட்ஸ் தயாரிப்பு.

# (h) கரைகாண முடியாத கலை

பொம்மை மார்ச் 1967 இதழில் எழுதிய நீண்ட நெடும் கட்டுரையை பத்மினி இப்படி முடித்திருந்தார்.

"வரப்போகும் 1968ஆம் ஆண்டு எனக்கு வெள்ளிவிழா வருகிறது. ஆம், திரைப்பட உலகில் நான் காலடி எடுத்து வைத்து இருபத்து ஐந்து வருஷங்கள் இந்த ஆண்டுடன் முடிவடைகிறது. இந்தக் காலத்தில்

நான் நடித்து முடித்திருக்கும் இருநூற்றுக்கும் மேற்பட்ட படங்களையும் எண்ணிப் பார்க்கும்போது எனக்கே திகைப்பாகவும் மலைப்பாகவும் இருக்கிறது. ஆனால் ஒன்றை மட்டும் என்னால் உணரமுடிகிறது. இன்னும் கலையுலகில் பயிலவேண்டிய விஷயங்கள், நுட்பங்கள் பல இருப்பதாகவே உணருகிறேன். முற்றிலும் தேர்ச்சிப் பெறாத ஒரு மாணவியாகவே நான் இருந்து வருகிறேன். அதுமட்டுமல்ல என் கலை ஆர்வத்திற்கு ஒரு சலிப்போ, முடிவோ காணாத நிலையில்தான் இன்னமும் இருந்துவருகிறான்.

கடலுக்கும் எல்லை உண்டு.

ஆனால் கலைக்கு?

வானமும் பூமியும்தான் அதன் எல்லைகள்!

இதுதான் நான் அறிந்த உண்மை!"

மேற்கண்ட கட்டுரையின் கூற்று திரையுலகின்மேல் பத்மினிக்கு இருந்த அபிமானத்தையும், தன்னை மேலும் வளர்த்துக் கொள்ள வேண்டுமென்ற எண்ணத்தையும் பணிவும் பண்பும் கொண்ட அவரது குணநலத்தின் எடுத்துக்காட்டாக அமைந்திருக்கின்றன.

இவைகள் தவிர 1968ஆம் ஆண்டில் பிரேம் மூவிசார் சிவாஜி, பத்மினி, பாலாஜி, ஷீலா முதலியோரைக் கொண்டு ஒரு படம் ஏ.சுப்பாராவ் இயக்கத்தில் "காணிக்கை" என்ற பெயரில் தயாரித்து பின் கைவிடப்பட்டது என்பதையும் தகவலுக்காக அறியலாம்.

# 47

# மணாளன் வருகை

திருமணத்திற்குப் பிறகு பத்மினி தனது திரையுலகப் பயணத்தைக் தொடர்ந்தது பற்றிக் குறிப்பிடப்பட்டது. இது ஒரு வெற்றிப் பயணமாகவும் அமைந்தது என்பதும் அறியப்பட்டது. திருமணமான போதிலும் புகழ் குறையாது தனது அழகாலும் திறனாலும் 'நடிப்புலகில்' தன்னை நிலைநிறுத்திக் கொண்ட பத்மினியின் அசாதாரணமான வெற்றியை பத்திரிகைகள் பல பதிவு செய்தன. அவற்றில் மாதிரிக்கு ஒன்று இதோ:

"பத்மினியால் வந்த நாள் முதல் இந்த நாள் வரை உடலமைப்பில் எந்த மாறுதலுமில்லாமல், அழகு குறையாமல் எப்படி தோன்ற முடிகிறது? அகில இந்திய நட்சத்திரமாக ஓய்வு, ஒழிவின்றி நடித்தபோது அவர் இளைத்துப் போய்விடவில்லை, மண வாழ்க்கையில் ஈடுபட்டு ஓய்விலிருந்தபோதும் அவர் சிலரைப் போலே குண்டு நடிகையாகிவிடவில்லை. இதற்குக் காரணம் என்ன? பத்மினி உடற்கட்டைப் பாதுகாக்க உடற்பயிற்சி செய்ததில்லை, ஆகாரக் கட்டுப்பாட்டை வைத்துக்கொண்டதில்லை, புகழின் உச்சியிலே இருக்கும்போது பத்மினி மணவாழ்வில் ஈடுபட்டார். பத்மினி மீண்டும் வந்தபின் வரவேற்பு கிட்டுமா என்ற சந்தேகமிருந்தது. ஆனால் ரசிகர்கள் அவருக்கு வரவேற்பு அளித்தார்கள் "சித்தி" "இருமலர்கள்" "தில்லானா மோகனாம்பாள்" படங்களில் அவரது தோற்றமும் நடிப்பும் அவருக்கு அடுத்தபடிதான் யாரும் என்று கூறவைத்தன.

**— பேசும்படம் ஆகஸ்ட் 1969 மாத இதழ்**

வாய்ப்புக்கள் தென்னகத்தில் மட்டுமின்றி இந்தி திரைப் படங்களிலும் நடிக்க பத்மினிக்கு தொய்வின்றித் தொடர்ந்தன.

அந்த வகையில் பத்மினியின் நடிப்புச் சிறப்பை, 1969ஆம் ஆண்டு வெளிவந்த திரைப்படங்களில் பார்க்கலாம்.

## (a) குரு வாழ்க, குருவே துணை

1969ஆம் ஆண்டில் கஜலக்ஷ்மி பிக்சர்ஸ் தயாரிப்பில் வெளியிடப்பட்ட படம் "குருதட்சணை". இப்படத்தின் மூலக்கதையை வீர.பழனியப்பன் எழுதியிருந்தார். தயாரிப்பாளர் பரமசிவம் (முருகு), இசை கே.வி.மகாதேவன், திரைக்கதை, வசனம், டைரக்ஷன் ஏ.பி.நாகராஜன். படத்தில் சிவாஜிகணேசன், பத்மினி, ஜெயலலிதா, பாலாஜி, கே.ஏ.தங்கவேலு, டி.ஆர்.ராமசந்திரன், ரமாப்பிரியா முதலியோர் நடித்திருந்தனர். டைட்டிலில் நடிகர், நடிகைகள் பெயர் பட்டியலிட்டு அவர்களது நிழற்படங்களைக்காட்டி அடையாளம் காட்டப்பட்டது நிறைவாக இருந்தது. படத் துவக்கமே ராவுத்தராக நடிக்கும் கே.ஏ.தங்கவேலு சீர்காழி கோவிந்தராஜன் குரலில் 'பாரு பாரு நல்லபாரு, பயாஸ்கோப்பு படத்தப்பாரு' என்றே பயாஸ்கோப்பு காட்சி காட்டுவதுடன் தொடங்குகிறது. இது ஒரு பிரசித்தி பெற்ற பாடல் என்பதைக் கூறலாம். [இத்தகைய பாடல் 1942ஆம் ஆண்டு திரையிடப்பட்ட "கங்காவதார்" என்ற திரைப்படத்தில் "என்ன விநோதம்பாரு எவ்வளவு ஜோக்குப்பாரு" என்று காமிக் பாடலாக ஒலித்தது. இதைத் தொடர்ந்து 1954ஆம் ஆண்டில் வெளிவந்த "பொன்வயல்" திரைப்படத்தில் "என்ன விநோதம்பாரு எவ்வளவு ஜோக்குப்பாரு" என்று சாரங்கபாணி குரலில் ஒலித்து ரஸிகர்களை ரஸிக்க வைத்தது. அத்துடன் நின்றதா? அதுதான் இல்லை 1960ஆம் ஆண்டில் திரையிடப்பட்ட "திலகம்" என்ற திரைப்படத்தில் வரும் கொத்தமங்கலம் தீட்டிய 'மாரியம்மன் திருவிழா' பாட்டில் இடையில் டி.எம்.சௌந்தரராஜன் அவர்கள் குரலில் 'பயாஸ்கோப்பு பாத்தியா, பயாஸ்கோப்பு பாத்தியா" என்று இந்தப்பாடல் இன்னொரு பிறவி எடுத்து ஒலிக்கிறது. இப்போது 'குருதட்சணை'யில். போதுமா இந்தப்பாட்டின் பெருமைக்கான ஆதாரங்கள். இன்னமும் உண்டு. நீட்சி குறித்து இத்துடன் இச்செய்தி துண்டிக்கப்படுகிறது]

பூங்குளம் கிராமம். அதில் வாழும் கண்ணன் படிக்காத பாமரன், முரடன். ஆனால் நல்ல குணம் கொண்டவன். அவனைத் துரத்தித் துரத்தி காதலிக்கிறாள் கீழ்ச்சாதி பெண்ணாகக் கருதப்படும் வெட்டியான் செவத்தையின் மகள் கன்னி. தவிர்க்க முடியாத

சூழலில் அவளுக்குத் தன் வீட்டில் தங்க இடமளிக்கிறான் கண்ணன். கண்ணியமாகவும் நடத்துகிறான். இந்த நிலையில் ஊர்ப்பள்ளிக்குத் தலைமையாசிரியையாக வந்து சேர்கிறாள் தேவகி. படிப்பும் பண்பும் அழகும் ஒரு சேர திரண்டவள் அவள். கண்ணன் தேவகி மீது கொண்ட மரியாதையால் அவளுக்குப் பூங்குளத்தில் தங்க சகல வசதிகளும் செய்து கொடுக்கிறான். தேவகி அவனுக்குப் படிப்பு சொல்லித்தர முன்வருகிறாள். இந்த மூத்தவயதில் கற்க முயலுவதைப் பிறர் ஏளனம் செய்வார்களென்று இதை ரகசியமாக வைத்துக் கொள்ள கூறுகிறான் கண்ணன். தேவகியும் ஒழிந்தபோது இரவு நேரத்தில் கண்ணனுக்குப் பாடம் சொல்லிக்கொடுக்கிறாள். தேவகியின் மீது பொறாமை கொண்ட வள்ளி டீச்சர் கண்ணனுக்கும் தேவகிக்கும் தவறான தொடர்பிருப்பதாகக் கதை கட்டிவிடுகிறாள். இத்தகவல் கல்விதுறை மேலதிகாரிக்குச்செல்ல, அவர் தேவகியைத் தற்காலிகமாக பணிநீக்கம் செய்கிறார். இதற்கு முடிவுகட்ட, தேவகி கண்ணனுக்கும் கன்னிக்கும் திருமணம் செய்து வைக்கிறாள். ஆனாலும், வள்ளியின் தவறான பிரச்சாரம் ஓய்ந்தபாடில்லை. இதனால் மனம் நொந்த கண்ணன் தற்கொலை செய்து கொள்ளப் போவதாகக் கடிதம் எழுதி வைத்துவிட்டு (கண்ணனுக்கு இப்போதுதான் படிக்க, எழுத தெரிந்து விட்டதே) போய்விடுகிறான். இதற்குள் உண்மை வெளிப்படுகிறது. தேவகியும், கன்னியும் கதறி அழுது துடித்தனர். அந்த நேரத்திலே

குருதட்சனை (1969)

தேவகியை மனம் செய்யவிருக்கும் வாசுவின் கண்களில் தற்கொலை முயற்சியில் ஈடுபடும் கண்ணன் தென்பட அவனைத்தேற்றி தேவகியிடம் அழைத்து வருகிறான். தேவகி கண்ணனைச் சாடிக் கல்விகற்கவைத்த குருவான தனக்கு குருதட்சணையாக இனி அவன் தற்கொலை செய்து கொள்ளவில்லை என்ற உறுதிமொழியைப் பெற்றுக் கொண்டாள். கண்ணனும் கன்னியும் ஒன்று சேர்ந்தனர். தேவகி—வாசுவின் திருமணமும் இனிதே நடந்து முடிந்தது. 'குருவாழ்க குருவே துணை' என்ற வாசகமும் உயிர்பெற்றது. [இந்த வாசகத்தை பத்மினி மற்றும் ராகினியும் "தூக்குத்தூக்கி" திரைப்படத்தில் பேசினார்களென்பது இவ்விடம் நினைவு கூறத்தக்கது]

படத்தில் பத்மினியைப் பொறுத்தமட்டில் காட்சியில் பாடும் "ஒன்றே ஒன்று" என்ற போதனைப்பாடல் மாணவர்களுக்கு அறிவுசால் மருந்தாக அமைந்திருக்கிறது. படத்தில் உச்சக்கட்டத்தில் சிவாஜியைக் கண்டிக்கும் காட்சியில் பத்மினியின் நடிப்பில் வீரியம் கொட்டுகிறது. அதுவே படத்தின் அடிப்படையாகவும் இருக்கிறது. இதோ அந்த வசன வீச்சு:

"கண்ணா ! நீ என் மாணவனா. எங்ககிட்ட படிப்பு கத்துக்கிட்ட லட்சணமா இது. என்னைப் பெருமைப்படுத்தும் முறை இதுதானா? அடப்பாவி ஒரு பெண்ணைக் கல்யாணம் செய்துகிட்டு, ஒருநாள் அவளோட வாழ்ந்திட்டு, மறுநாள் அவளை அமங்கலியாக்கிடவா உனக்கு நான் கல்வி கற்றுத்தந்தேன். இந்தப் படிப்பு எந்தப் புத்தகத்திலே படிச்சே? யார் கற்றுத்தந்த வித்தையிது? ஒரு ஆண் — பெண் ரெண்டுபேர் மீதும் பழி ஏற்பட்டால் அந்த ஆண் தற்கொலை செய்து கொண்டால் பெண்மீது ஏற்படும் பழி நீங்கிவிடுமென்று யார் உனக்குச் சொல்லிக்கொடுத்தது. பாதகமில்லை உனக்குப் படிப்பு சொல்லிக் கொடுத்த அந்த நாளிலிருந்து இந்த நாள் வரைக்கும் உன்னிடத்தில் பிரதி பிரயோஜனமாக நான் எதையும் கேட்டதில்லை. ஆனால் இன்னிக்கு குருதட்சணையாக ஒன்று கேட்கப்போறேன். கடவுள் கொடுத்த உயிர் தானா போயிட்டா அதைப்படுத்தி கவலையில்லை. ஆனா நீயா வருத்தித் தற்கொலை செய்து கொள்வதில்லை என்று எனக்கு வாக்குறுதி கொடு. இத்திரைப்படத்திற்குரிய பாட்டுப் புத்தகத்தின் கதை சுருக்கத்தின் 'சஸ்பென்ஸ்' இப்படி தெரிவிக்கப்பட்டுள்ளது.

"அறிவுக்கண்களைத் திறந்துவிட்ட குருவும் அவன் காட்டிய குருபக்தியை, அவன் கொடுத்த குருதட்சணையை வெண் திரையில் காண்க" மேலே சொன்ன வாசகங்கள் ரஸிகர்களுக்குத் தரப்போகும் 'குருதட்சணை' என்னவாக இருக்கும்? எப்படி இருக்குமென்ற பரபரப்பை, பெரிய எதிர்ப்பார்ப்பை ஏற்படுத்தியது. ஆனால் கேட்கும் குருதட்சணையோ 'தற்கொலை செய்து கொள்ளக்கூடாது' என்ற உறுதிமொழி மட்டுமே. அதுவும் தற்கொலை செய்துகொள்ள

முயன்று திரும்பி அழைத்துவரப்பட்ட கதாநாயகனிடம் உப்பு சப்பில்லாத இக்குருதட்சணையின் தனித்துவம்தான் என்ற கேள்விக்கு ‘ஏதுமில்லை’ என்பதே பதிலாகிறது. நடிகர் திலகம் என்று புகழ்பெற்ற சிவாஜிகணேசன், கல்விகற்பிக்கும் ஆசிரியரான பத்மினியின் கால்களில் சாஷ்டாங்கமாக விழுந்து வணங்கித் தான் அதற்குத் தகுதியுள்ளவர்தான் என்று நிரூபித்துள்ளார். பத்மினி—பாலாஜி ஜோடி ரஸிகர்களை சிணுங்க வைத்தது. மொத்தத்தில் மக்களிடம் அதிக ‘தட்சணை’ பெறாதபடம் “குருதட்சணை”

1964ஆம் ஆண்டில் ஓரியண்டல் மூவிஸ் தயாரிப்பாக பத்மினி நடித்து வெளிவந்த தமிழ்ப்படம் “வீராங்கனை”. தெலுங்கில் “ராஜாகன்க்ஷா” என்ற பெயரில் மொழிமாற்றம் செய்து திரையிடப்பட்டது. இதனை பரத்வாஜ் பிலிம்ஸ் தயாரித்தது.

## (b) காலத்தால் அழியாத காளிதாசரின் இசைக்காவியம்

திருவனந்தபுரம் மெரிலாண்ட் ஸ்டூடியோவில் இயக்குனர் பி.சுப்ரமணியம் தயாரித்து வெளியிட்ட பிரம்மாண்டமான மலையாளத் திரைப்படம்தான் “குமாரசம்பவம்”. கொடியவன் தாரகாசூரன் இந்திரலோகத்தைக் கைப்பற்றி தேவர்களை இம்சிக்கிறான். தாரகாசுரனின் அட்டூழியங்களைத் தாங்க முடியாத தேவர்கள் சிவ பெருமானைச் சரணடைந்து தாரகாசூரனுக்கு முடிவுகட்ட முறையிடுகிறார்கள். சிவனும் தாரகாசுரன் விரைவில் அழிவான் என்று கூறி அவர்களுக்கு அபயம் அளிக்கிறார். பின் சிவனின் நேத்ராக்கினியிலிருந்து விடுபட்ட ஆறு சுடர்களை எடுத்து சரவணப்பொய்கையில் சேர்த்துவிடும்படி அக்கினிதேவனுக்குக் கட்டளையிடுகிறார் சிவன். சுடர்கள் குழந்தைவடிவாக, கார்த்திகைப் பெண்கள் வளர்க்கின்றனர். பின் பார்வதி குழந்தையை இனம் கண்டு மார்போடு அணைத்து அன்பு காட்டுகிறாள். பின் குழந்தை வளர்ந்து இளங்குமரனாகித் தன் திறனால் பல அதிசயங்கள் செய்கிறான். தொடர்ந்து தேவேந்திரன் முறையீட்டுக்கிணங்க தந்தையின் கட்டளையுடன் தாயின் அருளாசியும் சக்திவேலையும் பெற்று அண்ணன் விநாயகனின் வாழ்த்துக்களுடன் தாரகாசுரனுடன் போரிடுகிறான். போரில் தாரகாசுரனை வீழ்த்தி இந்திரனை மீண்டும் இந்திர பதவியில் அமர்த்துகிறான். இவ்வாறு அமரர் குறை தீர்த்து அருள்குமரனாக, அடியார்க்கிரங்கும் ஆண்டவனாக, உலகமே தலைவணங்கும் இறைவன் குமாரனாக, முருகனாக என்று அருள் பொழிந்து கொண்டிருக்கிறான் அவன் உறையும் திருத்தலங்களிலே. இதுவே திரைப்படம் ‘குமாரசம்பவம்’ அல்லது ‘சதிபார்வதி’ என்ற படத்தின் கதைச்சுருக்கமாகும்.

இப்படத்தின் முக்கிய பாத்திரமான ஸ்ரீ முருகன் பாத்திரத்தில் (குழந்தை) ஸ்ரீதேவியும், சிவனாக ஜெமினிகணேசனும் பார்வதியாக

ராஜா கன்ஷா (1969)

பத்மினியும் நடித்திருந்தனர். "குமாரசம்பவம்' கவி காளிதாஸரின் கவித்துவத்தில் வார்த்தெடுக்கப்பட்டது. தீயதை அழித்து நல்லதை வெற்றிபெற வைத்து நிலைநாட்டுவேன் இந்தக் கவிதைகளின் மூலாதாரம், முக்கிய பாத்திரமேற்ற மேற்குறித்த மூவரும் அற்புதமாக நடித்திருந்தனர். வண்ணத்தில் அழகாக அமைக்கப்பட்ட பின்புலங்களில் பார்வதியாக பத்மினி ஆடும் நடனங்கள் கண்களுக்கு விருந்துபடைத்தன. படத்தில் திரைக்கதை மற்றும் வசனம் நாகவல்லி. பாடல்கள் டாக்டர் பலமுரளிகிருஷ்ணா மற்றும் வயலார். இசை தேவராஜன். இப்படத்தை நாடும் ஏடும் போற்றின மாதிரிக்கு ஓரிரண்டு கீழே:

### Kerala kanmudi

"indukala mouli", "Priyasaki Gange" "Omkaram" are some of the songs which deserves special attention.

### Kerala Desam

Great actors appear in the picture. Padmini Portrays Parvati. No south Indian star will be able to Potray parvati so well as padmini. Kalidasa's Parvathi is being return through Padmini's Portrayal.

### Kerala Bhooshanam

Padmini who has Potrayed the most difficult role of the picture has succeeded commendably in presenting young and heartful Parvati. She has acted in a manner quite suited to the epic in all the scenes.

## Screen:

The performances of Padmini, Gemini Ganesan and little SriDevi are outstanding.

*படத்தை மக்கள் பார்த்து ரஸித்து, வணங்கி வாழ்த்திச் சென்றனர்.*

### (c) சந்தியா

*ரீதா எண்டெர்பிரைஸஸ் தயாரித்த மலையாளப்படம் இது. படத்தில் சத்தியன், பத்மினி, சாரதா, ஜெயபாரதி, அடூர்பாஸி முதலானோர் நடித்தனர். படத்திற்கு எம்.எஸ்.பாபுராஜ் இசை அமைத்தார். பட இயக்கம் டாக்டர் வாஸன். இந்தப்படம் 1969இல் வெளிவந்தது. படத்தை டி.கமலா என்பவர் தயாரித்திருந்தார்.*

*இவைகள் தவிர 1969ஆம் ஆண்டில் நான்கு இந்திப் படங்களிலும் பத்மினி நடித்தார். அவைகள் "மாதவி" "பாய்பெஹென்" "சந்தா அவுர் பிஜலி" மற்றும் "நன்னாபரீஷ்டா" ஆகும். அவைகளில் பத்மினியின் பங்களிப்பு கீழே கொடுக்கப்பட்டுள்ளது.*

### (d) தியாக உருவம்

*1957ஆம் ஆண்டில் ஸ்ரீகணேஷ் மூவிடோன் தமிழில் தயாரித்து பெரிய வெற்றிப்படம் "மகாதேவி". இதுவே 1969ஆம் ஆண்டில் "மாதவி" என்ற பெயரில் இந்தியில் எடுக்கப்பட்டு திரையிடப்பட்டது. சாளுக்கிய நாட்டு இளவரசி மாதவி மீது சோழநாட்டு சேனாதிபதிகள் ஜெய்சிங் மற்றும் விக்ரமசிங் காதல் கொள்கிறார்கள். வாட்போரில் வென்று ஜெய்சிங் மாதவியின் கரம் பிடிக்கிறான். வேறுவழியின்றி விக்ரமசிங் இளவரசி மங்களாவைக் கரம்பிடிக்கிறான். மாதவி — ஜெய்சிங் மற்றும் மங்களா—விக்ரம்சிங் தம்பதிகளுக்கு இரு குழந்தைகள் பிறக்கின்றன. எனினும் மாதவி மீது கொண்ட மோகம் தீராத விக்ரம்சிங் சூழ்ச்சிகள் பலசெய்து மாதவியை அவள் குழந்தையுடன் சிறையிலடைக்கிறான். தன் ஆசைக்கு இணங்காவிடில் குழந்தையைக் கொன்றுவிடுவதாக கொக்கரிக்கிறான். இதை அறிந்த மங்களா வேலைக்காரிபோல் மேலங்கி அணிந்து கொண்டு தனது குழந்தையை மாற்றி வைக்கிறாள். கொடூரன் விக்ரமசிங் தன் குழந்தை அது என்று தெரியாமல் குத்திக் கொள்கிறான். முடிவில் உண்மை உணர்ந்து கொள்கிறான். மங்களாவும் விக்ரம்சிங்கும் கத்திகுத்தினால் இறக்கிறார்கள்.*

மங்களாவின் தியாகத்தால் மாதவிக் குழந்தை காப்பாற்றப்படுகிறது. மக்கள் மங்களத்திற்குச் சிலை வடித்து அந்த தியாகத் திருவுருவை வணங்கி வழிபடுகிறார்கள். படத்தில் ஜெய்சிங்காக சஞ்சேயும், விக்ரமசிங்காக பிரானும், மாதவியாக புதுமுகம் தீபாவும் மையப்பாத்திரமான மங்களாவாக பத்மினியும் நடித்திருந்தனர். விக்ரமசிங்கிற்குச் பெண்மைக்கே உரிய அன்பும் பண்பும் கொண்டு அறிவுரை கூறும் கட்டத்திலும் திருந்தாத கணவனின் கொடூரத்தை எதிர்த்து நிற்கும்போதும் புலியாகச் சீற்றத்தைக் கொட்டி நடித்திருந்தார் பத்மினி. மாற்றான் குழந்தையைக் காப்பாற்ற தன் குழந்தையைப் பலிகொடுக்க முன்வரும் காட்சியில் பத்மினியின் கண்களில் மிளிரும் தியாகமும் நீர்த்துளிகளும் கலங்கச்செய்கின்றன.

படத்திற்கு லக்ஷ்மிகாந்த் — ப்யாரிலால் இசை அமைக்க சாணக்கியா இயற்றியிருந்தார். இப்படம் கணேஷ் பிரசாத் மூவிஸாரால் சென்னை விஜயா—வாஹினி ஸ்டுடியோவில் தயாரிக்கப்பட்டது. இது ஒரு சராசரி படமாக அமைந்தது என்றாலும் பத்மினியின் நடிப்பு மக்களின் பாராட்டைப் பெற்றது.

## (e) நாடோடி ராணி

*1969*இல் வெளிவந்த ‘பாய் பெஹன்’ கதைச்சுருக்கம் இது. வசதி படைத்த ராஜாசாஹீப் (அசோக்குமார்) க்கு வீரேந்திரா (சுனில்தத்) மஹேந்திரா (பாலா) என்று இரு பிள்ளைகள். தகப்பனாரின் கண்டிப்பான வளர்ப்பும் கெடுபிடிகளும் தாங்கமுடியாத வீரேந்திரன்

***குமார சம்பவம் (1970)***

வீட்டை விட்டு வெளியேறுகிறான். மாலா (நூதன்) என்ற பெண்ணைக் காதலிக்கிறான். இந்நிலையில் ரத்தன் (ப்ரான்) என்ற அயோக்கியன் வீரேந்திரனுடன் சேர்ந்து கொள்கிறான். வசதிபடைத்த வீரேந்திரனைப் பல தீய பழக்க வழக்கங்களுக்கு ஆளாக்குகிறான் ரத்தன். வீரேந்திரன் வீட்டுக்குச் சென்று தந்தையைப் பார்த்து தன் காதலைச் சொல்ல, தந்தை எதிர்க்கிறார். அத்துடன் தனது இளமைக்காலத்தில் வேறொரு பெண்ணுடனும் தொடர்பிருந்ததாகவும் அவள் இறந்துவிட்டாள் என்ற சேதியையும் சொன்னார். அந்தப் பெண் குழந்தையின் பெயர் ராணி (பத்மினி) . பாடிப் பிழைத்தவரும் ஒரு நாடோடி என்று தெரிகிறது. அவளைத் தேடி வீரேந்திரன் புறப்படுகிறான். நாடோடி கும்பலுடன் வாழ்ந்த ராணி அலட்சியப் போக்குடன் வாழ்கிறாள். ரத்தன் அவளுக்கு தொல்லைகள் தருகிறான். ராணியோ அவைகளை வெற்றிகரமாக எதிர்கொள்கிறார். இந்தப்படத்தை விக்ரம் புரொடக்ஷன்ஸ் தயாரித்து படத்திற்கு ஷங்கர் சிங் மற்றும் ரகுவம்சி இணைந்து இசை அமைத்திருக்கிறார்கள். படத்தை ஏ.பீம்சிங் இயக்கியிருந்தார்.

## (f) துள்ளிப்பாயும் மான்

சார்லஸ் டிக்கன்ஸ் எழுதிய பிரபல நாவலான ‘ஆலிவர் ட்விஸ்ட்’ என்ற கதையைத் தழுவி எடுக்கப்பட்ட படம்தான் ‘சந்தா அவுர் பிஜூலி’ இப்படத்திலும் பத்மினிக்கு நாடோடிப் பெண் பாத்திரம்தான், ஆனால் மையப்பாத்திரம் ஆகும். கோடீஸ்வர சேட் ராஜேஸ்வர் பேரன்தான் சந்தா. ஆனால் சந்தர்ப்ப சூழ்நிலைகளால் அனாதையாக்கப்பட்டு. கொடுங்கோலன் தத்தாராமிடம் சேர்க்கப்படுகிறான். தத்தாராமின் திருட்டுக் கூட்டத்திலே அவனது மாமன் மகள் பிஜூலியும், கைதேர்ந்த கள்வன் ஷேருவும் பல சிறுவர்களுமிருக்கின்றனர். இவர்களைத் திருட்டுப் பாதையில் வழி நடத்திச்செல்கிறான் தத்தாராம். அவனுக்கு பிஜூலி மீது காதல் ஆனால் பிஜூலிக்கோ ஷேரு மீது காதல். சிறுவன் சந்தாவின் களங்கமற்ற முகம் பிஜூலியைக் கவருகிறது. தனது தம்பியாகவே கருதி இந்தக் கயவர் கூட்டத்தினரிடமிருந்து சந்தாவைப் பாதுகாத்து வருகிறாள் பிஜூலி. சேட் ராஜேஸ்வர் வீட்டிற்கு சந்தா உள்பட திருடர் கூட்டம் முற்றுகையிடுகிறது. அதில் அனுபவமற்ற சந்தா மட்டும் சிக்கிக் கொள்கிறான். தான் குற்றமற்றவன் என்று சந்தா புலம்புவதை ராஜேஸ்வர் மனைவி நம்பி

தங்களுடன் நிறுத்திக் கொள்கிறாள். ராஜேஸ்வரின் சகோதரன் மகன் வாரிசு யாருமில்லையென்று கருதி அவரது சொத்தைக் கவர சதித்திட்டம் தீட்டுகிறான். அவனுக்கு சந்தா தான் ராஜேஸ்வரின் பேரன் என்ற உண்மை தெரிந்து திடுக்கிடுகிறான். சந்தாவைக் கொல்லும் பொறுப்பை தத்தாராம், ஷேருவிடம் ஒப்படைக்கிறான். சந்தாவையும் கடத்தி வருகிறான். சாந்தாவின் மேல்பாசம் கொண்ட பிஜலி இந்த உண்மைகளை ராஜேஸ்வரிடமும் போலிஸிடமும் கூறி சந்தாவை காப்பாற்றுகிறாள். ராஜேஸ்வரும், அவர் மனைவியும் பேரன் கிடைத்ததால் மகிழ்ச்சி அடைகிறார்கள். பிஜலியின் தயவால் ஷேரு குற்றத்திலிருந்து தப்பிக்கிறான். ராஜேஸ்வர் ஷேருவுக்கும் பிஜலிக்கும் மணமுடித்து வைக்கிறார். தத்தாராம் கூட்டம் சிறையில் அடைக்கப்படுகிறார்கள். ராஜேஸ்வர் சந்தா, பிஜலி மற்றும் ஷேருவை தங்களுடனேயே நிறுத்திக்கொள்ள எல்லாம் நன்றாக முடிகிறது.

இப்படம் முழுவதும் வலம் வருவது பிஜலி பாத்திரம் ஏற்ற பத்மினிதான். பத்மினியின் நடிப்பில் சாதுர்யம், துணிவு, வேகம்

*மாவதி (1969)*

பாய் பெஹன் (1969)

மற்றும் விவேகம் ஆகிய உணர்வுகளைப் பல காட்சிகளில் நன்கு சித்தரிக்கிறார். நாட்டியம் அதுவும் நாடோடி நாட்டியம் பத்மினிக்கு! நடுவீதியில் சூழ்ந்த மக்கள் நடுவில் 'ஜாலியோ ஜிம்கானா' பாணியில் அவர் ஆடும் ஆட்டங்கள் அனைவரது கண்களையும் பறிக்கிறது. 'பிஜில்ஹீன் மெய்ன் தோ பிஜுலி தேக்ஜமாரோதேக்' என்ற பாடலுக்கு பத்மினி சுழன்றாட பார்த்தோரை தடுமாற வைத்தது போன்ற பிரமையை ஏற்படுத்தியது. 'ஆஜ்கோலி ஆயிகே' என்ற தனிமைப்பாட்டில் சிருங்கார ரசத்தைப் பொழிந்திருக்கிறார். தவிர 'குத்தோ பத்நாம் ஹீ' என்ற கஜல் பாணியில் அமைந்த குரலிசையில் பத்மினியும், ஷேருவும் உணர்ந்து நடித்திருந்தார்கள்.

1969ஆம் ஆண்டில் வெளிவந்த இந்தத் திரைப்படத்தின் குருதத் பிலிம்ஸ் கம்பைன்ஸ் சார்பில் ஆத்மாராம் தயாரித்து இயக்கியிருந்தார். பிஜுலியாக பத்மினியும், ஷேருவாக சஞ்சீவ்குமாரும், பகத்ராமாக ஜீவனும், சந்தாவாக சச்சின் பிலகான்கரும் நடித்திருந்தனர். படத்திற்கு சங்கர்—ஜெய்கிஷன் இசை அமைத்திருந்தனர். வெற்றிப்படமாக இது அமைந்தது. இதைத் தழுவி 1970ஆம் ஆண்டில் ஏவி.எம் மற்றும் முத்துவேல் பிக்சர்ஸ் இணைந்து, இந்தப்படத்தை 'அனாதை ஆனந்தன்' என்ற பெயரில் கிருஷ்ணன் — பஞ்சு இயக்கத்தில் தயாரித்து திரையிட்டனர். இதில் இந்தியில் பத்மினி ஏற்ற பாத்திரத்தைச் செல்வி ஜெயலலிதா ஏற்றிருந்தார்.

## (g) பாசவலையில் சிக்குண்ட பாதகர்கள்

*1968ஆம் ஆண்டில் வெளிவந்த 'குழந்தைக்காக' திரைப்படத்தைத் தயாரிப்பாளர் நாகிரெட்டி தனது விஜயா இன்டர்நேஷனல் பேனரில் இந்தியில் எடுத்த திரைப்படம்தான் 'நன்ஹா பரீஷ்டா" இப்படம் 1969ம் ஆண்டு வடமாநிலங்களில் திரையிடப்பட்டு வெற்றிபெற்றது. இதன் கதை முற்றிலும் 'குழந்தைக்காகத் திரைப்படத்தையே சேர்ந்திருந்தது. நடிக நடிகையர்கள் மட்டும் இந்தித் திரைப்பட நடிகர்ள், பத்மினியையும், பேபி ராணியும் தவிர குழந்தை கீதாவைக் (பேபிராணி) கடத்திச் செல்லும் கொலை பாதகர்களாக கோவிந்த் (ப்ரான்) ஜோசப் (அஜீத்) மற்றும் நசீர் (அன்வர் ஹுசைன்) நடித்திருந்தனர். குழந்தைக்கு மருத்துவம் பார்க்கும் டாக்டர் ராம்நாத்தாக பால்ராஜ் சஹானி நடித்திருந்தார். குழந்தையை வளர்க்கும் 'ஆயா' கௌரியாக பத்மினி நடித்திருந்தார். திருடர்கள் குகையில் அடம்பிடிக்கும் குழந்தை ராணிக்கு சாதம் ஊட்டியவாறே பாடும் 'ஓ நட்டுக்கட்டு மன்னி லாட்லி' என்ற பாட்டில் தாயின் அன்பை, கனிவைச் சிறப்பாகச் சித்தரிக்கிறார் பத்மினி. தவிர மூன்று கொடியவர்களின் நட்பை முறியடிக்க 'ஷராபிதுஜேமென் ஏக்க்ஷராபி' என்று குடித்துவிட்டு கூத்தாட்டம் போடுபவர்கள் முன் பாடி ஆடும் காட்சியில் பத்மினியின் நடிப்பில் சாதுர்யம் மின்னுகிறது. அழகு பளிச்சிடுகிறது. குழந்தையை மீட்க திருடர்கள் மலைக் குகையை போலீசார் சுற்றிவளைக்க குழந்தையின் பிரிவுக்காகப் பதறும் திருடர்கள், 'மாமா மாமா' என்று திருடர்களுக்காகக் குழந்தை கதறும் குழந்தையும் செய்வதறியாது தவிக்கும் பத்மினியும் படத்தின் இறுதிக் காட்சிகளில் செம்மையாக அமைந்திருந்தது. கோல்கொண்டா கோட்டையில் காட்சிகள் பெரும் செலவில் எடுக்கப்பட்டு ரஸிகர்களைத் திகைக்க வைத்தன. படத்தின் வெற்றிக்கு துணையாக, தூணாக நின்றன. இக்காட்சியை அற்புதமாக ஒளிப்பதிவு செய்திருந்தார் மார்க்ஸ் பார்ட்லே. படத்திற்கு கல்யாண்ஜி —ஆனந்த்ஜி சகோதரர்கள் இசையமைத்திருந்தனர். பட இயக்கம் டி.பிராகாஷ்ராவ்.*

இப்படத்திற்கென்று தனியாக ஒரு 'புக்லெட்' டை விஜயா இன்டர்நேஷனல் நிறுவனம் வெளியிட்டிருந்தது. அதில் தயாரிப்பாளர் பி.நாகிரெட்டி படத்தைப்பற்றிய செய்தியைக் கீழ்க்கண்டவாறு பதிவு செய்துள்ளார்.

நன்ஹா ஃபரிஷ்டா (1969)  கல்யாண்ஜி, ஆனந்த்ஜி

"... The theme and the treatment is entirely different. Against the backdrop of the Golkonda Fort is told the strange story of innocence and evil sin and redemption.

I am confident that the unexpectedly unusual treatment will open a new world of entertainment for the Hindi film goers."

இந்த நிலையில் அயல்நாட்டில் தனது மேல்படிப்பை முடித்துக் கொண்டு பத்மினியின் கணவர் ராமச்சந்திரன் 1969ஆம் ஆண்டு இந்தியா திரும்பினார்.

48

# பத்மினியின் நினைவலைகள்

**22**.09.2007 அன்று பத்மினி ஏவி.எம் நிறுவனத்திற்கென்று 'என்றும் சினிமா' என்ற தலைப்பிலே பிரத்யோக பேட்டி ஒன்று அளித்தார். அதில் திறந்த மனதோடு தன் நினைவுகளைப் பகிர்ந்து கொண்டார். அதன் பகுதியைக் கீழே காணலாம்.

[பேட்டியின் போது தென்னிந்திய தமிழ்ப் பாரம்பரிய கொரநாட்டுச் சேலையை அணிந்து தனது தமிழ்ப்பற்றைச் சொல்லாமல் சொல்லியிருந்தார். இதோ பேட்டி]

பத்மினி "ஏவி.எம். ஒரு கோயில் மாதிரி. நிர்வாகம் பெர்பெக்ட் ஆக இருக்கும். சரவணன் அவர்கள் தொழிலை செய்வது, அதுவும் தொடர்ந்து செய்வது; அதற்கு ஒரு தர்மம் வேண்டும். அதற்கு எனது மனமார்ந்த பாராட்டுக்கள்.

1970இல் நான் அமெரிக்கா போனேன். என் கணவர் இங்கிலாந்தில் படித்தவர். அவர் ஒரு டாக்டர். 1969இல் அவர் இங்கு வந்தார். அம்மா சினிமாவை முடித்துக் கொண்டு அமெரிக்கா செல்லலாமென்று சொன்னார்கள். எந்தப் பெண்ணுக்கும் குடும்பமென்பது ரொம்பப் பெரிசு. வாழ்க்கையில் ஒரு செட்டில்மென்ட். வாழ்க்கையில் டான்ஸ் பண்ணலாம், ஆக்ட் பண்ணலாம். ஒரு குறிப்பிட்ட காலம் வரை ஒரு குறிப்பிட்ட பாயிண்ட் வரை. லைஃப் லாங்கா அதை பண்ண முடியாது. எனக்கு ரொம்ப சந்தோஷம். என் பிள்ளையோடு நான் அமெரிக்கா போகிறேனென்று, என் பிள்ளைக்கு அப்போது எட்டு வயசுதான். எல்லோரும் அமெரிக்கா போனோம்.

அமெரிக்காவில் நாங்கள் ரொம்ப ஃப்ரியாக இருந்தோம். சப்வேயில் போவேன், பஸ்சில் போவேன். அங்கு

மகாவல்லப கணபதி என்றொரு கோயில், நார்த் அமெரிக்காவிலேயே முதல் கோயில். டாக்டர் அழகப்பன் என்பவரால் இக்கோயில் கட்டப்பட்டது. அப்போது, இந்தியா ஹவுஸ்களில் ஒரு டின்னர் இருந்தது. அழகப்பன் அண்ணன் என்னை அணுகி இந்தக் கோயிலுக்கு நீங்க உதவி செய்யவேண்டுமென்று கேட்டுக்கொண்டார். அப்படித்தான் முதல் டான்ஸ் பண்ணினேன். இப்படி 55 சாரிட்டி புரோக்ராம்ஸ் பண்ணியிருக்கிறேன். இந்தியாவின் 'லைட்' மியூசிக்கலில்தான் டான்ஸ் பண்ணுவேன். டேப் ரிக்கார்டரில் கேட்கும் பாடலுக்கு நான் ஆடியது கிடையாது. ஆனால் அங்கே போய் அதையெல்லாம் கற்றுக்கொண்டேன். 9.5.1971இல் ஒரு ப்ரோக்ராம் கொடுத்தோம். 2000 மக்கள் மத்தியில் நடந்த நடனத்தின் இடையே டேப்ரிக்கார்டர் ஸ்டக் ஆகி நின்றுவிட்டது. அதை சரி செய்து தொடர்ந்து பாட வைக்கும் வரையில் நான் நடனத்தில் ஒரே போஸிலே நின்றிருந்தேன். ஃபஸ்ட் ஆஃப் முழுவதும் வெரைட்டி டான்ஸஸ். செகண்ட் ஆஃப் முழுவதும் ராமாயண நாட்டிய நாடகமும் ஆடினேன்.

1974இல் அங்கு ஒரு நாட்டியப் பள்ளி நிறுவினேன். 300 மாணவர்கள் கற்றனர்" என்று தனது பேட்டியில் சொன்னார். அமெரிக்காவில் பத்மினியின் புகழ் நாட்டியத்தில் ஒளிவிட்டது. அதே நேரம் இந்தியாவுக்கு வந்து போகும் இடைவெளிக் காலத்தில் அவர் திரைப்படங்களிலும் தன் திரையுலகப் பயணத்தையும் தொடர்ந்தார். அதன் விவரங்கள் வரும் பக்கங்களில்:

## 49

# தூவானம்

குடும்ப வாழ்க்கையில் ஈடுபட்ட பத்மினிக்கு கணவர் ஒத்துழைத்தும், திரைப்படங்களில் முன்புபோல் அதிகமாகப் பங்கேற்க முடியவில்லை. மழைவிட்டதும் பெய்யும் தூவானம்போல சன்னமான சாரலாகவே பத்மினிதன் நேரத்தை நடிக்க ஒதுக்க முடிந்தது. எனவே 70களுக்குப் பிறகு பத்மினியின் திரைப்படங்கள் எண்ணிக்கை குறைய ஆரம்பித்தது. 1970 மற்றும் 1971 ஆண்டைப் பொறுத்தமட்டில் அவர் நடித்த படங்கள். ஏற்கனவே நடித்து முடித்த படங்கள் சேர்ந்து வெளிவந்ததால் எண்ணிக்கையில் கூடுதலாக இருந்தது. 1970ஆம் ஆண்டில் பத்மினி நடித்த படங்களில் அவரின் பங்களிப்பை பார்க்கலாம்.

### (a) சந்தேகச் சிக்கல்

கொத்தமங்கலம் சுப்பு ஆனந்தவிகடன் பத்திரிக்கையில் தொடராக எழுதி வெளிவந்த ‘ராக்வபகதூர் சிங்காரம்’ என்ற கதையே “விளையாட்டுப்பிள்ளை” என்ற பெயரில் திரைப்படமாக வெளிவந்தது. இதற்குத் திரைக்கதை வடிவம் கொடுத்தது ஜெமினி அதிபர் எஸ்.எஸ்.வாசன் அவர்களே!

கீரனூர் கிராமத்திலே முத்தய்யன் வாழ்கிறான். ஜல்லிக்கட்டு, கம்பு, சிலம்பாட்டம் போன்ற வீரவிளையாட்டிலேயே பொறுப்பற்றவனாக காலம் கழிக்கிறான். கீரனூர் பண்ணையார் மருதப்ப முதலியாரின் ஒரே மகளான மரகதத்தைக் காதலித்துக் கரம் பிடிக்கிறான். அதனால் பண்ணையாரால் ஊராரிடமிருந்து ஒதுக்கப்படுகிறான். முத்தய்யனுக்கு ஒரு மகன் பிறக்கிறான். குள்ளநரி குணம் கொண்ட அவன் சித்தப்பா தருமலிங்கம் பிள்ளையின்

சூழ்ச்சியால் தன் சொத்தை இழக்கிறான். முத்தய்யன் குடும்பம் வறுமையில் வாடுகிறது. விளையாட்டுப்பிள்ளையாகக் காலம் கழித்த முத்தய்யன் மரகதத்தால் பொறுப்பேற்று தனது சொற்ப நிலத்திலே பயிரிட்டுப் பிழைக்கிறான். முத்தய்யன் மகன் மாணிக்கம் பசிக்கொடுமையில் திருடமுயன்ற போது தனது தாத்தா மருதப்பரிடம் சிக்கிக்கொன்கிறான். அவன்தன் பேரனென்று அறிந்த தாத்தா தனது சொத்துக்களை அவன்மேல் எழுதி வைத்துவிட்டு இறக்கிறார். முத்தய்யன் குடும்பம் இப்போது வளமாகிறது. மாணிக்கம் வளர்ந்து வாலிபனாகிறான். முத்தையன் வயது முதியவனானான். இந்நிலையிலே, மருதூர் சமஸ்தான மஹாராஜா விழாவில் கலந்து கொள்கிறான். மதம்பிடித்த யானை அரசனை மிதிக்க முயலும்போது முத்தய்யன் காப்பாற்றுகின்றான். மஹாராஜாவின் அரண்மனையில் முத்தய்யனுக்கும் மரகதத்திற்கும் விருந்தளிக்கப்படுகிறது. விருந்தில் பங்கேற்ற இளையராணிக்கு வீரவிளையாட்டுகளில் நாட்டம் அதிகம். எனவே முத்தையனைத் தேவைக்குமேலேயே பாராட்டுகிறாள். மரகதம், மாணிக்கம் கண்களுக்கு இது தவறாகப்படுகிறது. தந்தையிடமிருந்து சொத்துக்காக விடுதலைப்பத்திரம் எழுதிக் கொண்டுவரும் மாணிக்கத்தை மரகதம் அறைந்து ஆத்திரத்தைத் தீர்த்துக்கொள்கிறாள். தந்தையைப் போலவே தர்மலிங்கம் பிள்ளையின் மகன் வேலுச்சாமி, இளையராணி — முத்தையா தூய நட்பிற்கு களங்கம் கற்பித்ததுடன் மரகத்திடமும் தூபம் போடுகிறான். ஆனால் அவனது சூழ்ச்சிகள் வெளிப்பட்டது. உண்மை நிலைநிறுத்தப்படுகிறது. இளையராணி வாழ்த்த மரகதம், முத்தையா — மாணிக்கம் கூடிய குடும்பம் புத்துயிர் பெற்று பெருவாழ்வு வாழ்கிறது.

படத்தில் முத்தையாவாக சிவாஜிகணேசனும் மரகதமாக பத்மினியும் இளையராணியாக காஞ்சனாவும் மஹாராஜாவாக ராம்தாஸூம். மருதூர் பண்ணையாராக வி.எஸ்.ராகவனும் தருமலிங்கம் பிள்ளையாக டி.எஸ்.பாலையாவும், வேலுச்சாமியாக சோவும் மாணிக்கமாக சிவகுமாரும் நடித்திருந்தனர். படத்தில் ஆரம்பக் காட்சிகளில் பத்மினி பாவாடை தாவணியில் சர்வ அலங்காரியாகச் சின்னஞ் சிறு சிட்டாகக் காட்சியளிக்கிறார். தவிர ரேக்லா பந்தயத்திலும் கலந்து கொள்கிறார். சிவாஜியும் பத்மினியும்

**விளையாட்டுப் பிள்ளை (1970)**

கண்ணாலே காதலைப் பரிமாறிக்கொள்வதை எழுத்துக்களால் காட்டும் புதுமைக்காட்சி தனித்துவமானது. பத்மினிக்கு படத்தில் "ஆசைக்கொரு பிள்ளையொன்று ஆண்டவனைக் கேட்டதுண்டு" என்ற ஒரு பாடல் காட்சியுமுண்டு. கணவன் அரண்மனையார் தொடர்பிலிருப்பது சரியல்ல என்பதை "ஆறும் அரண்மனையும் ஒன்னுன்னு சொல்வாங்க. ஓரத்தில் எந்த மரம் நின்றாலும் வெள்ளத்திலே வீழ்ந்துவிடும்" என்ற வசனத்திலே ஏ.பி.என். திறமையும் பத்மினியின் நடிப்பாற்றலும் தெரிகிறது. விடுதலைப் பத்திரம் தந்தையிடம் எழுதி வாங்கிவந்த மகன் மாணிக்கத்தை பத்மினி கன்னத்தில் பளீரென்று அறையும் ஒலி கேட்போரின் காதுகளைத் துளைக்கிறது. இக்காட்சியில் பத்மினியுடன் அவர் மகன் மாணிக்கமாக நடிகர் சிவகுமார் நடித்தார். அவர் தனது "கலைக்கோயிலின் ஒளி தீபங்கள்" என்ற தொடர் கட்டுரையில் பத்மினியைப் பற்றி பதிவு செய்துள்ள கருத்தின் ஒரு பகுதி இது:

"நட்சத்திரம் என்ற பெயருக்கேற்ப நேரில் பார்த்தால் அவருடைய (பத்மினி) செக்கச்சிவந்த மேனியும், வட்டவடிவமான முகமும், பருக்கள் இல்லாத பளிங்குபோன்ற கன்னமும், மான் விழிகளும் ஒரு வினாடி ஸ்தம்பிக்கச் செய்துவிடும். பழகிப் பார்த்தால் அவர் ஒரு நிறைகுடம்; பண்பின் உறைவிடம் என்பது புரியும். அவரிடமுள்ள அழகுக்கு, நடனமாடும் லாவகத்திற்குப் பல்வேறு மொழிகளில் நடித்துப் புகழ்பெற்றதற்கு எவ்வளவு கர்வம் வேண்டுமானாலும் அவரிடம் இருக்கலாம். ஆனால் 'தான்' என்ற அகந்தை, மமதை இம்மியளவும் இல்லாத ஒரு அற்புத நடிகை இப்படத்தில் அப்பாவைத் தரக்குறைவாக

அம்மா முன்னிலையில் பேசியதற்காக பத்மினி அடிப்பதாக ஒரு காட்சி. என் போதாத நேரம் பத்மினி முதல் டேக்கிலேயே அவரது சாட்டைக் கைகள் பதம் பார்த்தன. வசனம் இடறவே இக்காட்சி பலமுறை எடுக்கப்பட்டது. பத்மினியிடம் 16 அறைகள் பெற்ற என் கன்னங்கள் ரோஜா இதழ்கள் போலே சிவந்துவிட்டன" (பேசும்படம் பிப்ரவரி 1983).

இந்தப்படத்திற்கு கே.வி.மகாதேவன் இசை அமைத்திருந்தார். வசனம், டைரக்ஷன் பொறுப்பை எ.பி.நாகராஜன் ஏற்றிருந்தார். ஜெமினியின் தயாரிப்பான இப்படம் எதிர்பார்த்த வெற்றி பெறவில்லை. படம் வெளிவந்த போது கலை உலகமேதை எஸ்.எஸ்.வாசன் அவர்கள் காலஞ் சென்றார். படம் அவருக்குக் காணிக்கையாகச் சமர்ப்பிக்கப்பட்டது. அது ஒன்றே படத்துக்குத் தக்கியப் பெருமை.

## (b) போருக்குப் பேர்போன பேர்

வெற்றிகரமான நாடகம் 'வியட்நாம் வீடு.' இதனை சிவாஜி பிலிம்ஸார் 'வியட்நாம் வீடு' என்ற பெயரிலேயே திரைப்படமாக எடுத்து 1970ஆம் ஆண்டு வெளியிட்டனர். "வியட்நாம் வீடு" என்ற தலைப்பைக் கொண்டு வியட்நாம் நாட்டில் நடக்கும் கதையென்று எண்ணிவிடவேண்டாம். வியட்நாம் நாட்டிற்கும் இதற்கும் யாதொரு சம்பந்தமும் கிடையாது. இது ஒரு குடும்பக்கதை என்கிறார் படத்தயாரிப்பாளரும் நடிகருமான சிவாஜி கணேசன். பின் ஏன் இந்தத்

தலைப்பு? 1955ஆம் ஆண்டு முதல் 1975ஆம் ஆண்டு வரை தெற்கு வியட்நாம், வடக்கு வியட்நாம், கம்போடியா மற்றும் அமெரிக்காவின் தொடர்பு கொண்டு 'வியட்நாம் யுத்தம்' 20 ஆண்டுகள் தொடர்ந்து நடந்து உலக சரித்திரத்தில் குழப்பமான கொடிய யுத்தமாகப் பதிவாகியது. இந்தப்படத்திலும் பிரஸ்டீஜ் பத்மநாபன் தலைமையான குடும்பத்தில் வியட்நாம் யுத்தத்திற்குக் குறையாத குழப்பமும் கொடுமையும் நிறைந்திருந்தது. எனவே பத்மநாபன் வசித்த வீடு 'வியட்நாம்' போருக்கு ஒப்பாக இருந்ததால் போருக்குப் பெயர்போன அந்த யுத்தத்தின் பெயரையே 'வியட்நாம் வீடு' என்று படத்திற்கு சூட்டியிருந்தார்கள். (இதையே கருத்தில்கொண்டு ஒரு காலனியில் நடக்கும் களேபாரத்தை 'வியட்நாம் காலனி' என்ற பெயரிட்டு 1994இல் எழுத திரைப்படம் வெளிவந்ததை ஒப்பு நோக்கலாம்)

கதை சுருக்கம் இது. 'வியட்நாம் வீட்டின் உரிமையாளர் பத்மநாப அய்யர். கௌரவத்திற்காகவே வாழ்ந்தவர். அதனால் பிரஸ்டீஜ் (கௌரவம்) பத்மநாப அய்யரென்றே பேர் எடுத்தவர். அவரது அன்பு மனைவி சாவித்திரி. ஒரு கம்பெனியின் பொதுமேலாளரான அவர் நிர்வாகத்தை ஒழுங்குபட நிர்வகித்து வந்தார். அவருக்கு இரண்டு பிள்ளைகள் ஒரு பெண். மூத்தப்பையன் ஸ்ரீகாந்த் பொண்டாட்டிதாசன்; மற்றவன் பொறுப்பற்றவன். மகள் மணநாளை எதிர்நோக்கிக் காத்திருப்பவள். எல்லோருக்கும் ஐயர் ஒரு சிம்மசொப்பனம். காலம் மாறுகிறது. ஐயர் வேலையினின்றும் ஓய்வுபெறுகிறார். அத்துடன் அவர் பிடி தளர்கிறது. அத்துடன் அவர் விதித்த குடும்பக் கட்டுப்பாடுகள் தளர்கின்றன. பிள்ளைகள், மருமகள் அவரை உதாசீனப்படுத்திகிறார்கள். தனது 'பிரஸ்டீஜ்' போய்விட்டதே என்று புலம்புகிறார். இப்போது அவரது ஒரே ஊன்றுகோல் மனைவி சாவித்திரி மட்டும்தான். பிள்ளைகள் தறிகெட்டு நடக்க, ஐயர் கட்டிக்காத்த குடும்ப கௌரவம் தள்ளாடுகிறது. பின் அனுபவங்கள் போதிக்கும் பாடத்தால் பிள்ளைகளும் மருமகனும் திருந்துகின்றனர். இதய அறுவை சிகிச்சைக்குப் பின் வீடு திரும்பும் ஐயர் மனமகிழ்கிறார். அவர் உணர்ச்சிவயப்படக் கூடாதென்று மருத்துவர் எச்சரிக்கிறார். அதிர்ஷ்டவசமாக இழந்த வேலை ஐயருக்கு திரும்பக் கிடைக்கிறது. ஆனால் துரதிஷ்டவசமாக இந்த மகிழ்ச்சியைத்தாங்க அவரது இதயத்திற்கு திறனின்றிப் போனது. 'பிரஸ்டீஜ்' பத்மநாப ஐய்யர் இனி இல்லை. அவர் இறப்பு சாவித்திரியை மற்றும் குடும்பத்தாரைக் கதறச்

**வியட்நாம் வீடு (1970)**

செய்கிறது. வாழ்க்கையின் விந்தையை என்னவென்று சொல்வது. இதயம் 'துடிக்கும்போது' யாரும் கவனிக்கமாட்டார்கள். ஆனால் துடிப்பு நின்றபின் எல்லோரும் துடிப்பார்கள்!" என்ற கருத்தோடு படம் நிறைவு பெறுகிறது.

படம் முழுவதும், சிவாஜிகணேசன் 'பிரஸ்டீஜ்' பத்மனாபனாகவும் அவரது 'ஆத்துக்காரி' சாவித்திரியாக பத்மினியும் நடிப்பில் வானுயரப் பறக்கிறார்கள். மடிசார் புடவை பத்மினிக்கு கனகச்சிதமாக பொருந்துகிறது. முதலிரவுக் காட்சியில் 'பாலக்காட்டு பக்கத்திலே ஒரு அப்பாவிராஜா' பாட்டில் வெட்கத்தை சிவாஜியும் பத்மினியும் போட்டிப் போட்டுக் கொண்டு பகிர்ந்து கொள்கிறார்கள். பெண்ணுக்கு ஐயர் வரன் பார்க்கும் காட்சியில் பணக்கார மாப்பிள்ளையை தரகர் முன்மொழிய 'மாப்பிள்ளை நொண்டியா' என பத்மினி கேட்க 'நொண்டியா இருந்தாலும் பரவாயில்லே 'கிண்டி'யா இருந்திரப்படாது' என சிவாஜி கூற இந்த நய்யாண்டி ரஸிக்கும்படி இருந்தது.

"பொண்ண கண்டிச்சு வளர்க்கணும்
புள்ளைய தட்டிக்கொடுத்து வளர்க்கணும்"

என்று பத்மினி சாவித்திரியாகக் கூறும் வசனத்தில் பொருள் பொதிந்திருந்தது. துயரத்தின் உச்சகட்டக் காலத்தில் கணவனுக்கு

***எதிர்காலம் (1970)***

மரணம் சம்பவிக்குமோ என்று சாவித்திரி தவிக்க, அவளிடம் "சாவு என்ற நாடகத்தின் ஒத்திகைதானடி தூக்கம்" என்ற ஐயர் பேசும் வசனத்தில் வசனகர்த்தா கே.சுந்தரம் பளிச்சிடுகிறார். "உன் கண்ணில் நீர் வழிந்தால்" பாடல் காட்சி இன்றளவும் எல்லோர் நெஞ் சிலும் நிறைந்திருப்பதால் விளக்கத் தேவையிருக்காது. இப்பாடல் பாரதியாரது. பிற பாடல்கள் அனைத்தையும் கவிஞர் கண்ணதாசன் சிறப்புற எழுதினார் என்பதைக் குறிப்பிடலாம். படத்திற்கு இசை கே.வி.மகாதேவன், இயக்கம் பி.மாதவன். படம் பெரிய வெற்றி பெற்றது.

### (d) கொள்கைப் போராட்டம்

சட்டத்துக்கும் சமுதாயத்திற்கும் விரோதமான செயல்களைத் தொழிலாகக்கொண்டு குறுக்கு வழியிலே பணத்தைச் சேர்த்து உல்லாசமாக வாழ நினைக்கிறான் ரத்தினம். அவனது தாயின் வளர்ப்பு மகனான ராமு உழைத்து நேர்மையாக வாழ்வதுடன், சட்டத்திற்குட்பட்டு ஜனநாயக முறையில் சமுதாயத்திலுள்ள ஏற்றத்தாழ்வுகளைப் போக்க வேண்டுமென்று வாதிடுகிறான். கொள்கையால் பிரிக்கப்பட்டு, பாசத்தால் இணைக்கப்பட்ட இச்சகோதரர்களின் கதைதான் 1970ஆம் ஆண்டில் திரைப்படமாக வெளிவந்த 'எதிர்காலம்'. படத்தில் ராமுவாக ஜெமினி கணேசனும் காதலி மங்கம்மாவாக பத்மினியும் ரத்தினமாக ஜெய்சங்கரும் அவரை விரும்பும் பெண் மாலாவாக வாணிஸ்ரீயும் நடித்தனர். சைக்கிள் ஓட்டும் ஏழையாக இருந்தாலும் தன் சகோதரன் திருந்திவாழ ஏங்கும் ஏழை ராமுவும், சுகபோகத்தில் வாழ்ந்தாலும் சகோதரன் ராமுவும் தனது சுகபோகத்தில் பங்கேற்க விரும்பும் ரத்தினமும் படத்தின் முக்கிய கதாபாத்திரங்கள். பத்மினி படத்தில் மங்கம்மா பேட்டை குப்பத்தில் வாழும் அலட்டல் மங்கம்மாவாக படம் முழுவதும் வலம் வருகிறார். பத்மினி ஏற்ற பாத்திரம் குப்பத்து வீராங்கனை. படத்தில் அவர் நடித்த காட்சிகளைப் பார்க்கும்போது என்ன வித்தைதான் பத்மினிக்குத் தெரியாது என்று ஆச்சர்யப்பட வைக்கிறது. இரண்டு விரல்களுக்கிடையே உமிழ்நீரைத் துப்புவதும், நொடிக்கொருமுறை 'அடி மாரிமகமாயி' என்று கூறும் பாணி

முற்றிலும் புதிய கோணத்தில் பத்மினியைக் காணமுடிகிறது. ஸ்ப்ரிங் கட்டிலில் படுத்து 'ஹா என்ன மஜாவாயிருக்கு' என்றும் காதலைக் குப்பத்து பாணியில் 'லவ்ஸ்ஸ்' என்று கூறுவதும் கலவரகும்பலோடு கம்புச்சண்டை போட்டு குண்டுமணி உட்பட அனைவரையும் துரத்தி அடிப்பதிலும், ரவுடி பட்டாக்கத்தியை (டி.எஸ்.பாலய்யா) பதறவைப்பதும் பத்மினி நடிப்பின் பல சிறப்பு அம்சங்களில் ஒன்றாக இடம் பிடிக்கிறது. இது தவிர மங்கம்மாவின் பாத்திரத்திற்கேற்ப 'மஜா மஜா மஜா மஜா மாப்பள்ளே' என்ற ஒரு பாட்டும், ஒரு கூத்துப் பாட்டும் படத்தில் உண்டு. இவைகளில் அவர் வெளுத்துக் கட்டியிருந்தார். இப்படம் ஓரளவு வெற்றிபெற்றது. பத்மினியின் அரிய பாணி நடிப்பை இப்படத்தில் பார்க்க முடிந்தது.

இந்தப்படத்தை தணிகவேல் பிக்சர்ஸ் தயாரித்திருந்தனர். எம்.எஸ். ராஜேந்திரன்தான் தயாரிப்பாளர். படத்திற்கு ஆர்.கோவர்தனனுடன் இணைந்து எம்.எஸ்.விஸ்வநாதனன் இசை அமைத்திருந்தார். படத்திற்கு கதை, வசனம் எழுதி எம்.எஸ். சோலமலை இயக்கியிருந்தார். இவர் 1961ஆம் ஆண்டில் வெளிவந்த வெற்றிப்படமாக "பாவ மன்னிப்பு" திரைப்படத்தின் வசனகர்த்தா என்பது நினைவு கூறத்தக்கது.

### (d) பெண் தெய்வம்

அடியாளான சுந்தரத்திற்கு வாழ்க்கைப்படுகிறாள் குணவதி பொன்னம்மா. சுந்தரத்தின் தீயவழிகளால் பொன்னம்மாள் அவதிப்படுகிறாள். மகன் முத்துவையும் சுந்தரத்தின் நடவடிக்கை கெடுக்கிறது. இதனைத் தடுக்க முற்படும் பொன்னம்மாளின் போராட்டம் தோல்வியையே தழுவுகிறது. இது போதாதற்கு பொன்னம்மாள் கருத்தரித்து ஒரு பெண் குழந்தையைப் பெற்றெடுக்கிறாள். பெண் குழந்தையை வெறுக்கும் சுந்தரம் குழந்தையைப் பொன்னம்மாவிடமிருந்து பிரித்து ஒரு அனாதை விடுதியில் போட்டுவிட்டுப் போய்விடுகிறான். குழந்தையற்ற ஒரு தனவந்தர் அந்தக் குழந்தையை எடுத்துச்செல்கிறார். தன் குழந்தையைத் தேடிவரும் பொன்னம்மா அந்த தனவந்தரிடம் சேர்கிறாள். தான் பெற்ற குழந்தைக்கு தனவந்தரின் நிபந்தனைப்படி வெறும் ஆயாவாக மட்டுமே இருந்து வளர்க்கிறாள். அந்தப் பெண் லட்சுமிக்கும் ஆயாதான் தனது தாயார் என்ற உண்மை தெரியாது. வளர்ந்த லக்ஷ்மிக்கு பருவம் 'அழகு மகுடம்' சூட்டி ரசிக்கிறது. இன்ஸ்பெக்டர் சங்கருக்கும் லக்ஷ்மிக்கும் காதல் மலர்கிறது. இவர்கள் காதலுக்கு இடையூறாக நகைக்கடை நடத்தும் ஒரு போலி குறுக்கிடுகிறான். அவனுக்குத் துணையாக வளர்ந்து திருடனாகிறான் முத்து. சந்தர்ப்பம் சுந்தரத்திற்கு மனைவி பொன்னம்மாளை அடையாளம் காட்டுகிறது. ஆனால் சூழ்நிலையோ அவர்களை ஒன்று சேர விடாமல் தடுக்கிறது. நகைக்கடை நடத்தும் போலியின் திட்டப்படி லக்ஷ்மியைக் கடத்த

**விவாஹுதா (1970)**

முயல்கிறான் முத்து. இந்தக்கட்டத்தில் தந்தை சுந்தரம் அங்கு வந்து தடுக்கிறான். தந்தை—மகன் போராட்டத்தைக்கண்டு பொன்னம்மா பதறுகிறாள். ஆனால் சுந்தரம் எய்த கத்தி முத்துவின் முதுகில் பாய்ந்து கொல்கிறது. முத்து தன் மகன் என்று அறிந்து பொன்னம்மாள் கதற லக்ஷ்மிதான் தன் மகள் என்று சுந்தரம் உணர்ந்து தன் தவறுகளுக்கு வருந்த, குடும்பம் ஒன்று சேருகிறது. லக்ஷ்மி—சங்கர் திருமணமும் இனிதே முடிகிறது.

திரைப்படம் நெடுகிலும் உணர்ச்சியை பத்மினி கொட்டி நடிக்க வேண்டிய பொன்னம்மாள் பாத்திரத்தை ஏற்றிருந்தார். உணர்ச்சிகரமான நடிப்பு என்பது பத்மினிக்குச் சக்கரையாயிற்றே. முத்துவைத் தவறான வழியில் இட்டுச்செல்லும் கணவனிடம் போராடும் கட்டம், சொந்தமகனே 'நீயார் என்னைக் கேட்க' என்று அதட்டும் காட்சியில் உரிமை பறிபோன தாயாக பரிதவிக்கும் காட்சிகளில் பத்மினியின் நடிப்பில் ஒரு தாயின் பரிதவிப்பைக் கண்கூடப் பார்க்க முடிகிறது. மெல்லவும் முடியாமல், விழுங்கவும் முடியாமல் பரிதாபமான நிலை. ஒரு காட்சியில் தன்னை மறந்து லக்ஷ்மியிடம் நான்தான் உன்னைப் பெற்றதாய் என்று பத்மினி சொல்லிவிடுகிறாள். அதனால் கோபமடைந்த லக்ஷ்மியின் வளர்ப்புத் தந்தை பத்மினியை வீட்டை

ஏ.எல்.சீனிவாசன்

விட்டு வெளியேறச்சொல்கிறார். 'நான் வளர்ப்புதாய்தான்' என்று உண்மையை மறைத்துச்சொல்லி எஜமானிடம் பத்மினி ஓலமிடும் காட்சி நெஞ்சை நெருடச் செய்கிறது. பல்வேறு துன்பங்களைத் தாங்கி தியாகங்கள் செய்த பொன்னம்மாவின் (பத்மினி) வாழ்க்கையில் பின் விடிவெள்ளி முளைத்தது. அனைவரும் அவளைப் 'பெண் தெய்வமாகக் கொண்டாடினர். படத்தின் தலைப்பும் அதுவே ஆயிற்று.

பத்மினி பொன்னம்மாகவே வாழ படத்தில் அவள் கணவன் அடியாள் சுந்தரமாக மேஜர் சுந்தர்ராஜனும், தனவந்தராக வி.எஸ்.ராகவனும் மகன் முத்துவாக முத்துராமனும் மகள் லக்ஷ்மியாக லட்சுமியாகவும் அவள் காதலன் சங்கராக ஜெய்சங்கரும் நகைக்கடை முதலாளியாக, வில்லனாக ராஜபாண்டியனும் நடித்தனர். இப்படத்தின் மூலக்கதையை ஏ.அப்துல் முத்தாலிப் எழுதியிருந்தார். திரைக்கதை மற்றும் தயாரிப்பு சாண்டோ எம்.எம்.ஏ.சின்னப்பத்தேவர். வசனம் ஆரூர்தாஸ், இசை வி.குமார் படத்தை தண்டாயுதபாணி பிலிம்ஸ் தயாரித்திருந்தனர். பத்மினியின் அபார நடிப்பு படத்தின் வெற்றிக்கு மூலகாரணமாக இருந்ததென்றால் மிகையில்லை.

இந்த ஆண்டில் நீலா புரொடக்ஷன்ஸ் தயாரிப்பில் பத்மினி நடித்து 1969ஆம் ஆண்டில் வெளிவந்த 'குமாரசம்பவம்' என்ற மலையாளத் திரைப்படம் தமிழில் அதே பெயரில் மொழி மாற்றம் செய்யப்பட்டு திரையிடப்பட்டது. மலையாளத்தைப்போல தமிழிலும் இப்படம் மக்களின் வரவேற்பைப் பெற்றது. [இப்படத்திற்கான விவரங்கள் ஏற்கனவே குறிப்பிடப் பட்டுள்ளன]

ஜி.தேவராஜன்

## (e) இருதலைக்கொள்ளி எறும்பு

'விவாஹிதா' (1970) ஒரு மலையாள வெற்றிப்படம். தமிழ்ப்பட தயாரிப்பாளரான ஏ.எல்.ஸ்ரீனிவாசன்தான் இப்படத்தை

திருநின்றவூர் தி.சந்தானகிருஷ்ணன் ● 421

லக்ஷ்மிகாந்த் - பியாரிலால்

தயாரித்தது. 1963ஆம் ஆண்டில் 'கும்ரா' என்ற பெயரில் திரைப்படமாக வெளிவந்து கதையாலும், நடிப்பாலும் இசையாலும் வட இந்தியர்களைக் கவர்ந்த படம். தமிழ்ப்படத் தயாரிப்பாளர்களைக் கவர்ந்ததால் அதன் அசல் தழுவலாக 'விவாஹிதா' திரைப்படத்தை ஏஎல்எஸ்புரொடக்ஷன்ஸ் சார்பில் ஏ.எல்.ஸ்ரீனிவாசன் தயாரித்து வெளியிட்டார். அவரது நம்பிக்கை பொய்யாகவில்லை. மலையாளத்திலும் இப்படம் மகத்தான வெற்றி பெற்றது. இந்தப்படத்தின் வெற்றிக்கு மூலாதாரமாக இருந்தது பத்மினியின் நடிப்பே!

மீனாவின் மூத்த சகோதரிக்கு இரண்டு குழந்தைகள். கணவன் அசோக், ஒரு பிரபலமான வழக்கறிஞன். மீனா ராஜேந்திரன் என்ற இளைஞனை காதலிக்கிறாள். உரிய நேரத்தில் தந்தையிடம் திருமணத்திற்கு சம்மதம் வாங்க காத்திருக்கிறாள். 'மனிதன் நினைக்கிறான், இறைவன் முடிவெடுக்கிறான்' என்ற பழமொழிக்கேற்ப விதிவிளையாட ஆரம்பிக்கிறது. மீனாவின் சகோதரி எதிர்பாராதவிதமாக இறக்கிறாள். அவளது குழந்தைகள் அனாதை ஆகின்றனர். சித்தி மீனாவிடம் தஞ்சம் புகுகின்றன. தவிர்க்கமுடியாத நிலையில் மீனா ராஜேந்திரன் காதலைகைவிட்டு மாமன் அசோக்கை மணந்து குழந்தைகளுடன் புக்ககம் புகுகிறாள். கணவனும் குழந்தைகளும் மீனாமீது அன்பு மழை பொழிகிறார்கள். ஆனந்தம் அங்கு பொங்கி வழிகிறது, அத்துடன் இடையூறும் வருகிறது. தந்தையைப் பார்க்க கணவன் குழந்தைகளுடன் ஊர் திரும்பும் மீனாவை ராஜேந்திரன் சந்திக்கிறான். தன்னால் அவளை மறக்க முடியாமல் தவிக்கும் அவலத்தைக் கூறி குமுறுகிறான் ராஜேந்திரன், அசோக் இருவருக்குமிடையே இருதலைக்

*மஸ்தானா (1970)*

கொள்ளியாக மீனா தவிக்கிறாள். ஓரிரு சந்தர்ப்பங்களில் மீனா— ராஜேந்திரன் சந்திப்பதை அசோகன் பார்க்க, நிலைமையை மீரா ஒருவாறு சமாளிக்கிறாள். வாழ்வின் விரிசலில் தவிக்கும் மீனாவிற்கு மற்றுமொரு பேரிடி. லீலா என்ற பெண் மீனாவைச் சந்திக்கிறாள். தான் ராஜேந்திரன் மனைவியென்றும் மீனாவால் தன் வாழ்க்கை பறிபோய்விடுமென்று அஞ்சி ராஜேந்திரனுடனான அவள் தொடர்பை அசோக்கிடம் சொல்லப் போகிறேனென்றும் பயமுறுத்துகிறாள். மீனா ராஜேந்திரன் தனது நண்பராகத் தொடர்கிறாரென்றும் தங்கள் உறவில் எந்த தவறும் நடக்கவில்லையென்றும் லீலாவுக்கு விளக்குகிறாள். ஆனால் லீலா விடுவதாக இல்லை. அசோக்கிடம் சொல்லப்போவதாக மீனாவை பயமுறுத்துகிறாள். எங்கு தன் வாழ்க்கை பறிபோய்விடுமோ என்று அஞ்சிய மீனா கொஞ்சம் பணம் கொடுத்து லீலாவின் வாயை அடைக்கிறாள். ஆனால் அது தொடர்கதையாகிறது. பிளாக்மெயில் செய்து தொடர்ந்து பணம் பறிக்கிறாள் லீலா. உச்சக்கட்டத்தில் லீலா மீனா வீட்டிற்கு வர, நிதானத்தை இழந்து மீனா கொதித்தெழுகிறாள். தாளமுடியாத நிலையில் மீனா அசோக்கிடம் உண்மைகளைப் போட்டுடைக்கிறாள். எதற்கும் அசராத அசோக் மீனாவைத் தேற்றி உண்மைகள் அனைத்தும் தனக்குத் தெரியமென்றும் லீலா தனது கையாள்தான் என்று ரகசியங்களை வெளிப்படுத்தி மீனா விரும்பினால் ராஜேந்திரனுடன் அவள் வாழத் தனக்குத் தடையேதுமில்லை என்றும் தெரிவிக்கிறான். இந்த நிலையில்

ராஜேந்திரன் அசோக் வீட்டு வாசலில் வந்து நிக்கிறான். மீனா நேராக அவளிடம் சென்று தான் ஒருவரது 'பாரியாள்' (மனைவி) என்றும் தன்னைத் தொடர்வது தகாது என்றும் அறிவுறுத்தி வீட்டுக்கதவை மூடுகிறாள். வெளியே நின்ற ராஜேந்திரன் உடைந்த உள்ளத்தோடு வெளியே செல்ல, வீட்டின் உள்ளே மீனா அசோக்கை நெருங்கி அவனது காலடியை பணிந்து நிற்கிறாள். அசோக்கும் அவளை மனமார ஏற்றுக்கொள்கிறான். விதியின் சதி முடிந்து வீட்டிலே குதூகலம் மீண்டும் குடியிருக்க வருகிறது.

கணவனின் பார்வை தன்னை உறுத்தும் காட்சியில் பத்மினி மிரட்சியைத் தன் கண்களில் சிறப்பாக சித்தரிக்கிறார். பிளாக்மெயில் செய்யும் லீலா (வெண்ணிற ஆடை நிர்மலா) வைத் தொடர்ந்து பின் செல்லும் காட்சியில் பத்மினியின் பயம், பரபரப்பு, பதைபதைப்பு என்று பலவித உணர்வுகளின் உச்சத்தை பத்மினி தன் நடிப்பில் காட்டி அசத்துகிறார். படத்தில் ராஜேந்திரனாக பிரேம் நஸீரும் அசோக்காக சத்தியனும் நடித்திருந்தனர். தனது தந்திர யுக்தியை அமைதியாகக் கையாண்டு வெற்றிகாணும் சத்தியத்தின் நடிப்பு அருமை, பாராட்டதக்கது. 'பெண் அழிந்தால் குடும்பம் அழியும்' என்ற குடும்ப தத்துவத்தையும் படத்தில் கூறி முடிக்கிறார் சத்தியம். படத்தில் பத்மினிக்கு இரண்டு இனிய பாடல்கள் ஒன்று பிரேம் நஸீருடன் பாடும் 'வசந்தத்தின் மகளல்லோ' மற்றொன்று குழந்தைகளுடன் பாடும் 'பச்சைமலையில் பவழமலையில்'. பாட்டிற்கு இசை ஜி.தேவராஜன் பட இயக்கம் எம்.கிருஷ்ணன் நாயர். இந்திக் கும்ராவில் அசோக் பாத்திரத்தில் அசோக்குமாரும் ராஜேந்திரன் பாத்திரத்தில் சுனில்தத்தும் நடித்திருந்தனர். பத்மினியின் மீனா பாத்திரத்தை மாலாசின்ஹா ஏற்றிருந்தார். கும்ராவில் அனைத்துப்பாடல்களும் இனிமையாக காதுகளைக் குளிரவைத்தது. இப்படத்தின் இசை அமைப்பாளர் ரவி என்பதை குறிப்பிடாவிட்டால் நியாயமாகாது.

மேரா நாம் ஜோக்கர் (1970)

## (f) மீண்டும் ஐயப்பசாமி

1970ஆம் ஆண்டில் 'சபரிமலா ஸ்ரீ தர்மசாஸ்தா' என்ற திரைப்படம் வெளிவந்தது. இப்படத்தை சி.ஆர்.கே.நாயர் 'சாஸ்த்தா பிலிம்ஸ்' என்ற நிறுவனத்தின் பெயரில் தயாரித்திருந்தார். இப்படத்திற்கு வி.தக்ஷிணாமூர்த்தி மற்றும் ஜெய—விஜயா ஆகியோர்

மேரா நாம் ஜோக்கர் (1970)

இசை அமைத்திருந்தனர். படத்தை எம்.கிருஷ்ணன் நாயர் இயக்கியிருந்தார். இப்படத்தில் ஸ்ரீதேவி, ராகினி, திக்குரிசி சுகுமாரன், மணவாளன் ஜோசப், எஸ்.பி.பிள்ளை. டி எஸ்.முத்தய்யா, கொட்டக்கார ஸ்ரீதரன் ஆகியோர் பங்கேற்றனர். இப்படத்தில் பத்மினியும் நடித்திருந்தார்.

## (g) பணத்துக்கு முந்தி, பாசத்துக்கு பிந்தி

அயோக்கியன் மகேஷ் ராதாவைக் காதலித்து கைவிட்டுச் செல்கிறான். இவர்கள் உறவில் பூத்தது பிந்து என்னும் சூட்டிகையான அழகான பெண் குழந்தை. கணவனைத் தேடும் முயற்சியில் பிந்துவைத் தவறவிடுகிறாள் ராதா. தனித்து நின்ற பால்மணம் மாறாத நான்கு வயது பிந்துவுக்கு அடைக்கலம் தேவைப்படுகின்றது. உற்றார், உறவினர் பிந்துவை ஒதுக்கித் தள்ளுகிறார்கள். ஆதரவற்று அனாதையாகத் தெருவில் நின்ற குழந்தைக்குக் கண்ணய்யா என்ற பிச்சைகாரக் குருடன் வாழ்வளிக்கிறான். பிந்துவும் அவனுடன் ஒட்டிக்கொண்டு மகிழ்ச்சியாகப் பயணிக்கிறாள். அப்போது லாட்டரி சீட்டு பரிசு அமோகமாக நடந்து வந்தது. பிச்சைக்காரன் அளித்த ஒரு ரூபாய் காசில் பிந்து ஒரு லாட்டரி டிக்கெட் வாங்குகிறாள். அதிர்ஷ்டவசமாக அந்த டிக்கெட்டுக்கு ஒரு லட்ச ரூபாய் பரிசு விழுகிறது. பிந்துவுக்கு லாட்டரியில் ஒரு லட்சரூபாய் பரிசு விழுந்த செய்தி குடும்பத்தாருக்குத் தெரிய, அங்கு வாழும் சமுதாய விரோதிகள் பிந்துவிடமிருந்து லாட்டரி சீட்டைத் திருட முயல்கின்றனர். இக்கயவர்களிடமிருந்து தப்பியோடிய பிந்து பல இன்னல்கள்களைச் சந்திக்கிறாள். முடிவில் ஒரு போலீஸ் அதிகாரியின் கண்ணில்பட பிந்துவிடமிருந்து விவரங்களை அறிந்த அவர் குழந்தையைத் தன் மனைவியிடம் ஒப்படைத்து பிந்துவின் பெற்றோர்களைத் தேடுகிறார். பத்திரிக்கையில் குழந்தையின் படத்தையும், அவளுக்குக் கிடைத்துள்ள பரிசுத்தொகையையும், வெளியிட்டு பெற்றோர் கண்டால் தொடர்பு கொள்ளுமாறு விளம்பரப்படுத்துகிறார் இன்ஸ்பெக்டர். பாசம் காட்டாது துரத்திய உற்றார் உறவினர் குழந்தையைப் பணத்துக்காகச் சொந்தம் கொண்டாடுகிறார்கள். குழந்தை அவர்களைத் திட்ட, இன்ஸ்பெக்டர் துரத்திவிடுகிறார். ஒருவழியாக ராதா வந்து சேர,

குழந்தை தாயை அனைத்துக் கொள்கிறது. அவளது கணவன் மகேஷும் பணத்திற்காகத் தன்குழந்தையையே திருட வந்து பின் திருந்துகிறான். மகேஷ், ராதா, பிந்து இணைந்து இன்புறுகிறார்கள்.

ஸ்கிரீன் ஜெம் தயாரித்த இந்திப்படமான 'அன்ஸீ அவுர் முஸ்கான்' 1970ஆம் ஆண்டு திரையிடப்பட்டது. படத்தின் கதை இது. இந்தப்படத்தின் கதாநாயகி ராதாவாக ஹேமமாலினி நடித்திருந்தார். அவளை ஏமாற்றிய கயவன் மகேஷாக பிரிக்ஷித் ஸஹானி நடித்திருந்தார். முக்கிய பத்திரமான குழந்தை பிந்துவாக சம்பா பாயும் குருட்டுப் பிச்சைக்காரன் அன்வராக ஓம்பிரகாஷும் நடித்திருந்தனர். படத்தில் இன்ஸ்பெக்டர் மனைவியாக வருகிறார் பத்மினி. 'மேரி' என்ற பெயரில் கௌரவ நடிகையாக பத்மினி நடித்த சிறிய பாத்திரம் இது. கணவன் இன்ஸ்பெக்டர் பிந்துவை ஒப்படைக்கும்போது தனக்கு ஒரு குழந்தையில்லையே என்ற ஏக்கத்தை பார்வையில் காட்டும்போது மேரி நடிப்பில் பத்மினி தெரிகிறார். பி.மாதவன் இயக்கியிருந்தார்.

இப்படத்தைப்பற்றி சுருக்கமாகச் சில கூடுதல் குறிப்புகளை அறியலாம். 'அன்சு அவுர் முஸ்கான்' 1969ஆம் ஆண்டில் முத்துவேல் மூவிசாரின் 'கண்ணேபாப்பா' என்ற தமிழ்ப்படத்தின் இந்திப் பதிப்பாகும். இதில் ஹேமமாலினி பாத்திரத்தில் கே.ஆர்.விஜயாவும் பரிக்ஷிட், சஹானி பாத்திரத்தில் முத்துராமனும் பிச்சைக்காரன் அன்வராக நடித்த ஓம்பிரகாஷ் பாத்திரத்தில் ஜே.பி.சந்திரபாபுவும் கண்ணயாவாகவும் குழந்தை பிந்துவாக நடித்த சம்பாபாய் பாத்திரத்தில் லட்சுமி என்ற பெயரில் பேபிராணியும் நடித்திருந்தனர். இன்ஸ்பெக்டர் மனைவி மேரியாக பத்மினி நடித்த பாத்திரத்தில் தமிழில் விஜயகுமாரி மார்க்ரெட் என்ற பெயரில் நடித்திருந்தார். இந்திப் பதிப்பிற்கு முன்பாகவே தமிழில் படத்தை இயக்கியவரும் பி.மாதவன் அவர்களே. பணப்பேராசை பிடித்தவர்கள் படும்பாட்டைச் சொல்லும் இப்படம் இதே பொருண்மையைக் கொண்டு 1963ஆம் ஆண்டு வெளிவந்த **'It's a Mad Mad, Mad, Mad World'** என்ற ஆங்கில படத்தின் தாக்கம் கொண்டது. வெற்றிகரமாகப் பல நாட்கள் சென்னையில் ஓடிய இப்படத்தைப் பார்த்தவர்கள் இக்கூற்றை நிச்சயமாக ஏற்றுக்கொள்வார்கள்.

### (h) குழந்தையும் தெய்வமும் கொண்டாடும் இடத்திலே...

தமிழிலிருந்து இந்திக்குப்போன மற்றொரு படம்தான் 'மஸ்தானா'. தமிழில் இப்படம் 'பத்தாம் பசலி' என்ற பெயரில் 1970 ஆண்டு வெளிவர 'மஸ்தானா' அதே ஆண்டில் திரையிடப்பட்டது. இவ்விரு படத்தின் கதையை எழுதியது கே.பாலசந்தர் ஆவார். தமிழில் கதையுடன் திரைப்படத்தையும் இயக்கியிருந்தார் கே.பாலச்சந்தர்.

**சங்கர் - ஜெய் கிஷன்**

இந்தியில் 'மஸ்தானாவை' இயக்கியவர் ஏ.அதுர்த்தி சுப்பாராவ்'.

'பாபி' ஒரு செல்வந்தர் வீட்டுக்குழந்தை. தந்தை தன் முழு நேரத்தையும் வியாபாரத்திற்குச் செலவு செய்ய, தாயாரோ கிளப், சமுதாய அமைப்புகளின் வளர்ச்சி போன்றவற்றிற்குச் செலவழிக்கிறாள். பாபி அனாதைபோல் வீட்டில் உழலுகிறாள். வெறுப்படைந்த குழந்தை அன்பைத்தேடி அலையும்போது சந்தர்ப்பம் அவளை, சத்யா என்ற விவரம் கெட்ட, ஆனால் அன்புள்ளம் கொண்ட ஏழையிடம் சேர்க்கிறது. சத்யாவிடம் தாயின் அன்பையும் தந்தையின் அரவணைப்பையும் ஒரு சேரப் பெற்ற பாபி அவனுடன் ஒன்றிவிடுகிறாள். ஆனால் பாபி ஒரு ஏழையிடம் செல்வதை அவளது பணக்காரப் பெற்றோர்கள் எதிர்க்கிறார்கள். குழந்தையையும் பிரிக்கிறார்கள். சத்யாவை கௌரி என்ற பெண் காதலிக்கிறாள். ஒரு கும்பல் கௌரியையும் குழந்தையையும் பிரிக்க திட்டம் தீட்டுகிறது. அன்புடன் சத்யா பாபிக்குக் கொடுக்கும் தின்பண்டத்தில் விஷத்தைக் கலந்து கொடுக்க, குழந்தை மயங்கிவிழுகிறது. வீண்பழி சத்யா மீது விழுகிறது. சத்யாவின் அப்பாவித்தனத்தை அறிந்த நல்ல உள்ளம் கொண்ட இன்ஸ்பெக்டர் பிரசாத் அவனுக்கு உதவ முன்வருகிறார். அவருக்குத் துணை நிற்கிறாள் அவரது மனைவி சாரதா. சத்யா இல்லாததை பயன்படுத்திக்கொண்ட வில்லன் குடிபோதையில் கௌரியைக் கற்பழிக்க முயலுகிறான். அவனது குடிபோதை தள்ளாட்டத்தைப் பயன்படுத்திக்கொண்டு அவனிடம் வசப்படுவதுபோல நடித்து அவன்தான் குழந்தை பாபிக்கும் விஷம் வைத்தவன் என்ற உண்மையைக் கக்க வைக்கிறாள். மறைந்திருந்த போலீஸூம் அவனைக் கைது செய்து சிறையிலடைத்தது. சத்தியாவும் லாக்கப்பிலிருந்து விடுவிக்கப்பட்டான். ஆனால் பாபி? விஷ உணவு உண்ட குழந்தை மரணப்படுக்கையில் இருந்தது. வைத்தியர் கைவிரிக்க,

பெற்றோர்கள் புலம்ப, குடும்பமே தத்தளித்தது. முடிவில் சத்தியா வந்து குழந்தையைத் தடவ அவனது ஸ்பரிசம் பாபிக்கு புத்துணர்வு அளித்தது. குழந்தை கண்விழித்து 'சத்தியா' என சன்னமான குரலில் அன்புடன் அழைக்க அவன் குழந்தையை நெஞ்சாரத்தழுவி தன் அன்பைப் பொழிகிறான். பாபியும் பூரண நலம் பெறுகிறாள். இப்போது குடும்பம் குதூகலிக்க இம்மகிழ்ச்சிக்கு மகுடம் சூட்டியது போல் சத்தியா — கௌரி திருமணம் இனிதே முடிகிறது.

இந்தப்படத்தின் முக்கிய பாத்திரமான சத்யாவாக இந்தியின் பிரபல காமெடி நடிகரான மெஹ்பூப் நடித்தார். அவரது காதலி கௌரியாக பத்மினி பத்திரமேற்றிருந்தார். இன்ஸ்பெக்டர் பிரசாத்தாக வினோத் கன்னாவும் அவரது மனைவி சாராதாவாக பாரதியும் நடித்திருந்தனர். குழந்தை பாபியாக நடித்தது நயின்டரா. பத்மினியைப் பொறுத்தமட்டில் வில்லனை மயக்கி உண்மைகளை வரவழிக்கும் குள்ளநரித் தந்திரத்தைக் காட்டும் நடிப்பைக் கோடிட்டுக் காட்டலாம். தவிர படத்திற்கு இடையே வரும் ஹோலி பண்டிகைக் கொண்டாட்ட விழாவில் ஆடிப்பாடி மகிழும் காட்சியில் 'ஹோலிகே லாட் நந்தலாலா' பத்மினி, மெஹ்பூப், விநோதக்கண்ணா மற்றும் பாரதி பங்கேற்கின்றனர். எனினும் நடனக் காட்சியிலும் பத்மினியின் நடனமே மேலோங்கி நின்றது.

குழந்தைகளைப் பொறுத்தமட்டில் கொண்டாடும் இடத்திலேதான் அவர்கள் மனசு செல்லும் என்னும் சிறிய ஆனால் சீரிய கருத்தை படம் விளக்குகிறது. இப்படத்திற்கு லக்ஷ்மிகாந்த் — பியாரிலால் இசை அமைத்திருந்தனர். இவ்வெற்றிப்படத்தை சுசித்ரா புரொடக்ஷன்ஸ் சார்பில் பிரேம்ஜி தயாரித்திருந்தார்.

## (i) உள்ளத்தில் வேதனை உதட்டில் புன்னகை!

ஆர்.கே.பிலிம்ஸ் தயாரிப்பில் வெளிவந்த 'மேரே நாம் ஜோக்கர்' பிரம்மாண்டமான தயாரிப்பாக இந்தியா முழுவதும் 1970ஆம் ஆண்டில் திரையிடப்பட்டது. இந்தியாவில் பிரபலமான நடிகர் ராஜ்கபூர் நடித்து தயாரித்து இயக்கி பெரும் பொருட்செலவில் தயாரிக்கப்பட்ட லட்சியப்படமிது. நீண்ட இப்படம் இரண்டு இடைவேளைகளைக் கொண்டது.

**மன்னாடே**

கதைச்சுருக்கம் இது. 'மேரே நாம்

ஜோக்கர்' ராசு (ராஜ்கபூர்) என்ற சிறந்த சர்க்கஸ் கோமாளியின் வெற்றி தோல்விகளைப் பற்றிய படமாகும். ராசுவின் தந்தையும் சர்க்கஸ்ஸில் பணிபுரிந்தவர்தான். சர்க்கஸ் செய்தபோது ஏற்பட்ட விபத்தால் அகால மரணமடைகிறார். அதனால் ராசுவின் தாயார் தன் மகனை சர்க்கஸிலிருந்து விலக்கி வைக்கிறார். உணர்வோடு உறவாடிய ராசுவின் உள்ளம் சர்கஸ்ஸையே நாடுகிறது. இப்படம் இளமைத் தொடங்கி இறுதி சர்க்கஸ் வரையிலுமான ராசுவின் சர்க்கஸின் வாழ்க்கைப் பயணத்தைச் சொல்கிறது. படத்தின் முதல் பாகத்தில் படிக்கும்போது இளைஞன் ராசு (ரிஷிகபூர்) பள்ளி ஆசிரியை மேரி (சிமிகார்வால்) மீது ஒருதலையாகக் காதல் கொள்கிறான். வயது வித்யாசம் அவனது உணர்வுகளைக் கட்டுப்படுத்துகிறது. மேரிக்கு டேவிட் என்பவருடன் திருமணம் நடக்கிறது. மேரியின் திருமணத்தில் உடைந்த உள்ளத்தோடு பங்கேற்கிறான் ராசு. அலைபாயும் மனத்தைத் தன் கட்டுக்குள் வைத்துக்கொண்டு போலி சிரிப்போடு திருமண நிகழ்வில் பங்கேற்கிறான். இந்த அனுபவம் அவன் உள்ளத்தில் ஒரு எண்ணத்தை விதைக்கிறது. அதன்படி தன் நிலை எதுவாயினும் பிறரைச் சிரிக்கவைக்க வேண்டும் என்பதே அது. அதற்கு வடிகாலாய் இருந்தது சர்க்கஸ் கோமாளித்தனமே. எனவே ராசு சர்கஸ் கோமாளியாகிறான். படத்தின் முதல் பகுதி இத்துடன் முடிகிறது. முதல் இடைவேளை விடப்படுகிறது.

படத்தின் இரண்டாம் பகுதியில் தாய்க்குத் தெரியாமல் சர்க்கஸ் கம்பெனியில் ஜோக்கராகச் சேர்கிறான். ராசு அவனது கோமாளித்தனமான சேஷ்டைகள், ஆடல், பாடல் மக்களைக் கவருகிறது. இதனால் அவன் பங்கேற்ற ஜெமினி சர்க்கஸ் பெரும்புகழ் அடைகிறது. இந்த நிலையில் அந்த சர்க்கஸ் கம்பெனியின் முக்கிய அங்கத்தினர்களில் ஒருவரான மஹேந்தர் ரஷ்யாவின் 'பாலே' நடனத்தில் புகழ்பெற்ற மரினாவை விருந்தினராகவும் தங்கள் சர்க்கஸில் பங்குக் கொள்ளவும் அழைத்திருந்தார். மரினாவின் சர்க்கஸ் சாகசங்கள் மக்களை அதிசயிக்க வைக்கிறது. ஆனால் மரினாவுக்கோ ராசுவின் திறமை ரசிக்க வைக்கிறது. மரினா — ராசு காதல் மலர்கிறது. மஹேந்தர் 'மரினா தங்களது மதிப்பிற்குரிய விருந்தினரென்று' சுட்டிக்காட்டுகிறார். ராசு மரினாவின் காதலைக் கைவிட வேண்டியிருந்தது. சோகத்தோடு மரினா ரஷ்யாவுக்குப் பிரிந்து செல்ல அகத்தில் துயரமும் முகத்தில் மகிழ்ச்சியுடனும் மரினாவை ரஷ்யாவிற்கு வழியனுப்பி வைக்கிறான் ராசு. படத்தின் இரண்டாம் பாகம் இத்துடன் முடிகிறது. இரண்டாம் 'இடைவேளை' விடப்படுகிறது.

சர்க்கஸை விட்டு வெளியேறி ராசு மீனு என்று ஆண்வேடம் தரித்து தெருக்களில் ஆடிப்பாடிப் பிழைத்து வரும் ஒரு பையனைச் சந்தித்து பழகுகிறான். பின்னர் மீனு ஒரு ஆணல்ல பெண்தான்

வியட்நாம் வீடு (1970)

என்றும் அவள் பெயர் மீனா என்றும் தெரிந்து கொள்கிறான். இருவரும் சேர்ந்து தெருவில் ஆடிப்பாடிப் பிழைப்பு நடத்துகிறார்கள். இவர்கள் புகழ் கூட நாராயண் திலகர் கம்பெனி இவர்களை மேடை நாடகத்திற்கு 'புக்' செய்கிறது. அதில் இவர்களது கவாலி உட்பட பல்வேறு பாட்டுக்கள், ஆட்டங்கள் மக்களின் ஆரவார ஆதரவைப் பெறுவதை பிரபல நடிகரும் படத்தயாரிப்பாளருமான குமார் காண்கிறார். தான் நடிக்கும் படத்தில் மீனா நடிக்க கேட்கிறார். வாய்ப்பைக் கை நழுவவிடாமல் நடிப்பதற்கு ஒப்புக்கொண்ட ராசு அவளுடன் துணையாகச் செல்கிறான். மீனா நாட்டியத்தில் தனக்கிருந்த அபாரத்திறனை வெளிப்படுத்தி நடிக்கிறார். சந்தர்ப்பங்கள் மீனாவை குமாரின் அரவணைப்பில் சேர்க்கிறது. மறுபடியும் காதல் தோல்வியைச் சந்தித்த ராசு மனமுடைந்து போகிறான். 'ஒரு ஜோக்கர் தான் வருந்தினாலும் பிறரைச் சிரிக்க வைக்கவேண்டுமென்பதே குறிக்கோள்' என்பதை நினைத்துக் கொண்டு கால ஓட்டத்திற்குப் பிறகு தான் நடத்தும் ஜோக்கர் நிகழ்ச்சிக்காக டீச்சர் மேரி, மரினா மற்றும் மீனா ஆகியோரை அழைக்க, அனைவரும் குடும்பத்தோடு கலந்து கொள்ள, தனது ஜோக்கர் பாத்திரத்தை மகிழ்ச்சியோடு பாடிக் களிக்கிறான்; ஆனால் அவன் உள்ளமோ வெந்தணலில் வேகின்றது. அனைவரும் ரசித்து சிரிக்க அவன் உள்ளத்தைப் புரிந்த மேரி,

மரினா மற்றும் மீனா மட்டும் கண்கலங்கி ஜோக்கர் காட்சியைப் பார்க்கிறார்கள். இத்துடன் படம் முடிகிறது.

படத்தில் பத்மினி மீனாவாகவும், சிமிகர்வால் மேரியாகவும், ரஷ்ய 'பாலே' நாட்டியப் பெண்மணி ரபியான் கியான் மரினாவாகவும் மனோஜ்குமார் டேவிட்டாகவும், ராஜேந்திரகுமார் குமாராகவும் சர்க்கஸில் மிருகங்களை அடக்கும் தாராசிங் ஷேர்ஷிங்காவும் நடித்தனர். பள்ளிக்கூட பையனாக ராஜ்கபூரின் மகன் ரிஷிகபூர் நடித்திருந்தார். இதுவே அவர்க்கு அறிமுகப் படமுமாகும்.

மீனாவாக வரும் பத்மினியைப் பொறுத்தமட்டில் அவரது பன்முனை நாட்டியத் திறனை ராஜ்கபூர் முழுமையாகப் படத்தில் பயன்படுத்திக் கொண்டார். கஜல் முதல் பரதநாட்டியம் வரை பலதரப்பட்ட பத்மினியின் நடனங்களைப் படத்தில் பார்க்கலாம். நடிப்பிலும் ராஜ்கபூருக்கு ஈடுகொடுத்து நடிக்கிறார். பத்மினி ராசு தன்னைவிட்டு பிரியும்போது 'காரே காரே பஜீரோ' என்ற படப் பாடலில் நடிப்பில் தன் நடிப்பில் ஏக்கத்தை வெளிப்படுத்துகிறார். என்றால் 'பாகுணலக்கு ஜாயே' என்ற காவாலி பாட்டில் பங்கேற்று அசத்துகிறார். 'சாகேனா' பாட்டில் பல்சுவை நடன விருந்தளிக்கிறார் பத்மினி.

இந்தி சினிமாவில் வந்த நீண்ட படங்களில் 'மேரே நாம் ஜோக்கரும்' ஒன்று. இரண்டு இடைவேளைகளைக் கொண்ட இப்படம் 4 மணி நேரம் 4 நிமிடங்கள் ஓடக்கூடியதாகும். படம் ராசு என்ற ஜோக்கர் ராஜ்கபூரையே சுற்றிச் சுழலுகிறது. இப்படத்திற்கு இனிமையாக இசை அமைத்தது ஷங்கர் — ஜெய்கிஷன் ரெட்டையர்களாகும். ஆர்.கே.பிலிம்ஸாரின் பிரம்மாண்டமான தயாரிப்பான 'மேரே நாம் ஜோக்கர்' படத்தை எடுத்து முடிக்க ஆறு ஆண்டு காலமும் பெரும் பொருட்செலவும் ஆனது. ராஜ்கபூர் தனது லட்சியப் படத்தை பூர்த்திசெய்ய கிட்டத்தட்ட தனது நிதி நிலைமையின் மோசமான எல்லைக்கே வந்துவிட்டார். இந்தப்படம் படத்தின் டைரக்டர், இசை அமைப்பாளர் மற்றும் பின்னணிப்பாடகர் (மன்னாடே) ஆகியோருக்கு 'பிலிம்ஃபேர் அவார்ட்' அளித்து திரையுலகம் கௌரவித்தது. ஆனால் மக்கள் சிந்தனை மாறுபட்டிருந்தது. படத்தின் முதல் பகுதி தேவையில்லையென்றும், ஜோக்கரைப் பற்றி சொல்லும் இரண்டாம் பகுதியே திரைப்படத்திற்கு போதுமென்றும் மூன்றாம் பகுதி தேவையற்ற நீட்சி என்றும் கணித்துப் புறந்தள்ளினார்கள். படம் பெரும் தோல்வியுற்றது, ராஜ்கபூரை புதைக் குழியில் தள்ளியது.

●

# 50

## பத்மினியும் சரோஜாதேவியும்

திருமணமாகித் தாய்மை அடைந்த பின்பும் பத்மினி திரையுலகில் தவிர்க்கமுடியாத ஒரு அங்கமாகத் தொடர்ந்து இருந்தார். உண்மையில் திருமணமானதற்குப் பின்தான் அவர் அதிக படங்களில் நடித்தார் என்பது ஆச்சர்யம். கலைக்கு மட்டுமே முக்கியத்துவம் கொடுத்து வாழ்ந்த பத்மினியின் சேவை காலத்தால் அழிக்க முடியாது. திருமணமான பத்மினி தனது குடும்ப வாழ்க்கையின் பெரும்பகுதியை நடிப்பு, நாட்டியம் என்று செலவிட்டிருந்தாலும், அதற்குக் கணவரின் பரிபூரண அன்பையும் ஒத்துழைப்பையும் அவர் பெற்றிருந்தது கவனிக்கத்தக்கது. பல நடிகைகளின் திருமண வாழ்க்கை சலசலத்துப் போனதற்கு அடிப்படைக் காரணம் அவர்கள் கணவர்கள் ஒப்புதலை அவர்கள் முழுமையாகப் பெறாததுதான். 1971ஆம் ஆண்டில் பத்மினியும் சரோஜாதேவியும் 'தேனும் பாலும்' என்ற படத்தில் இரு கதாநாயகிகளாக நடித்திருந்தனர். இவ்விருவரும் இணைந்து நடித்த முதலும் முடிவுமான படம் இது. எனினும் இருவருக்கும் நட்புறவு பலமாக இருந்தது. தேவையானபோது ஒருவருக்கொருவரிடையே கருத்துப் பரிவர்த்தனையிருக்கும். இதற்கு உதாரணமாக ஒரு செய்தி; 1971ஆம் ஆண்டு 'ஆனந்தவிகடன்' இதழில் 'என்னை இழந்துவிடாதே' என்ற தலைப்பில் நடிகை சரோஜாதேவி எழுதிய கடிதத்தின் நறுக்கு இது. திருமணமான கையோடு சரோஜாதேவியின் கணவர் ஸ்ரீஹர்ஷாவுக்கு சிறிது கோபம் 'என்னை இழந்துவிடாதே' என்று அவர் எழுத, புது மனைவிக்கோ இதனால் தவிப்பு. அப்போது சரோஜாதேவிக்கு பத்மினி அக்காவின் இந்தக் கூற்று நினைவிற்கு நடிப்பது வந்தது. 'சினிமா நடிகைகள் திருமணம் செய்து கொண்டு நடிப்பது கத்தி முனையில்

நடப்பது மாதிரிதான். இதனை நாங்கள் உணர்ந்திருக்கின்றோம். ஆனால் சினிமா தொழிலில் ஈடுபட்டுள்ள மற்றவர்களும் உணர்ந்து கொள்ள வேண்டாமா' என்ற கருத்தே அது. அதன்படியே தனது வாழ்க்கையினை சரோஜாதேவி செப்பனிட்டுக் கொண்டார்.

## (a) விடைகாணமுடியாத வினா!

ஸ்ரீமதி எழுதிய மூலக்கதையைத் தழுவி கஸ்த்தூரி பிலிம்ஸ் எடுத்த தமிழ்ப்படம்தான் 'தேனும் பாலும்' படத்தை வி.சி.சுப்புராமன் தயாரித்தார். ஆரூர்தாஸ் கூர்மையாக வசனம் தீட்டியிருந்தார். 'என்னதான் முடிவு? என்று ரஸிகர்களைத் தவிக்கவிட்டு சரியான தீர்மானத்தைக் காணாமல் கைவிட்டது கதாசிரியரும் டைரக்டரும்தான் என்றாலும் படத்தை பரபரப்பாக இயக்கிய டைரக்டர் பி.மாதவன் பாராட்டிற்குரியவரே.

ராமு (சிவாஜிகணேசன்) மதுரை வைகை இண்டஸ்ட்ரீஸ் உரிமையாளர். அவரது அன்பிற்குரிய மனைவி ஜானகி (பத்மினி). தன் நிறுவனத்தின் விரிவாக்கத்திற்காக நிலம் வாங்க சோமநாதன் (எஸ்.வி.ரங்காராவ்) என்பவரை அணுகுகிறான். அங்கு அவரது மகள் தங்கத்தை (சரோஜாதேவி) சந்திக்கிறான். தற்செயலாகக் குடித்த ராமு தன் நிலையை மறந்து தங்கத்தைக் கற்பழித்து விடுகிறான் சோமநாதன். மனைவி அப்போது ஊரிலில்லை. உண்மையை அறிந்த சோமநாதனின் மனைவி தன் மகள் தங்கத்தை ஏற்றுக் கொள்ளத்தான் வேண்டுமென்று வற்புறுத்தி அவளை ராமுவுடன் அனுப்பிவைக்கிறாள். ஜானகிக்கு பயந்த ராமு தங்கத்தைத் தற்காலிகமாகத் திருப்பரங்குன்றத்திலிருந்த தனது வீட்டில் தனிக் குடித்தனம் வைக்கிறான். தனது வேலையாள் பாலுவை (நாகேஷ்) தங்கத்திற்குப் பாதுகாவலனாக இருக்க கேட்டுக் கொள்கிறான். ஜானகியை திருப்திப்படுத்தி தங்கத்திற்கு தன் வீட்டிலேயே தங்க அனுமதிக்கக்கோரும் மறைமுகமான போராட்டம் ராமுவுக்கு தோல்வியில் முடிகிறது. ஜானகியோ ராமுவை ஏகபத்தினிவிரதன் ஸ்ரீராமராகவும் தன்னை சீதாதேவியாகவுமே உள்ளத்தில், உணர்வில் காணுகிறாள். நாட்கள் நகர தங்கம் கர்பவதியாகிறாள். சூழ்நிலை மோசமாகிறது. கணவனின் முகவாட்டத்திற்கு காரணமறியாது ஜானகி வாட ஜானகியையும் தங்கத்தையும் எப்படி ஒன்று சேர்ப்பது என்று வழி தெரியாமல் ராமு விழிபிதுங்க, எப்படியாவது ராமு தாலிக்கட்டி தனது தாய்மையினை கௌரவப்படுத்த வேண்டுமென்று தங்கம் ஏங்க, கதை குட்டையைக் கலக்கிய கதையாயிற்று. குளறுபடியான இந்தச் சூழ்நிலையில் வழியில் ஜானகி தங்கத்தைப் பார்க்கிறாள். இருவரும் இளமைக்கால தோழிகள் என்பதை நினைவு கூர்கிறார்கள். தங்கத்தின் நிலைமையறிந்து ஜானகி தன் கணவர் ராமுவிடம் சொல்லி அவளுக்கு நீதி பெற்றுத்தர வேண்டுகிறாள். ராமுவோ அனலிடை

மெழுகாய்ச் சுட்டுச் சரிகிறான். இறுதியில் சூழ்நிலைகள் தங்கத்தை ஜானகிக்கு அடையாளம் காட்டுகிறது. நிலை தடுமாறும் தங்கம் ராமு தன் ஒருவனுக்கே சொந்தம் என்ற சிந்தாந்தத்தை கைவிடவில்லை. கார் விபத்தில் ராமு சிக்கி மருத்துவமனையில் கிடத்தப்படுகிறான். அப்போதுதான் பிரசவமான தன் குழந்தையுடன் ராமுவைப் பார்க்க தங்கம் தள்ளாடியபடியே வருகிறாள். அவள் நிலையைக் கண்டு நெகிழ்ந்து போன ஜானகி ராமுவின் கையால் அவளுக்குத் தாலிகட்ட வைத்து ஒரு வழியாக உரிமைப் போராட்டத்தை சுபமாக முடித்து வைக்கிறார்கள், கதாசரியரும் இயக்குனரும். படம் ஒரு சராசரி வெற்றிப்படமானது.

குடும்பத்தின் குத்துவிளக்காக ஒளிர்விடும் ஜானகி (பத்மினி). வெகுமேன்மையாக இப்பாத்திரத்தில் நடித்துள்ளார். தனக்குப் பிறந்தநாள் வாழ்த்துக்கள் கூற உரிமையோடு கணவனாக நடித்த சிவாஜிகணேசன் கேட்க, கண்களில் ஆனந்தக் கண்ணீர் மல்க "மீனாட்சித்தாயே" தேடக்கிடைக்காத என் தெய்வத்தின் ஆயுசும் இந்த ஏழையின் ஆயுசும் ஒன்று சேர்ந்து நூறுவருஷம் வாழணும். நிறைஞ்ச மஞ்சள் குங்குமத்தோடே நிம்மதியா கண்ணமூடணுமுன்னு என்னையும் ஆசீர்வாதம் பண்ணும்மா' என்று பத்மினி வரம் கோரும் நடிப்பில் பெண்மையின் மேன்மையைத் தன் நடிப்பில் சிறப்பாகச் சித்தரிக்கிறார். "எவ்வளவுதான் வயிறு நிறைய சாப்பிட்டாலும் இன்னும் சாப்பிடணும்னு நினைக்கிறது. இந்த உலகத்திலே பத்துமாதம் சுமந்து பெற்ற தாயும், மூன்று முடிச்சுப்போட்ட மனைவியும்தான்" என்னும் பத்மினியின் கூற்றில்தான் எவ்வளவு அன்பு பொதிந்திருக்கிறது.

தேனும் பாலும் (1971)

"ஒருவனுக்கு ஒருத்தியென்று உறவுகொண்டோம். திருக்குறளிலே" இக்கருத்துக் காட்சியில் பத்மினி குடும்பத்தத்துவதை உணர்த்துகிறார். மொத்தத்தில் 'தேனும் பாலும்' பத்மினிக்கான மற்றொரு படமாகும்.

## (b) சேற்றில் முளைத்த செந்தாமரை

சின்னத்தம்பியும் பாலனும் சகோதரர்கள். ஆனால் இருதாய்கள் வயிற்றில் பிறந்தவர்கள். நகமும் சதையுமாகச் சேர்ந்து வாழ்ந்தனர். இந்தக் குடும்பக் கோயிலின் குத்துவிளக்குதான் சின்னத்தம்பியின் மனைவி சீதா. சின்னத்தம்பி — சீதா தம்பதியருக்கு நீண்ட நாட்களாக குழந்தை பாக்கியமில்லாத குறை. அதே ஊரில் வாழ்ந்த நல்லகண்ணு. செண்பகத்திற்கு லலிதா என்று ஒரே மகள். நல்லகண்ணு கலப்படம் தில்லுமுல்லு செய்து பலசரக்கு கடையை நடத்தி வந்தார். லலிதா பெற்றோர் குணத்திற்கு எதிரானவள். பாலாவின் காதலி. பாலா — லலிதாவின் திருமணத்தை சின்னத்தம்பி நடத்தி வைக்கிறார். சீதாவும் லலிதாவும் ஒரே சமயத்தில் கருவுற்று குழந்தை பிறக்கிறது. துரதிஷ்டவசமாக லலிதாவின் குழந்தை இறந்து பிறக்கிறது. சின்னத்தம்பி மகளுக்கு ஒப்பாகத்தான் கருதும் தம்பியின் மனைவியின் பலஹீனமான இதயம் இதனால் பாதிக்குமேயென்று எண்ணி சீதாவின் குழந்தையை மயக்கம் தெளியவிருந்த நிலையிலுள்ள லலிதாவிடம் தன் குழந்தையைக் கிடத்தி வைக்கிறான். லலிதாவும் அது தன் குழந்தையென்று மகிழ்ச்சியோடு குழந்தையை மடியில் தாங்கிக் கொள்கிறாள்; தன் குழந்தையை உயிருடன் இழந்த சீதாவோ

துயரத்தால் ஏங்கி வாடுகிறாள். ஆனால் லலிதாவோ தன் உடல் நிலையைக் கூறி சீதாவிடமே குழந்தையை வளர்க்கும் பொறுப்பை கொடுக்கிறாள். இதற்கிடையே குள்ளநரித் தந்திரம் கொண்ட நல்லகண்ணு பாலனை கணநேரம் மாற்றி குடும்ப சொத்தைப் பிரித்துத் தரும்படி அண்ணனுக்குக் கடிதம் அனுப்புகிறான். துடிதுடித்துப்போன சின்னத்தம்பி ஊரார்முன் சொத்தைப் பிரித்துக்கொடுக்க முன் வருகிறான். வீட்டு பொருள்களையெல்லாம் ஒரு சேர வைத்து தம்பி பாலனிடம் இரண்டில் எந்தப் பங்கு வேண்டுமோ அதை எடுத்திக்கொள்ளச் சொல்கிறான். பொருள்கள் அனைத்தும் ஒரு சேர குவித்து வைத்திருந்ததால் அனைவரும் இருபங்கு எங்கே இருக்கிறது என்று விசித்திரமாகப் பார்க்கிறார்கள்; கேட்கிறார்கள். சின்னதம்பியோ சம்பந்தப்பட்டவர்களுக்கு அது தெரியுமென்று சொல்கிறான். அனைவரும் விழிக்க சூட்டிகையான லலிதாவோ சின்னத்தம்பியின் உள்ளத்தை உணர்ந்து கொள்கிறாள். ஒரு பங்கு சொத்தாக இருக்க காட்சியளிப்பது தனித்து அமர்ந்திருக்கும் சின்னதம்பிதான் என்பதும் மற்றொரு பங்கு குடும்பச்சொத்து முழுவதும் என்பது அவளுக்கு விளங்கி விடுகிறது. தன் கணவனிடம் இதனைக் கோடிட்டுக்காட்ட பாலன் ‘அண்ணனான பாகம்’ தான் தனக்கு வேண்டுமென்று ஓடி சின்னத்தம்பியின் கால்களில் விழுந்து கதறுகிறான். சீதா உணர்ச்சிப்பெருக்கெடுத்து கண்ணீர் மல்க லலிதாவைத் தழுவிக்கொள்கிறாள். தன் குழந்தை இறந்தே பிறந்தது என்றும் சீதாதான் தன் குழந்தையை, ஏன் தாய்மையையே தனக்காக விட்டுக்கொடுத்ததாகவும், லலிதா இப்போது வெளிப்படுத்தினாள். இந்தப் பாசப் போராட்டம் பாசபந்தமாக சீதா—சின்னத்தம்பி லலிதா—பாலன் ஆகியோரை இறுதியாக பிணைத்தது. நல்லகண்ணுவும், செண்பகமும் சபையை விட்டு சொல்லிக்கொள்ளாமல் சிட்டாகப் பறந்துவிட்டனர். இப்படிச் சேற்றில் செந்தாமரை முளைக்கும், மன இருள் சூழ்ந்த குணத்தோரிடமும் குணம் கொண்டோர் உருவாவார்கள்’ என்ற கருத்தைப் படம் எடுத்துக் காட்டுகிறது.

படத்தில் பத்மினி சீதாவாகவும், வாணிஸ்ரீ லலிதாவாகவும் சிவாஜிகணேசன் சின்னத்தம்பியாகவும், ஜெய்சங்கர் பாலனாகவும் நல்லகண்ணுவாக எம்.என்.நம்பியாரும் சி.கே.சரஸ்வதி செண்பகமாகவும் அவரவர் பாத்திரத்தை உணர்த்து நடித்திருந்தார்கள். உணர்ச்சிகரமான கதாபாத்திரங்கள் — உயிரூட்டும் வசனம், இயக்கம், கே.எஸ்.கோபாலகிருஷ்ணன் ‘யோசனை பண்ற ஒரு விஷயத்துக்கும். ஒரு யோக்கியதை வேணும்’ என்று கொழுந்தனாரிடம் அடித்து பேசும் காட்சியில் பத்மினியின் வசன உச்சரிப்பில் ஆழம் தெரிகிறது. குழந்தையைக் கணவன் பிரித்து எடுத்துச் செல்ல முயலும் காட்சியில் பத்மினியின் போராட்டம் பற்றி எரிகிறது. பத்மினியும் வாணிஸ்ரீயும்

குழந்தைகாகப்பாடும் 'பிள்ளைக் கலிதீர உன் அன்னை வந்து சேர்ந்தாள்' என்று பாடும் பாட்டில் அன்பின் பரிவர்த்தனையை இருவரும் அற்புதமாகப் படம் பிடித்துக் காட்டியுள்ளனர். தவிர குழந்தை நோய்வாய்ப்பட்டு மரணத்தோடு போராடும் காட்சியில் இவ்விருவரும் போட்டி போட்டு நடித்தனர். படத்தின் பாகப்பிரிவினை உச்சக்காட்சி. சஸ்பென்ஸை உடைக்கும் திறமைக்கு டைரக்டரின் திறமையே சாட்சி.

"மனுஷங்களுக்கு குணத்தில்தான் பாக்கியம் வருமேயன்றி பாக்கியத்தால் குணம் வராது" என்று கூறி 'குலமா குணமா' என்ற படத்தின் தலைப்பை நியாயப்படுத்துகிறார் லலிதாவான வாணிஸ்ரீ.

இப்படத்தை அஸாம் ஆர்ட்ஸ் தயாரித்தது. படத்திற்கு கே.வி.மகாதேவன் இசை அமைத்திருந்தார். 'குலமா குணமா' கே.எஸ்.கோபாலகிருஷ்ணன் வெற்றியில் மற்றுமொரு மைல் கல்லாகும்.

## (C) கண்களை மறைத்த காமம்

அந்த 'வீட்டுக்கு வந்த வரலக்ஷ்மி' கல்யாணி. அவள் கணவன் கந்தசாமி ஒரு வக்கீல். இவர்களுக்கு ஒரு குழந்தை. கந்தசாமியின் சித்தப்பாதான் குடும்பத்தலைவர். அவர் ஒரு முன்னாள் நீதிபதி. இந்தக் குடும்பத்தை சேர்ந்த பிறர் சித்தப்பாவின் மகன் ராஜு மற்றும் அவர் தங்கைமகள் ராதா. ராஜு வக்கீலுக்கு படித்துக் கொண்டிருக்கிறான். வசதியான ராஜுவின் ஏழை நண்பன் ராமு, உயிருக்குயிரான தோழர்கள். ஊரில் ஏழைத்தாய் மரகதம் அனுப்பும் சொற்பத்தொகையில் ஒரு வழியாக சமாளித்துப் படிக்கிறான் ராமு. ராஜுவின் வற்புறுத்தலின் பேரில் அவன் வீட்டில் ராமு தங்கி படிக்கிறான். வீட்டில் அனைவரும் ஒரு மனதோடு ராஜுவுக்கும் ராதாவுக்கும் திருமணம் செய்ய முடிவெடுக்கின்றனர். இதற்காக நிச்சயதார்த்த விழா நடக்கும் வேளையில் ராஜு ஒரு விபத்துக்குள்ளாகி இறந்துவிடுகிறான். குடும்பத்தை சோகம் கப்பிக் கொள்கிறது. ராஜுவின் மறைவுக்குப்பின் ராமு கந்தசாமி வீட்டைவிட்டு வெளியேற தீர்மானிக்கிறான். கந்தசாமி வற்புறுத்தி தன் வீட்டிலேயே நிறுத்திக் கொண்டு அவனைத் தனது ஜுனியராகவும் வைத்துக் கொள்கிறான். ஒரு தினம் நள்ளிரவு, பெருமழை பொழிகிறது. விளக்குகள் அணைந்துவிடுகிறது. படுக்கையறையில் எதிர்பாராதவிதமாக ராமுவும் லக்ஷ்மியும் சந்திக்கிறார்கள். 'இருட்டு திருட்டுக்கு நண்பன்'

என்பார்கள். காரிருள் கண்ணை மறைக்க ராமுவும் லக்ஷ்மியும் தங்களை மறந்து ஒன்றுபடுகிறார்கள். பின் லக்ஷ்மி தான் தவறியவள் என்று கதறுகிறாள் ராமுவோ உண்ட வீட்டிற்கு இரண்டகம் நினைத்தப்பாவி நான் என்று புலம்புகிறான். இந்த நிலையை கல்யாணி அறிந்து கொள்கிறாள். இருவருக்கும் திருமணம் செய்யும் பொறுப்பை அவள் ஏற்கிறாள். கணவனோ தங்கை லக்ஷ்மிக்கு பெரிய இடத்து வரன் பார்த்து வருகிறான். கல்யாணியோ நிலைமையைக் கூற, கோபம் கொண்ட கந்தசாமி ராமுவை துரோகி என்று கூறி துரத்திவிடுகிறான். வேறுவழியின்றி கல்யாணி கந்தசாமியிடம் லக்ஷ்மி கர்ப்பவதியாக இருப்பதைக் கூறி அவளுக்கு புனர்வாழ்வு தர ராமுவைத்தவிர வேறுயாரையும் நினைத்துப் பார்க்க முடியாது என்று 'அடித்துப்' பேசி ராமுவை அழைத்து வரச்சொல்கிறாள். ராமுவும் அவன் தாயார் மரகதமும் வருகிறார்கள். மரகதம்தான் தான் கைவிட்ட மனைவி என்பதும் ராமுவும் தங்கள் பிள்ளைதான் என்று அறிந்து சித்தப்பா ஆனந்தப்படுகிறார்கள். ராமு—லக்ஷ்மி திருமணம் தடையின்றி நிகழ்கின்றது.

இப்படத்தின் தலைப்பு "திருமகள்" ராதைக்கும் பொருந்தும் கல்யாணிக்கும் இது பொருந்தும் என்ற வகையில் திரைக்கதை அமைந்துள்ளது. ராதையாக லக்ஷ்மியும் கல்யாணியாக பத்மினியும் நடித்தார்கள். பத்மினியின் கணவர் கந்தசாமியாக ஜெமினி கணேசனும், ராஜுவாக ஏ.வி.எம்.ராஜனும் ரகுவாக சிவகுமாரும், சித்தப்பாவாக மேஜர் சுந்தரராஜனும் அவரது மனைவி மரகதமாக எஸ்.வரலக்ஷ்மியும் நடித்திருந்தனர். ராதாவின் திருமண நிச்சயவிழாவிலே கல்யாணியாக பத்மினிக்கு 'புன்னகையில் பூப்பூக்கும் திருமகளே' என்று ஒருபாட்டு. கனிவும் மகிழ்வும் இப்பாட்டில் பத்மினி ஒருசேர வெளிக்காட்டுகிறார். கணவன் கந்தசாமியின் திருமண ஏற்பாட்டிற்கு தன் சாமர்த்தியமான நடிப்பினில் முட்டுக்கட்டை போடுகிறார். ராமு—ராதா திருமணப்பொறுப்பை ஏற்கும் காட்சியில் அவர் நடிப்பில் உணர்ச்சியும், உறுதியும் தெரிகிறது. சகோதரி ராதா இப்படித் தன் தூய்மையைக் கெடுத்துக் கொண்டு தாய்மைக்கு ஆளாகிவிட்டாளே என்று கூறி ஜெமினிகணேசன் துடிக்கும் போது பத்மினி பேசாமல் பேசும் காட்சியில் நடிப்பு அருமை.

திருமகள் (1972)

1971ஆம் ஆண்டில் திரையிடப்பட்ட 'திருமகள்' திரைப்படத்தை கோவிந்தராஜா பிலிம்ஸ் தயாரித்திருந்தது. இந்தப்படத்திற்கு கே.வி.மகாதேவன் இசை அமைக்க டி.ஆர்.ரகுநாத் இயக்கியிருந்தார். மக்களிடையே சராசரி வரவேற்பைப் பெற்றபடம் இது.

### (d) காதறுந்த ஊசிக்குக் காதணி விழா

திருச்சியில் வாழ்ந்த சுந்தரவதனம் குடும்பம் கௌரவமானது. தீப்பெட்டி தொழிற்சாலை நடத்தி வருகிறார். அவரது மகன் ஆனந்த் பெற்றோரின் அன்புக்குரியவனாக நடப்பவன். எதிர்பாராது கனகம் என்ற பேரழகான ஒரு பெண்ணைக் காதலித்து கரம் பிடிக்கிறான். அதனால் பெற்றோரின் எதிர்ப்பைச் சம்பாதிக்கிறான். மனைவி கனகத்துடன் இனிய இல்லறம் நடத்துகிறான். அதற்குப் பரிசாக இவர்களுக்கு இரட்டை ஆண் குழந்தைகள் பிறக்கிறது. ஆனந்த் மகிழ்ச்சி கரைபுரண்டோடுகிறது. இந்த மகிழ்ச்சியைத் தடுக்க அணையாக வருகிறான் ஒருவன். அவன் கனகத்திடம் தான் திருந்திவிட்டதாகவும் தன்னைப் புறக்கணிக்க வேண்டாமென்றும் கெஞ்சுகிறான். கனகமோ தன் கணவனுக்குத் தெரிந்தால் தன் வாழ்க்கையே பாதிக்குமென்று அவனை துரத்த முயலுகிறாள். அந்த வேளையில் ஆனந்த் அங்குவர அந்த புதியவன் ஓடிவிடுகிறான். கனகத்தின் மீது ஆனந்த் கொண்டிருந்த

காதல் கனவாக மாறுகிறது. அவளை நடத்தைக் கெட்டவள் என்று ஏசுகிறான். கனகம் அவனுக்குத் தன் நிலையினை விளக்கும் முன் அவளைவிட்டு பிரிந்து பெற்றோரிடமே சேர்ந்து விடுகிறான். கணவனால் கைவிடப்பட்ட அபாக்கியவதியான கனகம் தன் இரு குழந்தைகளையும் எடுத்துக் கொண்டு ஊரைவிட்டுச் சென்று விடுகிறாள். பெற்றோர் மறு திருமணம் செய்துவிக்க முயலும்போது ஆனந்த் தான் ஒரு காதறுந்த ஊசி அதற்கு ஒரு காதணி விழா தேவையா என்று கூறி மறுத்துவிடுகிறான். காலச்சக்கரம் சுழலுகிறது. ஆனந்தனின் சிந்தனைச் சக்கரமும் கனகம் தனக்கு செய்த 'துரோகத்தை' எண்ணியே சுழல்கிறது. இருபது ஆண்டுகள் பஞ்சாய் பறந்தது. கனகத்தின் மகன்களான ரவி மற்றும் சங்கர் வளர்ந்து வாலிபர்கள் ஆகிறார்கள். ரவி பிறவியிலேயே சற்று முரட்டுச் சுபாவம் கொண்டவன். உண்மை தெரியாது தந்தை ஆனந்தின் தீப்பெட்டி தொழிற்சாலையில் தொழிலாளியாகிறான். படித்து சங்கர் வக்கீலாகிறான். தொழில்முறையில் சங்கர் ஆனந்தை சந்திக்கிறான்; ஆனந்தின் தமக்கை மகளைக் காதலிக்கிறான். ரவியோ தன் சகா தொழிலாளி மகளைக் காதலிக்கிறாள். ஆனந்த் தீப்பெட்டி தொழிற்சாலையில் தொழிலாளர்களின் உரிமைக்காகப் போராடி ஆனந்தின் விரோதத்தை சம்பாதித்துக் கொள்கிறான். ஆனந்தின் கம்பெனியின் முக்கிய விநியோகஸ்தரான சிலோனைச் சேர்ந்த பாஸ்கர் என்பவன் அவனுக்கு நெருங்கிய நண்பனாகிறான். சங்கரின் திருமணவிஷயமாக கனகம் சுந்தரவதனம் வீட்டிற்கு வருகிறாள். எதிர்பாராமல் கனகத்தை சந்திக்கிறான் பாஸ்கரன். அப்போதுதான் அவள் சகோதரன் தான் காதலனல்ல என்ற உண்மை ஆனந்துக்கு தெரிகிறது. தனது அவசரபுத்தியாலும் சந்தேகத்தாலும் கனகத்தின் வாழ்க்கையைச் சூன்யமாக்கியது ஆனந்துக்கு புரிகிறது. ஆனந்தும் கனகமும் புனர்வாழ்வு பெறுகின்றனர். ரவியும் சங்கரும் தங்கள் காதலிகளை மணந்து புதுவாழ்வு தொடங்குகின்றனர்.

ஜெமினிகணேசனும் பத்மினியும் சேர்ந்து நடித்த 1971ஆம் ஆண்டின் மற்றொருபடமிது. ஜெமினிகணேசன் ஆனந்தாகவும் பத்மினி கனகமாகவும் சிவகுமார் ரவியாகவும் சசிகுமார் சங்கராகவும் மேஜர் சுந்தரராஜன் சுந்தரவதனமாகவும் அவரது மனைவியாக எஸ்.என். பார்வதியும் ஆர்.எஸ்.மனோகர் பாஸ்கரனாகவும் நடித்திருந்தனர். படத்தின் முற்பகுதி முழுவதும் மகிழ்ச்சியும் பிற்பகுதி முழுவதும் சோகமுமாக திரைக்கதை அமைந்திருந்தது. முற்பகுதியில் ஜெமினி கணேசனுடன் நடிப்பில் சிருங்கார ரசம் கொட்டி நடித்திருந்தார் பத்மினி. இருவரும் சேர்ந்து காதல் சொட்ட சொட்ட பாடும் 'நன்றி சொல்ல வேண்டும் இறைவனுக்கு' என்ற பாடல் காதுக்கு இனிமை கண்ணுக்குக் குளுமை. பிற்பகுதியில் பத்மினி சோக சாம்ராஜ்யமே நடத்தி 'பாவப்பட்ட பெண்ணாக'ப் பார்ப்போரின்

நெஞ்சைக் கலங்க வைக்கிறார். படத்தை வி.டி.அரசு சஷ்டி பிலிம்ஸ் சார்பாகத் தயாரித்தார் இயக்கமும் அவரே. படத்தின் இன்னிசைக்கு எம்.எஸ்.சுப்பய்ய நாயுடு. படத்தின் வெற்றி குறித்து — 'தேரோட்டம்' எப்போதும் மெதுவாகத்தானே நகரும்.

## (e) எம்.ஜி.ஆருக்கு 'பாரத்' பட்டம் வாங்கித்தந்த படம்:

1971ஆம் ஆண்டு திரையிடப்பட்டு தமிழ்நாட்டில் 150 நாட்களுக்கு மேல் வெற்றிகரமாக ஓடிய திரைப்படம் "ரிக்ஷாக்காரன்". எம்ஜிஆர்க்குச் சிறந்த நடிகருக்கான மத்திய அரசால் தேசிய விருதாக வழங்கப்படும் "பாரத்" பட்டத்தைப் பெற்றுத்தந்த படம் என்ற தனித்துவம் வாய்ந்தது.

கதையின் சுருக்கம் இது. சோத்துக்கூடக்காரி பார்வதி நடுத்தர வயதுடைய மாது. பண்பின் சின்னம்; அமைதியின் சொரூபம், ரிக்ஷா ஸ்டேண்ட் அருகில் கூடைசோறு போட்டு அதில் வரும் சொற்ப வருவாயில் கஷ்டப்பட்டு காலம் தள்ளுகிறாள். தனது மகள் உமா ஸ்காலர்ஷிப்பில் கல்லூரியில் படிக்க வைக்கிறாள். பார்வதியிடம் உணவு வாங்கிச் சாப்பிடும் வாடிக்கையாளர்களில் செல்வமும் ஒருவன். படித்தவன், பண்புள்ளவன், தொழில் எதுவாயிருந்தாலும் மனமார ஏற்று ரிக்ஷாக்காரனாகப் பிழைப்பு நடத்துபவன். பார்வதியைத் தன் உடன்பிறவா அக்காவாகவே ஏற்று துணை நிற்பவன். ஒரு சமயம் உமா காலிகளால் மிரட்டப்படுவதை அறிந்து அவர்களை அடித்து விரட்டி அக்காவிடம் சேர்க்கிறான். இந்தக் காலிகளின் எஜமான்தான் அயோக்கியன் கைலாசம். அவனது காலித்தனத்திற்குக் காவலாக நிற்பவன்தான் வக்கீல் தர்மராஜ். காலப்போக்கில் தர்மராஜ் வக்கீல் தொழிலில் முன்னேற்றம் ஏற்பட்டு நீதிபதியாகிறான். பதவியில் ஒழுக்கம்கூட, கைலாசத்தைக் கைவிட்டு ஒழுக்கத்தின் பக்கம் ஒதுங்குகிறான். அதனால் தர்மராஜ் கைலாசத்தின் எதிரியாகிறான். செல்வமும் உமாவும் காதலிக்கிறார்கள். பார்வதியின் ஆசியோடு உமாவைக் கடத்திச் சென்று அயல்நாட்டிற்கு விற்பனை செய்ய நினைத்த கைலாசத்திற்கு இதனால் பெருத்த ஏமாற்றம் ஏற்படுகிறது. தன் தொழிலிலும் பாதிப்பை ஏற்படுத்தும் செல்வத்தை ஒழித்துக்கட்ட கங்கணம் கட்டிக்கொள்கிறான் கைலாசம். இந்த நிலையில் சிறையிலிருந்து அவனது கையாளான 'கத்திக்குத்து' கார்மேகம் விடுதலையாகி வெளிவருகிறான். இந்த அயோக்கியன்தான் புண்ணியவதி பார்வதியின் புருஷனாகும். அவளிடம் சென்று உமாவைக் கொல்லப் போவதாக மிரட்டுகிறான். இதனால் பீதியுற்ற பார்வதி செல்வத்தின் உதவியை நாடுகிறாள். செல்வத்தின் கோரிக்கையின் பேரில் தனது கடந்த கால வாழ்க்கையை பார்வதி செல்வத்திடம் சொல்கிறாள். அதன்படி தான் கொடிய கார்மேகத்தின் மனைவி செய்த குற்றத்திற்காகச் சிறை செல்கிறான். தனியாகத் தவித்துக்

கொண்டிருந்த பார்வதியிடம் தொடர்பு விட்டிருந்த அக்காள் கமலம் குத்துயிரும் கொலை உயிருமாக வந்து அவளிடம் தன் பெண் குழந்தையை ஒப்படைக்கிறாள். தன் கணவனே தன்னைக் கொல்ல விஷம் வைத்துவிட்டதாகக் கூறி அவன்தான் தர்மராஜ் என்று கூறி இறந்து விடுகிறாள். அந்தக் குழந்தைக்கு உமா என்று பெயரிட்டு தன் குழந்தைதான் என்று வளர்க்கிறாள். இது பார்வதியின் நடத்தைக்கு களங்கம் ஏற்படவே சிறை மீண்ட கார்மேகம் பார்வதி, உமா இருவரையும் கொல்ல முற்படுகிறான் என்று தெரிகிறது. ஒரு கட்டத்தில் எல்லோரும் ஒரு சேர திரள மனசாட்சியோடு போராடிக் கொண்டிருந்த நீதிபதி தர்மராஜ் தன் கட்சிக்காரனான கைலாசத்தின் துர்போதனையால் கைக்குழந்தையுடனிருந்த கமலத்தைக் கொல்ல விஷம் கொடுத்துவிட்டதாக வெளிப்படுத்தித் தனது மனபாரத்தை இறக்கி வைக்கிறான். உமாவைக் கடத்திப்போக வந்த கைலாசம் போலீசாரிடம் பிடிபடுகிறான். தன் மனைவி உத்தமியென்று உணர்ந்த கார்மேகம் பார்வதியிடம் மன்னிப்பு கேட்கிறான். உமாவும் தன் தந்தை தான் என்ற உண்மையும் பார்வதி தன் சிறிய தாயார் என்பதையும் அறிகிறாள். கார்மேகம் — பார்வதி ஆசீர்வாதத்துடன் செல்வமும் உமாவும் கணவன் மனைவியாக இனிய இல்லற வாழ்வு தொடங்குகிறார்கள்.

**திருமகள் (1972)**

ரிக்‌ஷாக்காரனில் எம்.ஜி.ஆர். செல்வமாகவும் மஞ்சுளா உமாவாகவும், பத்மினி பார்வதியாகவும். ஆர்.எஸ்.மனோகர் வில்லன் கைலாசமாகவும் ஜி.சகுந்தலா பார்வதியின் சகோதரி கமலமாகவும் மேஜர் சுந்தர்ராஜன் நீதிபதியாகவும் நடித்திருந்தனர். படத்தின் சிறந்த அங்கங்களில் ஒன்று ஆர்.கே.சண்முகத்தின் வசனம். அவைகளை எம்.ஜி.ஆரும் பத்மினியும் சிறப்பாகக் கையாண்டார்கள். செல்வமும் பார்வதியும் பேசும் ஒரு காட்சி.

> "சுவரு கருப்பாயிருக்கென்று வெள்ளை அடிக்கலாம்
> இருட்டுக்கு வெள்ளையடிக்க முடியுமா?
> "தலைச்சுமைன்னா இறக்கி வைச்சிடலாம் மனச்சுமை
> என்றால் அப்படியா? அவங்கவங்க மனச்சுமையை
> அவங்கவங்கதானே தாங்கிக்க வேண்டும்"

உமா யார் என்பதைச் சொல்லாமல் மறைக்கும் பத்மினியிடம் "நெருப்பை மூடி மறைக்கலாம் ஆனால் புகையை மூடி மறைக்க முடியாதே"

என்று கூறும் எம்.ஜி.ஆரின் கருத்தில் ஆழம் பொதிந்திருந்தது. ஒரு ரவுடி எம்.ஜி.ஆரைப்பார்த்து ஏளனத்தோடு 'புடிச்சா கசங்கற பச்சல நீ' என்று கொக்கரிக்க எம்.ஜி.ஆர். 'ஆம் நான் பச்சலதான்; உன்போலே எச்சல இல்லே' என்று வசனத்தில் நெத்தி அடி கொடுக்கிறார்.

"கல்லுடைந்தால் படியாகும்,
வில்லொடிஞ்சா விறகாகும்

ஆனால் குடும்பம் குலஞ்சா
குப்பைக்கு கூட ஆகாது"

என்ற எம்.ஜி.ஆர் பேசும் வசனம் எவரையும் சற்று சிந்திக்கவைக்கும். பத்மினியைப் பொறுத்தமட்டில் உமா காதலில் விழுந்து கடமையில் தவறிவிட்டாள் என்று அறியும் கட்டத்தில் எம்.ஜி.ஆரிடம் "நல்ல கதிரா விளைஞ்சு குலுங்க வேண்டிய இவள் இப்படி பதறா மாறி என்னை பதறவைப்பாள் என்று நான் நினைக்கவேயில்லை. கண்ணு கெட்டாகூட மருந்துண்டப்பா. ஆனா ஒரு பொண்ணு கெட்டவ என பேரெடுத்தால் அவ இந்த மண்ணுக்குப் போனால் கூட அந்த பேர் மறையாதப்பா" என்று கூறி தன் ஆதங்கத்தை வெளிப்படுத்தும் வகை உயர்வானது. பத்மினியைப் பொறுத்தமட்டில் இந்தப்படத்தின் மூலம் ஒரு உண்மை வெளிப்படுகிறது. 1961ஆம் ஆண்டில் வெளிவந்த 'அரசிளங்குமரி' திரைப்படத்தில் பத்மினி எம்.ஜி.ஆரின் தங்கையாக நடித்தார். 1962இல் வெளிவந்த ராணி சம்யுக்தா, 1963இல் வெளிவந்த 'விக்ரமாதித்யன்' போன்ற பல படங்களில் எம்.ஜி.ஆரின் காதலியாக நடித்தார் இப்போதும் 1971ஆம் ஆண்டில் 'ரிக்ஷாக்காரன்' திரைப்படத்தில் எம்.ஜி.ஆர். அக்காவாகவும் நடித்தார். ஒரு நடிகருடன் தங்கையாகவும், காதலியாகவும், அக்காவுமாக நடித்தும் ரஸிகர்கள் அதனை ஏற்கவும் வைத்தார். இதன் அடிப்படையிலேயே பத்மினியின் நடிப்புக்கு இலக்கணம் வகுத்தவர் என்றே கொள்ளலாம். பத்மினி ஒரு பேட்டியில் 'ஒரு நடிகை எந்த வேஷம் போட்டாலென்ன?' என்று பத்திரிக்கை நிருபரிடம் தெரிவித்தார். இது எத்தகைய பாத்திரம் கொடுத்தாலும் தன்னால் நடிக்க முடியும் என்ற தன்னம்பிக்கையின் வீரியத்துக்கு அவர் கருத்து ஓர் எடுத்துக்காட்டு தவிர பத்மினி எம்.ஜி.ஆருடன் நடித்த ஒரே சமூகப்படமென்ற தனித்துவமும் 'ரிக்ஷாக்காரனுக்குண்டு'. இந்தப்படத்தை சத்யா மூவிஸ் தயாரித்தது. படத்தயாரிப்பாளர் ஆர்.எம்.வீரப்பன் படத்திற்கு இசை எம்.எஸ்.விஸ்வநாதன். படத்தை

இயக்கியவர் எம்.கிருஷ்ணன் நாயர். இந்தப்படத்தில் நடித்ததற்காக பேசும்படம் 1971ஆம் ஆண்டின் சிறந்த உப நடிகை என்று பத்மினியை தேர்வு செய்து கௌரவித்தது.

இப்படத்தை இதே ஆண்டு 'ரிக்ஷா ராமுடு' என்ற பெயரில் தெலுங்கில் மொழிமாற்றம் செய்து சத்யா மூவிஸ் திரையிட்டது.

### (f) அற்புதங்கள் நிகழ்த்திய அன்னை மேரி

இயேசுவின் தாய் தேவமாதா அன்னை மரியாள் தஞ்சை மாவட்டம் நாகைப்பட்டினத்திலிருந்து வேளாங்கண்ணி என்ற சிற்றூரில் காட்சி தந்தார் என்று சுமார் முன்னூறு ஆண்டுகளுக்கு முன் நிகழ்ந்த சாட்சியங்கள் சொல்லுகின்றன. அன்னை மரியாள் நிகழ்த்திய அதிசயங்களில் சிலவற்றை எடுத்துக்காட்டுவதே 'அன்னை வேளாங்கண்ணி' என்ற இந்தத் திரைப்படத்தின் நோக்கம். படத்தில் ஐந்து சம்பவங்களால் இவை வெளிப்படுத்தப்பட்டுள்ளன.

(1) குடத்திலிருந்து பால் கொப்பளித்து ஆறாக ஓடி ஒரு தனவான் கண்களைத் திறந்தது. (2) ஒரு அபலைத் தாயின் சப்பாணி மகனை நடக்க வைத்துக் காட்டியது (3) செல்வந்தர் பிரான்சிஸ் என்பவரின் கனவில் தோன்றி எல்லோரும் தொழ தனக்கொரு ஆலயமொன்று கட்ட ஆணையிட்டு வேளாங்கண்ணியில் அதற்குரிய இடத்தை ஒரு சிறுவனின் மூலம் அடையாளப்படுத்தியது (4) புயலில் சிக்கிய

ரிக்ஷாக்காரன் (1971)

**அன்னை வேளாங்கண்ணி (1971)**

போர்ச்சுக்கல் கப்பலையும் அதில் பயணித்தவர்களையும் காப்பாற்ற அதனால் சிறியதாக கட்டப்பட்ட மாதாகோயிலைப் பெரியதாகவும் சிறப்பாகவும் விரிவாக்கம் செய்து அவர்கள் மன மகிழ்ந்ததும் (5) தன்னையே நம்பியிருந்த நர்ஸ் மேரிக்கு அவளுக்கேற்ப மணாளன் சூசை நாதனை அடையாளம் காட்டி மணமுடிக்க வைத்ததுமான அன்னை மேரிமாதா நடத்திய அதிசய நிகழ்வுகளே அவை.

படத்தில் பாராட்டப் படக்கூடிய பல விவரங்கள் அடங்கியுள்ளது. அதில் முக்கியமாக ஐந்து சம்பவங்களைக் கொண்ட தாயினும் அனைத்தையும் தொகுத்து, பகுத்து ஒரு சேர ஒரு திரைக்கதையாக அமைந்ததே அது. அந்த வகையில் பாராட்டுக்குரியவர் திரைப்படத் தயாரிப்பாளர் கே.தங்கப்பன். இந்த ஐந்து காட்சிகளில் இந்தக் கட்டுரையில் பத்மினி பங்கேற்ற காட்சியை மட்டும் கருதிப்பார்க்கலாம். ஏழை சொர்ணத்தின் ஒரே மகன் ராசா. பிறவியிலேயே ஊனம். ‘சப்பாணி’ என்று அவனைப் பிறர் அழைத்து வேதனைப்படுத்தினர். சொர்ணம் கண்ணீர்க்கடலில் மூழ்கினாள். எந்த வைத்தியத்திற்கு அந்த வாதம் அடங்கவில்லை. சொர்ணத்தின் நலம் விரும்பும் ஊரார்கள். அவளை வேளாங்கண்ணி மாதாவிடம் பிள்ளைவாதம் நீங்க வேண்டி சரணடையச் சொன்னார்கள். அவ்விதமே அன்னை வேளாங்கண்ணி மாதாவிடம் கதறி அழுது மனமுருக வேண்டுகிறாள் சொர்ணம். ராசாவை ஊரில் மோர் விற்று வரச்சொல்லி அனுப்பிவைக்கிறாள். நடுவழியில் விண்ணில் கண்ணைப் பறிக்கும் பிரகாசத்துடன் ஒரு ஒளி தெரிகிறது. அதில் மேரி மாதா குழந்தை ஏசுவுடன் தெய்வீகமாகக் காட்சி தருகிறார். ராசா மெய்சிலிர்த்து ஜோதிரூபமாக காட்சி தந்த அன்னையையும் அவள் தாங்கியிருந்த குழந்தையையும் வணங்குகிறான். அப்போது அன்னை ராசாவை தன் அருகில் வர அழைக்கிறாள். சப்பாணியான ராசா எழுந்து நிற்க முயலுகிறான். சிரமப்படுகிறான். குழந்தை ஏசு தன் பிஞ்சுக்கரங்களால் அவனை

வரும்படி சமிக்ஞை செய்கிறது. இப்போது ராசுவால் நிற்க முடிகிறது; நடக்க முடிகிறது. ராசா அன்னையிடம் நெருங்கிவர அவள் ஆசி கூறி பிரான்சிஸ் என்ற செல்வந்தனைக் காணும்படி அறிவுறுத்துகிறார். ராசு குதித்தோடி சொர்ணத்தைப் பார்த்து தான் அன்னை மேரி மாதாவால் ரட்சிக்கப்பட்டதைக் கூறுகிறான். மகிழ்ச்சியில் சொர்ணம் சொர்க்கத்தையே பூமியில் கண்டாள். அன்னையின் வழிகாட்டுதலின்படி ராசா செல்வந்தன் பிரான்சிஸை சந்திக்கிறான். பிரான்சிஸ் சொர்ணமும் சுடர்விடும் ஒரு ஒளியைத் தொடர்கிறார்கள். அது வேளாங்கண்ணி கடற்கரையில் அருகே ஓர் இடத்தில நிலைபெற்று நிற்கிறது. இதுவே எனக்கு ஆலயம் கட்ட சிறந்த இடம் என்ற அசீரி சொல்கிறது. பிரான்சிஸ், சொர்ணம், ராசா ஊர்மக்கள் ஒன்று கூடி அங்கு ஒரு சிறிய சர்ச்சை உருவாக்கி தேவ அன்னையை பிரதிஷ்டை செய்து வணங்கி ஆடிப்பாடி மகிழ்ந்து கொண்டாடுகிறார்கள். அந்த சர்ச்சே பின்னர் வானளாவிய சர்ச்சாக உயர்ந்து நின்று தேவமாதாவின் பெருமையைப் பறைசாற்றிக் கொண்டிருக்கிறது. வேண்டுவோர் குறைகளைத் தீர்த்துக் கொண்டிருக்கிறது. இந்தக் காட்சியில் சொர்ணமாக பத்மினியும் அவளது சப்பாணி மகனாக மாஸ்டர் ஸ்ரீதரும் தனவந்தர் பிரான்சிஸ்ஸாக எஸ்.வி.சுப்பையாவும் நடித்திருந்தனர். நடக்க முடியாமல் வாதத்தால் தவழ்ந்து கொண்டிருக்க அருமை மகன் தவிப்பதைப் பார்க்கும் தாயான சொர்ணம் பாத்திரத்தை பத்மினி உணர்ந்து நடித்திருந்தார். இந்த பாத்திரத்தின் தாய்மை அன்பை மனத்தில் ஏந்திக் கல்லும் கரைந்துருகும் சோகத்தை தன் நடிப்பில் வெளிப்படுத்தினார். அன்னை மாதாவை நேர்ந்து “கருணை மழையே மேரிமாதா கண்கள் திறவாயோ” என்றும் கரையும் ஒரு பாட்டும் படத்தில் அவருக்குண்டு. இந்தப்படத்தில் சாம்—டி—தாசன் வசனம் பொருத்தமாக எழுதியிருந்தார். (இவர் ஏற்கனவே 1957ஆம் ஆண்டில் வெளிவந்த ‘மாதலநாட்டு மேரி’ என்ற திரைக்கதை, வசனம் எழுதியவர் என்பதை நினைவு கூறலாம்). படத்திற்கு தேனிசை அமைத்து பெரும் புகழை ஈட்டிக்கொண்டவர் இசை அமைப்பாளர் ஜி.தேவராஜன் பாடகர் திலகம் டி.எம்.சௌந்தரராஜன் குரலில், ஒலித்த ‘நீலக்கடலின் ஓரத்தில்’ மற்றும் ‘பேராவூரணி சிறிய கருப்பி பாடல்கள் என்றும் ரீங்காரம் செய்கிறது. ‘கடல் அலை தாலாட்டும் வேளாங்கண்ணி’ காலத்தை வென்று நிற்கும் பாடல்களில் ஒன்று. இந்தப்படத்தை இயக்கிய கே.தங்கப்பன் ஒரு நடன இயக்குனர். திரையுலகில் நீண்ட அனுபவம் பெற்றவர். முற்றிலும் கிறிஸ்துவ மதத்தை தழுவிய படமென்றாலும் படம் முழுவதும் இசையையும் காட்சிகளையும் இந்துத்துவ பாணியில் அமைத்து எல்லோரையும் கவரச்செய்து கிருத்துவ மதத்துக்கு உண்மையான தொண்டு செய்திருக்கிறார். ஏன் இயேசு எல்லோருக்கும் சொந்தமானவர்தான்

என்று படத்துவக்கத்திலேயே சொல்லப்படுகிறது. படம் பார்த்தோர் மனத்தில் இடம் பிடித்தது.

இந்தப்படத்தை தயாரித்த நிறுவனமான கிரிமூஸ் தெலுங்கில் "மேரிமாதா" என்ற பெயரிலும் இந்தியில் "மாதா வேளாங்கண்ணி" என்ற பெயரில் அதே ஆண்டே டப்பிங் செய்து திரையிட்டு அவைகளிலும் வெற்றிகண்டது.

## (g) அதிசயங்கள் நிகழ்த்திய அன்னை மாரி

சித்ரா புரொடக்ஷன்ஸ் தயாரிப்பான "ஆதிபராசக்தி" 1971ஆம் ஆண்டில் திரையிடப்பட்டு வெள்ளிவிழா கொண்டாடியது. இந்தப்படத்தின் வெற்றிக்கு ஆணிவேராக நின்றது படத்தைத் தயாரித்து, வசனம் எழுதி, இயக்கிய கே.எஸ்.கோபாலகிருஷ்ணன் அவர்களே. இது ஒரு பிரம்மாண்டமான தயாரிப்பாகும். ஜெமினிகணேசன், எம்.என்.நம்பியார், எஸ்.வி.சுப்பையா, டி.எஸ். பகவதி, எஸ்.வி.சகஸ்ஹரநாமம், எஸ்.வி.ரங்காராவ். ஓ.ஏ,கே.தேவர், மேஜர் சுந்தரராஜன், சுருளிராஜன். இ.ஆர்.சகாதேவன், ஏ.கருணாநிதி, எஸ்.வரலக்ஷ்மி, வாணிஸ்ரீ, ராஜ்யஸ்ரீ, ஜெயலலிதா என்று பெரிய நட்சத்திரக் குவியலால் அலங்கரிக்கப்பட்ட படமிது. படத்தின் மையப்பத்திரமான ஆதி பராசக்தியாக படம் முழுவதும் காட்சியளித்தவர் எஸ்.வரலக்ஷ்மி. படம் கீழ்க்கண்ட எட்டுப் பகுதிகளைக் கொண்டது.

1. அபிராம பட்டர் ஆத்ம சுத்தியோடு பரிபூரணமாகத் தன்னை ஆதிபராசக்தியிடம் அர்ப்பணித்துக் கொண்டது, அமாவாசை இரவில் நிலவை வரவழைத்து அவளது பெருமையை உணரச்செய்தது.

**ஆதிபராசக்தி *(1971)***

2. அபிராமப்பட்டரின் வாய்மொழியாகக் காட்சிப்படுத்தப்பட்ட 'கும்பன்—நிகும்பன்' அரக்கர்களைச் சக்தி ஒழித்தது.

3. வாய்பேச முடியாத ஊமைப் பையனை தன் மைந்தன் முருகப்பெருமான் மூலம் பேசவைத்து குமரகுருபரன் என்ற அறிவுச்சுடராக மாற்றிய சக்தியின் மகிமை.

4. வேற்றுநாட்டு வெள்ளையர்க்கும் காட்சி அளித்து அருள் பாலித்த சக்தியின் கருணை

5. ஏழை செம்படவன் பக்தியை ஏற்று அவன் வீட்டிற்கு வந்து உணவருந்தி மகிழ்வித்த சக்தியின் அன்பு மனம்.

6. கொடிய அரக்கன் மகிஷாசுரனை வதைத்து தர்மத்தை நிலைநாட்டி மகிஷாசுரமர்த்தினி என்று வான்புகழ் பெற்ற வீராங்கனையாக சக்தி.

7. சிவனை நிந்தித்த தக்ஷனை அடக்கி கர்வபங்கம் செய்த சிவனின் உயர்வை எடுத்துக்காட்டிய உயர் சக்தி

இப்படி பல்வேறு சம்பவங்களின் அதிசயங்களின் கோர்வையே 'ஆதிபராசக்தி'.

இவற்றில் பத்மினியின் பத்திரத்தைப் பொறுத்தமட்டில் ஆதிபராசக்தியின் அம்சம் மாரியம்மனாகப் படத்தில் காட்சி தருகிறார். வெள்ளைக்கார துரை ஒருவன் தஞ்சை மாரியம்மன் கோயிலுக்கு வருகிறான். அங்கு நடக்கும் பூஜை புனஸ்காரம், அலகு குத்துதல், காவடி ஏந்தல், தீச்சட்டி ஏந்தி தங்களது நேர்த்திக்கடனை பூர்த்தி செய்துகொள்வது போன்றவற்றைக் காணுகிறான். அவைகளை எள்ளி நகையாடுகிறான். தவிர அம்மன் முகத்தில் துளிர்த்து நிற்கும் வேர்வைத்துளிகளை அழிக்குமாறும் அதிகாரி என்ற வகையில் உத்திரவிடுகின்றான். ஆனால் கோயில் பூசாரியோ அவைகள் அம்மன் ஏற்றுக்கொண்ட பக்தர்களின் அம்மை முத்துக்கள் அதை மீறினால் விளைவுகள் விபரீதத்தில் முடியுமென்று எச்சரிக்கின்றனர். ஆனால் துரையோ வியர்வை துடைக்கத்தான் வேண்டுமென்று வற்புறுத்துகிறான். பூசாரி அம்மன் வியர்வை முத்துக்களை அழிக்க அழிக்க துரைக்கு முகம், உடல் முழுவதும் அம்மைப்பட்டு பார்வையும் பறிபோகிறது. தன் தவறை உணர்ந்து அம்மன் முன் மண்டியிட்டு மன்னிக்கவேண்டி கதறுகிறான். பாவிகளை மன்னிக்கும் பரந்தமனம் கொண்ட அம்பாள் வேப்பிலைக்காரியாக வந்து "ஆயிமகமாயி ஆயிரம் கண்ணுடையாள்" என்று அம்மனைப் புகழ்ந்து பாடியபடியே வேப்பிலைக் கற்றையை துரையின் உச்சிமுதல் உள்ளங்கால் வரை தடவ அம்மையும் மறைகிறது; பார்வையும் திரும்புகிறது. இத்தகைய அதிசய நிகழ்ச்சியை நிகழ்த்திய பெண்மணி யாரென்று அறிந்து

கொள்ளும் அவாவில் அவள் பின்னாலேயே ‘அம்மா, அம்மா நீ யாரம்மா’ என்று துடித்தபடியே துரை பின் தொடர்கிறான். வேப்பிலைக்காரியாக வந்த பெண்மணி கோயிலின் ஒரு பீடத்தில் அமர்ந்து ஆதிபராசக்தியாக துரைக்கு தரிசனம் தருகிறாள். அவளை உணர்ந்து கொள்ள துடிதுடித்தான் துரை. அப்போது தான்யாரென்று ஒரு பாடலில் விளங்குகிறாள் ஆதிபராசக்தி. அற்புதமான அந்தப் பாடல் வரிகளின் ஒரு பகுதி கீழே கொடுக்கப்பட்டுள்ளது.

"நானாட்சி செய்து வரும் நான் மாடக்கூடலிலே
மீனாட்சி என்ற பெயர் எனக்கு
கங்கை நீராட்சி செய்து வரும் வடகாசி தன்னில்
விசாலாட்சி என்ற பெயர் வழக்கு
கோனாட்சி பல்லவர்தம் குளிர் சோலை காஞ்சி தன்னில்
காமாட்சி என்ற பெயர் எனக்கு
கொடுங்கோலாட்சிதனை எதிர்க்கும் மாரியம்மன்
என்ற பெயர் கொண்டபடி காட்சி தந்தேன் உனக்கு"

என்று தன்னை ஆதிபராசக்தியின் அவதாரமான மாரியம்மன் என்று எடுத்துரைக்கிறாள் அம்மன். இந்தக்காட்சியில் வெள்ளைக்கார துரையாக மேஜர் சுந்தரராஜன் நடிக்க பத்மினிதான் மாரியம்மன். வேப்பிலைக்காரியாக அவர் பாடி ஆடுவதும் தன்னை யாரென்று மேற்சொன்ன பாட்டில் விளக்கும் காட்சியில் எந்த ஒரு நடிகையும் சுலபமாக நடித்துவிட முடியாது. இப்பாடல் காட்சியில் ஐந்து வகை அம்மன் தோற்றத்தில் தோன்றி அதற்கான குணாதிசயங்களை முகப்பாவனையில் வெளிப்படுத்துவது அத்தனை எளிதானதல்ல. தவிர இந்த ஐந்து வகை அம்மன் தோற்றங்களும் பத்மினிக்கு கச்சிதமாகப் பொருந்துகிறது. மேலும் கவிஞர் கண்ணதாசன் காட்சிக்காக எழுதிய இப்பாடல் அவர் எழுதிய மிகச்சிறந்த பாடல்களில் ஒன்றாகக் கருதலாம். இதற்கு ஆனந்த பைரவி, சாரங்கா என்று ராகமாலிகையில் பண் அமைத்து என்றென்றும் இனிக்கும் வேர்பலாவாக ரஸிகர்களுக்கு அளித்த இசை அமைப்பாளர் கே.வி.மகாதேவன் ஒரு மஹானுபவர்தான்.

### (h) இருதுருவமான பாசமும் கடமையும்

தமிழ்த்திரை உலகின் பிரபல நடிகரும் தயாரிப்பாளருமான பி.எஸ்.வீரப்பா தனது பி.எஸ்.வி.பிக்சர்ஸ் சார்பில் “ஆலயமணி” என்ற திரைப்படத்தை 1962ஆம் ஆண்டில் வெளியிட்டார். இப்படம் மகத்தான வெற்றிபெற்றது. இதனால் இப்படத்தை இந்தியிலும் எடுக்கத் துணிவு கொண்டார். அதன்படி திலீப்குமாரைக் கொண்டு “ஆத்மி” என்ற பெயரில் ‘ஆலயமணி’ திரைப்படத்தை இந்தியில்

ஆதிபராசக்தி (1971)

எடுத்து 1968ஆம் ஆண்டு திரையிட்டார். இந்தப்படம் பிஎஸ்வீரப்பாவுக்கு பெருத்த நஷ்டத்தை ஏற்படுத்தியது. இதனால் சோர்ந்துபோன வீரப்பாவை திலீப்குமார் தேற்றி தான் நடித்து இந்தியில் 'கங்கா— ஜமுனா" என்று படமாக்கப்பட்டு 1961ஆம் ஆண்டில் வெளிவந்து வெற்றிபெற்ற தனது கதையின் உரிமையை இலவசமாக கொடுத்து தமிழில் திரைப்படமாக தயாரித்துக் கொள்ள வீரப்பாவுக்கு அனுமதியளித்தார். அக்கதை இது.

அன்னபூரணி வீட்டு வேலை செய்து குடும்பத்தைக் காப்பாற்றும் ஒரு ஏழை விதவைத்தாய். அவளது மூத்தமகன் ரங்கன், நல்லவன், பாசமுள்ளவன், படிக்காதவன் முரடனும் கூட. அவளது இரண்டாவது பிள்ளை துரை பாசமுள்ளவன், படிப்பில் நாட்டமுடையவன். இவர்கள் வாழ்ந்த சோலையூர் கிராமத்தின் ஜமீன்தார் பண்பாளர். அவருக்கு கமலம் என்ற ஒரு மகள். மனைவியை இழந்த அவர் இரண்டாந்தாரமாக மணந்த மனைவி கொடுமைக்காரி. இது தவிர அவளது தம்பி நாகநாதன் ஒரு கொடுங்கோலன். அவனே குடும்பப் பிரச்னைகளை ஊதி பெரிதாக்கி அல்லல்பட வைக்க முனைகிறான். காமுகனான அவன் பார்வையில் பட்ட அன்னபூரணிக்கு ஆபத்து வர தப்பி தன் பிள்ளைகளிடம் வந்து சேர்கிறாள். உயிர்விடுமுன் அண்ணணிடம் தம்பியை ஒப்படைக்கிறாள். தம்பி துரையைப் படிக்க வைத்து போலீஸாக உருவாக்க உறுதி கொள்கிறான் அண்ணன் ரங்கன். துரையைப் படிக்க வைக்க சென்னை வருகிறான். சகோதரர்கள் அவசியம் நிமித்தம் பிரிகிறார்கள். ஆண்டுகள் உருண்டோட துரை அண்ணன் ரங்கனை சூழ்ச்சிகள் செய்து சிறைக்கனுப்புகிறான் திரும்பி வந்த ரங்கன் நாகநாதனைப் பழிவாங்க தருணம் பார்த்து காத்திருக்கிறேன். அப்போது ரங்கனுக்கு கூடா நட்பாக ஒரு கொள்ளைக் கூட்டம் சேருகிறது. தங்கள் கூட்டத்திற்கு தலைவனாக்குகிறது. ஜமீன்தார் நாகநாதனை பழிவாங்க அவரது நெல்கிடங்கைக் கொள்ளையடித்து தீக்கிரையாக்குகிறான். திரும்பிக் காட்டுக்குள் செல்லும்போது அவன் காதலி தங்கத்தையும் தூக்கிச்சென்று திருமணம் செய்து கொள்கிறான். தவிர துணிகரக் கொள்ளைக்காரனாக மாறிய ரங்கன் சேர்வராயன் மலைப்பகுதி கொள்ளையர் கூட்டத்துக்கே தலைவனாகிறான். இது ஒரு பக்கம் இருக்க, ரங்கனின் தம்பி துரை படித்து போலீஸ் அதிகாரியாகிறான். அவனது கடமை உணர்வுக்காக காவல்துறை அவனை கௌரவிக்கிறது. மேலதிகாரிகள் சேர்வராயன் மலைப்பகுதியில் கொள்ளையர் அட்டகாசத்தை அடக்க

நேர்மையும் தீரமும் கொண்ட துரையை அந்த ஊருக்கு இன்ஸ்பெக்டராக நியமிக்கிறார்கள். அங்கு வந்து சேர்ந்தவுடன் துரை அந்த ஊர் கொள்ளைக் கூட்டத்து தலைவன் தன் அண்ணன் ரங்கன்தான் என்றறிந்து துடிக்கிறான். தலைமறைவாகியிருந்த ரங்கனுக்கு தன் தம்பிதான் ஊருக்கு இன்ஸ்பெக்டர் என்றறிந்து மகிழ்ந்து தன் தம்பி தனக்கு உதவுவான் என்று நம்புகிறான். இந்த நிலையில் போலீஸ் படை துரையின் தலைமையில் கொள்ளையர்களைச் சுற்றி வளைக்கிறது. அண்ணன் தன் மனைவி தங்கத்தோடு துரை சந்திக்கும் சந்தர்ப்பம் ஏற்படுகிறது. இருவரும் தங்களுக்கு உதவி செய்யக்கோருகிறார்கள். ஒரு பக்கம் பாசம் மறுபக்கம் கடமை என்று துரைக்கு மனப்போராட்டம் ஏற்படுகிறது. முடிவில் கடமையே ஜெயிக்கின்றது. அண்ணனைச் சரணடையச் சொல்கிறான் துரை. ஆனால் ரங்கன் மறுக்கிறான். துரை எச்சரிக்கிறான். தங்கமும் உதவ மறுத்த துரையை ஏசுகிறாள். இந்தப் போராட்டம் 'நானா, நீயா' என்ற உச்சகட்டத்தைப் பிடித்தது. உயிருக்கு உயிராக வாழ்ந்த அண்ணன் தம்பி எதிரும் புதிருமாக, இருதுருவங்களாக மாறிப் போராடினர். இந்தப் போராட்டத்தில் ரங்கனும் தங்கமும் குண்டடிபட்டு மடிகிறார்கள். துரையும் கமலமும் ஒன்று சேர்கிறார்கள்.

"இரு துருவம்" என்ற இந்தப் படத்தில் ரங்கனாக சிவாஜியும் அவன் மனைவி தங்கமாக பத்மினியும், துரையாக முத்துராமனும், நாகநாதனாக பி.எஸ்.வீரப்பாவும், கமலாவாக ராஜ்ஸ்ரீயும, அன்னபூரணியாக பண்டரிபாயும், போலீஸ் உயர் அதிகாரியாக மேஜர் சுந்தரராஜனும் நடித்திருந்தனர். படத்தில் பத்மினியைப் பொறுத்தமட்டில் ஹோலி திருவிழா கொண்டாட்டத்தில் கலந்து கொண்டு 'தேருப்பார்க்க வந்திருக்கும் சித்திரப்பெண்ணே' என்ற கோஷ்டி கானத்தில் பாடி, ஆடினார். நடுக்காட்டில் ரங்கனுடன் முதலிரவைக் கழித்த பத்மினி 'ராத்திரி நடந்ததை நினைச்சா அந்த ரகசியம் எப்படி இனிக்குதம்மா' என்று பாடிக் கிளுகிளுப்பை ஊட்டுகிறார். வாழ்க்கையின் தோல்வியின் உச்சத்தைக் கண்ட ரங்கன் வெறுப்புடன் தான் யாருக்காக வாழவேண்டுமென்று ஆதங்கப்படும் போது இடைமறைத்த பத்மினி அவனைப்பார்த்து "என்னை அடிங்க, ஒதங்க, கொல்லுங்க எதுவேணுமின்னாலும் செய்யுங்க. எதுக்காக வாழணும் யாருக்காக வாழணுமின்னு மட்டும் சொல்லாதிங்க" என்ற கட்டத்தில் பத்மினியின் 'செண்டிமெண்ட்' நடிப்புக்கு வாய்ப்பு கொடுத்திருக்கிறார்கள். அதைச் செம்மையாக பத்மினி பயன்படுத்திக்

கொண்டிருக்கிறார். படத்திற்கு இசை எம்.எஸ்.விஸ்வநாதன். பட இயக்கம் எஸ்.ராமநாதன், கதை அமைப்பு, நடை, உடை, பாவனை, நடனமென்று எல்லாவகையிலும் படத்தில் வடஇந்திய வாடை அடிக்கிறது. மண்வாசனை இல்லாத படத்தை மக்கள் மதிக்காமற் போனார்கள். இப்படம் 1971ஆம் ஆண்டு திரையிடப்பட்டது.

இந்தப்படத்தை இப்பட நிறுவனம் தெலுங்கில் மொழி மாற்றம் செய்து ‘ரங்கண்ணா சபதம்’ என்ற பெயரில் அதே ஆண்டில் வெளியிட்டனர். இவ்விரு படங்களையும் வெளியிட்டது பி.எஸ்.வி. பிக்சர்ஸ். படங்கள் பெரிதாகப் பேசப்படவில்லை.

## (i) பாச வெறியா, நெறியா?

பத்மினியைக் கொண்டு 1971ஆம் ஆண்டில் தயாரிக்கத் தொடங்கிய வெங்கடேஸ்வரா புரொடக்ஷன்ஸ் தயாரிப்பான “அப்பா டாட்டா” என்ற திரைப்படம் 29.3.1972 அன்று திரையிடப்பட்டது. பத்மினி நடிப்பதை நிறுத்தி அமெரிக்கா சென்று தன் கணவருக்கு முழு நேரமும் உறுதுணையாக இருந்தார். எனவே தொடர்ந்து படங்களில் நடிக்க நேரமில்லை, நிலைமையும் இல்லை. எனவே பத்மினியின் நடிப்பில் 1972ஆம் ஆண்டில் வெளிவந்த ஒரே திரைப்படம் “அப்பா டாட்டா” தான். இதிலும் பத்மினிக்கு உணர்ச்சிகரமான

**இருதுருவம் (1971)**

பத்திரப்படைப்பே கொடுக்கப்பட்டிருந்தது. ஆரம்ப காலங்களில் அவர் நடித்த உணர்ச்சிகரமான குணச்சித்திர பாத்திரங்களுக்கு சற்றும் குறைபடாமல் "அப்பா டாட்டா"விலும் பத்மினி நடித்திருந்தார்.

ராஜா—ராதா அன்புத் தம்பதிகள். அவர்கள் அணைப்பிலே முரளி, கண்ணன் என்று முத்தான இரண்டு குழந்தைகள். தாய் அன்பைப் பொழிகிறாள், தந்தை பாசத்தைப் பொழிகிறான். ஆனால் 'அளவுக்கு மிஞ்சினால் அமிர்தமும் விஷம்' என்று முதுமொழிக்கிணங்க குழந்தைகள் மீது ராஜா வைத்திருந்த பாசம் கண் மூடித்தனமாக இருந்தது. ராதா குழந்தைகளைக் கண்ணிமையாய்க் காத்தபோதும் ராஜாவுக்கெனவோ அவளது குழந்தை கவனிப்பில் அவநம்பிக்கை. ராதா குழந்தையை அணுகும் ஒவ்வொரு செயலிலும் குற்றம் காண்கிறான் ராஜா. கரணம் தப்பினால் மரணம் என்ற நிலை ராதாவுக்கு. இந்த நிலையில் கண்ணன் பிறந்தநாள் விழாவிலே தண்ணீர் தொட்டியில் விழுந்து குழந்தை இறந்து போகிறான். எரியும் நெருப்பில் எண்ணை ஊற்றியது போலே மனைவியின் மீது கொதித்தெழுந்த ராஜா குழந்தை இறந்ததற்கு ராதாவின் அஜாக்கிரதையே காரணமென கர்ஜிக்கிறான். அபலை ராதா குழந்தையையும் இழந்து, கணவனின் வெறுப்புக்கும் ஆளாகி நிலைகுலைந்து நிற்கிறாள். இப்போது

அப்பா டாட்டா (1972)

அவளுக்கு ஆதரவும் ஆனந்தமும் தருவது குழந்தை முரளி ஒருவனே. ஆனால் அதையும் தகர்க்கிறான் ராஜன். குழந்தை முரளியின் வளர்ப்பை கவனிக்க ஒரு ‘ஆயாவை’ நியமித்து ராதாவிடமிருந்து பிரித்து குழந்தையை அவளிடம் ஒப்படைக்கிறான். ராதா எவ்வளவு மன்றாடியும் அவளது குரல் ராஜாவைப் பொறுத்தமட்டில் செவிடன் காதில் ஊதிய சங்கானது. குழநந்தையைப் பிரித்து சகோதரர் வீட்டில் சேர்க்கிறான். ஆனால் ராதா அங்கேயும் குழந்தையைப் பின்தொடர்கிறாள். இப்போது ராஜாவின் பிள்ளைப்பாசம் மோசமான வெறியானது. இது முறையான நெறிதானா என்பதற்கு விடை காண முயலுகிறது திரைக்கதை. குழந்தையைத்தேடி அலையும் ராஜா கண்மூடித்தனமாக கார் ஓட்டி விபத்தில் சிக்கி அபாய நிலையில் மருத்துவமனையில் சேர்க்கப்படுகிறான். தன் கணவன் உயிருக்கு போராடிக் கொண்டிருக்கிறான் என்ற சேதியறிந்த இல்லாள் இதயம் துடிக்கிறது. மரணப்படுக்கையிலிருக்கும் ராஜாவைப்பார்த்து ‘நீங்கள் உயிர் பிழைத்தால் போதும்; குழந்தை உங்களிடமே இருக்கட்டும்’ என்று தன் தாய் உரிமையைத் தந்தைக்கு வீட்டுக் கொடுக்கிறாள். முரளி தந்தையின் கண்ணீரைத் துடைக்க ராஜா புத்துயிர் பெறுகிறான். தனது பாரபட்சமான அதிதீவிர பாசத்தின் கொடுமையான விளைவுகளை உணர்ந்து திருந்துகிறான். முரளி இப்போது தாய்—தந்தை மடியில் கொஞ்சி விளையாடுகிறான்.

பட நெடுகிலும் பாசப்போராட்டம்தான். அப்பா ராஜாவாக நடித்த ஜெமினி கணேசன் தந்து பாசத்தின் உச்சத்தை நடிப்பில் காட்டுகிறார். அம்மா ராதாவாக நடித்த பத்மினி கடலில் துரும்பென பாசத்தில் தத்தளிப்பதும் ‘தாய்’ என்ற தனது உரிமை நிலைநாட்டப் போராடும் காட்சிகளும் நேரடியாகப் பார்ப்பது போன்ற பிரம்மையை ஏற்படுத்தி ‘ஐயோ பாவம்’ என்ற எண்ணத்தைப் பார்ப்போர் மனத்தில் ஏற்படுத்துகிறது. அடுத்து குழந்தை தற்செயலாகத் தண்ணீர் தொட்டியில் தவறி விழுந்து இறந்ததற்காகத் தாய்மையின் தூய்மைப் பாசத்தை பத்மினி நடிப்பில் வெளிக்காட்டுகிறாள். மனைவியின் அஜாக்கிரதையே கண்ணன் மரணத்திற்கு காரணம் என கணவன் அநியாயப் பழிபோடும்போது பத்மினியின் நடிப்பு கண்ணில் ஊசி குத்துவது போன்ற வலியை ரஸிகர்களுக்கு ஏற்படுத்தியது. இறந்த குழந்தையைக் கண்டு பத்மினி ‘கண் எங்கிருக்குன்னு கேட்டேன் சொன்னே, வாய் எங்கிருக்குன்னு கேட்டேன் சொன்னே, கை எங்கிருக்குன்னு கேட்டேன், காட்டினே, ஆனா உன் உயிர் எங்கிருக்குன்னு கேட்க மறந்துட்டேன்டா’ என்று கதறும் காட்சி நெஞ்சைத் உலுக்கியது. வலுக்கட்டாயமாக மனைவியைத் தள்ளி குழந்தையை ராஜா தூக்கிச் செல்லும் காட்சி. பத்மினி தடுக்க முயலுகிறார். ஆணாதிக்கத்தின் வன்மையையும் பெண்களின் பலஹீனங்களையும் பத்மினி

ஆதிபராசக்தி (1971)

இப்படி வெளிப்படுத்துகிறார். "நீங்க கொடுத்த பிச்சைதானே இந்தக் குழந்தை. கொடுத்த பிச்சையை ஏன் திருப்பிக் கேட்கறீங்க. கணவனுக்கும் மனைவிக்கும் இடையே குழந்தை சுவராக இருக்கலாம். ஆனால் தாய்க்கும் குழந்தைக்கும் இடையே கணவனே சுவராக இருக்கக்கூடாது. உங்களை எதிர்க்க பலமில்லாத என்னை பலாத்காரமாக தண்டிக்காதீங்க". விபத்தில் உயிருக்குப் போராடும் கணவனைக் காப்பாற்ற பத்மினி டாக்டரிடம் கெஞ்சுகிறார். அதற்கு டாக்டர் 'அவர் உடம்பிலிருந்து சேதமான ரத்தத்தை ரத்தம் கொடுத்து ஈடுகட்டியாச்சு. மூச்சுவிட சிரமப்பட்டார், அதுக்கும் ஆக்ஸிஜன் கொடுத்து ஈடுகட்டியாச்சு. ஆனால் உயிருக்கு எதனை கொடுத்து ஈடுகட்டுவது அம்மா' என்று மருத்துவத்தின் எல்லையைச் சொல்லும்போது வசனகர்த்தாவுக்கு ஒரு "சபாஷ்" போடலாம். இது தவிர பத்மினிக்கு படத்தில் இரு பாடல்கள் உண்டு. ஒன்று குழந்தையுடன் மகிழ்ச்சிப்பாட்டு. "தமிழே பிள்ளைத் தமிழே தவழும் தங்கச் சிமிழே", மற்றொன்று குழந்தைக்கு ஏங்கிய துயரப்பாட்டு. "கிண்ணத்தில் தேனெடுத்து எண்ணத்தால் மூடிவைத்தேன்." படத்தில் ராஜாவாக ஜெமினிகணேசனும் ராதாவாக பத்மினியும் குழந்தை முரளியாக பேபிராணியும் நடித்திருந்தனர். படத்திற்கு இசை வி.குமார். கதை, வசனம், தயாரிப்பு மல்லியம் ராஜகோபால். படம் பரவாயில்லை என்ற விதத்தில் போனது.

எம்.என். ராஜம், பத்மினி, சரோஜாதேவி, குமாரி சச்சு

# 51

# அமெரிக்காவில் கலைப்பணி

**1976**ஆம் ஆண்டு 'பொம்மை' அக்டோபர் இதழில் 'இரண்டு தலைமுறையின் இனிய சந்திப்பு' என்ற தலைப்பிலே பத்மினி—பிரமிளா சென்னையில் நிகழ்ந்த பேட்டியை வெளியிட்டிருந்தது. அதில் பத்மினி தெரிவித்த தகவல்களையே இந்த தலைப்பின் கீழ் ஒரு பகுதியாகக் கொடுக்கப்பட்டுள்ளது.

'உங்கள் அமெரிக்க வாழ்க்கை எப்படியிருக்கிறது? என்று நடிகை பிரமீளா கேட்ட கேள்விக்கு பத்மினி அளித்த பதிலின் சாராம்சம் இது:

"ரொம்ப நன்றாக இருக்கிறது. அதனால்தான் மெட்ராஸ் வந்து தங்கியதும் மறுபடியும் போகத்துடிக்கிறேன். எனது கணவர் அமெரிக்காவில் பிரைவேட் பிராக்டீஸ்தான் நடத்துகிறார். ஒரு சிறந்த நர்சிங் உருவாகி நடந்து வருகிறது. எல்லாவித மருத்துவ வசதிகளும் இருக்கின்றன. வீட்டில் நான்தான் சமையல் மற்றும் இதர வேலைகளைச் செய்கிறேன். வாரத்துக்கு ஒரு முறை ஒரு பணிப்பெண் வந்து ஐந்துமணி நேரம் கார்பெட் டிராயிங் ரூம் மற்ற இடமெல்லாம் சுத்தம் பண்ணுவாள். அந்த ஒரு நாளைக்கு மட்டும் 20 டாலர் சம்பளம் தர வேண்டும். என் கணவருக்கு உதவியாக நர்சிங் ஹோமில் ரிசப்ஷனிஸ்ட்டாக இருப்பேன். அக்கவுண்ட்ஸ் பார்த்துக்கொள்வேன் எக்ஸ்ரே டிபார்ட்மெண்டிற்கு உதவி, அசிஸ்டண்ட் கிளார்க், அவருக்கு உதவி நர்ஸ். இப்படி எல்லாமே செய்வதுண்டு. பரதநாட்டிய நிகழ்ச்சிகளை அமெரிக்காவில் நடத்தியிருக்கிறோம். நான் போன பிறகு இதுவரை அந்த நாட்டில் 65 புரோகிராம்கள் நடந்திருக்கு. அமெரிக்காவில் 50% அமெரிக்கர்கள் 50% இந்தியர்கள்

அமெரிக்காவில் பத்மினி, ராகினி பரதநாட்டிய நிகழ்ச்சி

என்ற கணக்கில் இருப்பார்கள். அவர்கள் நம் நாட்டுக் கலைகளைப் பெரிதும் மதிக்கிறார்கள்; பாராட்டுகிறார்கள். ரவிசங்கரும் பீட்ல்ஸ் ஹாரிசனும் சேர்ந்து பங்களாதேஷ் உதவி நிதிக் கச்சேரி செய்தார்கள். 30,000 மக்கள் ஸ்டேடியத்தில் கூடியிருந்தார்கள். 30,000 பேர்கள் ஒரே ஸ்டேடியத்தில் ஒரே சமயத்தில் கூடியிருந்தது பிரமிப்பாக இருந்தது. இது ஒருபுறம் இருக்க, நியூயார்க் பக்கத்தில் குவின்ஸ் பஷ்ஷிங் என்ற இடத்தில பிள்ளையார் கோயில் கட்டப்பட்டது. அதற்காக நியமிக்கப்பட்ட டிரஸ்டிகளில் நானும் ஒருத்தி. அந்தக் கோயிலுக்காக ஒரு நாட்டிய நிகழ்ச்சி நடத்தியதில் 13,000 டாலர் வருமானம் கிடைத்தது. மற்ற கோயில்களும் கட்டப்பட்டு வருகின்றன. நான் என் இருப்பிடத்தில் சிறிய பூஜை ரூம் கட்டி, தினமும் தோத்திரங்கள் சொல்கிறேன். குருவாயூரப்பன், வெங்கடேஸ்வரா சுப்ரபாதம் எல்லாம் டேப் ரிகார்டுகள் வைத்திருக்கிறேன். தினசரி பூஜை செய்கிறேன். அமெரிக்காவில் தமிழ்ப்படங்கள் 'பாரதி சொசைட்டி' என்ற கல்ச்சுரல் சங்கம் மூலமாகப் பார்க்க முடிகிறது. சிவாஜியும் நானும் நடித்த 'குலமா, குணமா' படத்தை அங்குப் பார்த்தேன். எல்லாம் மார்னிங் ஷோக்கள்தான் நடக்கும். அமெரிக்கர்களுக்கு நடராஜர் சிலை மீது ரொம்பவும் மோகம் வந்திருக்கு. சென்னைக்கு வரும் அமெரிக்கர்கள் ஹாண்டி கிராப்ட்ஸ் எம்போரியம், விக்டோரியா டெக்னிக்கல் இன்ஸ்டிடியூட் போன்ற இடங்களில் சிறிய நடராஜர் வெங்கலச் சிலையை வாங்கிப் போவதைப் பார்த்திருக்கிறேன். அமெரிக்கர்கள் கலையை, கலையின் நுட்பத்தை, கலையின் தத்துவத்தை ரசிப்பவர்கள். நடராஜர் சிலையின் தத்துவம் என்ன

திருநின்றவூர் தி.சந்தானகிருஷ்ணன்

என்பதை புத்தகங்களில் படிக்கிறார்கள். கலையழகும் தெய்வ வடிவும் கொண்ட நடராஜர் சிலைகளை வாங்கிப்போக இதுவே காரணம் என்று தோன்றுகிறது என்றார்." 1980இல் நடந்த மற்றொரு பேட்டியில் தனது இல்வாழ்க்கையைப்பற்றி பத்மினி சொல்லியிருந்தார்.

"கணவன் மனைவி ஒருவரை ஒருவர் நன்கு புரிந்து கொண்டால் இல்லறவாழ்க்கை சிறப்பாக அமைந்துவிடும். அதிலும் குழந்தைச் செல்வமும் இருந்தால் அவளைப்போலே அதிர்ஷ்டசாலி யாரும் இருக்கமாட்டார்கள். என் கலையார்வத்திற்கு என் கணவர் எல்லாவிதத்திலும் ஊக்கமளித்து வருகிறார். அதனால் அமெரிக்காவில் இன்று நான் மூன்று நாட்டிய பள்ளிகளை நடத்திவர முடிகிறது. என் குழுவில் 16பேர் உள்ளனர். இராமாயணம், தசாவதாரம் போன்ற நாட்டிய நாடகங்களை 89முறை நடத்தியிருக்கிறோம். இப்போது 'சாகுந்தலம்' நாட்டிய நாடகத்தை நடத்துகிறோம். அமெரிக்கா வரும் தென்னிந்திய நட்சத்திரங்களை சந்திப்பதுண்டு. கே.ஆர்.விஜயா, ஹேமமாலினி, வைஜயந்திமாலா பின்னணிப்பாடகி சுசீலா ஆகியோர் என் வீட்டிற்கு வந்திருக்கிறார்கள். முதல்வர் திரு எம்.ஜி.ஆர். அமெரிக்கா வந்தபோது நிகழ்ச்சிகள் நெருக்கமாக இருந்ததால் அவரைச் சந்திக்க முடியவில்லை. அமெரிக்காவில் ரெக்ஸ் ஹாரிஸன், ஷர்லீ மக்ளீன் ஆகியோரை சந்தித்திருக்கிறேன். ஐ.நா. சபையின் ஒரு விழாவில் பல நட்சத்திரங்களுடன் பேசியும் இருக்கிறேன். என் மகன் பிரேம் ஆனந்திற்கு பதினேழு வயதாகிறது. Pre-medicine படிக்கும் அவன் "Rock Music" என்ற பெயரில் ஒரு மேற்கத்திய இசைக்குழுவை வைத்துக்கொண்டு அமெரிக்காவில் இசை

அமெரிக்காவில் ஸ்ரீராம நாம யக்ஞ மண்டலி விழாவில் பத்மினி

நிகழ்ச்சி நடத்துகிறான் என்ற விவரங்களை பத்மினி தெரிவித்தார். அமெரிக்காவில் தான் நடத்திய நிகழ்ச்சியின் விசேஷமொன்றையும் பத்மினி தெரிவித்தார். தான் நடத்திய நாட்டிய நிகழ்ச்சிகளில் வள்ளித் திருமணம் நாட்டிய நாடகமும் அடங்கும். இதனை 12 முறை பத்மினி நடத்திக்காட்டியிருக்கிறார். இவரது நாடகங்கள் சிறப்பாக இருந்தாலும் அமெரிக்கர்களுக்கு புரிய வைப்பது எப்படி? தான் நடத்தும் நாட்டிய நாடகம் ஒவ்வொன்றிற்கும் ஆங்கிலத்தில் விளக்கங்களை பிரசுரித்து வைத்திருந்தார். அவற்றை நிகழ்ச்சிக்கு இடைஇடையே தக்க தருணத்தில் விநியோகிக்கிறேன். இதனால் அமெரிக்கர்கள் நாடக நாட்டியத்தை சுலபமாக புரிந்து கொள்ள முடிகிறது என்கிறார் பத்மினி. என்னே பத்மினியின் திறமை'.

## (a) ராகினி மரணம்

பத்மினியின் தங்கை 1964ஆம் ஆண்டில் கேரளாவைச் சேர்ந்த மாதவன் தம்பியை மணந்து கொண்ட பிறகு நடிப்பதை நிறுத்திக் கொண்டு தன் முழு நேரத்தையும் இல்லற வாழ்க்கைக்கே செலவழித்தார். இத்தம்பதிகளுக்கு லட்சுமி, பிரியா என்று இரு மகள்கள். துரதிஷ்டவசமாக ராகினியைப் புற்றுநோய் தாக்கியது. 1976ஆம் ஆண்டில் நோய்முற்றி ராகினி தளர்ந்து போனார். எவ்வளவோ நவீன மருத்துவம் பார்த்தும் தாயார் சரஸ்வதி அம்மாள் எத்தனையோ பூஜை புனஸ்காரங்கள் செய்தும் 'விதி வலியது; அதை யாராலும் வெல்ல முடியாது' அல்லவா. 30.12.1976 அன்று ராகினி மரணமடைந்தார். இந்தச் செய்தி அமெரிக்காவிலிருந்த பத்மினிக்குப்

**அமெரிக்காவில் கணவருடன் பத்மினி**

அமெரிக்காவில் பத்மினியின் விருந்தினராக ஜெமினி கணேசன்

பெரும் சோகத்தை ஏற்படுத்தியது. தன்னைத் தேற்றிக்கொண்டு தனது கடமைகளைத் தொடர்ந்தார் பத்மினி.

## (b) இந்திய திரைப்பட படப்பிடிப்புக்கு உதவி

1979ஆம் ஆண்டில் ஜியோ மூவீஸ் 'ஒரே வானம் ஒரே பூமி' என்ற படத்தை அமெரிக்காவை அடித்தளமாகக் கொண்டு எடுத்தனர். ஒரே சமயத்தில் அதன் மலையாளப் பதிப்பாக 'ஏழாம் கடலுக்குரே' என்ற படத்திற்கும் படப்பிடிப்பு நடத்தினர். நயாகரா நீர்வீழ்ச்சி, அமெரிக்காவின் சுதந்திரச்சிலை போன்ற காட்சிகள் படத்திற்காக படமாக்கப்பட்டன. பிழைப்புக்காக அமெரிக்காவில் நர்ஸாகப் பணிபுரிகிறாள் லக்ஷ்மி (கே.ஆர்.விஜயா). அதே போல் சங்கரும் (ஜெய்சங்கர்) அமெரிக்காவில் வந்து ஒரு பணியில் சேருகிறான். லக்ஷ்மி தன் சகோதரி சீதாவையும் (சீமா) மற்றொரு ஆஸ்பிடலில் நர்ஸாகச் சேர்த்து விடுகிறாள். லக்ஷ்மி நர்ஸாக வேலைபார்க்கும் ஆஸ்பத்திரியின் டாக்டர் ஜாக்ஸன் (ஹென்றி) அவளைக் காதலிக்கிறான். சங்கரும் சீதாவை நேசிக்கிறான். இடையில் அமெரிக்கா வரும் லக்ஷ்மியின் சகோதரன் சோமுவால் (ரவிகுமார்) பிரச்சனைகள் உருவாகிறது. ஆனால் இந்த படத்தயாரிப்புக்கு அமெரிக்காவில் உதவி செய்ததுடன் ஜாக்ஸன் ஆஸ்பிடலில் ஹெட் நர்ஸாக பத்மினி கௌரவ வேடத்தில் மூன்று சிறிய காட்சிகளில் நடித்து முடித்துக் கொடுத்தார். லக்ஷ்மி பத்மினியிடம் தன் திருமணத்தைப் பற்றி யோசனை

அமெரிக்காவில் தன் நடனப்பள்ளி மாணவியுடன் பத்மினி

கேட்கும்போது 'இது உன் சொந்த விஷயம்; அடுத்தவரிடம் அபிப்ராயம் கேட்பது முறையில்லை' என்று தன் கருத்தைச் சொல்லி முடித்துக் கொள்கிறார் பத்மினி. இந்தப்படம் மலையாளத்தில் 'ஏழாம் கடலுக்குரே' என்று எடுத்ததில் கே.ஆர். விஜயன், எம்.ஜி.சோமன், ரவிகுமார், சீமா, ஜனார்தன், ஹென்றி மற்றும் பத்மினி நடித்திருந்தனர். இவ்விரண்டு படங்களுக்கும் எம்.எஸ்.விஸ்வநாதன் இசை அமைத்திருந்தார்; ஐ.வி.சசி இயக்கியிருந்தார்.

## (C) சுக்கு நூறாக உடைந்த சுகவாழ்வு

தனது கணவர் மகனுடன் இனிய இல்லறம் நடத்தி மகிழ்ந்து வாழ்ந்த பத்மினிக்குப் பேரிடி காத்திருந்தது. அமெரிக்காவிலுள்ள நியூஜெர்ஸியில் பத்மினியின் கணவர் டாக்டர் ராமச்சந்திரன் சொந்தமாக ஆஸ்பத்திரி நடத்தி வந்தார். மகன் பிரேமானந்துக்கு அப்போது வயது பத்தொன்பது. 1981ஆம் ஆண்டு செப்டம்பர் மாதம் 16ஆந் தேதி ராமச்சந்திரன் வழக்கத்துக்கு மாறாக காலை சற்று முன்பாகவே ஆஸ்பத்திரிக்கு புறப்பட்டார். பத்மினி 'ஜுஸ் சாப்பிட்டு விட்டுப் போங்களேன்' என்று கூற "எனக்கு டைம் ஆகிவிட்டது" என்று சொல்லிப் புறப்பட்டுவிட்டார். பத்மினியைப் பொறுத்தமட்டில் அது அறச்சொல்லாகவே அமைந்துவிட்டது. அவர் சென்ற இரண்டு மணி நேரத்திற்குப் பிறகு ஆஸ்பத்திரியிலிருந்து டாக்டர் பட்டேல் போன் செய்து உங்கள் கணவருக்கு ஹார்ட் அட்டாக், ஐந்து தினங்கள் தங்கியிருக்க வேண்டுமென்ற சேதி பத்மினிக்கு கிடைத்தது. பதறி அடித்துக்கொண்டு பத்மினி ஆஸ்பத்திரிக்கு பறந்தார். ஆயினும் தூரம் அதிகமானதால் ஆஸ்பத்திரியை அடைய சுமார் நான்கு மணி நேரம் பிடித்தது. கணவரைக் கண்கலங்க கலவரத்துடன் பார்த்த பத்மினியிடம் 'ஒண்ணுமில்ல பயப்படாதே! ஒரு வாரத்துக்குள் நார்மலாகி விடுவேன்' என்று ஆறுதல் சொன்னார். ஆனால் வெளியே வந்த ஒரு மணி நேரத்துக்குள் ராமச்சந்திரன், இந்திய நேரப்படி 17.09.1981 அன்று காலை 10 மணிக்கு உயிர் பிரிந்தார். பத்மினி அதிர்ச்சியால் மயங்கி விழுந்தார். அவருக்கு முதலுதவி செய்து நிதானத்துக்கு ஆஸ்பத்திரி மீட்டது. அடுத்தது என்ன செய்வது என்பதை பத்மினி சிந்தித்தார். வீட்டிற்கு தூரம் அதிகமாக இருந்ததால் காலம் விரையமாகுமென பத்மினி கருதினார். முறையாக இறுதிச்சடங்குகள் செய்ய நேரம் தேவைப்பட்டதால் அங்கிருந்த குடும்ப நண்பர் டாக்டர் அழகப்பன் வீட்டில் வைத்து இறுதிச் சடங்குகள் நிறைவேற்றப்பட்டது.

முறைப்படி பத்து நாட்கள் டாக்டர் அழகப்பன் வீட்டில் தங்கி சகல சடங்குகளையும் முறையாக முடித்தபின்னே பத்மினி தங்கள் வீட்டுக்குத் திரும்பினார். கணவரின் பிரிவு பத்மினியை வெகுவாக பாதித்தது. தங்களின் ஒரே மகன் பிரேம் ஆனந்தின் எதிர்காலத்தை நன்கு அமைத்துக் கொடுக்க வேண்டுமென்று உறுதிபூண்டார். மகனுக்கு உயர்கல்வி அளிக்க வேண்டுமென்று கருதினார். பிரேம் ஆனந்த் அமெரிக்காவிலிருந்து வெளிவரும் உலகப்புகழ் பெற்ற டைம்ஸ் பத்திரிகையில் பத்திரிக்கையாளராகவும் புகைப்படக் கலைஞராகவும் மாறினார். இந்த நிலையில் மற்றொரு துயரம் பத்மினியைத் தேடி வந்தது. பத்மினியின் அக்கா லலிதா புற்று நோயால் பாதிக்கப்பட்டு 20.11.1982 அன்று கேரளாவில் ஆலப்புழையில் காலமானார். இறந்த லலிதாவைப் பொறுத்தமட்டில் ராதாலட்சுமி, பார்வதி, சரஸ்வதி என்று மூன்று மகள்கள். அவர்களில் லலிதா உயிருடன் இருந்தபோதே இரண்டு மகள்களுக்கும் திருமணமாகிவிட்டது.

பத்மினியும் தன் மகன் பிரேமானந்துக்கு திருமணம் செய்து வைத்தார். பத்மினியின் மருமகள் பெயர் இந்திரா நாயர். 'என் மருமகள் அழகாக இருப்பாள்' என்று ஒரு பேட்டியில் பத்மினி புகழ்ந்திருக்கிறார். பத்மினிக்கு நவீன் என்ற ஒரு பேரனும் உண்டு "என்றும் ஏவி.எம். நிறுவனத்திற்கு" 22.09.2007இல் சென்னையில் அளித்த பேட்டியில் பத்மினி கூறியிருக்கிறார். தவிர தற்போது பிரேம் ஆனந்த் அமெரிக்காவில் வார்னர் பிரதர்ஸ் படக் கம்பெனியின் போட்டோ ரிஸர்ச்சராக இருக்கிறான் என்ற சேதியையும் தெரிவித்துள்ளார். (இந்தப் பேட்டியை ஏவி.எம். நிறுவனத்தின் சார்பில் பதிவு செய்தவர் இயக்குனர் எஸ்.பி.முத்துராமன் அவர்களாவார்.)

அமெரிக்க விழா மேடையில் பத்மினிக்கு பாராட்டு

கணவரது பிரிவுக்குப்பின் பத்மினியிடம் பரிவுகாட்டியது அவரது நாட்டிய ஈடுபாடுதான். அவரது 'பத்மினி இன்ஸ்டியூட் ஆஃப் பைன் ஆர்ட்ஸில்' தொடர்ந்து கவனம் செலுத்தினார். அதில் நாட்டியம் பயின்ற அரங்கேற்றம் நடத்திய முதல் மாணவி பத்மினியின் குடும்ப நண்பரான அழகப்பனின் மகள் மீனா அழகப்பன். நியூயார்க் நகரில் பல இந்திய பாரம்பரிய நடனங்கள், புராண இதிகாச நாட்டிய நாடகங்கள் நடத்தி இந்திய கலாச்சாரத்தை அயல் நாட்டினருக்குத் தெளிவுபடுத்தினார். விழாக்காலங்களில், பண்டிகை தினங்களில் அதற்குரிய விசேட நாட்டிய நாடகங்கள் நடத்தினர். அப்படியொன்றுதான் ஸ்ரீராம நவமி உற்சவத்திற்காக நடத்திய நாட்டியம். அமெரிக்காவில் ஸ்ரீவித்யாவின் நடனத்திற்கு வந்திருந்த பத்மினி அவரை வாழ்த்தியதுடன் அவரது தாயார் தென்னிந்தியாவின் தலைசிறந்த கர்நாடக சங்கீதவாணி எம்.எல். வசந்தகுமாரி அவர்களுக்கு கேடயம் அளித்து கௌரவித்தார்.

கணவரது மறைவுக்குப்பின் அமெரிக்காவில் தனது குடும்ப வாழ்க்கையைக் கவனிக்க நேரத்தைச் செலவிட்டார் அப்போதும் 'ஒரே வானம் ஒரே பூமி' படத்தில் நட்புக்காக சில காட்சிகளில் பங்கேற்றது போன்றே ஒரு இந்திப்படத்திலும் கௌரவ நடிகையாகத் தலைகாட்ட வேண்டிய அவசியம் பத்மினிக்கு ஏற்பட்டது. அதன் பெயர் "தர்த்கா ரிஷ்டா".

## (d) உயிர் போராட்டம்

பிரபல இந்தி நடிகர் சுனில்தத் தனது சொந்த படத்தயாரிப்பு நிறுவனமான அஜந்தா ஆர்ட்ஸ் சார்பில் இந்தியில் வெளியிட்ட திரைப்படம் தான் 'தர்த்கா ரிஷ்டா'. சுனில்தத் தனது மனைவி நர்கீஸ்

லலிதா

ராகினி

**அமெரிக்க நண்பர் குழந்தைக்கு உணவு ஊட்டும் டாக்டர் ராமச்சந்திரன்**

புற்றுநோயால் தாக்கப்பட்டு உயிருக்குப் போராடி இறந்துபோன தாக்கம் அவரது இறுதிக்காலம் வரை போகவில்லை. புற்றுநோய் பற்றியவர்களைக் காக்க உறுதிபூண்டு பல தொண்டுகள் செய்தார் சுனில்தத். ஒரு புற்றுநோய் மருத்துவமனைக்கு அவர் தனது மனைவி நர்கீஸின் பேரில் ஒரு வார்டு தந்து உதவியிருக்கிறார். ஏன் 'தர்த்.க.ரிஷ்டா' படத்தில் வரும் வருவாய் அனைத்தையும் புற்று நோயாளிகளின் நலனுக்காகச் செலவிடப்படுமென்ற செய்தி படத்துவக்கத்திலேயே காட்டப்படுகிறது. இந்தப் படத்தின் ஒரு பகுதி அமெரிக்காவில் எடுக்கப்பட்டது. பத்மினி நர்கீஸின் குடும்ப நண்பர் என்ற முறையில் கதாநாயகி சுமிதா பட்டிலின் தாய் ஸ்தானத்திலிருந்து ஓரிரு காட்சிகளில் மட்டும் தலை காட்டுகிறார். இந்தப் படத்தில் அவர் ஒரு கௌரவ நடிகை மட்டுமே. ரவிசர்மா (சுனில்தத்) ஒரு சிறந்த அறுவை சிகிச்சை நிபுணர் அவரது மனைவி டாக்டர் அமுதா (சுமிதா பட்டில்). மன வேற்றுமையால் இருவரும் விவாகரத்து பெற்று பிரிகிறார்கள் இவர்களுக்கு ஒரு பெண் குழந்தை. துரதிஷ்டவசமாக அந்தப் பெண்ணுக்கு புற்றுநோய் ஏற்படுகிறது. பிரிந்தபோதும் இருவரும் குழந்தையின் உயிரைக் காப்பாற்ற போராடுவதே கதை. இந்தக்காட்சிகள் அமெரிக்காவில் படமாக்கப்பட்டது. பத்மினி இந்த படத்தில் டாக்டர் அமுதாவின் தாய் ஸ்தானத்தில் ஓரிரு காட்சிகளில் வந்து போகிறார். அதில் அமெரிக்க நீதிமன்றத்தில் பத்மினி தவிக்கும் காட்சி நெஞ்சில் நிலைக்கிறது. பத்மினி அமெரிக்காவிலிருந்த தனது குடும்ப நண்பர் படம் என்பதற்காக இந்தப் படத்தில் கௌரவ வேடத்தில் தோன்றினார்.

## 52

## திரும்ப அழைத்த தாய்நாடு

**க**ணவரை இழந்த துக்கத்திலிருந்த மீள பத்மினிக்குச் சிலகாலம் பிடித்தது. எனினும் மன சஞ்சலத்திற்கு மருந்தேது. ஓடிப்பிடித்து விளையாடிய குதூகலமான காலம் இப்போது துயரத்தால் கட்டிப்போட்டது. பத்மினி சினிமாவை விட்டு சற்று ஒதுங்கியிருந்தார். மகன் பிரேமானந்திற்கு திருமணம் செய்து வைத்து ஒருவாறு தன்னைத்தானே தேற்றிக் கொண்டிருந்தார். தொடர்ந்து நாட்டியப்பள்ளி நடத்தி தனது கலைச் சேவையில் ஆறுதல் கண்டார்.

பத்மினியின் குடும்ப நண்பர் கேரளாவைச் சேர்ந்த திரைப்பட இயக்குனர் பாசில் ஒரு புதுமையான கதையை உருவாக்கினார். அதன் முக்கிய கதாபாத்திரம் வயது முதிர்ந்த ஒரு பெண்மணி! கதைக்கருவும் அவளே, கதையில் சம்பவங்கள் அவளைச் சுற்றியே சுழல்கின்றது. இந்த கதாநாயகிக்கு ஒப்பான கிழவி வேடத்தை ஏற்க தகுதியான பெண்மணி பத்மினிதான் என்று பாசில் திடமாக நம்பினார். அதைத் தொடர்ந்து தன் விருப்பத்தைக் கடிதம் மூலமாக அமெரிக்காவிலுள்ள பத்மினிக்குத் தெரிவித்தார். பாத்திரப் படைப்பின் தன்மையை உணர்ந்த பத்மினி இந்தியா வந்து நடித்துக் கொடுக்க சம்மதித்தார். இந்தத் திரைப்படத்தை மலையாளம் மற்றும் தமிழ் என்று இரு மொழிகளிலும் படமாக்க பாசில் திட்டமிட்டுச் செயல்பட்டார். அதுதான் மலையாளத்தில் "நோக்கத் தூரத்தே கண்ணும் நாட்டே" என்ற பெயரில் 1984இல் திரையிடப்பட்டது. அதை தொடர்ந்து 1985ஆம் ஆண்டில் அப்படம் தமிழில் "பூவே பூச்சூடவா" என்ற பெயரில் தனித் தமிழ்ப்படமாக வெளியிடப்பட்டது. இவ்விரு படங்களிலும் பாட்டியாகப் பாத்திரமேற்றவர் பத்மினிதான். பாட்டியின் அன்பிற்குரிய பேத்தியாக இரு

பூவே பூச்சூடவா (1985)

மொழிப்படங்களிலும் நடித்தவர் நதியா என்று இன்று நாமறிந்த நதியா மொய்டு. இதில்தான் நதியா திரைப்படத்தில் அறிமுகமானார். இப்படங்களுக்கான குறிப்புகள் கீழே காணலாம்.

### (a) வழிமேல் விழி வைத்து காத்திருந்த பெண்மணி

குஞ்சம்மா என்ற வயது முதிர்ந்த பெண்மணி சுமார் 17 ஆண்டுகளாகத் தனித்து வாழும் பெண்மணி. யார் வரவையோ ஏங்கி எதிர்பார்த்து வழிமேல் விழிவைத்துக் காத்திருப்பவள். அவளின் துயரக் கதையைச் சொல்வதே இப்படம். இந்தக் காத்திருப்பையே தலைப்பாக்கி படத்தின் தலைப்பை மலையாளத்தில் "நோக்கத் தூரத்தே கண்ணும் நாட்டே" என்று பெயரிட்டு திரையிட்டுக் கேரளாவில் அமோக வெற்றியைப் பெற்றுத் தந்தது. கேரள திரையரங்கில் 200 நாட்களுக்குமேல் இப்படம்

வெற்றிகரமாக ஓடியது. பத்மினியின் திரை மறுபிரவேசம் அற்புதமாக அமைந்தது. கேரள மாநில அரசின் சிறந்த படமாக விருது பெற்றது. இந்தியன் பனோரமா பிலிம் விழா 86ஆம் ஆண்டில் பங்கேற்க தகுதி பெற்றது என்று மத்திய அரசால் தெரிவு செய்யப்பட்டது. இப்படம் தனித் தமிழ்ப்படமாக வந்ததாலும் இவ்விரு படக்கதையும் ஒன்றானதாலும் இதன் குறிப்புக்களைத் தமிழில் வெளிவந்த "பூவே பூச்சூடவா" படத்துடன் சேர்த்து அறியலாம்.

## (b) ஆண்பாவமும் பொல்லாததுதான்!

'பெண்பாவம் பொல்லாதது' என்பது வழக்கு. 'ஆண்பாவமும் பொல்லாததுதான்' என்பது "பூவே பூச்சூடவா" படம் சொல்லும் கூடுதல் வழக்கு. ஊர் மல்லிகைப்பந்தல். அதில் ஒரு விசாலமான வீடு. ஆனால் அதில் வாழ்வதோ ஒருநபர்தான். அதுவும் ஒரு வயது முதிர்ந்த பெண்மணி. வீட்டின் வெளிப்புறத்திலே ஒரு காலிங்பெல். அது அந்த பாட்டிக்கு உயிர் மூச்சு. அக்கம் பக்கம் அவள் யாருடனும் ஒட்டி உறவாடுவதில்லை. சிடு சிடு என்று எடுத்ததற்கெல்லாம் எரிந்து விழும் குணம். சொத்து நிறையவே இருக்கிறது. தவிர பிறரிடம் சம்பாதித்த வெறுப்பும் கூடவே இருக்கிறது. இந்த வினோத குணங்கள் கொண்ட பாட்டியார்? யாரை எதிர்பார்த்து 17 வருடங்களாகக் காத்திருக்கிறாள்? இப்படித் தொடங்குகிறது திரைப்படம். அந்தப் பாட்டியின் பெயர் பூங்காவனத்தம்மாள். அவளது ஒரே மகள் அலமேலு. சுந்தரம் என்பவனை அவள் திருமணம் செய்து கொள்கிறாள். சுந்தரம் டெல்லி அக்ரி கல்ச்சரல் காலேஜில் பிரின்ஸிபாலாகப் பணி செய்கிறான். இவர்களுக்கு சுந்தரி என்ற ஒரே பெண் குழந்தை. சுந்தரத்துடன் மனக்கசப்பு ஏற்பட்டதாகக் கூறி அலமேலு அம்மாவிடம் அடைக்கலம் புகுகிறாள். ஒரு குழந்தைக்கு தாயான அலமேலு எதிர்பாராமல் இறந்து விடுகிறாள். பூங்காவனத்து அம்மாளுக்கு சுந்தரத்தின் மீது கட்டுங்கடங்காத கோபம் உண்டாகிறது. அதை மேலும் தூண்டும் விதமாக சுந்தரம் குழந்தையைப் பூங்காவனத்தம்மாளிடமிருந்து பிரித்து எடுத்துச் சென்றுவிடுகிறான். குழந்தைக்காக நான்கு வருடங்கள் வழக்காடியும் தோல்வியையே பாட்டி சந்திக்கிறாள். காலம் உருண்டோடுகிறது மல்லிகைப்பந்தல் மாளிகையில் தனித்து, பேத்தி சுந்தரியை நினைத்து வாழ்கிறாள். தன் பேத்தி தன்னைத்தேடி ஒருநாள் வருவாள் என்ற நம்பிக்கையில் வாயிலில் உள்ள காலிங்பெல் அவளால் ஒருநாள் ஒலிக்கும், தன் பாசம் ஒளிர்விடும் என்று திடமாக நம்புகிறாள். அவளது நம்பிக்கை வீண் போகவில்லை. வளர்ந்த நவநங்கையாக சுந்தரி பாட்டியின் வீட்டு காலிங் பெல்லை அடிக்க பூங்காவனத்தம்மாள் அவள் மீது பூமாரி பொழிந்தாள். சுந்தரம் கெட்டவனென்றும் ஆகவே அவளிடம் திரும்பிச் செல்லக்கூடாது என்றும் சுந்தரிக்கு அறிவுறுத்திகிறாள் பூங்காவனத்தம்மாள். தனது

எண்ணம் நிறைவேறிய நிறைவில் காலிங்பெல்லை கழற்றினாாள். பேத்தியுடன் சேர்ந்து மகிழ்ச்சியில் லூட்டி அடிக்கிறாள் பாட்டி. சுகமான சில நாட்கள் மின்னலாக மறைந்தன. பக்கத்துக்கு வீட்டு டேவிட்டின் நண்பன் டெல்லியிலிருந்து வருகிறான். எதேச்சையாக சுந்தரியைப் பார்த்த அவன் டேவிட்டிடம் டெல்லியில் சுந்தரியைத் தனக்குத் தெரியுமென்றும் அவள் மூளையில் கட்டி ஏற்பட்டு அறுவை சிகிச்சை செய்யும் அபாயகரமான கட்டத்தில் தந்தையை விட்டு தப்பி பாட்டியிடம் வந்துவிட்டதாகவும் அதிர்ச்சிச் செய்தியைச் சொன்னான். சுந்தரி இருப்பிடத்தைத் தெரிந்து கொண்ட அவள் தந்தை சுந்தரம் மல்லிகைப்பந்தல் வந்து மகளைப் பார்க்கிறான். ஆனால் மாமியார் உண்மையேதும் அறியாத பூங்காவனத்தம்மாளோ, இடைமறித்து சுந்தரத்தை ஏசி துரத்தி விடுகிறாள். பதில் பேசாது சுந்தரம் திரும்பி விடுகிறான். தந்தையைப் பாட்டி ஏசுவதைப் பொறுக்கமுடியாத சுந்தரி தன் தந்தை உயர்ந்தவர்; பண்புள்ளம் கொண்டவரென்று சொல்கிறார். கர்ப்பவதியான தன் மனைவி விருப்பம்போல் பூங்காவனத்தம்மாளிடம் கணவன் கொடுமைப்படுத்துகிறான் என்று பழிச்சொல் கூறி சுந்தரம் சேர்ந்தாளேயன்றி உண்மையில் சுந்தரம் ஒரு சிறந்த குணாளன் என்று சுந்தரி விளங்குகிறாள். இது தவிர தன் தாய் இறந்த பிறகு வேறு திருமணம் செய்து கொள்ளாமல் தன்னைக் கண்ணனுக்கு

**பூவே பூச்சூடவா (1985)**

கண்ணாக வளர்த்து ஆளாக்கியவர் தனது தந்தை சுந்தரமென்று பாட்டிக்கு எடுத்துக்காட்டினாள். பூங்காவனத்தம்மாவுக்கு உண்மைகள் தெளிவாயின. தனது மருமகன் ஒரு பாவப்பட்டவன் என்பதையும் தனது பாசவெறியால் கொடுமைகள் இழைத்து விட்டதையும் எண்ணிக் கண்ணீர் சிந்தினாள். சுந்தரியின் வியாதியும் அதை குணப்படுத்த அறுவை சிகிச்சை செய்யவுமே சுந்தரம் வந்திருப்பதை அறிந்தாள். பூங்காவனத்தம்மாள் உளம் கனிந்தது. தனது சேமிப்பு அனைத்தையும் சுந்தரத்திடம் கொடுத்து சுந்தரியின் மருத்துவத்துக்குப் பயன்படுத்தக் கேட்டுக்கொண்டாள். சுந்தரியைச் சுமந்து ஆம்புலன்ஸ் செல்ல, தனது பேத்தி திரும்பி வந்து காலிங்பெல் அடிப்பாள் என்ற நம்பிக்கையில் மீண்டும் அதனை வீட்டு வாயிலில் பூங்காவனத்தம்மாள் திரும்ப பொருத்துவதுடன் படம் முடிவடைகிறது.

பூங்காவனதம்மாளாகப் படத்தை தாங்கிப் பிடிப்பது பத்மினிதான். வயதான பாட்டியாக நடித்தாலும் முகத்தில் சுருக்கத்தை காணவில்லை. கண்களில் ஒளி மங்கவில்லை. நரை முடியைக் கொண்டும் நெற்றிப் பட்டையைக் கொண்டு வயது முதிர்ச்சியைக் காட்ட ஒப்பனையாளர் சிரமப்பட்டிருப்பது தெரிகிறது. ஆனால் தனது நடிப்பில் ஈடுகட்டிவிடுகிறார் பத்மினி. கேலி செய்யும் வாண்டுகளைத் துரத்தி அடிப்பதிலும், பேத்தியுடன் சேர்ந்து கும்மாளம் அடிப்பதிலும்

*கணவருடன் பத்மினி*

நடிப்பில் தனது கற்பனைத் திறனை வெளிப்படுத்துகிறார். பேத்தியும் பாட்டியும் தும்மும் காட்சி நம்மைச் சிரிக்க வைக்கிறது. பேத்தியுடன் சேர்ந்து கொண்டு போட்டோ எடுத்துக் கொள்ள நாணிக்கோணி வெட்கப்படுவது 'பாலக்கட்டுப் பக்கத்திலே ஒரு அப்பாவி ராஜா' பாட்டுக் காட்சியை நினைவூட்டுகிறது. மருமகனை ஏசி விரட்டும் காட்சியில் பத்மினியின் நடிப்பில் ரணகளத்தைக் காண முடிகிறது. பேத்தி உயிருக்குப் போராடுகிறாள் என்று தெரிந்த பின் பத்மினியின் நடிப்பில் உருகும் மெழுகைப் பார்க்க முடிகிறது. ஒவ்வொரு கணத்திலும் உயிர்துடிப்பான பத்மினியின் நடிப்பைக் காண முடிகிறது. இப்படத்திற்கான பிரத்யேக வெளியிட்ட ஏட்டில் 'Padmini, the richest contribution of kerala to Indian screen, stages a powerful comeback' என்று குறிப்பிடுகிறது. படத்தில் பத்மினி, நதியாவைத் தவிர பரிதாபத்திற்குரிய தந்தை சுந்தரம் பாத்திரத்தில் ஜெய்சங்கரும் டேவிட் பாத்திரத்தில் எஸ்.வி.சேகரும் நடித்தனர். படத்தில் இளையராஜாவின் இசையில் 'பூவே பூச்சூடவா' இனிக்கிறது. தமிழில் இப்படத்தை நவோதயா பிலிம்ஸ் தயாரித்தது. இயக்கம் பாசில்.

இதன் மூல மலையாளப்படமான 'நோக்கத்தே தூரத்தே கண்ணும் நாட்டே'வை போதி சித்ரா நிறுவனம் தயாரித்தது. தமிழில் பூங்காவனத்தம்மாளாக நடித்த பத்மினி மலையாளத்தில் குஞ்சம்மா தாமஸ் என்ற பெயரில் நடித்தார். நதியா தமிழில், சுந்தரி மலையாளத்தில் சிர்லி. நதியாவின் தகப்பனார் மாத்யூவாக கே.பி.உம்மர் நடித்தார். அடுத்த வீட்டு நண்பராக ஸ்ரீ குமார் என்ற பாத்திரத்தில் மோகன்லால் நடித்திருந்தார். இந்தப் படத்திற்கு ஜெர்ரி அமல்தேவ் இசை அமைத்திருந்தார். படத்திற்கான மக்கள் வரவேற்பு, பெற்ற கௌரவம், போன்றவை ஏற்கனவே குறிப்பிடப்பட்டுள்ளது.

# 53

## முடிவுக்கு வரும் தமிழ் திரையுலக வாழ்க்கை

**தா**ன் விட்டாலும் தன்னைவிடாத சினிமாவின் வலிமைக்குக் கட்டுப்படவேண்டிய தார்மீக பொறுப்பு பத்மினிக்கு இருந்தது. எனவே 1986ஆம் ஆண்டில் மூன்று படங்களும் 1989, 1991 மற்றும் 1994 ஆண்டுகள் தலா ஒரு படமுமாக 6 படங்களில் நடித்தார். இடையிடையே அமெரிக்கா சென்று தன் குடும்பத்தாரையும் தான் விட்டுச்சென்ற நடனப்பள்ளியின் வளர்ச்சியையும் கவனித்து வந்தார். பத்மினி கடைசியாக நடித்த 6 படங்களுக்கான குறிப்புகளை அறியலாம். பின்னாளில் வயது முதிர்ந்த நிலையிலும் அதற்கேற்ற பாத்திரங்களில் சிறப்புற நடித்து கடுகு சிறுத்தாலும் காரம் போகாது என்ற பழமொழியை மெய்மொழியாக்கிக் காட்டினார் பத்மினி.

### (a) முதுமையை நோக்கி விரையும் துன்பம்

குழந்தையாய் இருக்கும்போது தாயும் வயசான காலத்திலே மனைவியும் ஒரு மனிதனுக்கு முக்கியம் என்ற நிதர்சனமான உண்மையை அடித்துச்சொல்கிறது, 1986ஆம் ஆண்டு வெளிவந்த "தாய்க்கொரு தாலாட்டு" திரைப்படம். தொழிலதிபர் ராஜசேகரன் — தனம் தம்பதியர் வளமாக வாழும் ஒரு அன்பு ஜோடி. 60வது வயதிலும் வற்றாத ஜீவநதியாக அவர்களது அன்பு பெருக்கெடுத்து ஓடுகிறது. இவர்கள் அன்பில் பூத்தது மூன்று மலர்கள். இரண்டு பிள்ளைகள் மற்றும் ஒரு பெண். மூத்தவன் I.A.S. அதிகாரி, உயர் பதவி வகிப்பவன். இளையவன் அதிகம் படிக்காதவன் ஆனால் உயர்ந்த நோக்கமும் உரிமைக்கு குரல் கொடுக்கும் போர்குணம் கொண்டவன். திருமணத்தை நோக்கிக்

எதிர்நோக்கும் மகள். ராஜசேகரன் தனது இளையமகன் கண்ணன் மீது பாரபட்சமாக நடக்கிறார்; பொறுப்பற்றவரென்று கடிகிறார். கண்ணனிடம் அனுதாபம் காட்டும் ஒரே ஜீவன் அவனது தாய் தனம். தனது செல்வபோகங்களை உதறித்தள்ளிவிட்டு தந்தையின் சொந்த கம்பெனியிலேயே தொழிலாளியாக வேலை செய்கிறான் கண்ணன். ஏழைப்பெண் செல்லத்தின் மீது காதல் கொள்கிறான். காதல் காமமாக உருவெடுத்தது. செல்லம் கர்ப்பமாகிறாள். ராஜசேகர் கோபமுற்று அவனை ஏசுகிறார். செல்லமும் கண்ணனும் வெளியேறி ஒரு சிறிய வீட்டில் வாழ்கிறார்கள். இந்த நிலையில் கண்ணனின் தங்கை மஞ்சுவுக்கு திருமணம் நடக்கிறது. கண்ணனுக்கு அழைப்பில்லை. கம்பெனியில் தொழிலாளர் தலைவன் பக்கிரி முதலாளியை எதிர்த்து போராட்டம் நடத்துகிறான். கண்ணனைத் தூண்டி உண்ணாவிரதம் இருக்க வைக்கிறான். பின் உண்மை தெரிந்து தந்தைக்காகப் போராடி அவரது வெற்றியை நிலைநாட்டுகிறான் கண்ணன். ராஜசேகரனும் தனது தவறை உணர்ந்து கண்ணனை ஏற்றுக்கொள்கிறார். படம் சுப முடிவை எட்டுகிறது. படத்தில் சிவாஜிகணேசன் ராஜசேகரனாகவும் அவர் மனைவி தனமாக பத்மினியும் இளைய மகன் கண்ணனாக பாண்டியராஜனும் அவனது காதலி செல்லமாக ரோகிணியும் நடித்திருந்தனர்.

படத்துவக்கமே சிவாஜியும் பத்மினியும் முதிய ரஸிகர்களை வரவேற்குமிதமாக காட்சி அமைக்கப்பட்டிருந்தது. பிரிந்த மகனை சந்திக்கும் காட்சியில் தாயுள்ளம் கொண்டவராக நடித்த பத்மினி குமுறி

*தாய்க்கு ஒரு தாலாட்டு (1986)*

அழ, மகனாக நடித்த நகைச்சுவைக்குப் பேர்பெற்ற பாண்டியராஜனையும் அழ வைத்துக் காட்டுகிறார். தான் ஏற்கனவே ஒரு பெண்ணைக் காதலித்த செய்தியைக் கணவன் சொல்லி மனைவியிடம் மன்னிப்பு கேட்க, அதற்கு பத்மினி "மன்னிக்கிறதா! நான் உங்கள் மனைவி மட்டுமல்ல உங்களது மூன்று குழந்தைகளுக்கும் தாய்" என்று கணவன் — மனைவியின் இல்வாழ்க்கையைப் புதிய கோணத்தில் வெளிப்படுத்தும் பத்மினியும் சிவாஜியும் சிறப்பாக இருந்தது. இந்த பழைய வெற்றிகரமான ஜோடி மீண்டும் திரையுலகில் ஒரு சுற்று வலம் வர வாய்ப்பு இருந்தது; ஆனால் காலம் இல்லையே.

இந்தப்படத்தை கே.ஆர்.ஜி. பிக்சர்ஸ் சர்க்யூட் தயாரித்தது. படத்திற்கு இசை இளையராஜா. கதை, திரைக்கதை, வசனம் பாலச்சந்திரமேனன். படம் பழுதில்லாமல் போனது.

## (b) கண்டிப்பு, ஒரு கசப்பு மருந்து

எஸ்.ரங்கராஜன் ஏரீஸ் சினி ஆர்ட்ஸ் என்ற பேனரில் 1986ஆம் ஆண்டில் தயாரித்து வெளிவந்த படம் "லக்ஷ்மி வந்தாச்சு" செல்வந்தர் ராஜசேகர்—ராஜேஸ்வரி தம்பதிகளுக்கு நான்கு பிள்ளைகள். ஒருவன் இன்கம்டாக்ஸ் ஆபீஸர், ஒருவன் வக்கீல், ஒருவன் டாக்டர் கடைக்குட்டி லூட்டி மாஸ்டர் ஜெகன். வீட்டின் அதிகாரம் ராஜேஸ்வரி அம்மாள் கையில் 'அனைவருக்கும் ராஜேஸ்வரி அம்மாள் ஒரு சிம்ம சொப்பனமாக விளங்குகிறார். முதல் இரண்டு பிள்ளைகள் திருமணமானவர்கள். அடுத்து திருமணத்திற்குக் காத்திருப்பவன் டாக்டருக்கு படித்த ராஜா. இரண்டாவது பிள்ளையின் கொழுந்தியாள் லக்ஷ்மி படுசுட்டி. கள்ளம் கபடு அறியாதவள். வசதியானவள்தான். ஆனால் சுற்றமும் நட்பும் சூழ மகிழ்வுடன் வாழ விரும்பும் ஒரு குறும்புக்காரி. லக்ஷ்மி ராஜசேகர் வீட்டிற்கு வந்து தங்கி எல்லோரது அன்பையும் பெறுகிறாள். குறிப்பாக ராஜசேகரின் அன்பைப் பரிபூரணமாகப் பெறுகிறாள். டாக்டர் ராஜா லக்ஷ்மியைக் காதலித்து அவளது மகிழ்ச்சியைக் கூட்டுகிறான். விளையாட்டுத்தனமாக லக்ஷ்மி வீட்டில் ராஜேஸ்வரி அம்மாள் நடத்தும் கெடுபிடிகளுக்கு வளைந்து கொடுக்காமல் சுதந்திரமாக வாழ்கிறாள். வீட்டிலுள்ள மற்றவர்களையும் தன் வழிக்கு கொண்டுவருகிறாள். குடும்பம் கட்டுப்பாட்டை இழக்கிறது; ராஜேஸ்வரியின் பிடியும் தளருகிறது. இதனால் கோபம் கொண்ட ராஜேஸ்வரி எல்லா பிள்ளைகளையும் தனிக்குடித்தனம் போகச்சொன்னதுடன் லக்ஷ்மியை வீட்டை விட்டு வெளியே அனுப்ப முயல்கிறாள். லக்ஷ்மி பிரிவதை சகிக்க முடியாத ராஜசேகர் மயங்கிவிழ ராஜேஸ்வரி துடிக்கிறாள். லட்சுமி திரும்பி வந்து டாக்டரை வரவழைத்து மருத்துவம் பார்த்து தீவிர கண்காணிப்புக்குப் பிறகு ராஜசேகர் மீண்டெழுகிறார். ராஜேஸ்வரி

கவிஞர் வாலி

லக்ஷ்மியின் தொண்டினால் மனம் மாறுகிறாள். எனினும் தனது பெட்டி படுக்கைகளுடன் லட்சுமி புறப்பட்டுச் சென்று விடுகிறாள். ராஜேஸ்வரி மகன் ராஜாவை அழைத்துக்கொண்டு, லக்ஷ்மியைத் தேடி வீட்டிற்கு கொண்டு வருகிறாள். இந்த நிலையில் கூட ராஜேஸ்வரி தன் மிடுக்கைக் காட்டுகிறாள். அப்போதுதான் லக்ஷ்மிக்கு புற்றுநோய் என்ற உண்மை தெரிகிறது. எனினும் ராஜேஸ்வரி லட்சுமிக்கும் ராஜாவுக்கும் திருமணம் முடித்து மருத்துவம் பார்க்க அமெரிக்கா அனுப்பி வைக்கிறாள். ராஜசேகரே லக்ஷ்மியின் வரவை எதிர்பார்த்து காத்து நிற்கிறார். ஒரு வழியாக அமெரிக்காவில் வெற்றிகரமாக சிகிச்சையை முடித்துக்கொண்டு லட்சுமி ராஜாவுடன் வீடு திரும்புகிறாள் கர்ப்பிணியாக. ராஜசேகர் இரட்டிப்பு மகிழ்ச்சியுடன் 'லட்சுமி வந்தாச்சு' என்று ஆனந்தத்துடன் கொண்டாடுகிறார்.

படத்தில் ராஜசேகராக சிவாஜி கணேசனும், ராஜேஸ்வரியாக பத்மினியும், லட்சுமியாக ரேவதியும் டாக்டர் ராஜாவாக 'நிழல்கள்' ரவியும் நடித்திருந்தனர். படம் முழுவதும் பல்வேறு பட்டுச் சேலைகள் பளபளக்க உடுத்தி தங்க பிரேம் மூக்குக்கண்ணாடி பொருத்திக் கொண்டு வயது முதிர்ந்த சர்வபூரண அலங்காரியாகக் காட்சி

***லக்ஷ்மி வந்தாச்சு (1986)***

அளிக்கிறார் பத்மினி. அதற்கு சோடை போகாமல் 'கலக்கல் உடையில்' கம்பீர நடைபோடுகிறார் சிவாஜி. ராஜேஸ்வரியின் கட்டுத்திட்டங்களை எதிர்த்து போர்க்கொடி தூக்கிய குடும்பத்தாரிடம் 'குடும்பம்னு எடுத்துக்கிட்டா தாய் கிட்டயோ, தகப்பனார் கிட்டயோ புள்ளைங்க கட்டுப்பட்டுதான் ஆகணும். அந்தக் கட்டுப்பாட்டிலும் கசப்பிருக்கத்தான் செய்யும். ஆனாலும் அதைக் கடைபிடிச்சிதான் தீரணும். அப்படிக் கடைபிடிக்கலேன்னா வீடு வீடாக இருக்காது; சுடுகாடா மாறிவிடும்' என்று பத்மினி உக்கிரத்தோடு பேசும் கட்டத்தில் சக பாத்திரங்களோடு ரஸிகர்கள் திகைத்துப்போகிறார்கள். பத்மினிக்கு வயது கூடியும் அவரது எழில் குறையமாட்டேன்னு அடம் பிடிப்பது தோற்றத்தில் தெரிகிறது.

இந்தப்படத்திற்கு ரவீந்திரன் இனிமையாக இசை அமைத்திருந்தார். ஆனால் பத்மினிக்குப் படத்தில் படத்தில் பாட்டேதுமில்லை. ராஜசேகர் படத்தை இயக்கியிருந்தார். 'லட்சுமி வந்தாச்சு' வை ரஸிகர்கள் வரவேற்றனர். நடிகர் திலகம் சிவாஜி கணேசனும் பத்மினியும் 61 படங்களில் நடித்திருந்தனர். அந்த வகையில் இருவரும் ஜோடியாக சேர்ந்து நடித்த கடைசிப் படம் "லட்சுமி வந்தாச்சு".

## (C) மானிட ரூபத்தில் தெய்வம்

ஆதிபராசக்தியின் பெருமையை "ஆயிரம் கண்ணுடையாள்" என்ற பெயரில் வெளிவந்த திரைப்படம் சொல்கிறது. அபிராமி அம்மாள் வசதி படைத்தவள். எனினும் சொத்துக்கள் கோர்ட்டின் தீர்ப்பை எதிர்நோக்கி முடங்கிக்கிடக்கிறது. அவளது ஒரே மகன் மனோகர் ஸ்திரி லோலன். பல பெண்களை மானபங்கம் செய்கிறான்.

குலதெய்வமான "ஆயிரம் கண்ணுடையாள்" நாகேஸ்வரியை நிந்திக்கிறான். புற்றுக்குத் தீ வைத்து பாம்புகளை எரிக்கிறான். ஊரும் உறவும் பகையாகின்றன. மகனைத் திருத்த ஆயுசு தோஷம் கொண்ட மகனைக் காப்பாற்ற கிராமத்து பூசாரி மகள், சக்தியை பூஜிக்கும் உமா முன் வந்து மணக்கிறாள். தாயின் குரலுக்குக் கட்டுப்பட்டு மனோகர் மணந்து கொண்டாலும், உமாவை ஒதுக்கித்தள்ளி தனக்கு விருப்பமான பெண்ணுடன் வாழ்கிறான். உமா தன்னை ஒரு பிரஞ்சுக்காரிபோல் 'மார்டன்'னாக மாற்றிக்கொண்டு ரோமா என்ற பெயரில் மனோகரை சந்திக்கிறாள். சபல புத்தியுள்ள மனோகர் மதிமயங்கி அவளுடன் இணைகிறான். இதனால் 'மங்கம்மா சபதம்' பாணியில் உமா கருவுறுகிறாள். உண்மையுணர்ந்த மனோகரன் உமா மீது பாய, அபிராமி தடுத்துவிடுகிறாள். காயத்திரி பிறந்து அழகிய சுட்டிப் பெண்ணாக வளருகிறாள். மனோகர் அவளைக் கொல்ல பல வழிகளில் தன் மாமன் நீலமேகத்தோடு சேர்ந்து சதி செய்கிறான். எல்லா முயற்சிகளும் தோல்வி அடைகின்றன. இறுதியில் காயத்திரி தான் சக்தியின் சொரூபமென்றும் மனோகரனைக் கொன்று பழிதீர்ப்பதற்கென்றே காயத்திரியாய் உருவெடுத்து வந்திருப்பதாகவும் எச்சரிக்கிறாள். அம்மன் கோபம் தணிய கேதாரி கௌள நோன்பு மேற்கொண்டு அத்தை அபிராமியுடன் அம்மன் திருக்கோயில்களுக்குச் சென்று வழிபட்டு திரும்புகிறார்கள். ஆனாலும் மனோகரன் பாம்பால் தீண்டப்பட்டு உயிருக்குப் போராடி அம்மன் கோயிலுக்கு வருகிறான். கோயில் துலாபாரத்தில் அமர்ந்து தன்னையே அம்மனுக்கு அர்ப்பணிக்கிறான். இதனால் அம்மனுக்கு உக்கிரம் தணிந்து கருணைப் பிறக்கிறது. பின் காயத்திரி வடிவில் வந்த அம்மன் மறைகிறாள். மனம் திருந்திய மனோகர் — உமா வாழ்வில் வசந்தம் பிறக்கிறது. அபிராமி ஆனந்தத்திற்கு அளவிட முடியாது.

இந்தப்படத்தில் அபிராமியாக பத்மினியும் உமாவாக ஜீவிதாவும், மனோகராக ராஜீவ்வும், பூசாரியாக எம்.என்.நம்பியாரும்

ரவீந்திரன்

பேபிஷாலினி காயத்திரியாகவும் மனோகரின் மாமா நீலமேகமாக வி.கே. ராமசாமியும் நடித்திருந்தனர். வயது முதிர்ந்த பாத்திரமானாலும் படம் முழுவதும் வலம் வருபவர் பத்மினிதான். அதனால்தான் இளைய தலைமுறை நடிகர்களைப் பின்தள்ளிப் படத்தின் முதல் 'டைட்டில் கார்டில்' பத்மினியைக் குறிப்பிட்டுள்ளார்கள். பிள்ளையைத் திருத்த படும்பாடு, மருமகளின் கண்ணீரைத் துடைக்க எடுக்கும் முயற்சிகள், ஊராரின்

**ஆயிரம் கண்ணுடையாள் (1986)**

ஏச்சையும் பேச்சையும் கேட்டும் துர்பாக்கியத்தைத் தாங்குதல், அதிசயப் பிறவியான பேத்தி காயத்திரியின் திறன் கண்டு மகிழ்வுருவது, ஏன் பிள்ளைகளுக்காக இந்த வயதில் கோயிலில் அங்க பிரதக்ஷணம் செய்வது என்று பல்வேறு காட்சிகளில் பத்மினி பங்கேற்று பிரகாசித்தார். பேத்தியைத் தாலாட்டும் வகையில் 'வைகறை மீனாட்சியோ, வாசல்வந்த காமாட்சியோ' என்ற ஒரு பாடலையும் பத்மினி பாடுவதாக ஒரு காட்சியுமுண்டு.

இந்தப்படத்தின் மூலக்கதை மற்றும் வசனத்தை 'வியட்நாம் வீடு' சுந்தரம் எழுதியிருந்தார். படத்திற்கு இசை சங்கர் கணேஷ். இசை அமைத்ததோடு அல்லாமல் (சங்கர்) கணேஷ் படத்தில் தோன்றி 'ஆயிரம் கண்ணுடையாள் ஆயி மகமாயி' என்று கோஷ்டியாருடன் ஆடிப் பாடி அசத்துகிறார். இந்தப்படத்தை ஆர்.ஜம்புநாதன் சசிவர்ணம் பிலிம்ஸ் தயாரிப்பாக வெளியிட்டார். பட இயக்கம் கே.சங்கர் படம் சராசரியாக போயிற்று.

1986ஆம் ஆண்டுக்குப்பின் பத்மினி தமிழ்ப்படங்களில் நடிக்கவில்லை. இந்த ஆண்டில் வெளிவந்த மூன்று தமிழ்ப்படங்களில் 'தாய்க்கு ஒரு தாலாட்டு' 16.7.86 அன்று திரையிடப்பட்டது. "லட்சுமி வந்தாச்சு" 1.11.86 அன்று வெள்ளித்திரை கண்டது. "ஆயிரம் கண்ணுடையாள்" 21.11.86 வெளிவந்தது. அந்த வகையில் "ஆயிரம் கண்ணுடையாள்" பத்மினி நடித்த கடைசீ தமிழ்த் திரைப்படம் என்ற முத்திரை பெற்றது.

# 54

# கலைப்பயணத்தின் கடைசி கட்டம்

**த**மிழ்த்திரைப்படங்கள் முடிவுற்றலும் பத்மினியின் கலைப்பயணம் முடிவுறவில்லை. 1986க்குப் பிறகு கணிசமான காலத்தை பத்மினி அமெரிக்காவில் கழித்தார். அவ்வப்போது தன்னால் மறக்கமுடியாத சென்னைக்கும் கேரளாவில் சகோதரிகளின் இல்லத்திற்கும் சென்று வருவார். தம்பி சந்திரனின் மகள் நடிகை ஷோபனாவின் சென்னை இல்லம் அவருக்கு முகவரி தந்தது. சென்னைக்கு வருவதை பயன்படுத்திக்கொண்டு பத்திரிக்கைகள் அவரது பேட்டியைத் தனித்தும் இளைய தலைமுறை நடிகர்களுடனான சந்திப்பையும் கொண்டு அவற்றைப் பதிவு செய்து வெளியிட்டனர்.

அப்படியொன்றைப் "பொம்மை" மார்ச் 1987 இதழில் பத்மினி—ஜீவிதா சந்திப்பு பேட்டியை வெளியிட்டது. (ஜீவிதாதான் பத்மினியுடன் நடித்த கடைசி தமிழ்ப்பட நடிகை என்பதை ஏற்கனவே "ஆயிரம் கண்ணுடையாள்" திரைப்பட விவரத்தில் குறிப்பிடப்பட்டுள்ளது). எனவே பத்மினி — ஜீவிதா தொடர்பு புத்துணர்வுடன் இருந்தது; பேட்டியும் சுவையாக இருந்தது. பேட்டியின் போது பல கருத்துக்கள் பரிமாறிக் கொள்ளப்பட்டது. அப்போது குறிப்பாக இன்றைய தலைமுறை நடிகர், நடிகையர்கள் பற்றி பத்மினி வெளியிட்ட கருத்துக்கள் முக்கியமானதொன்றானதால் அப்பகுதி மட்டும் கீழே கொடுக்கப்பட்டுள்ளது.)

"**பத்மினி:** ஆரம்பத்திலிருந்தே நான் ஏற்கும் கதாபாத்திரத்தின் தன்மையை நன்குணர்ந்து கொண்ட பிறகே நடிப்பதை வழக்கமாகக் கொண்டிருக்கிறேன்.

இப்போதைய இளம் நடிகர்கள் மிகவும் புத்திசாலிகளாக இருக்கிறார்கள். ஒரு விஷயத்தை கோடிட்டுக் காட்டிவிட்டால்

போதும் அழகாகப் புரிந்து கொள்வதுடன் அதன் பின் விளைவுகளும் இப்படி இருக்கக்கூடும் என்று சரியாக அனுமானிப்பதில் கெட்டிக்காரர்களாக இருக்கிறார்கள். ஆனால் அவர்களது இந்த சாமர்த்தியம் சிறந்த நடிகராக வரவேண்டும், பெயர் எடுக்க வேண்டும், நிலைத்து இருக்கும்படியாகச் செய்யவேண்டும் என்ற ஆர்வத்துடன் சங்கமிக்குமானால் அது பாராட்டத்தக்கது. வரவேற்கத்தக்க வளர்ச்சியாக இருக்கும்".

1986ஆம் ஆண்டிலிருந்து மூன்று ஆண்டுகள் பத்மினிக்கு திரைப்பட 'இடைவேளை'. பின் 1989ஆம் ஆண்டில் "குருதேவன்" என்ற திரைப்படத்திலும் 1991ஆம் ஆண்டில் "வாஸ்துஹாரா" என்ற படத்திலும் 1994ஆம் ஆண்டில் "டாலர்" என்ற படத்திலும் நடித்தார். இந்த மூன்றும் மலையாள மொழிபடங்களாகும். மூன்றும் மூன்று விதமான பார்வைகள் கொண்ட படங்களாகும்.

"குருதேவன்" பக்திபோதனை செய்தது. "வாஸ்துஹாரா" சரித்திரத்தைச் சித்தரித்தது. "டாலர்" திரைப்படம் சம்பாதிக்க அயல் நாட்டுக்குச் சென்றவர்களின் கலாச்சார பாதிப்பைத் தொட்டுக் காட்டியது. அதே போல் மூன்று படங்களிலும் பத்மினி ஏற்ற பாத்திரங்கள் வெவ்வேறு விதமானவை. அவற்றை அவர் வெற்றிகரமாக கையாண்ட விதத்தை அறியலாம். ஒவ்வொரு படத்திற்கும் இரண்டு, மூன்று வருட இடைவெளி என்பது தெளிவாகிற ஒரு செய்தி.

### (a) ஒரே இனம், ஒரே மதம், ஒரே கடவுள்

ஸ்ரீ நாராயணா மூவி மேக்கர்ஸ் தயாரிப்பில் வெளிவந்த படம் "குருதேவன்" 19ஆம் நூற்றாண்டில் நாட்டிலே ஜாதி ஒற்றுமையில்லை. தாழ்த்தப்பட்ட மக்களுக்குக் கோயிலில் நுழைய தடை. இந்தக் காலகட்டத்தில் கேரள மாநிலத்தில் செம்பரந்தி என்ற கிராமத்தில் மாடனசாந்தி — குட்டி அம்மாள் தம்பதிக்கு ஒரு தெய்வக் குழந்தை பிறந்தது. பிறப்பிலேயே ஈஸ்வர ஞானம் கொண்டிருந்தது. சக நண்பர்களுக்கு இறைவனது அருமை பெருமைகளைப் போதித்து வாலிபமடைந்ததும் பெற்றோரிடம் விடைபெற்று தனது ஸ்தல யாத்திரையைத் தொடங்கியது.

வாரணப்பள்ளி அடைந்த நாராயணன் என்ற நாமகரணம் கொண்ட அந்த வாலிபன் அங்கு வசித்த தியானம்பிள்ளையை குருவாக ஏற்று சித்திக்கான பக்தி ஏற்று பயணித்தார். நாகர்கோயில் வந்தடைந்த நாராயணன் அங்கு வெள்ளத்தனம் எனும் குகையில் நிஷ்டையில் அமர்ந்து குண்டலனி சக்தி பெற்றார். அவரது ஏகாந்த தியானத்தை களிநடம் புரிந்த சிவ — பார்வதி பார்த்தனர். சிவனின் புன்முறுவல் நாராயணனுக்கு சர்வசக்தியை அளித்தது. பின்னர் ஆற்றில் மூழ்கி எடுத்த லிங்கத்தை பிரதிஷ்டை செய்தார். மக்கள்

**சகோதரர் சந்திரனுடன் பத்மினி, ராகினி**

கோயில், மண்டபம் கட்டி வழிபட ஆரம்பித்தனர். அதன் பிறகு தனது அனுமாஷ்யமான சக்தியைக் கொண்டு உயிர்பலி தடுப்பு, ஊமையை பேசவைத்தல், வற்றிய ஆற்றை நீரால் பொங்கச் செய்தல் என பல அபூர்வங்கள் செய்து காட்டினர்.

மனிதராய்ப் பிறந்த நாராயணகுரு மகானுபவரானார். ஒரே இனம், ஒரே மதம், ஒரே கடவுள் என்ற தத்துவத்தின் நிலைக்களனானார். பின் 20.9.1928இல் மறைந்து, மனிதனாய்ப் பிறந்து தெய்வமானார். இவர் வாழ்ந்த சிவகிரி புண்ணிய பூமியாயிற்று. 'நாராயணகுரு' வின் வாழ்க்கையை 'குருதேவன்' என்ற பெயரிலே நடிகர் பிரேம் நசீர் மக்களுக்கு சொல்கிறார். படத்தில் சிவனாக ஜெமினிகணேசனும் பார்வதியாக பத்மினியும் வந்து கைலையில் நடனம் புரியும் காட்சியோடு அவர்கள் பங்கு முடிந்து விடுகிறது. படம் 'நாராயணகுரு' குறித்த ஓர் ஆவணப்படமாகவே உருவாக்கப்பட்டுள்ளது.

நரசிம்மராவ், இந்திராகாந்தி, ராஜீவ்காந்தி என்று பல முக்கியஸ்தர்கள் குருவுக்கான பல்வேறு விழாக்களில் கலந்து கொள்கிறார்கள். இப்படத்திற்கு இசை அலேபேரங்கநாத். தயாரிப்பு இயக்கம் என்.உதயபானு. இப்படத்தில் கூடுதல் விசேஷமாக நடிகர் பிரேம் நஸீரின் இறுதி ஊர்வலக்காட்சி இணைக்கப்பட்டுள்ளது.

## (b) இடம் பெயர்ந்தோர் பட்ட இன்னல்கள்

இந்தப்படம் பிரிவினைக்குப்பின் கிழக்கு வங்காளத்திலிருந்து மேற்கு வங்காளத்திற்கு மக்களைக் குடியேற்றும் முயற்சியையும் அதனால் மக்கள்படும் அவதிகளையும் அவலங்களையும் கண்முன்

நிறுத்துகிறது. 'வாஸ்துஹாரா' என்ற இந்த மலையாளப்படம் 1991ஆம் ஆண்டு கேரள மாநிலத்தில் திரையிடப்பட்டது. "வாஸ்துஹாரா" என்றால் புலம் பெயர்ந்தவர்களென்பது பொருள். இம்மக்கள் புலம் பெயர்ந்தவர்களா அல்லது அவர்கள் மண் அபகரிக்கப்பட்டு துரத்தப்பட்டவர்களா என்ற வினாவைக் காட்சிக்கு காட்சி படம் எழுப்புகிறது. வேணு ஒரு மலையாள அரசாங்க அதிகாரி. அகதிகள் புனர்வாழ்வு துறையில் வேலை செய்கிறான். தனது வேலை விஷயமாக கல்கத்தா வந்து சேருகிறான். அங்கு முகாமில் தங்கியுள்ள நாற்பது குடும்பங்களை அந்தமான், நிக்கோபார் தீவுகளில் குடியமர்த்தும் பொறுப்பு அவனுக்குக் கொடுக்கப்பட்டிருந்தது.

ஏற்கனவே இதற்கு அரசாங்கம் முயற்சித்தும் அந்தமான் நிகோபார் தீவு மக்கள் எதிர்ப்பு தெரிவித்ததால் இந்த முயற்சி தற்காலிகமாக நிறுத்தி வைக்கப்பட்டிருந்தது. சுமார் 20 வருடங்களுக்கு நிலைமை மாறியதால் இந்த முயற்சி புத்துயிர் பெற்றது. அப்பாவி வங்காள அகதிகள் அந்தமான் நிகோபார் தீவுகளுக்குக் கொண்டு சென்று குடி அமர்த்தும் நடவடிக்கைகளை மேற்கொள்கிறான் வேணு. குடியமர்த்த முடிவு செய்யப்பட்ட அகதிகளின் முகாந்திரங்களைச் சரிபார்க்கும்போது அதில் தனது மாமாவின் குடும்பமும் அடங்கியுள்ளது என்பதை அறிகிறான். மாமா இறந்துவிட்டார் என்பதும் தனது அத்தை ஆர்த்தி பணிக்கரும் அவள் மகளும் அவனது முறைப்பொண்ணுமான தமயந்தியும் தனித்து வாழ்கிறார்கள் என்றறிகிறான்.

முறைப்பெண் தமயந்தியுடன் அந்நாளில் உறவாடிய நினைவுகளும் அவனது எண்ணத்தில் எழுகிறது. அவர்களைச் சென்று பார்க்கிறேன். ஆனால் அவர்கள் குடும்பம் புலம்பெயர தெரிவு செய்யப்படவில்லை. தவிர வேணு இளம் வயதில் விரும்பிய பவானி என்ற பெண்ணை நினைவு கூர்கிறான். அவளைக் காண அவளது வீட்டிற்குச் செல்கிறான். இப்போது பவானி நடுத்தர வயது மாது. வேணுவை வரவேற்கிறாள் பவானி. அப்போது பவானி தான் தன் இரு சகோதரர்களின் கௌரவத்தையும் வாழ்க்கையையும் பாழாக்கிவிட்டு ஆனந்தன் என்பவரைத் திருமணம் செய்து கொண்டதாகவும் ஆனால் அவர் தற்கொலை செய்து கொண்டுவிட்டார் என்றும் தெரிவிக்கிறாள். தான் இப்போது ஒரு தனிமரமென்று வேதனைப்படுகிறாள். வீட்டிலுள்ள பெட்டியிலிருந்து தான் பாதுகாத்து வைத்திருந்த வேணுவின்

*சலீல் சவுத்ரி*

தாயாரின் புகைப்படத்தை அவனிடம் கொடுக்க, மகிழ்ச்சியுடன் அதனை ஏற்றுக் கொள்கிறான். பின் அகதிகளை ஒருங்கிணைத்து அந்தமான் தீவுக்கு கப்பலேற்றுகிறான். அவர்களுடன் அவனும் செல்கிறான். துறைமுகத்தில் தமயந்தியும் அவனது தாயும் தனித்து நிற்கிறார்கள். கப்பல் புறப்பட்டுச் செல்கிறது.

இந்தப்படத்தில் மோகன்லால் வேணுவாகவும் நீலாஞ்சனா மித்ரா ஆர்த்தி பணிக்கராகவும் நீணாகுப்தா தமயந்தியாகவும் இளவயது பவானியாக ஷோபனாவும் நடுத்தர வயது மாது அத்தை பவானியாக பத்மினியும் நடித்திருந்தார். படத்தில் இரண்டு காட்சிகளில் மட்டுமே பத்மினி தோன்றுகிறார். தனக்கேற்பட்ட வாழ்க்கைத் தோல்வியை அமைதியாகக் கூறுகிறார். ஆனால், அதில் அவர் காட்டும் முகபாவமும் கலங்கிய கண்களும் சோகத்தின் உயிரோட்டமாகத் தெரிகிறது.

இப்படத்தின் கதையை சி.வி.சீனிவாசன் என்பவர் எழுதியிருந்தார். இது ஒரு "காலத்தை ஒட்டிய" படமானதால் சலீல் சவுத்திரி தனக்கே உரிய தனித்துவ பாணியில் கிராமிய மெட்டுக்களில் பாடலையும் பின்னணி இசையையும் அமைத்திருந்தார். படத்தைச் சிறந்த இயக்குனர்

*வாஸ்த்துஹாரா (1991)*

என்று மலையாள உலகில் புகழ்பெற்ற ஜி.ஆனந்தன் இயக்கியிருந்தார். உணர்வுகளை எளிமையாக, குறைந்த வசனங்களுடன் காட்சிப்படுத்தி புகழ்பெற்றார். படத்தை டி.ரவீந்திரநாத் பாரகன் மூவிஸ் சார்பில் தயாரித்து வெளியிட்டார். இந்தப்படம் தேசிய திரைப்பட விருதும் சிறந்த படம், சிறந்த கதை, சிறந்த இயக்குனர் என்ற மூன்று கேரள மாநில திரைப்பட விருதுகளைப்பெற்ற வெற்றிப்படமாகும்.

## (C) காசா, கலாச்சாரமா

அம்மாச்சி பாட்டிக்கு இரண்டு மக்கள். கேரளாவில் வாழும் ஒரு மலையாளப் பெண்மணி. பாரம்பரிய கலாச்சாரத்தை மதித்து அதன்வழி நடப்பவள். அம்மாச்சியின் மூத்தமகன் ஜோசப். அவனது மனைவி தங்கம். இரண்டாவது மகன் அலெக்ஸ். லூசி அவனது மனைவி. வருவாயைப் பெருக்க வேண்டும் என்ற நோக்கில் “டாலர்” தேசமான அமெரிக்கா சென்று தொழில் புரிகிறார்கள். தனிமையில் வாழ்ந்த அம்மாச்சியை அமெரிக்கா வரப் பிள்ளைகள் ஏற்பாடு செய்கின்றனர்.

அளவு கடந்த மகிழ்ச்சியுடன் அம்மாச்சி அமெரிக்கா செல்கிறாள். அங்கு அலெக்ஸ் வீட்டில் தங்குகிறாள். அலெக்ஸுக்கு ஒரு மகனுண்டு. தவிர மனைவி சரண்யா பிரசவித்து கைக்குழந்தை வைத்திருக்கிறாள். அமெரிக்கா வந்தபோது தான் தன் குடும்பத்தினர் இந்தியக் கலாச்சாரத்தைக் கைவிட்டு மேல்நாட்டு நாகரீகத்தில் மூழ்கிக்கிடக்கிறார்கள் என்ற அதிர்ச்சி உண்மை அம்மாச்சிக்கு தெரியவருகிறது. அலெக்சின் அம்மாச்சி கைக்குழந்தையைக் கொஞ்சும் முறைகூட சுகாதாரக்கேடு என்று சரண்யா கடிகிறாள். அம்மாச்சி மனம் நோகிறது. மகன் ஒரு பக்கம், மருமகள் ஒரு பக்கம் என்று “டாலர்” சம்பாதிக்க ஓடி ஓடி பிழைப்பதும் குழந்தைகள் கவனிப்பாரற்றுக் கிடப்பது கண்டு மனம் கலங்குகிறாள் அம்மாச்சி. பெரியவன் சண்டித்தனம் செய்ய அம்மாச்சி அடிக்க வேண்டி வருகிறது. இதனால் கோபமுற்ற சரண்யா அம்மாச்சியை அடித்து விடுகிறாள். அம்மாச்சி மனம் நொந்து கண்ணீர் வடிக்கிறாள். மகன் ஜோசேப்பிடம் தன்னை அலெக்ஸ் வீட்டிலிருந்து அழைத்துப்போக கோருகிறாள்.

அதன்படியே அலெக்ஸ் தடுத்தும் அம்மாச்சியை தன் வீட்டிற்கு அழைத்துச் செல்கிறான். அங்கு ஜோசப் மனைவி தங்கம்மாவோ ஒரு கரடுமுரடான பெண்மணியாக இருக்கிறாள். ஜோசப் — தங்கமணிக்கு டேவிட் என்ற மகனும் லூசி என்ற மகளும் இருக்கிறார்கள். இது தவிர 10 வயதில் ஒரு பெண்ணுமிருக்கிறது. அம்மாச்சிக்கு இடம் பெயர்ந்தும் அமைதி கிட்டவில்லை டேவிட்டும் நேரத்தில் வீடு திரும்பாததும் அம்மாச்சிக்கு எரிச்சலை மூட்டியது. மகன்

ஜோசப்பினிடம் இவர்கள் மீது குற்றஞ்சாட்டுகிறாள். அவனே இது அமெரிக்காவில் சகஜம், எனவே பெரிதுபடுத்த வேண்டாமென்று சமாதானம் கூறுகிறான். ஆனால் நிலைமை மோசமாகிறது. டேவிட் தகாத சேர்க்கையால் குடித்து கும்மாளமிடுகிறான். லூசியா ஒரு நீக்ரோ ஆண்மகனுடன் "பாய் பிரண்ட்" என்ற பெயரில் உறவு வைத்துக் கொண்டு உல்லாசமாக வாழ்கிறாள். குடும்பத்தில் உருவான இந்த கலாச்சார சீரழிவு அம்மாச்சியை வாட்டுகிறது. டாலர் சம்பாதிக்க பண்பாட்டைக் கோட்டைவிடுவதா என்று கதறுகிறாள். ஜோசப்பை அம்மாச்சியை அமைதி காக்கச் சொல்கிறான். ஆனால் நிலைமை கைமீறிப் போய்விடுகிறது. லூசியும், அவள் நீக்ரோ காதலனையும் எதிர்பாராதவிதமாக ஜோசப்பும் தங்கம்மாவும் பார்க்கிறார்கள். துடித்துப்போன ஜோசப் நீக்ரோ வாலிபனைத் தாக்குகிறான். போலீஸ் அவனைக் கைது செய்து பின் ஜாமீனில் விடுகிறது. இதனால் கோபமடைந்த டேவிட்டும் நீக்ரோ காதலனைத் தாக்க அந்த முரட்டு வாலிபன் அவனைச் சுட்டுக் கொன்றுவிடுகிறான். இதனால் சிறையிலடைக்கப்படுகிறான்.

லூசி தன் தவறை உணர்ந்து செய்வதறியாது விக்கித்து நிற்கிறாள். ஜோசப், தங்கம்மா, அலெக்ஸ், சரண்யா, லூசி ஒன்று சேர்கிறார்கள். அம்மாச்சியோ அமெரிக்கா வாழ்க்கை போதும் நான் இந்தியா திரும்புகிறேன் என்று சொல்ல, எல்லோரும் ஒருமனதாக இக்கருத்தை ஏற்கிறார்கள். அம்மாச்சி இந்திய திரும்ப புறப்படும்போது ஜோசப் தனது இளைய மகளை அவளிடம் ஒப்படைத்து அவளை இந்தியக் கலாச்சாரத்தின், பண்பாட்டின்படி ஆளாக்க வேண்டுகிறான். அம்மாச்சியும் மனநிறைவுடன் பேத்தியுடன் இந்தியா திரும்புகிறாள். வெள்ளை உடைதரித்து காதுகளில் குண்டலம் அணிந்து, அம்மாச்சி பாட்டியாக பத்மினி தோன்றுகிறார். பேரன் பேத்திகளை 'என்றன் பொன்னுமவளே' என்று பத்மினி கொஞ்சும்போதெல்லாம் பாரம்பரிய சாயல் பளிச்சென்று தெரிகிறது. சரண்யா கடியும்போதும், ஜோசப் — அலெக்ஸ் சண்டையிட்டுக் கொண்டபோதும், பேத்தி நடவடிக்கையில் இடரும்போதும், டேவிட் சுட்டுக் கொல்லப்பட்ட போதும் பத்மினியின் உணர்ச்சிகரமான நடிப்பைப் பார்க்க முடிகிறது; பார்த்து வியக்க முடிகிறது.

நடிப்பே உன் பெயர் பத்மினியா என்று கேட்கத் தோன்றுகிறது. இதர கதாபாத்திரங்களான அலெக்ஸ் (முகேஷ்), ஜோசப் (லல்லு அலெக்ஸ்), தங்கம்மா (சித்ரா), சரண்யா (சரண்யா) நடித்தனர். படத்தை ஆர்.எஸ்.பிலிம்ஸ் இன்டர்நேஷனல் தயாரித்தனர். இசை எஸ்.ஆர்.வெங்கடேஷ்; இயக்கம் ராஜிஜோசப் "டாலர்" படத்தோடு பத்மினியின் திரையுலக வாழ்க்கை முடிவுற்றது.

## 55

## பத்மினி - சில தனித்துவங்கள்

1. பத்மினி என்றால் தாமரை என்று பொருள்.
2. பத்மினிக்குப் பிடித்த பூ ஜாதி குண்டுமல்லி.
3. பத்மினிக்குப் பிடித்த நிறம் வயலெட்.
4. பத்மினிக்குப் பிடித்த விளையாட்டு தாயக்கட்டை.
5. பத்மினி தனித்தோ அல்லது சகோதரிகளுடனே நாட்டியம் மட்டும் ஆடிய படங்களின் எண்ணிக்கை அறுபது. இதை ஒரு கின்னஸ் சாதனையாகக் கொள்ளலாம்.
6. பத்மினி தமிழ், தெலுங்கு, மலையாளம், கன்னடம், சிங்களம், இந்தி மற்றும் ரஷிய என்று ஏழு மொழிப் படங்களில் பங்கேற்றுள்ளார்.
7. ரஷிய மொழியில் நடித்த ஒரே தென் இந்திய நடிகை பத்மினி.
8. வட இந்திய நடிகர்களுடன் பங்கேற்று அதிக படங்களில் நடித்தவர் பத்மினி. பங்கேற்ற வட இந்திய நடிகர்கள் எண்ணிக்கை 24! பட்டியல் கீழே கொடுக்கப்பட்டுள்ளது.

(a) ராஜ்கபூர் (b) அசோக்குமார் (c) கிஷோர் குமார் (d) தேவ் ஆனந்த் (e) பிரதீப்குமார் (f) ஷம்மிகபூர் (g) அஜீத் (h) சஞ்சேகான் (i) பெரோஸ்கான் (j) பால்ராஜ் சஹானி (k) சுவராஜ் (l) அன்வர் (m) சுனில்தத் (n) ப்ரான் (o) ஷ ஹீ மோடக் (p) தாராசிங் (q) மோதிலால் (r) சஞ் சீவ் குமார் (s) ராஜ்குமார் (t) அன்வர் ஹுசைன் (u) மெஹ்பூப் (v) வினோத்கண்ணா (w) ராஜேஷ் கண்ணா (x) ராஜேந்திர குமார்

**9.** பத்மினியின் தாய்மொழி மலையாளம், மாநிலம் கேரளா (திருவனந்தபுரம்) அறிந்த பிற மொழிகள் தமிழ், தெலுங்கு, ஆங்கிலம் மற்றும் இந்தி.

**10.** பத்மினியின் நடன அரங்கேற்றம் 6 வயதில் நடந்தது. திருவிதாங்கூர் விக்டரி ஜுப்லி டவுன் ஹாலில் மஹாராஜா சித்திரைத் திருநாள் பலராமவர்மா தலைமை வகித்து வாழ்த்தினார்.

**11.** குயின் எலிஸபெத், நேரு போன்றோர் முன் நடனமாடியவர்.

**12.** பத்மினி பங்கேற்ற ஒரே கன்னடப்படம் "பாரதி", ஒரே சிங்களப் படம் "கபாடி அரட்சகயா".

**13.** பத்மினியின் திருமணத்திற்கு வழியனுப்ப வந்த ரஸிகர்களின் எண்ணிக்கை 25,000க்கும் மேல்.

**14.** பத்மினியின் திருமணத்தில் பங்கேற்க மக்களுக்கு 'பத்மினி மேரேஜ் ஸ்பெஷல்' என்று தனி பஸ்கள், வேன்கள் விடப்பட்டன.

**15.** இந்திய சினிமா சரித்திரத்தில் கேரளாவிலிருந்து வெளிவரும் "சினிமா மாஸிகா" என்ற பத்திரிகை முதன் முறையாக பத்மினியின் திருமணத்தைப் படங்களுடன் முழுமையாகப் பதிவு செய்து ஒரு சிறப்பு இதழ் 1961ஆம் ஆண்டு வெளியிட்டது.

**16.** பத்மினியின் திருமணத்திற்காகக் குருவாயூர் கோயிலுக்குச் செலுத்திய கட்டணத்தொகை 7 ரூபாய் 50 காசுகள் மட்டுமே.

**17.** பத்மினி வீட்டில் மேக்கப் இன்றி இருப்பார். விசேஷ நாட்களில் கேரள உடையில் இருப்பார். ஓணம் பண்டிகையின் போது மட்டும் 'நேரியது' என்ற கேரள பாரம்பரிய புடவை உடுத்துவார்.

**18.** பத்மினியை சிவாஜி உட்பட அனைவரும் "பப்பி" என்றழைப்பர். சிவாஜி கூடுதலாக "கெட்டிக்காரி" என்ற அடைமொழியிட்டு அழைப்பார். நடிகர் ராஜ்கபூர் "பத்மா" என்றே அழைப்பார்.

கேரள பாரம்பரிய உடையில் பத்மினி

**19.** பத்மினி ஒரு காட்சியைப் படத்திற்காக டைரக்ட்டும் செய்துள்ளார். "தங்கப்பதுமை" இயக்குனர் ஏ.எஸ்.ஏ.சாமி ஒரு தினம் ஒரு கால்ஷீட்டுக்கு உடல்நலக் குறைவால் வரமுடியாது போயிற்று. சிவாஜியும் பத்மினியும் பங்கேற்கும் "இன்று நமதுள்ளமே பொங்கும் புது வெள்ளமே" என்ற பாடல் காட்சியை பத்மினிதான் இயக்கினார்!

**20.** பிரபல பாடகர் பி.பி.சீனிவாஸ் முதன் முதலாகப் பாடியது பத்மினி நடித்த 'மிஸ்டர் சம்பத் (1952)' படத்துக்காகத்தான். இது ஒரு கோஷ்டிகானம். 'இத்தன லம்பியோ துணியர்' என்ற இந்த பாடல் காட்சியில் பத்மினியும் பங்கேற்கிறார்.

**21.** 1950களில் தேவகோட்டை 'நட்சத்திரப் பதிப்பகம்' வெளியிட்ட 'லலிதா—பத்மினி' பற்றிய குறும்புத்தகத்தில் ஆசிரியர் நவீனன் குறிப்பிட்டுள்ள பத்மினியின் தன்மைகளில் சில:—

(a) தோற்றம் — பார்த்துக்கொண்டே இருக்கலாம்; அவ்வளவு அழகு

(b) சுபாவம் — கள்ளமறியாதது.

(c) உள்ளம் — இனிமையானது.

(d) பேச்சு — தமிழ் நன்றாகப் பேச வரும்.

(e) பிடித்தது — பானுமதி, ராஜகுமாரி நடிப்பு.

(f) பிடிக்காதது — அக்கா லலிதாவுக்குப் பிடிக்காத ஏதும் தனக்கும் பிடிக்காது.

(g) தெரிந்தது — 'லல்லி'யை (லலிதாவை) கேளுங்கள்.

(h) தெரியாதது — பிறரது உள்ளங்களில் இருப்பது.

(i) பொதுவாக —ஆடப்பிறந்தவர். அம்மா மீது உயிர்.

***22.*** பத்மினி நவரசபாவங்களையும் நடித்துக் காட்டிய படங்கள் பல. அவற்றில் சிறப்பாக சில:

(a) அற்புதம் — உத்தமபுத்திரன்.

(b) ரௌத்ரம் — மதுரைவீரன்.

(c) கருணை — மருமகள்.

(d) வெறுப்பு — மல்லிகா.

(e) சாந்தம் — மங்கையர்திலகம்.

(f) சிருங்காரம் — புதையல்.

(g) பயம் — மணமகள்.

(h) ஹாஸ்யம் — கல்யாணம் பண்ணியும் பிரம்மச்சாரி.

(i) வீரியம் — பொன்னி.

[இந்த நவரசபாவங்கள் ஒன்பதினையும் தன் நாட்டியத்தில் ஒரே பிரேமில் படத்தில் ஒரு பாட்டில் நடித்துக் காட்டிய விந்தையையும் பத்மினி செய்து காட்டினார். படம்: "தில்லானா மோகனாம்பாள்", பாட்டு 'மறைந்திருந்தே பார்க்கும் மர்மமென்ன]

***23.*** திரைப்படங்களில் பத்மினி ஆடிய நாட்டியங்களில் 'மன்னவன் வந்தானடி', 'ஆடல் காணீரோ', 'கண்ணும் கண்ணும் கலந்து' காலத்தை வென்று நிற்பவை.

***24.*** 'மன்னாதிமன்னன்' திரைப்பட வில்லன் மணிகண்டனாக வீரப்பாவும் ராஜநர்த்தகி சித்ராவாக பத்மினியும் நடித்திருப்பது அறிந்ததே மணிகண்டன் சித்ராவை கற்பழிக்க முயலும் காட்சியில் பத்மினி பாடி, நடனமாடி தன்னைக் காத்து அவனது முயற்சியை முறியடிக்கிறாள். அந்தப்பாடல் 'கலையோடு கலந்து உண்மை' என்பதாகும். பத்மினியின் நாட்டியத்திற்கு முத்தாய்ப்பு வைத்ததுபோல்

விளம்பரங்கள்

பாட்டில் எம்.எல்.வசந்தகுமாரியின் குரல் அதிரவைக்கிறது. இந்த நடனத்தில் பத்மினி தன்னை மறந்து சுழன்றாட அரண்மனையே சுழல்வதுபோல் ஒரு பிரமை ஏற்படுகிறது. மொத்தத்தில் கற்பழிப்புக் காட்சியில் நடனத்தைப் பயன்படுத்தி தடுத்து நிறுத்தும் புதுமைக் காட்சி வேறெந்த படத்திலும் காணாத ஒரு அபூர்வமான காட்சி என்று கூற முடியும்.

பத்மினி தனியார் நிறுவனங்களின் மேம்பாட்டிற்காக விளம்பரப் படங்களிலும் தோன்றியுள்ளார். (இச்செய்தியைத் 'தனித்துவமாகக் கொள்ளாமல் 'செய்திக்காக' என்று கொள்ளலாம்).

# 56

# முடிவாக முடிந்தது

**க**ணவர் மறைவுக்குப்பின் திரையுலகில் அதிக ஆர்வம் காட்டாமல் தன் கவனத்தை ஒரே மகன் பிரேம் ஆனந்த் வளர்ச்சியில் திருப்பினார். ப்ரி மெடிக்கல் படித்த பிரேமின் கவனம் ஒளிப்பதிவு வளர்ச்சியிலும் போட்டோகிராப்பிலும் நாட்டம் கொண்டிருந்தது. மகனின் விருப்பப்படியே அவன் ஈடுபாடு கொண்டிருந்த துறையிலேயே ஊக்குவித்தார் பத்மினி. அதன் பலனாக அமெரிக்காவிலிருந்து வெளிவரும் ‘டைம்’ பத்திரிகையில் புகைப்படக் கலைஞராக வேலை செய்ய வாய்ப்புக் கிடைத்தது. அதன்பின் புகழ்பெற்ற ஹாலிவுட் திரைப்பட நிறுவனமான “வார்னர் பிரதர்ஸ்” கம்பெனியில் புகைப்படக் கலைஞராகச் சேர்த்துக் கொள்ளப்பட்டு பணி புரிந்தார். தன் மகனுக்கு உரிய காலத்தில் திருமணம் செய்து வைத்தார்; ஒரு பேரனையும் கண்டு மகிழும் பேறு பெற்றார். இவர்களை அமெரிக்காவில் நியூ ஜெர்சியில் உள்ள தங்களது ‘ஹில்டேல்’ வீட்டில் குடியமர்த்தி அவர்களது இனிய இல்லறத்துக்கு வழிவகுத்தார்.

தன் தாயார் சரஸ்வதி சென்னையில் அப்போதிருந்ததால் பத்மினி பல முறை அமெரிக்காவிலிருந்து சென்னைக்கு வருவதும் போவதுமாக இருந்தார். சென்னையில் பத்மினி தங்கியிருந்த போது தமிழ் மற்றும் மலையாள படத்தயாரிப்பாளர் பயன்படுத்திக் கொண்டு ஒரு சில திரைப்படங்களில் தக்க பாத்திரங்களில் தங்கள் படங்களில் நடிக்க வைத்தனர். அப்பாத்திரங்களையும் தன் நடிப்பால் திறமையாகக் கையாண்ட விவரங்கள் ஏற்கனவே தெரிவிக்கப்பட்டுள்ளது. படத் தயாரிப்பாளர்கள் தவிர பத்திரிகையாளர்கள் அவரது பேட்டிகளைப் பதிவு செய்து வெளியிட்டனர்.

கலைஞர் - பத்மினி இறுதி சந்திப்பு

பேசும் படம் தனது 1982ஆம் ஆண்டு மலருக்காக பத்மினி — சாந்தி கிருஷ்ணா பேட்டிக்கு ஏற்பாடு செய்திருந்தது. அந்தப் பேட்டி நடிகர் ஜெமினிகணேசன் இல்லத்தில் நிகழ்ந்தது. அதில் பத்மினி வெளியிட்ட செய்திச் சுருக்கம் இது:

"ஆங்கிலப் படத்தில் நடிக்கும் ஆசை எனக்குக் கிடையவே கிடையாது. நடனக் குழுவுடன் உலகமெல்லாம் சுற்றியுள்ளேன். நான் நினைத்திருந்தால் ஏதாவது ஆங்கிலப்படத்தில் நடித்திருக்க முடியும். ஆனால், அதை நான் விரும்பவில்லை. என் கணவர் அமெரிக்காவில் டாக்டராக இருந்தார். அவருடன் போய் தங்கிவிட்டேன். ராமன் இருக்குமிடந்தானே சீதைக்கு அயோத்தி? என் ராமச்சந்திரன் இருந்த இடத்திற்கு நான் போக வேண்டியது தானே? (இதனைச் சொல்லும்போது பத்மினியின் கண்களில் நீர் கசிந்தது. சென்ற ஆண்டில் கணவரை இழந்த துக்கம் சற்றுத் தலைதூக்கிவிட்டது. பின்னர் சமாளித்துக் கண்களைத் துடைத்துக் கொண்டார்) வெளிநாட்டில் நம் நடனங்களுக்கு நல்ல மதிப்பிருக்கிறது. ஏன்? உலகமெங்கும் நமது நடனத்திற்குச் செல்வாக்குண்டு. ஓர் உதாரணம் சொல்கிறேன் — ரஷியாவில் நானும் என் சகோதரிகளும் நடனமாடினோம். 'நடனமாடினார்' என்ற பதத்துக்கு நாங்கள் ஆடி முடித்ததும் 18 தடவைகள் கைகளைத்தட்டி திரும்பத் திரும்ப நாங்கள் மேடைக்கு வந்து வணக்கம் செய்யும்படி செய்து விட்டார்கள் ரஷ்ய மக்கள். எங்கும் இதே வரவேற்புதான். இன்றைய சினிமாப் படங்கள் புதுமையாகத்தான் இருக்கின்றன. காலத்திற்கேற்றபடி 'டெக்னிகல்' வளர்ச்சி பெற்றிருக்கிறது. ஆனால் கதையம்சம் முன்போல் சிறப்பாகத்

தோன்றவில்லையென்றே நினைக்கிறேன். வருஷத்திற்கு இரண்டுமுறை வந்து செல்ல வேண்டும் என்ற ஆவல் உண்டு. எங்களையெல்லாம் ஆளாக்கிய தெய்வமான என் தாயார் சரஸ்வதி அம்மா இங்குதானே இருக்கிறார்கள். சகோதரி, சகோதரி குழந்தைகள் மற்றும் நண்பர்கள் எல்லோரையும் ஆண்டுக்கு ஒருமுறையாவது பார்க்க வருவேன்".

'பொம்மை' சினிமாபத்திரிக்கை மார்ச் 1987இல் பத்மினி — ஜீவிதா சந்திப்புக்கு ஏற்பாடு செய்திருந்த அந்த சந்திப்பில் பல செய்திப் பரிமாற்றங்கள் நடந்தது. அதில் பத்மினி குறிப்பிட்ட சில செய்திச் சுருக்கங்கள் கீழே:

"பொதுவாக நான் யாருக்குமே அறிவுரை சொல்வதில்லை. ஆரம்பத்திலிருந்தே நான் ஏற்கும் கதாபாத்திரத்தின் தன்மையை நன்கு உணர்ந்து கொண்ட பிறகே நடிப்பது என்பதை வழக்கமாகக் கொண்டிருக்கிறேன். ஒருவேளை இதனால் நான் சிறப்பாக நடிப்பதாகக் கொள்ளலாம். இப்போதெல்லாம் பெரும்பாலான படங்களின் காட்சிகள் படமாக்கப்படும் போது அந்தந்த நாளைய படப்பிடிப்பில் தானே காட்சிகள் வர்ணிக்கப்படுகின்றன. கதாபாத்திரங்களுக்கு வசனமும் ஒத்திகையும் தரப்படுகின்றன. இதை ஓர் ஆரோக்கியமான வளர்ச்சியாக நான் ஒப்புக்கொள்ள மாட்டேன். இதனால் ஒரு குறிப்பிட்ட படத்தில் முழுமை இல்லாமல் போய்விடுமோ என்று பயப்படுகிறேன். இந்த அவசர படப்பிடிப்பு குழப்பத்தால்தான் எத்தனையோ படங்கள் தயாரிப்பில் இருந்தும் முடிவடையாமல் இருக்கின்றன என நான் கருதுகிறேன்.

### 1986இல் 'பொம்மை'க்கு தந்த பேட்டியில் சில துளிகள்:

"முன்பெல்லாம் வெளிப்புறக்காட்சிகள் குறைவாகவும், உட்புறப் படப்பிடிப்பு அதிகமாக இருக்கும். அப்போது ஷூட்டிங் போதே பெரும்பாலும் வசன ஒலிப்பதிவு செய்து விடுவார்கள். அதனால்தான் நான், சாவித்திரி போன்ற எல்லோருமே நன்கு தமிழ் கற்றுக் கொண்டு நாங்களே பேசி நடிப்போம். இப்போது உட்புறக் காட்சிகளில் கூட யாரும் வசனங்களைப் பேசி நடிக்காமல் சும்மா வாயசைப்பு மட்டுமே செய்கிறார்கள். பின்னால் முழு படத்திற்கான வசனமும் 'டப்' செய்யப்படுகிறது. முன்பெல்லாம் 'டப்பிங்' என்றால் வேற்று மொழிப்படம் தமிழில் மொழிமாற்றம் செய்யப்படும்போது மட்டுமே! இப்போது எல்லாப் படங்களுமே 'டப்பிங்' படங்கள்தான். தமிழ்ப்படங்களில் வன்முறைக் காட்சிகள் குறைக்கப்பட்டு இந்தியக் கலாச்சாரத்திற்கும் தமிழ் பண்பாட்டிற்கும் ஏற்ற படங்கள் தயாரித்தால் பெருமையும் புகழும் கூடும்.

நான் நடித்த படங்களில் எனக்கு மனநிறைவைத் தந்தப் படங்கள்: "மங்கையர் திலகம்", "எதிர்பாராதது", "ராஜாராணி", "தங்கப்பதுமை",

“தெய்வப்பிறவி”, “சித்தி”, “தில்லானா மோகனாம்பாள்”, “கண் கண்ட தெய்வம்”, “பூவே பூச்சூடவா”, மற்றும் இந்தியில் “ஜிஸ் தேஷ்மே கங்கா பெஹ்தீஹை”, தொலைக்காட்சிகளால் திரைப்படத்தொழில் பாதிக்காது. தியேட்டரில் படம் பார்க்கும் அனுபவமே தனி!”.

பத்மினிக்கு அமெரிக்காவில் 1995இல் இதய ஆபரேஷன் வெற்றிகரமாக நடந்து முடிந்தது. இந்தச் செய்தியைப் பரவவிடாமல் பத்மினி பார்த்துக் கொண்டார். ஆனால், அப்போது சிவாஜி வந்திருந்தார். அதனால் இந்தச் செய்தி எல்லோருக்கும் பரவிவிட்டது. அந்திம காலத்தில் சிவாஜியுடனான நினைவுகளைப் பகிர்ந்து கொண்டார் பத்மினி. சிவாஜி நோய்வாய்ப்பட்டு முடங்கிக்கிடந்த செய்தியறிந்த பத்மினி அவர் வீட்டிற்கு சென்றார். அதுவே அவர்களது கடைசி சந்திப்பாக அமைந்துவிட்டது. ஒரு துர்பாக்கியமான நிகழ்வு அது அப்படி அமைந்திருக்கக் கூடாது என்று கூறிக் கலங்கினார் பத்மினி.

“சிவாஜியை நான் கடைசியாக சந்தித்தது போக்ரோடில் உள்ள அவர் வீட்டில் தான். அப்போது அவர் உடல் நலம் பாதிக்கப்பட்டு மாடியில் உள்ள தன் அறையிலிருந்தார். இதயம் பாதிக்கப்பட்ட என்னால் மாடிக்கும் போக முடியாது. எனவே நான் கீழே இருந்து காத்திருந்தேன். மாடியிலிருந்து சிவாஜியால் படியிறங்கி வர முடியாத நிலை. அதனால் அவரை நாற்காலி ஒன்றில் அமரவைத்து அலாக்காகத் தூக்கி வந்து உட்காரவைத்தார்கள். என்னால் அழுகையை அடக்க முடியவில்லை. டைனிங் டேபிளில் சகலவிதமான உணவுகளும் கொலுவீற்றிருந்தன ‘பப்பி அம்மா ஒன்றுவிடாமல் சாப்பிட்டுவிட வேண்டுமென்று’ சிவாஜி அன்புக் கட்டளையிட்டார். ஆனால் அவற்றில் எதையும் சாப்பிடக்கூடாத உடல் நிலையில் அவர் இருந்தார். இதுதான் கொடுமையின் உச்சகட்டம்”. என்று நெகிழ்ந்து போனார் பத்மினி.

எந்தக் கட்டத்திலும் பத்மினி நிலை குலையவில்லை. தொடர்ந்து தனது நாட்டியப் பணிகளைச் செய்துவந்தார். சிறிது, பெரிது என இனம்பாராது தக்க விழாக்களில் தவறாது பங்கேற்றார். அவரது கடைசி காலத்தில் கூட 15.02.2006இல் சென்னைப் பல்கலைக்கழகத்தின் அங்கமான இந்திய இசைத் துறையின் தலைவியாயிருந்த திருமதி. பிரமிளா குருமூர்த்தி அவர்கள் பத்மினியுடன் அவர் துறையினருடன் கலந்துரையாட ‘நேருக்கு நேர்’ என்ற ஒரு கருத்தரங்கை நிகழ்த்தினார். பல்வேறு கேள்விகளுக்கிடையே ‘நல்ல படங்கள் வெளிவரும் பொறுப்பு யாரிடமிருக்கிறது. தயாரிப்பாளர்களிடமா? ரஸிகர்களிடமா?’ என்ற கேள்விக்கு பத்மினி ‘படத்தயாரிப்பாளர்கள் ஜனங்களுக்கு இதுதான் பிடிக்குமென்று சொல்கிறார்கள். ஆனால் அவர்கள் (சினிமா தயாரிப்பாளர்கள்) என்ன கொடுக்கிறார்களோ அதைத்தானே மக்கள் பார்க்கிறார்கள்; பார்க்கவும் முடியும். எனவே தரமான படங்களைத்

தயாரிப்பதில் தயாரிப்பாளர்கள் முக்கியத்துவம் காட்ட வேண்டும்' என்று கூறி முடிக்கிறார்.

இதன் பின் பத்மினி மகனைப் பார்க்க நியூஜெர்சி சென்று அவருடன் தங்கியிருந்தார். பின்னர் 17.07.2006 அன்று இந்தியா திரும்பினார். இந்தியாவிற்கு வரும்போது கேரளாவிலுள்ள தனது சகோதரிகளின் குடும்பத்தையும் உற்றார் உறவினரையும் பத்மினி சந்திக்கத் தவறினதில்லை. எனினும் அவரது நிரந்தர ஜாகையாக சென்னைதானிருந்தது. மயிலாப்பூரில் 'சிட்டாடல்' எண்.54, டாக்டர் ராதாகிருஷ்ணன் சாலையில் இருந்த அவரது சொந்தமான பிளாட்டில்தான் பத்மினி தங்கியிருந்தார். அவரது தம்பி மகளும் பிரபல நடிகையுமான ஷோபனா அவருக்கு உற்ற துணையாக இருந்தார்.

ஒரு முறை 'தினத்தந்தி' பத்திரிக்கைக்கு அளித்த பேட்டியில் அதன் நிருபர் 'அமெரிக்க வாழ்க்கையுடன் ஐக்கியமாகி விட்டீர்களா?' என்று கேட்டதற்கு பத்மினி 'அதெப்படி முடியும்! சில வருடங்களில் மறுபடி இங்கேயே வந்துவிடுவேன். எஞ்சிய காலம் இங்கேதான். இந்த மண்ணில்தான் புகழ் பெற்றேன். இங்கேதான் என் மீதிக்காலம்' என்று சொன்னார். அவரது எண்ணம் போலவே வாழ்க்கையும், வாழ்க்கையின் முடிவும் அமைந்தது.

23.09.2006 அன்று அன்றைய முதலமைச்சர் கலைஞர் கருணாநிதிக்கு பாராட்டுவிழா நடந்தது. அதில் பத்மினி கலந்து கொண்டார். 74 வயதான பத்மினி வயது மூப்பினாலும் இதய நோயாலும் அவதிப்பட்டபோதும் கலைஞர் மீது கொண்ட பெருமதிப்பு காரணமாகவும் நன்றியறிதல் காரணமாகவும் விழாவில் கலந்துகொண்டார். மேடையேற இயலாத பத்மினியைச் சக்கரவண்டியில் அழைத்துவந்து அமர்த்தினர். மறுநாள் இரவு 8.40 மணிக்கு பத்மினிக்கு மாரடைப்பு ஏற்பட்டு சென்னை அப்பல்லோ மருத்துவமனையில் சேர்க்கப்பட்டார். எனினும் சிகிச்சைப் பலனின்றி அன்று (24.09.2006) இரவு 10.10 மணிக்கு பத்மினி உயிர் பிரிந்தது. அவரது உடல் வேளச்சேரியிலுள்ள ஷோபனாவின் வீட்டுக்குக் கொண்டு போகப்பட்டு மக்கள் இறுதி அஞ்சலி செலுத்த வைக்கப்பட்டது. ரஸிகர்களும் திரையுலகினரும் திரளாக வந்து பத்மினிக்கு இறுதி அஞ்சலி செலுத்தினர். ஏவி.எம். சரவணன், முக்தா சீனிவாசன், சிவக்குமார், சத்யராஜ், நாகேஷ், ராதாரவி, எஸ்.வி.சேகர், ராஜேஷ், விவேக், குஷ்பு, சுஹாசினி, லதா, மனோரமா, சீமா உட்பட ஏராளமான திரை உலகப் பிரமுகர்கள் வந்து மலர்வளையம் வைத்து வணங்கி அஞ்சலி செலுத்தினர். மரணச்செய்தி கேட்ட அவரது மகன் பிரேமானந்த் சென்னைக்கு விரைந்து வந்து சேர்ந்தார். அதன்பின் 26ஆம் தேதி மாலை இறுதிச்

சடங்குகள் நடந்தன. அதன்பின் சென்னை பெசன்ட் நகரிலுள்ள மின்சார மயானத்தில் பத்மினியின் உடல் தகனம் செய்யப்பட்டது. திரையுலகில் ஒரு சகாப்தம் இத்துடன் முடிவடைந்தது.

1961இல் திருமணத்திற்குப்பின் பத்மினி திரையுலகை விட்டு விலகுவார் என்று தெரிவிக்கப்பட்டது. அதனால் ரஸிகர்கள் பத்மினி நடிப்பதை முடிவாக நிறுத்திக் கொண்டாரோ என்று வருந்தினர். ஆனால் பத்மினி கணவரது அனுமதி பெற்றுத் தொடர்ந்து நடித்தார். 1969இல் இங்கிலாந்தில் மேல் படிப்பை முடித்த அவரது கணவர் ராமச்சந்திரனுடன் 1970இல் அமெரிக்க சென்றார். இதனால் பத்மினியின் திரைவாழ்வு முடிந்ததாயிற்று. எனினும் பத்மினி 'ஆற்றிலொரு காலும் (சென்னை), சேற்றிலொரு காலும் (அமெரிக்கா)' விண்ணில் பறந்து கலைப்பணியைத் தொடர்ந்தார். ஆக இது முடிவல்ல அவரது நடிப்பின் நீட்சிக்காலமானது. 1981ஆம் ஆண்டு கணவரது மறைவுக்குப் பின் பத்மினி நடிப்பில் ஆர்வம் காட்டவில்லை. எனவே சூழ்நிலைகள் அனுமதிக்காததால் பத்மினி நடிப்பதற்கு வாய்ப்பில்லை. தவிர வயது முதிர்ச்சியும் அனுமதிக்காது. ஆகவே பத்மினியின் திரையுலக வாழ்க்கை முடிவுற்றது என்ற நிலை உருவானது. ஆனால் குடும்ப நண்பர் பாசிலின் வேண்டுகோளை ஏற்று அவரது 'பூவே பூச்சூடவா' படத்தில் பாட்டி வேடத்தில் நடிக்க வேண்டிய நிர்பந்தம் ஏற்பட்டு இந்தியா திரும்பினார் பத்மினி. தொடர்ந்து நடிக்க ஆரம்பித்தார் ஆக 'முடிந்தது' என்ற நிலைமாறி 'தொடர்ந்தது' என்றானது. ஆகவே பத்மினி கலைவாழ்விலிருந்து பிரிக்கமுடியாத ஒரு அங்கமாகவே வாழ்ந்தார். இறுதியில் பத்மினியின் உயிர்மூச்சு நின்று கலைத்தாயின் பொற்பாதங்களில் சரணடைந்தது. அப்போதுதான் பத்மினியின் திரையுலக வாழ்வு முடிவாக முடிந்தது.

# 57

# பத்மினி - அழியா அருங்கலை அழகுப் பெட்டகம்

'சினிமாவை இவர் வளர்க்கிறாரா? சினிமாவால் இவர் வளர்கிறாரா? என்பது புரிபடாத புதிர்' என்று திரைப்பணியில் புகழ்பெற்ற நவீனன் நட்சத்திரங்களைப் பற்றி எழுதிய கட்டுரைத் தலைப்பில் பத்மினியைப்பற்றி 'பத்மினி — பிரமாதம்' என்று மதிப்புரை அளித்து பாராட்டினார்.

**ஜாம்பவான் மணி அய்யர் கருத்து:**

"பத்மினி அவர் திறமையால் அகில இந்திய நட்சத்திரமாக விளங்கினார். பல படங்களில் அவரது பாத்திரப்படைப்பும் கண்கவரும் நடனங்களும், ரஸிகர்களுக்கு மாபெரும் விருந்தாக அமைந்தன. குமாரி கமலா, வைஜயந்திமாலா பத்மினி இந்த மூவரும் சிறந்த அற்புத பரதக் கலைஞர்கள், போற்றப்பட வேண்டியவர்கள்" — பொம்மை டிசம்பர் 1993.

அந்தக் காலகட்டத்திலே குமாரி கமலா, தாராசௌந்தரி, குசலகுமாரி, நடராஜ் — சகுந்தலா போன்றோர் நடனத்துறையில் மேலோங்கியிருந்தனர். திரையிலும் ஒரு சில படங்களில் தங்கள் திறமைகளை வெளிப்படுத்தியிருந்தனர். ஆனால், பத்மினியின் நடனங்கள் மக்கள் உள்ளத்தின் உட்சென்று அழியாத இடம் பெற்றதாயிற்று. ருக்மணிதேவி அருண்டேல், சந்திரலேகா, பாலசரஸ்வதி, உதயசங்கர், கோபிகிருஷ்ணா போன்ற இந்திய நடனக் கலைஞர்கள், தங்கள் நடனத்திறமை மூலம் அதன் பெருமையை உலகம் முழுவதும் பரவச்செய்தனர். ஆனால் பத்மினி திரையுலகில் பரபரப்பான நடிகையாக இருந்தாலும் பல நாட்டிய

நாடகங்களை வெற்றிகரமாக நடத்தி இருதுறைகளிலும் தனது திறமையை வெளிப்படுத்தினார். இந்தியாவில் குமாரிகமலா, வைஜயந்திமாலா, எல்.விஜயலக்ஷ்மி, சாய்—சுப்புலக்ஷ்மி, ராஜசுலோச்சனா, ஹேம மாலினி, வஹிதா ரஹ்மான் போன்றோர் நடனம், நடிப்பு என்று இரு துறைகளிலும் பங்கேற்றாலும் இத்துறையில் பத்மினியின் பங்கு அவர்களினும் விரிந்து, பரந்திருந்தது. இதற்கான புள்ளி விவரங்கள் இந்தக் கூற்றை நிரூபிக்கின்றன. இது யாரையும் குறைத்துக் கூறும் நோக்கம் கொண்டதல்ல. ஏனெனில அவரவர்களுக்கென்று தனித்துவம் உண்டு.

நடிப்பு என்று பார்க்கும் போது பத்மினி ஏற்ற பாத்திரங்கள் எத்தனை எத்தனையோ. காதலியாக, வீரப்பெண்மணியாக, நகைச்சுவை நாயகியாக, நவநாகரீக மங்கையாக, கிராமப்பெண்ணாக, இளவரசியாக, பிச்சைக்காரியாக, குருடியாக, சகோதரியாக, அம்மாவாக, அண்ணியாக, வில்லியாக, பாட்டியாக, நடனமாதுவாக என்று இவ்வரிசை நீண்டு கொண்டே போகிறது. இதில் குறிப்பிட வேண்டியது என்னவென்றால் இவ்வெல்லாப் பாத்திரங்களும் அவருக்குப் பொருந்தியிருந்தது, தவிர அத்தனைப் பாத்திரங்களிலும் அவர் நடிப்பு சிறப்பாகவும் இருந்ததுதான்.

1954ஆம் ஆண்டில் வந்த ‘எதிர்பாராதது’ திரைப்படத்தில் ‘சுமதி’ என்ற பாத்திரத்தில் பத்மினியைப் பார்த்தோம். இந்தப்படம் 1957ஆம் ஆண்டில் “சாரதா” என்ற பெயரில் இந்தியில் திரையிடப்பட்டது. இதில் பத்மினி ஏற்ற பாத்திரத்தை நடிகை மீனாகுமாரி ஏற்றிருந்தார். இவர் துயரமான பாத்திரங்களில் நடிப்பதில் வல்லவரென்றாலும், இந்தப்படத்தில் பத்மினியை மிஞ்ச முடியவில்லை என்பதே ரஸிகர்கள் கணிப்பு, தொடர்ந்து 1963ஆம் ஆண்டில் இந்தப்படம் மலையாளத்தில் “நித்யகன்யகா” என்ற பெயரில் ராகினியைக் கதாநாயகியாகக் கொண்டு வெளியிடப்பட்டது. இதில் ராகினி நன்றாகவே நடித்திருந்தும் பத்மினியின் நடிப்பிற்கிருந்த வரவேற்பு கிடைக்கவில்லை. 1956இல் பத்மினி, சாவித்திரி முதன்முறையாக இணைந்து நடித்த ‘அமரதீபம்’ திரைப்படம் ஒரு சிறந்த படம். இரு கதாநாயகிகளும் பாட, ஆட படத்தில் சம்பந்தமிருந்தது. அவரவர் பாணியில் அவர்கள் தங்கள் பாத்திரங்களைச் சிறப்பாகச் செய்தார்கள். கூடுதல் நடன வாய்ப்பு படத்தில் பத்மினிக்குக் கிடைத்ததால் அந்த அம்சத்தில் மேலோங்கி நின்றார். ‘வஞ்சிக்கோட்டை வாலிபன்’ போட்டி நடனத்தையும் தங்கப்பதுமையின் கண்ணிழந்த கணவனைப் பார்த்துப் பீறிட்டு உங்கள் கண்கள் எங்கே அத்தான்’ என்று சராசரங்கள் நடுங்க கத்திக்கதறிய காட்சியையும், மங்கையர்திலகம் இறுதிமூச்சும், எதிர்பாராததுவில் சிவாஜியிடம் பத்மினி பேசும் உணர்ச்சிப் பேச்சும் என்று பத்மினியின் நடிப்பின் உச்சத்தை அடுக்கிக் கொண்டே போகலாம். இக்காட்சிகள்

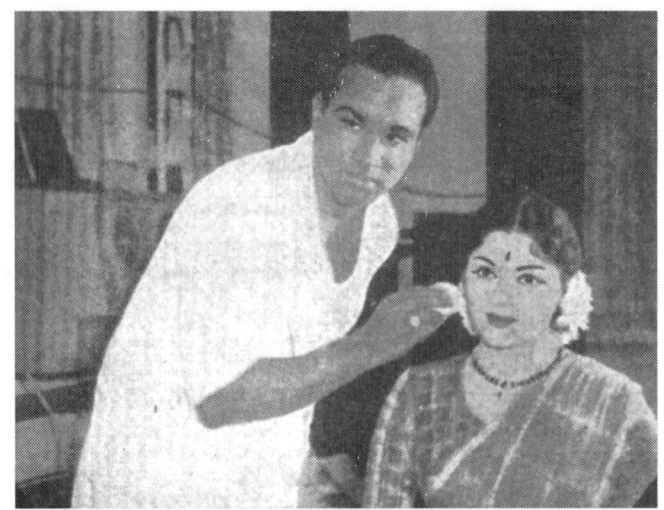

**பத்மினி - தனக்கோட்டி**

தக்க இடங்களில் விளக்கப்பட்டவையே. பத்மினியின் நடிப்பு அள்ள அள்ள குறையாத அட்சயபாத்திரம் என்பதை இவை புலப்படுத்தும்.

*1)* இனி பத்மினி நடித்த திரைப்படங்களின் சில விசேஷ தொகுப்பினைப் பார்க்கலாம்.

I ***பத்மினி நடித்து 200 நாட்கள் ஓடிய படம்:***

"சம்பூரண ராமாயணம்"

II ***பத்மினி நடித்து 25 வாரங்கள் (175 நாட்கள் ஓடிய படங்கள்)***

(a) ஏழை படும்பாடு

(b). வீரபாண்டிய கட்டபொம்மன்

(c) தில்லானா மோகனாம்பாள்

(d) ஆதிபராசக்தி

(e) பூவேபூச்சூடவா

III ***பத்மினி பங்கேற்று நடித்து 100 நாட்கள் ஓடிய தமிழ்ப் படங்கள்:***

(a) மந்திரி குமாரி (b) காஞ்சனா (c) எதிர்பாராதது (d) சொர்க்கவாசல் (e) கல்யாணம் பண்ணியும் பிரம்மச்சாரி (f) தூக்குத்தூக்கி (g) காவேரி (h) மங்கையர்திலகம் (i) மதுரைவீரன் (j) அமர தீபம் (k) உத்தமபுத்திரன் (l) மரகதம் (m) தங்கப்பதுமை (ஸீ) தெய்வப்பிறவி (o) மீண்ட சொர்க்கம் (p) சித்தி (q) சரஸ்வதி சபதம்

ராகினி - மேனேஜர் வல்லபன்

(r) இருமலர்கள் (s) குழந்தைக்காக (t) வியட்நாம் வீடு (u) குலமா குணமா (v) விளையாட்டுப் பிள்ளை (w) ரிக்க்ஷாக்காரன்

**2) பத்மினி நடித்த படங்களில் நீண்ட பெயருடைய படம்:**

*"கல்யாணம் பண்ணியும் பிரம்மச்சாரி"*

*பத்மினி நடித்த படங்களில் குறுகிய பெயருடைய படம்:*

*"ஆசை"/ "கைதி" (இந்தி டப்பிங் படம்)*

**3) பத்மினியுடன் சேர்ந்து நடித்த சில முக்கிய நடிகை நடிகையர்:**

| | | |
|---|---|---|
| *சிவாஜி* | — | *61 படங்கள்* |
| *எம்.ஜி.ஆர்.* | — | *12 படங்கள்* |
| *ஜெமினி கணேசன்* | — | *12 படங்கள்* |
| *ஸ்ரீரஞ்சனி* | — | *1 படம்* |
| *சாவித்திரி* | — | *2 படங்கள்* |
| *சரோஜா தேவி* | — | *1 படம்* |
| *கே.ஆர்.விஜயா* | — | *2 படங்கள்* |
| *ஜெயலலிதா* | — | *1 படம்* |

**4) இருவேறு படங்களில் பத்மினி ஏற்ற பாத்திரங்களின் ஒரே பெயர் கொண்ட படங்கள்:**

(a) வெள்ளையம்மாள் — மதுரை வீரன்

(b) வெள்ளையம்மாள் — வீரபாண்டிய கட்டபொம்மன்

5) **பத்மினியின் கலைக்குடும்பத்தைச் சேர்ந்தவர்கள்:**

   ஷோபனா — தம்பி மகள்
   சுகுமாரி — மாமாபெண்
   அம்பிகா — பெரியம்மா மகள்
   வினித் — கணவரின் சகோதரர் மகன்
   கிருஷ்ணா — அக்கா லலிதாவின் மகன்
   சத்யபால் — அத்தை மகன் (நடிகர், தயாரிப்பாளர்)

6) **பத்மினியின் ஒரே மேனேஜர்:**
   வல்லபன்

7) **பத்மினியின் ஒரே ஒப்பனையாளர்:**
   தனக்கோட்டி

8) **பத்மினி நடித்து கௌரவித்த படங்கள்:**

(a) எதிர்பாராதது (1954) — மாநில இரண்டாவது சான்றிதழ் பெற்ற படம்.

(b) மங்கையர் திலகம் (1955) — மாநிலச் சிறந்த படம் (வெள்ளிப் பதக்கம்)

(c) தங்கப்பதுமை (1959) — மாநிலச் சான்றிதழ் பெற்ற படம்.

(d) வீரபாண்டிய கட்டபொம்மன் (1959) — மாநிலச் சான்றிதழ் பெற்ற படம்.

(e) தெய்வப்பிறவி (1960) — அகில இந்திய நற்சான்றிதழ் பெற்ற படம்.

(d) தில்லானா மோகனாம்பாள் (1968) — மாநிலச் சிறந்த படம் (வெள்ளிப் பதக்கம்)

(e) வியட்நாம் வீடு (1970) — தமிழக அரசு விருது — சிறந்த முதல் படம்

**அயல் நாட்டு விருது:**

1960 — ஆசிய — ஆப்ரிக்கா படவிழா — கெய்ரோ வீரபாண்டிய கட்டபொம்மன்

### *9)* பத்மினி பெற்ற முக்கிய விருதுகள் மற்றும் பேறுகள்

(a) சிறந்த நடிகை — சினிமா ரஸிகர் சங்கம் — அளித்த விருது தெரிவு செய்த ஆண்டுகள் 1954, 1959, 1966 மற்றும் 1966.

(b) ஆப்ரின்கா — ஆசியா திரைப்பட விழாவில் தகுதிச் சான்றிதழ் 1960 ஆண்டு வழங்கப்பட்டது.

(c) 'சிறந்த நடிகை 1960' — பேசும் படம். கௌரவ ஜாபிதாவில் இடம் அளித்து கௌரவித்தது.

(d) தமிழக அரசின் 'கலைமாமணி விருது' — 1965ஆம் ஆண்டில் வழங்கப்பட்டது.

(e) 'காஜல்' திரைப்படத்தில் நடித்த நடிப்புக்காக 1966ஆம் ஆண்டில் சிறந்த இணை நடிகையாகத் தேர்வு செய்து கௌரவித்தது வட இந்திய திரை உலகம்.

(f) 1968 — தமிழக அரசு 1968ஆம் ஆண்டில் சிறந்த நடிகையாகத் தேர்வு செய்து விருது அளித்து கௌரவித்தது.

(g) 1970 — 'தில்லானா மோகனாம்பாள்' திரைப்படத்தில் நடித்ததற்காகச் 'சிறந்த நடிகை' எனத் தேர்வு செய்து தமிழ்நாடு அரசு திரைப்பட நிறுவனம் விருது அளித்து கௌரவித்தது.

(h) 1971 — சிறந்த உப நடிகையாகத் தேர்வு படம்: ரிக்ஷாக்காரன்.

(i) 1990 — நடிகர் சங்கம் பத்மினிக்குக் 'கலைச் செல்வம்' என்ற பட்டம் அளித்து கௌரவித்தது.

(j) 1990 — தென்னிந்திய நடிகைகளில் வாழ்நாள் சாதனையாளர் விருது — 'பிலிம்பேர்' பத்திரிகை அளித்தது.

(k) 2000 — தமிழக அரசின் கலைவாணர் விருது.

(l) ரஷ்யாவின் தலைநகரான மாஸ்கோவில் நடைபெற்ற 'யூத் பெஷ்ட்டிவலில்' பத்மினியின் சிறந்த நாட்டியத் திறனைப் பாராட்டி 1957இல் விருது அளித்தனர். அவருக்கென பிரத்யோகமாகத் தபால் தலை வெளியிட்டும் ரஷ்ய மக்கள் தங்கள் கூடுதல் மகிழ்ச்சியைப் பதிவு செய்தனர்.

### *10)* குணநலன்கள்:

பெயருக்கேற்றாற் போல் பத்மினி திரையென்ற தடாகத்திலே மலர்ந்த ஒரு தாமரை மலர். வானத்தின் வின்மீன்கள் நடுவே ஒரு

வண்ணத்தாரகை. திரையிலே 'ஆடினர்' வாழ்க்கையிலே ஆட்டம் போடாமல் அடக்கமாகப் பணியாற்றிப் பெரும் பேரும் புகழும் ஈட்டி மக்கள் மனதில் நிரந்தரமாக இடம் பிடித்துக் கொண்டார். நடிகையாக மட்டுமல்ல, நல்ல மகளாக, நல்ல சகோதரியாக, நல்ல மனைவியாக, நல்ல தாயாக பல்வேறு நிலைகளிலும் தன்னை கௌரவமாக நிலை நிறுத்திக் கொண்டவர் பத்மினி. திருமணமென்பது பெண்களுக்கு உரிய காலத்தில் நடக்கவேண்டும் என்ற தத்துவத்தை உணர்ந்தவர். அதனால்தான் பத்மினி புகழின் உச்சியில், அழகுப்பதுமையாக, திறமையின் ஒளிவிளக்காக அகில இந்தியா முழுவதிலும் புகழ்பெற்றிருந்த நேரத்திலும் தாயார் தேர்ந்தெடுத்த மணாளனையே மணந்து முறையோடு ஒரு கண்ணியமான மனைவியாக வாழ்ந்தார். பத்மினி தன் கணவர் ஒப்புதலுடனும் தாயார் சரஸ்வதி அம்மாளின் வழிகாட்டுதலின் படியும் வாழ்க்கையை நடத்திச் சென்றார். அவரது திரைப்பட மேனேஜர் நிர்வாகி வல்லபன் அவரது தொழிலுக்கே ஒரு எடுத்துக்காட்டாக விளங்கியவர். பத்மினியோ அவரது சகோதரிகளோ ஒரு படத்தில் ஒப்பந்தமாவதற்குத் தாயார் சரஸ்வதி அம்மாளை அணுகினால் போதும். அங்கே ஒப்பந்த விஷயம் முடிந்துவிட்டால் "கால்ஷீட்" விவகாரங்கள் வல்லபனிடம் வந்துவிடும். குறித்த தேதியில் குறித்த நேரத்தில் பத்மினி செட்டுக்குள் ஆஜராகிவிடுவார். தயாரிப்பாளர்கள் 'பப்பியம்மா ரெடி' என்று கூறக் கேட்டிருக்கிறார்களே தவிர "பப்பியம்மா வந்துட்டாங்களா?" என்று யாரும் கேட்டதில்லை. உடல் அசதியுற்றால் கூட நடிக்க அசரமாட்டார். பத்மினி தொழில் மேல் கொண்ட அக்கறையும், ஆர்வமும், பக்தியும், சிரத்தையும் அளவிட முடியாதது. அகில இந்திய நட்சத்திரமாகக் கொடிகட்டிப் பறந்த காலத்திலும் அடக்கம், பண்பு ஆகியவை பத்மினியிடம் நிலைத்திருந்தது. சகநடிக நடிகையர்கள் மட்டுமல்லாது யாரையும் தரக்குறைவாகப் பேசுவதோ, ஏசுவதோ பத்மினி அறியாததொன்று. மாறாகப் பிறரின் சிறப்புக்களைப் புகழ்வதில் மகிழ்ச்சி அடைந்தவர் பத்மினி. தன்னைப் பற்றி தற்பெருமை பேசுவதை முற்றிலுமாக நீக்கியவர். அவரது நேர்காணல்கள் உண்மையை பிரதிபலிக்கும். பல்வேறு நேர்காணல்கள் பல்வேறு காலகட்டத்தில் எடுக்கப்பட்டதைப் பகுத்து ஆய்ந்தால் அதில் கண்ட விவரங்களின் ஒற்றுமை, தொடர்ச்சி, முரண்பாடற்ற விவரங்கள் இதற்குச் சான்று பகரும்.

ஒரு நேர்காணலில் பத்மினியிடம் தாங்கள் 500 படங்கள் நடித்துள்ளீர்களா என்ற கேள்விக்கு 'இல்லை நான் சுமார் 250 படங்கள் நடித்திருக்கிறேன் என்று கூறினார். தங்கள் திருமணத்திற்கு ஸ்பெஷல் ரயில் விடப்பட்டதாமே என்ற தூக்கல் கேள்விக்கு' இல்லை ஸ்பெஷல் பஸ்கள் மட்டும்தான் விடப்பட்டன' என்று

அமெரிக்கையாகடக பதில் சொன்னார் பத்மினி. ‘அமரதீபம்’ வெளிவந்தபோது ரஸிகர்களிடையே ‘பத்மினியா, சாவித்ரியா’ யார் நடிப்பு சிறந்திருந்தது என்று விவாதித்துக் கொண்டனர். ஆனால் பத்மினியோ பின் நாளில் ‘பேசும்படம்’ மலர் 1982இல் பதிவு செய்த நேர்காணலில் தனக்கும் சாவித்ரிக்கும் இருந்த தொடர்பை இப்படி பகிர்ந்து கொண்டார்.

“நடிக நடிகருக்கு அலட்சிய மனப்பான்மையோ ஆணவமோ ஏற்படக்கூடாது. சக நடிகைகளை மதிக்கக் கற்றுக்கொள்ள வேண்டும். இந்த விஷயத்தில் சாவித்திரி ஓர் உத்தமமான நடிகை. ஓர் உண்மையைச் சொல்கிறேன் ‘மங்கையர் திலகம் படத்தில் கதாநாயகியாக நடிக்கும்படி முதலில் சாவித்திரியைத்தான் கேட்டார்கள். அந்த கேரக்டருக்குப் பத்மினிதான் பொருத்தம் என்று சாவித்திரி சொல்லிவிட்டார். இத்தகைய பண்பும் பெருந்தன்மையும் யாருக்கு வரும்‘.

(உணர்ச்சிவயப்பட்டு பத்மினி கண் கலங்கினார்)

இதோ மற்றொரு நேர்காணலின் பதில் (பொம்மை 1986ஆம் ஆண்டு இதழில் பதிவானது)

**கேள்வி:** உங்களுக்கு எல்லாவிதமான பாத்திரங்களிலும் நடிக்கும் வாய்ப்பு கிடைத்தது. நீங்களும் அவைகளை ஏற்று எளிதாக, சிறப்பாக நடித்தீர்கள். அதுபோன்ற சிறப்பான நடிப்பையெல்லாம் தற்சமயம் காணமுடிவதில்லையே. இதைப்பற்றி நீங்கள் என்ன நினைக்கிறீர்கள்?

**பத்மினியின் பதில்:** ஏன் காணமுடியவில்லை? இன்றும் சரிதா, லட்சுமி, ரேவதி ஆகிய நடிகைகள் சிறப்பாக முகபாவம் காட்டி நடிக்கிறார்களே? இப்போது படங்களில் எங்கு வித்யாசமான, சவாலான வேடங்கள் இருக்கின்றன? கதைகள் வித்யாசமானவைகளாக, தரமாக இருந்தால்தானே நல்ல பாத்திரங்கள் நடிப்பதற்குக் கிடைக்கும்? எல்லாப் படங்களும் ஒரே மாதிரிதானே இருக்கின்றன! எல்லா கதைகளும் ஒரே அடிப்படையில் தானே எழுதப்படுகின்றன! இதில் நடிகர் நடிகையர் திறமையை வெளிப்படுத்தும்படி பாத்திரங்கள் அமையாதது அல்லது உருவாக்கப்படாதது அவர்கள் குற்றமில்லையே? என்கிறார் பத்மினி.

நேர்க்காணலில் எந்த எரிச்சல் மூட்டும் கேள்விக்கும் மென்மையாக புன்முறுவல் பூத்தவண்ணம் பதிலளிப்பது அவரதுபாணி. எந்தச் சிக்கலான கேள்விகளுக்கும் தன் பதிலால் சிக்காதவர் பத்மினி. ஒரு முறை ஒரு பத்திரிக்கை நிருபர் பத்மினியிடம் ‘நீங்கள் சிவாஜிகணேசனைத் திருமணம் செய்து கொள்ளப் போகிறீர்களாமே? என்று கேட்டார்.

உடனே பத்மினி' அவர் முக்குலத்தோர் இனத்தைச் சேர்ந்தவர்; நானோ நாயர் வகுப்பைச் சேர்ந்தவள். எப்படி நாங்கள் இருவரும் திருமணம் செய்துகொள்ள முடியும்? என்று சடேலென்று பதிலடி கொடுத்தார்.

பத்மினியின் சிறந்த குணாதிசயங்களே துறையில் அவருக்கு நிலைத்த புகழை ஏற்படுத்திக்கொடுத்தது. நடிப்பிலிருந்து ஓய்வு பெற்ற போது தனது ஒப்பனையாளர் தனக்கோட்டி வாழ்வாதாரத்தைத் தொடர்ந்து பெற வழி செய்தார் பத்மினி. தன்னை அன்புடன் 'சகோதரி' என்றழைக்கும் நடிகர் எம்.ஜி.ஆர் அவர்களிடம் தனக்கோட்டிக்கு உதவிச் செய்யகோரினார். எம்.ஜி.ஆரும் அக்கோரிக்கையை ஏற்று தனக்கோட்டியை நடிகை லதாவிடம் ஒப்பனையாளராகச் சேர்த்துவிட்டார். இச்செயல் பத்மினி தன் தனிப்பட்ட உதவியாளர்களின் மீது கொண்ட பாசமும் நேசமும் அக்கறையையும் நன்கு புலப்படவைக்கிறது.

பத்மினியின் கலை, வாழ்க்கை ஆகியவற்றின் இறுதிக் கட்டத்தை நெருங்குகிறோம்; பிரமிப்புக் கொள்கிறோம். ஆனால் வடித்தெடுத்த பத்மினியைப் பற்றிய செய்திகள் "கொட்டாங்குச்சி தண்ணீர் எறும்புக்குக் கடல் போன்றதுதான்" சிரஞ்சிவித்துவம் பெற்ற பத்மினியின் அருமை, பெருமைகள் இங்குக் கோடிட்டுத்தான் கட்டப்பட்டிருக்கின்றது. அகழ, அகழ ஆயிரம் செய்திகள் அவர் வாழ்வில் கொட்டிக்கிடக்கின்றன. அவரது அரிய கலைப்பணிக்குப் பொன்வைக்குமிடத்தில் பூவைத்தது போலே இப்புத்தகம் படைக்கப்பட்டிருக்கிறது. 'சிற்பிச் செதுக்காத பொற்சிலை' என்ற தலைப்பில் பிலிமாலயாவில் கீழ்க்கண்ட பத்மினியின் கருத்தும் அதன் மீது ஆசிரியர் "கலாநேசன்" பதித்த கருத்துடன் முடிக்கலாம்.

"பத்மினி: திரையுலகைவிட்டுப் போகாதீர்கள் என்ற ஆயிரம் ஆயிரம் ரசிகர்களின் அன்புக்கட்டளை என் செவியில் விழுந்து கொண்டுதானிருக்கிறது. தாண்ட முடியாத உங்கள் அன்புவேலியைத் தாண்டுகிறேன். நான் விலகிக்கொண்ட பிறகு இன்னும் திறமை வாய்ந்த நடிகைகள் வரப்போகிறார்கள்.

கலாநேசன்: எங்கே, எங்கே, எங்கே வந்தார்கள்?"

# இணைப்பு I

## 'நாட்டியப் பேரொளி' பத்மினி நடித்த திரைப்பட வரிசை

| வ. எண் | வருடம் | திரைப்படம் | தயாரிப்பு நிறுவனம் | குறிப்பு |
|---|---|---|---|---|
| *1.* | *1947* | *கன்னிகா* | *பக்ஷிராஜாஸ் ஸ்டுடியோஸ்* | *நடனம் மட்டும்* |
| *2.* | *1948* | *கல்பனா (இந்தி)* (Kalpana) | *ஸ்டேஜ் அண்டு ஸ்க்ரீன் பிரஷன்டேஷன்* | *நடனம் மட்டும்* |
| *3.* | *1948* | *போஜன்* | *ஜெயப்பிரகாஷ் பிக்சர்ஸ்* | *நடனம் மட்டும்* |
| *4.* | *1948* | *மோஹினி* | *ஜுபிடர் பிக்சர்ஸ்* | *நடனம் மட்டும்* |
| *5.* | *1948* | *கோகுலதாஸி* | *தீரன் கம்பெனி* | *நடனம் மட்டும்* |
| *6.* | *1948* | *வேதாள உலகம்* | *ஏவி.எம்.ஸ்டுடியோஸ்* | *நடனம் மட்டும்* |
| *7.* | *1948* | *ஞான சௌந்தரி* | *சிட்டாடல்* | *நடனம் மட்டும்* |
| *8.* | *1948* | *ராஜ முக்தி* | *நரேந்திரா பிக்சர்ஸ்* | *நடனம் மட்டும்* |
| *9.* | *1948* | *மகாபலி* | *பாமா பிலிம்ஸ்* | *நடனம் மட்டும்* |
| *10.* | *1948* | *ஆதித்தன் கனவு* | *மாடர்ன் தியேட்டர்ஸ்* | *நடனம் மட்டும்* |
| *11.* | *1948* | *பக்த ஜனா* | *ராகினி பிலிம்ஸ்* | *நடனம் மட்டும்* |

| | | | | |
|---|---|---|---|---|
| 12. | 1948 | கபாடி அரட்சகயா — சிங்களம் (Kabadi Aratchagaya) | B.A.W. ஜெயமானியா புரடெக்ஷன்ஸ் | நடனம் மட்டும் |
| 13. | 1949 | வாழ்க்கை | ஏவி.எம்.ஸ்டுடியோஸ் | நடனம் மட்டும் |
| 14. | 1949 | வேலைக்காரி | ஜூபிடர் பிக்சர்ஸ் | நடனம் மட்டும் |
| 15. | 1949 | மாயாவதி | கணபதி பிக்சர்ஸ் | நடனம் மட்டும் |
| 16. | 1949 | பவளக்கொடி | பக்ஷிராஜாஸ் ஸ்டுடியோஸ் | நடனம் மட்டும் |
| 17. | 1949 | விநோதினி | வைனதேயன் போட்டோ பிலிம் கம்பெனி | நடனம் மட்டும் |
| 18. | 1949 | லைலா மஜ்னு | பரணி பிக்சர்ஸ் | நடனம் மட்டும் |
| 19. | 1949 | லைலா மஜ்னு (தெலுங்கு) (Laila Majnu) | பரணி பிக்சர்ஸ் | நடனம் மட்டும் |
| 20. | 1949 | தேவமனோஹரி | ஆர்.கே.எஸ். பிக்சர்ஸ் | நடனம் மட்டும் |
| 21. | 1949 | கன்னியின் காதலி | ஜூபிடர் பிக்சர்ஸ் | நடனம் மட்டும் |
| 22. | 1949 | கீதாகாந்தி | மதராஸ் யுனைடெட் ஆர்ட்டிஸ்ட் கார்ப்பரேஷன் | நடனம் மட்டும் |
| 23. | 1949 | நாட்டியராணி | பாஸ்கர் பிக்சர்ஸ் | நடனம் மட்டும் |
| 24. | 1949 | மங்கையர்க்கரசி | பாக்யா பிலிம்ஸ் | நடனம் மட்டும் |
| 25. | 1949 | பாரதி (கன்னடம்) [Bharathi] | ராகவேந்திரா பிக்சர்ஸ் | நடனம் மட்டும் |

| | | | | |
|---|---|---|---|---|
| 26. | 1950 | பொன்முடி | மாடர்ன் தியேட்டர்ஸ் | நடனம் மட்டும் |
| 27. | 1950 | மருதநாட்டு இளவரசி | கோவிந்தன் & கோ | நடனம் மட்டும் |
| 28. | 1950 | லைலா மஜ்னு | பாலாஜீ பிக்சர்ஸ் | நடனம் மட்டும் |
| 29. | 1950 | கிருஷ்ண விஜயம் | ஜுபிடர் பிக்சர்ஸ் | நடனம் மட்டும் |
| 30. | 1950 | விஜயகுமாரி | ஜுபிடர் பிக்சர்ஸ் | நடனம் மட்டும் |
| 31. | 1950 | மந்திரகுமாரி | மாடர்ன் தியேட்டர்ஸ் | நடனம் மட்டும் |
| 32. | 1950 | இதயகீதம் | சிட்டாடல் | நடனம் மட்டும் |
| 33. | 1950 | சந்திரிகா | ஸ்ரீ கிருஷ்ணா பிக்சர்ஸ் | நடனம் மட்டும் |
| 34. | 1950 | திகம்பர சாமியார் | மாடர்ன் தியேட்டர்ஸ் | நடனம் மட்டும் |
| 35. | 1950 | பாரிஜாதம் | லாவண்யா பிக்சர்ஸ் | நடனம் மட்டும் |
| 36. | 1950 | ஏழைபடும் பாடு | பக்ஷிராஜாஸ் ஸ்டுடியோஸ் | ——— |
| 37. | 1950 | வீட்டுக்காரி | ராகினி பிக்சர்ஸ் | நடனம் மட்டும் |
| 38. | 1950 | ஜீவிதம் (தெலுங்கு) (Jeevitham) | ஏவி.எம்.ஸ்டுடியோஸ் | நடனம் மட்டும் |
| 39. | 1950 | திருகுபாடு (தெலுங்கு) [Thirugugpattu] | ராகினி பிக்சர்ஸ் | நடனம் மட்டும் |

| | | | | |
|---|---|---|---|---|
| 40. | 1950 | சந்திரிகா | ஶ்ரீ கிருஷ்ணா புரடெக்ஷன்ஸ் | நடனம் மட்டும் |
| 41. | 1950 | அதிர்ஷ்டதீபுடு (தெலுங்கு) [Adirshta Deepudu] | தமிழ்நாடு டாக்கீஸ் | நடனம் மட்டும் |
| 42. | 1950 | பேதலுபாட்டா (தெலுங்கு) [Pethalupatta] | பக்ஷிராஜாஸ் ஸ்டுடியோஸ் | ——— |
| 43. | 1950 | சந்திரிகா [Chandrika] (மலையாளம்) | ஶ்ரீ கிருஷ்ணா புரடெக்ஷன்ஸ் | நடனம் மட்டும் |
| 44. | 1950 | ப்ரஸன்னா | பக்ஷிராஜாஸ் பிலிம்ஸ் | ——— |
| 45. | 1950 | ப்ரஸன்னா [Prasanna] (மலையாளம்) | பக்ஷிராஜாஸ் பிலிம்ஸ் | ——— |
| 46. | 1951 | ஓர் இரவு | ஏவி.எம்.ஸ்டுடியோஸ் | நடனம் மட்டும் |
| 47. | 1951 | தேவகி | கணபதி பிக்சர்ஸ் | நடனம் மட்டும் |
| 48. | 1951 | வன சுந்தரி | கிருஷ்ணா பிக்சர்ஸ் | நடனம் மட்டும் |
| 49. | 1951 | மணமகள் | என்.எஸ்.கே.பிலிம்ஸ் | ——— |
| 50. | 1951 | சிங்காரி | நேஷனல் புரொடக்ஷன்ஸ் | ——— |
| 51. | 1951 | நவ்விதே நவரத்னாலு (தெலுங்கு) [Navvithe Navarathnalu] | தமிழ்நாடு டாக்கீஸ் | நடனம் மட்டும் |

| | | | | |
|---|---|---|---|---|
| 52. | 1951 | சந்திரவாங்கா (தெலுங்கு) [Chandravanka] | வனிதை | நடனம் மட்டும் |
| 53. | 1951 | ரக்தபந்தம் (மலையாளம்) [Raktha Bhandam] | பத்மா பிக்சர்ஸ் | நடனம் மட்டும் |
| 54. | 1951 | ஜீவன்தாரா (இந்தி) [Jeevanthara] | சிட்டாடல் | நடனம் மட்டும் |
| 55. | 1952 | காஞ்சனா | பக்ஷிராஜாஸ் பிலிம்ஸ் | ——— |
| 56. | 1952 | அமரகவி | நாகூர் சினி புரொடக்ஷன்ஸ் | நடனம் மட்டும் |
| 57. | 1952 | அம்மா | அஸோஸியேட்ஸ் புரொடக்ஷன்ஸ் | நடனம் மட்டும் |
| 58. | 1952 | அந்தமான் கைதி | ராதாகிருஷ்ணா பிலிம்ஸ் | நடனம் மட்டும் |
| 59. | 1952 | பணம் | மதராஸ் பிக்சர்ஸ் | ——— |
| 60. | 1952 | தர்மதேவதா | ராகினி பிக்சர்ஸ் | நடனம் மட்டும் |
| 61. | 1952 | தர்மதேவதா (தெலுங்கு) [Dharma Devata] | ராகினி பிக்சர்ஸ் | நடனம் மட்டும் |
| 62. | 1952 | காஞ்சனா (தெலுங்கு) [Kanchana] | பக்ஷிராஜாஸ் பிலிம்ஸ் | ——— |
| 63. | 1952 | காஞ்சனா (மலையாளம்) [Kanchana] | பக்ஷிராஜாஸ் பிலிம்ஸ் | ——— |

| | | | | |
|---|---|---|---|---|
| 64. | 1952 | அம்மா (மலையாளம்) [Amma] | அஸோஸியேட்ஸ் புரடெக்ஷன்ஸ் | நடனம் மட்டும் |
| 65. | 1952 | மிஸ்டர் சம்பத் (இந்தி) [Mr.Sampath] | ஜெமினி ஸ்டுடியோஸ் | ——— |
| 66. | 1952 | கிருஷ்ண விஜயம் (இந்தி) [Krishna Vijayam] | ஜுபிடர் பிக்சர்ஸ் | நடனம் மட்டும் |
| 67. | 1953 | ஆசை மகன் | அஸோஸியேட்ஸ் புரொடக்ஷன்ஸ் | ——— |
| 68. | 1953 | மருமகள் | கிருஷ்ணா பிக்சர்ஸ் | ——— |
| 69. | 1953 | உலகம் | சொசைட்டி பிக்சர்ஸ் | நடனம் மட்டும் |
| 70. | 1953 | அன்பு | நடேஷ் ஆர்ட்ஸ் பிக்சர்ஸ் | ——— |
| 71. | 1953 | அம்மலக்கலு (தெலுங்கு) [Ammallakkalu] | கிருஷ்ணா பிக்சர்ஸ் | ——— |
| 72. | 1953 | ஒக தல்லி பில்லலு (தெலுங்கு) [Oka thalli Pillalu] | பக்ஷிராஜாஸ் பிலிம்ஸ் | ——— |
| 73. | 1953 | அபேஷா (தெலுங்கு) [Abeshha] | நடேஷ் ஆர்ட்ஸ் பிக்சர்ஸ் | ——— |
| 74. | 1953 | ஆசா தீபம் (மலையாளம்) [Asha Deepam] | அஸோஸியேட்ஸ் புரொடக்ஷன்ஸ் | ——— |

| | | | | |
|---|---|---|---|---|
| 75. | 1953 | பொன்னி | பக்ஷிராஜாஸ் பிலிம்ஸ் | ——— |
| 76. | 1954 | இல்லறஜோதி | மாடர்ன் தியேட்டர்ஸ் | ——— |
| 77. | 1954 | கல்யாணம் பண்ணியும் பிரம்மச்சாரி | பத்மினி பிக்சர்ஸ் | ——— |
| 78. | 1954 | சொர்க்கவாசல் | பரிமளம் பிக்சர்ஸ் | ——— |
| 79. | 1954 | தூக்குத்தூக்கி | அருணா பிலிம்ஸ் | ——— |
| 80. | 1954 | அந்தா இந்தே (தெலுங்கு) [Antha Inthe] | அருணா பிலிம்ஸ் | ——— |
| 81. | 1954 | வைரமாலை | வைத்யா பிலிம்ஸ் | ——— |
| 82 | 1954 | எதிர்பாராதது | சரவணபவ அன்ட் யூனிடி பிக்சர்ஸ் | ——— |
| 83. | 1954 | அமரசந்தேசம் (தெலுங்கு) [Amarasandesam] | சாஹினி புரொடக்ஷன்ஸ் | ——— |
| 84. | 1954 | காளஹஸ்தி மகாத்மியம் (தெலுங்கு) [Kalahasti Mahatmiyam] | ஏவி.எம். | ——— |
| 85. | 1954 | பிரஜாராஜ்யம் (தெலுங்கு) [Praja Rajyam] | பரிமளம் பிக்சர்ஸ் | ——— |
| 86. | 1954 | சிநேகசீமா (மலையாளம்) [Snehaseema] | அஸோஸியேட் கம்பெனி | ——— |

| | | | | |
|---|---|---|---|---|
| 87. | 1955 | காவேரி | கிருஷ்ணா பிக்சர்ஸ் | ——— |
| 88. | 1955 | மேனகா | கஸ்தூரி பிலிம்ஸ் | நடனம் மட்டும் |
| 89. | 1955 | மங்கையர்திலகம் | வைத்யா பிலிம்ஸ் | ——— |
| 90. | 1955 | கதாநாயகி | மாடர்ன் தியேட்டர்ஸ் | ——— |
| 91. | 1955 | கோடீஸ்வரன் | ஸ்ரீ கணேஷ் மூவிடோன் | ——— |
| 92. | 1955 | விஜயகௌரி (தெலுங்கு) [Vijaya Gowri] | கிருஷ்ணா பிக்சர்ஸ் | ——— |
| 93. | 1955 | சிவபக்தா (இந்தி) [Shiv Bhaktha] | ஏவி.எம். | ——— |
| 94. | 1955 | ராஜ்குமாரி (இந்தி) [Rajkumari] | கிருஷ்ணா பிக்சர்ஸ் | ——— |
| 95. | 1956 | கண்ணின் மணிகள் | மஹேஸ்வரி பிக்சர்ஸ் | ——— |
| 96. | 1956 | வெறும் பேச்சல்ல | பிரின்சிபல் பிக்சர்ஸ் | ——— |
| 97. | 1956 | ஆசை | நடேஷ் ஆர்ட்ஸ் பிக்சர்ஸ் | ——— |
| 98. | 1956 | அமரதீபம் | வீனஸ் பிக்சர்ஸ் | ——— |
| 99. | 1956 | ராஜாராணி | நேஷனல் புரொடக்ஷன்ஸ் | ——— |
| 100. | 1956 | கோப்ப இன்டி அம்மாயி (தெலுங்கு) [Koppa Inti Ammaye] | நேஷனல் புரொடக்ஷன்ஸ் | ——— |

| | | | | |
|---|---|---|---|---|
| 101. | 1956 | மதுரை வீரன் | கிருஷ்ணா பிக்சர்ஸ் | ——— |
| 102. | 1956 | (தெலுங்கு) சாகச வீருடு (Sahasa Veerudu) | கிருஷ்ணா பிக்சர்ஸ் | ——— |
| 103. | 1956 | புண்ணியவதி | சுரபி பிலிம்ஸ் | ——— |
| 104. | 1956 | அமர ஜீவி (தெலுங்கு) [Amarajeevi] | வீனஸ் பிக்சர்ஸ் | ——— |
| 105. | 1956 | அமுல்யா கணுகா (தெலுங்கு) [Amulyakanuka] | மஹேஸ்வரி பிக்சர்ஸ் | ——— |
| 106. | 1957 | ராஜராஜன் | நீலா புரொடக்ஷன்ஸ் | ——— |
| 107. | 1957 | ராஜாதி ராஜு கதா (தெலுங்கு) [Rajathi Raji Kadha] | நீலா புரொடக்ஷன்ஸ் | ——— |
| 108. | 1957 | மல்லிகா | சிட்டாடல் | ——— |
| 109. | 1957 | பாக்கியவதி | ரவி புரொடக்ஷன்ஸ் | ——— |
| 110. | 1957 | புதையல் | கமால் பிரதர்ஸ் | ——— |
| 111. | 1957 | மகுடம் காத்த மங்கை | ஸ்வஸ்திக் சித்ரா | ——— |
| 112. | 1957 | சகுந்தலா (மலையாளம்) [Shakunthala] | சி.சி.கே. சொசைட்டி | ——— |
| 113. | 1957 | பாயல் (இந்தி) [Payal] | மதராஸ் டாக்கீஸ் | ——— |

| | | | | |
|---|---|---|---|---|
| 114. | 1957 | கைதி (இந்தி) [Qaidi] | ஈகிள் பிலிம்ஸ் | ——— |
| 115. | 1957 | பர்தேசி (இந்தி) [Pardesi] | இந்தோ — சோவியத் கோ புரொடக்ஷன்ஸ் | ——— |
| 116. | 1957 | மூன்று கடலுக்கு அப்பால் | இந்தோ — சோவியத் கோ புரொடக்ஷன்ஸ் | ——— |
| 117. | 1957 | கோஷேதேனியே—ஐ—ட்ரி—மோர்யா (ரஷ்யா) [Khozhdenie-za-tri-morya] | இந்தோ — சோவியத் கோ புரொடக்ஷன்ஸ் | ——— |
| 118. | 1958 | உத்தமபுத்திரன் | வீனஸ் பிக்சர்ஸ் | ——— |
| 119. | 1958 | வஞ்சிக்கோட்டை வாலிபன் | ஜெமினி ஸ்டுடியோஸ் | ——— |
| 120. | 1958 | விஜய கோட்ட வீருடு (தெலுங்கு) [Vijaya Kotta Veerudu] | ஜெமினி ஸ்டுடியோஸ் | ——— |
| 121. | 1958 | சம்பூர்ணா ராமாயணம் | எம்.ஏ.வி. பிக்சர்ஸ் | ——— |
| 122. | 1958 | ராமாயண் (இந்தி) [Ramayan] | எம்.ஏ.வி. பிக்சர்ஸ் | ——— |
| 123. | 1958 | மாங்கல்ய பாக்கியம் | கிருஷ்ணா பிக்சர்ஸ் | நடனம் மட்டும் |
| 124. | 1958 | வீர்பிரதாப் (தெலுங்கு) [Veer Pratap] | வீனஸ் பிக்சர்ஸ் | ——— |

| | | | | |
|---|---|---|---|---|
| 125. | 1958 | ராஜ்திலக் (இந்தி) [Rajtilak] | ஜெமினி ஸ்டுடியோஸ் | ——— |
| 126. | 1958 | ராகினி (இந்தி) [Ragini] | அசோக் பிக்சர்ஸ் பிரைவேட் லிமிடெட் | ——— |
| 127. | 1958 | அமர்தீப் (இந்தி) [Amar Deep] | சிவாஜி புரொடக்ஷன்ஸ் | ——— |
| 128. | 1958 | முஜ்ரீம் (இந்தி) [Mujrim] | ஈகிள் பிலிம்ஸ் | ——— |
| 129. | 1958 | சிதம்கர் (இந்தி) [Sitamgar] | வீனஸ் பிக்சர்ஸ் | ——— |
| 130. | 1959 | தங்கப்பதுமை | ஜுபிடர் பிக்சர்ஸ் | ——— |
| 131. | 1959 | ஸ்ரீகன்யா மகாத்யம் (தெலுங்கு) | பரமேஸ்வரி ஜுபிடர் பிக்சர்ஸ் [Sri kanya Parameswari Mahatyam] | ——— |
| 132. | 1959 | வீரபாண்டிய கட்டபொம்மன் | பத்மினி பிக்சர்ஸ் | ——— |
| 133. | 1959 | பொன் விளையும் பூமி | ஓரியண்டல் பிலிம்ஸ் | ——— |
| 134. | 1959 | தான்யமே தனலக்ஷ்மி (தெலுங்கு) [Dhaname Dhanalakshmi] | ஓரியண்டல் பிலிம்ஸ் | ——— |
| 135. | 1959 | போலீஸ் உங்கள் | சென்னை மாகாண | ——— |

| | | | | |
|---|---|---|---|---|
| | | நண்பன் — ஆவணப்படம் | போலிஸ் இலாகா, சென்னை | |
| 136. | 1959 | மரகதம் | பக்ஷிராஜாஸ் ஸ்டுடியோஸ் | ——— |
| 137. | 1959 | தெய்வமே துணை | எஸ்.பி.எஸ். பிலிம்ஸ் | ——— |
| 138. | 1959 | வீரபாண்டிய கட்டபொம்மன் (தெலுங்கு) [Veerapandiya Kattabomman] | பத்மினி பிக்சர்ஸ் | ——— |
| 139. | 1959 | சதுரங்கம் (மலையாளம்) [Chathurangam] | ஜே.ஜே.ஆர்ட்ஸ் | ——— |
| 140. | 1959 | மின்னல் படையாளி (மலையாளம்) [Minnal Padayali] | எவர்சைன்ஸ் தயாரிப்பு | ——— |
| 141. | 1959 | அமர்ஹாஹீத் (இந்தி) [Amar Shaheed] | அலோக்பாரதி | ——— |
| 142. | 1960 | தெய்வப்பிறவி | கமால் பிரதர்ஸ் | ——— |
| 143. | 1960 | அனுமானம் (தெலுங்கு) [Anumaanam] | கமால் பிரதர்ஸ் | ——— |
| 144. | 1960 | மீண்ட சொர்க்கம் | மதுரம் பிக்சர்ஸ் | ——— |
| 145. | 1960 | மன்னாதி மன்னன் | நடேஷ் ஆர்ட்ஸ் பிக்சர்ஸ் | ——— |
| 146. | 1960 | ஏகைகவீருடு (தெலுங்கு) [Ekaika Veerudu] | நடேஷ் ஆர்ட்ஸ் பிக்சர்ஸ் | ——— |

| | | | | |
|---|---|---|---|---|
| 147. | 1960 | ராஜாதேசிங்கு | கிருஷ்ணா பிக்சர்ஸ் | ——— |
| 148. | 1960 | தேசிங்கு ராஜி கதா (தெலுங்கு) [Desingu Raji Katha] | கிருஷ்ணா பிக்சர்ஸ் | ——— |
| 149. | 1960 | ராஜபக்தி | பி.ராஜமாணிக்கம் | ——— |
| 150. | 1960 | கல்பனா (இந்தி) [Kalpana] | அசோக் பிக்சர்ஸ் | ——— |
| 151. | 1960 | ஆய் பிர்ஸே பஹார் (இந்தி) [Aai Phirse Bahar] | ஆஸ்மா புரடெக்ஷன்ஸ் | ——— |
| 152. | 1960 | சிங்கப்பூர் (இந்தி) [Singapore] | ஈகிள் பிலிம்ஸ் | ——— |
| 153. | 1960 | பிந்தியா (இந்தி) [Bindiya] | ஏவி.எம்.ஸ்டுடியோஸ் | ——— |
| 154. | 1960 | ஜீஸ் தேஷ்மே கங்கா பேதிஹை (இந்தி) [Jis Deshme Ganga Behatihai] | ஆர்.கே.பிலிம்ஸ் | ——— |
| 155. | 1961 | ஸ்ரீவள்ளி | நரசு ஸ்டுடியோஸ் | ——— |
| 156. | 1961 | புனர் ஜென்மம் | விஜயா பிலிம்ஸ் | ——— |
| 157. | 1961 | அரசிளங்குமரி | ஜூபிடர் பிக்சர்ஸ் | ——— |
| 158. | 1961 | ஸ்திரிஹிருதயா (தெலுங்கு) [Sthree Hirudaya] | காவ்யா கலாமந்திர் | ——— |

| | | | | |
|---|---|---|---|---|
| 159. | 1961 | சபரிமலா ஸ்ரீ ஐயப்பன் (மலையாளம்) [Sabarimala Sri Ayyappan] | சாஸ்த்தா பிலிம்ஸ் | ——— |
| 160. | 1961 | உம்மினி தங்கா (மலையாளம்) [Ummini Dhanga] | ஓரியண்டல் மூவிஸ் | ——— |
| 161. | 1961 | அப்ஸரா (இந்தி) [Apsara] | சித்ராலயா புரொடக்ஷன்ஸ் | ——— |
| 162. | 1962 | செந்தாமரை | மெட்ராஸ் பிக்சர்ஸ் | ——— |
| 163. | 1962 | ராணி சம்யுக்தா | சரஸ்வதி பிக்சர்ஸ் | ——— |
| 164. | 1962 | விக்ரமாதித்யன் | பாரத் புரடெக்ஷன்ஸ் | ——— |
| 165. | 1962 | சபரிமலா ஸ்ரீ ஐயப்பன் | சாஸ்த்தா பிலிம்ஸ் | ——— |
| 166. | 1962 | ஆஷிக் (இந்தி) [Ashiq] | ரியூபன்டுபே புரொடக்ஷன்ஸ் | ——— |
| 167. | 1962 | பேரிபெஹறன் (இந்தி) [Meri Behan] | ஜுபிடர் பிக்சர்ஸ் | ——— |
| 168. | 1963 | காட்டுரோஜா | மாடர்ன் தியேட்டர்ஸ் | ——— |
| 169. | 1963 | நான் வணங்கும் தெய்வம் | ஸ்ரீ சத்யநாராயணன் பிலிம்ஸ் | ——— |

| | | | | |
|---|---|---|---|---|
| 170. | 1964 | வீராங்கனை | ஓரியண்டல் மூவிஸ் | ——— |
| 171. | 1964 | தேவாலயம் (மலையாளம்) [Devalayam] | மன்னத் பிலிம்ஸ் | ——— |
| 172. | 1965 | மஹாபாரத் (இந்தி) [Mahabharath] | ஏ.ஜீ.பிலிம்ஸ் | ——— |
| 173. | 1965 | வீர்மார்த்தாண்ட் (தெலுங்கு) [Veer Marthand] | பாரத் பிக்சர்ஸ் | ——— |
| 174. | 1965 | காஜல் (இந்தி) [Kajal] | கல்பனா லோக் | ——— |
| 175. | 1965 | நர்த்தகி சித்ரா (இந்தி) [Nartaki Chithra] | நடேஷ் ஆர்ட்ஸ் பிக்சர்ஸ் | ——— |
| 176. | 1966 | சரஸ்வதி சபதம் | ஸ்ரீ விஜயலக்ஷ்மி பிக்சர்ஸ் | ——— |
| 177. | 1966 | தேவிசரஸ்வதி (இந்தி) [Devi Saraswathi] | ஸ்ரீ விஜயலக்ஷ்மி பிக்சர்ஸ் | ——— |
| 178. | 1966 | சரஸ்வதி சபதம் (மலையாளம்) [Saraswathi Sabhatham] | மீனாசோமன் | ——— |
| 179. | 1966 | சரஸ்வதி சபதம் (தெலுங்கு) [Saraswathi Sabhatham] | ஸ்ரீ விஜயலக்ஷ்மி பிக்சர்ஸ் | ——— |
| 180. | 1966 | சித்தி | சித்ரா புரொடக்ஷன்ஸ் | ——— |

| | | | | |
|---|---|---|---|---|
| 181. | 1966 | தாயே உனக்காக | ஸ்ரீ கமலாலயம் | ——— |
| 182. | 1966 | கனக சிலங்கா (மலையாளம்) [Kanakasilanga] | சுந்தர்லால் நஹாதா | ——— |
| 183. | 1966 | பாஞ்சாலிசபதம் | ராமானந்தா கம்பைன்ஸ் ஏ.ஜீ.பிலிம்ஸ் | ——— |
| 184. | 1966 | மோஹினி பஸ்மாசுரா (தெலுங்கு) [Mohini Bhasmasura] | பி.ஏ.எஸ்.பிக்சர்ஸ் | ——— |
| 185. | 1966 | பக்த போதனா (தெலுங்கு) [Bhaktha Pothanna] | பாரத் பிலிம்ஸ் | ——— |
| 186. | 1966 | அப்ஸானா (இந்தி) [Atsma] | தேவிமூவிடோன் | ——— |
| 187. | 1967 | திருவருட்செல்வர் | ஸ்ரீ விஜயலக்ஷ்மி பிக்சர்ஸ் | ——— |
| 188. | 1967 | பாலாடை | கமலா பிக்சர்ஸ் | ——— |
| 189. | 1967 | எங்களுக்கும் காலம் வரும் | பால்ஸ் & கம்பெனி | ——— |
| 190. | 1967 | பேசும் தெய்வம் | ரவி புரொடக்ஷன்ஸ் | ——— |
| 191. | 1967 | இருமலர்கள் | மணிஜே சினி புரடெக்ஷன்ஸ் | ——— |
| 192. | 1967 | கண்கண்ட தெய்வம் | கமால் பிரதர்ஸ் | ——— |
| 193. | 1967 | வசந்தசேனா (தெலுங்கு) [Vasanthasena] | விக்ரம் புரொடக்ஷன்ஸ் | ——— |

| | | | | |
|---|---|---|---|---|
| 194. | 1967 | அவ்ரத் (இந்தி) [Aurat] | ஜெமினி ஸ்டுடியோஸ் | ——— |
| 195. | 1968 | குழந்தைக்காக | விஜயா சுரேஷ் கம்பைன்ஸ் | ——— |
| 196. | 1968 | திருமால் பெருமை | திரு.வெங்கடேஸ்வரா மூவிஸ் | ——— |
| 197. | 1968 | தில்லானா மோகனாம்பாள் | ஸ்ரீ விஜயலக்ஷ்மி பிக்சர்ஸ் | ——— |
| 198. | 1968 | ராஜ நர்த்தகி (தெலுங்கு) [Raja Nartaki] | ஸ்ரீ விஜயலக்ஷ்மி பிக்சர்ஸ் | ——— |
| 199. | 1968 | வசந்தசேனா | உமர் பிலிம்ஸ் | ——— |
| 200. | 1968 | அத்யாபிகா (மலையாளம்) [Adyapika] | நீலா புரொடக்ஷன்ஸ் | ——— |
| 201. | 1968 | அபராதினி (மலையாளம்) [Aparadhini] | வசந்த் பிக்சர்ஸ் | ——— |
| 202. | 1968 | வாஸன்னா (இந்தி) [Vasanna] | அனிருதா ஆர்ட்ஸ் | ——— |
| 203. | 1969 | குருதட்சணை | ஸ்ரீ கஜலக்ஷ்மி பிலிம்ஸ் | ——— |
| 204. | 1969 | ராஜா கன்க்ஷா (தெலுங்கு) [Raja Kanksha] | பரத்வாஜ் பிலிம்ஸ் | ——— |

| | | | | |
|---|---|---|---|---|
| 205. | 1969 | குமாரசம்பவம் (அல்லது) சதிபார்வதி (மலையாளம்) [Kumara Sambavam (or) Sati Parvati] | நீலா புரடெக்ஷன்ஸ் | ——— |
| 206. | 1969 | சந்தியா (மலையாளம்) [Sandhiya] | ரீதா என்டர்ப்ரைஸ்ஸ் | ——— |
| 207. | 1969 | மாதவி (இந்தி) [Madhavi] | ஶ்ரீ கணேஷ் பிரசாத் மூவிஸ் | ——— |
| 208. | 1969 | பாய் பெஹன் (இந்தி) [Bhai Behan] | விக்ரம் புரொடக்ஷன்ஸ் | ——— |
| 209. | 1969 | சந்தா அவுர் பிஜுலி (இந்தி) [Chanda Aur Bijili] | குருதத் பிலிம்ஸ் கம்பைன்ஸ் | ——— |
| 210. | 1969 | நன்னா பரீஷ்டா (இந்தி) [Nanna Farishta] | விஜயா இன்டர்நேஷனல் | ——— |
| 211. | 1970 | விளையாட்டுப் பிள்ளை | ஜெமினி ஸ்டுடியோஸ் | ——— |
| 212. | 1970 | வியட்நாம் வீடு | சிவாஜீ புரொடக்ஷன்ஸ் | ——— |
| 213. | 1970 | எதிர்காலம் | தணிகவேல் பிக்சர்ஸ் | ——— |
| 214. | 1970 | பெண் தெய்வம் | தண்டாயுதபாணி பிலிம்ஸ் | ——— |
| 215. | 1970 | குமார சம்பவம் | நீலா புரடெக்ஷன்ஸ் | ——— |
| 216. | 1970 | விவாஹிதா (மலையாளம்) [Vivahitha] | ஏ.எல்.எஸ். புரொடக்ஷன்ஸ் | ——— |

| | | | | |
|---|---|---|---|---|
| 217. | 1970 | சபரிமலா ஸ்ரீ தர்ம சாஸ்த்தா (மலையாளம்) [Sabarimala Shri Dhrama Sashtha] | சாஸ்தா பிலிம்ஸ் | ——— |
| 218. | 1970 | ஆன்சு அவுர் முஸ்கான்— (இந்தி) [Aansoo Aur Muskan] | ஸ்க்ரீன் ஜெம்ஸ் | ——— |
| 219. | 1970 | மஸ்த்தானா (இந்தி) [Masthana] | சுசித்ரா புரொடக்ஷன்ஸ் | ——— |
| 220. | 1970 | மேர நாம் ஜோக்கர் (இந்தி) [Mera Nam Joker] | ஆர்.கே.பிலிம்ஸ் | ——— |
| 221. | 1971 | தேனும் பாலும் | கஸ்தூரி பிலிம்ஸ் | ——— |
| 222. | 1971 | குலமா குணமா | ஆசாம் ஆர்ட்ஸ் | ——— |
| 223. | 1971 | திருமகள் | கோவிந்தராஜா பிலிம்ஸ் | ——— |
| 224. | 1971 | தேரோட்டம் | சஷ்டி பிலிம்ஸ் | ——— |
| 225. | 1971 | ரிக்ஷாக்காரன் | சத்யா மூவிஸ் | ——— |
| 226. | 1971 | ரிக்ஷா ராமு (தெலுங்கு) [Rikshaw Ramudu] | சத்யா மூவிஸ் | ——— |
| 227. | 1971 | அன்னை வேளாங்கண்ணி | கிரி மூவிஸ் | ——— |
| 228. | 1971 | மாதா வேளாங்கண்ணி (இந்தி) [Madha Velanganni] | கிரி மூவிஸ் | ——— |

| | | | | |
|---|---|---|---|---|
| 229. | 1971 | மேரி மாதா (தெலுங்கு) [Marry Madha] | கிரி மூவிஸ் | ——— |
| 230. | 1971 | ஆதிபராசக்தி | சித்ரா புரடெக்ஷன்ஸ் | ——— |
| 231. | 1971 | இருதுருவம் | பி.எஸ்.வி. பிக்சர்ஸ் | ——— |
| 232. | 1971 | ரங்கண்ணா சபதம் (தெலுங்கு) [Rangganna Sabatham] | பி.எஸ்.வி. பிக்சர்ஸ் | ——— |
| 233. | 1972 | அப்பா டாடா | ஸ்ரீ வெங்கடேஸ்வரா புரடெக்ஷன்ஸ் | ——— |
| 234. | 1979 | ஒரே வானம் ஒரே பூமி | ஜியோ மூவி புரடெக்ஷன்ஸ் | ——— |
| 235. | 1979 | ஏழாம் கடலினக்கரே (மலையாளம்) [Ezham kadalinakkare] | ஜியோ மூவி புரொடக்ஷன்ஸ் | ——— |
| 236. | 1980 | (தெலுங்கு) ஸ்ரீஅய்யப்பகதா (Sree Ayyappakatha) | அஜந்தா ஆர்ட்ஸ் சாஸ்த்தா பிலிம்ஸ் | ——— |
| 237. | 1982 | தர்த்கா ரிஷ்டா (இந்தி) [Dardkarishta] | அஜந்தா ஆர்ட்ஸ் | ——— |
| 238. | 1984 | நோக்கத்தே தூரத்து கண்ணும் நாட்டு (மலையாளம்) [Nokketha doorathe kannumnatte] | போதி சித்ரா | ——— |
| 239. | 1985 | பூவே பூச்சூடவா | நவோதயா பிலிம்ஸ் | ——— |
| 240. | 1986 | தாய்க்கொரு தாலாட்டு | கே.ஆர்.ஜீ. பிலிம் சர்க்யூம் | ——— |

| | | | | |
|---|---|---|---|---|
| 241. | 1986 | லட்சுமி வந்தாச்சு | ஏரீஸ்சினி ஆர்ட்ஸ் | ——— |
| 242. | 1986 | ஆயிரம் கண்ணுடையாள் | சசிவர்ணம் பிலிம்ஸ் | ——— |
| 243. | 1989 | குருதேவன் (மலையாளம்) [GuruDevan] | ஸ்ரீ நாராயணா மூவி மேக்கர்ஸ் | ——— |
| 244. | 1991 | வாஸ்த்துஹாரா (மலையாளம்) [Vasthuhara] | பாரகன் மூவிஸ் | ——— |
| 245. | 1994 | டாலர் (மலையாளம்) [Dollar] | ஆர்.எஸ்.பிலிம்ஸ் இன்டர்நேஷனல் | ——— |

# இணைப்பு II

## இந்நூலுக்கு உதவிய நூல்கள்

1. An introduction to Indian music form and style by Chaitanya Deva.
2. சாதனைகள் படைத்த தமிழ்த் திரைப்பட வரலாறு —'பிலிம்நியூஸ்' அனந்தன்.
3. தமிழ் சினிமா வரலாறு (பாகம் I) — ஐ.ஷண்முகநாதன்.
4. அருட்செல்வர் ஏ.பி.நாகராஜனும் கலைமாமணி தசரதனும் — கவிஞர் மு.அண்ணா ஜோதி.
5. South Indian Film Chamber of Commerce - Golden Jubilee year.
6. Diamond Jubilee of Tamil Cinema
7. எனது சுயசரிதம் — சிவாஜிகணேசன்.
8. Ashok Kumar - His life and time.
9. Rajkapoor, the fabulous showman by Bunny Reuben.
10. நான் வந்த பாதை — S.S. ராஜேந்திரன்.
11. 50 Years of Malayalam Cinema.
12. 'Kumara sambhavam' - Film Brochure.
13. Film India - Babu Rao Patel.
14. An article on 'Snehaseema' by B.Vijayakumar, cochi [Published in Hindu (Kerala Edition) dt.7.6.2008.
15. Brochure on sastha Films "Sabarimala Sri Ayyappan.
16. Dilipkumar - Star and legend of Indian Cinema.
17. Booklet on the film "Nanna Farishta"
18. Kerala Desam.
19. Kerala Bhooshanam.
20. Screen.
21. 'Nokkethadoorathe Kannumatte - (Year 1953)
22. Kerala Kanmudi.
23. Article on Padmini by Naveeyan (Year 1953)
24. மனுஷிகள் — எம்.பி.மணி.

25. Brochure on Annai Velankanni.

*26. சினிமா உலகம்.*

*27. பேசும்படம்.*

*28. நாரதர்.*

*29. குண்டூசி.*

*30. தமிழ்சினிமா.*

*31. சினிமாக்கதிர்.*

*32. பொம்மை.*

*33. பிலிமாலயா (தீபாவளி மலர் 1975)*

*34. கலை.*

35. Chavalier Dr.Sivaji Ganesan Felicitation Souvenir - 1955.

*36. ஆனந்த விகடன் தீபாவளி மலர் — 1965.*

*37. எனது வாழ்க்கை அனுபவங்கள் — ஏவி.எம்.*

*38. கட்டுரை — கலை அரசி பத்மினி.*

*39. கலைமணி.*

*40. நடிகன் குரல் (கலைவாணர் நினைவு மலர்).*

*41. பத்திரிக்கை 'இந்திரா'*

*42. ரூபவாணி.*

*43. சினிமாஸிகா.*

*44. குமுதம் ஜனவரி 1957 இதழ்.*

*45. பத்மினி நடித்த திரைப்படங்களின் பாட்டுப் புத்தகங்கள்.*

## Video Documentaries:

A. 'நாட்டியப் பேரொளி' — by Shri I. சண்முகநாதன் — திருநின்றவூர் தி.சந்தான கிருஷ்ணன்.

B. Video documentary of Dr.Winston Panchatcharam U.S.A.

C. Video documentary of AV.M. on Padmini.

D. பத்மினி நடித்த திரைப்படங்கள்.

*[இவற்றிற்கு ஆசிரியரின் உளமார்ந்த நன்றி]*